संस्कृत प्राकृत (मराठी) भाषाविज्ञान

खंड - २

(प्रमुख भारतीय आर्यन भाषा : स्वरुप आणि विकास)

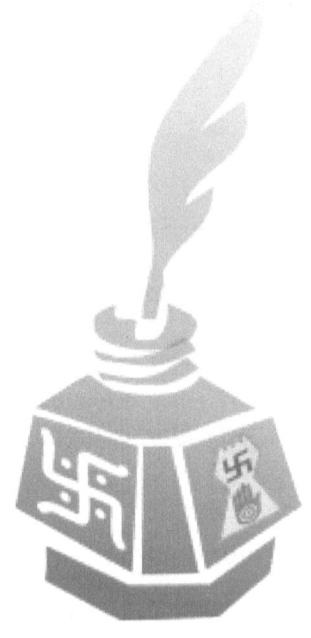

'दिलीपराज प्रकाशन प्रा. लि.'च्या नवीन पुस्तकांची यादी व माहिती हवी असल्यास आपला पत्ता, दूरध्वनी क्रमांक किंवा Email आमच्या *diliprajprakashan@yahoo.in* या Email address वर पाठवावा किंवा आमच्याशी दूरध्वनी क्रमांक फॅक्ससहित : ०२०-२४४८३९९५/२४४९५३१४/२४४७१७२३ यावर संपर्क साधावा. आमच्या वेबसाईटला एकदा अवश्य भेट द्या.

Blog : http:.//diliprajprakashan.blogspot.com

संस्कृत प्राकृत (मराठी) भाषाविज्ञान

खंड - २

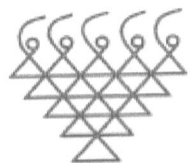

(प्रमुख भारतीय आर्यन भाषा : स्वरुप आणि विकास)

डॉ. अशोक कुटकर

भूतपूर्व प्रपाठक, संस्कृत विभागाध्यक्ष,
शासकीय ज्ञानविज्ञान महाविद्यालय,
औरंगाबाद.

दिलीपराज प्रकाशन प्रा. लि.

२५१ क, शनिवार पेठ, पुणे - ४११ ०३०.

प्रकाशक

राजीव दत्तात्रय बर्वे,
मॅनेजिंग डायरेक्टर,
दिलीपराज प्रकाशन प्रा. लि.,
२५१ क, शनिवार पेठ,
पुणे - ४११ ०३०

प्रथमावृत्ती : १५ सप्टेंबर २०१२

प्रकाशन क्रमांक : १९७६

ISBN : 978 - 81 - 7294 - 958 - 7

मुद्रक :
Repro India Ltd,
Mumbai.

टाईपसेटिंग :
पितृछाया मुद्रणालय,
९०९, रविवार पेठ,
पुणे - ४११ ००२

संहिता संस्करण :
डॉ. जयवंत व्हटकर
डॉ. निर्मला कुलकर्णी
डॉ. मनिषा फणसळकर

मुखपृष्ठ : कैवल्य राम मशिदकर

संस्कृत प्राकृत (मराठी) भाषाविज्ञान (खंड-२)
Sanskrit Prakrut (Marthi) Bhashavidyan (KHAND-2)

प्रस्तावना

‘संस्कृत-प्राकृत आणि भाषाविज्ञान’ या पहिल्या खंडात भाषा वैज्ञानिक दृष्टीने त्या ग्रंथविषयाचे सविस्तर आणि सखोल पृथ्थकरण केले. ऐतिहासिक, तुलनात्मक वर्णनात्मक दृष्टीने तो विषय तपासला.

इंडो-युरोपियन हा (भारोपीय) भाषापरिवार, त्या अंतर्गत इंडो-इराणी भाषा परिवार ह्यांची छाननी करताना प्रामुख्याने संस्कृत भाषेतील परिवर्तन विकास ह्याकडे साहजिकच अधिक भर दिला. याचे कारण एकच होते. आर्य-त्यांची संस्कृत भाषा तत्कालीन सीमारेषा मर्यादित असलेल्या भारतवर्षात इराणी संस्कृतपेक्षा अलग होऊन विकसित झाली.

संस्कृत भाषाभिमानी मोठ्या अभिनिवेशाने म्हणत असतात की संस्कृत भाषेपासून पालि, प्राकृतादी अनेक भाषा ‘अपभ्रष्ट’ पावून बनल्या.

परंतु हे मत अवास्तव आहे. पहिल्या खंडाच्या आधारे काही निष्कर्ष निघतात, त्याकडे क्रमाने लक्ष टाकणे उचित ठरेल.

१) ज्याला आपण संस्कृत वा मातृभाषा संस्कृतचा यथायोग्य काळ म्हणतो, तो एक आर्य जातिसमूह भारतात तर सोडाच, पण इराणातही वसण्याअगोदर प्रागैतिहासिक इंडो-युरोपियन-भारोपीय काळ होता. त्या काळात ‘संस्कृत’ ज्या स्वरूपाची होती, ती मातृभाषा आमभाषा होती.

२) इंडो युरोपियनांमध्ये यज्ञ-देवतापूजकांच्या, जाति, वर्ग ह्या सामाजिक व्यवस्था असल्यामुळे इंडोयुरोपियन काळापासून आर्य जातिसमूह ज्या देवता मानत आले, त्यांच्या प्रार्थना एकेकाळी त्यांच्या लोकभाषेत म्हणजे संस्कृत भाषेत होत्या.

३) पण आर्यांचा संख्येने विस्तार, भौगोलिकदृष्ट्या परस्पराहून विभिन्न हवामानांच्या दूरदेशात स्थलांतर, संस्कृतीसंबंधातील अंतराय, परक्या आर्य नसलेल्या (इंडोयुरोयन नसलेल्या जाति समूहाच्या) संपर्कात वेगवेगळी रूपे धारण करू

लागली. हे आपण अवेस्ता, ग्रीक, लॅटिन, संस्कृत ह्यांच्या तौलनिक अभ्यासावरून सविस्तरपणे पाहून त्याची चिकित्सा केली आहे.

४) इराण-भारत (इंडो इराणी) संस्कृतीत 'पुरोहिती' हा मोठा लाभदायक व्यवसाय बनला. साहजिकच व्यावसायिक गुपितांया रक्षणासाठी इंडो युरोपियन संस्कार असलेली मूळ संस्कृत भाषा पुरोहिती व्यवसायासाठी जतन करून, तिचे व्यावसायिक दृष्टीने श्रेष्ठत्व टिकवण्यासाठी इराणी-भारतीय आर्यामधील पुरोहितांमध्ये गळेकापू, हिंस्त्र स्पर्धा सुरू झाली, हे आपल्याला त्या काळच्या ग्रंथातून स्पष्ट दिसते.

५) पण ह्याच दरम्यान काही मूठभर पुरोहिती व्यावसायिकांची आपल्या लाभासाठी संस्कृत-वेदानंतर पाणिनी इत्यादिकांनी जतन केली, तरी, ते मूठभर लोक म्हणजे समाज नव्हते. वेगवेगळ्या देशात विविध संस्कृती, भाषा असलेले असंख्य समाज होते. हे पाणिनीच्या अष्टाध्यायीवरून, तत्कालीन बौद्ध, साहित्यावरून कळून चुकते. ह्या समाजांचा प्रसार तत्कालीन गांधार, पंजाब ह्यांच्यापासून पूर्वेला बिहारच्या दिशेने गंगायमुनेच्या प्रवाहाकाठाने होत गेला, तेव्हा कालांतराने त्यांच्या भाषेत मोठी परिवर्तने घडून आली. नव्या जातिसमूहांचा संपर्क, युद्धे, परभाषिकांच्या प्रदेशात निवास या कारणामुळे पूर्व भारतात संस्कृतचे रूप बदलले. पण बदललेल्या भाषेचे स्वरूप पाहाताना, तिचे मूळ संस्कृत भाषेत आहे, हे ओळखता येत होते. पण ही भाषा जनसामान्यांची झाली. वेद, ब्राह्मण, उपनिषदकाळात पुरोहिती व्यावसायिकांनी इराणात-भारतात ज्या स्वरूपाची त्यांची संस्कृत भाषा होती, तिला एकप्रकारे बंदिस्त करून टाकले. पण ह्याचा परिणाम सामान्य जनतेवर काडीमात्र झाला नाही. वेगवेगळ्या देशा-प्रदेशात अनेक भाषा प्रचलित होत्या.

६) भारताचा प्राचीन इतिहास सध्याच्या बिहारशीच निगडित असल्यामुळे, आणि भारतवर्षात इतर प्रदेशात राजकीय, सांस्कृतिक, भाषिक इत्यादी स्थिती काय होती, हे कळायला अत्यंत अपुरी साधने आहेत. त्यामुळे बिहार-तत्कालीन मगध देशातील प्राचीन भाषांचा अभ्यास करून त्यावर समाधान मानावे लागते.

७) ज्या भाषेला आपण 'प्राकृत' म्हणतो, त्या भाषांच्या अगोदर पालि (गौतम बुद्धाने ज्या भाषेत धर्मोपदेश केला) आणि अर्धमागधी (त्याच समकाळात महावीराने जैन धर्मप्रसार केला) ह्या मगध (बिहार) राज्यातीलच भाषा होत.

पालि भाषा बुद्धकाळात विस्तृत प्रदेशात बोलली जाणारी भाषा होती. त्यामुळे इतर भाषांपक्षा ती अधिक प्रभावी असण्याचे कारण तिचे सांस्कृतिक, भाषिकदृष्ट्या, थोडेसे तरी प्राचीनत्व होते, हे अनुमान करता येते. मगधात (बिहारात) त्यावेळी संस्कृतचा प्रसार पुरोहिती वर्गापुरता होता. पण त्यांच्या मनोवृत्तीविरूद्ध बंड

करून गौतम बुद्ध, महावीर यांनी आपापले नवीन संप्रदाय निर्माण करून 'संस्कृत' आणि त्यातील ज्ञान, सांस्कृतिक मूल्ये ह्यावर बहिष्कार टाकला. पुरोहिती वर्गास हवी असलेली समाजव्यवस्था त्यांनी मोडीत काढली. एकंदरीत पूर्व भारतात संस्कृत भाषिक अल्पसंख्य होते. ह्या बौद्ध, जैन प्रचारांमुळे संस्कृत भाषा निष्प्रभ झाली. पुढे सम्राट अशोकाने बौद्ध धर्म, पालि ह्यांना राजाश्रय दिल्यावर पूर्व भारतात त्याकाळी संस्कृत भाषेची अवस्था बिकट झाली. ह्याचे वास्तव दर्शन इ.स.पू. पहिल्या शतकात मौर्यवंशांचा नाश होऊन पुष्यमित्र शुंगाच्या ब्राह्मणी राजवटीत रचल्या गेलेल्या व्याकरण महाभाष्य ह्या ग्रंथावरून दिसून येते. पतंजलीकृत महाभाष्यात संस्कृत भाषेच्या दुरवस्थेची स्पष्ट ग्वाही दिली असून 'असंस्कृत प्राकृत भाषी' लोकांचे वर्चस्व उघडपणे मान्य केले आहे.

एकंदरीत इ.स.सनाच्या पूर्वीही सहा-सात शतके पूर्वीपासून संस्कृत भाषेप्रमाणेच पालि प्राकृतात उत्कृष्ट साहित्यरचना, धर्मोपदेश ग्रंथन होऊन संस्कृत भाषेचे महत्त्व त्या काळापासून लोप पावून लोकभाषांचा स्वतंत्र विकास होऊ लागला. परंतु लक्षणीय वैशिष्ट्य असे की ह्या नव्याने विकसित होणाऱ्या आर्य भाषांना संस्कृत भाषेपासून आपली नाळ तोडता आली नाही. ह्याचा अर्थ संस्कृत त्या भाषांची जननी होती, असा नसून संस्कृत भाषेचा, तिच्यामधून झालेल्या संस्कारांचा समाजावर इतका पगडा होता, की नव्या भाषाचे तोंडवळे थोडेफार संस्कृतसारखेच राहिले. पण असे असले तरी त्या भाषा म्हणून स्वतंत्र अस्तित्व धारण करणाऱ्या होत्या हे मात्र ध्यानात ठेवले पाहिजे.

संस्कृतच्या प्रभावाखाली ज्या प्रमुख भाषा आल्या, त्यापैकी निवडक, महत्त्वाच्या भाषांचा परिचय, त्यांचे व्याकरण, भाषाविज्ञानाच्या दृष्टीने त्यांचे वेगळेपण इत्यादी आपण इतिहासाच्या टप्प्या टप्प्यावर पाहात जाणार आहोत. इंडो युरोपियन आर्य जातिसमूहांच्या भारतीय भाषांचे अवतार ह्या दृष्टिकोनातूनच ह्या भाषांना 'आर्यभाषा' म्हटले आहे, आणि द्रविड परिवारापासून त्यांचा अलगपणा दाखवणे हाही यामागील हेतू आहे.

डॉ. अशोक व्हटकर

अनुक्रम

१.	प्राचीन भारताचा सांस्कृतिक समन्वय	९
२.	पालि भाषा	१५
३.	मागधी भाषा	८६
४.	अर्धमागधी भाषा	९२
५.	पैशाची भाषा	१६५
६.	अवहट्ट	२६५
७.	प्राचीन महाराष्ट्री भाषा	२७०

परिशिष्ट विभाग

१.	वाहिलेली माळ	२९८
२.	परिशिष्ट १	३५४
३.	परिशिष्ट २	३५७
४.	परिशिष्ट ३	३६१
५.	परिशिष्ट ४	३६८
६.	परिशिष्ट ५	३८४
७.	परिशिष्ट ६	३८८
८.	परिशिष्ट ७	३९१
९.	परिशिष्ट ८	३९३
१०.	परिशिष्ट ९	३९६
११.	परिशिष्ट १०	४०१
१२.	परिशिष्ट ११	४०७
१३.	परिशिष्ट १२	४१३
१४.	परिशिष्ट १३	४१९
१५.	परिशिष्ट १४	४२७
१६.	परिशिष्ट १५	४३२

१ प्राचीन भारताचा सांस्कृतिक समन्वय

इंडो-युरोपियन-भारोपीय आर्यांचे निवासस्थान नेमके कोठे होते, हे अनेक मते पडताळून पाहूनही निश्चित होत नाही, तेव्हा एकातरी निश्चयावर आपल्याला टिकून राहावे लागते. ऋग्वेद आणि तद्नंतरचे वैदिक-लौकिक संस्कृत पालि पाकृत साहित्य जेथे निर्माण झाले, ह्या साहित्याचे रचनाकार आणि सामान्यजन ज्या भूभागात राहात होते, ती भारतभूमी तरी वैदिक आर्यांची होती हे निश्चित. ह्या निष्कर्षाला जोडून इंडो-इराणी भाषापरिवाराची भूमी ही ठरवता येते. पण त्यापूर्वी हजारो वर्षापूर्वी भारोपीय जातिसमूह संपूर्ण आशिया युरोपच्या सलग भूमीपैकी नेमका कोठे वास्तव्य करीत होता, ह्यासंबंधी निरनिराळी मते आहेत, त्याविषयी स्वतंत्र परिशिष्टातच विचार करता येईल. प्रस्तुत ठिकाणी वेदोत्तर कालात आर्यांच्या भाषेत जे विकास जी संक्रमणे घडली, त्यामागील सांस्कृतिक कारणे, आणि आर्यन भाषा आणि त्याचे स्वरूप जाणून घ्यायचे आहे.

अतिप्राचीन वैदिक साहित्यावरून, आर्यांचा भारताच्या भूमीत प्रवेश झाल्यावर त्यांचा संपर्क आर्य नसलेल्या अन्य अनेक जातिसमूहांशी भाषांशी होत राहिला. पुढे आर्य जातिसमूह आणि ते ज्यांना 'अनार्य' म्हणत अशा आर्यसंस्कृतीहून भिन्न जातिसमूहांशी त्यांना संपर्कानंतर संकराद्वारेही एक व्हावे लागले. त्या परक्या संस्कृतीपासून त्यांनी बऱ्याच गोष्टी ग्रहण केल्या, आणि पुष्कळ गोष्टी परक्या संस्कृतींना दिल्या.

उदा. ऋग्वेदात आर्यजातींच्या अशा शत्रूंचे वर्णन येते, की जे 'कृष्ण' म्हणजे रंगाने काळे होते. 'अनासा' चपट्या नाकाचे होते. शिश्नदेव लिंग पूजक होते, 'अयज्वन्' यज्ञयाग न करणारे होते. 'शंबर' नामक दस्यूंचा उल्लेख अनेक वेळा केला आहे. दास, दस्यु हे आर्यांचे त्रासदायक शत्रू होते. पाणिनीने आयुधजीवी संघात ज्या जमातींचा उल्लेख केला आहे, ते आर्य नव्हते. वेदकालीन आर्यांच्या

आगमनाला कडाडून विरोध करणारे 'अनार्यांचे' वंशज होते.

या प्रकारच्या अनेक उल्लेखाच्या पार्श्वभूमीवर आधुनिक काळात भाषा वैज्ञानिकांनी पर्याप्त संशोधन करून काही निष्कर्ष काढले आहेत.

१) आर्यांच्या आगमनापूर्वीच प्राचीन भारताच्या पश्चिमोत्तर भारतामध्ये अबिसिनियन, आणि काही उत्तर आफ्रिकन काळ्या लोकांच्या प्रजाती आपल्या पशुधनासह भटकत भटकत भारतात आल्या होत्या. कदाचित भारताच्या पश्चिमोत्तर प्रदेशात येऊन राहणारे हेच पहिले उत्तर आफ्रिकन-ज्यांना आपण आज 'हबशी' म्हणतो-असावेत, असे काही तज्ञांचे मत आहे. त्यावेळीही त्यांच्या भाषा अविकसित होत्या. सध्या ह्या लोकांचे वंशज अंदमान निकोबार बेटांच्या समूहात आहेत. अद्यापही त्यांची भाषा अविकसितच आहे. आर्य भाषांवर ह्या कृष्णवर्णीय प्रजातींच्या भाषांचा प्रभाव नाममात्रच असावा, कारण ह्या उत्तर आफ्रिकन 'हबशी' प्रजाती अधिकतर दक्षिणेलाच राहात असावी. प्रथम आलेल्या आर्यजातिसमूहांशी आणि ह्या 'हबशी' लोकांचे झगडे होण्याचे कारण म्हणजे पशुधन, चराऊ कुरणे आणि तदनुषंगिक कारणे हेच असावे. नंतर आलेल्या आर्यांच्या टोळ्यांनी मात्र ह्या कृष्णवर्णीय लोकांना आपल्यात सामावून घेतले. संपर्क-संकराद्वारा ते एकत्र राहू लागले. भारतात रूढ होणाऱ्या निम्न जातीच्या लोकांचे हे आर्यांशी संकरित रूप चांगल्याप्रकारे ओळखता येते. कारण वर्णभेद रंगभेद असले तरी त्यांच्या भाषा संस्कृती, आचार-विचार इत्यादी एकसारखे राहिले.

२) ऋग्वेदात 'अनासा' म्हणून आर्यांनी आपले शत्रू म्हणून ज्यांची निंदा केली आहे, ते लोक चीनच्या बाजूने पश्चिमोत्तर भारताच्या प्रदेशात, तिबेट, मध्यआशिया, काश्मिर, गांधार प्रांतात आर्यांच्या आगमनापूर्वीपासून वसलेल्या मंगोलियन वंशाच्या चिनी प्रजातीच असाव्यात. 'अनासा' शब्दात नाकाच्या विद्रूपणाचे ज्या पद्धतीने निंदाव्यंजक वर्णन आहे, ते मंगोलवंशी लोकांनाच जुळण्यासारखे आहे. ह्यात अतिशयोक्ती असण्याचेही कारण नाही. कारण इ.स.नंतर संपूर्ण चिनीवंशाच्या सम्राट कनिष्काने भारतवर्षाचे सम्राटपद भूषविले होते. हिमालयाच्या पायथ्याशी असलेल्या छोट्या मोठ्या प्राचीन देशात मंगोलवंशीच राहात होते. खुद्द गौतम बुद्ध हा नेपाळातील, मंगोल वंशी आर्यसंस्कृतीतील अनेक रूढींचा द्वेष्टा, मूळ भारतीयच होता, यांना किरात ही संज्ञा नंतर दिली गेली.

३) आर्यांच्या दृष्टीने 'अनार्य' प्रजाती 'ऑस्ट्रिक परिवार' ही होती. ह्यांच्याशी आर्यांचे संपर्क-सान्निध्य राहिले. हा ऑस्ट्रिक परिवारपुढे संस्कृत साहित्यात 'निषाद-एक अरण्यात अर्धसंस्कृत अवस्थेत राहाणारी संस्कृती' म्हणून प्रसिद्ध झाली. ह्या संस्कृतीने आर्यसंस्कृतीला चांगलेच प्रभावित केले, असे विद्वानांचे मत आहे. भारतीय साहित्यात निषाद-आर्य संघर्ष कुठे दिसत नाही, उलट त्यांच्यात नेहमीच

सामंजस्यच आढळून येते. आता भारतात 'कोल, मुण्डा' प्राचीन निषादांचे वंशज होत.

४) वेदांमध्ये ज्यांना दास, दस्यु वा शूद्र नावांनी संबोधले आहे, तो द्रविड जातिसमूह भारतात नवागत आर्यांना भेटलेला, आर्य नसलेला पण स्वत:ची संस्कृत प्रगत भाषा असलेला साहजिकच आर्यांचा प्रमुख शत्रूस्थानी होता. वेदग्रंथात आर्यांच्या प्रार्थनात आर्यांनी ह्याच समुहाचे तुलनेने अधिक वाईट व्हावे अशी इच्छा केलेली आहे. विद्वानांचे आजवर असे मत आहे की ह्याच द्रविड संस्कृतीचे मोहेनजोदारो, हरप्पा येथे अवशेष सापडले आहेत. हे द्रविड लोक उत्तम व्यापारी, दर्यावर्दी, स्थायिक पद्धतशीर नगरे बांधून राहाणारे, मूर्तिपूजक, पशूधनाबरोबर नद्याकाठी शेती करणारे होते. आर्यांना ह्या द्रविड संस्कृतीच्या बऱ्याच गोष्टी नावीन्यपूर्ण होत्या. आर्यांना ह्या द्रविड लोकांना उखडून अधिकाधिक दक्षिणेला पिटाळण्यात फारच संग्राम करावा लागला असावा. अखेर बऱ्याच कालावधीनंतर द्रविड संस्कृतीचे लोक पराभूत होऊन दक्षिणेकडे सरकत गेले. दक्षिणेत बोलल्या जाणाऱ्या तमिळ, तेलगु इत्यादी भाषा ह्याच द्रविड संस्कृतीच्या असून त्यांचे अतिप्राचीनत्व, द्रविडभाषा परिवारांचा संबंध वरील मतामध्ये सर्वाधिक तथ्य असल्याचे दर्शवतो. भारतातील आर्यांच्या आगमनापूर्वीच्या काळातील ही द्रविड संस्कृती अत्यधिक समृद्ध... द्रविड संस्कृतीत मूलभूत परिवर्तने झाली. भाषेपुरते बोलायचे झाले तर ह्या संघर्षातून भाषा वर्ण संस्कृतींचे विकसन झाले.

५) आर्यांचे गांधार मार्गे पंजाबात येऊन उत्तरभारत पादाक्रांत करून मगधापर्यंत पोहोचणे ह्या असंख्य घटना घडण्यासाठी शेकडो वर्षे गेली असतील. ह्या मध्यभारतात गंगा यमुनेच्या खोऱ्यात मूलभारतीय निवासी राहात असणारच. त्यांच्या अशा स्वत:च्या भाषा संस्कृती असतील. आर्यांच्या आक्रमणास त्यांनी विरोध केलाच असेल. पण दुर्दैवाने पूर्वेला गौतम बुद्धास समकालीन मगधाचा इतिहास आणि पश्चिमोत्तर भारतात पाणिनी अलेक्झांडर यांनी सांगितलेल्या घडवलेल्या इतिहासाखेरीज इतर कोणतेही विश्वसनीय पुरावे– त्या काळातील– आजवर उपलब्ध नाहीत. अर्थात केवळ पुरावे नाहीत म्हणून आर्यापूर्वी ह्या देशात स्वतंत्र राज्य प्रजा, त्यांच्या भाषा ह्यांचे अस्तित्व होते, हे मान्य करावे लागते. त्यातील पाणिनीच्या काळापासून पूर्वभारतात प्रचलित असलेली सर्वसामान्य लोकांची भाषा म्हणजे 'पालि' हीच होती.

संस्कृत भाषेव्यतिरिक्त बहुतेक सर्व भाषांची नावे कोणत्या ना कोणत्यातरी प्रदेशाशी संलग्न आहेत, पण 'पालि' ह्या नावामागील रहस्य जाणून घेण्याची इच्छा उत्पन्न होणे स्वाभाविक आहे.

'अभिधानप्पदीपिका' ग्रंथात पालि शब्दाची निरूक्ती– व्युत्पत्ती देताना 'तन्ति' बुद्धवचन आणि 'पंक्ति' अर्थ देताना ''पा रक्षणे'' धातुपासून केली आहे. 'पा पालेति

रक्खतीति पालि।' काही विद्वान ह्या व्युत्पत्तीचा आधार मानून या भाषेचे स्वरूप स्वीकारतात.

परंतु भिक्षु जगदीश काश्यप या मताशी सहमत नाही. त्यांचे म्हणणे असे की 'जेव्हा पालियाय आणि पालि' यांचा संबंध तुटला होता त्यावेळेला दिलेली ही व्युत्पत्ती आहे. त्यामुळे ही निरूक्ती प्रासंगिक आहे.

पालि शब्दाच्या व्युत्पत्तीच्या निमित्ताने तीन विद्वानांची मते विचारणीय आहेत.

१) भिक्षु जगदीश काश्यप

पालि शब्दाचा विकास 'परियाय', 'पालियाय' शब्दापासून झाला आहे. ह्यासाठी त्यांनी दिलेले युक्तिवाद असे. १) परियाय शब्दाचा अर्थ 'बुद्धवचन' आहे. याच अर्थाने ह्या शब्दाचा प्रयोग 'दीघनिकाय, अंगुत्तर निकाय आणि भब्रू शिलालेखात 'बुद्धाच्या देसना'च्या अर्थाने प्रयोग झाला आहे.

या मतावर आक्षेप असे की 'र' वर्णाच्या जागी 'ल' होणे , ही मागधी भाषेची विशेषता आहे. म्हणून 'पालि' मागधी शब्द ठरतो. 'पालि' भाषेत ह्याच्या स्थाने 'पारि' शब्द आढळतो. उदा. 'अयंधम्म परियायेति' (अंगत्तुर निकाय), इमं धम्मं परियाय अत्थ' (दीघनिकाय ब्रह्मजालसुत्त) म्हणून पालिभाषेच्या नैरुक्तकांनी 'पारि' शब्दाचा उपयोग न स्वीकारता मागधी भाषेतील 'पालि' शब्दाचा का स्वीकार केला ?

२) भिक्षु सिद्धार्थाचे मत

'पाठ' या संस्कृत शब्दापासून 'पालि' शब्द बनला, असे भिक्षु सिद्धार्थाचे म्हणणे आहे. आपल्या युक्तिवादाच्या पुष्टीसाठी यांनी म्हटले आहे की असंख्य वेदपाठी ब्राह्मणही बौद्ध धर्माची दीक्षा घेऊन त्यांनी आपल्या जुन्या विचारधारा सोडल्या. पण त्या वेदपाठकांनी आपल्यावरील संस्कार मात्र बौद्ध धर्मात येऊनही सोडले नव्हते. 'संस्कृत भाषा' घेऊनच ते बौद्ध धर्मात आल्यामुळे 'पाठ' (स्वाध्याय) शब्दांचा प्रयोग वाढला. याच अर्थाने बौद्ध धर्मात 'पाठ' म्हणजे 'बुद्धवचनाचे पाठ' असा अर्थ होऊ लागला. हळूहळू 'पाठ' शब्द रूढ होऊन भाषावाची बनून गेला. भिक्षु सिद्धार्थाच्या मते संस्कृत मूर्धन्य ध्वनी 'पालि' भाषेत 'ल' मध्ये परिवर्तित होतात. म्हणून 'पाठ' शब्द पालित बनला 'पाल' आणि मिथ्या सादृश्याच्या आधारे 'पाल'चा 'पालि' झाला.

एक शब्द सिद्ध करण्यासाठी भिक्षु सिद्धार्थांनी क्लिष्ट उठाठेव केली आहे. काही विद्वानांच्या मनात अनेक प्रकारचे भाषा वैज्ञानिक भ्रम असतात. एखादा सिद्धांत डोळ्यासमोर ठेवून भाषा विकास होत नसतो. भाषेचा विकास केला जात नाही.

तो आपल्या गतीने, कलाने होत राहातो. त्यावर कुणीही अंकुश ठेवू शकत नाही. भाषा विकासाचा एखादा विशिष्ट नियम, विशेषत: ध्वन्यात्मक परिवर्तनाच्या क्षेत्रात सर्वत्र लागू करू पाहाणे उचित नसते. काही आर्यभाषात 'स'चा 'ह' होताना दिसतो. पण हा आदेश काही सर्वत्र लागू होत नाही. 'सप्त'चा 'हप्त' होईल. पण 'शत'चा 'हत' होणार नाही. किंवा 'दस'चा 'दह' होणार नाही. 'मुख'चे 'मुह' झाले तरी सुखचे 'सुह', 'दु:ख'चे 'दुह' होत नाही. म्हणून भिक्षु सिद्धार्थाच्या मतातील 'ठ' (पाठ)चा 'ल'होणे, पुन्हा त्याचा 'लि' होऊन, 'पालि' होणे, अशा प्रकारची भाषाप्रक्रिया विकास-भाषेत झाली असेल असे वाटत नाही. भिक्षु सिद्धार्थाने कमीत कमी आपल्या मताच्या पुष्ट्यर्थ अशाप्रकारच्या भाषापारिवर्तनाची समांतर उदाहरणे दिली पाहिजे होती. आधी आपल्या मनात विशिष्ट सिद्धांत गृहीत धरून तो सिद्ध करण्यासाठी भाषाविकासाच्या नावाखाली काहीतरी अस्वाभाविक क्लिष्ट संगती लावून दाखवणे योग्य नाही. माझ्या मते निदान भाषा व्याकरण ह्या क्षेत्रात विकास अगोदर आपल्या कलाने संथपणे होत राहातो. त्यानंतर भाषा-व्याकरणाच्या स्वरूपावरून नियम बनतात. पण ह्याही नियमाला भाषा-व्याकरण बांधील नसते. उदा. 'भगवान' समजल्या जाणाऱ्या पाणिनीच्या तथाकथित परिपूर्ण अष्टाध्यायीत अपूर्णता, त्रुटी, (उक्तानुक्तदुरुक्तचिंता वार्तिकम्) आहेत. हे काही शतकानंतर ध्यानात आले आणि कात्यायनाने आपल्या काळाच्या सोयीने प्राणिनीचे नियम ठीकठाक केले. सारांश भाषा-व्याकरण ह्यांना व्याकरणकार नियमांत जखडून ठेवू शकत नाही. त्यामुळे भिक्षु सिद्धार्थाने अगोदरच गृहीत धरलेला सिद्धान्त, पटवून देण्याची केलेली खटपट हास्यास्पद आहे.

३) पंडित विधुशेखर भट्टाचार्य यांचे मत:

ह्यांच्या मते 'अभिधानप्पदीपिका' मध्ये 'पालि' शब्दाचा अर्थ 'पंक्ती' असा दिला आहे, 'तंति बुद्धवचन पन्ति पालि।' म्हणजे प्रथम 'पालि' शब्द 'पंक्ती' या अर्थाने प्रयुक्त होत होता. नंतर तो 'ग्रंथाच्या पंक्तीच्या' अर्थाने प्रयुक्त होऊ लागला. बुद्धघोषाने 'पालि' शब्दाचा प्रयोग ह्याच अर्थाने केला आहे.

हे मत विचार करण्यासारखे आहे. जर 'पालि'चा अर्थ एका 'संघाची भाषा' असा घेतला तर या शब्दाचा उपरोक्त लाक्षणिक अर्थ 'पंक्ती'शी असंगत ठरणार नाही.

ह्या तीन मतांच्या व्यतिरिक्त एका अन्य मतानुसार 'पालि' शब्दाचा अर्थ 'पाटलिपुत्राची भाषा' असा केला जातो. या 'पाटलि' शब्दातील मध्यस्थ 'ट'चा लोप होऊन 'पालि' शब्द निष्पन्न झाला असे मानतात.

आणखी एका मतानुसार पल्लि (ग्राम) पासून 'पालि' बनल्याचे सांगतात. पण ह्या दोन उपपत्ती भाषाविज्ञानाच्या आणि ऐतिहासिक तथ्याच्या अभावामुळे विशेष

महत्त्वाच्या मानल्या जात नाहीत.

तर मग 'पालि' या शब्दातून काय ध्वनित करायचे होते, हा प्रश्न शिल्लक राहातोच. वस्तुस्थिती अशी आहे की बौद्ध धर्माच्या प्रारंभिक काळात मूळ 'त्रिपिटक' ग्रंथाना 'पालि' म्हणण्याचे कारण, वेदग्रंथाना 'संहिता' म्हणण्याचा जो परिपाठ होता, त्या 'संहिता' शब्दासारखा 'पालि' (बौद्ध संहिता) हा अर्थ रूढ केला गेला होता. 'अमुक वक्तव्य ऋग्वेदसंहितेत आहे, तमुक वाक्य यजुर्वेद संहितेत आहे,' अशाच पद्धतीने, बौद्ध साहित्यात प्रारंभी प्रयोग झाला आहे. 'पालिमत्तं इध आनीतं', नत्थि अट्ठकथा इध- 'इथे केवळ 'पालि' आणली आहे, अर्थकथा नाही' या उपरोक्त पदात 'पालि' शब्दाचा प्रयोग मूळ 'त्रिपिटकासाठी केला गेला आहे. असाच प्रयोग अन्यत्रही आढळतो. 'नेव पालियं अट्ठकथायं दिस्सति, इमिस्सा पन पालिया एवमत्थो वेदितव्यो।' ह्या वाक्यात 'पालि' शब्दाचा प्रयोग 'मूळग्रंथा'साठी झाला आहे. कालांतराने 'मूळ ग्रंथाची भाषा' यासाठी 'पालि' आणि नंतर 'पालि' केवळ एक भाषा अशा प्रकारचा प्रयोग झाला असावा शेवटी 'पालि' हे फक्त भाषानामच बनून राहिले.

दुसरा प्रश्न येथे उपस्थित होतो की, 'पालि' शब्दाचे तात्पर्य मागधी भाषा होते का ? कारण मूळ त्रिपिटकाची भाषा मागधी होती. मूळ त्रिपिटक ग्रंथात गौतम बुद्धाने आपली जी प्रवचने लिपीबद्ध केली, ती त्याची स्वतःची मातृभाषा मागधी भाषा होती, ह्यामध्ये आता काहीही संदेह नाही. भगवान तथागत गौतम बुद्धांच्या शिष्यांची मनोमन इच्छा होती की, गौतम बुद्धाचे उपदेश छंदोमय लिपीबद्ध करून ठेवावेत. ही इच्छा टाळता येण्यासारखी नव्हती. भगवान गौतम बुद्धाच्या महापरिनिर्वाणानंतर त्याच्या अनुयायांनी कोणत्या प्रदेशातील भाषा-लिपीत बुद्धाचे उपदेश लिपीबद्ध करायचे ठरवले ह्याबद्दल त्या काळात वाद झाले असावेत. मध्यदेशांच्या बौद्ध अनुयायांना आपल्या भाषेविषयी जी प्रीती होती, ती असाधारण नव्हती. त्यामुळे बुद्धाच्या पश्चात त्याचे उपदेश लिपीबद्ध करण्यासाठी बौद्ध अनुयायांचे मत मध्यदेशाच्या लिपीला अनुकूल असावे. कारण तीच– भाषा लिपी जाणणारे अनुयायी बहुसंख्य होते. त्याचबरोबर काही अनुयायांच्या मनात मध्यदेशाच्या भाषा- लिपीबाबत विद्वेषाची भावना होती, परिणामतः मध्यदेशाची जी भाषा (तिचे नाव आज अज्ञात आहे) होती. तिचे नाव 'पालि' अर्थात 'पंक्ती' ठेवले गेले असावे. 'पालि'– बुद्धाचे उपदेश मध्यदेशाच्या भाषेत पूर्णपणे प्रातिनिधिक स्वरूपात मांडणे अवघड होते. ती मध्यदेशाच्या भाषेची असमर्थता होती. कारण ती भाषा त्या काळच्या अनेक भाषांची खिचडीच होती.

❑

२ ||| पालि भाषा

पालिभाषा आणि तिचे क्षेत्र

भाषाविकासाच्या दृष्टीने ह्या काळातील भाषांना तीन विभागात विभाजित करता येऊ शकेल. यामध्ये सर्वप्रथम पालि भाषेने परिनिष्ठित स्वरूप धारण केले. बौद्ध धर्माचे बहुतेक सर्व धर्मग्रंथ याच भाषेत लिपीबद्ध आहेत. गौतमबुद्ध स्वत: मागध होता. त्यामुळे बौद्ध मतानुयायी या भाषेचे उद्भवस्थान मगध देशच होय असे मानून चालतात. परंतु भाषा वैज्ञानिकांचा निष्कर्ष मात्र या मताहून भिन्न आहे. बौद्ध ग्रंथात आढळणारी जी पालिभाषा दिसते, तिचे गठनच काही अशा विशेष प्रकारचे आहे, की ती भाषा कोण्या एका निश्चित प्रदेशाची भाषा होती, असे निश्चितपणे सांगणे अवघड काम आहे. यामुळे या विषयाबाबत विद्वानांची भिन्नविभिन्न मते आहेत. या विषयावर अध्ययन केलेल्या विद्वानांच्या मतांची सहा वर्गात विभागणी करता येते.

प्रथम वर्ग : 'पालि भाषा मागधी बोलीवर आधारित बोली आहे' असे ह्या वर्गातील विद्वानांचे मत आहे. ह्यामध्ये मॅक्सवेलेजर, चाईल्डस, जेम्स, आलविस इ. जॉर्ज, ग्रियर्सन, विंटरनिट्झ, श्रीमती डेविडस् इत्यादींची नावे उल्लेखनीय आहेत.

द्वितीय वर्ग : 'मध्यदेशाच्या बोलीवर आधारित, पूर्वेकडची अनुवाद करण्यालायक साहित्यिक स्वरूपाची पालि भाषा होती' -असे ह्या वर्गातील विद्वानांचे म्हणणे आहे, ही बोली पश्चिमी हिंदी बोलीची जननी होती' असेही ह्यांचा निष्कर्ष आहे. या मताचे पुरस्कर्ते लुडर्स, सिलर्वा लेवी, डॉ. कीथ, प्रो. टर्नर, डॉ. चाटुर्ज्या हे होत.

तृतीय वर्ग : 'पालि ही कलिंग देशाच्या बोलीवर आधारित, आणि विकसित भाषा होती.' असे मत ह्या वर्गातील विद्वान मांडतात. ह्यामध्ये ओल्डेनवर्ग, डॉ. मूलर यांचा समावेश होतो.

चतुर्थ वर्ग : 'पालि ही विंध्याचल क्षेत्राची भाषा होती' असे मत या वर्गातील विद्वान स्टेनकोनी, आणि आर. ओ. फ्रँक मानतात.

पंचमवर्ग : 'पालिचा उद्‌गम कोशल देशाच्या बोलीतून झाला आहे.' हे मत मांडणारे एकटेच ऱ्हिस डेविडस् आहेत.

षष्ठ वर्ग : 'पालिचे उद्‌गमस्थान उज्जैन क्षेत्र आहे.' असे मत श्री. वेस्टरगार्ड आणि ई. कुट्टन यांचे आहे.

उपरोक्त विभागणी 'पालि साहित्य और समीक्षा' या ग्रंथात डॉ. सरनामसिंह शर्मा ह्यांनी केली आहे.

उपरोक्त सर्व विद्वानांनी जी मते मांडली त्याला अर्थातच त्यांच्या दृष्टीने आधार असणारच. आता ही गोष्ट वेगळी आहे की, ह्यातील किती विद्वानांच्या कल्पनांचा आधार भक्कम आहे, आणि कितीजणांचा केवळ कल्पनाविलास आणि अनुमानमात्र आहे. तर्कशास्त्रीय भाषेत बालायचे तर वरील मतांमध्ये अव्याप्ती, अतिव्याप्ती दोष आहेत. इतक्या मोठ्या बौद्ध धर्मसंप्रदायाची भाषा जी पालि जी पुढे समस्त आशिया खंडात व्यापली आणि तिच्याद्वारे बौद्ध धर्मप्रसार झाला, त्यात शुद्ध पालित विकृती आणि परकी भाषांचे मिश्रण होणे अवश्यंभावी होते. अशा परिस्थितीत पालि भाषेचा संबंध एखाद्या विशिष्ट क्षेत्राशीच जोडण्याचा आग्रह धरणे अनुचितच मानले पाहिजे. शिवाय पालिभाषेचा संबंध अमुक एका प्रदेशाचीच होता, असे म्हणणेही अनावश्यक आहे, कारण बौद्धधर्माचा उपदेश संग्रहित करणारी, पालि ही धर्मभाषा होती, तो बौद्ध धर्म कोण्या एका विशिष्ट प्रदेशासाठी सीमित नव्हता.

तरीही पालि भाषा, आणि तिच्या खास प्रवृत्ती भारतातील कोणत्या प्रदेशाचे प्रतिनिधीत्व करण्यात सक्षम आहे, हे पाहणे जरुरीचे एवढ्यासाठी ठरते की पुढे विकसित झालेल्या भाषांची सबंधसूत्रे पालि भाषेत आहेत की नाहीत, हे शोधणे शक्य व्हावे. जर ती खरोखरच एखाद्या प्रदेशाची भाषा असेलच तर त्या भाषेचा विकास पुढे कसकसा झाला, ह्याचेही उत्तर ह्या संशोधनाद्वारेच दिले जाऊ शकते.

या महत्त्वपूर्ण प्रश्नाची उत्तरे शोधण्यासाठी दोन महत्त्वपूर्ण गोष्टींकडे अवधान दिले पाहिजे.

१) बौद्ध धर्म जनभाषेत– सर्वसामान्य जनतेच्या भाषेत उपदेश करण्याच्या प्रयोगाचे समर्थन करी. परिनिष्ठित (उच्च, वा संस्कृत भाषेत) भाषेत प्रवचने देणे स्वत: गौतमबुद्धाला मान्य नव्हते (सकाय निरुत्तिया).

२) दुसरा प्रश्न उद्‌भवतो की बौद्ध धर्माच्या अनुयायात प्राच्य, उदीच्य, प्रतीच्य, दाक्षिणात्य असे सर्व लोक समाविष्ट वा दीक्षित होते का? हे सर्व दिशांचे बौद्ध धर्मानुयायी त्यांच्या स्वत:च्या भाषेत बौद्ध धर्माचा उपदेश गौतम बुद्धाकडून

ऐकत असत. त्यामुळे एकतर सर्व दिशांच्या लोकांना मागधी भाषा शिकून घ्यावी लागली असेल,

३) अथवा खुद्द गौतम बुद्धानेच विविध प्रदेशातील भाषा शिकून घेऊन आपला उपदेश त्या त्या लोकांच्या भाषेत दिला असेल. ह्या दोन पर्यायातील दुसरा पर्याय अधिक रास्त आणि व्यवहार्य आणि शक्यसा होता. अशा परिस्थितीत भगवान बुद्धाचे उपदेश भिन्न भिन्न भाषिकांच्या– व्यक्तींच्याजवळ त्यांच्याच बोलीत सुरक्षित राहिले असतील.

याला सबळ प्रमाण म्हणजे गौतम बुद्धाच्या जीवनकाळातच विशाल बौद्ध विहारांचे निर्माण कार्य प्रारंभ पावले होते. त्यातील एकेका बौद्ध विहारात हजारोंच्या संख्येने भिन्न भिन्न भाषा– भाषिक बौद्ध अनुयायी राहात, आणि बुद्धाच्या उपदेशाचे अध्ययन करीत. हे ऐतिहासिक सत्य आहे. बौद्ध धर्मग्रंथावरून स्पष्ट होते की 'तिसरी संगति'च्या पूर्वी बौद्धांची खास स्वतंत्र अशी संपर्क भाषा होती, असे स्पष्ट होत नाही. म्हणून गौतम बुद्धाचे उपदेश मौखिक रूपाने वेगवेगळ्या भाषांत, मिश्रित भाषेत सुरक्षित होते. गौतम बुद्धाच्या जीवनकाळातच त्यांचे उपदेश एकाच भाषेत लिखित रूपात संग्रहित करून ठेवण्याविषयी चर्चा झालीही होती. पण प्रत्यक्षात काही कृती घडली नाही. परंतु गौतम बुद्धाच्या मृत्यूनंतर मात्र त्याच्या अनुयायांसमोर ही समस्या फार गंभीर होऊन खडी ठाकली. याची दोन कारणे असू शकतात.

१) बौद्ध धर्माचा प्रचार आणि प्रसार भारताबाहेर करण्यासाठी एकाच भाषेचा प्रयोग झाला पाहिजे होता.

२) त्या काळात संस्कृत भाषेची लोकप्रियता वेगाने वाढत होती. तेव्हा संस्कृतसारख्या तत्कालीन समर्थ भाषेला मागे सारून कोणती तरी एक निश्चित परिनिष्ठित भाषाच बौद्ध धर्म प्रसार-प्रचाराला सार्थक सिद्ध झाली असती. म्हणून बौद्ध धर्माच्या तिसऱ्या संगतीमध्ये हा प्रश्न अत्यंत गंभीररूपाने मांडून त्यावर मोठे चिंतन झाले, आणि ठरले की, 'आता भगवान बुद्धाचे उपदेश लिपीबद्ध करण्याची अत्यावश्यकता निर्माण झाली आहे. अशावेळी संगतीमध्ये उपस्थित असलेल्या विविध भाषिक बौद्धांनी आपापल्या भाषेत गौतम बुद्धाचे उपदेश ग्रथित करण्याचा आग्रह धरला असेल, असे अनुमान करता येते. त्यामुळे ही समस्या आणखी गंभीर झाली असली पाहिजे.

माझ्या मते गौतम बुद्धाच्या प्रवचनांना मूल मागधी भाषेत सुरक्षित मानणे उचित नाही. असे मानल्यास दोन प्रश्न निर्माण होतात, की ज्यांचे उचित उत्तर मिळत नाही. **१)** पहिले, जर मूळ बुद्ध प्रवचने मागधी भाषेत सुरक्षित असती, तर त्यांचा मध्यदेशीय भाषेत अनुवाद करण्याची काय आवश्यकता होती? बोलीभाषेच्या लोकप्रियतेचा मुद्दा उपस्थित केला तर त्या काळात मध्यदेशीय बोलीपेक्षा पूर्वेकडील

बोली अधिक लोकप्रिय असाव्यात. कारण मध्य देशातील आणि उदीच्य ब्राह्मणांचा तेथे मोठा बोलबाला होता, आणि त्या प्रदेशातील बोली, इतर बोलींपेक्षा संस्कृत भाषेला सन्मान देत. म्हणून तेथील संस्कृत व्यतिरिक्त इतर बोली अधिक व्यापक आणि समृद्ध नव्हत्या. **२)** दुसरे, बुद्धप्रवचने मागधीत व्यक्त करून लिपीबद्ध–सुरक्षित होते, त्याला कोणताही पुरावा नाही. हे केवळ अनुमान आहे. कारण गौतम बुद्ध मागध होता. त्यामुळे त्याने आपली प्रवचने मागधीत देऊन सुरक्षित ठेवली असावीत. ह्या स्थितीवर हे अनुमान रचले गेले असावे. जर महात्मा गांधींचे ह्याच प्रकारच्या तुलनेचे उदाहरण घेतले तर, गांधी गुजराथी होते, पण त्यांची प्रवचने अधिकांशत: हिंदी आणि इंग्रजी भाषेतच आहेत. गौतम बुद्धाच्या काळी असाच प्रकार घडल्याचे मानले तर अशा 'मागधी अनुमानातील' सार नष्ट होते.

पुन्हा प्रश्न उठतो, की तरीही 'पालि'भाषेशी तात्पर्य काय आहे? बुद्धवचन मूलत: पालि भाषेतच होते? ह्याचे उत्तर स्पष्टपणे 'नाही' असेच आहे. तर मग हे ग्रंथ पालि भाषेतच का आहेत? आणि पालि कोणत्या प्रदेशाची बोली होती? हे प्रश्न जसेच्या तसे शिल्लक राहातात.

यापूर्वी सांगितल्याप्रमाणे गौतम बुद्धाने आपले उपदेश भिन्न भिन्न भाषात सामान्य जनापर्यंत पोहोचवले आणि ती प्रवचने तत्कालीन बौद्ध विद्वान अनुयायांनी सुरक्षित ठेवली होती. मौखिकरीत्या तिचे पठन होत असे. ह्याला प्रमाण म्हणजे, वेदादि ग्रंथाचे जतन मौखिकरीत्या समाजात केले जात होते, नेमकी हीच शैली गौतम बुद्धाच्या अनुयायांनी उचलली होती. वेदी, द्विवेदी, त्रिवेदी हे शब्द आणि परंपरा ह्यास प्रमाण आहे. फरक एकच होता. वेदग्रंथ एकाच संस्कृत भाषेत मौखिकरीतीने जतन केले जात होते, तर गौतम बुद्धाचे उपदेश– प्रवचन भिन्न भिन्न बोलीभाषात होते, आणि ते मोठ्या श्रद्धेने सुरक्षित ठेवले गेले होते. स्वत: गौतम बुद्धाचा आदेश ह्यास प्रमाण आहे- समस्त जनांनी त्याचा उपदेश 'आपापल्या मातृभाषेतच ग्रहण करावा.' यातील 'आपापल्या मातृभाषा' हा शब्दप्रयोग अत्यंत महत्त्वाचा आहे. भिन्न भिन्न बोलीत गौतम बुद्धाचे उपदेश असल्यामुळेच तिसऱ्या संगतीत कोणत्यातरी एका सर्वसंमत भाषेत ते उपदेश ग्रंथित करण्याचा प्रश्न उठला होता.

बौद्ध धर्माचे ऐतिहासिक विश्लेषणावरून हे स्पष्ट होते की, बौद्ध भिक्षुंवर विद्वत्तेच्या दृष्टीने मध्यप्रदेशाच्या निवासी बौद्ध पंडितांचे प्रभुत्व होते. बौद्ध पंडित बहुधा संस्कृत पंडित असत. पूर्वी म्हटल्याप्रमाणे भिन्न भिन्न भाषा-भाषिक हजारो बौद्ध एकाच स्थानी बौद्ध विहारात राहात. ह्या सर्वातून एका नव्याच निष्कर्षाला आपण येऊन पोहोचतो. मध्यदेशाच्या भाषेच्या प्राधान्याबरोबर बौद्ध विहारात एक

आगळीवेगळी भाषा निर्माण होत होती. ह्या वस्तुस्थितीकडे विद्वानांचे ध्यान गेलेले नाही. जेव्हा प्रादेशिक बोलींचा स्वार्थ उग्र झाला, तेव्हा बौद्ध विहारात जन्मलेल्या, विकसित होत गेलेल्या बौद्ध विहारातील भाषेकडे तत्कालीन विद्वानांचे ध्यान अवश्य गेले असले पाहिजे. सर्वच भिन्न भाषा भाषिकांना एकाच– सूत्रात भाषेत बांधणारी नवी भाषा बौद्धांनी विहारात निर्माण केली, विकसित केली होती. तेव्हा समस्त अंतर्विरोधापासून दूर राहाण्यासाठी या विहारात व्यवस्थित विकसित झालेल्या नव्या भाषेला धर्मग्रंथ लिखित रूपात ठेवण्यासाठी उपयुक्त मानले गेले असावे. पण ह्या नव्याने निर्माण झालेल्या, पण तेजस्वी भाषेला कोणते नाव द्यायचे, हा प्रश्न बौद्ध स्थविरापुढे आला असावा. त्यांनी ह्याबाबतीत काय निर्णय घेतला ह्याचा कोणताही उल्लेख उपलब्ध नाही. नंतरचे विद्वान बौद्ध 'पालि' शब्दाला 'घडल्ले' असे म्हणू लागले. याचे कारण असावे? माझा तर्क असा की, नंतरच्या विद्वानांना ह्या नव्या भाषेला कोणतेही प्रादेशिक नाव (कारण ती नवी भाषा कोणत्याच प्रदेशाची भाषा नसल्यामुळे) न मिळाल्यामुळे त्यांनी 'पालि' अर्थात एकाच पंक्तीत आरूढ होऊन 'शास्ता'च्या अनुशासनाने अनुगमन करणारी भाषा असे नाव दिले असावे आणि ह्याप्रकारे बौद्ध विहारात जन्मून विकसित झालेल्या मिश्र भाषेसाठी 'पालि' शब्द लोकप्रसिद्ध झाला असावा.

उपरोक्त विवेचनावरून हे स्पष्ट होईल की पालि ही काही कोणत्याही विशिष्ट प्रदेशाची भाषा नाही. ती तत्कालीन बौद्ध विहारातील मिश्र भाषा होती आणि ह्या 'पालि' भाषेवर मध्यदेशाच्या भाषेचे सर्वाधिक संस्कार असल्यामुळे, तिची प्रवृत्ती मध्यदेशातील बोलीभाषेशी समानता राखते, अर्थात ही समानता संपूर्ण नसून पालि भाषेचे काही अंश प्रादेशिक बोलीचे आहेत. भले, ते कमी प्रमाणात असोत.

म्हणून माझा विश्वास आहे की पालि भाषेचा उद्‌गम कोण्या एखाद्या विशिष्ट प्रदेशाशी निगडित नाही.

पालि भाषेच्या प्रवृत्ती

ध्वनितत्त्व

स्वर : अ, आ, इ, ई, उ, ऊ, ए, ओ आणि ऱ्हस्व एं, ओं.

व्यंजन : क वर्ग, च वर्ग, ट वर्ग, त वर्ग, प वर्ग, य, र, ल, व, स, ह आढळतात. या व्यतिरिक्त ळ्, ळ्ह अशीही व्यंजने आढळतात.

प्रवृत्ती : स्वरातून ऋ, ॠ, ऌ, ॡ स्वर पूर्णतया लुप्त झाले. ऋ, ॠ च्या स्थानी बहुधा अ, इ, किंवा उ येतात. उदा. ऋणम्=इणम्, ऋषि=इसि, ऋतु=उतु, ऋषभ=उसभ, गृहम्=गहं, नृत्यम्-नच्चम् इत्यादी.

ऌ, ॡ च्या स्थानी 'ल' झाला. 'ऐ'च्या स्थानी 'ए' उदा. ऐरावण-एरावण, वैमानिक-वेमानिक आणि वैयाकरण-वेय्याकरण. काही काही ठिकाणी 'ए'च्यास्थानी 'इ' आणि 'ई'सुद्धा उपलब्ध होतो. उदा. ग्रैवेयं-गीवेयं, सैन्धवं-सिंधवं. 'औ'च्या स्थानी 'ओ' आणि काही ठिकाणी 'उ' होतो. उदा. औदरिक-ओदरिक, दौवारिक-दोवारिक, मौक्तिकं-मुत्तिकं, औद्धत्य-उदच्च इत्यादी.

संस्कृत भाषेतील सर्व व्यंजने पालित आहेत. अनुनासिकात 'ण' ध्वनी पदाच्या आद्यस्थानीही आढळते, आणि याप्रकारे 'न' आणि 'म' प्रमाणे समकक्ष होते. छांदस ल आणि ल्ह पालिमध्ये सुरक्षित आहेत, पण संस्कृतातून हे लुप्त झाले आहेत. 'उदा. षोडश-सोलस, क्रीडाम्-कीलं (ढ-ल्ह) दृढस्य-दल्हस्स, आरुढ-आरुल्ह इत्यादी. काही काही ठिकाणी 'ल'च्या स्थानीसुद्धा 'ल' मिथ्या सादृश्यावर प्रयुक्त झालेला दिसतो.

उदा. 'मणिगुलसदृशे'-मणिगुल्रसदिसानि।'

'म्' सर्वत्र अनुस्वार झाला असून पदान्त 'न' 'म' मध्ये बदलतो. उष्ण ध्वनींमध्ये 'श,ष,स' च्या स्थानी 'स' होतो. अशाप्रकारे संस्कृत श,ष चा लोप बहुश: लोप झालेला आहे. काही पालि ग्रंथात 'श'सुद्धा दिसतो. हा लिपीकाराचा प्रमाद असावा की ध्वनी भाषेत होती हे कळत नाही.

'ह' ध्वनीचे उच्चारण पालिमध्ये दोन प्रकारे होते. जेव्हा हा स्वतंत्रपणे उच्चारला जातो, प्रयुक्त होतो, तेव्हा याचे उच्चारण स्वतंत्र प्राणध्वनीत होते. परंतु हा अंतस्थ किंवा अनुनासिकाशी संयुक्त होऊन बाहेर येतो तेव्हा ह्या 'ह' चे उच्चारण भिन्न तऱ्हेने होते. पालि वैयाकरणांनी ह्यास 'ओरस' ध्वनी किंवा हृदयातून उत्पन्न झालेला ध्वनी म्हटले आहे.

पदान्तीच्या क्, ट्, त्, प्, र् चा प्राय: लोप झाला आहे. किंवा वेगळ्या भाषेत, व्यंजनान्त प्रातिपादिक स्वरान्त झाले. एक, स्वराचा आगम करून, दोन, पदान्ताचा लोप करून अशा द्विविध प्रकारे ही क्रिया घडते. बलाघाताच्या (Accents) संबंधात निश्चित रूपाने काही सांगता येत नाही. काही विद्वानांच्या मते हा बलाघात पालिमध्ये होता. काहींच्या मते नव्हता.

रूपतत्त्व

१) कारक रूपे निष्पन्न करण्यासाठी पालिभाषेने छांदस (वैदिक संस्कृत) आणि (लौकिक) संस्कृत रूपांत आढळणारी विविधता त्यागली. पालिभाषेत मिथ्या सादृश्याच्या आधारावर अधिकतर अकारान्त पुंलिंग प्रातिपदिकांच्या रूपात आणि काही रूपात– उदा. अपादान आणि अधिकरणात सर्वनामाची रूपे

आत्मसात केली गेली. उदा. बुद्धस्मा बुद्धम्हा ('अस्मात्'च्या आधारावर) बुद्धम्हि, बुद्धस्मि, ('अस्मिन्'च्या आधारावर) मुनिस्स, बुद्धस्स (चतुर्थी, षष्ठी) देवस्य' च्या आधारावर. याच प्रकारे दंडिस्स, भिक्खुस्स, पितुस्स, गवस्स इत्यादी. याप्रकारे सर्व स्वरान्त प्रातिपदिकांची रूपे काही भिन्नता सोडल्यास समान रूपाने संपन्न होऊ लागले. डॉ. चाटुर्ज्या याला 'क्षयाचा नियम' म्हणतात. रूपतत्त्वाच्या दृष्टीने हा एक क्रमाने वर्धमान होणारा म.भा.आ.चा. इतिहास आहे.

२) कारक आणि लिंगामध्ये छांदस (वैदिक संस्कृत) भाषेप्रमाणेच पालिभाषेतही पुष्कळ प्रमाणात व्यत्यय पाहायला मिळतो. उदा. चतुर्थीच्या स्थानावर षष्ठीचा प्रयोग 'ब्राह्मणस्स धनं ददाति। (ब्राह्मणाय), तृतीयेच्या स्थानावर पंचमीचा प्रयोग तर एकरूपच झाल्यासारखी दिसते. उदा. 'मुनिया' तृतीया आणि पंचमीही आहे. परंतु अकारान्त शब्दांच्या रूपात ही एकरूपता आढळत नाही. सप्तमीच्या स्थानावर प्रथमा विभक्तीचा प्रयोग आढळतो. उदा. एकं दिवसे-एकस्मिन् दिवसे

३) लिंगांच्या क्षेत्रात क्षयाचे चिन्ह प्रत्यक्ष रूपात मिळत नाही. परंतु नपुंसक लिंगाच्या रूपाच्या स्थानी पुंलिंग रूपाचा प्रयोग आढळतो. किंबहुना अशी प्रवृत्ती दिसू लागली असे डॉ. उदयनारायण तिवारी ह्यांनी दाखवून दिले आहे. उदा. 'मे निरतो मन:' असे रूप आढळते. 'मे निरतं मनो।' असे रूप व्हायला पाहिजे होते. याचप्रकारे 'ततो सुखो'मध्ये 'सुखं' रूप व्हायला पाहिजे.

४) वचनात द्विवचनाचा पूर्ण लोप झाला. पालिभाषेत द्विवचनाचे काम बहुवचनाने साधले जाऊ लागले. तरीही काहीच निवडक शब्दात द्वे, दुवे, उभे इत्यादीत क्वचित द्विवचनाचे अवशेष मिळतात.

५) व्यंजनान्त प्रातिपादिकांची समाप्ती झाली. सर्व प्रातिपदिक स्वरांत झाले. यात काही काही ठिकाणी अन्त्य व्यंजनाचा लोप झाला उदा. सुमेधस्-सुमेध, आपद्-आपा. कुठे कुठे अन्ती असलेल्या 'अ' ध्वनीचा विशेषत: 'आ' ध्वनीचा गौणरूपाने आगम करून स्वरांत प्रातिपदिक बनवले गेले. उदा. आपद्-आपद, शरत्-शरद, विद्युत्-विज्जुता. या प्रक्रियेत स्वरभक्तीचेही दर्शन घडते. उदा. बर्हिश-बरिहिस.

धातुरूप

१) पालिभाषेत धातुंचे विभाजन छांदस आणि संस्कृतप्रमाणे केले आहे. पण ह्या

गणांची संख्या सातच राहिली, दहा नाही. डॉ. सरनामसिंहाच्या संशोधनाप्रमाणे १) भ्वादिगण २) रूधादिगण ३) दिवादिगण ४) स्वादिगण ५) क्यादिगण ६) तनादिगण ७) चुरादिगण हेच पालिभाषेत उपलब्ध होतात.

२) जरी धातुंचा प्रयोग दोन पदांमध्ये केला आहे, तरी आत्मनेपदाचे प्रयोग अत्यल्प प्रमाणात दिसतात. अशी अनेक स्थळे आहेत की जेथे आत्मनेपदी धातुंचा परस्मैपदात, आणि परस्मैपदी धातूंचा आत्मनेपदात प्रयोग केला आहे. तात्पर्य पालि भाषेच्या व्याकरणात पदसंबंधी अव्यवस्था स्पष्ट दृष्टिगत होते.

३) पालिभाषेत 'लकाराची संख्या घटून आठ झाली आहे. पालित लकाराची नावे वैदिक पद्धतीची-संस्कृतावर आधारलेली न राहाता काही वेगळयाच प्रकारची आहेत. उदा. १) वत्तमाना २) पंचमी ३) सत्तमी ४) परोक्खा ५) हीयत्तनी ६) अज्जतनी ७) भविस्सन्ति ८) कालाति पन्ति.

४) धातुची रूपे तीन पुरुष आणि दोन वचने राहिल्यामुळे ह्या रूपांची संख्या नऊवरून घटून सहावर आली.

५) पालिभाषेत सन्नन्त, यड.न्त, यड्.लुगन्त, आणि णिजन्त रूपाचे प्रयोग झाले आहेत.

६) पालिभाषेत कृदन्त रूपे उपलब्ध आहेत. पूर्वकालिक क्रिया रूपात छांदस वैदिक संस्कृतचे अनुकरण केले आहे. कारण 'ल्यप्' आणि 'क्त्वा'चा उपयोग नियमविहीन-आपल्या इच्छेनुसार केलेला आढळतो. निमित्तार्थक प्रत्ययात 'तुमन्'बरोबर 'तवै'चा प्रयोग उपलब्ध होतो. वैदिक संस्कृतातील 'त्वाय'च्या जागी 'त्वान' आढळते. हा प्रयोग संस्कृताने सोडून दिलेला होता. उदा. 'गत्वान दस्वान' इत्यादी.

७) नामधातुची रूपेही पालिमध्ये आढळतात. उदा. अत्तनो पत्तनं इच्छति-पत्तीयति, दलहं करोति-दलयति, पब्बतायति इत्यादी.

८) उपसर्ग आणि निपातांचा प्रयोगही पालिभाषेत सापडतो. ए, पटिं, पति, परा, वि, स, आदी अनेक उपसर्ग पालित प्रयुक्त झाले आहेत. निपातांमध्ये 'च, न, व, वा, मा, हि' आदि आढळतात.

कोष

पालिभाषेत देशी शब्दांचा उपयोग अधिकाधिक प्रमाणात केला जाऊ लागला. या अतिरिक्त 'तत्सम आणि तद्भव' शब्दसंपदा पालित आढळते. अनार्य भाषांचे शब्दही पालित आहेत.

साहित्य

पालित भगवान गौतम बुद्धाच्या वचनांचा संग्रह 'तिपिटक' (त्रिपिटक) नावाने प्रसिद्ध आहे. यामध्ये सुत्तपिटक, विनय पिटक, आणि अभिधम्मपिटक यांचा समावेश आहे. याशिवाय या पिटकावर लिहिलेल्या टीकासाहित्याचा समावेश होतो. त्यास अनुपालि किंवा अनुपिटक अशी नावे आहेत. या व्यतिरिक्त या पिटकांची वेगवेगळी अंगे येतात. उदा. विनयपिटकामध्ये तीन प्रकारचे ग्रंथ आहेत. **१)** सुत्त विभंग **२)** खंधक **३)** परिवार पाठ.

सुत्तनिपाताचे पाच निकाय आहेत. **१)** दीघ निकाय **२)** मज्झिम निकाय **३)** संयुक्त निकाय **४)** अंगुत्तर निकाय आणि **५)** खुद्दक निकाय. या खुद्दक निकायाचा 'धम्मपद' हा अत्यंत महत्त्वाचा भाग आहे. जातकसाहित्यसुद्धा पालिभाषेतील अमूल्य ठेवा आहे. अभिधम्म पिटकात 'धम्मसंगणी, विभंग, कथावत्थु, पुग्गल पञ्ञत्ति, धातुकथा, यमक, पठ्ठानप्पकरण इत्यादी सात ग्रंथ आहेत. या ग्रंथात बौद्ध धर्माचे दार्शनिक रूपाचे विवेचन आढळते. अनुपिटकांचा अधिकांश भाग सिंहली विद्वानांनी लिहिला आहे. या ग्रंथातही कथा किंवा संवादरूपाने धर्माचे दार्शनिक विवेचन केले आहे, किंवा काही उपदेश दिले आहेत. या सर्वांच्या अतिरिक्त पालिभाषेत छन्दशास्त्र, व्याकरण आणि कोषही लिहिले गेले आहेत. 'कच्चायन व्याकरण' पालिचे सर्व प्राचीन व्याकरण होय.

'धम्मपदा'तील पालिभाषा

सुत्तपिटकात (त्रिपिटक) समाविष्ट होणाऱ्या 'धम्मपद' या ग्रंथाचे महत्त्व बौद्धधर्मात फारच वैशिष्ट्यपूर्ण आहे. ह्या ग्रंथाची संस्कृत, प्राकृत, तिबेटी, चिनी, खोतानी, इत्यादी भाषांमध्ये अनेक संस्करणे झाली आहेत. एकेकाळी पालिभाषेतील हा ग्रंथ कमालीचा लोकप्रिय होता. हा ग्रंथ मूळ पालिभाषेत असला, तरी तो प्राचीनकाळी वेगवेगळ्या भाषेत अनुवादित झाला. वेगवेगळ्या लिपीमध्ये लिहिला गेला.

धम्मपदाचे प्राकृत संस्करण खोतानजवळ-मध्य आशियायात १८९२ साली भूर्जपत्राच्या रूपात द्युत्रय द र्‍हॅ (Dutreuilde Rhismis) आणि ग्रेनार्ड (Grenard) ह्या विद्वान संशोधकांना सापडली. अशीच काही हस्तलिखिते मध्य आशियातील रशियन वकील 'पेट्रोव्हस्की (N. Th. Pertrovski) ह्यांना १८९७ साली सापडली. १८९७ साली खरोष्ठी लिपीतील ही भूर्जपत्रे प्रसिद्ध झाली. फ्रेंच पंडित सेनार (Senat) आणि जर्मन पंडित ओल्डेनबर्ग ह्यांनी ह्यांचे संस्करण छापले होते. खरोष्ठी लिपीतील ही भूर्जपत्रे मध्य आशियात एकेकाळी प्रचलित– प्रसिद्ध असलेल्या

भारतीय प्राकृतामध्ये लिहिलेली आहेत. ह्यावरील लिपी अरबी, उर्दूप्रमाणे डावीकडून उजवीकडे लिहिली जाणारी खरोष्ठी-लिपी आहे. विशेष म्हणजे ह्याच लिपीत हल्लीच्या पाकिस्तानातील शहाबाजगदी आणि मानशेरा येथे सम्राट अशोकाचे शिलालेख खोदले गेलेले आहे. उपलब्ध धम्मपदाच्या साहित्याचा अभ्यास करून लंडन विद्यापीठात संस्कृत भाषेचे प्राध्यापक जॉन ब्रफ (John Brough) ह्यांनी 'गांधारी धम्मपद' नावाचे पुस्तक प्रसिद्ध केले. (१९६२) ह्या मूळ धम्मपदाचा ३/८ भाग अद्यापी सापडलेला नाही.

ह्या ग्रंथाच्या भाषेची कल्पना यावी म्हणून पालितील आणि त्याच अर्थाच्या प्राकृतमधील दोन गाथा खाली दिल्या आहेत.

पालि धम्मपद	**प्राकृत धम्मपद**
यम्हा धम्मं विजानेय्य	यस धर्मो विअणेय
सम्मासंबुद्ध- देसितं	समे संबुध देशिई
सक्कच्च तं नमस्सेय्य	सखच ण नमसेअ
अग्गिहुतं व ब्राह्मणो ॥३९२	अगिहोत्र च ब्राह्मणो ३९२
किं ते जटाहि दुम्मेह	कि दि जइइ द्रुमेध
किं ते अजिन-साटिया	कि दि अयिण-शाडिअ
अब्भन्तरं ते गहनं	अदर गहण कित्व
बाहिरं परिमज्जसि ॥३९४	बहिरे परिमजसि ॥३९४

ह्या ग्रंथाच्या उपलब्ध झालेल्या प्रतीत आरंभीच दिलेल्या चार चरणात 'धर्मपद'असे नाव आहे आणि 'बुधवर्म' तसेच 'बुधणदि' अशी दोन व्यक्तिनामे आहेत ते चरण असे आहेत.

बुधवर्मस षमणस	बुद्धनंदीचा जो सार्धविहारी (चेला)
बुधणदि सर्धवयरिस	श्रमण बुद्धवर्म त्याचे हे धर्मपद
इद धर्मपदस पोस्तक	(नावाचे) पुस्तक धर्मउद्यान
धर्मुयणे लिखिदं अरजि	(नावाच्या) अरण्यात लिहिले गेले.

उपाध्यायाबरोबर राहाणाऱ्या चेल्यास 'सार्धविहारी'-पालि-सद्धि बिहारी-ही संज्ञा दिलेली विनयात (१,४५-५३) आढळते.

जवळ जवळ आशिया खंडात पसरलेल्या पालिलिपीच्या माध्यमातून-भाषेतून बौद्ध धर्माचे उपदेश पालि, प्राकृतात असून खरोष्ठी लिपीत लिहिले गेले होते. ह्याच भाषालिपीत अशोकाने आपले धर्मोपदेश शिलाखंडावर कोरविले होते, त्याचे स्वरूप पुढे पाहू. प्रथम धर्मपद-धम्मपदातील अतिप्राचीन काळच्या भारताबाहेर खरोष्ठी लिपीत सापडलेल्या ग्रंथातील एक सुभाषित वाणी पाहूया. त्यायोगे, तत्कालीन-

अशोक सम्राटाच्या काळाच्या भाषेचाही बराचसा बोध होईल.

सुभाषित वाणी

अरहन्त वग्गो (धम्मपद:७) अरहन्ताची लक्षणे

गतद्धिनो विसोकस्स विप्पमुत्तस्स सब्बधि ।
सब्ब गन्थ प्पहिणस्स परिलाहो न विज्जति ।।१।।
उय्युञ्जन्ति सतीमन्तो न निकेते रमन्ति ते ।
हंसा' व पल्ललं हित्वा ओकमोकं जहन्ति ते ।।२।।
येसं सन्निचयो वत्थि ये परिञ्ञात भोजना ।
सुञ्ञतो अनिमित्तो च विमोक्खो यस्स गोचरो ।
आकासे' व सकुन्तानं गति तेसं दुरन्नया ।।३।।
यस्से' सवा परिक्खीणा आहारे च अनिस्सितो ।
सुञ्ञतो अनिमित्तो च विमोक्खो यस्स गोचरो ।
आकासे' व सकुन्तानं पदं तस्सं दुरन्नया ।।४।।
यस्सिन्द्रियाणि समथ गतानि
अस्सा यथा सारथिना सुदन्ता
पहिनमानस्स अनावसवस्स,
देवापि तस्स पिहयन्ति तादिनो ।।५।।
पठवीसमो नो विरुज्झन्ति इन्दखीलूपमो तादि सुव्वतो
रहदो' व अपेतकद्दमो संसारा व भवन्ति तादिनो ।।६।।
सन्तं अस्स मनं होति सन्ता वाचा च कम्म च ।
सम्मदञ्ञा विमुत्तस्स उपसन्तस्स तरदिनो ।।७।।
अस्सद्धो अकतञ्ञू च सन्धिच्छेदो च यो नरो ।
अकतञ्ञू च सन्धिच्छेदो च यो नरो ।
हतावकासो वन्तासो से वे उत्तमपोरिसो ।।८।।
गामे वा यदि वा रञ्ञे निन्ने वा यदि वा थले ।
यत्थारहन्तो विरहन्ति तं भूतिं रामणेय्यकं ।।९।।
रमणियानि अरञ्ञानि यत्थ रमते जनो ।
वीतरागा रमिस्सन्ति न ते कामगवेसिनो ।।१०।।

शब्दार्थ

गतद्धिनो - गत+अद्ध अद्ध - मार्ग, रस्ता

गत - पार केला　　　　　विसोक - वि+सोक, शोकरहित

विप्पमुत्त - विमुक्त　　　　सब्बधि - सर्वथा, सर्वप्रकारे

सब्बं+गन्थं+प्पहिणं+यस्स = सर्व ग्रंथी (बंधन) ज्याच्या नष्ट झाल्या.

परिलाहो - शोक, संताप, परिताप, कष्ट न विज्जति - होत नाही

उय्युञ्जन्ति - उद्युकत होतात, उद्योग वा प्रयत्न करतात, झटतात, 'युञ्ज' धातू

सतिमन्तो - (सतिमा) स्मृतीमान, जागरूक, सावध

निकेते - निकेतन - घर　　　पल्ललं - डबके, क्षुद्र, जलाशय

हित्वा - सोडून

ओकमोक - निघून जाणे　　　जहन्ति - 'जह' त्याग करणे, सोडून देणे

सन्निचय - संचय　　　　सुञ्ञतो - शुन्यता स्वरूप

परिञ्ञात - ज्ञान, जाणीवा 'ञा' जाणणे, ज्ञान होणे.

त्याचवेळी भारतात रचल्या गेलेल्या पालिभाषेचा नमुना 'धम्मदेव पुत्त-चरियं' हाही तुलनेसाठी पाहावा. हा भारतीय पद्धतीच्या नागरी लिपीत आढळतो.

पालि-धातुरूपावलि ।

प्रत्यय (Terminations)

परस्मैपद (पालि-परस्सपद)　　　　आत्मनेपद (पालि-अत्तनोपद)

Parasmaipada　　　　Atmanepada

(पालि - पच्चुप्पनकाल)

१. Present Tense

ए. ब.	ब. व.		ए. व.	ब. व.
मि	म	*प्रथम पुरुष	ए	म्हे.
सि	थ	द्वितीय पुरुष	से	व्हे
ति	अन्ति	तृतीय पुरुष	ते	अन्ते

२. आज्ञार्थ (पालि-पञ्चमी) Imperative

मि	म	प्रथम पुरुष	ए	आमसे

---

* Correct Pali terms, however, are : 1st person = उत्तम पुरुष, 2nd person = मध्यम पुरुष, and 3rd perosn = प्रथम पुरुष

हि	थ	द्वितीय पुरुष	स्सु	व्हो
तु	अन्तु	तृतीय पुरुष	तं	अन्तं

३. भूतकाळ (पालि - हीय्यत्तनी) Past Tense

इं	इम्ह	प्रथमपुरुष	इं	म्हसे
इ	इत्थ	द्वितीय पुरुष	से	व्हे
इ	इंसु, उं	तृतीय पुरुष	इत्थ	उं

अथवा or

सिं	सिम्ह	प्रथम पुरुष
सि	सित्थ	द्वितीय पुरुष
सि	सिंसु	तृतीय पुरुष

४. परोक्षभूत (पालि-परोक्खभूत) Perfect

अ	अम्ह	प्रथम पुरुष	इ	म्हे
ए	त्थ	द्वितीय पुरुष	त्थो	व्हो
अ	उ	तृतीय पुरुष	त्थ	रे

५. विध्यर्थ (पालि-सत्तमी) Potential

एय्यामि	एय्याम	प्रथम पुरुष	एय्यं, ए	एय्याम्हे
एय्यासि	एय्याथ	द्वितीय पुरुष	एथो	एय्यव्हो
ए, एय्य	एय्युं	तृतीय पुरुष	एथ	एरं

६. भविष्यकाळ (पालि - भविस्सन्ती) Future Tense

इस्सामि	इस्साम	प्रथम पुरुष	इस्सं	इस्सम्हे
इस्ससि	इस्सथ	द्वितीय पुरुष	इस्ससे	इस्सव्हे
इस्सति	इस्सन्ति	तृतीय पुरुष	इस्सते	इस्सिन्ते

७. संकेतार्थ (पालि -कालातिपत्ति) Conditional

इस्सं	इस्सम्ह	प्रथम पुरुष	इस्सं	इस्साहम्से
इस्स	इस्सथ	द्वितीय पुरुष	इस्ससे	इस्सव्हे
इस्स	इस्संसु	तृतीय पुरुष	इस्सथ	इस्सिंसु

गणविकरण Conjugational sings

	गण Conjugation	विकरण Sign
1st	प्रथमगण	अ
2nd	द्वितीयगण	अ (लोप dropped)
3rd	तृतीयगण	अ (लोप dropped)
4th	चतुर्थगण	य
5th	पंचमगण	नो (णो), नो (णा)
6th	षष्ठगण	अ
7th	सप्तमगण	निग्गहित (अनुस्वार किंवा अनुनासिक nasal)
8th	अष्टमगण	ओ
9th	नवमगण	ना
10th	दशमगण	अय, ए

१. प्रथमगण First Conjugation

धातु Root अर्थ Meaning (इंग्लिश, मराठी, हिंदी, गुजराथी)

१. इक्ख (ईक्ष्) - to see. पाहणे. देखना. जोवुं.

२. एध (एध्) - to prosper. वाढ होणे. वाढ होना. बढना. वाढवुं.

३. कंख (काङ्क्ष्)- to wish. इच्छिणे. चाहना. इच्छवुं, इच्छा करवी- होवी.

४. कड्ढ (कृष्) - to draw. ओढणे. खींचना, ताणवु. खेचवुं.

५. कन्द (क्रन्द्) - to cry. रडणे. रोना. रडवुं.

६. कप्प - to be capable, to be fit. समर्थ असणे; योग्य असणे. समर्थ होना. उचित होवुं, खपवुं.

७. कम्प (कम्प्) to tremble. हलणे. कॉंपना. हिलना. कांपवुं, थरथरवुं.

८. कस (कृष्)- to plough. नांगरणे, हल जोतना. खेडवुं.

९. किलम (क्लम्)- to be exhausted. ग्लानि येणे. थकणे. ग्लानीको प्राप्त होना. थाकी जवुं.

१०. कीळ (क्रीड्)- to play. खेळणे. खेलना. क्रीडा करवी.

११. खण (खन्) - to dig. खणणे. उकरणे. खोदना. खणवुं. खोदवुं.

१२. खाद (खाद्)- to eat. खाणे. खाना. खावुं.

१३. खेल (खेल्)- to play. खेळणे. खेलना. क्रीडा करवी.

१४. गम-गच्छ (गम्-गच्छ्)- to go. जाणे. जाना. जवुं.

१५. गाह (गाह्)- to dive, penetrate. घुसळणे, आलोडन करणे; स्नान करणे,

बुडी मारणे, आंत शिरणे. नहाना, प्रवेश करना, थाह लेना. पेसवुं, नहावुं.

१६. चर (चर्) - to walk, to go. फिरणे, हिंडणे, जाणे. घुमना, जाना. चालवुं, जवुं.

१७. चाय (चाय्)- to respect, to worship. आदरसत्कार करणे, पूजा करणे. आदर करना. आदरसत्कार करवो, पूजा करवी.

१८. चिक्ख - to tell. सांगणे. कहना. कथन करवुं, कहेवुं.

१९. जम्भ (जभ्-जृम्भ्) - to yawn. जांभई देणे. जंभाई लेना. बगासुं खावुं.

२०. जि-जय (जि-जय्) - to conquer. जिंकणे. जीतना. जितवुं.,

२१. जीव (जीव्) - to live. जगणे. जीना. जीववुं.

२२. ठा-तिट्ठ (स्था-तिष्ठ्) - to stand. उभे राहणे. खडे रहना, ठहरना. उभा रहेवु- थवुं-होवुं.

२३. तप्प (तृप्) - to entertain, to be satisfied. संतुष्ट होणे- करणे. तृप्त होना- करना. संतोष पामवो.

२४. तर (तॄ) - to cross. तरून जाणे, ओलांडणे, तरंगणे. तरना. तरवुं.

२५. तस (त्रस) - to tremble. त्रासणे. सताना. पीडा करवी.

२६. दह (दह) - to burn. जाळणे, जळणे. जलना, जलाना. दहवु, दाहवुं.

२७. दिस (दिश्, द्विष) - to show, to hate. दाखविणे. द्वेष करणे. दिखलाना, बतलाना. द्वेष करना. बताववु. द्वेष करवुं.

२८. दूभ - to injure, to hurt, to deceive, to hate. इजा करणे, उपद्रव देणे, फसवणे, द्वेष करणे. इजा करना, पीडा देना. द्वेष करना. ईजा करवी. द्वेष करवुं.

२९. धाव - to run. धावणे. दौडना, भागना. दोडवु, भागवुं.

३०. धोव - to wash. धुणे. धूना. धोवुं.

३१. नम (नम्) - to salute. नमस्कार करणे. नमस्कार करना. नमस्कार करवु, नमवु, वन्दन करवुं

३२. नि-नय (नी-नय्) - to carry. नेणे, ले जाना. लई जवुं.

३३. निन्द (निन्द्) - to censure. निंदा करणे. निंदा करना. निंदा करवी.

३४. पच (पच्) - to cook. शिजविणे. पकाना. रसोई करवी.

३५. पठ (पठ्) - to learn, to read, to recite. पठण करणे, पाठ करणे, शिकणे, वाचणे. पढना, सीखना, उच्चारण करना. पाठ करवो, पढवुं.

३६. पत (पत्) - to fall. पडणे, गिरना. पडवुं.

३७. पा -पिव (पा- पिब्) - to drink. पिणे. पीना. पीवुं.

३८. बुध (बुध्- बोध्) - to know. जाणणे. जानना. जाणवुं.

३९. भज (भज्) - to serve. भजणे, सेवा करणे. सेवा करना. सेवा करवी.

४०. मुद-मोद (मुद-मोद्) - to rejoice. आनंदित (संतुष्ट) होणे- असणे. संतुष्ट होना. आनंद करवु, संतोष पलवो-थवो.

४१. भण (भण्) - to speak. बोलणे. बोलना. बोलवुं.

४२. भम (भ्रम्) - to wander. हिंडणे, फिरणे. घूमना. भमवुं.

४३. भर (भृ) - to nourish. पोसणे, रक्षण करणे. रक्षण करना. पोसवु, पालवु

४४. भास (भाष्) - to speak. बोलणे. बोलना. बोलवुं.

४५. भिक्ख (भिक्ष्) - to beg. भिक्षा मागणे. भीक माँगना. भीक मागवी, मागवुं.

४६. भू-भव (भू-भव्) - to be. होणे- असणे. होना. होवु-थवुं.

४७. यत (यत्) - to strive. यत्न करणे. यत्न करना. यत्न करवो.

४८. याच (याच्) - to beg. मागणे. माँगना. मागवुं.

४९. रक्ख (रक्ष्) - to protect. रक्षण करणे. रक्षण करना, पालना पालन. करवुं.

५०. रंज (रञ्ज्) - to be red, to dye, to delight. लाल होणे. रंगविणे. रमणे. रँगना. रंगवु. रमना, रमवुं.

५१. रभ (रभ्) - to begin. आरंभ करणे. शुरू करना. आरंभ करवो.

५२. रम (रम्) - to sport. रमणे. खेळणे. रमना, खेलना. रमवु, क्रीडा करवी.

५३. रुद (रुद्) - to cry. रडणे. रोना. रोवुं.

५४. रुह (रुह्) - to grow. उगवणे, वाढणे. उगना, बढना. उगवुं.

५५. रुच (रुच्) - to be liked. आवडणे. पसंद आना. पसंद थवुं.

५६. लंघ (लङ्घ्) - to cross. ओलांडणे. लाँघना. उतरी पडवुं.

५७. लभ (लभ्) - to get. मिळणे, मिळविणे. पाना. मेळववुं, लाभधवुं.

५८. वड्ढ (वृध्-वर्ध्) - to grow. वाढणे. बढना. वघवुं.

५९. वद (वद्) - to speak. बोलणे. बोलना. बोलवुं.

६०. वन्द (वन्द्) - to salute. नमस्कार करणे. वन्दन करना. वंदवुं, नमवुं.

६१. वस (वस्) - to live. राहणे. रहना. वसवु, रहेवुं.

६२. वह (वह्) - to carry. नेणे वाहणे, लेजाना, वहेवु. लईजवुं.

६३. वट्ट-वत्त (वृत्-वर्त्) - to be. होणे, असणे, होना. होवु, थवुं.

६४. संस (शंस्) - to praise. स्तुति करणे. स्तुती करना. स्तुती करवी.

६५. संक (शङ्क्) - to doubt. शंका घेणे. संशय करना. शंका (संशय) करवी.

६६. सर (स्मृ-स्मर्)- to remember. स्मरण करणे. याद करना. स्मृतिमां होवु, स्मरवुं.

६७. सह (सह्)- to endure. सहन करणे. सहना, क्षमा करना. सहेवुं, सहन करवु.

६८. सिक्ख (शिक्ष्)- to learn. शिकणे. सीखना. पढवुं.

६९. सुच (शुच्, शोच्)-to grieve. शोक करणे. शोक करना. शोक करवो.

७०. सुभ (शुभ्-शोभ्)- to look beautiful. Bright. शोभणे. शोभना. शोभवुं.

७१. सेव (सेव्)- to serve. सेवा करणे. सेवा करना. सेवा करवी.

७२. हर (हृ-हर्)- to carry. नेणे. ले जाना. लई जवुं.

७३. हस (हस्)- to laugh. हंसणे. हँसना. हसवुं.

७४. हिंड (हिण्ड्)- to wander. हिंडणे. घूमना. हिंडवु, भटकवुं.

७५. दिस, पस्स, दक्ख - to see. पाहणे. देखना. जावुं.

प्रथमगण

नम (नम्)- to salute. नमस्कार करणे. नमस्कार करना. वंदन करवुं.

परस्मैपद (परस्सपद)

वर्तमान काळ (पालि-पच्चुप्पन्नकाल) present Tense

	एकवचन Singular	बहुवचन Plural
	(अहं) नमामि	(अम्हे-मयं) नमाम प्र. पु.
इंग्रजी:-	I salute.	We salute.
मराठी :-	मी नमस्कार करतो. करते.	आम्ही नमस्कार करतो.
हिंदी :-	मै नमस्कार करता हूँ ।	हम नमस्कार करते हैं ।
गुजराथी :-	हुं वंदन करू छुं.	अमे वंदन करिये छिये.
	(त्वं) नमासि	(तुम्हे) नमथ द्वि. पु.
इंग्रजी:-	Thou salutest.	You salute
मराठी:-	तू नमस्कार करतोस-तेस.	तुम्ही नमस्कार करता.
हिंदी:-	तू नमस्कार करता है ।	तुम नमस्कार करते हो ।
गुजराथी:-	तू वंदन करे छे.	तमे वंदन करो छो.
	(सो, सा) नमति	(ते, ता) नमन्ति तृ. पु.
इंग्रजी:-	He, she salutes.	They salute.
मराठी:-	तो नमस्कार करतो. ती नमस्कार करते.	ते, त्या नमस्कार करितात.
हिंदी:-	वह नमस्कार करता है । वह नमस्कार करती है ।	वे नमस्कार करते है । वे नमस्कार करती है ।
गुजराथी:-	ते वंदन करे छे. तेणी वंदन करे छे.	तेओ, तेणीओ वंदन करे छे.

आज्ञार्थ (पञ्चमी) Imperative

(अहं)	नमामि	(मयं-अम्हे)	नमाम	प्र. पु.
(त्वं)	नम, नमाहि	(तुम्हे)	नमथ	द्वि. पु.
(सो, सा)	नमतु	(ते, ता)	नमन्तु	तृ. पु.

भूतकाळ (हीय्यत्तनी) Past Tense

(अहं)	अ-नमिं	(मयं-अम्हे)	अ-नमिम्ह	प्र.पु
(त्वं)	अ-नमि	(तुम्हे)	अ-नमित्थ	द्वि. पु.
(सो,सा)	अ-नमि	(ते, ता)	अ-नमिंसु, अनमुं	तृ. पु.

अथवा or

(अहं)	नमिं	(मयं, अम्हे)	नमिम्ह	प्र. पु
(त्वं)	नमि	(तुम्हे)	नमित्थ	द्वि.पु.
(सो, सा)	नमि	(ते, ता)	नमिंसु, नमुं	तृ. पु.

विध्यर्थ (सत्तमी) Potential

(अहं)	नमेय्यामि	(मयं, अम्हे)	नमेय्याम	प्र. पु
(त्वं)	नमेय्यासि	(तुम्हे)	नमेय्याथ	द्वि. पु.
(सो,सा)	नमे, नमेय्य	(ते, ता)	नमेय्युं	तृ. पु.

भविष्यकाळ (भविस्सन्ती) Future Tense

(अहं)	नमिस्सामि	(मयं, अम्हे)	नमिस्साम	प्र. पु.
(त्वं)	नमिस्ससि	(तुम्हे)	नमिस्सथ	द्वि. पु.
(सो, सा)	नमिस्सति	(ते, ता)	नमिस्सन्ति	तृ. पु.

संकेतार्थ (कालातिपत्ति) Conditional

(अहं)	अनमिस्सं	(मयं, अम्हे)	अनमिस्सम्ह	प्र. पु.
(त्वं)	अनमिस्स	(तुम्हे)	अनमिस्सथ	द्वि. पु.
(सो, सा)	अनमिस्स	(ते, ता)	अनमिस्संसु	तृ. पु.

परोक्षभूत (परोक्खभूत) Perfect Tense

(अहं)	ननम	(अम्हे)	ननमिम्ह	प्र. पु.
(त्वं)	ननमे	(तुम्हे)	ननमित्थ	द्वि. पु.
(सो, सा.)	ननम	(ते, ता)	ननमु	तृ. पु.

आत्मनेपद (अत्तनोपद) Atmanepada

वर्तमानकाळ (पच्चुपन्नकाल) Present

(अहं)	नमे	(अम्हे)	नमम्हे	प्र.पु.
(त्वं)	नमसे	(तुम्हे)	नमव्हे	द्वि. पु.
(सो, सा)	नमते	(ते, ता)	नमन्ते	तृ. पु.

आज्ञार्थ (पंचमी) Imp.

(अहं)	नमे	(अम्हे)	नमामसे	प्र. पु.
(त्वं)	नमस्सु	(तुम्हे)	नमव्हो	द्वि. पु.
(सो, सा)	नमतं	(ते, ता)	नमन्तं	तृ. पु.

भूतकाळ (हीय्यत्तनी) past

(अहं)	अनमिं	(अम्हे)	अनमम्हसे	प्र. पु.
(त्वं)	अनमसे	(तुम्हे)	अनमव्हे	द्वि. पु.
(सो, सा)	अनमित्थ	(ते,ता)	अनमुं	तृ.पु.

परोक्षभूत (परोक्खभूत) Perfect

(अहं)	ननमि	(अम्हे)	ननमिम्हे	प्र. पु.
(त्वं)	ननमित्थो	(तुम्हे)	ननमिव्हो	द्वि. पु.
(सो, सा)	ननमित्थ	(ते,ता)	ननमिरे	तृ. पु.

विध्यर्थ (सत्तमी) Pot.

(अहं)	नमेय्यं, नमे	(अम्हे)	नमेय्याम्हे	प्र. पु.
(त्वं)	नमेथो	(तुम्हे)	नमेय्यव्हो	द्वि. पु.
(सो, सा)	नमेथ	(ते, ता)	नमेरं	तृ. पु.

भविष्यकाळ (भविस्सन्ती) Future

(अहं)	नमिस्सं	(अम्हे)	नमिस्सम्हे	प्र. पु.
(त्वं)	नमिस्ससे	(तुम्हे)	नमिस्सव्हे	द्वि. पु.
(सो,सा)	नमिस्सते	(सो,सा)	नमिस्सन्ते	तृ. पु.

संकेतार्थ (कालातिपत्ति) Cond.

(अहं)	अनमिस्सं	(अम्हे)	अनमिस्साम्हसे	प्र. पु.
(त्वं)	अनमिस्ससे	(तुम्हे)	अनमिस्सव्हे	द्वि. पु.
(सो, सा)	अनमिस्सथ	(ते, ता)	अनमिस्संसु	तृ. पु.

इक्ख (ईक्ष्) to see. पाहणे. देखना, देखवुं.

परस्मैपद (परस्सपद)

वर्तमान व आज्ञार्थ (पच्चुप्पन्नकाल, पञ्चमी)

Present and Imperative

(अहं)	इक्खामि	(मयं-अम्हे)	इक्खाम	प्र. पु.

भूतकाळ (हीय्यत्तनी) Past

(अहं)	इक्खि	(मय-अम्हे)	इक्खिम्ह	प्र. पु.

विध्यर्थ (सत्तमी) Potential

(अहं)	इक्खेय्यामि	(मयं-अम्हे)	इक्खेय्याम	प्र. पु

भविष्यकाळ (भविस्सन्ती) Future

(अहं)	इक्खिस्सामि	(मयं-अम्हे)	इक्खिस्साम	प्र. पु.

संकेतार्थ (कालातिपत्ति) Cond.

(अहं)	इक्खिस्सं	(मयं-अम्हे)	इक्खिस्सम्ह	प्र. पु.

आत्मनेपद (अत्तनोपद)

वर्तमानकाळ (पच्चुप्पन्नकाल) Present Tense

(अहं)	इक्खे	(मयं, अम्हे)	इक्खम्हे	प्र. पु.
(त्वं)	इक्खसे	(तुम्हे)	इक्खध्वे	द्वि. पु
(सो, सा)	इक्खते	(ते,ता)	इक्खन्ते	तृ. पु.

आज्ञार्थ (पञ्चमी) Imperative

(अहं)	इक्खे	(मयं, अम्हे)	इक्खामसे	प्र. पु.
(त्वं)	इक्खस्सु	(तुम्हे)	इक्खव्हो	द्वि. पु.
(सो, सा)	इक्खतं	(ते,ता)	इक्खन्तं	तृ. पु.

भूतकाळ (हीय्यत्तनी) Past Tense

(अहं)	इक्खिं	(मयं-अम्हे)	इक्खम्हसे	प्र. पु.
(त्वं)	इक्खसे	(तुम्हे)	इक्खव्हे	द्वि. पु.
(सो, सा)	इक्खित्थ	(ते, ता)	इक्खं	तृ. पु.

एध (एध्)- to prosper, to grow वाढणे. वृद्धि करना, वाढवुं.

वर्तमान (पच्चुप्पन्नकाल) Present आज्ञार्थ (पंचमी) Imp.

एधामि	एधाम	प्र. पु	एधामि	एधाम
एधसि	एधथ	द्वि. पु.	एध, एधाहि	एधथ
एधति	एधन्ति	तृ. पु.	एधतु	एधन्तु

भूतकाळ (हीय्यत्तनी) Past विध्यर्थ (सत्तमी) Pot.

एधिं	एधिम्ह	प्र. पु.	एधेय्यामि	एधेय्याम
एधि	एधित्थ	द्वि. पु.	एधेय्यासि	एधेय्याथ
एधि	एधिंसु, एधुं	तृ. पु.	एधे एधेय्य	एधेय्युं

भविष्यकाळ (भविस्सन्ती) Future संकेतार्थ (कालतिपत्ति) Cond.

एधिस्सामि	एधिस्साम	प्र. पु.	एधिस्सं	एधिस्सम्ह
एधिस्ससि	एधिस्सथ	द्वि. पु.	एधिस्स	एधिस्सथ
एधिस्सति	एधिस्सन्ति	तृ. पु.	एधिस्स	एधिस्संसु

आत्मनेपद (अत्तनोपद)

वर्तमान काळ (पच्चुप्पन्नकाल) Present आज्ञार्थ (पंचमी) Imp.

एधे	एधम्हे	प्र. पु.	एधे	एधामसे
एधसे	एधव्हे	द्वि. पु.	एधस्सु	एधव्हो
एधते	एधन्ते	तृ. पु.	एधतं	एधन्तं

भूतकाळ (हीय्यत्तनी) Past विध्यर्थ (सत्तमी) Pot.

एधिं	एधम्हसे	प्र. पु.	एधेय्यं, एधे	एधेय्याम्हे
एधसे	एधव्हे	द्वि. पु.	एधेथो	एधेय्यव्हो
एधित्थ	एधुं	तृ. पु.	एधेय	एधेरं

भविष्यकाळ (भविस्सन्ती) Future संकेतार्थ (कालातिपत्ति) Cond.

एधिस्सं	एधिस्सम्हे	प्र. पु.	एधिस्सं	एधिस्साम्हसे
एधिस्ससे	एधिस्सव्हे	द्वि. पु.	एधिस्ससे	एधिस्सव्हे
एधिस्सते	एधिस्सन्ते	तृ. पु.	एधिस्सथ	एधिस्संसु

परोक्षभूत (परोक्खभूत) Perfect

एधांचकर	एधांचकरिम्ह	प्र. पु.	एधांचकरि	एधांचकरिम्हे
एधांचकरे	एधांचकरित्थ	द्वि. पु.	एधांचकरित्थो	एधांचकरिव्हो
एधांचकर	एधांचकर	तृ. पु.	एधांचकरिथ	एधांचकरिरे

कम्प (कम्प्) to tremble हलणे. काँपना. कांपवुं, थरथरवुं.

परस्मैपद (परस्सपद)

वर्तमानकाळ (पच्चुप्पन्नकाल) Present आज्ञार्थ (पंचमी) Imp.

कम्पामि	कम्पाम	प्र. पु.	कम्प, कम्पाहि कम्पथ	द्वि.पु.

भूतकाळ (हीय्यत्तनी) Past परोक्षभूत (परोक्खभूत) Perfect

अ-कम्पिं	अ-कम्पिम्ह	प्र. पु.	चकम्प	चकम्पिम्ह

विध्यर्थ (सत्तमी) Pot भविष्यकाळ (भविस्सन्ती) Future

कम्पेय्यामि	कम्पेय्याम	प्र. पु.	कम्पिस्सामि	कम्पिस्साम

संकेतार्थ (कालातिपत्ति) Conditional

अकम्पिस्सं	अकम्पिस्सम्ह	प्र. पु.

आत्मनेपद (अत्तनोपद)

वर्तमानकाळ (पच्चुप्पन्नकाल) Present आज्ञार्थ (पंचमी) Imp.

कम्पे	कम्पम्हे	प्र. पु.	कंपे	कंपामसे
कम्पसे	कम्पव्हे	द्वि. पु.	कंपस्सु	कंपव्हो
कम्पते	कम्पन्ते	तृ. पु.	कंपतं	कंपन्तं

भूतकाळ (हीय्यत्तनी) Past परोक्षभूत (परोक्खभूत) Perfect

अकम्पिं	अकम्पम्हसे	प्र. पु.	चकंपिं	चकंपिम्हे
अकम्पसे	अकम्पव्हे	द्वि. पु.	चकंपित्थो	चकंपिव्हो
अकम्पित्थ	अकम्पुं	तृ. पु.	चकंपित्थ	चकंपिरे

विध्यर्थ (सत्तमी) Pot. भविष्यकाळ (भविस्सन्ती) Future

कम्पेय्यं, कम्पे	कम्पेय्याम्हे	प्र. पु.	कंपिस्सं	कंपिस्सम्हे
कम्पेथो	कम्पेय्यव्हो	द्वि. पु.	कंम्पिस्ससे	कंपिस्सव्हे
कम्पेथ	कम्पेरं	तृ. पु.	कंपिस्सते	कंपिस्सन्ते

संकेतार्थ (कालातिपत्ति) Conditional

अकम्पिस्सं अकम्पिस्साम्हसे प्र. पु

अकम्पिस्ससे अकम्पिस्सव्हे द्वि. पु.

अकम्पिस्सथ अकम्पिस्सिंसु तृ. पु.

भास (भाष्) to speak बोलणे. बोलना. बोलवुं.

परस्मैपद (परस्सपद)

वर्तमानकाळ (पच्चुप्पन्नकाल) Present आज्ञार्थ (पंचमी) Imp.

भासामि	भासाम	प्र. पु.	(भास, भासाहि)	भासथ द्वि.पु.

भूतकाळ (हीय्यत्तनी) Past परोक्षभूत (परोक्खभूत) Perfect

अ-भासिं	अ-भासिम्ह	प्र. पु.	बभास	बभासिम्ह

विध्यर्थ (सत्तमी) Pot. भाविष्यकाळ (भविस्सन्ती) Future

भासेय्यामि	भासेय्याम	प्र. पु.	भासिस्सामि	भासिस्साम

संकेतार्थ (कालातिपत्ति) Cond.

अभासिस्सं अभासिस्सम्ह प्र. पु.

आत्मनेपद (अत्तनोपद)

वर्तमानकाळ (पच्चुप्पन्नकाल) Present आज्ञार्थ (पंचमी) Imp.

भासे	भासम्हे	प्र. पु.	भासे	भासामसे
भाससे	भासव्हे	द्वि. पु.	भासस्सु	भासव्हो
भासते	भासन्ते	तृ. पु.	भासतं	भासन्तं

भूतकाळ (हीय्यत्तनी) Past परोक्षभूत (परोक्खभूत) Perfect

अ-भासिं	अ-भासम्हसे	प्र. पु.	बभासि	बभासिम्हे
अ-भाससे	अ-भासव्हे	द्वि. पु.	बभासित्थो	बभासिव्हो
अ-भासित्थ	अ-भासुं	तृ. पु.	बभासित्थ	बभासिरे

विध्यर्थ (सत्तमी) Potential भविष्यकाळ (भविस्सन्ती) Future

भासेय्यं, भासे,	भासेय्याम्हो	प्र. पु.	भासिस्सं	भासिस्सम्हे
भासेथो	भासेय्यव्हो	द्वि. पु.	भासिस्ससे	भासिस्सव्हे
भासेथ	भासेरं	तृ. पु.	भासिस्सते	भासिस्सन्ते

संकेतार्थ (कालातिपत्ति) Conditional

अभासिस्सं अभासिस्साम्हसे प्र. पु.

अभासिस्ससे अभासिस्सव्हे द्वि. पु.

अभासिस्सथ अभासिस्सिंसु तृ. पु.

यत (यत्) - to strive यत्न करणे. यत्न करना. यत्न करवुं.

परस्मैपद (परस्सपद)

वर्तमानकाळ (पच्चुप्पन्नकाल) Present आज्ञार्थ (पंचमी) Imp.

यतामि	यताम	प्र. पु.	यत, यताहि यतथ	द्वि. पु.
अ-यतिं	अ-यतिम्ह	प्र. पु.	ययत (येत)	ययतिम्ह (येतिम्ह)

विध्यर्थ (सप्तमी) pot. भविष्यकाळ (भविस्सन्ती) Future

यतेय्यामि	यतेय्याम	प्र. पु.	यतिस्सामि	यतिस्साम
यतसे	यतव्हे	द्वि. पु.	यतस्सु	यतव्हो

संकेतार्थ (कालातिपत्ति) Cond.

अयतिस्सं अयतिस्सम्ह प्र. पु.

वर्तमानकाळ (पच्चुप्पन्नकाल) Present आज्ञार्थ (पंचमी) Imp.

यते	यतम्हे	प्र. पु.	यते	यतामसे
यतसे	यतव्हे	द्वि. पु.	यतस्सु	यतव्हो
यतते	यतन्ते	तृ. पु.	यततं	यतन्तं

भूतकाळ (हीय्यत्तनी) Past परोक्षभूत (परोक्खभूत) Perfect

अ-यतिं	अ-यतम्हसे	प्र. पु.	ययति (येति)	ययतिम्हे (येतिम्हे)
अ-यतसे	अ-यतव्हे	द्वि. पु.	ययतित्थो (येतित्थो)	ययतिव्हो (येति)
अ-यतित्थ	अ-यतुं	तृ. पु.	ययतित्थ (येतित्थ)	ययतिरे (येतिरे)

विध्यर्थ (सत्तमी) Potential भविष्यकाळ (भविस्सन्ती) Future

यतेय्यं, यते	यतेय्याम्हे	प्र. पु.	यतिस्सं	यतिस्सम्हे
यतेथो	यतेय्यव्हो	द्वि. पु.	यतिस्ससे	यतिस्सव्हे
यतेथ	यतेरं	तृ. पु.	यतिस्सते	यतिस्सन्ते

संकेतार्थ (कालातिपत्ति) Conditional

अयतिस्सं	अयतिस्साम्हसे	प्र. पु.
अयतिस्ससे	अयतिस्सव्हे	द्वि. पु.
अयतिस्सथ	अयतिस्सिसु	तृ. पु.

रम (रम्)- to sport, to be diverted. रमणे, खेळणे. खेलना. रमवुं. क्रीडा करवी.

परस्मैपद (परस्सपद)

वर्तमानकाळ (पच्चुप्पन्नकाल) Present आज्ञार्थ (पंचमी) Imp.

रमामि	रमाम	प्र. पु.	रम,रमाहि,रमथ	द्वि. पु

भूतकाळ (हीय्यत्तनी) Past परोक्षभूत (परोक्खभूत) Perfect

अरमिं	अरमिम्ह	प्र. पु.	ररम(रम)	ररमिम्ह (रमिम्ह)

विध्यर्थ (सत्तमी) Pot. भविष्यकाळ (भविस्सन्ती) Future

रमेय्यामि	रमेय्याम	प्र. पु.	रमिस्सामि	रमिस्साम

संकेतार्थ (कालातिपत्ति) Cond.

अरमिस्सं	अरमिस्सम्ह	प्र. पु.

आत्मनेपद (अत्तनोपद)

वर्तमानकाळ (पच्चुप्पन्नकाल) Present आज्ञार्थ (पंचमी) Imp.

रमे	रमम्हे	प्र. पु.	रमे	रमामसे
रमसे	रमव्हे	द्वि. पु.	रमस्सु	रमव्हो
रमते	रमन्ते	तृ. पु.	रमतं	रमन्तं

भूतकाळ (हीय्यत्तनी) Past परोक्षभूत (परोक्खभूत) Perfect

अरमिं	अरमम्हसे	प्र. पु.	ररमि (रमि)	ररमिम्हे (रेमिम्हे)
अरमसे	अरमव्हे	द्वि. पु.	ररमित्थो (रेमित्थो)	ररमिव्हो (रेमिव्हो)
अरमित्थ	अरमुं	तृ. पु.	ररमित्थ (रेमित्थ)	ररमिरे (रेमिरे)

विध्यर्थ (सत्तमी) Potential भविष्यकाळ (भविस्सन्ती) Future

रमेय्यं, रमे	रमेय्याम्हे	प्र. पु.	रमिस्सं	रमिस्सम्हे
रमेथो	रमेय्यव्हो	द्वि. पु.	रमिस्ससे	रमिस्सव्हे
रमेथ	रमेरं	तृ. पु.	रमिस्सते	रमिस्सन्ते

संकेतार्थ (कालातिपत्ति) Conditional

अरमिस्सं	अरमिस्साम्हसे	प्र. पु.
अरमिस्ससे	अरमिस्सव्हे	द्वि. पु
अरमिस्सथ	अरमिस्सिंसु	तृ. पु.

लभ (लभ्)- To get मिळणे. पाना. मेलववुं

परस्मैपद (परस्सपद)

वर्तमानकाळ (पच्चुप्पन्नकाल) Present आज्ञार्थ (पंचमी) Imp.

लभामि	लभाम	प्र. पु	लभतु	लभन्तु

भूतकाळ (हीय्यत्तनी) Past परोक्षभूत (परोक्खभूत) Perfect

अ-लभिं	अ-लभिम्ह	प्र. पु.	ललभ (लेभ)	लभमिम्ह (लेभिम्ह)

विध्यर्थ (सत्तमी) Potential भविष्यकाळ (भविस्सन्ती) Future

लभेय्यामि	लभेय्याम	प्र. पु.	लभिस्सामि	लभिस्साम

or अथवा

लच्छामि	लच्छाम

संकेतार्थ (कालतिपत्ति) Conditional

अलभिस्सं	अलभिस्सम्ह	प्र.पु.

आत्मनेपद (अत्तनोपद)

वर्तमान (पच्चुप्पन्नकाल) Present आज्ञार्थ (पंचमी) Imp.

लभे	लभम्हे	प्र. पु.	लभे	लभामसे
लभसे	लभव्हे	द्वि. पु.	लभस्सु	लभव्हो
लभते	लभन्ते	तृ. पु.	लभतं	लभन्तं

भूतकाळ (हीय्यत्तनी) Past परोक्षभूत (पराक्खभूत) Perfect

अ-लभिं	अ-लभम्हसे	प्र. पु.	ललभि (लेभि)	ललभिम्हे (लेभिव्हे)
अ-लभसे	अ-लभव्हे	द्वि. पु.	ललभित्थो (लेभित्थो)	ललभिव्हो (लेभिव्हो)
अ-लभित्थ	अ-लभुं	तृ. पु.	ललभित्थ (लेभित्थ)	ललभिरे (लेभिरे)

विध्यर्थ (सत्तमी) Pot. भविष्यकाळ (भविस्सन्ती) Future

लभेय्यं, लभे	लभेय्याम्हे	प्र. पु.	लभिस्सं	लभिस्सम्हे
लभेथो	लभेय्यव्हो	द्वि. पु.	लभिस्ससे	लभिस्सव्हे
लभेथ	लभेरं	तृ. पु.	लभिस्सते	लभिस्सन्ते

OR

संकेतार्थ (कालातिपत्ति) Cond. भविष्यकाळ (भविस्सन्ती) Future

अलभिस्सं	अलभिस्साम्हसे	प्र. पु.	लच्छस्सं	लच्छस्सम्हे
अलभिस्ससे	अलभिस्सव्हे	द्वि. पु.	लच्छस्ससे	लभिस्सव्हे
अलभिस्सथ	अलभिस्सिसु	तृ. पु.	लच्छस्सते	लच्छस्सन्ते

वन्द (वन्द्) - to salute नमस्कार करणे. नमस्कार करना. वंदन करवुं.

परस्मैपद (परस्सपद)

वर्तमानकाळ (पच्चुप्पन्नकाल) Present आज्ञार्थ (पंचमी) Imp.

वन्दामि	वन्दाम	प्र. पु.	वन्दतु	वन्दन्तु	तृ. पु.

भूतकाळ (हीय्यत्तनी) Past परोक्षभूत (परोक्खभूत) Perfect

अ-वन्दिं	अ-वन्दिम्ह	प्र. पु.	ववन्द	ववन्दिम्ह

विध्यर्थ (सत्तमी) Pot भविष्यकाळ (भविस्सन्ती) Future

वन्देय्यामि	वन्देय्याम	प्र. पु.	वन्दिस्सामि	वन्दिस्साम

संकेतार्थ (कालातिपत्ति) Conditional

अवन्दिस्सं	अवन्दिस्सम्ह	प्र. पु.

आत्मनेपद (अत्तनोपद)

वर्तमानकाळ (पच्चुपन्नकाल) Present आज्ञार्थ (पंचमी) Imp.

वन्दे	वन्दम्हे	प्र. पु.	वंदे	वंदामसे
वन्दसे	वन्दव्हे	द्वि. पु.	वंदस्सु	वंदव्हो
वन्दते	वन्दन्ते	तृ. पु.	वंदतं	वंदन्तं

भूतकाळ (हीय्यत्तनी) Past परोक्षभूत (परोक्खभूत) Perfect

अ-वन्दिं	अ-वन्दम्हसे	प्र. पु.	ववंदि	ववंदिम्हे
अ-वन्दसे	अ-वन्दव्हे	द्वि. पु.	ववंदित्थो	ववंदिव्हो
अ-वन्दित्थ	अ-वन्दुं	तृ. पु.	ववंदि	ववंदिरे

विध्यर्थ (सत्तमी) Pot भविष्यकाळ (भविस्सन्ती) Future

वन्देय्यं, वन्दे	वन्देय्याम्हे	प्र. पु.	वंदिस्सं	वंदिस्सम्हे
वन्देथो	वन्देय्यव्हो	द्वि. पु.	वंदिस्ससे	वंदिस्सव्हे
वन्देथ	वन्देरं	तृ. पु.	वंदिस्सते	वंदिस्सन्ते

संकेतार्थ (कालातिपत्ति) Cond.

अवन्दिस्सं	अवन्दिस्साम्हसे	प्र. पु.
अवन्दिस्ससे	अवन्दिस्सव्हे	द्वि. पु.
अवन्दिस्सथ	अवन्दिस्सिंसु	तृ. पु.

कड्ढ (कृष्)- To draw ओढणे, खींचना, खेचवुं.

वर्तमानकाळ (पच्चुप्पन्नकाल) Present आज्ञार्थ (पंचमी) Imp.

कड्ढामि	कड्ढाम	प्र. पु.	कड्ढ, कड्ढाहि, कड्ढथ द्वि. पु.

भूतकाळ (हीय्यत्तनी) Past परोक्षभूत (परोक्खभूत) Perfect

अकड्ढिं	अकड्ढिम्ह	प्र. पु.	चकड्ढ	चकड्ढिम्ह

विध्यर्थ (सत्तमी) Pot भविष्यकाळ (भविस्सन्ती) Future

कड्ढेय्यामि	कड्ढेय्याम	प्र. पु.	कड्ढिस्सामि	कड्ढिस्साम

संकेतार्थ (कालातिपत्ति) Conditional

अकड्ढिस्सं	अकड्ढिस्सम्ह	प्र. पु

कन्द (क्रन्द्) to cry रडणे. रोना. रडवुं.

वर्तमानकाळ (पच्चुप्पन्नकाल) Present आज्ञार्थ (पंचमी) Imp.

कन्दामि	कन्दाम	प्र. पु.	कन्द, कन्दाहि, कन्दथ द्वि. पु.

भूतकाळ (हीय्यत्तनी) Past परोक्षभूत (परोक्खभूत) Perfect

अकन्दिं	अकन्दिम्ह	प्र. पु.	चकन्द	चकन्दिम्ह

विध्यर्थ (सत्तमी) Pot भविष्यकाळ (भविस्सन्ती) Future

कन्देय्यामि	कन्देय्याम	प्र. पु.	कन्दिस्सामि	कन्दिस्साम

संकेतार्थ (कालातिपत्ति) Conditional

अकन्दिस्सं	अकन्दिस्सम्ह	प्र. पु

कप्प-to befit. समर्थ असणे. समर्थ होना. उचित होवुं.

वर्तमानकाळ (पच्चुप्पन्नकाल) Present आज्ञार्थ (पंचमी) Imp.

कप्पामि कप्पाम प्र. पु. कप्प, कप्पाहि कप्पथ द्वि. पु.

भूतकाळ (हीय्यत्तनी) Past परोक्षभूत (परोक्खभूत) Perfect

अकप्पिं अकप्पिम्ह प्र. पु. चकप्प चकप्पिम्ह

विध्यर्थ (सत्तमी) Pot भविष्यकाळ (भविस्सन्ती) Future

कप्पेय्यामि कप्पेय्याम प्र. पु. कप्पिस्सामि कप्पिस्साम

संकेतार्थ (कालातिपत्ति) Conditional

अकप्पिस्सं अकप्पिस्सम्ह प्र. पु.

कस (कृष्) to plough नांगरणे. हल जोतना. खेडवुं.

वर्तमानकाळ (पच्चुप्पन्नकाल) Present आज्ञार्थ (पंचमी) Imp.

कसामि कसाम प्र. पु. कस, कसाहि, कसथ द्वि. पु.

भूतकाळ (हीय्यत्तनी) Past परोक्षभूत (परोक्खभूत) Perfect

अकसिं अकसिम्ह प्र. पु. चकस चकासिम्ह

विध्यर्थ (सत्तमी) Pot भविष्यकाळ (भविस्सन्ती) Future

कसेय्यामि कसेय्याम प्र. पु. कसिस्सामि कसिस्साम

संकेतार्थ (कालातिपत्ति) Conditional

अकसिस्सं अकसिस्सम्ह प्र. पु.

आत्मनेपद (अत्तनोपद)

वर्तमानकाळ (पच्चुप्पन्नकाल) Present कसे कसम्हे प्र.पु.

आज्ञार्थ (पंचमी) Imp.

कसे कसामसे प्र. पु.

कसस्सु कसव्हो द्वि. पु.

कसतं कसन्तं तृ. पु.

भूतकाळ (हीय्यत्तनी) Past अकसिं अकसिम्हसे

परोक्षभूत (परोक्खभूत) Perfect **विध्यर्थ (सत्तमी) Pot.**

चकस चकसिम्ह प्र. पु. कसेय्यं, कसे कसेय्याम्हे

भविष्यकाळ (भविस्सन्ती) Future संकेतार्थ (कालातिपत्ति) Conditional

कसिस्सं कसिस्सम्हे प्र. पु अकसिस्सं अकसिस्साम्हसे

किलम (क्लम) to be exhoust ग्लानि येणे. ग्लानीको प्राप्त होना. थकणे. थाकी जावुं.

वर्तमान (पच्चुप्पन्नकाल) Present आज्ञार्थ (पंचमी) Imp.

किलमामि किलमाम प्र. पु. किलमतु किलमन्तु तृ. पु.

भूतकाळ (हीय्यत्तनी) Past परोक्षभूत (परोक्खभूत) Perfect

अकिलमिं अकिलमिम्ह प्र. पु. चिकिलम चिकिलिम्ह

विध्यर्थ (सत्तमी) Pot. भविष्यकाळ (भविस्सन्ती) Future

किलमेय्यामि किलमेय्याम प्र. पु. किलमिस्सामि किलमिस्साम

संकेतार्थ (कालातिपत्ति) Conditional

खेळणे खेलना क्रीडाकरवी

कीळ (क्रीड्) to play

अकिलमिस्सं अकिलमिस्सं अकिलमिस्सम्ह प्र.पु.

अकीळिस्सं अकीळिस्सम्ह प्र. पु.

वर्तमानकाळ (पच्चुप्पन्नकाल) आज्ञार्थ (पंचमी)

खादामि खादाम प्र. पु. खाद, खादाहि, खादथ द्वि. पु.

भूतकाळ (हीय्यत्तनी) Past परोक्षभूत (परोक्खभूत) Perfect

अ-खादिं अ-खादिम्ह प्र. पु. चखाद चखादिम्ह

विध्यर्थ (सत्तमी) Pot. भविष्यकाळ (भविस्सन्ती) Future

खादेय्यामि खादेय्याम प्र. पु. खादिस्सामि खादिस्साम

संकेतार्थ (कालातिपत्ति) Conditional

अखादिस्सं अखादिस्सम्ह प्र. पु

धातु Root	व. का. (पच्चुप्पन्नकाल) Present	आज्ञार्थ (पंचमी) Imp.	भू. का. (हीय्यत्तनी) Past	परोक्षभूत (परोक्ख) Perfect	विध्यर्थ (सत्तमी) Pot.	भविष्य (भविस्सन्ती) Future	संकेतार्थ कालातिपत्ति Cond.
खण	खणामि	खणतु	अ-खणिं	चखण	खणेय्यामि	खणिस्सामि	अखणिस्सं
खेल	खेलामि	खेलतु	अ-खेलिं	चिखेल	खेलेय्यामि	खेलिस्सामि	अखेलिस्सं
*गम (गच्छ)		गच्छामि	गच्छतु	अ-गमिं	जगम	गच्छेय्यामि	गमिस्सामि
अगमिस्सं							
			अ-गमासिं				
			अ-गच्छिं			गच्छिस्सामि	अगच्छिस्सं
			अग-च्छिं				
गाह	गाहामि	गाहतु	अ-गाहिं	जगह	गाहेय्यामि	गाहिस्सामि	अगाहिस्सं
चर	चरामि	चरतु	अ-चरिं	चचर	चरेय्यामि	चरिस्सामि	अचरिस्सं
चाय	चायामि	चायतु	अ-चायिं	चचय	चायेय्यामि	चायिस्सामि	अचायिस्सं
चिक्ख	चिक्खामि	चिक्खतु	अ-चिक्खिं	चिक्खय	चिक्खेयामि	चिक्खिस्सामि	अचिक्खिस्सं
जंभ	जम्भामि	जम्भतु	अ-जिम्भि	जजंभ	जिम्भेय्यामि	जिम्भिस्सामि	अजिंभिस्सं
जि (जय)	जयामि	जयतु	अ-जयिं	जिगाय	जयेय्यामि	जयिस्सामि	अजयिस्सं
जीव	जीवामि	जीवतु	अजीविं	जिजीव	जीवेय्यामि	जीविस्सामि	अजीविस्सं
ठा(तिट्ठ)	तिट्ठामि	तिट्ठतु	अतिट्ठिं	तितिट्ठ	तिट्ठेय्यामि	तिट्ठिस्सामि	अतिट्ठिस्सं

	ठामि	ठातु	अट्ठासि				
तप्प	तप्पामि	तप्पतु	अतप्पिं	ततप्प	तप्पेय्यामि	तप्पिस्सामि	अतप्पिस्सं
तर	तरामि	तरतु	अतरिं	ततर	तरेय्यामि	तरिस्सामि	अतरिस्सं
तस	तसामि	तसतु	अतसिं	ततस	तसेय्यामि	तसिस्सामि	अतसिस्सं
दह	दहामि	दहतु	अदहिं	ददह	दहेय्यामि	दहिस्सामि	अदहिस्सं
दिस	दिसामि	दिसतु	अदिसिं	दिदिस	दिसेय्यामि	दिसिस्सामि	अदिस्सिं
दूभ	दूभामि	दूभतु	अदूभिं	दुदूभ	दूभेय्यामि	दूभिस्सामि	अदूभिस्सं
धोव	धोवामि	धोवतु	अधोविं	दोधोव	धोवेय्यामि	धोविस्सामि	अधोविस्सं
धाव	धावामि	धावतु	अधाविं	दधव	धावेय्यामि	धाविस्सामि	अधाविस्सं
नन्द	नन्दामि	नन्दतु	अनन्दिं	ननन्द	नन्देय्यामि	नन्दिस्सामि	अनन्दिस्सं
नि(नय)	नयामि	नयतु	अनयिं	निनय	नयेय्यामि	नयिस्सामि	अनयिस्सं
	नेमि	नेतु	नेसिं		नेय्यामि	नेस्सामि	अनेस्सं
निन्द	निन्दामि	निन्दतु	अ-निन्दिं	निनिन्द	निन्देय्यामि	निन्दिस्सामि	अनिन्दिस्स
पच	पचामि	पचतु	अ-पचिं	पपच	पचेय्यामि	पचिस्सामि	अपचिस्सं
पठ	पठामि	पठतु	अ-पठिं	पपठ	पठेय्यामि	पाठिस्सामि	अपठिस्सं
पत	पतामि	पततु	अ-पतिं	पपत	पतेय्यामि	पतिस्सामि	अपतिस्सं
पा (पिव)	पिवामि	पिवतु	अ-पिविं	पिपिव, पपो	पिवेय्यामि	पिविस्सामि	अपिविस्सं
बुध (बोध)	बोधामि	बोधतु	अ-बोधिं	बुबोध	बोधेय्यामि	बोधिस्सामि	अबोधिस्सं

गम (गच्छ) धातूला भूतकाळचे प्रत्ययांपूर्वी 'अ' विकल्पानें लागतो. अगञ्छि or अगच्छि.
(डंसस्सचच्छङ्-मोग्गल्लान व्याकरण.)

धातु Root	व. का. (पच्चुप्पन्नकाल) Present	आज्ञार्थ (पंचमी) Imp.	भू. का. (हीय्यत्तनी) Past	परोक्षभूत (परोक्ख) Perfect	विध्यर्थ (सत्तमी) Pot.	भविष्य (भविस्सन्ती) Future	संकेतार्थ कालातिपत्ति Cond.
भज	भजामि	भजतु	अ-भजिं	बभज	भजेय्यामि	भजिस्सामि	अभजिस्सं
भण	भणामि	भणतु	अ-भणिं	बभण	भणेय्यामि	भणिस्सामि	अभणिस्सं
भम	भमामि	भमतु	अ-भमिं	बभम	भमेय्यामि	भमिस्सामि	अभमिस्सं
भर	भरामि	भरतु	अ-भरिं	बभर	भरेय्यामि	भरिस्सामि	अभरिस्सं
भिक्ख	भिक्खामि	भिक्खतु	अ-भिक्खिं	बिभिक्ख	भिक्खेय्यामि	भिक्खिस्सामि	अभिक्खिस्सं
भू-(भव)	भवामि, भोमि	भवतु	अ-भविं	बभूव	भवेय्यामि	भविस्सामि	अभविस्सं
रक्ख	रक्खामि	रक्खतु	अ-रक्खिं	ररक्ख	रक्खेय्यामि	रक्खिस्सामि	अरक्खिस्सं
रंज	रंजामि	रंजतु	अ-रंजिं	ररंज	रंजेय्यामि	रंजिस्सामि	अरंजिस्सं
लंघ	लंघामि	लंघतु	अ-लंघिं	ललंघ	लंघेय्यामि	लंघिस्सामि	अलंघिस्सं
वच	वचामि	वचतु	अ-वचिं	उवाच	वचेय्यामि	वचिस्सामि	अवचिस्सं
			अवच	ववच		वक्खामि	अवोचिस्सं
			अवाचिं				
वद	वदामि	वदतु	अ-वदिं	उवाद	वदेय्यामि	वदिस्सामि	अवदिस्सं
		ववद					
वस	वसामि	वसतु	अ-वसिं	उवस	वसेय्यामि	वसिस्सामि	अवसिस्सं

वह	वहामि	वहतु	अ-वहिं	ववस उवह ववह	वहेय्यामि	वहिस्सामि	अवहिस्सं
संस	संसामि	संसतु	अ-संसिं	ससंस	संसेय्यामि	संसिस्सामि	असंसिस्सं
सर	सरामि	सरतु	अ-सरिं	ससर	सरेय्यामि	सरिस्सामि	असरिस्सं
सुच	सोचामि	सोचतु	अ-सोचिं	सुसोच	सोचेय्यामि	सोचिस्सामि	असोचिस्सं
हर	हरामि	हरतु	अ-हरिं	जहर	हरेय्यामि	हरिस्सामि	अहरिस्सं
हिंड	हिंडामि	हिंडतु	अ-हिंडिं	जहंड	हिंडेय्यामि	हिंडिस्सामि	अहिंडिस्सं
रुच	रोचामि	रोचतु	अ-रोचिं	रुरोच	रोचेय्यामि	रोचिस्सामि	अरोचिस्सं
पस्स	पस्सामि	पस्सतु	अ-पस्सिं	ददस्स	पस्सेय्यामि	पस्सिस्सामि	अपस्सिस्सं
दिस्स	दिस्सामि	दिस्सतु	अ-दिस्सिं	ददस्स	दिस्सेय्यामि	दिस्सिस्सामि	अदिस्सिस्सं
दक्ख	दक्खामि	दक्खतु	अ-दक्खिं	ददस्स	दक्खेय्यामि	दिक्खिस्सामि	अदक्खिस्सं

द्वितीय गण 2nd conjugation

१. अस (अस्)- to be असणे. होना. होवुं, थवुं.

२. इ - to go जाणे. जाना. जवुं.

३. ब्रू- to speak बोलणे. बोलना. बोलवु

४. या - to be जाणे. जाना. जवुं.

५. वा - to blow वारा वाहणे. हवा बहना. वावुं (हवावुं)

६. सुप (स्वप्)- to sleep झोपणे. सोना. सोवु, निद्रा लेवी करवी.

७. जागर (जागृ)- to be awake जागणे. जागना, जागृत रहना. जागवु.

८. सिना - न्हा - नहा (स्ना)- to bathe स्नान करणे. न्हाना. न्हावु, अंघोल करावी.

९. रूद - to cry रडणे. रोना. रोवुं.

१०. हन - to kill ठार करणे. मारना. मारवुं

अस (अस्) - to be असणे, होणे. होना. होवुं.

वर्तमानकाळ (पच्चुप्पन्नकाल) Present

(अहं)	अस्मि, अम्हि	(मयं, अम्हे)	अस्म, अम्ह	प्र. पु.
(त्वं)	असि	(तुम्हे)	अत्थ	द्वि. पु.
(सो, सा)	अत्थि	(ते, ता)	सन्ति	तृ. पु.

आज्ञार्थ (पंचमी) Imperative

(अहं)	अस्मि,अम्हि	(मयं, अम्हे)	अस्म, अम्ह	प्र. पु.
(त्वं)	आहि	(तुम्हे)	अत्थ	द्वि. पु.
(सो, सा)	अत्थि	(ते, ता)	सन्ति	तृ. पु.

भूतकाळ (हीय्यत्तनी) Past

(अहं)	आसिं	(मयं, अम्हे)	आसिम्ह	प्र. पु.
(त्वं)	आसि	(तुम्हे)	असित्थ	द्वि. पु.
(सो, सा)	आसि	(ते, ता)	आसिसु, आसुं	तृ. पु.

विध्यर्थ (सत्तमी) Potential

(अहं)	अस्सं	(मयं, अम्हे)	अस्साम	प्र. पु.
(त्वं)	अस्स, सिया	(तुम्हे)	अस्सथ	द्वि. पु.
(सो, सा)	अस्स, सिया	(ते, ता)	अस्सु, सियुं	तृ. पु.

टीप :- मराठी 'अस' धातूला भविष्यकाळ व संकेतार्थ नाही.

पालि- 'अस' धातुस्स भविस्सन्तिया च कालातिप्पत्तिया च रूपानि न होन्ति ।

इंग्रजी - 'अस' 'to be' is not conjugated in the Future tense and conditional

इ(इ) - to go जाणे. जाना. जवुं.

वर्तमानकाळ (पच्चुप्पन्नकाल) Present आज्ञार्थ (पंचमी) Imp.

एमि	एम	प्र. पु.	एमि	एम
एसि	एथ	द्वि. पु.	ए, एहि	एथ
एति	एन्ति	तृ. पु.	एतु	एन्तु

भविष्यकाळ (भविस्सन्ती) Future

एस्सामि	एस्साम	प्र. पु.
एस्ससि	एस्सथ	द्वि. पु.
एस्सति	एस्सन्ति	तृ. पु.

टीप- मराठी 'इ' धातूला विध्यर्थ व भूतकाळ नाही.

पालि - 'इ' धातुस्स हीय्यत्तनिया च सत्तमिया च रूपानि न होन्ति।

इंग्रजी - 'इ to go ' is not conjugated in the potential and Past tense.

ब्रू (ब्रू)- to speak बोलणे. बोलना. बोलवुं.

वर्तमानकाळ (पच्चुप्पन्नकाल) Present

ब्रवीमि	ब्रवीम	प्र. पु.	ब्रूमि	ब्रूम
ब्रवीसि	ब्रवीथ	द्वि. पु.	ब्रूसि	ब्रूथ
ब्रवीति	ब्रुवन्ति	तृ. पु.	ब्रूति	ब्रुवन्ति

आज्ञार्थ (पंचमी) Imperative

ब्रवीमि	ब्रवीम	प्र. पु.	ब्रूमि	ब्रूम
ब्रवी, ब्रवीहि	ब्रवीथ	द्वि. पु.	ब्रू, ब्रूहि	ब्रूथ
ब्रवीतु	ब्रुवन्तु	तृ. पु.	ब्रूतु	ब्रुवन्तु

भूतकाळ (हीय्यत्तनी) Past परोक्षभूत (परोक्खभूत) Perfect

अ-ब्रविं	अ-ब्रविम्ह	प्र. पु.	उवाच	उवाचिम्ह
अ-ब्रवि	अ-ब्रवित्थ	द्वि. पु	उवाचे	उवाचित्थ
अ-ब्रवि	अ-ब्रविंसु	तृ. पु.	उवाच	उवाचु
आ-ह	आ-हंसु आहु			

विध्यर्थ (सत्तमी) Pot भविष्यकाळ (भविस्सन्ती) Future

ब्रुवेय्यामि	ब्रुवेय्याम	प्र. पु.	ब्रविस्सामि	ब्रविस्साम
ब्रुवेय्यामि	ब्रुवेय्याथ	द्वि. पु	ब्रविस्ससि	ब्रविस्सथ
ब्रुवे	ब्रुवेय्युं	तृ. पु.	ब्रविस्सति	ब्रविस्सन्ति

संकेतार्थ (कालातिपत्ति) Conditional

अब्रविस्सं	अब्रविस्सम्ह	प्र. पु.
अब्रविस्स	अब्रविस्सथ	द्वि. पु.
अब्रविस्स	अब्रविस्संतु	तृ. पु.

या- to go जाणे. जाना. जावुं.

वर्तमानकाळ (पच्चुप्पन्नकाळ) Present आज्ञार्थ (पंचमी) Imp.

यामि	याम	प्र. पु.	यामि	याम
यासि	याथ	द्वि. पु.	या, याहि	याथ
याति	यन्ति	तृ. पु.	यातु	यान्तु

भूतकाळ (हीय्यत्तनी) Past परोक्षभूत (परोक्खभूत) Perfect

यायिं	यायिम्ह	प्र. पु.	यय	ययिम्ह
यायि	यायित्थ	द्वि. पु.	यये	ययित्थ
यायि	यायिंसु, यायुं	तृ. पु.	यय	ययु

विध्यर्थ (सत्तमी) Pot भविष्यकाळ (भविस्सन्ती) Future

यायेय्यामि	यायेय्याम	प्र. पु.	यास्सामि	यास्साम
यायेय्यासि	यायेय्याथ	द्वि. पु.	यास्ससि	यास्सथ
याये, यायेय्य	यायेय्युं	तृ. पु.	यास्सति	यास्सन्ति

सांकेतार्थ (कालातिपत्ति) Conditional

यायिस्सं	यायिस्सम्ह	प्र. पु.
यायिस्स	यायिस्सथ	द्वि. पु.
यायिस्स	यायिस्संसु	तृ. पु.

वा -to blow वारा वाहणें. हवा बहाना. वावु (हवानुं)

वर्तमानकाळ (पच्चुप्पन्नकाळ) Present आज्ञार्थ (पंचमी) Imp.

वामि	वाम	प्र. पु.	वामि	वाम
वासि	वाथ	द्वि. पु.	वा, वाहि	वाथ
वाति	वान्ति	तृ. पु.	वातु	वान्तु

भूतकाळ (हीय्यत्तनी) Past परोक्षभूत (परोक्खभूत) Perfect

वायिं	वायिम्ह	प्र. पु.	वव	वविम्ह
वायि	वायित्थ	द्वि. पु.	ववे	ववित्थ
वायि	वायिंसु, वायुं	तृ. पु.	वव	ववु

विध्यर्थ (सत्तमी) Pot भविष्यकाळ (भविस्सन्ती) Future

वायेय्यामि	वायेय्याम	प्र. पु.	वायिस्सामि	वायिस्साम

वायेय्यासि	वायेय्याथ	द्वि. पु.	वायिस्ससि	वायिस्सथ
वाये, वायेय्य	वायेय्युं	तृ. पु.	वायिस्सन्ति	वायिस्सन्ति

संकेतार्थ (कालातिपत्ति) Conditional

वायिस्सं	वायिस्सम्ह	प्र. पु.
वायिस्स	वायिस्सथ	द्वि. पु.
वायिस्स	वायिस्संसु	तृ. पु.

सुप (स्वप्) -to sleep झोपणें. सोना. सुवुं, निद्रा लेवी.

वर्तमानकाळ (पच्चुप्पन्नकाळ) Present आज्ञार्थ (पंचमी) Imp.

सुपामि	सुपाम	प्र. पु.	सुपामि	सुपाम
सुपसि	सुपथ	द्वि. पु.	सुप, सुपाहि	सुपथ
सुपति	सुपन्ति	तृ. पु.	सुपतु	सुपन्तु

भूतकाळ (हीय्यत्तनी) Past परोक्षभूत (परोक्खभूत) Perfect

अ-सुपिं	अ-सुपिम्ह	प्र. पु.	सुसुप	सुसुपिम्ह
अ-सुपि	अ-सुपित्थ	द्वि. पु.	सुसुपे	सुसुपित्थ
अ-सुपि	अ-सुपिंसु, असुपुं तृ.	तृ. पु.	सुसुप	सुसुपु

विध्यर्थ (सत्तमी) Pot. भविष्यकाळ (भविस्सन्ती) Future

सुपेय्यामि	सुपेय्याम	प्र. पु.	सुपिस्सामि	सुपिस्साम
सुपेय्यासि	सुपेय्याथ	द्वि. पु.	सुपिस्ससि	सुपिस्सथ
सुपे, सुपेय्य	सुपेय्युं	तृ. पु.	सुपिस्सति	सुपिस्सन्ति

संकेतार्थ (कालातिपत्ति) Conditional

असुपिस्सं	असुपिस्सम्ह	प्र. पु.
असुपिस्स	असुपिस्सथ	द्वि. पु.
असुपिस्स	असुपिस्संसु	तृ. पु.

जागर - to be awake जाग्रण करणे. जागना. जागवु.

वर्तमानकाळ (पच्चुप्पन्नकाळ) Present आज्ञार्थ (पंचमी) Imp

जागरामि	जागराम	प्र. पु.	जागरामि	जागराम
जागरसि	जागरथ	द्वि. पु.	जागर, जागराहि	जागरथ
जागरति	जागरन्ति	तृ. पु.	जागरतु	जागरन्तु

भूतकाळ (हीय्यत्तनी) Past परोक्षभूत (परोक्खभूत) Perfect

अजागरिं	अजागरिम्ह	प्र. पु.	जजागर	जजागरिम्ह
अजागरि	अजागरित्थ	द्वि. पु.	जजागरे	जजागरित्थ

अजागरि	अजागरिंसु	तृ. पु.	जजागर	जजागरू

अजागरुं विध्यर्थ (सत्तमी) Pot. भविष्यकाळ (भविस्सन्ती) Future

जागरेय्यामि	जागरेय्याम	प्र. पु.	जागरिस्सामि	जागरिस्साम
जागरेय्यासि	जागरेय्याथ	द्वि. पु.	जागरिस्ससि	जागरिस्सथ
जागरे,जागरेय्य	जागरेय्युं	तृ. पु.	जागरिस्सति	जागरिस्सन्ति

संकेतार्थ (कालातिपत्ति) Conditional

अजागरिस्सं	अजागरिस्सम्ह	प्र. पु.
अजागरिस्स	अजागरिस्सथ	द्वि. पु.
अजागरिस्स	अजागरिस्ससु	तृ. पु.

सिना -to bathe स्नान करणे. न्हाना. न्हावुं.

वर्तमानकाळ (पच्चुप्पन्नकाळ) Present आज्ञार्थ (पंचमी) Imp

सिनामि	सिनाम	प्र. पु.	सिनामि	सिनाम
सिनासि	सिनाथ	द्वि. पु.	सिना, सिनाहि	सिनाथ
सिनाति	सिनन्ति	तृ. पु.	सिनातु	सिनन्तु

भूतकाळ (हीय्यत्तनी) Past

अ-सिनिं	असिनिम्ह	प्र. पु.	सिनासिं	सिनासिम्ह
अ-सिनि	अ-सिनित्थ	द्वि. पु.	सिनासि	सिनासित्थ
अ-सिनि	अ-सिनिंसु,असिनुं	तृ. पु.	सिनासि	सिनासिंसु

विध्यर्थ (सत्तमी) Pot भविष्यकाळ (भविस्सन्ती) Future

सिनेय्यामि	सिनेय्याम	प्र. पु.	सिनिस्सामि	सिनिस्साम
सिनेय्यासि	सिनेय्याथ	द्वि. पु.	सिनिस्ससि	सिनिस्सथ
सिने,सिनेय्य	सिनेय्युं	तृ. पु.	सिनिस्सति	सिनिस्सन्ति

संकेतार्थ (कालातिपत्ति) Conditional

असिनिस्सं	असिनिस्सम्ह	प्र. पु.
असिनिस्सं	असिनिस्सथ	द्वि. पु.
असिनिस्स	असिनिस्संसु	तृ. पु.

१. इधेव सिनाहि ब्राह्मण सब्बभूतेसु करोहि खेमतं । मज्झिमनिकाय ।

२. अनोत्तदहे सा पठमं नहायि ।

३. पिव न्हायाऽति आह सा । महावंस

न्हा -to bathe स्नान करणे. न्हाना. न्हावुं.

नहा to bathe स्नान करणे. न्हाना. न्हावुं.

वर्तमानकाळ (पच्चुप्पन्नकाळ) Present

न्हायामि	न्हायाम	प्र. पु.	नहायामि	नहायाम
न्हायसि	न्हायथ	द्वि. पु.	नहायसि	नहायथ
न्हायति	न्हायन्ति	तृ. पु.	नहायति	नहायन्ति

आज्ञार्थ (पंचमी) Imp

न्हायामि	न्हायाम	प्र. पु.	नहायामि	नहायाम
न्हाय	व्हायाहि व्हायाथ		नहाय, नह्याहि	नहायथ
न्हायतु	न्हायन्तु	तृ. पु.	नहायतु	नहायन्तु

भूतकाळ (हीय्यत्तनी) Past

न्हायिं	न्हायिम्ह	प्र. पु.	नहायिं	नहायिम्ह
न्हायि	न्हायित्थ	द्वि. पु.	नहायि	नहायित्थ
न्हायि	न्हायिंसु, न्हायुं	तृ. पु.	नहायि	नहायिंसु, नहायुं

भविष्यकाळ (भविस्सन्ती) Future

न्हायिस्सामि	न्हायिस्साम	प्र. पु.	नहास्सिामि	नहायिस्साम
न्हायिस्सथ	न्हायित्थ	द्वि. पु.	नहासिस्सासि	नहायिस्सथ
न्हायिस्सति	न्हायिस्सन्ति	तृ. पु.	नहायिस्सति	नहायिस्सन्ति

संकेतार्थ (कालातिपत्ति) Conditional

न्हायिस्सं	न्हायिस्सम्ह	प्र. पु.	नहायिस्सं	नहायिस्सम्ह
न्हायिस्स	न्हायिस्सथ	द्वि. पु.	नहायिस्स	नहायिस्सथ
न्हायिस्स	न्हायिस्संसु	तृ. पु.	नहायिस्स	नहायिस्संसु

हु- to be होणे, असणें, होना, होवुं, थवुं.

वर्तमानकाळ (पच्चुप्पन्नकाळ) Present आज्ञार्थ (पंचमी) Imp

होमि	होम	प्र. पु.	होमि	होम
होसि	होथ	द्वि. पु.	हो, होहि	होथ
होति	होन्ति	तृ. पु.	होतु	होन्तु

भूतकाळ (हीय्यत्तनी) Past विध्यर्थ (सत्तमी) Pot.

अहोसिं	अहोसिम्ह	प्र. पु.	हुवेय्यामि	हुवेय्याम
अहोसि	अहोसित्थ	द्वि. पु.	हुवेय्यासि	हुवेय्याथ
अहोसि, अहुवा अहु	अहेसुं	तृ. पु.	हुवे, हुवेय्य	हुवेय्युं

भविष्यकाळ (भविस्सन्ती) Future

हेस्सामि, हेस्सं	हेस्साम	प्र. पु.	हेहिस्सामि	हेहिस्साम

हेस्ससि	हेस्सथ	द्वि. पु.	हेहिस्ससि	हेहिस्सथ
हेस्सति	हेस्सन्ति	तृ. पु.	हेहिस्सति	हेहिस्सन्ति

अथवा

होहिस्सामि	होहिस्साम	प्र. पु.	होहिमि	होहिम
होहिस्ससि	होहिस्सथ	द्वि. पु.	होहिसि	होहिथ
होहिस्सति	होहिस्सन्ति	तृ. पु.	होहिति	होहिन्ति

or

हेहिमि	हेहिम	प्र. पु.
हेहिसि	हेहिथ	द्वि. पु.
हेहिति	हेहिन्ति	तृ. पु

संकेतार्थ (कालातिपत्ति) Conditional

अहुविस्सं	अहुविस्सम्ह	प्र. पु.
अहुविस्स	अहुविस्सथ	द्वि. पु.
अहुविस्स	अहुविस्संसु	तृ. पु.

रूद - to weep, cry रडणे. रोना. रडवुं, रोवुं.

वर्तमानकाळ (पच्चुप्पन्नकाळ) Present आज्ञार्थ (पंचमी) Imp

रोदामि	रोदाम	प्र. पु.	रोदामि	रोदाम
रोदसि	रोदथ	द्वि. पु.	रोद, रोदाहि	रोदथ
रोदति	रोदन्ति	तृ. पु.	रोदतु	रोदन्तु

भूतकाळ (हीय्यत्तनी) Past परोक्षभूत (परोक्खभूत) Perfect

अ-रोदिं	अ-रोदिम्ह	प्र. पु.	रूरोद	रूरोदिम्ह
अ-रोदि	अ-रोदित्थ	द्वि. पु.	रुरोदे	रुरोदित्थ
अ-रोदि	अ-रोदिंसु, अ-रोदुं	तृ. पु.	रुरोद	रुरोदु

विध्यर्थ (सत्तमी) Pot भविष्यकाळ (भविस्सन्ती) Future

रोदेय्यामि	रोदेय्याम	प्र. पु.	रोदिस्सामि	रोदिस्साम
रोदेय्यासि	रोदेय्याथ	द्वि. पु.	रोदिस्ससि	रोदिस्सथ
रोदे,रोदेय्य	रोदेय्युं	तृ. पु.	रोदिस्सति	रोदिस्सन्ति

संकेतार्थ (कालातिपत्ति) Conditional

अरोदिस्सं	अरोदिस्सम्ह	प्र. पु.
अरोदिस्स	अरोदिस्सथ	द्वि. पु.
अरोदिस्स	अरोदिस्संसु	तृ. पु.

हनः, हनामि, अ-हनिं, हनेय्यामि. हनिस्सामि, अहनिस्सं

तृतीयगण 3rd Conjugation
दा- to give देणे. देना. देवुं.

वर्तमान (पच्चुप्पन्नकाल) Present

(अहं)	ददामि	(मयं, अम्हे)	ददाम	प्र. पु.
(त्वं)	ददासि	(तुम्हे)	ददाथ	द्वि. पु.
(सो,सा)	ददाति	(ते, ता)	ददन्ति	तृ. पु.

अथवा or

(अहं)	देमि, दम्मि	(मयं,अम्हे)	देम, दम्म	प्र. पु.
(त्वं)	देसि	(तुम्हे)	देथ	द्वि. पु.
(सो, सा)	देति	(ते,ता)	देन्ति	तृ. पु.

आज्ञार्थ (पंचमी) Imperative

(अहं)	ददामि	(मयं, अम्हे)	ददाम	प्र. पु.
(त्वं)	दद, ददाहि	(तुम्हे)	ददाथ	द्वि. पु.
(सो, सा)	ददातु	(ते,ता)	ददन्तु	तृ. पु.

अथवा or

(अहं)	देमि	(मयं, अम्हे)	देम	प्र. पु.
(त्वं)	दे, देहि	(तुम्हे)	देथ	द्वि. पु
(सो,सा)	देतु	(ते,ता)	देन्तु	तृ. पु.

भूतकाळ (हीय्यत्तनी) Past

(अहं)	अ-ददिं	(मयं, अम्हे)	अ-ददिम्ह	प्र. पु.
(त्वं)	अ-ददि	(तुम्हे)	अ-ददित्थ	द्वि. पु.
(सो,सा)	अ-ददि	(ते, ता)	अ-ददिंसु, अ-ददुं	तृ. पु.

अथवा or

(अहं)	अदासिं	(मयं,अम्हे)	अदासिम्ह	प्र. पु.
(त्वं)	अदासि	(तुम्हे)	अदासित्थ	द्वि. पु.
(सो,सा)	अदासि, अदा	(ते,ता)	अदंसु	तृ. पु.

परोक्षभूत (परोक्खभूत) Perfect

(अहं)	दद	(मयं, अम्हे)	ददिम्ह	प्र. पु.
(त्वं)	ददे	(तुम्हे)	ददित्थ	द्वि. पु.
(सो,सा)	दद	(ते,ता)	ददु	तृ. पु.

विध्यर्थ (सत्तमी) Potential

(अहं)	ददेय्यामि, दज्जं	(मयं, अम्हे)	ददेय्याम	प्र. पु
(त्वं)	ददेय्यासि	(तुम्हे)	ददेय्याथ	द्वि. पु.
(सो,सा)	ददे, ददेय्य	(ते,ता)	ददेय्युं	तृ. पु.
	दज्जा		दज्जु	
	[(दद्यात्) sk.]		(दद्युः) sk.	

भविष्यकाळ (भविस्सन्ती) Future

(अहं) ददिस्सामि (मयं,अम्हे) ददिस्साम प्र.पु. दस्सामि दस्साम

(त्वं) ददिस्ससि (तुम्हे) ददिस्सथ द्वि. पु. दस्ससि दस्सथ

(सो,सा) ददिस्सति (ते,ता) ददिसन्ति तृ. पु. दस्सति दस्सन्ति

संकेतार्थ (कालातिपत्ति) Conditional

(अहं)	अददिस्सं	(मयं,अम्हे)	अददिस्सम्ह	प्र. पु.
(त्व)	अददिस्स	(तुम्हे)	अददिस्सथ	द्वि. पु.
(सो,सा)	अददिस्स	(ते,ता)	अददिस्संसु	तृ.पु.

हा - to abandon टाकणे. छोडना. तजवुं, हीण थवुं

वर्तमानकाळ (पच्चुप्पन्नकाल) Present आज्ञार्थ (पंचमी) Imp.

जहामि	जहाम	प्र. पु.	जहामि	जहाम
जहासि	जहाथ	द्वि. पु.	जह, जहाहि	जहाथ
जहाति	जहन्ति	तृ. पु.	जहातु	जहन्तु

भूतकाळ (हीय्यत्तनी) past परोक्षभूत (परोक्खभूत) Perfect

अ-जहिं	अ-जहिम्ह	प्र. पु.	जह	जहिम्ह
अ-जहि	अ-जहित्थ	द्वि. पु.	जहे	जहित्थ
अ-जहि	अ-जहिंसु, अ-जहुं	तृ. पु.	जह	जहु

विध्यर्थ (सत्तमी) Pot भविष्यकाळ (भविस्सन्ती) Future

जहेय्यामि	जहेय्याम	प्र. पु.	जहिस्सामि	जहिस्साम
जहेय्यासि	जहेय्याथ	द्वि. पु.	जहिस्ससि	जहिस्सथ
जहे,जहेय्य	जहेय्युं	तृ. पु.	जहिस्सति	जहिस्सन्ति

संकेतार्थ (कालातिपत्ति) Conditional

अजहिस्सं	अजहिस्सम्ह	प्र. पु.
अजहिस्स	अजहिस्सथ	द्वि. पु.
अजहिस्स	अजहिस्संसु	तृ. पु.

हु- to sacrifice यज्ञ करणे. यज्ञ करना. यज्ञ करवो.

वर्तमानकाळ (पच्चुप्पन्नकाल) Present आज्ञार्थ (पंचमी) Imp.

जुहोमि	जुहोम	प्र. पु.	जुहोमि	जुहोम
जुहोसि	जुहोथ	द्वि. पु.	जुहो, जुहोहि	जुहोथ
जुहोति	जुहोन्ति	तृ. पु.	जुहोतु	जुहोन्तु

भूतकाळ (हीय्यत्तनी) past परोक्षभूत (परोक्खभूत) Perfect

अ-जुहिं	अ-जुहिम्ह	प्र. पु.	जुहव	जुहविम्ह
अ-जुहि	अ-जुहित्थ	द्वि. पु.	जुहवे	जुहवित्थ
अ-जुहि	अ-जुहिंसु, अजुहुं	तृ. पु.	जुहव	जुहवु

विध्यर्थ (सत्तमी) Pot भविष्यकाळ (भविस्सन्ती) Future

जुहेय्यामि	जुहेय्याम	प्र. पु.	जुहिस्सामि	जुहिस्साम
जुहेय्यासि	जुहेय्याथ	द्वि. पु.	जुहिस्ससि	जुहिस्सथ
जुहे, जुहेय्य	जुहेय्युं	तृ. पु.	जुहिस्सति	जुहिस्सन्ति

संकेतार्थ (कालातिपत्ति) Conditional

अजुहिस्सं	अजुहिस्सम्ह	प्र. पु.
अजुहिस्स	अजुहिस्सथ	द्वि. पु.
अजुहिस्स	अजुहिस्संसु	तृ. पु.

चतुर्थगण 4th conjugation

१. कुप (कुप्), कुध् (कुध्) - to get angry रागावणे. क्रोध करना. कोपवुं.

२. मुह - to be silly मूर्च्छित होणे. मोहित होना, मूर्च्छित होना. मूर्च्छित थवुं.

३. जन - to produce, to be born उत्पन्न करणे, होणे. जन्मणे. उत्पन्न करना, उत्पन्न करवुं, जन्म आपवी.

४. सम (शम्)- to be clam शांत होणे. शांत होना. शांत थवुं.

५. सम (श्रम्)- to be weary थकणे. थकना. थाकवुं.

६. नत (नृत्)- to dance नाचणे. नाचना. नाचवुं.

७. नस (नश्)- to perish नाश होणें. नाश होना. नाश थवो.

८. तुस (तुष्)- to be satisfied संतुष्ट होणे. संतुष्ट होना. समाधान पामवुं.

९. सुस (शुष्)- to dry सुकणे. सूखना. सूकवुं.

१०. युध - to fight लढणे, युद्ध करणे. लडना, युद्ध करना. युद्ध करवुं.

११. लुभ - to covet लोभ करणे. लोभ करना. लोभ करवुं.

१२. मद - to be intoxicated माजणें. नशेमें होना, पागल होना. मद करवो.

१३. सिव - to sew शिवणे. सीना. सीववुं.

१४. दिव - to play, to gamble द्यूत खेळणे. द्यूत खेलना. द्यूत रमवुं.

१५. बुध- to understand, to know जाणणें. जानना. बोध थवो, जाणवुं.

१६. वध- to shoot मारणे. मार डालना. मारी नाखवुं.

कुध (क्रुध्)- to get angry रागावणे. क्रोध करना. कोपवुं.

वर्तमानकाळ (पच्चुप्पन्नकाल) Present

(अहं)	कुज्झामि	(मयं, अम्हे)	कुज्झाम	प्र. पु.
(त्वं)	कुज्झसि	(तुम्हे)	कुज्झथ	द्वि. पु.
(सो,सा)	कुज्झति	(ते, ता)	कुज्झन्ति	तृ. पु.

आज्ञार्थ (पंचमी) Imperative

(अहं)	कुज्झामि	(मयं, अम्हे)	कुज्झाम	प्र. पु.
(त्वं)	कुज्झ,कुज्झाहि	(तुम्हे)	कुज्झथ	द्वि. पु.
(सो, सा)	कुज्झतु	(ते,ता)	कुज्झन्तु	तृ. पु.

भूतकाळ (हीय्यत्तनी) Past

(अहं) अ-कुज्झिं (मयं, अम्हे) प्र. पु.

अ-कुज्हिम्ह

(त्वं) अ-कुज्झि (तुम्हे) द्वि. पु.

अ-कुज्झित्थ

(सो,सा) अ-कुज्झि (ते,ता) तृ. पु.

अकुज्झिंसु

परोक्षभूत (परोक्खभूत) Perfect

चुकुज्झ	चुकुज्झिम्ह
चुकुज्झे	चुकुज्झित्थ
चुकुज्झ	चुकुज्झु

विध्यर्थ (सत्तमी) Potential

(अहं)	कुज्झेय्यामि	(मयं, अम्हे)	कुज्झेय्याम	प्र. पु
(त्वं)	कुज्झेय्यासि	(तुम्हे)	कुज्झेय्याथ	द्वि. पु.
(सो,सा)	कुज्झे, कुज्झेय्य	(ते,ता)	कुज्झेय्युं	तृ. पु.

भविष्यकाळ (भविस्सन्ती) Future

(अहं)	कुज्झिस्सामि	(मयं, अम्हे)	कुज्झिस्साम	प्र. पु.
(त्वं)	कुज्झिस्ससि	(तुम्हे)	कुज्झिस्सथ	द्वि. पु.
(सो,सा)	कुज्झिस्सति	(ते,ता)	कुज्झिस्सन्ति	तृ. पु.

संकेतार्थ (कालातिपत्ति) Conditional

(अहं)	अकुज्झिस्सं	(मयं,अम्हे)	अकुज्झिस्सम्ह	प्र. पु.
(त्वं)	अकुज्झिस्स	(तुम्हे)	अकुज्झिस्सथ	द्वि. पु.
(सो,सा)	अकुज्झिस्स	(ते,ता)	अकुज्झिस्संसु	तृ.पु.

कुप (कुप्)- to get angry रागावणे. क्रोध करना. कोपवुं.

वर्तमानकाळ (पच्चुप्पन्नकाल) Present आज्ञार्थ (पंचमी) Imp.

कुप्पामि	कुप्पाम	प्र. पु.	कुप्पामि	कुप्पाम
कुप्पसि	कुप्पथ	द्वि. पु.	कुप्प,कुप्पाहि	कुप्पथ
कुप्पति	कुप्पन्ति	तृ. पु.	कुप्पतु	कुप्पन्तु

भूतकाळ (हीय्यत्तनी) past परोक्षभूत (परोक्खभूत) Perfect

अ-कुप्पिं	अ-कुप्पिम्ह	प्र. पु.	चुकुप्प	चुकुप्पिम्ह
अ-कुप्पि	अ-कुप्पित्थ	द्वि. पु.	चुकुप्पे	चुकुप्पित्थ
अ-कुप्पि	अ-कुप्पिसु,अकुप्पुं	तृ. पु.	चुकुप्प	चुकुप्पु

विध्यर्थ (सत्तमी) Pot भविष्यकाळ (भविस्सन्ती) Future

कुप्पेय्यामि	कुप्पेय्याम	प्र. पु.	कुप्पिसामि	कुप्पिस्साम
कुप्पेय्यासि	कुप्पेय्याथ	द्वि. पु.	कुप्पिस्सासि	कुप्पिस्सथ
कुप्पे,कुप्पेय्य	कुप्पेय्युं	तृ. पु.	कुप्पिस्सति	कुप्पिस्सन्ति

सांकेतार्थ (कालातिपत्ति) Conditional

अकुप्पिस्सं	अकुप्पिस्सम्ह	प्र. पु.
अकुप्पिस्स	अकुप्पिस्सथ	द्वि. पु.
अकुप्पिस	अकुप्पिस्संसु	तृ. पु.

पंचमगण 5th Conjugation

१.प + आप (प्र +आप्) -to get, to obtain मिळणे. प्राप्त होना. मेळववुं, लाभवुं

२.सु (श्रु)- to hear ऐकणें. सुनना. सांभळवुं. श्रवण करवुं.

३.सक (शक्) - to be able शकणें, समर्थ होणें. सकना, समर्थ होना. समर्थ थवुं.

४.हि - to go जाणें. जाना. जवुं.

५.वु (वृ) - to restrain आच्छादणे, चुनना, अच्छादन करना. पसद करवुं, ढाकणुं.

६.प + आप (प्र +आप्) -to get, to obtain मिळणे. प्राप्त होना. मेळववुं, लाभव

धातु Root	वर्तमान (पच्चुप्पन्नकाल) Present	आज्ञार्थ (पंचमी) Imp.	भूतकाळ (हीय्यत्तनी) Past	परोक्षभूत (परोक्ख) Perfect	विध्यर्थ (सत्तमी) Pot.	भविष्य (भविस्सन्ती) Future	संकेतार्थ कालातिपत्ति Cond.
मुह	मुय्हामि	मुय्हतु	अ-मुय्हिं	मुमोह	मुय्हेय्यामि	मुय्हिस्सामि	अमुय्हिस्सं
जन(जा)	जायामि	जायतु	अजायिं	जज्ज	जायेय्यामि	जायिस्सामि	अजायिस्सं
उप+नह	उपनय्हामि	उपनय्हतु	उपनय्हिं	उपननह	उपनय्हेय्यामि	उपनय्हिस्सामि	उपनय्हिस्सं
सम (शम्,श्रम्)	सम्मामि	सम्मतु	अ-सम्मिं	ससम	सम्मेय्यामि	सम्मिस्सामि	असम्मिस्सं
नत	नच्चामि	नच्चतु	अ-नच्चिं	ननत	नच्चेय्यामि	नच्चिस्सामि	अनच्चिस्सं
नस	नस्सामि	नस्सतु	अ-नस्सिं	ननस	नस्सेय्यामि	नस्सिस्सामि	अनस्सिस्सं
तुस	तुस्सामि	तुस्सतु	अ-तुस्सिं	तुतोस	तुस्सेय्यामि	तुस्सिस्सामि	अतुस्सिस्सं
सुस	सुस्सामि	सुस्सतु	अ-सुस्सिं	सुसोस	सुस्सेय्यामि	सुस्सिस्सामि	असुस्सिस्सं
युध	युज्झामि	युज्झतु	अ-युज्झिं	युयुध	युज्झेय्यामि	युज्झिस्सामि	अयुज्झिस्सं
लुभ	लुब्भामि	लुब्भतु	अ-लुब्भिं	लुलोभ	लुब्भेय्यामि	लुब्भिस्सामि	अलुब्भिस्सं
मद	मज्जामि	मज्जतु	अ-मज्जिं	ममद	मज्जेय्यामि	मज्जिस्सामि	अमज्जिरस्सं
सिव	सिब्बामि	सिब्बतु	अ-सिब्बिं	सिसेब	सिब्बेय्यामि	सिब्बिस्सामि	असिब्बिस्सं
दिव	दिब्बामि	दिब्बतु	अ-दिब्बिं	दिदेब	दिब्बेय्यामि	दिब्बिस्सामि	अदिब्बिस्सं
बुध	बुज्झामि	बुज्झतु	अ-बुज्झिं	बुबुध	बुज्झेय्यामि	बुज्झिस्सामि	अबुज्झिस्सं
विध	विज्झामि	विज्झतु	अ-विज्झिं	विविध	विज्झेय्यामि	विज्झिस्सामि	अविज्झस्सं

वर्तमान (पच्चुप्पन्नकाल) Present आज्ञार्थ (पंचमी) Imperative

(अहं) पप्पोमि   (मयं, अम्हे) पप्पोम प्र. पु. पप्पोमि पप्पोम

(त्वं) पप्पोसि   (तुम्हे) पप्पोथ द्वि. पु. पप्पो, पप्पोहि पप्पोथ

(सो,सा) पप्पोति (ते, ता) पप्पोन्ति तृ. पु. पप्पोतु पप्पोन्तु

अथवा or

(अहं) पापुणामि (मयं,अम्हे) पापुणाम प्र. पु. पापुणामि पापुणाम

(त्वं) पापुणासि (तुम्हे) पापुणाथ द्वि. पु. पापुण, पापुणाम, पापुणाहि

(सो, सा) पापुणाति (ते,ता) पापुणन्ति तृ. पु. पापुणातु पापुणन्तु

भूतकाळ (हीय्यत्तनी) Past परोक्षभूत (परोक्खभूत)Perfect

(अहं) पापुणिं   (मयं, अम्हे) पापुणिम्ह प्र. पु. पाप पापिम्ह

(त्वं) पापुणि   (तुम्हे) पापुणित्थ द्वि. पु. पापे पापित्थ

(सो, सा) पापुणि (ते,ता) पापुणिंसु, पापुणुं तृ. पु. पाप पापु

विध्यर्थ (सत्तमी) Potential

(अहं)	पापुणेय्यामि	(मयं, अम्हे)	पापुणेय्याम	प्र. पु
(त्वं)	पापुणेय्यासि	(तुम्हे)	पापुणेय्याथ	द्वि. पु.
(सो,सा)	पापुणे, पापुणेय्य	(ते,ता)	पापुणेय्युं	तृ. पु.

भविष्यकाळ (भविस्सन्ती) Future

(अहं)	पापुणिस्सामि	(मयं,अम्हे)	पापुणिस्साम	प्र.पु.
(त्वं)	पापुणिस्ससि	(तुम्हे)	पापुणिस्सथ	द्वि. पु.
(सो,सा)	पापुणिस्सति	(ते,ता)	पापुणिस्सन्ति	तृ. पु.

संकेतार्थ (कालातिपत्ति) Conditional

(अहं)	पापुणिस्सं	(मयं,अम्हे)	पापुणिस्सम्ह	प्र. पु.
(त्वं)	पापुणिस्स	(तुम्हे)	पापुणिस्सथ	द्वि. पु.
(सो,सा)	पापुणिस्स	(ते,ता)	पापुणिस्संसु	तृ.पु.

सु (श्रु)- to hear ऐकणें. सुनना. सांभळवुं. श्रवण करवुं.

वर्तमानकाळ (पच्चुप्पन्नकाल) Present

सुणोमि	सुणोम	प्र. पु.	सुणामि	सुणाम
सुणोसि	सुणोथ	द्वि. पु.	सुणासि	सुणाथ
सुणोति	सुणोन्ति	तृ. पु.	सुणाति	सुणन्ति

आज्ञार्थ (पंचमी)

सुणोमि	सुणोम	प्र. पु.	सुणामि	सुणाम
सुणो, सुणोहि	सुणोथ	द्वि. पु.	सुण, सुणाहि	सुणाथ

सुणोतु	सुणोन्तु	तृ. पु.	सुणातु	सुणन्तु

भूतकाळ (हीय्यत्तनी) past परोक्षभूत (परोक्खभूत) Perfect

अ-सुणिं	अ-सुणिम्ह	प्र. पु.	अस्सोसिं	अस्सोसिम्ह
अ-सुणि	अ-सुणित्थ	द्वि. पु.	अस्सोसि	अस्सोसित्थ
अ-सुणि	अ-सुणिंसु,असुणुं	तृ. पु.	अस्सोसि	अस्सोसिंसु

भविष्यकाळ (भविस्सन्ती) Future

सोस्सामि	सोस्साम	प्र. पु.	सुणिस्सामि	सुणिस्साम
सोस्ससि	सोस्साथ	द्वि. पु.	सुणिस्ससि	सुणिस्सथ
सोस्सति	सोस्सन्ति	तृ. पु.	सुणिस्सति	सुणिस्सन्ति

विध्यर्थ (सत्तमी) Pot. संकेतार्थ (कालातिपत्ति) Conditional

सुणेय्यामि	सुणेय्याम	प्र. पु.	असुणिस्सं	असुणिस्सम्ह
सुणेय्यासि	सुणेय्याथ	द्वि. पु.	असुणिस्स	असुणिस्सथ
सुणे, सुणेय्य	सुणेय्युं	तृ. पु.	असुणिस्स	असुणिस्संसु

परोक्षभूत (कालातिपत्ति) perfect

सुसुव (सुस्सव)	सुसुविम्ह (सुस्सविम्ह)	प्र. पु.
सुसुवे (सुस्सवे)	सुसुवित्थ (सुस्सवित्थ)	द्वि. पु.
सुसुव (सुस्सव)	सुसुवु (सुस्सवु)	तृ. पु.

षष्ठगण 6th conjugation

१. इस (इष्-इच्छ्) - to wish इच्छा करणें. इच्छा करना. इच्छवुं.

२. पुच्छ- to ask विचारणें. पूँछना. पूछवुं.

३. मर (मृ) - to die मरणें. मरना. मरवुं.

४. विस (विश्)- to enter शिरणें. प्रवेश करना. प्रवेश करवुं.

५. खिप (क्षिप्)- to throw फेंकणें. फेंकना. फेकवुं.

६. लिख (लिख्)- to write लिहिणें. लिखना. लखवुं.

७. दिस (दिश्)- to show दाखविणें. दिखाना. देखाडवुं.

८. तुद (तुद्)- to torture त्रासणें. तकलीफ देना, सताना. त्रासवुं.

इस- to wish इच्छिणें. इच्छा करना. इच्छवुं.

वर्तमानकाळ (पच्चुप्पन्नकाल) Present

(अहं)	इच्छामि	(मयं, अम्हे)	इच्छाम	प्र. पु.
(त्वं)	इच्छसि	(तुम्हे)	इच्छथ	द्वि. पु.
(सो,सा)	इच्छति	(ते, ता)	इच्छन्ति	तृ. पु.

धातु Root	व. का. (पच्चुप्पन्नकाल) Present	आज्ञार्थ (पंचमी) Imp.	भू. का. (हीय्यत्तनी) Past	परोक्षभूत (परोक्ख) Perfect	विध्यर्थ (सत्तमी) Pot.	भविष्य (भविस्सन्ती) Future	संकेतार्थ कालातिपत्ति Cond.
सक	सक्कोमि	सक्कोतु	अ-सक्खि	ससक	सक्कुणेय्यामि	सक्कुणिस्सामि	असक्खिस्सं
,,	सक्कुणामि	सक्कुणातु	अ-सक्कुणिं			सक्खिस्सामि	असक्कुणिस्सं
हि	हिणोमि	हिणोतु	हिणोसि	जिघाय	हिणेय्यामि	हिणिय्यामि	अहिणिस्सं
	हिणामि	हिणातु	अ-हिणिं	जिघिय			
बु	वुणोमि	वुणोतु	वुणोसि	ववर	वुणेय्यामि	वुणिस्सामि	अवुणिस्सं
	वुणाति	वुणातु	अवुणिं				
खी	खिणोमि	खिणोतु	खिणोसिं	चिक्खाय	खिणेय्यामि	खिणिस्सामि	अखिणिस्सं
	खिणामि	खिणातु	अ-क्खिणिं	जिगाय			
गि	गिणोमि	गिणोतु	गिणोसिं	जिगिय	गिणेय्यामि	गिणिस्सामि	अगिणिस्सं
	गिणामि	गिणातु	अ-गिणिं				

खी- to perish नाश होणे, क्षण होना, नाश थवो, क्षय थवुं.

गि- emit sound शब्द करणें, शब्द करना

आज्ञार्थ (पंचमी) Imperative

(अहं)	इच्छामि	(मयं, अम्हे)	इच्छाम	प्र. पु.
(त्वं)	इच्छ, इच्छाहि	(तुम्हे)	इच्छथ	द्वि. पु.
(सो, सा)	इच्छतु	(ते,ता)	इच्छन्तु	तृ. पु.

भूतकाळ (हीय्यत्तनी) Past परोक्षभूत (परोक्खभूत) perfect

(अहं)इच्छिं	प्र. पु.	(मयं, अम्हे) इच्छिम्ह		इयेस	इयेसिम्ह
(त्वं) इच्छि	(तुम्हे) इच्छित्थ	द्वि. पु.		इयेसे	इयेसित्थ
(सो,सा) इच्छि	(ते,ता) इच्छिंसु	तृ. पु.		इयेस	इयेसु, इच्छुं

विध्यर्थ (सत्तमी) Potential

(अहं)	इच्छेय्यामि	(मयं, अम्हे)	इच्छेय्याम	प्र. पु
(त्वं)	इच्छेय्यासि	(तुम्हे)	इच्छेय्याथ	द्वि. पु.
(सो,सा)	इच्छे,इच्छेय्य	(ते,ता)	इच्छेय्युं	तृ. पु.

भविष्यकाळ (भविस्सन्ती) Future

(अहं)	इच्छिस्सामि	(मयं, अम्हे)	इच्छिस्साम	प्र. पु.
(त्वं)	इच्छिस्ससि	(तुम्हे)	इच्छिस्सथ	द्वि. पु.
(सो,सा)	इच्छिस्सति	(ते,ता)	इच्छिस्सन्ति	तृ. पु.

संकेतार्थ (कालातिपत्ति) Conditional

(अहं)	इच्छिस्सं	(मयं,अम्हे)	इच्छिस्सम्ह	प्र. पु.
(त्वं)	इच्छिस्स	(तुम्हे)	इच्छिस्सथ	द्वि. पु.
(सो,सा)	इच्छिस्स	(ते,ता)	इच्छिस्संसु	तृ.पु.

सप्तमगण 7th Conjugation

१. इन्ध - to kindle चेतविणें, पेटविणें, पेटणें. जलाना. सळगाववुं

२. छिद- to cut काटणें, तोडणें. काटना, टुकडे करना. छेदवुं, तोडवुं.

३. भिद - to separate फोडणें. तोडणें. तोडना, फोडना, चीरना. फोडवुं, कापवुं, तोडवुं.

४. रूध - to obstruct अडवणें, रोखणें, वेढा देणें. रोकना, घेर लेना. अटकाववुं, घेरवुं.

५. भुज - to eat; to enjoy खाणें, उपभोगणें. खाना. खावुं.

६. हिंस - to kill हिंसा करणें, मारणें. हिंसा करना, मारना. हिंसा करवी, मारवुं

७. पिंस - to grind चूर्ण करणें. पीसना, चूर्ण करना. चूर्ण करवुं, दळवुं.

८. युज - to join जोडणें. जोडना. साधवुं.

धातु Root	व. का. (पच्चुप्पन्नकाल) Present	आज्ञार्थ (पंचमी) Imp	भू. का (हीय्यत्तनी) Past	परोक्षभूत (परोक्ख) Perfect	विध्यर्थ (सत्तमी) Pot	भविष्य (भविस्सन्ती) Future	संकेतार्थ कालातिपत्ति Cond.
पुच्छ	पुच्छामि	पुच्छतु	अ-पुच्छिं	पुपुच्छ	पुच्छेय्यामि	पुच्छिस्सामि	अपुच्छिस्सं
मर	मरामि	मरत	अ-मरिं	ममर	मरेय्यामि	मरिस्सामि	अमरिस्सं
विस	विसामि	विसतु	अ-विसिं	विवेस	विसेय्यामि	विसिस्सामि	अविसिस्सं
खिप	खिपामि	खिपतु	अ-क्खिपिं	चिक्खेप	खिपेय्यामि	खिपिस्सामि	अक्खिपिस्सं
लिख	लिखामि	लिखतु	अ-लिखिं	लिलेख	लिखेय्यामि	लिखिस्सामि	अलिखिस्सं
दिस	दिसामि	दिसतु	अ-दिसिं	दिदेस	दिसेय्यामि	दिसिस्सामि	अदिसिस्सं
तुद	तुदामि	तुदतु	अ-तुदिं	तुतोद	तुदेय्यामि	तुदिस्सामि	अतुदिस्सं

छिद- to cut कापणें, काटणें. तोडणें. काटना. कापी नाखवुं.

वर्तमानकाळ (पच्चुप्पन्नकाल) Present

(अहं)	छिन्दामि	(मयं, अम्हे)	छिन्दाम	प्र. पु.
(त्वं)	छिन्दसि	(तुम्हे)	छिन्दथ	द्वि. पु.
(सो,सा)	छिन्दति	(ते, ता)	छिन्दन्ति	तृ. पु.

आज्ञार्थ (पंचमी) Imperative

(अहं)	छिन्दामि	(मयं, अम्हे)	छिन्दाम	प्र. पु.
(त्वं)	छिन्द, छिन्दाहि	(तुम्हे)	छिन्दथ	द्वि. पु.
(सो, सा)	छिन्दतु	(ते,ता)	छिन्दन्तु	तृ. पु.

भूतकाळ (हीय्यत्तनी) Past

(अहं)	अच्छिन्दिं	(मयं, अम्हे)	अच्छिन्दिम्ह	प्र. पु.
(त्वं)	अच्छिन्दिं	(तुम्हे)	अच्छिन्दित्थ	द्वि. पु.
(सो,सा)	अच्छिन्दि	(ते,ता)	अच्छिन्दिंसु, अच्छिन्दुं	तृ. पु.

परोक्षभूत (कालातिपत्ति) (परोक्खभूत) perfect

चिच्छेद	चिच्छेदिम्ह	प्र. पु.
चिच्छेदे	चिच्छेदित्थ	द्वि. पु.
चिच्छेद	चिच्छेदु	तृ. पु.

विध्यर्थ (सत्तमी) Potential

(अहं)	छिन्देय्यामि	(मयं, अम्हे)	छिन्देय्याम	प्र. पु
(त्वं)	छिन्देय्यासि	(तुम्हे)	छिन्देय्याथ	द्वि. पु.
(सो,सा)	छिन्दे, छिन्देय्य	(ते,ता)	छिन्देय्युं	तृ. पु.

भविष्यकाळ (भविस्सन्ती) Future

(अहं)	छन्दिस्सामि	(मयं, अम्हे)	छिन्दिस्साम	प्र. पु.
(त्वं)	छन्दिस्ससि	(तुम्हे)	छिन्दिस्सथ	द्वि. पु.
(सो,सा)	छिन्दिस्सति	(ते,ता)	छिन्दिस्सन्ति	तृ. पु.

संकेतार्थ (कालातिपत्ति) Conditional

(अहं)	अच्छिन्दिस्सं	(मयं,अम्हे)	अच्छिन्दिस्सम्ह	प्र. पु.
(त्वं)	अच्छिन्दिस्स	(तुम्हे)	अच्छिन्दिस्सथ	द्वि. पु.
(सो,सा)	अच्छिन्दिस्स	(ते,ता)	अच्छिन्दिस्संसु	तृ.पु.

अष्टमगण 8th conjugation

कर- to do करणें. करना. करवुं.

वर्तमानकाळ (पच्चुप्पन्नकाल) Present

(अहं)	करोमि	(मयं, अम्हे)	करोम	प्र. पु.
(त्वं)	करोसि	(तुम्हे)	करोथ	द्वि. पु.
(सो,सा)	करोति	(ते, ता)	करोन्ति	तृ. पु.

आत्मनेपद (अत्तनोपद)

(अहं)	कुब्बे	(मयं, अम्हे)	कुरुम्हे	प्र.पु.
(त्वं)	कुरुसे	(तुम्हे)	कुरुव्हे	द्वि. पु.
(सो,सा)	कुरुते	(ते,ता)	कुब्बन्ते	तृ. पु.

आज्ञार्थ (पंचमी) Imperative

परस्मैपद (परस्सपद)

(अहं)	करोमि	(मयं, अम्हे)	करोम	प्र. पु.
(त्वं)	करो,कुरु,करोहि	(तुम्हे)	करोथ	द्वि. पु.
(सो, सा)	कुरुतु,करोतु	(ते,ता)	कुरोन्तु,कुब्बन्तु	तृ. पु.

आत्मनेपद (अत्तनोपद)

(अहं)	कुब्बे	(मयं,अम्हे)	कुब्बामसे	प्र. पु.
(त्वं)	कुरुस्सु,करस्सु	(तुम्हे)	कुरुव्हो	द्वि. पु.
(सो,सा)	कुरुतं	(ते,ता)	कुब्बन्तं	तृ. पु.

भूतकाळ (हीय्यत्तनी) Past

परस्मैपद (परस्सपद) आत्मनेपद (अत्तनोपद)

(अहं) अ-करिं (मयं, अम्हे) अ-करिम्ह प्र. पु. अ-करिं अ-करम्हसे

(त्वं) अ-करि (तुम्हे) अ-करित्थ द्वि. पु. अ-करसे अ-करव्हे

(सो,सा) अ-करि (ते,ता) अ-करिंसु तृ. पु. अ-करित्थ अ-करूं

अकरूं

अथवा or

परस्मैपद (परस्सपद)

(अहं)	अकासिं	(मयं, अम्हे)	अकासिम्ह	प्र. पु.
(त्वे)	अकासि, अका	(तुम्हे)	अकासित्थ	द्वि. पु.
(सो,सा)	अकासि, अका	(ते,ता)	अकंसु	तृ. पु.

आत्मनेपद (अत्तनोपद)

(अहं)	अकासिं	(मयं,अम्हे)	अकासम्हे (अकासिम्हे)	प्र. पु.
(त्वं)	अकासे (अकासिसे)	(तुम्हे)	अकासव्हे (अकासिव्हे)	द्वि. पु.
(सो,सा)	अकासित्थ	(ते,ता)	अकासुं	तृ. पु.

विध्यर्थ (सत्तमी) Potential

(अहं)	करेय्यामि	(मयं, अम्हे)	करेय्याम	प्र. पु
(त्वं)	करेय्यासि	(तुम्हे)	करेय्याथ	द्वि. पु.
(सो,सा)	करे,करेय्य	(ते,ता)	करेय्युं	तृ. पु.

आत्मनेपद (अत्तनोपद)

	करेय्यं, कुब्बेय्यं		करेय्याम्हे	
(अहं)	करे,कुब्बे	(मयं,अम्हे)	कुब्बेय्याम्हो	प्र. पु
(त्वं)	करेथो, कुब्बेथो	(तुम्हे)	करेय्यव्हो,कुब्बेय्यव्हो	द्वि. पु.
(सो,सा)	करेथ,कुब्बेथ	(ते,ता)	करेरं, कुब्बेरं	तृ. पु.

विध्यर्थ (सत्तमी) Potential

(अहं)	कयिरामि	(मयं,अम्हे)	कयिराम	प्र. पु.
(त्वं)	कयिरासि	(तुम्हे)	कयिराथ	द्वि. पु.
(सो,सा)	कयिरा	(ते,ता)	कयिरुं	तृ. पु.

भविष्यकाळ (भविस्सन्ती) Future

(अहं)	करिस्सामि,करिस्सं	(मयं, अम्हे)	करिस्साम	प्र. पु.
(त्वं)	करिस्ससि	(तुम्हे)	करिस्सथ	द्वि. पु.
(सो,सा)	करिस्सति	(ते,ता)	करिस्सन्ति	तृ. पु.

अथवा or

आत्मनेपद (अत्तनोपद)

(अहं)	काहामि	(मयं,अम्हे)	काहाम	प्र. पु.
(त्वं)	काहसि	(तुम्हे)	काहथ	द्वि. पु.
(सो,सा)	काहति	(ते,ता)	काहन्ति	तृ. पु.

अथवा or

(अहं)	करिस्सं	(मयं, अम्हे)	करिस्सम्हे	प्र. पु
(त्वं)	करिस्से	(तुम्हे)	करिस्सव्हे	द्वि. पु.
(सो,सा)	करिस्सते	(ते,ता)	करिस्सन्ते	तृ. पु.

संकेतार्थ (कालातिपत्ति) Conditional

परस्मैपद (परस्सपद)

(अहं)	अकरिस्सं	(मयं,अम्हे)	अकरिस्सम्ह	प्र. पु.
(त्व)	अकरिस्स	(तुम्हे)	अकरिस्सथ	द्वि. पु.
(सो,सा)	अकरिस्स	(ते,ता)	अकरिस्संसु	तृ. पु.

आत्मनेपद (अत्तनोपद)

(अहं)	अकरिस्सं	(मयं, अम्हे)	अकरिस्साम्हसे	प्र. पु.
(त्वं)	अकरिस्से	(तुम्हे)	अकरिस्सव्हे	द्वि. पु.
(सो, सा)	अकरिस्सथ	(ते,ता)	अकरिस्संसु	तृ. पु.

परोक्षभूत (परोक्खभूत)Perfect

आत्मनेपद (अत्तनोपद) परस्मैद (परस्सपद)

(अहं) चकर (मयं, अम्हे) चकरिम्ह प्र. पु. चकरि चकरिम्हे

(त्वं) चकरे (तुम्हे) चकरित्थ द्वि. पु. चकरित्थो चकरिव्हो

(सो,सा) चकर (ते,ता) चकरू तृ. पु. चकरित्थ चकरि रे

नवमगण 9th conjugation

१. गह (ग्रह्-गह्) - to take घेणे. लेना. लेवु.

२. ञा (ज्ञा) - to know जाणणें. जानना. जाणवुं.

३. अस (अश्) - to eat खाणे. खाना. खावुं.

४. मि - to measure मोजणें. गिनना. मापवु, माप लेवु.

५. लु - to cut तोडणें. तोडना. तोडवुं, कापवु.

६. पू - to purify शुद्ध करणें, पवित्र करना, शुद्ध-पवित्र-करवुं.

७. धु - to shake हालविणें. हिलाना. हलाववुं.

८. चि - to collect गोळा करणें. एकत्रित करना. एकहुं करवुं.

९. जि - to conquer जिंकणे. जय मिळवणें. जीतना. जितवुं.

गह (ग्रह्, गृह्) - to take घेणें. लेना, लेवु.

वर्तमानकाळ (पच्चुप्पन्नकाल) Present

(अहं)	गण्हामि	(मयं, अम्हे)	गण्हाम	प्र. पु.
(त्वं)	गण्हसि	(तुम्हे)	गण्हथ	द्वि. पु.
(सो,सा)	गण्हति	(ते, ता)	गण्हन्ति	तृ. पु.

आज्ञार्थ (पंचमी) Imperative

(अहं)	गण्हामि	(मयं, अम्हे)	गण्हाम	प्र. पु.
(त्वं)	गण्ह, गण्हाहि	(तुम्हे)	गण्हथ	द्वि. पु.
(सो, सा)	गण्हतु	(ते,ता)	गण्हन्तु	तृ. पु.

भूतकाळ (हीय्यत्तनी) Past

(अहं)	अ-गण्हि	(मयं, अम्हे)	अ-गण्हिम्ह	प्र. पु.
(त्वं)	अ-गण्हि	(तुम्हे)	अ-गण्हित्थ	द्वि. पु.
(सो,सा)	अ-गण्हि	(ते,ता)	अ-गण्हिसु, अ-गण्हुं	तृ. पु.

अथवा or

(अहं)	अग्गाहिं	(मयं, अम्हे)	अग्गहिम्ह	प्र. पु.
(त्वं)	अग्गाहि	(तुम्हे)	अग्गहित्थ	द्वि. पु.
(सो,सा)	अग्गाहि	(ते,ता)	अग्गहिंसु,अग्गहुं	तृ. पु.

परोक्षभूत (परोक्खभूत) perfect

(अहं)	जगह	(मयं,अम्हे)	जगहिम्ह	प्र. पु.
(त्वं)	जगहे	(तुम्हे)	जगहित्थ	द्वि. पु.
(सो,सा)	जगह	(ते,ता)	जगहु	तृ. पु.

विध्यर्थ (सत्तमी) Potential

(अहं)	गण्हेय्यामि	(मयं, अम्हे)	गण्हेय्याम	प्र. पु
(त्वं)	गण्हेय्यासि	(तुम्हे)	गण्हेय्याथ	द्वि. पु.
(सो,सा)	गण्हे,गण्हेय्य	(ते,ता)	गण्हेय्युं	तृ. पु.

भविष्यकाळ (भविस्सन्ती) Future

(अहं)	गण्हिस्सामि	(मयं, अम्हे)	गण्हिस्साम	प्र. पु.
(त्वं)	गण्हिय्यसि	(तुम्हे)	गण्हिस्सथ	द्वि. पु.
(सो,सा)	गण्हिस्सति	(ते,ता)	गण्हिस्सन्ति	तृ. पु.

अथवा or

(अहं)	गहिस्सामि	(मयं,अम्हे)	गहिस्साम	प्र. पु
(त्वं)	गहिस्ससि	(तुम्हे)	गहिस्सथ	द्वि. पु.
(सो,सा)	गहिस्सति	(ते,ता)	गहिस्सन्ति	तृ. पु

संकेतार्थ (कालातिपत्ति) Conditional

(अहं)	अगण्हिस्सं	(मयं,अम्हे)	अगण्हिस्सम्ह	प्र. पु.
(त्व)	अगण्हिस्स	(तुम्हे)	अगण्हिस्सथ	द्वि. पु.
(सो,सा)	अगण्हिस्स	(ते,ता)	अगण्हिस्संसु	तृ. पु.

दशमगण 10th conjugation

१. कथ (कथ्) - to tell सांगणे. कहना. कथन करवुं. कथवुं, कहेवुं

२. गण (गण्) - to count मोजणें. गिनना. मापवुं.

३. पीळ (पीड्) - to torture पीडा देणे. तकलीफ देना.

४. चिन्त (चिन्त्) - to think, to be anxious चिन्ता करणें. चिंता करना. चिंता करवी.

५. पूज (पूज्)- to workshkip पूजा करणें. पूजना. पूजा करवी.

६. वण्ण (वर्ण्)- to praise वर्णन करणे. वर्णन करना, वर्णन करवुं.

७. पाल (पाल्) - to protect पालन करणें, रक्षण करणें. पालना. रक्षण करवुं.

८. मन्त (मन्त्र्) - to hold a consultation, to consult मसलत करणें. सलाह करना. मसलत करवी.

९. कप्प - to make तयार करणें. बनाना, तैयार करना. तैयार करवुं.धडवुं.

कथ - to tell सांगणे, कहना, कथवुं, कहेवुं

वर्तमानकाळ (पच्चुप्पन्नकाल) Present

(अहं) कथयामि (मयं, अम्हे) कथयाम प्र. पु. कथेमि कथेम

(त्वं) कथयसि (तुम्हे) कथयथ द्वि. पु. कथेसि कथेथ

(सो,सा) कथयति (ते, ता) कथयन्ति तृ. पु. कथेति कथेन्ति

आज्ञार्थ (पंचमी) Imperative

(अहं)	कथयामि	(मयं, अम्हे)	कथयाम	प्र. पु.
(त्वं)	कथय,कथयाहि	(तुम्हे)	कथयथ	द्वि. पु.
(सो, सा)	कथयतु	(ते,ता)	कथयन्तु	तृ. पु.

अथवा or

(अहं)	कथेमि	(मय,अम्हे)	कथेम	प्र. पु.
(त्वं)	कथे, कथेहि	(तुम्हे)	कथेथ	द्वि. पु.
(सो,सा)	कथेतु	(ते,ता)	कथेन्तु	तृ. पु.

भूतकाळ (हीय्यत्तनी) Past

(अहं)	अ-कथयिं	(मयं, अम्हे)	अ-कथयिम्ह	प्र. पु.
(त्वं)	अ-कथयि	(तुम्हे)	अ-कथयित्थ	द्वि. पु.
(सो,सा)	अ-कथयि	(ते,ता)	अ-कथयिंसु,अ-कथयुं	तृ. पु.

अथवा or

(अहं)	कथेसिं	(मयं, अम्हे)	कथेसिम्ह	प्र. पु.
(त्वं)	कथेसि	(तुम्हे)	कथेसित्थ	द्वि. पु.
(सो,सा)	कथेसि	(ते,ता)	कथेसुं	तृ. पु.

विध्यर्थ (सत्तमी) Potential

(अहं)	कथयेय्यामि	(मयं, अम्हे)	कथयेय्याम	प्र. पु
(त्वं)	कथेस्ससि	(तुम्हे)	कथेस्सथ	द्वि. पु.
(सो,सा)	कथये,कथयेय्य	(ते,ता)	कथयेय्युं	तृ. पु.

अथवा

धातु Root	व. का. (पच्चुप्पन्नकाल) Present	आज्ञार्थ (पंचमी) Imp	भू. का (हीय्यत्तनी) Past	परोक्षभूत (परोक्ख) Perfect	विध्यर्थ (सत्तमी) Pot	भविष्य (भविस्सन्ती) Future	संकेतार्थ कालातिपत्ति Cond.
ञा	जानामि	जानातु	अ-जानिं अ-ञ्ञासिं	जञ्ञ	जानेय्यामि ञञ्ञा	जानिस्सामि ञस्सामि	अजानिस्सं
अस	अस्नामि	अस्नातु	अस्निं	आस	अस्नेय्यामि	अस्निस्सामि	अस्निसं
मि	मिनामि	मिनातु	अ-मिनिं	मम	मिनेय्यामि	मिनिस्सामि	अमिनिस्सं
लु	लुनामि	लुनातु	अ-लुनिं	लुलव	लुनेय्यामि	लुनिस्सामि	अलुनिस्सं
पू	पुनामि	पुनातु	अ-पुनिं	पुपव	पुनेय्यायि	पुनिस्सामि	अपुनिस्सं
धु	धुनामि	धुनातु	अ-धुनिं	दुधव	धुनेय्यामि	धुनिस्सामि	अधुनिस्सं
चि	चिनामि	चिनातु	अ-चिनिं	चिकाय	चिनेय्यामि	चिनिस्सामि	अचिनिस्सं
जि	जिनामि	जिनातु	अ-जिनिं	जिगाय	जिनेय्यामि	जिनिस्सामि	अजिनिस्सं
कि	किणामि	किणतु	अ-किणिं	चिकाय	किणेय्यामि	किणिस्सामि	अकिणिस्सं

की (क्री) to buy विकत घेणे. खरीदना. खरीद करवुं

(अहं)	कथेय्यामि	(मयं, अम्हे)	कथेय्याम	प्र. पु.
(त्वं)	कथेय्यासि	(तुम्हे)	कथेय्याथ	द्वि. पु.
(सो, सा)	कथे, कथेय्य	(ते, ता)	कथेय्युं	तृ. पु.

भविष्यकाळ (भविस्सन्ती) Future

(अहं)	कथयिस्सामि	(मयं, अम्हे)	कथयिस्साम	प्र. पु.
(त्वं)	कथयिस्ससि	(तुम्हे)	कथयिस्सथ	द्वि. पु.
(सो, सा)	कथयिस्सति	(ते, ता)	कथयिस्सन्ति	तृ. पु.

अथवा or

(अहं)	कथेस्सामि	(मयं, अम्हे)	कथेस्साम	प्र. पु
(त्वं)	कथयिस्ससि	(तुम्हे)	कथयिस्सथ	द्वि. पु.
(सो, सा)	कथेस्सति	(ते, ता)	कथेस्सन्ति	तृ. पु

संकेतार्थ (कालातिपत्ति) Conditional

(अहं)	अकथयिस्सं	(मयं, अम्हे)	अकथयिस्सम्ह प्र. पु.
(त्व)	अकथयिस्स	(तुम्हे)	अकथयिस्स थ द्वि. पु.
(सो, सा)	अकथयिस्स		

अथवा or

धातु	व. का. (पच्चुप्पन्नकाल)	आज्ञार्थ (पंचमी)	भू. का (हीय्यत्तनी)	परोक्षभूत (परोक्ख)	विध्यर्थ (सत्तमी)	भविष्य (भविस्सन्ती)	संकेतार्थ कालातिपत्ति
Root	Present	Imp	Past	Perfect	Pot	Future	Cond.
इन्ध	इन्धामि	इन्धन्तु	इन्धि	इन्धांचकर	इन्धेयामि	इन्धिस्सामि	इन्धिस्सं
भिद	भिन्दामि	भिन्दतु	अ-भिन्दि	बिभेद	भिन्देय्यामि	भिन्दिस्सामि	अभिन्दिस्सं
रुध	रुन्धामि	रुन्धतु	अ-रुन्धि	रुरोध	रुन्धेय्यामि	रुन्धिस्सामि	अरुन्धिस्सं
भुज	भुञ्जामि	भुञ्जतु	अ-भुञ्जि	बुभोज	भुञ्जेय्यामि	भुञ्जिस्सामि	अभुञ्जिस्सं
हिंस	हिंसामि	हिंसतु	अ-हिंसि	जिहिंस	हिंसेय्यामि	हिंसिस्सामि	अहिंसिस्सं
पिंस	पिंसामि	पिंसतु	अ-पिंसि	पिपिंस	पिंसेय्यामि	पिंसिस्सामि	अपिंसिस्सं
युज	युंजामि	युंजतु	अ-युंजि	युयुज युयोज	यंजुय्यामि	युंजिस्सामि	अयुंजिस्सं

धातु Root	व. का. (पच्चुप्पन्नकाल) Present	आज्ञार्थ (पंचमी) Imp	भू. का (हीय्यत्तनी) Past	परोक्षभूत (परोक्ख) Perfect	विध्यर्थ (सत्तमी) Pot	भविष्य (भविस्सन्ती) Future	संकेतार्थ कालातिपत्ति Cond.
गण	गणयामि	गणयतु	अ-गणयिं	गणयांचकर	गणयेय्यामि	गणयिस्सामि	अगणयिस्सं
,,	गणेमि	गणेतु	गणेसिं	मास-बभूव	गणेय्यामि	गणेस्सामि	अगणेस्सं
पीळ	पीळयामि	पीळयतु	अ-पीळयिं	पीळयांचकर	पीळयेय्यामि	पीळयिस्सामि	अपीळयिस्सं
,,	पीळेमि	पीळेतु	पीळेसि	मास-बभूव	पीळेय्यामि	पीळेस्सामि	अपीळेस्सं
चिन्त	चिन्तयामि	चिन्तयतु	अ-चिन्तयिं	चिंतायाचकर	चिन्तयेय्यामि	चिन्तयिस्सामि	अचिन्तयिस्सं
,,	चिन्तेमि	चिन्तेतु	चिन्तेसिं	मास-बूभव	चिन्तेय्यामि	चिन्तेस्सामि	अचिन्तेस्सं
पूज	पूजयामि	पूजयतु	अ-पूजयिं	पूजयांचकर	पूजयेय्यामि	पूजयिस्सामि	अपूजयिस्सं
,,	पूजेमि	पूजेतु	पूजेसिं	मास-बभूव	पूजेय्यामि	पूजेस्सामि	अपूजेस्सं
वण्ण	वण्णयामि	वण्णयतु	अ-वण्णयिं	वण्णयांचकर	वण्णयेय्यामि	वण्णयिस्सामि	अवण्णयिस्सं
,,	वण्णेमि	वण्णेतु	वण्णेसिं	मास-बभूव	वण्णेय्यामि	वण्णेस्सामि	अवण्णेस्सं
पाल	पालयामि	पालयतु	अ-पालयिं	पालयांचकर	पालयेय्यामि	पालयिस्सामि	अपालयिस्सं
,,	पालेमि	पालेतु	पालेसिं	मास-बभूव	पालेय्यामि	पालेस्सामि	अपालेस्सं
मत	मन्तयामि	मन्तयतु	अ-मन्तयिं	मतयांचकर	मन्तयेय्यामि	मन्तयिस्सामि	अमन्तयिस्सं
,,	मन्तेमि	मन्तेतु	मन्तेसिं	मास-बभूव	मन्तेय्यामि	मन्तेस्सामि	अमन्तेस्सं
कन्प्प	कप्पयामि	कप्पयतु	अ-कप्पयिं	कप्पयांचकर	कप्पेयय्यामि	कप्पयेय्यामि	अकप्पयिस्सं
,,	कप्पेमि	कप्पेतु	कप्पेसिं	मास-बभूव	कप्पेय्यामि	कपेस्सामि	अकप्पेस्सं

परिशिष्ट

सुभ (शुभ, शोभ) - to look beautiful शोभणें. शोभना. शोभवुं.

वर्तमानकाळ (पच्चुप्पन्नकाल) Present

सोभामि	सोभाम	प्र. पु.	सोभे	सोभम्हे

भूतकाळ (हीय्यत्तनी) Past

असोभिं	असोभिम्ह	प्र. पु.	असोभिं	असोभिम्हसे

परोक्षभूत (परोक्खभूत) perfect

सुसोभ	सुसोभिम्ह	प्र. पु.	सुसोभि	सुसोभिम्हे

आज्ञार्थ (पंचमी) Imperative

सोभतु	सोभन्तु	तृ. पु.	सोभतं	सोभन्तं

विध्यर्थ (सत्तमी) Potential

सोभेय्यामि	सोभेय्याम	प्र. पु.	सोभेय्यं, सोभे	सोभेय्याम्हे

भविष्यकाळ (भविस्सन्ती) Future

सोभिस्सामि	सोभिस्साम	प्र. पु.	सोभिस्सं	सोभिस्सम्हे

संकेतार्थ (कालातिपत्ति) Conditional

असोभिस्सं	असोभिस्सम्ह	प्र. पु.		

सेव:- सेवामि, सेवे. सेवतु, सेवतं. असेविं. सिसेवे, सेवेय्यामि, सेवेय्य. सेविस्सामि, सेविस्सं, असेविस्सं.

धातु Root	व. का. (पच्चुप्पन्नकाल) Present	आज्ञार्थ (पंचमी) Imp	भू. का (हीय्यत्तनी) Past	परोक्षभूत (परोक्ख) Perfect	विध्यर्थ (सत्तमी) Pot	भविष्य (भविस्सन्ती) Future	संकेतार्थ कालातिपत्ति Cond.
कंख	कंखामि	कंखतु	अ-कंखिं	चकंख	कंखेय्यामि	कंखिस्सामि	अकंखिस्सं
मुद प.	मोदामि	मोदतु	अ-मोदिं	मुमुद	मोदेय्यामि	मोदिस्सामि	अमोदिस्सं
मुद आ.	मोदे	मोदतं	अ-मोदि	मुमुदि	मोदेय्यं	मोदिस्सं	अमोदिस्सं
रभ+आ.प.	आरभामि	आरभतु	अ-रभि	आररभ	आरमेभेय्यामि	आरभिस्सामि	आरभिस्सं
रभ+आ.आ.	आरभे	आरभतं	आ-रभिं	आररभि	आरभेय्यं	आरभिस्सं	आरभिस्सं
याच प.	याचामि	याचतु	अ-याचिं	ययच	याचेय्यामि	याचिस्सामि	अयाचिस्सं
याच आ.	याचे	याचतं	अ-याचिं	ययचिं	याचेय्यं	याचिस्सं	अयाचिस्सं
रुह+आ.	आरोहामि	आरोहतु	आरोहिं	आरूरोह	आरोहेय्यं	आरोहिस्सं	आरोहिस्सं
,, रु	आरुहामि	आरूहतु	आरोहिं	,,	आरुहेय्यं	आरुहिस्स	आरूहिस्सं
वट्ट प.	वट्टामि, वत्तामि	वट्टतु, वत्ततु	अ-वत्तिं	ववत्त	वत्तेय्यामि	वत्तिस्सामि	अवत्तिस्सं
वट्ट आ.	वत्ते	वत्ततं	अ-वत्तिं	ववत्ति	वत्तेय्यं	वत्तिस्सं	अवत्तिस्सं
सह+प. प.	पसहामि	पसहतु	पसहिं	पससह	पसहेय्यामि	पसहिस्सामि	पसहिस्सं
सह आ	पसहे	पसहतं	पसहिं	पससहिं	पसहेय्यं	पसहिस्सं	पसहिस्सं
सिक्ख प.	सिक्खामि	सिक्खतु	अ-सिक्खिं	सिसिक्ख	सिक्खेय्यामि	सिक्खिस्सामि	सिक्खिस्सं
सिक्ख आ.	सिक्खे	सिक्खतं	अ-सिक्खिं	सिसिक्खिं	सिक्खेय्यं	सिक्खिस्सं	सिक्खिस्सं
हस	हसामि	हसतु	अ-हसिं	जहस	हसेय्यामि	हसिस्सामि	हसिस्सं

सम्राट अशोकाच्या शिलालेखांची भाषा

सम्राट अशोकाचे शिलालेख भारताच्या प्रत्येक भागात उपलब्ध झालेले आहेत. विद्वानांच्या मते अशोकाच्या शिलालेखाची सामग्री मूलतः 'मागधी' भाषेत रचली जाई, त्यानंतर साम्राज्याच्या ज्या प्रदेशात तो लेख पाठवायचा तेथे पाठवून, त्या प्रांतातील स्थानिक भाषेत आणि लिपीत त्या लेखाचा अनुवाद करून योग्य अशाच ठिकाणी अशोकाचा लेख खोदला जाई, की जास्तीत जास्त प्रजाजन तो वाचून समजू शकतील.

त्यामुळे अनेक मुख्य शब्द त्या लेखात जसेच्या तसे ठेवण्यात आले. हे प्रादेशिक रूपांतर हटवून पाहिले तर आढळेल की अशोकाच्या शिलालेखाची भाषा 'मागधी' पेक्षा 'पालि' जास्त आहे.

ध्वन्यात्मक अंतर, आणि दिशा-भाषा ध्यानात ठेवून अशोकाच्या शिलालेखाचे तीन वर्गात विभाजन करता येते.

१) शाहबाजगदी आणि मानशेरा येथील शिलालेख पश्चिमोत्तर भाषेचे रूप व्यक्त करते.

२) गिरनारचा शिलालेख दक्षिण-पश्चिमेकडील लोकभाषेत लिहिल्याचे प्रतीत होते.

३) धोली, जौगा रामपुरवा, सारनाथ येथील शिलालेखातील भाषा प्राच्य भाषेच्या निकटची असल्याचे दिसून येते.

कोणत्याही स्थानावरील अशोकाच्या शिलालेखाची भाषा कोणत्याही निश्चित भाषेच्या तत्वांनी परिपूर्ण नाही, हे निश्चितरूपाने सांगता येते. एकाच शिलालेखात दुसऱ्याच भाषेतील तत्वे उपलब्ध झालेली दिसतात म्हणून काही निवडक तत्वांची प्रधानता, आणि शिलालेख असलेल्या विशिष्ट स्थानाच्या आधारावरच निष्कर्षासाठी विभाजन केले जाऊ शकते.

भोलाशंकर व्यासांनी यातील चार विभाषांतील प्रवृत्तींचे अवलोकन केले आहे. ते म्हणतात 'ह्या शिलालेखात प्राकृताच्या चार वैभाषिक प्रवृत्ती आढळतात. **१)** उत्तर पश्चिमी प्राकृत (वा उदीच्य प्राकृत) **२)** पश्चिमी प्राकृत **३)** मध्यपूर्वी प्राकृत आणि **४)** पूर्वेची प्राकृत.' (हिंदी साहित्याचा बृहत् इतिहास खंड २ अध्याय २ पान २७३) जर ह्या शिलालेखांच्या भाषेवर संमिलित रूपाने नजर टाकून त्यांच्या प्रवृत्तीचे विवेचन केले तर, तर पुढे वर्णन-विवेचन केल्या जाणाऱ्या प्राकृताच्या सर्व प्रवृत्ती उपलब्ध झालेल्या दिसतील. परंतु पालिच्या तुलनेने शब्द रूपांची 'क्रम वर्धमान क्षय प्रवृत्ती' अधिक प्रमाणात विकासाच्या चिन्हांशी निगडित आहेत. प्रातिपदिकांची संख्या वाढली आहे. आत्मनेपदाचे प्रयोग दुर्मिळ झाले आहेत.

त्यानंतर उर्वरित भागात पालि भाषेच्याच विशेषता अधिक आढळतात. प्राकृत वैयाकरणांनी प्राकृत भाषांचा उद्‌भव संस्कृतातून मानला आहे. पण विद्वानांचे मत ह्याच्या उलट आहे— ह्या ठिकाणी एक गोष्ट लक्षणीय आहे, ती अशी की प्राकृत वैयाकरणांनी आपल्या मतामध्ये कुठेही पालि भाषेचा समावेश केलेला नाही. तर मग पालि भाषेचा विकास स्वतंत्र रूपाने झाला आहे ? की पालिचा परवर्ती मध्यदेशीय प्राकृत शौरसेनीशी संबंध आहे ? जर आहे, तर शौरसेनी आणि पालि भाषा ह्यांच्यामध्ये संस्कृत कशी काय मध्येच आली ? वरील प्रश्नावर स्वतंत्रपणे विचार करणे जरूरीचे आहे. इथे केवळ पालि आणि वैदिक संस्कृत किंवा छांदस यांचा परस्पर संबंध काय आहे, आणि पालि भाषा लौकिक संस्कृतच्या अधिक समीप आहे, की छांदस वैदिक संस्कृतच्या समीप आहे, ह्यावर विश्लेषण केले आहे.

वेदांच्या भाषेचे विश्लेषण केले तर ध्यानात येते की वैदिक भाषेत शब्दप्रयोगांना अधिक स्वतंत्रता होती. एकाच शब्दाचा अनेक रूपात प्रयोग आढळतो. एकच अर्थ व्यक्त करणारे अनेक प्रत्ययांचे विधान वेदात आढळते. बहुधा ह्याच कारणामुळे भाषातज्ञाच्या मते वेदनिर्मिती सामान्यजनांच्या भाषेतून झाली. ज्याप्रकारे सामान्यांची बोलीभाषा कोणत्याही व्याकरणाची पर्वा न करता भाषेचा प्रयोग करते, त्याचप्रमाणे वेदातही कोणत्याही निश्चित व्याकरणाचे बंधन आढळून येत नाही. अर्थज्ञान करवून देणे एवढाच ऋषींचा हेतू होता. त्या काळात शिक्षाग्रंथ, व्याकरण प्रातिशाख्य होते काय ? 'ब्राह्मणात' व्रात्यांच्या अशुद्ध उच्चारणांचा उल्लेख आहे. तेव्हा ह्या ठिकाणी केवळ एवढेच पाहायचे आहे की, असे कोणते प्रयोग आहेत, की जे संस्कृतात नाहीत, पण पालि भाषेत उपलब्ध होतात, की ज्यामुळे पालि भाषा संस्कृतची 'पुत्री' नसून छोटी किंवा मोठी बहिण ठरू शकेल.

महाभाष्यकार पतंजलीने छांदसाच्या व्यत्ययांच्या संबंधाने लिहिले आहे. 'व्यत्ययो बहुलम ।१।३।८५। योगविभाग: कर्तव्य: ।छंदसि विषये सर्वे विधयो भवन्तीति । सुपां व्यत्यय: । तिङा व्यत्यय: । वर्ण: व्यत्यय: लिङ् व्यत्यय: । पुरुष व्यत्यय: । कालव्यत्यय: । आत्मनेपद व्यत्यय: । परस्मैपद व्यत्यय: इति ।'

वरील विधानावरून 'छांदस-वैदिक संस्कृतात' काही निश्चित नियम नव्हते, हे प्रतीत होते. असा कोणताही प्रयोग नव्हता, की त्याला पर्याय नव्हता. छांदसात जेवढे स्वातंत्र्य होते, त्याउलट पाणिनीय संस्कृतात कठोर निर्बंध होते. महाभाष्य आणि सिद्धांत कौमुदीत काही व्यत्ययांची उदाहरणे दिली आहेत. त्याच्या आधारे किती प्रयोग संस्कृतात मिळतात, किती पालि भाषेत, किती छांदसात, हे आपण पाहू शकतो. ह्यात सर्वप्रथम 'नाम व्यत्यय' आहे. नामव्यत्यय म्हणजे एकाच शब्दाची अनेक रूपता. विभक्ति, आणि वचनाच्या दृष्टीने एकाहून अधिक- एकार्थक

रूपे. या रूपांमधील संस्कृत भाषेने कोणते अंगीकारले, आणि पालिभाषेने कोणते, हे पाहाण्यासारखे आहे. अकारान्त पुल्लिंग शब्दाचे 'देवाः' आणि 'देवासः' अशी दोन रूपे वेदात प्रयुक्त आहेत.

देवास : 'ये महो रजसो विदुर्विश्वे देवासो अद्रुहः । मरुदभिरग्न आगहि । देवाः अद्या देवा उदिता सूर्यस्य निरहंस पिपृता निरवद्यात् । (ऋ. सु. ३,३२)

लौकिक संस्कृतमध्ये या जागी केवळ 'देवाः' शब्दाचा प्रयोग होतो. परंतु पालि भाषेत दोन्ही रूपांचे विधान केले आहे, 'प्रथमेच्या बहुवचनात कधी कधी' 'आसे' प्रत्ययही आढळतो. साहजिकच हे रूप वैदिक छांदस संस्कृताची छाया आहे 'देवासे, धम्मासे, बुद्धासे' (पालि महाव्याकरण पृष्ठ २५)

याच प्रकारे छांदसात अकारांत पुंलिंगी तृ. ब. ची दोन रूपे आढळतात **१)** देवै : **२)** देवेभिः यातील लौकिक संस्कृतात 'देवैः' हे एकच रूप स्वीकारले. पण पालि भाषेत 'देवेभि आणि देवेहि' अशी दोन रूपे मिळतात. तसेच 'कर्मेहि' असेही रूप आढळते. 'सेहि कम्मेहि दुम्मेधो अग्गिदड्ढो च तप्पति । (धम्मपद)

याचप्रमाणे संस्कृत 'गो' षष्ठी बहुवचन 'गवाम' होते. वैदिक रूप 'गोनाम' होते. (ऋ १।१२६।२) पालिभाषेत ह्याची छांदसाच्या आधारावर 'गवं, गुन्नं, गोनं' अशी तीन रूपे आहेत.

'पति' शब्दाची वेदात 'पतिना', 'पत्या' दोन रूपे आहेत. पालिनेही तृतीया एकवचनात संस्कृतचे अनुकरण करून 'पत्या' न स्वीकारता 'पतिना' विभक्ती स्वीकारली आहे.

अशी कितीतरी उदाहरणे देता येतील. शेवटी एवढेच सांगता येईल की वैदिक संस्कृताचे अनेक प्रयोग लौकिक संस्कृताने त्यागले होते, वा लुप्त झाले होते, ते पालित पूर्ण सुरक्षित आहेत. हे सुरक्षित प्रयोग, सहजपणे पालि आणि वैदिक संस्कृताशी संबंध प्रस्थापित करतात. महाभाष्यकारांनी 'व्यत्यय' म्हणून जे मंत्र उद्‌धृत केले, ते सारे पालि भाषेत सुरक्षित आहेत, प्रचलित आहेत. ऋजवः सन्तु पन्थाः (पन्थानः), परमे व्योमन् (व्योम्नि), लोहिते चर्मन (चर्मणि), आर्द्रे चर्मन, (चर्मणि), धीती (धीत्या), मती (मत्या), या सुरथा रथी- तमा दिवि-स्पृशा अश्विना (यौ सुरथौ रथीतमौ दिविस्पृशौ अश्विनौ), नताद् ब्राह्मणं (नतं ब्राह्मणम्) यादेव (यमेव), विद्मतात्वा (तंत्वा), युष्मे (युष्मासु), अस्मै (अस्मासु), उरुया (उरुणा), धृष्णुया (धृष्णुना), नाभा (नाभौ) इत्यादी.

साहित्यिक प्राकृत भाषा

पालि आणि अशोकाच्या शिलालेखांची भाषा जेव्हा साहित्य आणि राजकीय

कार्यासाठी प्रयुक्त केली जात होती, त्याच वेळी भिन्न भिन्न प्रदेशातील बोलीभाषा धर्मगुरू आणि साहित्यकारांच्या सहयोगाने विकसित होत होत्या. याच बोली पुढे साहित्यिक प्राकृत भाषा म्हणून प्रसिद्ध झाल्या.

प्राकृत भाषांचा सर्वप्रथम वैयाकरण 'वररूची' याने आपल्या 'प्राकृत-प्रकाश' या ग्रंथात चार प्राकृत भाषांची शास्त्रीय चिकित्सा केली आहे.

१) महाराष्ट्री **२)** पैशाची **३)** मागधी **४)** शौर सेनी

हेमचन्द्र या दुसऱ्या प्रसिद्ध प्राकृत वैयाकरणाने वरील चार प्राकृत भाषामध्ये आणखी तीन प्राकृतांची भर घातली.

१) महाराष्ट्री अथवा प्राकृत **२)** शौरसेनी **३)** पैशाची **४)** चूलिका पैशाची **५)** मागधी **६)** आर्ष किंवा अर्धमागधी **७)** अपभ्रंश. हेमचंद्र जैन असल्यामुळे त्याने त्याच्या धर्मभाषेला 'आर्ष' संज्ञा दिली आहे.

या व्यतिरिक्त नामोल्लेखाच्या रूपात अन्य अनेक प्राकृत भाषांची नावे उपलब्ध आहेत. अन्य प्राकृत व्याकरण स्त्रोतातून मिळणारी भाषानामे उदा. बाल्हीकी, शाकारी, टक्की, शाबरी, चांडाली, आभीरिका, अवन्ती, दक्षिणात्या भूतभाषा आणि गौडी इत्यादी. यातील पहिल्या पाच भाषा तर मागधीच्याच भौगोलिक वा जातीय उपभाषा आहेत. आभीरिका, शौरसेनीचे जातीय रूप आहे. अवन्ती उज्जैनजवळची कदाचित महाराष्ट्री प्राकृताने प्रभावित शौरसेनी टोली, 'दाक्षिणात्या' भाषाही शौरसेनीचेच एक रूप आहे. हेमचंद्राच्या 'चूलिका पैशाची' लाच दंडीने 'भूतभाषा' म्हटले आहे. (पैशाचीचा अर्थ चुकून पिशाच वा भूत समजून) पैशाची आणि चूलिका पैशाची ह्या भाषांची नावे हेमचंद्राने अलग अलग दिली आहेत. दुसरी चूलिका, पैशाचीची उपबोली होती. गौडी म्हणजे गौड देशाची भाषा. एकंदरीत ही भाषाही एक प्रकारे मागधीच होती.

शिवाय पश्चिमी प्राकृत, कैकेय, प्राकृत टक्क किंवा माद्री प्राकृत, नागर प्राकृत किंवा 'खस प्राकृत' अशाही काही भाषा काही परकीय भाषाविज्ञांनी सांगितल्या असल्या तरी ह्या प्रकारच्या अलग भाषांची कल्पना सिद्ध होऊ शकत नाही. कारण वैदिक संस्कृतने लौकिक संस्कृताचे परिनिष्ठित स्वरूप धारण करीपर्यंत समस्त उत्तर भारतात सप्तसिंधु प्रदेशापासून बिहारपर्यंत अनेक बोलीभाषा कमी अधिक फरकाने विकसित झाल्या होत्या आणि वैयाकरणांना त्याविषयी ज्ञानही होते. पण ह्या बोलीचा- केवळ त्यांचे साहित्यिक रूप सोडून- केवळ नामोल्लेख मात्र उपलब्ध होतो. म्हणून ह्या सर्वच भाषांना स्वतंत्र अस्तित्व देणे अयोग्य आहे. केवळ त्यांच्या नावांची नोंद तेवढी करणे हाच येथे हेतू आहे. म्हणून ज्या प्राकृत भाषेत साहित्य उपलब्ध होते, किंवा ज्यांच्या साहित्याचे किंवा व्याकराणिक वैशिष्ट्यांचे वर्णन प्राचीन ग्रंथात मिळते अशा खालील प्राकृत भाषा या कसोटीला उतरत असल्यामुळे

१) शौरसेनी २) मागधी ३) अर्धमागधी ४) महाराष्ट्री ५) पैशाची ह्याच भाषांचा विचार करणे योग्य आहे. त्यांची भाषा विषयक वैशिष्ट्ये, मौलिक प्रवृत्ती ध्वनि-रूपतत्वे पाहावयाची आहेत. सर्वप्रथम आता प्राकृताच्या सामान्य वैशिष्ट्यांचे अवलोकन करायचे आहे जी, त्या काळातील प्रचलित समस्त भाषेत उपलब्ध होती. त्यानंतर उपरोक्त प्रमुख भाषांचा वेगवेगळा विचार करू.

ध्वनितत्व :

मध्यकाळापर्यंत येईतो व्यंजनध्वनीत दोन स्वरांच्यामध्ये येणाऱ्या सघोष स्पर्शव्यंजन ध्वनींचे उच्चारण शिथिल झाले आणि त्यांचे उच्चारण उष्म ध्वनिवत् होऊ लागले. हळूहळू शिथिल झालेले हे ध्वनी लुप्त होऊ लागले. एखादा पदार्थ घासघासून बारीक करीत शेवटी संपवावा असा काहीसा प्रकार या ध्वनींबाबत झाला. याप्रकारे निष्कर्ष निघतो की

१) मध्यकालीन आर्यन भाषांमध्ये स्वर-मध्यग-अल्पप्राण अघोष आणि सघोष ध्वनींचा लोप होतो. उदा.

शची > सई, रजक : > रअओ, नयनम् >णअणं, शुक > सुग > सुअ, हृत > हिद> हिअ (हिं. हिया). अपर> अवर> अडर> (और), सागर> साअर (सायर), रिपू> रिअु.

२) स्वरांच्या मध्ये जेव्हा अघोष, आणि सघोष महाप्राण ध्वनी येतात, तेव्हा प्राय: त्यांच्या स्थानी 'ह'चा आदेश होतो. अपभ्रंश भाषेत ही प्रवृत्ती विशेषरूपाने आढळून येते. अपभ्रंश आणि शौरसेनी प्राकृतात सघोष अल्पप्राणाच्या लोपानंतर 'य' श्रुतीचा आगमसुद्धा विशेष रूपाने लक्षित केला जातो. याचे अवशेष आजही व्रजभाषा आणि राजस्थानी भाषेत सापडतात. उदा.

मुखम् > मुहं, मेखला > मेहला, मेघ: > मेहो, माघ: > माहो, नाथ: > नाहो, मिथुनं >मिहुणं, साधु: > साहु, राधा > राहा, सभा > सहा, नभं > णह.

'य' श्रुतीची उदाहरणे :

नगरम् > नयरं, मृगांक: > मयंक, रसातल > रसायल, मदन: > मयणो प्रजापति: > पयावइ

३) 'ऋ' ध्वनी तर लिखित रूपात मिळत नाही. पण त्याचे उच्चारण 'रि' प्रमाणे होऊ लागले होते. अधिकतर 'ऋ' चा विकास 'अ,इ,ड आणि ए' च्या रूपात उपलब्ध होता. उदा.

ऋण > रिणं, ऋजु: > रिज्जु, ऋषभ: > रिसहो, ऋषि > रिसि, एतादृशम् > एआरिसं, तादृश: > तारिसो, सदृश: > सरिसो, यादृश: > एरिसो, कीदृश:

> केरिसो, घृतम > घअं, तृणं > तणं, कृतं > कअं, मृतः > मओ, कृवा > किवा, दृष्टम् > दिट्ठं, कृशः > किसो, वृषिः > विसि, ऋतु > उदु, प्रावृष > पाउसो, पृष्ठम् > पुट्ठं, मातृ > माऊ, गृहम् > गेहं

४) 'न' ध्वनीचा विकास 'ण'मध्ये होऊ लागला.

नाराचः> णाराओ, नगरं = णअरं, निशाचरः> णिसाअरो

रूपतत्व

१) व्यंजनांत शब्दांचा प्रायः लोपच झाला. व्यंजनान्त शब्दांचे अन्त्य 'हल्' व्यंजनांचा लोप करून त्याला स्वरांत बनवले गेले किंवा त्याच्याबरोबर 'अ' चा आगम करून त्याला 'अजन्त' बनवले गेले.

राजन् > राआ, आत्यन् > अप्पा

२) शब्दरूपातील क्षयाची प्रवृत्ती वैदिक संस्कृता-छांदसापासून अप्रत्यक्षरीत्या प्रारंभ पावली होती, ती ह्या काळापर्यंत येता येता तिची चिन्हे स्पष्ट दृष्टिगोचर होऊ लागली. पुल्लिंग, कर्ता, बहुवचन आणि कर्म, बहुवचनाच्या रूपासमान होऊ लागले.

(कर्ता) सव्वे-

(कर्म) सव्वे-

(कर्ता) गिरिणो-

(कर्म) गिरिणो-

(कर्ता) देवा-

(कर्म) देवा

चतुर्थीची रूपे तर जवळजवळ समाप्त झाली आणि त्या विभक्तीचे काम षष्ठी विभक्तीपासून घेतले जाऊ लागले.

३) लिंग :-

लिंगाच्या स्थानी कोणत्याही प्रकारची क्षयाची चिन्हे दिसत नाहीत. मध्यकाळात संस्कृतप्रमाणेच तिन्ही लिंगांचा प्रयोग आढळून येतो. लिंगव्यत्ययाची उदाहरणे अवश्य मिळतात. त्यासाठी अपभ्रंशाच्या अध्ययनात हेमचन्द्राला 'लिंगमतन्त्रम्' सूत्रांची रचना करावी लागली.

४) संज्ञा शब्दाच्या बरोबर सार्वनामिक विभक्ति प्रत्ययांचा प्रयोग होऊ लागला. उदा. 'लोके'च्या स्थानी 'लोकम्हि' देवे > देवेम्मि, गुरोः > गुरुत्तो, गुरुभ्यः > गुरुसुंतो.

५) कारक आणि क्रियांचा संबंध व्यक्त करण्यासाठी संज्ञा शब्दाबरोबर

कारकाव्यय आणि कृदन्त क्रियांचा प्रयोगसुद्धा याच काळात प्रारंभ पावला. ह्या प्रवृत्तीनेच पुढे आधुनिक आर्यन भाषांच्या अनुसर्गांना आणि परसर्गांना जन्म दिला. या प्रवृत्तीचे संकेत उत्तरकालीन संस्कृतात मिळू लागले होते, पण प्राकृतामध्ये या प्रवृत्तीचा विकास विशेष रूपाने झाला आणि अपभ्रंशात तर असे प्रयोग 'घडल्ले' बरोबर होऊ लागले 'रामस्स कए दत्तं, रामस्स केरक घरं।'

६) आत्मनेपदी प्रयोगांचा वापर घटत चालला. धातुंचा प्रयोग परस्मैपदात होऊ लागला.

७) लङ्, लिट् आणि लुङचे प्रयोग बंद झाले. 'लेट लकारा'चा प्रयोग तर फारच पूर्वी संस्कृतमध्येच लुप्त झाला होता. शेवटी कर्तरि वर्तमान एक कर्मणि वर्तमान, एक भविष्यत (निर्देशनासाठी) एक अनुज्ञार्थ आणि एक विधिलिङ् वर्तमान रूप- एवढेच प्रचलित राहिले. त्याच बरोबर काही विभक्तिसाधित भूत-रूपेही शेष राहिली. उदा. भूतकालाचा निर्देश साधारणतया 'त-इत' (या-न) सधित कर्मणि कृदन्ताद्वारे किंवा 'निष्ठा'द्वारे होऊ लागला. लङ्, लुङ, लिट्च्या स्थानी भूतकाल, भावे किंवा कर्मणि कृदन्त 'गत' लावून केला जाऊ लागला.

८) मिथ्या सादृश्याच्या आधारावर सुबन्त आणि तिङन्त रूपे कमी होऊन भाषेला सहज सोपी बनवण्यासाठी सहायक बनू लागली.

संमिलित रूपात साहित्यिक प्राकृताच्या भाषागत सामान्य भाषांच्या वैशिष्ट्यांचे अवलोकन करणे शक्य होईल.

शौरसेनी

मध्यदेशात बोलली जाणारी भाषा शौरसेनी होती. या भाषेचे नाव 'शूरसेन' या प्रदेशावरून पडले होते. आधुनिक मथुरा प्रदेश त्याकाळी शूरसेन देश होता.

येथील भाषेवर उदीच्या भाषेचा प्रभाव मोठा होता. पण त्याचबरोबर मागधी भाषेची कितीतरी वैशिष्ट्ये ह्या भाषेत होती. शौरसेनी प्राकृताचा प्रयोग संस्कृत नाटककारांनी हीन दर्जाची पात्रे आणि स्त्रिया यांच्या मुखातून करवला आहे. कर्पूरमंजरी नाटक आणि अश्वघोषाच्या गद्य नाटकांचे गद्य अधिकतर शौरसेनीच होते. शौरसेनी आणि महाराष्ट्री या भाषात बरेचसे साम्य असले तरी त्या दोन्हीतील अनेक वैशिष्ट्यामुळे ह्यांना दोन स्वतंत्र भाषा मानल्या आहेत. शौरसेनीचा उद्भव पालि भाषेपासून झाला असे कित्येक विद्वानांचे मत आहे. तसेच 'शौरसेनीचेच विकसित रूप महाराष्ट्री आहे' या मताचे समर्थन केले जाते.

ध्वन्यात्मक विशेषता :

१) पालिभाषेत जे ध्वनी आहेत, ते सारे शौरसेनीतही आहेत. स्वरात 'ऐ औ ऋ' ध्वनी नाहीत. व्यंजनात 'स श ष' या तिन्हींच्या स्थानी केवळ 'स' आढळतो. 'न' आणि 'य' च्या स्थानी बहुधा 'ण' आणि 'ज' आढळतो. उदा.

ईदृशं > इदिसं, एष: > एसो, यज्ञसेन: > जण्णसेनो, पृतना > पिदना, भानव > भाणओ, अभिमन्यु: > अणिमण्णू, अब्रह्मण्यम् > अब्बह्मज्जं, यथा > जथा, यादृशं > जादिसं.

२) शौरसेनी भाषेत आद्य स्थानी नसलेल्या वर्तमान असंयुक्त 'त' आणि 'थ' चे क्रमश: 'द' आणि 'घ' होतात.

गच्छति > गच्छदि, आगत: > आगदो, यथा > जथा, कथय > कथेहि, एतस्मात् > एदाहि, कौतूहलं > कोदूहलं.

३) जिथे 'त' किंवा 'थ' इत्यादीत वर्तमान असेल, तर तेथे परिवर्तन आढळत नाही.

तथा > तथा, तस्य > तस्स, तस्मिन् > तत्थ, तादृशं > तादिसं

४) 'त' जेव्हा अन्य व्यंजनाशी मिळालेला असतो, तेव्हाही ह्याला 'द'चा आदेश होत नाही. 'थ' सुद्धा संयुक्त असताना 'ध' चा आदेश होत नाही. शकुन्तले > सदुन्तले, आर्यपुत्र > अज्जउत्त, त्वया > तए, उत्थित: > उत्थिदो, स्थूलम् > थूलम्, उद् स्था > उत्थ

५) 'थ' ला सर्वथा 'ध' चा आदेश होत नाही. कधी कधी 'थ' चा 'थ' च राहातो. आणि कधी कधी 'थ' ला 'ह' चा आदेशही पाहायला मिळतो नाथ: > नाधो/णाहि, कथम् > कहं/कधं, राजपथ > राजपट्टी, दशरथ: > दसरहो

६) काही विद्वानांच्या मते संस्कृत 'द, ध' ध्वनी शौरसेनीत सुरक्षित आहेत. पण हे सर्वत्र आढळत नाही. अनेक ठिकाणी ह्यांच्यात विकार आढळतात. उदा.

वधु: > बहु, युधिष्ठिर > जुहुट्ठिरो, नदी > नइ, दुहिता > धूदा, रूध > रोव, वदरम् > वअरम्.

७) क्ष'च्या स्थानी शौरसेनीत 'क्ख' मिळतो. उदा.

इक्षु > इक्खु, कुक्षि > कुक्खि, वृक्ष: > रूक्खो

८) शौरसेनीत काही काही जागी ज्ञ च्या जागी 'ण' आढळतो 'ञ्ञ' ही होतो. उदा. ब्रह्मज्ञो = ब्रह्मञ्ञो, विज्ञ > विञ्ञो.

९) संयुक्त व्यंजनातील एकाचा तिरोभाव करून पूर्ववर्ती स्वराला दीर्घकरण्याची प्रवृत्ती शौरसेनीत अधिक आढळत नाही.

रूपात्मक वैशिष्टये

१) शौरसेनीत अदन्त शब्दावर 'ङ सि' च्या स्थानी (पंचमी एकवचनात) आदो, किंवा 'आदु' चा आदेश न होता केवळ 'दो'चा आदेश होतो. उदा. 'देवादो.'

२) शौरसेनीमध्ये स्त्रीलिंगात 'जस' (प्रथमा बहु.) ला 'उत' आदेश होत नाही. उदा. प्राकृत=मालाओ- शौरसेनी > माला.

३) शौरसेनीत नंपुसकलिंगात 'जस्' आणि 'शस्' (प्रथमा आणि द्वितीया बहुवचन) च्या स्थानी केवळ 'णि' आदेश होतो. आणि पूर्वस्वराचा दीर्घ होतो. उदा वणाणि, घणाणि इ.

४) शौरसेनीत केवळ परस्मैपदाचे प्रयोग अधिक प्रमाणात मिळतात. आत्मनेपद जवळ जवळ नाहीच.

५) शौरसनीत तिङ् प्रयत्य झाल्यावर 'भू' धातु 'भो' मध्ये परिवर्तित होतो. उदा. भोदि भोमि.

६) शौरसेनीत विधीच्या रूपात मागधी आणि अर्धमागधी प्रमाणे 'एज्ज' न लावता संस्कृतचाच आधार ग्रहण केला आहे. उदा, वर्तेत > वट्टे

७) संस्कृताचे कर्मवाच्याचे सूचक 'य' प्रत्ययाच्या स्थानी शौरसेनीमध्ये 'इअ' आदेश होतो. उदा. पृच्छ्यते > पृच्छीअदि, गमयते > गमीअदि

८) शौरसेनीत धातु आणि तिङ यांच्यामध्ये कधी कधी 'ए' आणि 'आ' होतो. उदा. कथयति > कधेदि, शेते > सुआदि

९) शौरसेनीमध्ये 'कृ' 'गम्' धातुंच्याबरोबर 'क्त' प्रत्ययाला 'अडुअ' आदेश होतो. उदा. कडुअ, गडुअ. याशिवाय करिय, करिदूण, गच्छिय, गच्छिदूण अशीही रूपे मिळतात.

()

३ मागधी भाषा

मागधी

ही भाषा वैदिक संस्कृतातून विकसित प्राच्य बोलीभाषेचे साहित्यिक आणि परिष्कृत रूप आहे. भगवान बुद्धाने आपल्या प्रवचनासाठी हीच भाषा अंगिकारलेली होती. सध्याच्या अयोध्येपासून बंगालपर्यंतचा प्रदेश या भाषेने व्याप्त होता. कदाचित ही पूर्व उत्तरप्रदेश, बिहारचीही लोकभाषा होती.

मागधी प्राकृताने साहित्याचे रूप धारण करीपर्यंत आर्यांचा हा जातिसमूह निश्चितपणे आधुनिक बंगालपर्यंत पोहोचला होता. मागधी भाषेत संपूर्णपणे लिहिले गेलेले साहित्य अजूनतरी उपलब्ध झालेले नाही. संस्कृत नाटकात हीन पात्राद्वारे ह्या भाषेचा प्रयोग करवला गेला आहे. विद्वानांचे मत आहे की ध्वनिविकाराच्या दृष्टीने मागधी तत्कालीन भाषांची अग्रणी राहिली होती.

ध्वन्यात्मक वैशिष्टये :

१) पालिभाषेत आढळणारे सर्व स्वर मागधीत आहेत. पण व्यंजनांच्या क्षेत्रात मात्र पालिचे अनुकरण न करता मागधीने स्वत:चे थोडे वैशिष्ट्य राखले आहे. उष्म ध्वनीत पालिमध्ये श, ष, स या तिन्हीच्या स्थानी 'स' चा प्रयोग मिळतो. तिथे मागधीमध्ये तिन्ही ध्वनींच्या स्थानी केवळ 'श' मिळतो. उदा.

उदा. हंस: > हंशे, सारस: > शालशै, पुरुष: > पुलिशे

२) हेमचंद्राच्या अनुसार स, ष ला असंयुक्त अवस्थेतसुद्धा 'श' आदेश होतो. संयुक्त राहिल्यावर 'स' ला 'स' आणि 'ष' ला 'स' आदेश होतो. उदा. हस्ती > हस्ती, बृहस्पती > बृहस्पदी, कष्टम > कस्टं, विष्णुं > विस्नुं, निष्फलं > निस्फलम्, उष्मा > उस्मा

३) मागधीत 'र' च्या स्थानी 'ल' मिळतो.

उदा. नर: > नले, कर: > कले, मस्करी > मस्कली, वासर > वासले, राजा > लाजा, समर > शमल इत्यादी

४) मागधीत 'स्थ' आणि 'र्थ' च्या स्थानी 'स्त' आदेश होतो. उदा. अर्थवती > अस्तवदी, सार्थवाह > शस्तवाहे, उपस्थित > उवस्तिदे, सुस्थित: > शुस्तिदे

५) ज, द्य आणि य च्या स्थानी मागधीत 'य' चा आदेश होतो. उदा. जानाति > याणादि, जनपद: > यणपदे, गर्ज्जति > गय्यदि, मद्यम् > मय्यं, अद्य > अय्य, याति > यादि

६) 'क्ष'च्या स्थानी मागधीमध्ये 'स्क' चा आदेश होतो. (शौरसेनीत 'क्ख' चा)

पक्ष: > पस्के, प्रेक्षते > पेस्कदि, आचक्षते > आचस्कदि

७) मागधीत 'त' च्या स्थानी 'द'चा आदेश होतो. उदा गच्छति > गच्छदि, अर्थवती > अर्थवदि, आगत: > आगदे

८) द्वित्व 'ट' आणि 'ष' ने युक्त 'ठ' (ष्ट) च्या स्थानी मागधीमध्ये 'स्ट'चा आदेश होतो.

पट्ट: > पस्टे, भट्टारिका > भस्टालिका, भट्टिनी > भस्टिनी, सुष्ठु > शुस्टु, कोष्ठागारम् > कोस्टागालं

९) 'न्य, ण्य, श, ञ्ज' या संयुक्ताक्षरांच्या स्थानी मागधीत 'ञ्ञ'ध्वनी उपलब्ध होतो. उदा. अभिमन्यू > अहिमज्जा, कन्या > कञ्ञा, अब्रह्मण्यम् > अब्रह्मञ्ञ, पुण्याहं पुञ्ञाहं......... > पञ्ञले

१०) द्य, र्ज, र्य, च्या स्थानी बहुधा 'य्य' ध्वनी आढळतो. उदा. अद्य > अय्य, आर्य > अय्य, कार्य > कय्य, अर्जुन > अय्युण

रूपतत्व :

१) शौरसेनीत जिथे कर्ताकारकाचे प्रत्यय 'अ:' च्या स्थानी 'ओ' होतो, तेथे मागधीमध्ये 'ए' होतो. उदा.

स: > से, क: > के, देव: > देवे, वृत्त: > वृत्ते, मेष: > मेशे, भदन्त: > भन्ते

२) अकारान्त पुलिंग शब्दात वररूचीच्या मते विकल्पाने 'सु' प्रत्यय आल्यावर 'अ' ला 'ई' आणि प्रत्ययाचा लुक् होतो. उदा. 'एशि लाआ = एष: राजा, एशि पुलिशे = एष: पुरुष:

३) 'क्त' प्रत्ययान्त शब्दात प्रथमा विभक्तीच्या एकवचनात 'अ:' ला 'उ' सुद्धा होतो. उदा हशिदु > हसित:, चलिदु > चलित:, खादिदु > खादित:

४) षष्ठीच्या 'स्य' च्या स्थानावर 'अह' चा प्रयोग होतो. उदा. चारूदत्तस्य > चालुदत्ताह, रामस्य > लामाह, फलस्स > फलाह

५) मागधीत षष्ठी बहुवचन 'आम्' लाही विकल्पाने 'आह' आदेश होतो. शअणाह > स्वजनानाम्, तुम्हाहं > युष्माकं, अम्हाहं > अस्माकं

६) मागधीत 'अहम्' आणि 'वयम्' च्या जागी 'हगे' आदेश होतो. उदा. 'हगे शक्कावदालन्तिस्तणिवाशी धीवले।'

७) मागधीत 'स्था' धातुला 'तिष्ठ'च्या स्थानी 'चिष्ठ' आदेश होतो. उदा. चिष्ठदि, चिष्ठदे

८) मागधीत 'क्त्वा' प्रत्ययाला 'दाणि' आदेश होतो. उदा. शहिदाणि गडे > सोढ्वा गतः > करिदाणि आअडे > कृत्वा आगतः

९) गम्लृ, मृङ्, डुकुञ धातूत 'क्त' प्रत्ययास 'ढे' आदेश होतो. उदा. गडे > गतः, मडे > मृतः, कडे > कृतः

१०) सप्तमीत इ च्या स्थानी 'अहि' होतो. उदा. प्रवहणे > पवहणाइ

नवम अध्याय
(मागधी)

१) प्रकृतिः शौरसेनी (वर. ११.२) इस वररुचि सूत्र के अनुसार मागधी की प्रकृति शौरसेनी मानी गई है। साथ ही साधारण प्राकृत के शब्द भी मागधी के मूल माने जाते हैं।

२) मागधी में अदन्द पुल्लिंग शब्दों का प्रथमा के एकवचन में ओकारान्त रूप न होकर एकारान्त रूप होता है। जैसे : एशे मेशे; एशे पुलिशे (एष मेषः, एष पुरुषः); करोमि भन्ते (करोमि भदन्त)।

३) भागधी में रेफ के स्थान में लकार और दन्त्य सकार के स्थान में तालव्य शकार होते हैं। रेफ का जैसे :-

नले, कले (नरः करः), स का श जैसे :- हंशे (हंसः); दोनो का जैसे:- शालशे, पुलिशे (सारसः, पुरुषः)।

४) मागधी में यदि सकार और षकार (अलग अलग) संयुक्त हों तो उनके स्थान मे स होता है। ग्रीष्म शब्द मे उत्क आदेश नही होता। संयुक्त सकार में जैसे:- शुष्क-दालुं (शुष्कदारू), कस्टं (कष्टम्) विस्नुं (विष्णुंम्), उस्मा (ऊष्मा), निस्फलं (निष्फलम्), धनस्खणडं (धनुष्खण्डम्)

विशेष - (क) उक्त नियम जहाँ लगता है, वहाँ संयोग के आगे-पीछे के वर्णों का लोप नही होता।

ख) ग्रीष्म शब्द में उक्त नियम के लागू नही होने से गिम्हवाशले (ग्रीष्मवासर:) होता है ।

५) द्विरुक्त ट (ट्ट) और पकार से आक्रान्त (युक्त) ठकार के स्थान में मागधी में सृ आदेश होता है । ट्ट में जैसे:- पस्टे (पट्ट:), भस्टालिका (भट्टारिका), भसृणी (भट्टिनी) ष्ठ में जैसे:- शुस्टु कदं (सुष्ठु कृतम्) कोस्टागालं (कोष्ठागारम्) ।

६) स्थ और र्थ इन दोनों के स्थान में मागधी में सकार से संयुक्त तकार होता है । स्थ में जैसे :- उवस्तिदे (उपस्थित:), शुस्तिदे (सुस्थित:); र्थ में जैसे :- अस्तवदी (अर्थवती), शस्तवाहे (सार्थवाह:) ।

७) मागधी में ज, द्य और य के स्थान में य आदेश होता है । ज का जैसे :- यणवदे (जनपद:), अय्युरो (अर्ज्जुन:), दुय्यरो (दुर्ज्जन:), गय्यदि (गर्ज्जति); द्य का जैसे:- मय्यं (मद्यम्), अय्य किल विय्याहले आगदे (अद्य किल विद्याहर आगत: ।); य का जैसे:- यादि (याति) ।

विशेष - इसी पुस्तक के दूसरे अध्याय के चौहदवें नियम के बाधनार्थ य के स्थान में पुन: य का विधान किया जाता है ।

८) मागधी में न्य, ण्य, ज्ञ और ञ्ज इन संयुक्ताक्षरों के स्थान में द्विरुक्त ञ होता है । न्य का जैसे :- यादि (याति) ।

विशेष - इसी पुस्तक के दूसरे अध्याय के चौदहवें नियम के बाधनार्थ य के स्थान में पुन: य का विधान किया जाता है ।

८) मागधी में न्य, ण्य, ज्ञ और ञ्ज इन संयुक्तत्तरों के स्थान में द्विरुक्त ञ होता है । न्य का जैसे :- अहिमञ्ञु कुमाले, (अभिमन्युकुमार:) कञ्ञञ्ञकावलणं (कन्यकावरणम्) ण्य का जैसे :- अबम्हञ्ञं (अब्रह्मण्यम्), पुञ्ञाहं (पुण्याम्); ञ्ज का जैसे :- अञ्ञली (अञ्जलि:), धणञ्ञए (धनञ्जय:), पञ्ञले (पञ्जर:) ।

९) मागधी में व्रज धातु के जकार का ञ्ञ आदेश होता है । जैसे:- वञ्ञदि (व्रजति) ।

विशेष - उक्त नियम इसी अध्याय के सातवें नियम का अपवाद है । अन्यथा य आदेश होता जाता है ।

१०) मागधी में अनादि में वर्तमान छ के स्थान में शकार से संयुक्त चकार (श्च) होता है । जैसे: गश्च, गश्च (गच्छ, गच्छ), उश्चलदि (उच्छलति), पिश्चिले

१- देखो - अगला नियम (१२)

२- प्राकृत-प्रकाश के अनुसार स्क त्र्यादेश होकर यस्के और लस्कशे रूप होते है। दे. - वर. ११.८.

(पिच्छिलः), तिरिश्चि पेस्कदि[1] (तिरिच्छि पेच्छइ = तिर्यक् प्रेक्षते) ।

११) मागधी में अनादि में वर्तमान क्ष के स्थान में जिह्वामूलीय क[2] आदेश होता है । जैसेः- यके (यक्षः), लकशे (रक्षसे) ।

१२) मागधी में प्रेक्ष और आचक्ष के क्ष के स्थान में स्क आदेश होता है । जैसेः- पेस्कदि (प्रेक्षते), आचस्कदि (आचक्षते) ।

विशेष - पूर्व नियम (ग्यारहवें) का यह नियम अपवाद है ।

१३) मागधी में स्था धातु के तिष्ठ के स्थान में चिष्ठ आदेश होता है । जैसे :- चिष्ठदि (तिष्ठति) ।

विशेष - किसी-किसी पुस्तक के अनुसार चिट्ठ आदेश होकार चिट्ठदि रूप भी होता है ।

१४) मागधी में अवर्ण से पर में आनेवाले ङस् (षष्ठी के एकवचन) के स्थान में आह आदेश विकल्प से होता है । आह के पूर्ववर्ती टि का लोप होता है । जैसेः- हगे न ईदिशाह कम्माह काली (अहं न ईदृशस्य कर्मणः कारी); पक्ष में - भीमशेणस्स पश्चादो हिण्डीअदि ।

१५) मागधी में अवर्ण से पर में विद्यमान आम् के स्थान में आहँ आदेश विकल्प से होता है ओर पूर्व के टि का लोप हो जाता है । जैसेः- जाहँ (येषाम्); पक्ष में - जाणं (येषाम्) ।

१६) मागधी में अहम् और वयम् के स्थान में हगे आदेश होता है । जैसे :- हगे शक्कावदालतिस्तणिवाशी धीवले (अहं शक्रावतारतीर्थनिवासी धीवरः) ।

विशेष - प्राकृतप्रकाश के अनुसार अहं के स्थान पर हके और ऋहके भी होते हैं ।

प्राकृत-प्रकाश के अनुसार मागधी के विशेष शब्द ।

संस्कृत	मागधी	प्रा. प्र. ऋ.	सूत्र
भाषः	माशे	११	३
विलासः	विलाशे	११	३
जायते	यायदे	११	४
परिचयः	पलिचये	११	५
गृहीतच्छलः	गहिदच्छले	११	५
विजलः	वियले	११	५
निर्भ्करः	णिज्भिले	११	५

हृदये	हडक्के	११	६
आदर:	आलले		
कार्यम्	कय्ये	११	७
दुर्जन:	दुय्यणे	११	७
राक्षस:	लस्कशे	११	८
दक्ष:	दस्के	११	८
अहम्	हके, अहके, हगे	११	९
एष राजा	एशि लाआ	११	१०
एष पुरुष:	एशे पुलिशे	११	१०
हसित:	हशिदु, हशिदि, हशिद	११	११
पुरुषस्य	पुलिशाह, पुलिशश्श	११	१२
तिष्ठति	चिष्ठदि	११	१४
कृत:	कडे	११	१५
मृत:	मडे	११	१५
गत:	गडे	११	१५
सोढ्वा	सहिदाणि	११	१६
कृत्वा	कारिदाणि		
शृगाल:	शिआले, शिआलके	११	१६

❑

४ अर्धमागधी भाषा

प्राकृत म्हणजे काय ?

कोणत्याहि भाषेचे कोणत्याही कालखंडातले स्वरूप पाहिले तर ते सामान्यत: दोन प्रकारचे आढळून येईल : एक, सुशिक्षित नागरी वर्गात आढळून येणारे; आणि दुसरे, अशिक्षित ग्रामीण वर्गात आढळून येणारे. एकभाषी समाजातला सुशिक्षित नागरी लोकांचा वर्ग विचारांच्या अभिव्यक्तीप्रमाणेच उच्चारशुद्धीकडेही विशेष लक्ष पुरवून चोखंदळपणाने भाषेचा वापर करतो; तर अशिक्षित ग्रामीण लोकांचा वर्ग उच्चारशुद्धीपेक्षा विचाराभिव्यक्तीला प्राधान्य देऊन तुलनेने पाहता थोड्याशा शैथिल्याने भाषा राबवितो. त्यामुळे भाषा दोन रुपे धारण करतो : एक शिष्टभाषा; आणि दुसरी जानपदभाषा. सोनारकाम आणि घिसाडकाम, प्रासाद आणि पर्णशाला, उपवन आणि जंगल यांत जेवढे अंतर आहे, तेवढे अंतर शिष्टभाषा आणि जानपदभाषा यांत आहे. ज्यांचा मराठी शिष्टभाषेंत 'एक, फाटक, तिथं, होय, इतकं, स्पष्ट, अरे, व्यवहार' असा उच्चार करितात, त्यांचाच जानपदभाषेंत 'येक (योक), फाकट, ततं, व्हय, इक्तं, सपश्ट, अरं, वेव्हार' असा उच्चार केला जातो. नागरी भाषा बोलण्यास सरावलेला मनुष्य जेथे 'यंदा खूप पाऊस पडला' असे म्हणेल, तेथे जानपदभाषा बोलणारा माणूस 'औंदा मोप पाऊस पल्डा' असे म्हणेल. शिष्ट आणि जानपद असा एकाच भाषेत दिसून येणारा हा भेद जसा मराठीत तसा इतरही प्रगत भाषांत आढळून येईल; जसा आजच्या, तसाच कालच्या आणि उद्याच्याहि भाषेत आढळून येईल.

मराठी शिष्टभाषा आणि मराठी जानपदभाषा यातला वर दाखविलेला भेद लक्षात घेऊन संस्कृत आणि प्राकृत भाषांची तुलना केली, तर त्यांचा एकमेकीशी कशा प्रकारचा संबंध आहे हे ध्यानात यावयास वेळ लागणार नाही. ज्यांना संस्कृत भाषेत 'व्याकरण, हृदय, पाठ, वट, शून्य, प्रस्तर, हस्त, स्नान, अश्रु, पक्ष,

देवकुल, महाराष्ट्र' म्हणतात, त्यांनाच अर्धमागधी या प्राकृत भाषेत 'वागरण, हियय, पाढ, वड, सुन्न, पत्थर, हत्थ, ण्हाण, अंसु, पंख, देउल, मरहट्ठ' असे म्हणतात. जे वाक्य संस्कृतांत 'जीवन् नरो भद्राणि पश्यति' असे उच्चारिले जाईल, तेच अर्धमागधीत 'जीवंतो नरो भद्दाणि पासइ' असे उच्चारिले जाईल. 'संस्कृत, प्राकृत' हे संस्कृत शब्द अर्धमागधीत 'सक्कय, पाइय' असे रुप धारण करतील. म्हणजेच, एकच शब्दराशी उच्चारदक्षतेने संस्कृत आणि उच्चारशैथिल्याने प्राकृत या पदवीला पोहोचतो, असे या उदाहरणांवरून स्थूलपणाने दिसून येते. याचा निष्कर्ष कोणता ? —हाच की, संस्कृत आणि प्राकृत ही शिष्टभाषा आणि जानपदभाषा या नात्याने एकमेकांशी संबद्ध आहेत. संस्कृत ही ज्या काळी शिष्ट समाजात बोलभाषा होती, त्या काळी प्राकृत ही जानपदसमाजात बोलभाषा होती.

यावरून आणखीहि एक महत्त्वाचा निष्कर्ष निघतो. तो हा की, संस्कृत आणि प्राकृत यात मूलत: भेद नाही. 'यंदा खूप पाऊस पडला' असे म्हणणारा माणूस जसा मराठीभाषी, तसा 'औंदा मोप पाऊस पल्डा' असे म्हणणाराही माणूस मराठीभाषीच. 'एका'चे 'येक' किंवा 'योक', 'हाय'चे 'व्हय', 'इतकं'चे 'इकतं', 'स्पष्ट'चे 'सपश्ट' आणि 'व्यवहारा'चे 'वेव्हार' होण्याने काही भाषा बदलत नाही. 'एक' हे जितके मराठी आहे, तितकेच 'येक' हेहि आहे. 'नव्हे' हे जितके मराठी आहे, तितकेच 'न्हवं' हेहि आहे. 'एक' आणि 'येक', 'नव्हे' आणि 'न्हवं' या दोन्ही प्रकारच्या प्रवाहातून एकाच मराठी भाषेची सरिता वाहते. त्याचप्रमाणे 'व्याकरण' आणि 'वागरण', 'हृदय' आणि 'हियय', 'पाठ' आणि 'पाढ', 'वट' आणि 'वड' या दोन्ही प्रकारच्या प्रवाहातून एकच भाषानदी वाहते, असे दिसून येईल. तेव्हा 'संस्कृत' आणि 'प्राकृत' ही काही 'मराठी' आणि 'चिनी' याप्रमाणे सर्वस्वी भिन्न अशा भाषांची नावे नव्हेत; तर 'शिष्ट मराठी' आणि 'जानपद मराठी' याप्रमाणे एकाच भाषेचे द्विविध स्वरूप दाखविणारी नावे आहेत. अर्थात् 'संस्कृत' म्हणजे शिष्ट भाषा, आणि 'प्राकृत' म्हणजे जानपद भाषा. 'संस्कृत' आणि 'प्राकृत' या शब्दांचे मूळ अर्थही हेच आहेत.

एकाच भाषेत उच्चारदक्षता आणि उच्चारशैथिल्य यामुळे जसा फरक पडतो, तसा स्थलपरत्वेहि फरक पडतो. 'दोन कोसांवर भाषा बदलते' या मराठी म्हणीचा आशय हाच होय. पुण्यात मराठी बोलतात, -आणखीहि कोठे बोलतात; पण त्यांतल्या एका ठिकाणच्या मराठीला सरावलेल्या मनुष्याला दुसऱ्या ठिकाणीं बोलली जाणारी मराठी भाषा सहजपणे, साकल्याने कळेलच असे नाही. कारण या सर्व ठिकाणी मराठी तीच असली तरी ती बोलण्याची ढब ठिकठिकाणी वेगवेगळी आहे. हा फरक ठिकठिकाणच्या शिष्टभाषेत पडला; आणि त्यांना त्या-त्या ठिकाणच्या

नावावरून आणि क्वचित् बोलणाऱ्यांच्या नावावरून विशिष्ट नावे मिळाली. जसे, मगधात बोलली जाणारी ती मागधी; शूरसेन देशांतली ती शौरसेनी; पिशाचांची ती पैशाची, इत्यादी. अर्धमागधी म्हणजे **(१)** मागधी भाषेची अर्धी (म्हणजे अंशतः) वैशिष्ट्ये धारण करणारी, अथवा **(२)** अर्ध्या मगध देशात रूढ असलेली भाषा. याच भाषेने जैनधर्माचा द्रष्टा भगवान् महावीर याने आपल्या धर्माचा प्रसार केला, अशी माहिती जुन्या ग्रंथांतून आढळते. जैनधर्माच्या मूलतत्त्वांचे विवेचन करणारे प्राचीन आगमग्रंथ याच भाषेत रचलेले आहेत. संस्कृत ही जशी प्रामुख्याने वैदिक धर्माची, पालि ही जशी बौद्धधर्माची, तशी अर्धमागधी ही जैनधर्माची बोधभाषा आहे.

बोलणाऱ्याची राहणी, शिक्षण, संस्कार हे भाषेच्या स्वरूपात फरक पाडणारे पहिले कारण, स्थलभेद हे दुसरे, तसेच कालभेद हे तिसरे कारण होय. आजचे मूल हे पंधरा-वीस वर्षांनी तरुण होते, आजचा तरुण वीस-पंचवीस वर्षांनी वृद्ध होतो. कोणीही चेतन प्राणी कायमचा एकाच अवस्थेत राहत नाही. तो जन्मतो, वाढतो, क्षीण होतो, मृत्यु पावतो, आणि भगवद्गीतेत म्हटल्याप्रमाणे पुन्हा जन्माला येतो. असे हे जन्मस्थितिविनाशांचे चिरंतन चक्र या विश्वांत चालू आहे. त्या चक्रांतून भाषा सुटलेली नाही. माणसाचे आयुष्य वर्षांनी मोजतात; तर भाषेचे आयुष्य शतकांनी मोजावे लागेल. फुलाच्या अवस्थातले अंतर काही तासाभरातच दिसेल, पशुपक्ष्यांचें काही दिवसात दिसेल, माणसांचे काही वर्षांत दिसेल; तर भाषेच्या अवस्थातले अंतर लक्षात येण्यास काही शतकेहि लागतील. असे असले तरी एक गोष्ट खरी आहे की, भाषा ही नित्य बदलत असते. दोन-तीन शतकापूर्वीची मराठी भाषा आज जशीच्या तशी नाही; आजची मराठी भाषा दोन-तीन शतकांनी अशीच राहील याची खात्री नाही. याच अवस्थांतरांच्या शाश्वत चक्रात सापडून प्राचीन काळच्या संस्कृत आणि प्राकृत भाषा आजकालच्या शिष्ट आणि जानपद भाषात परिणत झाल्या आहेत.

भाषेची ही परंपरा समजून घेताना एक गोष्ट ध्यानात ठेवली पाहिजे. शिष्ट भाषा आणि जानपद भाषा असे हे जे भाषेचे दोन प्रवाह वाहतात, ते सर्वकाळ समांतर वाहतात, असे नव्हे. पुष्कळदा ते एकमेकांना भेटतात, एकमेकांच्या पाण्याची देवाण-घेवाण करतात आणि पुन्हा वेगळे वाहू लागतात. पुष्कळदा या प्रवाहांना जोडणारे पाट दृश्य अथवा अदृश्य स्थितीत भूपृष्ठावरून अथवा भूपृष्ठाखालून वाहत असतात. त्यामुळे शिष्ट भाषा ही निखालस शिष्ट भाषा आणि जानपद भाषा ही निखालस जानपद भाषा अशी केव्हाच राहत नाही. खुद्द संस्कृतातही प्राकृतातून येऊन रूढ झालेले शब्द आढळतात, हे याच वस्तुस्थितीचे गमक होय. आजकालही शिष्ट भाषेतून जानपद भाषेत आणि जानपद भाषेतून शिष्ट भाषेत कमी-अधिक प्रमाणात शब्दांची, वाक्प्रचारांची, कल्पनांची, आवक-जावक चालूच आहे असे

दिसून येईल. या विवेचनाचा आशय एवढाच की, आजची शिष्ट भाषा ही शुद्ध संस्कृताची वारस किंवा आजची जानपद भाषा ही शुद्ध प्राकृताची वारस असे मानून चालणार नाही. तर प्राचीन काळापासून आजपर्यंत होत आलेल्या भारतीय भाषेच्या स्थित्यंतरात शिष्ट आणि जानपद भाषांचा एकमेकावर होणारा परिणाम, तसेच वाङ्मयरूपाने स्थिर स्वरूपात जिवंत राहिलेल्या संस्कृत भाषेचा परिणाम, हे आत्मसात् करीत-करीत आजच्या शिष्ट आणि जानपद भाषा विकसित झाल्या आहेत.

यात्रमाणे संस्कृत-प्राकृताचा एकमेकांशी आणि आधुनिक भाषांशी असलेला संबंध सुरवातीला ध्यानात घेतला, म्हणजे प्राकृत भाषांच्या अभ्यासाची अचूक दिशा कळून तो डोळसपणाने होण्यास मदत होईल. म्हणून येथे हे विवेचन थोड्या-फार विस्ताराने केले आहे. हे विवेचन ध्यानात घेतले म्हणजे प्राकृत भाषेचा अभ्यास संस्कृताच्या आधाराने का करावयाचा, हे समजेल. प्राकृत भाषा या संस्कृताहून मूलतः भिन्न नाहीत; त्यामुळे त्यांचे व्याकरण, त्यामधली वाक्यरचना, त्यांचा शब्दराशि ही संस्कृत व्याकरण, वाक्यरचना आणि शब्दराशि याहून पुष्कळशीं अभिन्न अथवा यावर आधारलेली आहेत. शिवाय, आजच्या मराठीत संस्कृतोद्भव शब्दांहून संस्कृत तत्सम शब्दांचा भरणा अधिक आहे. त्यामुळे प्राकृत तद्भव शब्दांचे प्रायः परिचित असे संस्कृत मूळ शोधून काढण्याचा प्रथमच सराव झाला, म्हणजे प्राकृताच्या अभ्यासातली निम्मी साधना झाली, असे म्हणावयास हरकत नाही. संस्कृत आणि प्राकृत भाषांच्या अभ्यासाशिवाय अर्वाचीन भारतीय भाषांच्या अभ्यासाला पूर्णता येत नाही; कारण संस्कृत हे त्यांचे मूळ आहे, आणि प्राकृत हा संस्कृत आणि अर्वाचीन भारतीय भाषा यांमधला दुवा आहे.

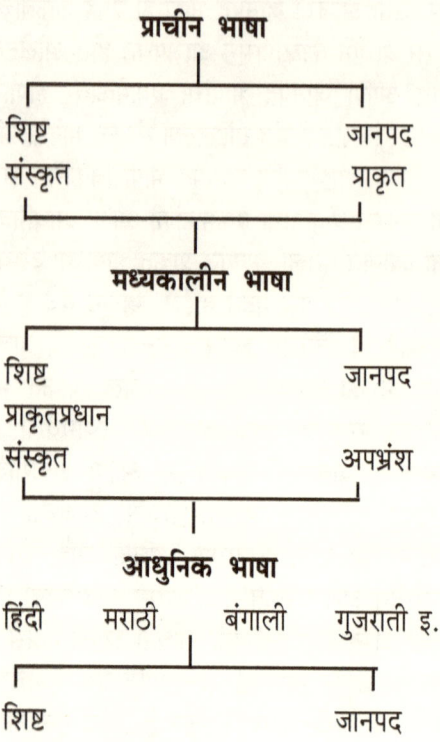

प्रस्तुत पाठांतील विवेचनाचा आलेख

प्राचीन भाषा
शिष्ट संस्कृत
जानपद प्राकृत
मध्यकालीन भाषा
शिष्ट प्राकृतप्रधान संस्कृत
जानपद अपभ्रंश
आधुनिक भाषा
हिंदी मराठी बंगाली गुजराती इ.
शिष्ट
जानपद

अर्धमागधी व्याकरणाची रूपरेषा

आपल्याला अर्धमागधी भाषेचे व्याकरण शिकावयाचे आहे. पण मुळात व्याकरण म्हणजे काय ? आणि ते कशासाठी शिकावयाचे ? असे प्रश्न कोणाच्या मनात उभे राहतील. त्यांचे उत्तर प्रथम मिळावयास हवे.

व्याकरण म्हणजे भाषेच्या घटकांचे — म्हणजे वर्णांचे आणि शब्दांचे — वर्गीकरण आणि विश्लेषण करून वाक्यरचनेचे नियम सांगणारे शास्त्र. माणसाच्या जीवनात जे स्थान शरीरशास्त्राला आहे, तेच स्थान भाषेच्या जीवनात व्याकरणाला आहे. व्याकरण म्हणजे खरोखर भाषेचे शरीरशास्त्र होय. शरीरशास्त्र हे आपल्या शरीराची रचना स्पष्ट करून, शरीराच्या घटकांचे धर्म सांगून आपल्याला आरोग्य राखण्यास मदत करिते; व्याकरणशास्त्र हे भाषेची रचना स्पष्ट करून, भाषेच्या घटकांचे धर्म सांगून आपल्याला भाषेंचे आरोग्य राखण्यास मदत करितें. भाषेचे आरोग्य म्हणजे भाषेची शुद्धता. व्याकरण हे भाषेची शुद्धता राखण्यास साहाय्य तर

९६ ● संस्कृत - प्राकृत (मराठी) भाषाविज्ञान -खंड २

करितेच; शिवाय नव्याने एखादी भाषा शिकतानाहि व्याकरणाची खूप मदत होते. तसे पाहू जाता व्याकरणाच्या मदतीवाचूनहि केवळ अनुकरणाने भाषा शिकता येते. आपण लहानपणी मातृभाषा शिकतो ती अशीच शिकतो. पण मोठेपणी एखादी भाषा, त्यातल्या त्यात आपल्या प्रत्यक्ष बोलण्यात नसलेली भाषा शिकावयाची झाली, तर त्या कामी व्याकरणासारखा दुसरा विश्वासू सोबती नाही.

व्याकरणाचा पुष्कळांना बाऊ वाटतो, तो व्याकरणाचे स्वरूप आणि प्रयोजन न कळल्याने वाटतो. अंधाऱ्या रात्री वाटचाल करताना, आपण कोठे आहों, अजून किती चालावयाचे आहे, हे माहीत नसलेल्या माणसाची जी स्थिति होते, तीच स्थिति व्याकरणाचे स्वरूप आणि प्रयोजन माहीत नसताना अंधळेपणाने घोकीत राहणाऱ्या माणसाची होते. ती व्हावयास नको असेल तर प्रथम समग्र व्याकरणाचे स्थूल चित्र माहीत करून घ्यावयास हवें.

कोणत्याही व्याकरणाचे स्थूलमानाने पाच भाग पडतात. पहिला भाग वर्णांची माहिती देऊन उच्चारांची वैशिष्ट्ये समजावून देतो. भाषा वाक्यांची बनते, वाक्यें शब्दांची बनतात, शब्द वर्णांचे बनतात. वर्ण हे भाषेचे सर्वांत लहान पण महत्त्वाचे घटक होत. म्हणूनच व्याकरणाला प्रारंभ होतो, तो या वर्णांपासून. या वर्णांचे काही विशिष्ट परिस्थितीत विशिष्ट संयोग होतात; त्यांना 'संधि' म्हणतात. अर्धमागधी व्याकरणाच्या पहिल्या भागात वर्णमाला आणि संधि याव्यतिरिक्त आणखी एक महत्त्वाचे विवेचन येते; ते म्हणजे वर्णविकृति. अर्धमागधीचा संस्कृताशी किती निकटचा संबंध आहे, ते मागे सांगितलेच आहे. अर्धमागधी शब्दराशी हा संस्कृत शब्दराशीहून बहुतांशी अभिन्न आहे. मात्र संस्कृतात जे शब्द जसे उच्चारिले जातात, ते शब्द तसेच अर्धमागधीत उच्चारिले जातात, असे नाही. 'कमल, बुद्धि, बाल, देव' यासारखे काही शब्द संस्कृतात जसे उच्चारिले जातात, तसेच अर्धमागधीतहि उच्चारिले जातात. त्यांना 'तत्सम शब्द' असे म्हणतात. 'वट, प्रस्तर, स्नान' याप्रमाणे संस्कृतात उच्च्यारिले जाणारे पुष्कळ शब्द अर्धमागधीत वर्णविकृति होऊन 'वड, पत्थर, ण्हाण' याप्रमाणे उच्चारिले जातात. त्यांना 'तद्भव शब्द' असें म्हणतात. याखेरीज ज्यांचे मूळ संस्कृतात सापडत नाही असेही काही थोडे 'वेल्लहल (सुंदर), गोस (सकाळ), मुण (जाणणे), कंदुट्ट (नीलकमल), कोड्ड (कौतुक, जिज्ञासा), तिंगिच्छि (पराग)' यासारखे जे शब्द अर्धमागधीत आहेत, त्यांना 'देशी (किंवा देश्य) शब्द' असें म्हणतात. अर्धमागधी शब्दराशी हा तत्सम, तद्भव आणि देशी अशा तीन प्रकारच्या शब्दांनी भरलेला आहे. त्यांत तद्भव शब्दांचा भरणा सर्वात अधिक आहे. म्हणूनच संस्कृत शब्द अर्धमागधीत रुळतात तेव्हा त्या शब्दात कोणकोणते बदल होतात, याचा अभ्यास करणे महत्त्वाचे आणि उपयुक्त

ठरते. हे बदल नियमांना अनुसरून होतात, त्यांना 'वर्णविकृतीचे नियम' असे म्हणता येईल. वर्णमाला, संधि आणि वर्णविकृति या तिन्हींचा अंतर्भाव अर्धमागधी व्याकरणाच्या पहिल्या 'वर्णाध्याय' (Phonetics) या भागात होतो.

वर्णांहून मोठा असा भाषेचा घटक म्हणजे शब्द. या शब्दांना योग्य ते प्रत्यय जोडून आपणाला हवी ती रुपे कशी तयार करावयाची याचे विवेचन व्याकरणाच्या 'रूपसाधन (Morphology)' या दुसऱ्या भागात येते. या शब्दांचे रूपाच्या दृष्टीने मुख्यत: दोन गट करतात : एक गट नामे, सर्वनामे, विशेषणे यांचा; आणि दुसरा गट धातूंचा. नामे, सर्वनामे, विशेषणे यांना विभक्तीचे प्रत्यय लागून त्यांची भिन्न-भिन्न रुपे सिद्ध होतात; हे 'नामरूपसाधन (Declension)' होय. धातूंना कालार्थाचे प्रत्यय लागून त्याची भिन्न-भिन्न रुपे सिद्ध होतात; हे 'धातुरूपसाधन (Conjugation)' होय. नामे, सर्वनामे, विशेषणे यांना विभक्तीचे आणि धातूंना कालार्थाचे प्रत्यय लागल्यावाचून त्यांचा वाक्यांत उपयोग करता येत नाही. या दोन गटांखेरीज आणखी एक शब्दांचा गट अर्धमागधीत आहे. तो म्हणजे अव्यये. ज्याला विभक्तीचे अथवा कालार्थाचे असे कोणतेच प्रत्यय लागत नाहीत, अर्थात् जो इतर शब्दांप्रमाणे बदलत नाही, तो शब्द म्हणजे अव्यय.

धातूंना कालार्थाचे प्रत्यय जोडले की क्रियापदे सिद्ध होतात. दुसरे काही प्रत्यय धातूंना जोडले असता त्यापासून नामे, विशेषणे आणि अव्यये सिद्ध होतात. त्या सर्वांना 'धातुसाधिते (Derivatives)' असे साधारण नाव आहे. या धातुसाधितांपैकी जी नामे आणि विशेषणे असतात, त्यांना अर्थातच पुढे विभक्तीचे प्रत्यय लागून त्यांची वाक्यात योजण्याजोगी रुपे सिद्ध होतात. अव्यये जशीच्या तशीच राहतात. याचप्रमाणे दुसरे काही प्रत्यय नामे, सर्वनामे, विशषणे यांना जोडले असता त्यापासून वेगळी नामे, विशषणे, अव्यये सिद्ध होतात. या सर्व प्रकारांच्या साधितांचा विचार व्याकरणाच्या तिसऱ्या भागात येतो.

येथवरच्या व्याकरणात शब्दांची रुपे स्वतंत्रपणे कशी साधावी, काही विशेष प्रकारचे शब्द कसे साधावे, यांचा विचार झाला. पण यातल्या कोणत्या रूपांनी कोणता विशेष अर्थ व्यक्त होतो, हे कळल्याशिवाय आणि त्यांचा एकमेकांशी संबंध कसा जोडावा याची माहिती झाल्याशिवाय वाक्य रचता यावयाचें नाही. आणि वाक्य रचिल्याशिवाय भाषेत विचाराची पूर्ण अभिव्यक्ति होत नाही. म्हणून यापुढे 'वाक्यरचना (Syntax)' हा व्याकरणाचा चौथा भाग येतो. या भागांत विभक्तीचे सामान्य आणि विशेष प्रयोग, काल आणि अर्थ यांचे रूढ अर्थ, वाक्यांचे साचे इत्यादी गोष्टीचे विवेचन अंतर्भूत होतें.

संस्कृत आणि तत्संबद्ध भाषांचे व्याकरण पूर्ण होण्यास आणखी एका

मुद्द्याचा विचार करावा लागतो. तो मुद्दा म्हणजे 'समास (Compounds)'. समास म्हणजे जोड-शब्द. विभक्तिप्रत्यय प्राय: अध्याहृत ठेवून एकाला दुसरा, दुसऱ्याला तिसरा असे शब्द जोडून लहानमोठे जोडशब्द तयार करून त्यांचा वैपुल्याने प्रयोग करण्याची प्रवृत्ती संस्कृतात आणि तत्संबद्ध भारतीय भाषांत फार आहे. त्यामुळे समासांच्या विवेचनाशिवाय या भाषांचे व्याकरण पूर्ण होऊ शकत नाही.

याप्रमाणे वर्णाध्याय, रूपसाधन, धातुसाधिते, वाक्यरचना आणि समास या पाच अंगात विभागलेले अर्धमागधीचे 'पंचांग' व्याकरण आपल्याला शिकावयाचे आहे. या पाच अंगांमधला एखाद-दुसरा तपशील पुस्तकात मांडणीच्या सोयीसाठी मागे-पुढे आलेला असला, तरी व्याकरण शिकतांना त्याच्या या पंचांगात्मक मूलस्वरूपाचा विसर पडू देऊ नये. त्यामुळे अभ्यासांत सुकरता येईल आणि भाषेचा आवाका लवकर येईल.

वर्णमाला आणि वर्णविकृति

१. वर्णमाला

अर्धमागधीतील वर्णमाला संस्कृत वर्णमालेहून फारशी भिन्न नाही. दोन्हीतला भेद इतकाच की : १) अर्धमागधींत ऋ, ॠ, ऌ[१], ऐ आणि औ हे स्वर नाहीत; २) अर्धमागधीत ए आणि ओ या स्वरांचे प्रत्येकी ह्स्व आणि दीर्घ असे दोन प्रकार आहेत[२] (संस्कृतात हे स्वर नित्य दीर्घ आहेत); ३) अर्धमागधींत श्, ष् आणि विसर्ग ही व्यंजने नाहीत. हे भेद ध्यानात घेऊन अर्धमागधी वर्णमाला पुढे दिल्याप्रमाणे सांगता येईल—

स्वर	-	ह्स्व	:	अ इ उ ऍ ओ̆
		दीर्घ	:	आ ई ऊ ए ओ
व्यंजनें	-	क् ख् ग् घ् ङ्	:	क-वर्ग
		च् छ् ज् झ् ञ्	:	च-वर्ग
		ट् ठ् ड् ढ् ण्	:	ट-वर्ग
		त् थ् द् ध् न्	:	त-वर्ग
		प् फ् ब् भ् म्	:	प-वर्ग

१- हा स्वर संस्कृतातहि विरळाच आहे.

२- ए आणि ओ या स्वरांचे ह्स्वत्व प्राय: वृत्तांपुरते आणि वैकल्पिक आहे; त्यामुळे अर्थात काही फरक पडत नाही. म्हणून या भेदांकडे दुर्लक्ष करण्याने कांही हानी नाही.

य् र् ल् व् : अन्तःस्थ

स् ह् : ऊष्म

अनुस्वार (—)[१]

स्वर १० व्यंजने ३२ = ४२ वर्ण.

या वर्णांपैकी अ आणि आ हे स्वर शब्दांच्या आरंभी आलेले असल्यास अविकृत राहतात; मध्ये आलेले असल्यास त्यांचे अनुक्रमे 'य' आणि 'या' यात रूपांतर होते.

अनुस्वारापुढे वर्गीय व्यंजन आलेले असल्यास त्या अनुस्वाराचा उच्चार त्यापुढील व्यंजनाच्या वर्गातील अनुनासिकाप्रमाणे (ङ्, ञ्, ण्, न्, म्) होतो. जसे, संख = सङ्ख; पयंड = पयण्ड, इत्यादी. अर्धमागधींत संस्कृतांतल्याप्रमाणे परसवर्ण लिहिण्याची पद्धत नाही; मराठीतल्याप्रमाणे अनुस्वारच लिहिला जातो. ('शंख, प्रपंच, खंड, अनंत, बिंब' हे मराठी पद्धतीने लिहिलेले शब्द संस्कृतातल्या परसवर्ण पद्धतीने 'शङ्ख, प्रपञ्च, खण्ड, अनन्त, बिम्ब' असे लिहावे लागतील.) अनुस्वारापुढे य् आल्यास अनुस्वाराचा उच्चार अनुनासिक य्; अनुस्वारापुढे र्, व्, स्, ह् आल्यास अनुस्वाराचा उच्चार साधारणपणे अनुनासिक व्; आणि अनुस्वारापुढे ल् आल्यास अनुस्वाराचा उच्चार अनुनासिक ल् - या गोष्टी संस्कृतात आणि अर्धमागधीत समान आहेत.

संस्कृतात जेथे अ-पुढे विसर्ग येतो, तेथे अर्धमागधीत 'ओ' येतो (जसे-देवो); संस्कृतात जेथे अन्य ह्रस्व स्वरांपुढे (इ, उ) विसर्ग येतो, तेथे ते स्वर अर्धमागधीत दीर्घ होतात. (जसे-मुणी, धेणू); संस्कृतात दीर्घ स्वरापुढे विसर्ग येतो त्या ठिकाणी अर्धमागधीत विसर्गाचा केवळ लोप होतो (जसे-देवा), अथवा त्याच्या जागी अन्य प्रत्यय येतो (जसे-मालाओ).

२. केवल-व्यंजनांच्या विकृति

मागे अर्धमागधी व्याकरणाची रूपरेखा देताना तत्सम, तद्भव आणि देशी या संज्ञांचे विवेचन केलेच आहे. अर्धमागधीतील प्रायः ९० टक्के शब्द तत्सम अथवा तद्भव या स्वरूपात संस्कृतातून आलेले आहेत; राहिलेले १० टक्के शब्द देशी आहेत. या शब्दराशीत प्रामुख्याने तद्भव शब्दांचा भरणा असल्याने संस्कृतातून एखादा शब्द अर्धमागधीत येतो तेव्हा त्या शब्दात काय बदल होतात त्याचा विचार

१- वृत्तबद्ध रचनेत पुष्कळदा सानुस्वार अक्षर लघु अभिप्रेत असते. तेव्हा त्या ठिकाणी अनुस्वार लघुचिह्नासह योजितात. जसे, 'वणाइँ'.

महत्त्वाचा ठरतो. पुष्कळशा संस्कृत शब्दांमध्ये अर्धमागधीत रुळण्यापूर्वी हे जे बदल होतात, त्यांना सामान्यत: 'वर्णविकृति' असे नाव आहे. तद्‌भव शब्दांची घडण कशी होते, याचे विवेचन करणाऱ्या नियमांना 'वर्णविकृतीचे नियम' असे म्हणतात.

'वर्ण' आणि 'अक्षरे', म्हणजे स्वर आणि व्यंजने; त्यांच्यातील 'विकृति' म्हणजे 'बदल'. म्हणून **वर्णविकृतीं**चा विचार करावयाचा म्हणजे **स्वरविकृतीं**चा आणि **व्यंजनविकृतीं**चा विचार करावयाचा. त्यांपैकी व्यंजनविकृतीचा प्रथम विचार करू. '**केवल** (म्ह. असंयुक्त) **व्यंजनांच्या विकृति**' आणि '**संयुक्त व्यंजनांच्या** (म्ह. जोडाक्षरांच्या) विकृति' असे व्यंजनविकृतींचे दोन वर्ग आहेत. मध्ये एखादा स्वर न येता लागोपाठ एकाहून अधिक व्यंजने आली असता **संयुक्त व्यंजन** सिद्ध होते. जसे, '**प्र** = प् + र + अ; **श्व** = श + व + अ; **ष्ट्र** = ष + ट + र + अ', इत्यादी.

केवळ व्यंजनांची विकृती ही त्या व्यंजनाचे शब्दांतील जे स्थान असते, त्यावर अवलंबून असते. हे स्थान तीन प्रकारचे असू शकेल; **आद्य**, **मध्य** आणि **अन्त्य**. जसे, 'देव' या शब्दात 'द्' हे आद्य तर 'व्' हे मध्य व्यंजन आहे. या शब्दांच्या अंती 'अ' हा स्वर आहे. 'शिखरिन्' या संस्कृत शब्दात 'श्' हे आद्य आहे, 'ख्' आणि 'र्' ही मध्य आहेत आणि 'न्' हे अन्त्य आहे.

आद्य आणि अन्त्य व्यंजनांच्या विकृति. काही अपवादात्मक व्यंजने (केवळ तीन) सोडली तर प्राय: अर्धमागधी शब्द घडताना संस्कृत शब्दातील **आद्य व्यंजन अविकृत राहते** आणि **अन्त्य व्यंजन सर्वस्वी लोप पावते**. ते याप्रमाणे—

१. आद्य श्, ष् = स्. उदा. शर = सर; षण्ड = संड.
आद्य य् = ज् उदा. यम = जम; युग = जुग.

२. तावत् = ताव; यावत् = जाव; शिरस् = सिर;
दामन् = दाम; पयस् = पय; तमस् = तम.

'पाऊस (सं. प्रावृष्), सरय (सं. शरद्), आवई (सं. आपद्), दिसा (सं. दिश्), आउस (सं. आयुस्), जम्मण (सं. जन्मन्), अशा काही शब्दात अन्त्य व्यंजनात स्वर मिळवून मूळ व्यंजनान्त शब्द स्वरान्त करून घेतलेले आढळतात. पण अशी उदाहरणे विरळा.

मध्य व्यंजनांच्या विकृति. या विकृति पुढे दिलेल्या समीकरणात्मक नियमांवरून आणि उदाहरणांवरून ध्यानी येतील. अशा समीकरणात नेहमी डावीकडचा वर्ण अथवा शब्द संस्कृत आणि उजवीकडचा वर्ण अथवा शब्द अर्धमागधी समजावा. समीकरण नसेल तेथे चौकटी कंसातील शब्द संस्कृत समजावा.

१) मध्य क्, ग, च, ज, त, द् = लोप.

मध्य य (+ अ - आ - खेरीज स्वर) = लोप.

जसे, सकल = सअल; पूजित = पूइअ, इ. अशा रीतीने मध्य व्यंजनाचा लोप केल्यावर जो स्वर शिल्लक राहतो, त्याला **'उद्‌वृत्त स्वर'** असे म्हणतात. जसे, वरील उदाहरणात 'क' मधल्या 'क्' चा लोप केल्यावर राहिलेला 'अ' (कारण, क = क् + अ), 'जि' मधल्या 'ज्'चा लोप केल्यावर राहिलेला 'इ' (जि = ज् + इ) आणि 'त'मधल्या 'त्'चा लोप केल्यावर राहिलेला 'अ' (त = त् + अ) हे सारे उद्‌वृत्त स्वर होत. **उद्‌वृत्त स्वराचा पूर्वोत्तर स्वरांशी संधि होत नसतो.** जसे, यति = जइ. यात 'ज'-मधील 'अ'-चा पुढील 'इ'शी संधि होत नाही; कारण 'इ' हा उद्‌वृत्त स्वर आहे.

१) -अ) उद्‌वृत्त अ = य; उद्‌वृत्त आ = या.

विशिष्ट परिस्थितीत उद्‌वृत्त स्वरापूर्वी 'य्' हे व्यंजन शब्दात अंतर्भूत करण्याविषयीचा प्रस्तुत नियम **'य-श्रुतीचा नियम'** या नांवाने प्रसिद्ध आहे.[१] वरील नियमाची उदाहरणे—

सकल = सअल = सयल; पूजित = पूइअ = पूइय; शूकर = सूयर; नगर = नयर; पूजा = पूया; गति = गइ; रिपु = रिउ, वायु = वाउ; यदि = जइ; पिता = पिया; माता = माया; अतीव = अईव; कदली = कयली; इत्यादी.

वरील नियम पुष्कळशा शब्दांना उपपन्न असला, तरी काही शब्दात मध्य 'ग्' आणि 'द्' अविकृत राहिलेले आढळतात; एवढेच नव्हे, तर काही शब्दात मध्य 'क्' आणि 'त्' यांच्या स्थानी अनुक्रमे 'ग्' आणि 'द्' ही व्यंजने आलेली आढळतात; जसे, 'आगम, भोग, जोग (योग), भाग, राग, उदग (उदक), असोग (अशोक), एग (एक), दारग (दारक), नियग (निजक), लोग (लोक), उदाहु (उताहो)', इत्यादी.

२) मध्य ख्, घ्, थ्, ध्, फ्, भ् = ह्.

जसे, मुख = मुह; सखी = सही; लघु = लहु; कथा = कहा; मधु = महु; दधि = दहि; रेफ = रेह; लाभ = लाह; नभस् = नह; इत्यादी. काही उदाहरणात 'भ्' अविकृतहि राहिलेला आढळतो.

३) मध्य ट् = ड्; ठ् = ढ्. जसे, वट = वड, शठ = सढ.

१- कांही तुरळक उदाहरणांत 'य-श्रुति' ऐवजी 'व-श्रुति' ही होते. जसें, उदधि = उवहि; स्तोक = थोव; रोदिति = रोवइ. मराठींतहि अशीं काही उदाहरणें आढळतात. जसें, घात (सं.) = घाव; काक = काव-ळा; राजन् = राव.

४) **मध्य न् = ण्**. जसे, नयन = नयण; मान = माण.

५) **मध्य प् = व्**. जसे, पाप = पाव; शाप = साव.

६) **मध्य श्, ष् = स्**. जसे, पशु = पसु; भाषा = भासा.

३. संयुक्त व्यंजनांच्या विकृति

अर्धमागधीत संयुक्त व्यंजनांच्या विकृतीचे क्षेत्र फार मोठे आहे. विजातीय व्यंजने एकत्र येऊन तयार झालेली संयुक्त व्यंजने उच्चारताना जीभ आणि तोंडातील अन्य भाग या स्वरेंद्रियांचे भिन्न-भिन्न तऱ्हेचे संयोग करावे लागतात. त्यातील कष्ट कमी करण्याचा सोपा उपाय म्हणजे विजातीय व्यंजन दूर करून त्याच्या स्थानीं सजातीय व्यंजनाची स्थापना करणे हा होय. यालाच व्याकरणात '**सरूपीकरण** किंवा **आत्मसात्-करण** (Assimilation)' असे म्हणतात. या 'सरूपीकरणा'च्या प्रक्रियेत दोन गोष्टी येतात : (**१**) संयुक्त व्यंजनाच्या घटकांपैकी एकाखेरीज इतरांचा लोप करणे; (**२**) अवशिष्ट व्यंजनाचे द्वित्व (doubling) करणे. जसे, 'तक्र' या संस्कृत शब्दांच्या 'तक्क' या अर्धमागधी रूपांतरात 'क्र'— मधील 'र्'चा लोप होऊन 'क्'चें द्वित्व झाले आहे. या प्रक्रियेत कोणत्या व्यंजनाचा अथवा व्यंजनांचा लोप करावयाचा आणि कोणत्या व्यंजनाचे द्वित्व करावयाचे हे त्या-त्या व्यंजनाच्या बलावर आणि क्रमावर अवलंबून असते. या दृष्टीने अर्धमागधी शब्दांचे अवलोकन करून **पिशेल** या **जर्मन** पंडिताने पुढील नियम बांधला आहे—

सरूपीकरणाचा नियम

'संयुक्त व्यंजनांतील घटक-व्यंजने विषमबल (म्ह. बलाने न्यूनाधिक) असतील, तर अधिकबल असलेले व्यंजन हीनबल व्यंजनाला आत्मसात् करते आणि ही घटक-व्यंजने समबल असतील तर त्यातले पुढचे (म्ह. नंतर येणारे) व्यंजन मागच्या (म्ह. आधी येणाऱ्या) व्यंजनाला आत्मसात् करते.'

या नियमाला अनुलक्षून पिशेलने अर्धमागधी वर्णमालेतील व्यंजनांचे पुढे दिल्याप्रमाणे वर्गीकरण केले आहे. या वर्गीकरणानुसार कोणतेही व्यंजन आपल्याच वर्गातील अन्य व्यंजनांशी समबल आणि भिन्न वर्गातील व्यंजनांशी विषमबल समजावे. विषमबल व्यंजनांमध्ये, आधीच्या वर्गात मोडणारे व्यंजन अधिकबल आणि नंतरच्या वर्गात मोडणारे व्यंजन हीनबल समजावे.

व्यंजनांचें वर्गीकरण

(**१**) क्, ख्, ग्, घ्; च्, छ्, ज्, झ्; ट्, ठ्, ड्, ढ्;

त्, थ्, द्, ध्; प्, फ्, ब्, भ्.

(२) ङ्, ञ्[१], ष्, न्, म्.

(३) स्, (श, ष्). (४) ल्. (५) व्. (६) य्. (७) र्.

वर दिलेला पिशेल्चा नियम आणि व्यंजनांचे वर्गीकरण ही ध्यानी घेऊन कांही संस्कृत शब्दांचे रूपांतर करून पाहूं. 'तक्र' या शब्दात 'क्र' हे संयुक्त व्यंजन असून 'क्' आणि 'र्' हे त्याचे घटक अनुक्रमे पहिल्या आणि सातव्या वर्गातले आहेत. अर्थात् 'क्' हे अधिकबल आणि 'र्' हे हीनबल ठरते. त्यामुळे 'र्'-चा लोप होऊन 'क्'-चे द्वित्व झाले; आणि अखेर 'तक्क' असा शब्द सिद्ध झाला. 'रक्त' या शब्दातील 'क्त' या संयुक्त व्यंजनात 'क्' आणि 'त्' ही दोन्ही घटक-व्यंजने एकाच म्ह. पहिल्या वर्गातील म्हणून समबल आहेत. त्यामुळे 'क्' लोपून 'त'-चे द्वित्व होते आणि 'रत्त' असा शब्द सिद्ध होतो.

सरूपीकरणाच्या प्रस्तुत प्रक्रियेच्या बाबतींत आणखी काही नियम लक्षात घ्यावयास हवे. ते असे—

(१) द्वित्व करावयाचे व्यंजन जर महाप्राण (म्ह. ख्, घ्; छ्, झ्, ठ्, ढ्, थ्, ध्, फ्, भ्— या पाच वर्गापैकी प्रत्येक वर्गातले दुसरे व चौथे) असेल, तर द्वित्व केल्यावर त्यातल्या पहिल्या घटकातला 'ह्'-कार लोपतो. याप्रमाणे, ख्ख् = क्ख, घ्घ् = ग्घ्, छ्छ = च्छ्, झ्झ् = ज्झ्, ठ्ठ = ट्ठ, ढ्ढ = ड्ढ, थ्थ् = त्थ्, ध्ध् = द्ध्, फ्फ् = प्फ्, भ्भ् = ब्भ्. जसे, अर्थ = अथ्थ = अत्थ; गर्भ = गभ्भ = गब्भ, इत्यादी.

(२) संयुक्त व्यंजनापूर्वीचा स्वर दीर्घ असल्यास नित्य ऱ्हस्व होतो. जसे, बलात्कार = बलक्कार; राज्य = रज्ज, इत्यादी.

(३) पुढे सवर्ण व्यंजन असेल तर अनुनासिकाचे नित्य अनुस्वारात रूपांतर होते. अनुस्वारापुढील व्यंजनाचे द्वित्व होत नाही. सानुस्वार स्वर नित्य ऱ्हस्व होतो. जसे, शङ्का = शंका = संका, शान्त = शांत = संत, रन्ध्र = रंध; पङ्क्ति = पंक्ति = पंति; उत्कण्ठा = उत्कंठा = उक्कंठा, इत्यादी.

(४) मूळ शब्दातील संयुक्त व्यंजनात दोहोहून अधिक घटक-व्यंजने असतील तर त्यातील सर्वात हीनबल असेल ते आधी लोपते. या क्रमाने अखेर दोनच घटक-व्यंजने शिल्लक राहतात; त्यांची व्यवस्था नेहमीच्याच सरूपीकरणाच्या नियमानुसार होते. जसे, उष्ट्र = उष्ट = उट्ठ.

१- या अनुनासिकाचे प्राय: अनुस्वारात रूपांतर होते. च-वर्गातील व्यंजनाखेरीज अन्य व्यंजनाशी याचे संयोग झालेले आढळत नाहीत.

(५) संयुक्त व्यंजन शब्दाच्या आरंभी येत असेल, तर त्यातील हीनबल व्यंजनाच्या लोपानंतर अवशिष्ट व्यंजनाचे द्वित्व होत नाही. जसे, प्रभा = पहा ('प्पहा' नव्हे); क्रम = कम; व्याघ्र = वाघ्घ = वग्घ, इत्यादी.

उदाहरणे. युक्त = जुत्त; भक्ति = भत्ति; उत्पल = उप्पल; सुप्त = सुत्त; खड्ग = खग्ग; दुग्ध = दुद्ध; अग्नि = अग्गि, विघ्न = विग्घ; युग्म = जुग्ग; योग्य = जोग्ग; व्याख्यान = वक्खाण; द्वार = दार; द्विज = दिय; उज्ज्वल = उज्जल; चक्र = चक्क; शूद्र = सुद्द; शुक्ल = सुक्क; अर्क = अक्ल; मूर्ख = मुक्ख; मूर्च्छा = मुच्छा; विकल्प = वियप्प; पूर्ण = पुण्ण; तीर्ण = तिण्ण; जन्मन् = जम्म; निम्न = निन्न; शून्य = सुन्न; कर्मन् = कम्म; काव्य = कव्व; व्यय = वय; व्याकरण = वागरण; तीव्र = तिव्व; व्रीहि = वीहि; सर्व = सव्व; पल्वल = पल्लल; श्वापद = सावय; श्रावक = सावग; मनुष्य = मणुस्स; तपस्विन् = तवस्सि; सरस्वती = सरस्सई; दुर्लभ = दुल्लह; काष्ठ = कट्ठ; निष्फल = निप्फल; अवस्था = अवत्था, इत्यादी.

पुरोगामी आणि प्रतिगामी सरूपीकरण

संयुक्त व्यंजनातल्या या सरूपीकरणाचे दुसऱ्या एका दृष्टीने दोन प्रकार होतात : पुरोगामी (Progressive) आणि प्रतिगामी (Regressive). आपण ज्या दिशेने (म्हणजे डावीकडून उजवीकडे) वर्ण लिहितो आणि वाचतो, त्याच दिशेने सरूपीकरण झालेले असल्यास ते पुरोगामी. जसे, पुत्र = पुत्त. यात त् या अलीकडच्या वर्णाने र् या पुढच्या वर्णाला आत्मसात् केले आहे. याच्या उलट दिशेने सरूपीकरण झाल्यास ते प्रतिगामी. जसे, भक्ति = भत्ति. यात त् या पुढच्या वर्णाने क् या मागच्या वर्णाला आत्मसात् केले आहे. प्रतिगामी सरूपीकरण हे नेहमी समबल घटकांच्या संयुक्त व्यंजनात होते.

काही विशिष्ट संयुक्त व्यंजने

१. त्, थ्, द्, ध् + य्, व् = अनुक्रमे **च्, छ्, ज्, झ्** (द्वित्व). म्हणजेच, त्य, त्व = च्च; थ्य = च्छ; द्य, द्व = ज्ज; ध्य, ध्व = ज्झ. जसे, सत्य = सच्च; पथ्य = पच्छ; विद्या = विज्जा; वध्य = वज्झ; चत्वर = चच्चर; साध्वस = सज्झस; ध्वज = झय, धय; श्रुत्वा = सोच्चा; कृत्वा = किच्चा.

२. श्, ष्, स् + क्, च्, ट्, त्, प्
= ख्, छ्, ठ्, थ्, फ् (द्वित्व).

म्हणजेच, श्च = च्छ; ष्क, स्क = क्ख; ष्ट = ट्ठ; ष्प, स्प = प्फ; स्त =

त्थ. जसे, पश्चात् = पच्छा; निष्क = निक्ख; दृष्ट = दुट्ठ; पुष्प = पुप्फ; हस्त = हत्थ; प्रस्तर = पत्थर; स्पन्द = फंद; निष्पन्द = निप्फंद, इत्यादी. **अपवाद :** दुष्कर = दुक्कर; तसेच, निष्कम्प, नमस्कार (नमोक्कार), संस्कृत (सक्कय), तस्कर, परस्पर, निष्प्रभ.

३. ज्ञ् = न्न्. जसे, यज्ञ = जन्न; प्रज्ञा = पन्ना.

४. क्म्, त्म् = प्प्. जसे, रुक्मिणी = रुप्पिणी; आत्मन् = अप्पा.

५. त्र = त्थ. (केवळ काही अव्ययांच्या बाबतीत.) जसे, = अत्र एत्थ; तत्र तत्थ; यत्र जत्थ; कुत्र कत्थ; सर्वत्र सव्वत्थ.

६. त्स्, प्स् = च्छ्. जसे, वत्स = वच्छ; अप्सरस् = अच्छरा; उत्सुक = उच्छुय, ऊसुय; उत्सव = उच्छव, ऊसव.

७. क्ष् = च्छ्, क्ख्. जसे, क्षुधा = छुहा; अक्षि = अच्छि; वृक्ष = रुक्ख, वच्छ; क्षत्रिय = खत्तिय; क्षीर = खीर; शिक्ष् = सिक्ख; दक्षिण = दक्खिण किंवा दाहिण; राक्षस = रक्खस. (आणखी उदाहरणें - क्षू = च्छू : इक्षु (उच्छु), लक्ष्मी (लच्छी), सदृक्ष (सरिच्छ), वक्षस्, क्षार, ऋक्ष (रिच्छ), क्षमा ('पृथ्वी'), क्षण ('उत्सव'). क्ष् = क्ख : क्षमा, क्षण, भिक्षा, दीक्षा, शिक्षा, क्षान्ति, क्षेम, क्षय, तीक्ष्ण, यक्ष.)

८. श्न्, ष्ण्, स्न्, ह्न्, क्ष्ण्, त्स्न् = ण्ह्.

श्म्, ष्म्, स्म्, ह्म्, क्ष्म् = म्ह्.

जसे, प्रश्न = पण्ह; विष्णु = विण्हु; स्नान = ण्हाय; काश्मीर = कम्हीर; ग्रीष्म = गिम्ह; विस्मय = विम्हय; मध्याह्न = मज्झण्ह; ब्राह्मण = बम्हण; पक्ष्मन् = पम्ह; ज्योत्स्ना = जोण्हा.

९. र्य् = ज्ज्. जसे, सूर्य = सुज्ज, सूर; कार्य = कज्ज.

१०. ह्य् = ज्झ्. ह्व् = ब्भ्. जसे, गुह्य = गुज्झ, सह्य = सज्झ, जिह्वा = जिब्भा (तसेच, जीहा); विह्वल = विब्भल, विहल.

उदाहरणे - नित्य = निच्च; प्रत्याख्यान = पच्चक्खाण; अत्यन्त = अच्चंत, मिथ्या = मिच्छा; नेपथ्य = नेवच्छ; अद्य = अज्ज; मध्यस्थ = मज्झत्थ; स्वाध्याय = सज्झाय; उपाध्याय = उवज्झाय; पश्चिम = पच्छिम; निश्चय = निच्छय; निष्क्रमण = निक्खमण; स्कन्ध = खंध; तिरस्कार = तिरक्खार; विस्तार = वित्थार; वनस्पति = वणप्फई; मनोज्ञ = मणुन्न; अध्यात्म = अज्झप्प; मत्सर = मच्छर; उत्साह = उच्छाह; मक्षिका = मच्छिगा; उष्ण = उण्ह; अस्मादृश = अम्हारिस (दृश = रिस); शय्या = सेज्जा; मर्यादा = मज्जाया; इत्यादी.

४. स्वर-विकृति

अर्धमागधी वर्णमालेत ऋ, ऐ, औ हे स्वर नाहीत. त्यामुळे हे स्वर ज्यात आहेत असे संस्कृत शब्द अर्धमागधीत येतात, तेव्हा या स्वरांच्या स्थानी अन्य स्वर येतात. ते असे—

१. ऋ = अ, इ, उ, आद्य ऋ = रि. जसे, घृत = घय; तृण = तिण; मृषा = मुसा; ऋषि = रिसि.

[आणखी उदाहरणे—

(क) = ऋ अ, इ (विकल्प) : तृण, मसृण, मृगाङ्क, मृत्यु, शृङ्ग, धृष्ट, मृग, पृष्ठ (पिट्ठी, पिट्ठी).

(ख) = ऋ अ : घृत, कृत, वृषभ.

(ग) = ऋ इ : कृपा, हृदय, दृष्ट, दृष्टि, सृष्ट, सृष्टि, भृङ्ग, शृङ्गार, शृगाल, घृणा, समृद्धि, गृद्ध, गृद्धि, कृश, कृच्छ्र, नृप, धृति कृति, कृपण (कीविण), वृत्ति, ऋषि, उत्कृष्ट, नृशंस, भृकुटि.

(घ) = ऋ उ : ऋतु, परामृष्ट, पृष्ट, पृथिवी (पुहई), प्रवृत्ति, प्रावृष्, भृति, वृन्द, निभृतम्, वृत्तान्त, निर्वृत, निर्वृति, वृद्ध (वुड्ढ), वृद्धि, मृणाल, ऋजु (उज्जु), जामातृक, वृषभ (उसह).

(ङ) = ऋ रि : ऋषभ, ऋषि, ऋण, ऋतु इत्यादी.

दृ रि : सदृश, तादृश, यादृश, अस्मादृश, युष्मादृश, इ.]

२. ऐ = ए; अइ (विरळा). जसे, वैर = वेर; दैव = दइव.

३. = औ ओ; अउ (विरळा). जसे, औषध = ओसह; पौर = पउर.

[आणखी उदाहरणे —

(क) ऐ = अइ : सैन्य, दैत्य, दैन्य, ऐश्वर्य (अइसरिय), कैतव, इत्यादी. (विकल्पाने-) वैर, कैलास, वैतालिक, इत्यादी. दैव = देव्व, दइव्व, दइव.

(ख) औ = अउ : पौर, कौशल, पौरुष (पउरिस), गौड, मौलि, गौरव (गउरव, गारव)]

४. संयुक्त व्यंजनापूर्वीचा स्वर आणि सानुस्वार स्वर हे नित्य ऱ्हस्व होतात; आणि मूळ शब्दातील संयुक्त व्यंजन केवल-व्यंजनात रूपांतर पावल्यास अथवा अनुस्वार लोपल्यास त्यापूर्वीचा स्वर दीर्घ होतो. जसे, तीर्थ = तित्थ; राज्य = रज्ज; = काव्य कव्व; मांस मंस; पांशु पंसुत्त इदानीम् इयाणिं; अश्व अस्स आस; वर्ष वास; दीर्घ दीह; कर्तव्य कायव्व; सिंह सीह, इत्यादी.

५. (क) काही शब्दात **ऱ्हस्व स्वर** विकल्पाने **दीर्घ** होतो. जसे प्रकट = पयड, पायड; प्रतिसिद्धि = पडिसिद्धि, पाडिसिद्धि; सदृक्ष = सरिच्छ, सारिच्छ;

प्ररोह = परोह, पारोह. **(ख) स्वरभेद :** उत्तम = उत्तिम; कृपण = किविण; अङ्गार = इंगाल; पक्व = पिक्क (किंवा, पक्क); मध्यम = मज्झिम (किंवा, मज्झम); शय्या = सेज्जा; सौन्दर्य = सुंदेर; आश्चर्य = अच्छेर; ब्रह्मचर्य = बंभचेर; अन्त:पुर = अंतेउर; पद्म = पोम्म (किंवा पउम); नमस्कार = नमोक्कार; परस्पर = परोप्पर; पर्यन्त = पेरंत; इक्षु = उच्छु; विहीन = विहीण, विहूण; मुकुट = मउड; पुरुष = पुरिस; मुकुल = मउल; गुरुक = गुरुय, गरुय; नूपुर = नेउर, नूउर; मूल्य = मुल्ल, मोल्ल.

५ अन्य उच्चार-विकृति

वर विवेचन केलेल्या वर्णविकृतीहून अन्यहि काही उच्चारविषयक विकृति अर्धमागधी शब्दांत आढळतात. त्या थोडक्यात अशा—

१) स्वरभक्ति (Anaptyxis). संयुक्त व्यंजनातील घटक-व्यंजनांमध्ये एखादा बाह्य **स्वर** येऊन ती अलग केली जातात (**भक्ति**). सामान्यत: एखादा अन्त:स्थ अथवा अनुनासिक वर्ण संयुक्त व्यंजनात घटक म्हणून असेल तेव्हा ही विकृति घडते. मध्ये येणारा बाह्य स्वर प्राय: 'अ, इ, उ' यांपैकी एखादा असतो. जसे, गर्हा = गरहा; पृथ्वी = पुढवी, पुहवी; अभीक्ष्णं = अभिक्खणं; क्लेश = किलेस; हर्ष = हरिस; भार्या = भारिया; श्री = सिरी; आचार्य = आयरिय; आश्चर्य = अच्छरिय; द्वार = दुवार (किंवा, दार); कृष्ण (वि.) = कसिण; शार्ङ्ग = सारंग; श्लाघा = सलाहा; सूक्ष्म = सुहुम; स्नेह = सिणेह; दिष्ट्या = दिट्ठिया; दर्शन = दरिसण; श्लिष्ट = सिलिट्ठ; श्लोक = सिलोय; म्लान = मिलाण; वीर्य = वीरिय, इत्यादी. (पुढील मराठी उच्चार पहा : लक्ष्मण = लक्षुमण, कृष्ण = किसन, इत्यादी.)

२) केवलीकरण (Simplification). काही वेळा वर्णविकृतीच्या नियमानुसार सिद्ध झालेली सवर्ण घटकांची संयुक्त व्यंजनेही केवल-व्यंजनात रूपांतरित होतात. अशा वेळी त्यांच्या मागचा स्वर मात्र ह्रस्वाचा दीर्घ होतो. ('स्वरविकृती'तील चौथा नियम पहा.) जसे, शिष्य = सिस्स = सीस; अश्व = अस्स = आस; पश्य = पस्स = पास; नश्य = नास; शीर्ष = सीस; वर्ष = वस्स = वास; काश्यप = कासव; ईश्वर = ईसर; दीर्घ = (दिग्घ) दीह; विश्राम = वीसाम; मिश्र = मीस; वि + श्वस् = वीसस; कर्षक = कासय, विस्रम्भ = वीसंभ; निस्सह = नीसह; दुस्सह = दूसह; उत्सव = ऊसव, इत्यादी.

३) अनुनासिक-निपात (Spontaneous Nasalisation). मूळ शब्दात **अनुनासिक** नसताहि त्याच्या अर्धमागधी रूपांतरात अनुस्वार आकस्मिकपणे येतो. (**निपात**). जसे, वक्र = वंक (म. वांकडें); अश्रु = अंसु; वयस्य = वयंस; पक्ष =

पंख; वृश्चिक = विंचुय.

४) वर्णागम (Prothesis). संयुक्त व्यंजनाने सुरू होणाऱ्या शब्दाच्या प्रारंभी उच्चारसुकरतेसाठी एखादा बाह्य वर्ण जोडला जातो (**-आगम**). जसे, स्त्री = इत्थी; इव = विय; उक्त = वुत्त, इत्यादी. (पहा : स्टेशन = इस्टेशन; इच्छा = विच्चा, इत्यादी.)

५) वर्णलोप (Syncope). जसे, अवट = अवड = अड; निःश्रेयस् = निस्सेयस = निस्सेस; नूनं = नूणं = णं; जीवित = जीविय = जीय; देवकुल = देवउल = देउल; राजकुल = रायउल = राउल; मंस = मास; संमुह = समुह; अरण्ण = रण्ण; एवमेव = एमेव; पादपीठ = (पायवीढ) पावीढ; पादपतन = (पायवडण) पावडण इत्यादी. (पुढील मराठी शब्द पहा— सुंदरी = सुंद्री; जनता = जंता.)

६) सवर्णलोप (Haplologoy). समान उच्चार असलेले वर्ण एकाच शब्दात एकमेकांपुढे आले असता त्यापैकी एकाचा लोप होतो. जसे, हृदय = हियय = हिय; इतमीदृशम् = इममेरिसं = इमेरिसं; उदुम्बर = उउंबर = उंबर, इत्यादी. (पुढील मराठी शब्द पहा : नववर = नवरा; गुरराखी = गुराखी).

७) वर्णविपर्यय (Metathesis). शब्दातील वर्णाचा क्रम बदलतो. वाराणसी = वाणारसी (बनारस); उपानह = उवाणह = वाहणा; महाराष्ट्र = महरट्ठ = मरहट्ठ; ह्रद = द्रह = दह; आलाण = आणाल; लघु = लहु = हलु (म. 'हळू'); दीर्घ = दीहर, इत्यादी. (पुढील मराठी शब्द पहा : पडला = पल्डा; बादली = बालडी; चिकटणे = चिटकणे; नुकसान = नुसकान; फाटक = फाकट; फलाहार = फराळ; उड्डाणपटु = उडाणटप्पू, इत्यादी.)

८) संप्रसारण. य = इ; व = उ; अय = ए; अव = ओ. जसे, अभ्यन्तर = अब्भिंतर; त्वरित = तुरिय; स्वप्न = सुविण; कथयति = कहेइ, नयति = नेइ; भवति = होइ; लवण = लोण; नवमालिका = नोमालिया; कदली = (कयली,) केली; बदरी = बोरी; मयूख = (मऊह,) मोह; मयूर = (मऊर,) मोर; चतुर्गुण = (चउग्गुण,) चोग्गुण, इत्यादी.

९) मूर्धन्यनिपात (Cerebralisation). ऋ, र् या वर्णांनी आणि त्यापुढे त-वर्गीय व्यंजनांनी युक्त असे संस्कृत शब्द अर्धमागधीत येतात, तेव्हा पुष्कळशा उदाहरणात त-वर्गीय (दन्त्य) व्यंजनाचे तदनुरूप ट-वर्गीय (मूर्धन्य) व्यंजनात रूपांतर होते. जसे, मृत = (मट→) मड (= मय); कृत = (कट→) कड (= कय); प्रतिकार = पडियार; प्राभृतक = पाहुडय; प्रस्थितः = पट्ठिओ; प्रतिपन्नः = पडिवन्नो; वृद्धि = वुड्ढि; वर्धते = वड्ढइ; प्रथम = पढम; ऊर्ध्व = उड्ढ; ऋद्धि

= इड्ढि; निवृत्त = नियट्ट; प्रवृत्त = पयट्ट; गर्त = गड्ड, गड्डा; विच्छर्द = विच्छड्ड; अर्ध = (अद्ध) अड्ढ.

६. काही अनियमित रूपांतरे

ललाट = निडाल; नडाल ॥ वृन्द = **वंद्र** (= समुदाय), वुंद ॥ आर्द्र = ओल्ल, उल्ल, अल्ल (पहा : मराठी-क्षुल्लक [सं. क्षुद्रक], भला (सं. भद्र) ॥ शिथिल = सिढिल ॥ जिह्वा = जीहा [किंवा, जिब्भा] ॥ सुकुमार = सुउमाल, सोमाल; सौकुमार्य = सोउमल्ल; कौतूहल = कोऊहल, कुऊहल, कोउहल्ल; = दुकूल दुऊल, दुअल्ल, दुगुल्ल ॥ = दृप्त दरिय; धैर्य धीर; नौ नावा ॥ **क → ह :** स्फटिक = फलिह (ट → ड → ल; क → ह); निकष = निहस; चिकुर = चिहुर ॥ **ड → ल :** गरुड = गरुल; तसेच, तडाग, क्रीडा, दाडिम (विकल्प); प्र + दीप् = पलीव ॥ **त → ह :** वसति = वसहि; भरत = भरह ॥ **प → फ :** परुष फरुस; परिखा = फलिहा; पनस = फणस ॥ मन्मथ = वम्मह ॥ यष्टि = लट्ठि ॥ **र → ल :** हरिद्रा = हलिद्दा; तसेच, दरिद्र, दारिद्र्य (दालिद्द), मुखर, चरण, करुण, अङ्गार (इंगाल), सुकुमार, परिखा ॥ लाङ्गल = लंगल, नंगल (र); लाङ्गूल = लंगूल, नंगूल ॥ स्वप्न = सुविण, सुमिण, सिविण, सिमिण ॥ **स → ह :** दश = दस, दह; पाषाण = पासाण, पाहाण; कार्षापण = काहावण; दिवस दियह, दिवह, दिवस ॥ पत्तन = पट्टण ॥ अस्थि = अट्ठि ॥ दग्ध = दड्ढ; विदग्ध = वियड्ढ ॥ पर्यस्त = पल्लत्थ (म. 'पालथे'); पर्याण = पल्लाण; पर्यङ्क = पल्लंक (म. 'पलंग') ॥ **म्र → म्ब :** ताम्र = तंब; आम्र = अंब ॥ बाष्प = बाह (= अश्रु), बप्फ (= वाफ) ॥ दुःख = दुक्ख, दुह ॥ ह्रद = दह ('डोह') ॥ धात्री = धाई ('दाई'); रात्रि = राई, रत्ती ॥ सिंह = सिंघ, सीह; दाह = दाह, दाघ ॥ तैल = तेल्ल; ऋजु = उज्जू; स्रोतस् = सोत्त; प्रेमन् = पेम्म; यौवन = जोव्वण ॥ गुह्य = गुज्झ, गुय्ह; सह्य = सज्झ, सय्ह, इ. ॥ वनिता = वणिया, विलया ॥ द्रंष्ट्रा = दाढा ॥ मातृष्वसा = माउसिया, माउच्छा (मावशी); पितृष्वसा = पिउसिया, पिउच्छा (= आत्या) ॥ विद्युत् = विज्जुला; पत्र = पत्तल; पीत = पीवल, पीयल ('पिवळे'); अन्ध = अंधल ॥ गो = गोण (बैल), गावी (गाय); बलीवर्द = बइल्ल; क्षुद्रक = खुड्डय; चिह्न = चिंध, इंध ॥

वर्णविकृतीविषयी केलेले सर्व विवेचन सारांशरूपाने मांडावयाचे झाल्यास असे मांडता येईल : संस्कृत शब्द जेव्हा विकृत होऊन अर्धमागधीत येतो, तेव्हा त्या शब्दात पुढीलपैकी एक किंवा अधिक विकृति झालेल्या असतात— **(१)** वर्णागम, **(२)** वर्णलोप, **(३)** वर्णभेद, **(४)** वर्णविपर्यय. स्वरविकृति, केवल आणि संयुक्त

व्यंजनांच्या विकृति, संप्रसारण, केवलीकरण या विकृति वरील चार प्रकारांपैकी वर्णभेदात येतात. स्वरभक्ति, अनुनासिकनिपात, वर्णागम ही वर्णागमात येतात. वर्णलोप, सवर्णलोप, ही वर्णलोपात येतात. वर्णविपर्ययात त्याच्याखेरीज आणखी पोटप्रकार नाहीत. हा सारांश पुढील आलेखावरून नीट ध्यानांत येईल.

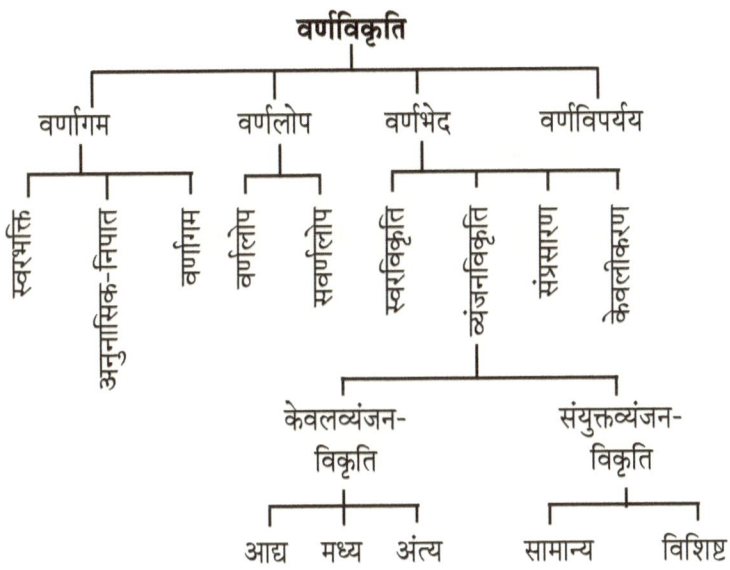

संधि

संधि ही एक उच्चारात स्वाभाविकपणे घडणारी गोष्ट आहे. आपल्या नेहमीच्या बोलण्यात कितीतरी संधि मुरून गेले आहेत. ते इतके की, त्यांच्याकडे बोट करून दाखवून दिल्याशिवाय ते आपल्या ध्यानीही येणार नाहीत. जसे, 'आपआपले' या शब्दाचा मुद्दाम वेगळा प्रयत्न न करता उच्चार केला म्हणजे 'आपापले' हा शब्द तयार होतो. तसेच 'पर-उपकार', 'परम-ईश्वर' हे शब्द मध्ये न थांबता उच्चारले की ते 'परोकार' आणि 'परमेश्वर' असेच उच्चारले जाणार! अशा रीतीने दोन शब्दांचा जेव्हा संयोग होतो, तेव्हा पहिल्या शब्दाच्या अखेरचा वर्ण आणि दुसऱ्या शब्दाच्या सुरुवातीचा वर्ण यापैकी एकात अथवा दोहोत जो बदल होतो, त्याविषयी माहिती सांगणाऱ्या नियमांना संधिनियम असे म्हणतात. या नियमाप्रमाणे दोन शब्द एकजीव करणे म्हणजेच संधि.

संस्कृतांत जरी संधीचे स्वरसंधि, व्यंजनसंधि आणि विसर्गसंधि असे तीन

प्रकार असले, तरी अर्धमागधीत व्यंजनान्त शब्दच नसल्याने प्राय: व्यंजनसंधि, आणि विसर्ग म्हणून कांही चीज नसल्याने विसर्गसंधि नाहीतच. त्यामुळे अर्धमागधीतील संधिविचाराचे क्षेत्र प्राय: स्वरसंधीपुरतेच मर्यादित आहे. हे संधिनियम वर्गीकृत स्वरूपात पुढीलप्रमाणे देता येतील.

१. सवर्ण-दीर्घसंधि[१]

सवर्ण म्ह. सजातीय, म्हणजे एकाच जातीचे स्वर (जसे, अ आणि आ हे एकमेकांचे सवर्ण आहेत), ते एकमेकांपुढे आले म्हणजे दोघांच्या जागी मिळून एक **दीर्घ** स्वर येतो. त्याचा नियम : अ-आ, इ-ई, उ-ऊ, या स्वरांपुढे अनुक्रमे तेच स्वर आले तर दोन्ही स्वरांचा मिळून एक दीर्घ स्वर होतो. म्हणजेच—

अ किंवा आ + अ किंवा आ = आ (दोन्ही मिळून)

इ किंवा ई + इ किंवा ई = ई (दोन्ही मिळून)

उ किंवा ऊ + उ किंवा ऊ = ऊ (दोन्ही मिळून)

या नियमांची उदाहरणें—

कम्म + अणुभाव = कम्माणुभाव; जहा + अरिह = जहारिह;

नंदी + ईसर = नंदीसर; सादु + उदग = सादूदग.

२. गुणसंधि

इ-चे ए आणि उ-चे ओ असे रूपांतर होणे याला व्याकरणांत 'गुण' असें नाव आहे. असा या स्वरांचा गुण ज्या संधीत होतो, तो 'गुणसंधि'. त्याचा नियम— अ किंवा आ या स्वरापुढे इ हा स्वर आला असता दोहोंऐवजी ए येतो; आणि उ हा स्वर आला असता दोहोंऐवजी ओ येतो. म्हणजेच—

अ किंवा आ + इ = ए (दोन्ही मिळून).

अ किंवा आ + उ = ओ (दोन्ही मिळून).

या नियमांची उदाहरणें —

जाव + इह = जावेह; महा + इसि = महेसि;

काल + उइय = कालोइय; अंग + उवंग = अंगोवंग.

१- पूर्वस्वर अ किंवा आ नसेल तेव्हा अर्धमागधीत असवर्णसंधि होतच नाही. म्हणजेच, गुणसंधीत आणि पररूपसंधीत जी परिस्थिति वर्णिली आहे, तीहून अन्य परिस्थितीत असवर्ण म्ह. विजातीय स्वरांचा संधि अर्धमागधीत होत नाही. जसे, 'जाइ + अंध = जाइअंध, सु + अलंकिय = सुअलंकिय' इत्यादी.

३. पररूपसंधि

हा संधिनियम पूर्वीच्या दोन्ही नियमांचा अपवाद आहे. संधि करण्याच्या प्रसंगी पूर्वस्वर सर्वस्वी लोपून केवळ उत्तरस्वर जेव्हा शिल्लक राहतो, तेव्हा होणाऱ्या संधीला 'पररूपसंधि' (म्ह. ज्यात पूर्वस्वर पर म्हणजे पुढच्या स्वराशी एकरूप होतो तो संधि) असे म्हणतात. **उत्तरस्वर** (=पुढचा स्वर) **जेव्हा स्वभावतः अथवा वृत्तदृष्टीने दीर्घ असतो, तेव्हा प्रस्तुत संधि अस्तित्वात येतो.** आ, ई, ऊ, ए, ओ हे स्वर स्वभावत:च दीर्घ आहेत. 'अप्पा, अंत, इड्ढि, इंद, उट्ठिय, उंबर' या शब्दातील अ, इ, उ हे स्वर स्वभावत: दीर्घ नसूनही वृत्तदृष्ट्या दीर्घ (म्ह. दोन मात्रांच्या तोलाचे) आहेत; कारण त्यांच्या पुढे संयुक्त व्यंजन (प्पा, ड्ढि, ट्ठि,) अथवा शिरावर अनुस्वार आला आहे, आणि संयुक्त व्यंजनापूर्वीचे आणि सानुस्वार असे स्वर मुळांत ऱ्हस्व असले तरी वृत्तदृष्ट्या दीर्घ मानीले जातात. हा पररूपसंधीचा नियम पुढे कोष्टकाच्या स्वरूपात दिला आहे. पररूपसंधीच्या क्षेत्रात मोडणारा थोडा-फार सवर्णदीर्घ-संधीचाहि भाग त्यात आला आहे.

पूर्वस्वर	**+ उत्तरस्वर**							
	स्वभावदीर्घ					वृत्तदीर्घ		
	+ आ	+ ई	+ ऊ	+ ए	+ ओ	+ अ	+ इ	+ उ
अ किंवा आ	= आ	= ई	= ऊ	= ए	= ओ	= अ	= इ	= उ
इ किंवा ई	x	= ई	x	x	x	x	= इ	x
उ किंवा ऊ	x	x	= ऊ	x	x	x	x	= उ

या कोष्टकात पूर्वस्वराला कसलीही खूण नाही; उत्तरस्वरापूर्वी अधिक-चिह्न (+) लिहिले आहे आणि संधिस्वरापूर्वी समीकरणचिह्न (=) लिहिले आहे. संधि होत नसेल तेथे फुली (x) लिहिली आहे. एकूण, वरील कोष्ठक 'अ किंवा आ + ए = ए; इ किंवा ई + वृत्तदीर्घ इ = वृत्तदीर्घ इ,' या पद्धतीने वाचावे.

पररूपसंधीची उदाहरणे

तियस + ईस = तियसीस[१]; वसंत + ऊसव = वसंतूसव;
इह + एव = इहेव; तहा + एव = तहेव;
तेण + ओगासण = तेणोगासेण; महा + ओसहि = महोसहि;
न + अत्थि = नत्थि; एत्थ + अंतरे = एत्थंतरे;

१- पण 'महा + ईस = महेस.' प्राकृतात नियमांना अपवाद सर्वत्र आहेत.

हियय + इच्छियं = हियइच्छियं; वड्ढिय + उच्छाहो = वड्ढिउच्छोहो;
नर + इंद = नरिंद; दूर + उज्झिय = दूरुज्झिय;
मुणि + इंद = मुणिंद; साहु + उत्त = साहुत्त.

४. व्यंजनसंधि आणि संधिव्यंजन

संधीविषयी प्राथमिक माहिती देताना अर्धमागधीत व्यंजनसंधि **प्राय:** नाही असे म्हटले आहे; कारण, अर्धमागधीत व्यंजनान्त शब्दच नाहीत. असे असले तरी विभत्त्यन्त शब्दात 'म्' हे व्यंजन अनुस्वाराच्या स्वरूपात येते, आणि त्यापुढे स्वर आल्यास तो या अनुस्वारात्मक म्-कारात मिळून म्-च्या बाराखडीतले योग्य तें अक्षर तयार होते. जसे, 'नवं + अत्थदंसणं = नवमत्थदंसणं, एवं + आइ = एवमाइ, तेत्तियं + इमाणं = तेत्तियमिमाणं,' इत्यादी.

काही विशिष्ट रूढ संधींच्या बाबतीत, मूळ शब्दात नसलेले एखादे बाहेरचे व्यंजन संधीच्या दोन शब्दांमध्ये घुसते. त्याला **'संधिव्यंजन'** म्हणतात. प्राय: **'म्, य्, र्'** ही व्यंजने संधिव्यंजने म्हणून येतात. जसे, 'अंग + अंग = अंगमंग, धी + अत्थु = धिरत्थु, नर + आऊ = नरयाऊ, अन्न + अन्न = अन्नमन्न (किंवा अन्नोन्न), एग + एग = एगमेग, थवइ + आइणो = थवइमाइणो,' इत्यादी.

५. ऱ्हस्वत्व-संधि

वर उल्लेखिलेला म्-व्यंजन संधि सोडला तर अर्धमागधीमध्ये वाक्यातल्या भिन्नभिन्न शब्दात संधि प्राय: होत नाही. मात्र एखादा शब्द संयुक्तव्यंजनाने सुरू होणार असेल तर त्यामागच्या शब्दातील अन्त्य स्वर मुळात दीर्घ असल्यास ऱ्हस्व होतो, पण मुळात ऱ्हस्व असल्यास अथवा ए[१] आणि ओ[१] यापैकी एखादा असल्यास अविकृत राहतो. जसे, 'अन्नहा + त्ति = अन्नह त्ति, चंदणा + त्ति = चंदण त्ति, मुणी + त्ति = मुणि त्ति, सो + च्चिय = सो च्चिय, जलणो + व्व = जलणो व्व,' इत्यादी.

नामरूपसाधन

मागे अर्धमागधी व्याकरणाची रूपरेखा देतांना 'रूपसाधन (Mophology)' हा व्याकरणाचा दुसरा विभाग असें सांगितलें. 'रूपसाधन' म्हणजे भाषेंतील मूळ

१- हे स्वर अर्धमागधी वर्णमालेत ऱ्हस्व आणि दीर्घ असे दोन प्रकारचे मानतात. हे ऱ्हस्व म्हणून अभिप्रेत असतील तेथे प्राय: त्यांवर '˘' अशी खूण करतात.

घटकांना विशिष्ट प्रत्यय जोडून त्यांची वाक्यात योजिण्याजोगी रूपे सिद्ध करणे. मूळ घटकांना प्रत्यय जोडल्यानंतर जो आकार येतो, त्याला 'रूप' असे म्हणतात. वाक्यात मूळ घटक योजावयाचे नसतात; त्यांची रूपे योजावयाची असतात.

ज्या मूळ घटकांना विशिष्ट प्रत्यय जोडून रूपे साधता येतात, त्यांचे दोन गट होतात : **नाम** (यात सर्वनाम आणि विशेषण यांचाहि समावेश अभिप्रेत आहे[१]) आणि **धातु.** नामांची रूपे साधण्यासाठी नामांना विभक्ति-प्रत्यय जोडतात; धातूंची रूपे साधण्यासाठी धातूंना **कालांचे** आणि **अर्थांचे प्रत्यय** जोडतात. जसे, 'मुणि' हा मूळ घटक, म्हणजे 'नाम', 'मुणिं, मुणिणा, मुणिणो' इत्यादी त्याची 'रूपे'. 'पास' हा मूळ घटक, म्हणजे 'धातु'; 'पासामि, पासामो' इत्यादी त्याची 'रूपे'. याप्रमाणे नामांची रूपे साधणे हे 'नामरूपसाधन' होय; धातूंची रूपे साधणें हें 'धातुरूपसाधन' होय.

नामरूपसाधनासाठी विभक्तीचा विचार करणे आवश्यक आहे. विभक्ति आठ आहेत; त्यांना अनुक्रमे 'प्रथमा, द्वितीया, चतुर्थी, पंचमी, षष्ठी, सप्तमी, संबोधन' अशी नावे आहेत. यापैकी संबोधन तत्त्वत: प्रथमेत अंतर्भूत होते. प्राकृतात चतुर्थीचे कार्य प्राय: षष्ठीने होते. त्यामुळे प्राकृत नामरूपावलीत प्राय: चतुर्थीची वेगळी रूपे दाखवीत नाहीत.[२] जेथे चतुर्थी अपरिहार्यच असेल, तेथे 'अट्ठा' हा प्रत्यय जोडून चतुर्थ्यर्थक रूप सिद्ध करितात.

अर्धमागधीत वचने दोन : एकवचन आणि अनेकवचन. संस्कृतांत आहे, तसे द्विवचन अर्धमागधीत नाही. संस्कृत द्विवचन आणि बहुवचन या दोहोंचाही समावेश अर्धमागधीत अनेकवचनात होतो. प्राकृत भाषांचा हा वारसा आजच्या सर्व आर्य-भारतीय भाषात दिसून येतो.

अर्धमागधी नामाचे 'नियमित' आणि 'अनियमित' असे दोन गट करता येतील. त्यापैकी पहिल्या गटात ९ आणि दुसऱ्यात ६ नमुने आहेत. याशिवाय सर्वनामांचे ८ नमुने. असे एकूण २३ नमुने आत्मसात् केले की नामरूपसाधनाचे

१- कारण, सर्वनाम हे खरोखर नामच होय आणि विशेषण हे सर्वत्र नामाला अनुसरते.

२- याप्रमाणे समान प्रत्ययांमुळे चतुर्थी आणि षष्ठी या विभक्ति एकरूप झाल्याकारणाने त्यांपैकी एक गाळून दुसरी ठेवणे युक्त ठरते. पण 'प्रथमा, द्वितीया...' इत्यादी विभक्तींची नावे क्रमवाची संख्याविशेषणे असल्याकारणाने त्यांच्या मालिकेतील चतुर्थी गाळल्यास 'पंचमी' ही चौथी, 'षष्ठी' ही पांचवी आणि 'सप्तमी' ही सहावी विभक्ती ठरून त्यांच्या नावातील अन्वर्थकता नाहीशी होते. म्हणून वास्तविक प्राकृतात ही नावे बदलावयास हवी. तथापि प्राकृत व्याकरण हे सर्वस्वी संस्कृतावर अवलंबून असल्याने संस्कृत आणि प्राकृत रूपातील साम्य ध्यानात येणे सुकर व्हावे, म्हणून विभक्तीची मूळ नावेच चालू ठेवणे सोयीचे ठरते.

काम पूर्ण होते. हे २३ नमुने आले की अर्धमागधीतले कोणतेही नामसर्वनाम-विशेषण योग्य त्या नमुन्याच्या धर्तीवर चालविता येईल. हे नमुने जरी २३ दिसले, तरी त्यातली पुष्कळशी रूपे समान असल्याने त्यांच्या परिचयास वेगळे प्रयत्न करावे लागत नाहीत. ह्या सर्व नमुन्यांची विभक्तिप्रत्यय जोडून सिद्ध होणारी रूपे पुढे गटवार दिली आहेत.

अर्धमागधीत सर्व शब्द स्वरान्त असतात. संस्कृतात आहेत तसे व्यंजनान्त शब्द अर्धमागधीत नाहीत. नियमित चालणाऱ्या शब्दांच्या अन्ती 'अ, इ, उ' हे स्वर येतात. याशिवाय काही स्त्रीलिंगी शब्दांच्या अन्ती 'ई' आणि 'ऊ' हेहि स्वर येतात; पण अशा शब्दांची रूपे प्राय: 'इ'-कारान्त आणि 'उ'-कारान्त शब्दांच्या त्या-त्या रूपांसारखीच होतात.

१. नियमित चालणारे शब्द

पुल्लिंगी

देव

ए. व.	**अ. व.**	**विभक्ति**
देवो, देवे	देवा	प्रथमा
देवं	देवे, देवा	द्वितीया
देवेण, देवेणं	देवेहि, देवेहिं	तृतीया
देवा, देवाओ	देवेहिंतो	पंचमी
देवस्स	देवाण, देवाणं	षष्ठी
देवे, देवंसि, देवम्मि	देवेसु, देवेसुं	सप्तमी
देव	देवा	संबोधन

याप्रमाणे चालणारे काही शब्द : धम्म, लोग, वाणर, वग्घ, रुक्ख, सिंह, हत्थ, गाम, पाउस, पवण, नर, किंकर, कण्ण, खग्ग, कोव, भक्ख, पाय, आयरिय, पुत्त, समण, सावग.

अग्गि (= अग्नि)

अग्गी	अग्गिणो, अग्गीओ	प्र.
अग्गिं	अग्गिणो, अग्गीओ	द्वि.
अग्गिणा	अग्गीहि, अग्गीहिं	तृ
अग्गिणो, अग्गीओ	अग्गीहिंतो	पं.
अग्गिणो, अग्गिस्स	अग्गीण, अग्गीणं	ष.
अग्गिंसि, अग्गिम्मि	अग्गीसु, अग्गीसुं	स.

अग्गि अग्गिणो, अग्गीओ सं.

याप्रमाणे चालणारे काही शब्द : इसि, पक्खि, निहि, मुणि, मणि, रवि, विंहि, हत्थि, गिरि, पइ, कइ, जलहि.

वाउ (= वारा)

वाऊ	वाउणो, वाअवो	प्र.
वाउं	वाउणो, वाअवो	द्वि.
वाउणा	वाऊहि, वाऊहिं	तृ.
वाउणो	वाऊओ, वाऊहिंतो	पं.
वाउणो, वाउस्स	वाऊण, वाऊणं	ष.
वाउंसि, वाउम्मि	वाऊसु, वाऊसुं	स.
वाउ	वाउणो, वाअवो	सं.

याप्रमाणे चालणारे काही शब्द : पहु, बंधु, बाहु, भिक्खु, मच्चु, रिउ, सत्तु, साहु, भाणु, सेउ.

नपुंसकलिंगी

वण (= रान)	—	वणं	वणाइं, वणाणि ।	प्र. द्वि.
		वण	वणाइं, वणाणि ।	सं.
दहि (= दही)	—	दहिं	दहीइं, दहीणि ।	प्र. द्वि.
		दहि	दहीइं, दहीणि ।	सं.
महु (= मध)	—	महुं	महूइं, महूणि ।	प्र. द्वि.
		महु	महूइं, महूणि ।	सं.

नपुंसकलिंगी शब्दांची अविशिष्ट रूपे पुल्लिंगी सदृश शब्दांच्या रूपाप्रमाणे होतात. **याप्रमाणे चालणारे काही शब्द :**

वण – उज्जाण, कम्म, घर, दाण, पण्ण, पाव, पुण्ण, पुप्फ, मण.

दहि – अच्छि, वारि, सप्पि, सालि.

महु – अंसु, आउ, चक्खु, धणु, रेणु, वत्थु.

स्त्रीलिंगी

माला (= माळ)

माला	माला, मालाओ	प्र.
मालं	माला, मालाओ	द्वि.
मालाए	मालाहि, मालाहिं	तृ.
(मालाए), मालाओ	मालाहिंतो	पं.
मालाए	मालाण, मालाणं	ष.

मालाए	मालासु, मालासुं	स.
माले, माला	माला, मालाओ	सं.

याप्रमाणे चालणारे काही शब्द : कन्ना, देवया, साला, गंगा, छाया, नावा, पया, पूजा, भज्जा, लया, वेला, साहा, सेणा, वाया, बाला.

कुच्छि (= कूस)

कुच्छी	कुच्छी, कुच्छीओ	प्र.
कुच्छिं	कुच्छी, कुच्छीओ	द्वि.
कुच्छीए	कुच्छीहि, कुच्छीहिं	तृ.
कुच्छीओ	कुच्छीहिंतो	पं.
कुच्छीए	कुच्छीण, कुच्छीणं	ष.
कुच्छीए, कुच्छिंसि	कुच्छीसुं	स.
कुच्छि	कुच्छी, कुच्छीओ	सं.

याप्रमाणे चालणारे काही शब्द : रइ, कंति, गइ, जाइ, तुट्ठि, भूमि, सत्ति, संति, सुद्धि, बुद्धि, वुड्ढि, भत्ति, पीइ, रत्ति, मइ, कित्ति, सुत्ति.

धेणु[1] (= गाय)

धेणू	धेणू, धेणूओ	प्र.
धेणुं	धेणू, धेणूओ	द्वि.
धेणूए	धेणूहि, धेणूहिं	तृ.
धेणूओ	धेणूहिंतो	पं.
धेणूए	धेणूण, धेणूणं	ष.
धेणूए, धेणुंसि	धेणूसु, धेणूसुं	स.
धेणू	धेणू, धेणूओ	सं.

याप्रमाणे चालणारे काही शब्द : रज्जु, धाउ, कणेरु.

२. अनियमित चालणारे शब्द

कत्ता (= करणारा)

कत्ता	कत्तारो, कत्ता	प्र.
कत्तारं	कत्तारो, कत्ता	द्वि.

१- (दीर्घ) ई, ऊ, हे स्वर अन्ती असलेले स्त्रीलिंगी शब्द प्राय: (ऱ्हस्व) इ, उ अन्ती असलेल्या स्त्री. शब्दासारखेच चालतात. मात्र दीर्घान्त स्त्री. शब्दाचे सप्तमी विभक्तीत एकच रूप ('ए' -प्रत्ययान्त) होते; जसें मही-महीए; तणू-तणूए. ईकारान्त शब्द : पुहई, गावी, नलिणी; ऊकारान्त शब्द : तणू, इ.

कत्तारेण	कत्तारेहिं	तृ.
कत्ताराओ	कत्तारेहिंतो	पं.
कत्तुणो, कत्तारस्स	कत्ताराणं	ष.
कत्तारे	कत्तारेसुं	स.
कत्ता	कत्तारो	सं.

याप्रमाणे : दाया (दाता), नेया, नाया, गंता, सत्था, सोया, इ.

राया (= राजा)

राया	रायाणो, राइणो	प्र.
रायाणं, रायं	रायाणो	द्वि.
रन्ना, राइणा, राएण	राईहिं	तृ.
राइणो, रन्नो	राईहिंतो	पं.
राइणो, रन्नो, रायस्स	राईणं, रायाणं	ष.
रायंसि	राईसुं	स.
राय, राया, रायं	रायाणो, राइणो	सं.

माया (= आई)

माया	मायरो	प्र.
मायरं	मायरो	द्वि.
मायाए, माऊए	मायाहिं, माईहिं	तृ.
माऊए	माऊहिंतो, माईहिंतो	पं.
मायाए, माऊए	माईणं, माऊणं	ष.
मायाए, माऊए	माईसुं, माऊसुं	स.
माया	मायरो	सं.

पिया (= बाप)

पिया	पियरो	प्र.
पियरं	पियरो, पियरे	द्वि.
पिउणा	पिईहिं, पिऊहिं	तृ.
पिउणो	पिऊहिंतो, पिईहिंतो	पं.
पिउणो, पिउस्स	पिऊणं, पिईणं	ष.
पियरि	पिऊसुं, पिईसुं	स.
पिया	पियरो	सं.

याप्रमाणे चालणारे शब्द : भाया (= भाऊ), जामाया (= जावई), मायापिया (= आईवडील), इत्यादी.

अप्पा-अत्ता (आत्मन्)

अप्पा, आया	अप्पाणो, अत्ताणो	प्र.
अप्पाणं, अत्ताणं, आयाणं	अप्पाणो, अत्ताणो	द्वि.
अप्पणा, अत्तणा	अप्पाणेहिं, अत्ताणेहिं	तृ.
अप्पओ, अत्तओ, आयाओ	अप्पाणेहिंतो, अत्ताणेहिंतो	पं.
अप्पणो, अत्तणो	(अप्पाणं, अत्ताणं)	ष.
(अप्पणि, अत्तणि)	(अप्पेसुं, अत्तेसुं)	स.
अप्पा, अप्पं, अत्तं	अप्पाणो, अत्ताणो	सं.

याप्रमाणे चालणारे शब्द : अद्धा, बंभा, मुद्धा (= डोके), इत्यादी.

अरहं (अर्हत्)

अरहं, अरहंतो	अरहंतो	प्र.
अरहंतं	अरहंते	द्वि.
अरहंतेण, अरहया	अरहंतेहिं	तृ.
अरहओ	अरहंतेहिंतो	पं.
अरहओ, अरहंतस्स	अरहंताणं	ष.
अरहंते, अरहंतंसि	अरहंतेसुं	स.
अरहं	अरहंतो	सं.

याप्रमाणे चालणारे शब्द : धणवंत, बुद्धिमंत, सिरिमंत, सीलमंत, इत्यादी. क्वचित्-गच्छंत, करेंत, इत्यादी वर्त. धा. विशेषणे.

३. सर्वनामे[१]

अम्ह (प्र. पु.)

अहं, हं	अम्हे, वयं	प्र.
ममं, मं, मे	अम्हे, णे	द्वि.
मए, मइ, मे	अम्हेहिं	तृ.
ममाओ, मत्तो	अम्हेहिंतो	पं.
मम, मह, मज्झ, मे	अम्हाणं, अम्हं, णो	ष.
ममंसि, मइ	अम्हेसुं	स.

तुम्ह (द्वि. पु.)

तुमं, तं, तुमे	तुम्हे, तुज्झे, तुब्भे	प्र.

१- सर्वनामांना संबोधन नसते.

तुमं, ते	तुम्हे, तुज्झे, तुब्भे, भे	द्वि.		
तुए, तुमे, तए, तुमए	तुम्हेहिं, तुज्झेहिं, तुब्भेहिं	तृ.		
तुमाओ, तुमत्तो	तुम्हेहिंतो, तुब्भेहिंतो	पं.		
तव, ते, तुज्झ, तुम्ह, तुह	तुम्हाणं, तुम्हं, तुब्भं	ष.		
तुमंसि, तुमम्मि, तइ	तुम्हेसुं, तुज्झेसुं, तुब्भेसुं	स.		

त (तृ. पु., पुं.) | त (तृ. पु., स्त्री.)

सो, से	ते	प्र.	सा	ताओ
तं	ते	द्वि.	तं	ताओ
तेण	तेहिं	तृ.	ताए, तीए	ताहिं
ताओ	तेहिंतो	पं.	ताओ	ताहिंतो
तस्स, से	तेसिं	ष.	ताए, तीए, तीसे	तासिं
तंसि, तम्मि	तेसुं	स.	तीए, तीसे	तासुं

त (नपुं.) - तं, ताइं, ताणि । प्र. द्वि. । अविशिष्ट रूपें पुं. - प्रमाणे.

याप्रमाणे क, ज, अन्न, पर, सव्व, इ. 'क'- नपुं. प्रथमा ए. व. 'किं'.
'क' या प्रश्नार्थक सर्वनामाच्या रूपांपुढे 'पि, चि, चण (अनुस्वारोत्तर), वि, इ, चण (स्वरोत्तर)' ही अव्यये योजिली असता 'सामान्य सर्वनामे' सिद्ध होतात. जसे, को = कोण; को वि = कोणी तरी; केण वि = कोण्या एकाने; किं चि, किंचण, इत्यादी.

एय (पुं.) | एय (स्त्री.)

एस, एसो	एए	प्र.	एसा	एयाओ
एयं	एए	द्वि.	एयं	एयाओ
एएणं	एएहिं	तृ.	एयाए	एयाहिं
एयाओ	एएहिंतो	पं.	एयाओ	एयाहिंतो
एयस्स	एएसिं	ष.	एयाए	एयासिं
एयंसि, एयम्मि	एएसुं	स.	एयाए	एयासुं

एय (नपुं.)-एयं, एयाइं, एयाणि । प्र. द्वि. । अवशिष्ट रूपे पुं.-प्रमाणे.

इम (पुं.) | इम (स्त्री.)

इमे, अयं, इणमो	इमे	प्र.	इमा, इयं	इमाओ
इमं	इमे	द्वि.	इमं	इमाओ
इमेण, णेण, इमिणा	इमेहिं	तृ.	इमाए	इमाहिं
इमाओ	इमेहिंतो	पं.	इमाओ	इमाहिंतो
इमस्स,	इमेसिं,	ष.	इमीए, इमाए	इमासिं

अस्स, से	एसिं		इमीसे, से	
इमंसि, अस्सिं	इमेसुं	स.	इमाए, इमीए	इमासुं

इम (नपुं.)-इमं, इदं इमाइं, इमाणि । प्र. द्वि. । अविशिष्ट रूपे पुं. -प्रमाणे-

४. संख्यावाचके

संख्यावाचक शब्द हे भिन्नभिन्न प्रकारचे असू शकतात आणि भिन्नभिन्न प्रकारांनी चालतात. मूळ संख्याविशेषणे (सुमारे शंभरपर्यंत) ध्यानात ठेवली आणि त्यांना योग्य ते प्रत्यय जोडले की हवा तो संख्यावाचक शब्द सिद्ध करता येईल. मूळ संख्याविशेषणातली पुष्कळशी मराठीतल्यासारखीच आहेत, असे दिसून येईल.

मूळ संख्याविशेषणे :

१-१० : एग-एक्क, दो, ति, चउ, पंच, छ, सत्त, अट्ठ, नव, दस.

११-२० : एक्कारस, बारस, तेरस, चउद्दस, पन्नरस, सोलस, सत्तरस, अट्ठारस, एगूणवीस, वीस.

२१-३० : एक्कवीस, बावीस, तेवीस, चउवीस, पणवीस, छब्बीस, सत्तावीस, अट्ठावीस, अउणतीस, तीस.

३१-४० : एगतीस, बत्तीस, तेत्तीस, चोत्तीस, पणतीस, छत्तीस, सत्ततीस, अट्ठतीस, एगूणचत्तालीस, चत्तालीस.

४१-५० : एगचत्तालीस, बायालीस, तेयालीस, चउयालीस, पणयालीस, छायालीस, सीयालीस, अडयालीस, एगूणपन्न, पन्नास.

५१-६० : एगावन्न, बावन्न, तेवन्न, चउवन्न, पणवन्न, छव्वन्न, सत्तावन्न, अट्ठावन्न, एगूणसट्ठि, सट्ठि.

६१-७० : एगसट्ठि, बासट्ठि, तेसट्ठि, चउसट्ठि, पणसट्ठि, छावट्ठि, सत्तसट्ठि, अट्ठसट्ठि, एगूणसत्तरि, सत्तरि.

७१-८० : एक्कसत्तरि, बावत्तरि, तेवत्तरि, चोवत्तरि, पंचहत्तरि, छावत्तरि, सत्तहत्तरि, अट्ठहत्तरि, एगूणासीइ, असीइ.

८१-९० : एक्कासीइ, बासीइ, तेसीइ, चउरासीइ, पंचासीइ, छलसीइ, सत्तासीइ, अट्ठासीइ, एगूणनउइ, नउइ.

९१-१०० : एक्काणउइ, बेणउइ, तेणउइ, चउणउइ, पंचाणउइ, छन्नउइ, सत्ताणउइ, अट्ठाणउइ, नउणउइ, सय.

१००० सहस्स, १००००० लक्ख, १०००००० कोडि, कोडि × कोडि = कोडाकोडि, इत्यादी.

(१) यापैकी 'एग' केवळ एकवचनात चालतो. तो असा—

पुं. नुपं. - एगे (नपुं. एगं), एगं, एगेण, एगाओ, एगस्स, एगम्मि-एगंसि. (क्रमाने सर्व विभक्ति. संबोधन नाही.)

स्त्री. एगा, एगं, एगाए, एगाओ, एगाए, एगाए.

(२) 'दो'-पासून 'अट्ठारस'-पर्यंतची संख्याविशेषणे केवळ अनेकवचनात आणि तिन्ही लिंगात सारखी चालतात. जसे—

दो – दो-दुवे-दोण्णि, दो-दुवे-दोण्णि, दोहिं, दोहिंतो, दोण्हं, दोसु.

ति – तओ-तिण्णि, तओ-तिण्णि, तीहिं, तीहिंतो, तिण्हं, तीसु.

चढ – चत्तारो-चउरो-चत्तारि, चत्तारो-चउरो-चत्तारि, चउहिं, चउहिंतो, चउण्हं, चउसु.

(३) **पंच –** पंच, पंच, पंचहिं, पंचहिंतो, पंचण्हं, पंचसु.

'छ'-पासून **'अट्ठारस'**-पर्यंतची आणि **'एगूणपन्न'**-पासून **'अट्ठावन्न'**-पर्यंतची संख्याविशेषणे 'पंच'-प्रमाणे चालतात; ही वाक्यात नामांची विशेषणे असतात.

(४) **'एगूणवीस'** ते **'अडयालीस'** ही 'वण' -प्रमाणे (नपुं.) अथवा आ-कारान्त होऊन 'माला'-प्रमाणे (स्त्री.) आणि

(५) **'एगूणसट्ठि'** ते **'नउणउइ'** ही 'दहि'-प्रमाणे (नपुं.) (केवळ प्रथमेत) अथवा 'कुच्छि'-प्रमाणे (स्त्री.) (सर्व विभक्तींत) केवळ एकवचनात चालतात.

(६) **सय, सहस्स, लक्ख** -पुं. -नपुं., 'देव'-'वण'-प्रमाणे. **कोडि** - स्त्रीलिंगी, 'कुच्छि'- प्रमाणे. ही वाक्यात नामांशी समानविभक्तिक पदे म्हणून संबद्ध असतात.

उदाहरणे –

एगे नरो, एगेण नरेण; एगं फलं, एगस्स फलस्स; एगा नारी, एगाए नारीए; दो नरा, दुवे नरा, दोण्णि नरा; दोण्हं पुरिसाणं; तओ कमलाई; तीहिं कमलेहिं; अट्ठ घराइं; बारसहिं वासेहिं; एगावन्नण्हं कुमाराणं ।। एगूणवीसं (एगूणवीसा वा) पुरिसा, इत्थीओ, वणइं वा; चत्तालीसेण (चत्तालीसाए वा) पुरिसेहिं, इत्थीहिं, फलेहिं वा ।। सट्ठिं (सट्ठी वा) गंथा, मालाओ, वत्थाइं वा; सट्ठीए गंथेहिं, मालाहिं, वत्थेहिं वा ।। पंच सया नरा । पंचहिं सहस्सेहिं समणेहिं ।।

'वीस'- पासून पुढच्या संख्या नामे असल्यामुळे संख्येय वस्तूच्या षष्ठ्यन्त पदासहहि त्यांचा प्रयोग होतो. जसे, पुत्ताणं सट्ठी सहस्सा । अट्ठसयं माहणदारगाणं । पुत्ताणं सट्ठीहिं सहस्सेहिं । इत्यादी.

क्रमवाचक संख्याविशेषणे. पढम, बीय, तइय, चउत्थ, पंचम, छट्ठ, सत्त**म**, अट्ठ**म**,....नउणउइ**म** (= ९९वा), सय**म**. जसें, 'वीसमे, दिणे, पंचमं अज्झयणं, अट्ठमे गिहे', इ.

सार्ध अपूर्णांक. जी अर्धसंख्या निर्देशावयाची असेल तिच्या पुढच्या संख्येला पुढे 'अड्ढ' असा शब्द जोडावयाचा. जसे, **दियड्ढ** = दुसऱ्याचे अर्धे (+ पहिले सबंध), म्ह. दीड. **तियड्ढ** = अडीच; **चउअड्ढ** = साडेतीन, इत्यादी. क्रमवाचक संख्याविशेषणाला मागे 'अद्ध' हा शब्द जोडला तरी हाच अर्थ व्यक्त होतो. जसे, **अद्धचउत्थ** = साडेतीन; **अद्धट्ठम** = साडेसात, इत्यादी.

प्रकारबोधक संख्याविशेषणे. मूळ संख्याविशेषणांना 'विह' हा प्रत्यय जोडला असता ही सिद्ध होतात. जसे, 'पंचविहाइं पुप्फाइं (= पाच प्रकारची फुले); दसविहाओ मालाओ', इत्यादी.

प्रकारबोधक संख्यावाचक अव्यये. मूळ संख्याविशेषणांना **'हा'** हा प्रत्यय जोडला असता ही सिद्ध होतात. जसे, '**एगहा** = एक प्रकार; **सयहा** = शंभर प्रकारे', इत्यादी.

धातुरूपसाधन

नामाची रूपे जशी विभक्तीत, तशी धातूंची रूपे कालात आणि अर्थात सिद्ध करावयाची असतात. अर्धमागधीत **काल** तीन आणि **अर्थ** दोन आहेत : वर्तमानकाल, भूतकाल, भविष्यकाल, आज्ञार्थ आणि विध्यर्थ. यापैकी भूतकालाची रूपे अर्धमागधी वाङ्मयात फारच क्वचित् येतात : भूतकालीन घटनेचा निर्देश करण्यासाठी अर्धमागधीत भूतकालाच्या रूपाऐवजी प्राय: भूतविशेषणांची रूपे योजतात. ज्याला संकेतार्थ किंवा क्रियात्तिपत्त्यर्थ म्हणतात, तो अर्थ अर्धमागधीत स्वतंत्र प्रत्ययांनी न दाखविता वर्तमानविशेषणांनी दाखवितात. संस्कृतात कालार्थाची एकूण संख्या १०; तर अर्धमागधीत ५ आहे.

कालार्थाचे प्रत्यय पुरुष आणि वचने यात विभागलेले आहेत. **पुरुष** तीन : **प्रथम** (मी, आम्ही), **द्वितीय** (तू, तुम्ही), **तृतीय** (तो-ती-ते, ते-त्या-ती). **वचने** विभक्तीतल्याप्रमाणे दोनच : एकवचन आणि अनेकवचन.

अर्धमागधीत **धातूंचे तीन गण** म्हणजे गट करतात : (१) अ-कारान्त धातु (जसे, **पास**); (२) मुळात अ-कारान्त असलेले पण कालार्थप्रत्ययापूर्वी एकारान्त होणारे धातु (जसे, कर); (३) अ-व्यतिरिक्त स्वर अन्ती असलेले (जसे, **गा, ने, हो**). संस्कृतात धातूंचे दहा गण आहेत. वरील तिन्ही गटातील धातूंचे नमुने पुढे सर्व कालार्थात चालवून दाखविले आहेत.

१. वर्तमानकाल

प्रत्यय - (अनुक्रमे प्रथम, द्वितीय, तृतीय पुरुष आणि प्रत्येक पुरुषात

अनुक्रमे एकवचन आणि अनेकवचन) :

मि मो ।   सि ह ।   इ अंति ।

उदाहरणे (चौकटी कंसातील आकडे गणांचे) :

पास (१) -	पासामि पासामो । पाससि पासह । पासइ पासंति
कर (२) -	करेमि करेमो । करोसि करेह । करेइ करेंति
गा (३) -	गामि गामो । गासि गाह । गाइ गायंति
ने (३) -	नेमि नेमो । नेसि नेह । नेइ नेंति
हो (३) -	होमि होमो । होसि होह । होइ होंति

२. भूतकाल

प्रत्यय - इत्था (ए. व.) **इंसु** (अ. व.) । सर्व पुरुष ।

उदाहरणें - पास (१)	पासित्था	पासिंसु
कर (२)	करत्था	करिंसु
गा (३)	गाइत्था	गाइंसु
ने (३)	नेइत्था	नेइंसु
हो (३)	होइत्था, होत्था	होइंसु

३. भविष्यकाल

    भविष्यकालाच्या प्रत्ययाच्या दोन माला आहेत आणि त्यातील प्रत्यय जोडल्यावर प्रत्येक धातूच्या भविष्यकालाच्या रूपांचे दोन संच तयार होतात. भविष्यकालीन घटनेचा निर्देश करण्यासाठी या दोहोंपैकी कोणत्याहि संचांतले योग्य ते रूप योजिता येते.

(१)   **प्रत्यय**   **(१)**

इस्सामि, इस्सं	इस्सामो	इहिमि, इहामि	इहिमो, इहामो
इस्ससि	इस्सह	इहिसि	इहिह ।
इस्सइ	इस्संति	इंहिइ	इहिंति ।

उदाहरणें

पास

पासिस्सामि, पासिस्सं	पासिस्सामो	पासिहिमि, पासिहामि	पासिहिमो पासिहामो
पासिस्ससि	पासिस्सह	पासिहिसि	पासिहिह
पासिस्सइ	पासिस्संति	पासिहिइ	पासिहिंति

कर

करिस्सामि, करिस्सं	करिस्सामो	करिहिमि, करिहामि	करिहिमो, करिहामो
करिस्ससि	करिस्सह	करिहिसि	करिहिह
करिस्सइ	करिस्संति	करिहिइ	करिहिंति

गा

गाइस्सामि, गाइस्सं	गाइस्सामो	गाहिमि, गाहामि	गाहिमो, गाहामो
गाइस्ससि	गाइस्सह	गाहिसि	गाहिह
गाइस्सइ	गाइस्संति	गाहिइ	गाहिंति

ने

नेस्सामि नेस्सं	नेस्सामो	नेहिमि, नेहामि	नेहिमो, नेहामो
नेस्ससि	नेस्सह	नेहिसि	नेहिह
नेस्सइ	नेस्संति	नेहिइ	नेहिंति

हो

होस्सामि, होस्सं	होस्सामो	होहिमि, होहामि	होहिमो, होहामो
होस्ससि	होस्सह	होहिसि	होहिह
होस्सइ	होस्संति	होहिइ, होही[1]	होहिंति

विशेष धातु. भविष्यकालात सर्वसाधारण रूपे वर दिली आहेत त्याप्रमाणे होतात. याशिवाय, काही धातूंची भविष्यकालाची स्वतंत्र अंगे असतात. त्यावरून त्या धातूंची भविष्यकालाची रूपे सिद्ध करावयाची असल्यास त्या अंगांना भविष्यकालाचे साधारण प्रत्यय (इस्सामि-इस्सं, इत्यादी) न जोडता साधे वर्तमानकालाचे प्रत्यय जोडावयाचे. (भविष्यकालाच्या साधारण प्रत्ययातहि अंती वर्तमानकालाचेच प्रत्यय दिसून येतील.) **वय** (१) 'बोलणे' या धातूचे भविष्यकालातील अंग 'वोच्छ'; त्याला वर्तमानकालाचे प्रत्यय जोडून सिद्ध होणारी रूपे अशी :

वोच्छमि, वोच्छं **वोच्छामो** प्र. पु.

१- या रूपात 'इहिइ' या प्रत्ययातील शेवटचा स्वर संधिनियमानुसार त्यापूर्वीच्या 'हि'-मध्ये मिळून दीर्घ 'ही' तयार झाला आहे. असे अन्य धातूंच्याहि बाबतीत झालेले आढळून येते.

वोच्छसि	**वोच्छह** द्वि. पु.	
वोच्छइ	**वोच्छंति** तृ. पु.	

या रूपांत 'वोच्छं' (प्र. पु. ए. व.) एवढेच एक वैकल्पिक अधिक रूप आहे; इतर सर्व रूपे प्रत्यक्ष वर्तमानकालाच्या प्रत्ययांनी शेवट होणारी आहेत.

ज्या धातूंची भविष्यकालात अशी स्वतंत्र अंगे होतात, ते धातु आणि त्यांची अंगे:

छिंद	(१)	'तोडणें'	**छेच्छ**
दे	(३)	'देणें'	**दच्छ**
भुंज	(१)	'खाणें'	**भोच्छ**
मुय	(१)	'सोडणें'	**मोच्छ**
रुय	(१)	'रडणें'	**रोच्छ**
सुण	(१)	'ऐकणें'	**सोच्छ**
कर	(२)	'करणें'	**का**[1]

ही भविष्यकालातील विशेष अंगांची रूपे प्राय: संस्कृतातील त्या-त्या धातूच्या भविष्यकालाच्या रूपात वर्णविकृति होऊन अर्धमागधीत आली आहेत. जसे, 'भोक्ष्यामि' वरून 'भोच्छामि', 'वक्ष्यति'-वरून 'वोच्छइ', 'मोक्ष्याम:'- वरून 'मोच्छामो', इत्यादी.

आज्ञार्थ

प्रत्यय- मु मो । हि-सु[2] ह । उ अंतु

उदाहरणे[3]

पास		**कर**	
पासामु	मासामो	करेमु	करेमो
पास, पाससु, पासाहि	पासह	कर, करेसु, करेहि	करेह
पासउ	पासंतु	करेउ	करेंतु
	गा	**हो**	
गामु, गायामु	गामो, गायामो	होमु	होमो
गाहि, गायाहि, गासु, गायसु	गाह, गायह	होहि, होसु	होह
गायउ	गायंतु	होउ	होंतु

१- हा स्वतंत्र धातु मानिता येईल.

२- आज्ञार्थ द्वि. पु. ए. व. -मध्ये प्रत्ययाचा लोप होऊन अ-कारान्त धातूंचे एक अधिक वैकल्पिक रूप सिद्ध होते.

३- ए-कारान्त धातूंची रूपे ओकारान्त धातूंच्या रूपांवरून सहज कळण्यासारखी आहेत; म्हणून ती यापुढे दिलेली नाहीत.

५. **विध्यर्थ**

प्रत्यय-	**एज्जा-एज्जामि**	**एज्जाम प्र. पु.**
	एज्जा-एज्जासि-एज्जाहि	**एज्जाह द्वि. पु.**
	ए-एज्जा	**एज्जा तृ. पु.**

उदाहरणे-

पास		**कर**	
पासेज्जा, पासेज्जामि	पासेज्जाम	करेज्जा, करेज्जामि	करेज्जाम
पासेज्जा, पासेज्जासि पासेज्जाहि	पासेज्जाह	करेज्जा, करेज्जासि, करेज्जाहि	करेज्जाह
पासे, पासेज्जा	पासेज्जा	करे, करेज्जा	करेज्जा

या नमुन्यांप्रमाणे पुढील धातु चालवा—

गा		**हो**	
गाएज्जा, गाएज्जामि	गाएज्जाम	होज्जा, होज्जामि	होज्जाम
गाएज्जा, गाएज्जासि, गाएज्जाहि	गाएज्जाह	होज्जा, होज्जासि, होज्जाहि	होज्जाह
गाए, गाएज्जा	गाएज्जा	होए, होज्जा	होज्जा

या नमुन्यांप्रमाणे पुढील धातु चालवा—

गण १ : (अ-कारान्त अविकारी धातु.) गच्छ, खण, खिव, चिंत, जाण, फुस, भास, भक्ख, भण, गेण्ह, चिट्ठ, धाव, पड, पुच्छ, वस, हण.

गण २[१] **:** (अ-कारान्त 'ए'-आगमयुक्त धातु.) कह, गण, वण्ण, साह, लज्ज, चोर, दंड, ठाव, जाणाव, कार, पाड, मार, निवेय, मइल, सद्दाव.

गण ३ : (आ-ए-ओ-कारान्त धातु.) झा, झिया (ध्यै), वा, ठा, निद्दा, ण्हा, मिला, जा, ने, दे, बे, ए, ले.

२. काही विशेष धातु

संस्कृत धातूंचे आदेश (substitutes) म्हणून मानिले गेलेले काही प्राकृत धातु :

१- संस्कृतातील सर्व दशम-गणीय धातु, सर्व प्रयोजक धातु आणि नामधातु यांचा या गणात समावेश होतो.

वज्जर, बोल्ल, जंप, साह, सीस, कह (सर्व १-गणी, कथ्) = सांगणे, बोलणे ॥ **दुगुच्छ, दुगुञ्छ, जुगुच्छ** (१. जुगुप्स्) = तिटकारा करणे ॥ **झा** (३. ध्यै) = चिंतिणे ॥ **गा** (३. गै) = गाणे ॥ **जाण, मुण** (१. ज्ञा) = जाणणे ॥ **पिज्ज, पिय, पिव** (१. पा-पिब्) = पिणे ॥ **ठा** (३), **थक्क, चिट्ठ** (१. **स्था**) = राहणे, उभे राहणे ॥ **मिला** (३), **पव्वाय** (१) (**म्लै**) = कोमेजणे ॥ **निम्माण, निम्मव** (१. निस् + मा) = निर्माण करणे ॥ **निज्झर, झिज्ज** (१. क्षै) = क्षीण होणे ॥ **छाय, ढक्क** (१. छद्) = झाकणे ॥ **किण** (१. क्री) = खरीदणे; **विक्किण** = विकणे ॥ **अल्लिय** (१. आ + ली) = पोहोचणे ॥ **निलुक्क, निलीय, निलिज्ज, लुक्क, ल्हिक्क** (१. नि + ली) = लपणे, दिसेनासे होणे ॥ **सुण** (१. श्रु) = ऐकणे ॥ **धुव, धुण** (१. धु) = हालविणे ॥ **हो** (३), **हुव, हव** (१. भू) = होणे, असणे; **संभव** (१) = संभवणे; **परिभव** (१) = पराभव करणे ॥ **कुण** (१. कर) = करणे ॥ **झर, झूर, सुमर, सर** (१. स्मृ) = आठवणे; **पम्हुस, विम्हर, वीसर** (१. वि + स्मृ) = विसरणे ॥ **महमह** (१) = घमघमाट पसरविणे ॥ **नीहर, नीसर** (१. निस् + सृ) = बाहेर पडणे ॥ **चय, तर, तीर, पार, सक्क** (१. शक्) = शकणे ॥ **छड्ड, मेल्ल, निल्लुंछ, मुय** (१. मुच्) = सोडणे ॥ **सिंच, सिंप, सेय** (१. सिच्) = शिंपणे ॥ **बुक्क, गज्ज** (१. गर्ज्) = गरजणे ॥ **अग्घ, छज्ज, सह, रेह, राय** (१. राज्) = शोभणे ॥ **बुड्ड, मज्ज** (१. मस्ज्) = बुडणे ॥ **लुंछ, पुंछ, पुंस, पुस, फुस, मज्ज** (१. मुज्) = घासणे, पुसणे ॥ **विढव, अज्ज** (१. अर्ज्) = मिळविणे ॥ **जिम, जेम, भुंज** (१. भुज्) = जेवणे ॥ **चिंच, चिंचय, चिंचिल्ल, मंड** (१. मण्ड्) = भूषविणे ॥ **तोड, तुट्ट, खुट्ट, खुड, उक्खुड, उल्लुक्क, निलुक्क, लुक्क, तुड** (१. त्रुट्) = तुटणे, तोडणे ॥ **घुल, घोल, घुम्म** (१. घूर्ण्) = गरागरा फिरणे ॥ **मल** (१. मृद्) = तुडविणे, कुसकरणे ॥ **फंद, चुलुचुल** (१. स्पन्द्) = स्पंदन पावणे ॥ **जूर, विसूर, खिज्ज** (१. खिद्) = खिन्न होणे ॥ **गलत्थ, पेल्ल, णुल्ल, णोल्ल, खिव, छुह** (१. क्षिप्) = फेकणे, ढकलणे; **हक्खुव, उक्खिव** (१. उद + क्षिप्) = वर फेकणे ॥ **लोट्ट, सुव** (१. स्वप्) = झोपणे, पहुडणे ॥ **वडवड, विलव** (१. वि + लिप्) = विलाप करणे ॥ **पलीव** (१. प्र + दीप्) = प्रकाशणे, पेटणे ॥ **आढव, आरभ, आरंभ** (१. आ + रभ्) = आरंभणे ॥ **णिव्वा** (३), **वीसम** (१. वि + श्रम्) = विश्रांती घेणे ॥ **ढुंढुल्ल, ढंढल्ल, भम्मड, भमाड, भम** (१. भ्रम्) = भटकणे; फिरणे ॥ **अइच्छ** (१), **नी** (३), **नीण, नीलुक्क, वोल, निवह, हम्म, निहम्म, गच्छ** (१. गम्) = जाणे; **पल्लोट, पच्चागच्छ** = परत येणे ॥ **तुवर, तूर** (१. त्वर्) = घाई करणे ॥ **खिर, झर, पज्झर** (१. क्षर्) =

झिरपणे ॥ **फिड, फिट्ट, फुड, फुट्ट, चुक्क, भंस** (१. भ्रंश्) = भ्रष्ट होणे, सुटणे ॥ **निज्झा** (३), **नियच्छ, पेच्छ, देक्ख** (१) **पुलोय, पुलय** (२), **पास** (१. दृश्) = पाहणे ॥ **भुक्क, भस** (१. भष्) = भुंकणे ॥ **कड्ढ, करिस** (१. कृष्) = काढणे, ओढणे, नांगरणे; **अक्खोड** = (तलवार) उपसणे ॥ **फास, फंस, फरिस, छिंव, आलि** (१. स्पृश्) = स्पर्श करणे ॥ **ढुंढुल्ल, ढंढोल, गमेस, गवेस** (१. गवेष्) = शोधणे ॥ **चोप्पड, मक्ख** (१. म्रक्ष्) = माखणे ॥ **पल्लोट्ट, पल्लट्ट, पल्हत्थ** (१. परि + अस्) = फिरविणे, उलटे करणे ॥ **चड, वलग्ग, आरुह** (१. आ + रुह्) = चढणे ॥ **गेण्ह, गह** (१. ग्रह्) = घेणे ॥

अर्धमागधीत येताना ज्या संस्कृत धातूंत विशेष विकृति होतात, असे काही धातु :

गम् - **गच्छ**, इष् - **इच्छ**, यम् - **यच्छ**, आस् - **अच्छ** ॥ छिद् - **छिंद**, भिद् - **भिंद** ॥ युध् - **जुज्झ**, बुध, **बुज्झ**, क्रुध् - **कुज्झ**, सिध् - **सिज्झ**, मुह - **मुज्झ** ॥ रुध् - **रुंध, रुंभ, रुज्झ** ॥ सद् - **सड**, पत् - **पड** ॥ वृध् - **वड्ढ**; वेष्ट् - **वेढ**; सम् + वेष्ट् - **संवेल्ल**, उद + वेष्ट् - **उव्वेल्ल, उव्वेढ** ॥ स्विद् - **सिज्ज**, खिद् - **खिज्ज** ॥ व्रज् - **वच्च**, नृत् - **नच्च**, मद् - **मच्च** ॥ रुद् - **रुव, रोव**; उद् + विज् - **उव्विव** ॥ वि + सृज् - **वोसिर** ॥ शक् - **सक्क**, लग - **लग्ग**, मृग् - **मग्ग**, कुप् - **कुप्प**, नश् - **नस्स**, त्रुट् - **तुट्ट**, नट् - **नट्ट**; स्फुट् - **फुट्ट, फुड** ॥ नि + ह्नु - **णिण्हव**, हु - **हव**, च्यु - **चव**, सू - **सव**, प्र + सू - **पसव** ॥ कृ - **कर**, धृ - **धर**, मृ - **मर**, वृ - **वर**, सृ - **सर**, हृ - **हर**, तृ - **तर** ॥ वृष् - **वरिस**, कृष् - **करिस**, मृष् - **मरिस**, हृष् - **हरिस** ॥ रुष् - **रूस**, तुष् - **तूस**, शुष् - **सूस**, दुष् - **दूस** ॥ चि - **चिण**, जि - **जिण**, श्रु - **सुण**, हु - **हुण**, स्तु - **थुण**, धू - **धुण**, लू - **लुण** ॥

७. कर्मणि आणि भावे कालार्थरूपे

आतापर्यंत येऊन गेलेली धातुरूपे ही कर्तरि रूपे होती. आता वेगवेगळ्या कालात आणि अर्थात धातूंची कर्मणि आणि भावे रूपे कशी सिद्ध करावी, ते पहावयाचे आहे. कर्त्याला अनुसरणारी ती 'कर्तरि रुपे' आणि कर्माला अनुसरणारी ती 'कर्मणि रूपे'. कर्त्याला अथवा कर्माला- कोणालाचा न अनुसरणाऱ्या धातुरूपांना 'भावे रुपे' असे नाव आहे. कर्मणि रूपे आणि भावे रूपे सिद्ध करण्याचे नियम सारखेच आहेत. कर्तरि रूपे जशी कर्तरि प्रयोगात, तशी कर्मणि रूपे कर्मणि प्रयोगात आणि भावे रूपे भावे प्रयोगात योजितात. प्रयोगाचे विवेचन पुढे येईल.

कर्मणि आणि भावे रूपे सिद्ध करण्यासाठी धातूंना जोडला जाणारा साधारण प्रत्यय 'इज्ज' हा आहे. हा प्रत्यय जोडल्यावर धातूचे जे अंग सिद्ध होते, त्याला पुढे 'मि मो । सि ह ।' इत्यादी कालार्थप्रत्यय जोडले, की कर्मणि आणि भावे रूपे सिद्ध होतात. धातूंची कर्मणि-भावे अंगे कालार्थात प्रथम-गणातील (जसे, 'पास') धातूंप्रमाणे चालतात. जसे,

भण (१) 'बोलणे' : **कर्मणि वर्तमान**

भणिज्जामि	भणिज्जामो	प्र. पु.
भणिज्जसि	भणिज्जह	द्वि. पु.
भणिज्जइ	भणिज्जंति	तृ. पु.

कर्मणि भूत - भणिज्जित्था भणिज्जिंसु ।

कर्मणि भविष्य - **१.** भणिज्जिस्सामि-भणिज्जिस्सं-भणिज्जिस्सामो । इत्यादि.
२. भणिज्जिहिमि - भणिज्जिहामि । इत्यादि.

कर्मणि आज्ञार्थ - भणिज्जामु भणिज्जामो । इत्यादि.

कर्मणि विध्यर्थ - भणिज्जेज्जा - भणिज्जेज्जामि.... । इत्यादि.

गा (३) 'गाणे'

कर्मणि वर्तमान - गाइज्जामि गाइज्जामो । इत्यादि.

कर्मणि भूत - गाइज्जित्था गाइज्जिंसु ।

कर्मणि भविष्य - **१.** गाइज्जिस्सामि - गाइज्जिस्सं.... । इत्यादि.
२. गाइज्जिहिमि - गाइज्जिहामि.... । इत्यादि.

कर्मणि आज्ञार्थ - गाइज्जामु गाइज्जामो । इत्यादि.

कर्मणि विध्यर्थ - गाइज्जेज्जा - गाइज्जेज्जामि.... । इत्यादि.

ने (३) 'नेणे'

कर्मणि वर्तमान - नेज्जामि नेज्जामो । इत्यादि.

'इज्ज' -ऐवजी क्वचित् **'ईय'** -प्रत्ययहि जोडलेला आढळतो. जसे, निवेय **(३)** - निवेईयइ, इत्यादी.

विशेष धातु. याखेरीज काही धातूंची स्वतंत्र कर्मणि (आणि भावे) अंगे असतात, - काही धातूंची भविष्यकालात असतात, तशी. त्यापासून कर्मणि-भावे रूपे सिद्ध करावयाची झाल्यास त्या अंगांना अधिक 'इज्ज' प्रत्यय न जोडताच कालार्थाचे प्रत्यय जोडावयाचे. ही धातूंची विशिष्ट कर्मणि (आणि भावे) अंगे म्हणजे प्राय: त्या-त्या धातूची, वर्णविकृति होऊन अर्धमागधीत आलेली, संस्कृतातील कर्मणि (आणि भावे) अंगेच होत.

जसे, **खा** (३) 'खाणे' - **खज्ज** (कर्मणि अंग)

वर्तमान - खज्जामि खज्जामो । इत्यादी.

भूत - खज्जित्था खज्जिंसु । इत्यादी.

ज्या धातूंना कर्मणि रूपांत विशिष्ट अंगे असतात, असे महत्त्वाचे धातु (कर्मणि अंगे जाड ठशांनी दाखविली आहेत) :

चिण - **चिव्व**, **चिम्म**; जिण - **जिव्व**, सुण - **सुव्व**, हुण - **हुव्व**, थुण - **थुव्व**, धुण - **धुव्व** ।। हण - **हम्म**, खण - **खम्म** ।। दुह - **दुब्भ**, रुंध - **रुब्भ** ।। दह - **डज्झ**, बंध - **बज्झ**, रुंध - **रुज्झ** ।। गच्छ - **गम्म**, भण - **भण्ण**, रुव - **रुव्व**, लह, - **लब्भ**, भुंज - **भुज्ज** ।। जाण - **णज्ज**, **नाइज्ज** ।। कर - **कीर**, हर - **हीर**, तर - **तीर** ।। विढव (= अर्ज्) - **विढप्प** ।। वाहर - **वाहिप्प**, आढव (आ + रभ्) - **आढप्प,** सिंच - **सिप्प**; गह, गेण्ह - **घेप्प**, छिव - **छिप्प** ।। दे - **दिज्ज**, ने - **निज्ज,** पिव - **पिज्ज**, वय (= बोलणे) - **वुच्च** ।।

४. उपसर्ग

उपसर्ग म्हणजे मूळची अव्यये. ती धातूंना लागून अलीकडे जोडली की प्राय: धातूंचा अर्थ यथासंभव बदलतो, मर्यादित होतो, प्रगुणित होतो किंवा विरुद्ध होतो. क्वचित् मूळचाच अर्थ कायम राहतो. हे उपसर्ग संस्कृतात ज्या अर्थांनी योजिले जातात, प्राय: त्याच सर्व अर्थांनी वर्णविकृतीसह प्राकृतातहि योजण्यात येतात. वर्णविकृतीनंतर पुष्कळसे उपसर्ग धातूशी इतके एकजीव होऊन जातात की, ते वेगळे दाखविणे दुष्कर होते. त्यामुळे उपसर्गासहित येणारे धातु त्या उपसर्गासह अखंड धातु मानण्याचाही प्रघात आहे. तथापि त्या उपसर्गाचे स्थूल अर्थ ध्यानात येण्यासाठी ते पुढे सोदाहरण दाखविले आहेत. काही उपसर्ग केवळ धातुसाधित नामा-विशेषणातच येतात; कालार्थरूपात येत नाहीत.

प (प्र) = पुढे, अधिक (पविसइ); **परा** = मागे (परापडइ); **अव, ओ** (अप) = दूर (ओहरइ); **सं** = एकत्र (संगच्छइ); **अणु** (अनु) = मागोमाग (अणुकरेइ); **अव, ओ** (अव) = खाली, दूर (अवतरइ); **नि (स्), नी** = बाहेर, दूर (निस्सरइ, निग्गच्छइ, नीहरइ); **दु (सू)** = वाईट, कठीण (दुत्थर, दुक्कर); **वि** = वेगळें, अलग (विसेस, विक्किणइ); **आ** = वर, मागे (आरुहइ; आगच्छइ); **नि** = खाली (निसन्न); **अइ** (अति) = अधिक, पलीकडे (अइक्कमइ); **सु** = चांगलें (सुकय); **उ(द्)** = वर (उत्तरइ, उग्गय); **अभि** = -कडे (अभिभवइ); **पडि** (प्रति) -कडे (पडिगच्छइ); **परि** = सभोवती (परिगणेइ); **उव** (उप) = जवळ (उवागच्छइ).

५. साधित धातु

प्रयोजक धातु. एखादी क्रिया दुसऱ्याला करावयास लाविणे, असा अर्थ व्यक्त करणारा धातु तो **प्रयोजक धातु (Causal Root)**. गच्छ, पास, कर, ने, गा, हो इत्यादी मूळ (म्हणजे प्रकृतार्थक) धातूंना विशिष्ट प्रत्यय जोडला असता त्यापासून प्रयोजक धातु सिद्ध होतात. जसे, गच्छइ = जातो, गच्छावेइ = जावयास लावितो किंवा जाववितो; नेइ = नेतो, नेयावेइ = न्यावयास लावितो, इत्यादी.

प्रकृतार्थक धातूपासून प्रयोजक धातु सिद्ध करण्यासाठी 'ए, वे, आवे, यावे' या चार प्रत्ययांपैकी एखादा प्रत्यय नियमानुसार जोडावा लागतो. या चार प्रत्ययांपैकी—

१. 'वे' हा प्रत्यय आ-कारान्त धातूंना जोडिला जातो. जसें, ठा → ठावे (ठावेइ), ण्हा → ण्हावे (ण्हावेइ), दा → दावे (दावेइ), इत्यादी.

२. 'आवे' हा प्रत्यय अ-कारान्त धातूंना जोडिला जातो. जसें, कर → करावे (करावेइ), हस → हसावे (हसावेइ), इत्यादी.

३. 'यावे' हा प्रत्यय ए-कारान्त आणि ओ-कारान्त धातूंना जोडिला जातो. जसें, ने → नेयावे (नेयावेइ), इत्यादी.

४. 'ए' हा प्रत्यय काही अ-कारान्त धातूंना लागतो; आणि तो लागतेवेळी त्या धातूतील उपान्त्य अक्षरातला स्वर दीर्घ होतो. जसे, मर → मार (मारेइ), पड → पाड (पाडेइ), इत्यादी.

या प्रयोजक धातूंना नेहमीचे कालार्थाचे प्रत्यय जोडून त्यापासून त्या-त्या कालाची आणि अर्थाची रूपे सिद्ध करता येतात. जसे,

कर (वर्त.) - करावेमि करावेमो । करावेसि करावेह । इ.
हस (भूत) - हसावित्था हसाविंसु ।
ने (भविष्य.) - नेयावेस्सामि नेयावेस्सामो । इ.
नेयावेहिमि, नेयावेहामि....इ.
पढ (आज्ञार्थ) - पाढेमु पाढेमो । इ.
ण्हा (विध्यर्थ) - ण्हावेज्जा, ण्हावेज्जामि...इ.

काही विशेष प्रयोजक आणि प्रयोजकार्थक धातु :

दूम (दु) = दुखविणे; **विउड, नास, नासव** (नश्) = नष्ट करणे; **दंस, दाव, दरिस, दक्खव** (दृश्) = दाखविणे; **पट्ठव, पट्ठाव** (प्र + स्था) पाठविणे; **विण्णव** (वि + ज्ञा) = विनविणे; **विच्छोल कंप** (१) = कापविणे, ढवळणे; **आरोव** (२), **वल** (१) = चढविणे; **परिवाड, घड** (२) (घट्) = घडविणे; **वेढ** (२. वेष्ट्) = वेढणे;

नामधातु (Denominative Root). प्रयोजक रूपात लागतो, तसा 'आवे'

हा प्रत्यय काही नामांना जोडिला असता त्यापासून 'नामधातु' सिद्ध होतात. या नामधातूंना पुढे नेहमीचे कालार्थप्रत्यय लागून त्यांची कालार्थरूपे सिद्ध होतात. जसे, सद्द (= आवाज) + आवे = **सद्दावे** (= बोलविणे) → सद्दावेइ; सच्च (सत्य) → **सच्चावे** (शपथ घेणे) → सच्चावेइ, इत्यादी. क्वचित् 'आवे' —प्रत्ययाऐवजी 'इज्ज' प्रत्ययानेही नामधातु साधिला जातो. जसे, कसिण (वि.) → कसिणिज्जंति.

च्वि-धातु. नामांना आणि विशेषणांना 'ई' संस्कृत ('च्वि') प्रत्यय लावून त्यापुढे अकर्मक अर्थी 'हो' आणि सकर्मक अर्थी 'कर' हा धातु जोडून 'मुळात तसे नसताना तसे होणे किंवा करणे' अशा अर्थाचे जे धातु सिद्ध होतात, त्यांना 'च्वि-धातु' असे नाव आहे. जसे, सहल (सं. सफल) → **सहलीहो** (= मुळात सफल नसताना सफल होणे), तसेच **सहलीकर** (= मुळात सफल नसताना सफल करणे) → सहलीहोइ, सहलीकरेइ; त्याचप्रमाणे सीयल (शीतल) → सीयलीहोइ, सीयलीकरेइ; समाउलीभूया, पयडीहूया इत्यादी. अन्य धातूंना लागणारे साधारण प्रत्यय याही धातूंना लागतात.

साधित शब्द

नामांना, विशेषणांना आणि सर्वनामांना विभक्तीचे आणि धातूंना कालार्थांचे प्रत्यय जोडून त्यापासून वाक्यात योजण्याजोगी रूपे कशी सिद्ध करावयाची ते आपणास यापूर्वी माहीत झाले आहे. या विभक्तींच्या आणि कालार्थांच्या प्रत्ययांखेरीज आणखी काही प्रत्यय आपणास माहीत आहेत; ते म्हणजे कर्मणि रूपात योजावयाचा 'इज्ज' प्रत्यय आणि प्रयोजक रूपात योजावयाचे 'वे, आवे' इत्यादी प्रत्यय. अर्थात् या कर्मणि आणि प्रयोजक प्रत्ययापुढे कालार्थाचे प्रत्यय जोडावे लागतातच; त्याखेरीज त्यांची वाक्यात योजिण्याजोगी रूपे सिद्ध होत नाहीत. यावरून प्रत्ययाचे 'प्रधान' आणि 'गौण' असे दोन प्रकार करता येतील. विभक्तिप्रत्यय आणि कालार्थप्रत्यय हे प्रधान आणि अन्य प्रत्यय हे गौण.

गौण प्रत्यय अनेक प्रकारचे असतात. त्यात नामे, सर्वनामे आणि विशेषणे यांना लागणारे ते 'तद्धित' प्रत्यय आणि धातूंना लागणारे ते 'कृत्' प्रत्यय. तद्धित प्रत्ययाच्या साहाय्याने नामे, सर्वनामे, विशेषणे यापासून नामे, विशेषणे आणि अव्यये ही यथासंभव सिद्ध करता येतात. जसे, 'धण' या नामापासून 'धणवंत' हें विशेषण; 'त' या सर्वनामापासून 'तत्थ' हें अव्यय; 'वुड्ढ' या विशेषणापासून 'बुड्ढत्तण' हे भाववाचक नाम. कृत्-प्रत्ययांच्या साहाय्याने धातूंपासून नामे, विशेषणे आणि अव्यव्ये साधिली जातात. जसे 'भूस' या धातुपासून 'भूसण' हे नाम; 'भूसणिज्ज' हे विशेषण; 'भूसिउं' हे अव्यय. मूळ शब्दांना विशिष्ट प्रत्यय जोडून

साधिल्या जाणाऱ्या या सर्व शब्दांना 'साधित शब्द (Derived forms)' असे म्हणता येईल. त्याचप्रमाणे तद्धित आणि कृत् या जातीच्या प्रत्ययांहून वेगळे असे काही प्रत्यय नामे, विशेषणे, मूळ धातु यांना जोडून विशेषार्थक धातु सिद्ध करता येतात. त्यांना 'साधित धातु' असे म्हणता येईल. जसे, 'कर' -धातूला 'आवे' प्रत्यय जोडून सिद्ध केलेला 'करावे' हा धातु प्रयोजकार्थक साधित धातु होय. 'सहावे' हा नामधातु, 'सीयलीहो' आणि 'सीयलीकर' हे च्वि-धातु हेहि साधित धातुच होत. यावरून, मूळ शब्दात काही तरी भर टाकून जो साधला जातो, तो **साधित शब्द** होय, असे दिसू येईल. याउलट, ज्या मूळ शब्दावरून असा साधित शब्द बनतो, त्या मूळ शब्दाला **सिद्ध शब्द** असे म्हणतात.

संस्कृतात ज्यांना 'साधित शब्द' अशी संज्ञा आहे, असे पुष्कळसे शब्द वर्णविकृति होऊन प्राकृतात येतात. त्यांना प्राकृतात 'सिद्ध शब्द' मानावयास हरकत नाही. पण प्राकृतात असे काही शब्द आहेत की, ते प्राकृत शब्दांना खास प्राकृत प्रत्यय लागून सिद्ध होतात. त्यांना प्राकृतात 'साधित शब्द' म्हणता येईल. प्रस्तुत संदर्भात 'साधित शब्द' ही संज्ञा याच मर्यादित अर्थाने योजिली आहे.

प्राकृतातील महत्त्वाचे तद्धित आणि कृत् प्रत्यय आणि त्यावरून साधले जाणारे शब्द :

आल, अल्ल, इल्ल - नामांपासून (अथवा नामार्थक विशेषणांपासून) संबंधार्थक किंवा मत्तार्थक विशेषणे साधणारे प्रत्यय (Possessive Suffixes) जसे, सद्द (= शब्द) → सद्दाल (= गजबजलेलें); तण (= गवत) → तणइल्ल (= गवताळ, गवत माजलेले); कंटग → कंटगिल्ल किंवा कंटइल्ल (= कांटेरी); महा → महल्ल; बाहिर → बाहिरिल्ल, इ.

मंत, वंत - मत्तार्थक ('युक्त' अशा अर्थाचे) विशेषणसाधक प्रत्यय (Possessive Suffixes). जसे, धण → धणवंत; चित्त → चित्तमंत; सील → सीलवंत; आयार → आयारमंत; इत्यादी. (पहा - संस्कृत 'मत्' आणि 'वत्'.)

त्त, त्तण, त्ता - विशेषणांपासून भाववाचक नाम साधणारे प्रत्यय (Abstract Noun Suffixes). जसे, देव → देवत्त (देवपणा); सामि (= मालक) → सामित्त (= मालकी); महुर (= गोड) → महुरत्तण (= गोडी); आयरिय → आयरित्तण; देव → देवत्ता, इत्यादी.

केर - विशेषणसाधक संबंधार्थक प्रत्यय. जसे, तुम्हकेर = तुमचे; तसेच, अम्हकेर, रायकेर, इ.

इम - विशेषणसाधक योग्यतार्थक प्रत्यय (Adjective Suffixes). जसे, खाय (= खाणे) → खाइम (= खाण्याजोगें); साय (= चाखणें) = साइम

(= चाखण्याजोगे), इत्यादी.

इर - विशेषणसाधक धर्मबोधक प्रत्यय. जसे, वेव (= थरथरणे.) → वेविर (=थरथरणारे); हस → हसिर, भम → भमिर; तसेच गव्विर, लज्जिर, कंपिर, जंपिर, इत्यादी.

मेत्त - विशेषणसाधक केवलार्थक प्रत्यय जसे, जीवियमेत्त = केवळ जीवन, फलमेत्त = केवळ फळ, इत्यादी.

य, ग (संस्कृत 'क') - स्वार्थी किंवा अल्पार्थी प्रत्यय जसे, पुत्त (= मुलगा) पुत्तय (= मुलगा, लहान मुलगा); बहु → बहुय, इत्यादी.

यर (संस्कृत 'तर') - सामान्यत: दोन वस्तूंच्या तुलनेत गुणाचे आधिक्य दाखविणारा प्रत्यय (Comparative Suffix). जसे, अणिट्ठ → अणिट्ठय (= दोहोत अधिक अनिष्ट). दुक्ख → दुक्खयर (= दोहोत अधिक दु:खकारक), भव्वं → भव्वयर (= दोहोत अधिक भव्य), उज्जल → उज्जलयर (दोहोत अधिक उजळ), इत्यादी.

यम (संस्कृत 'तम') - सामान्यत: दोहोहून अधिक वस्तूंच्या तुलनेत गुणाचे आधिक्य किंवा पराकाष्ठा दाखविणारा प्रत्यय (Superlative Suffix). जसे, अणिट्ठ अणिट्ठयम (= पुष्कळांत अधिक अनिष्ठ किंवा पराकाष्ठेचें अनिष्ट), दुक्ख → दुक्खयम, भव्व → भव्वयम, उज्जल → उज्जलयम, इत्यादी.

संस्कृतात तरतमभाववाचक 'ईयस्' आणि 'इष्ठ' असे आणखी दोन प्रत्यय आहेत. यावरून साधिलेली काही संस्कृत रूपे वर्णविकृति होऊन प्राकृतात आलेली आढळतात. त्या सर्वांत प्राकृत असा प्रत्यय वेगळा काढून दाखविता येण्यासारखा नसल्याने त्यांना तरतमभाववाचक **संस्कृतोद्‌भूत** (संस्कृत रूपांतून उत्पन्न झालेली) **रूपे** मानणे योग्य होय. जसे, श्रेष्ठ (सं.) → सेट्ठ (प्रा.); कनिष्ठ → कणिट्ठ; कनीयस् → कणीयस; ज्येष्ठ → जेट्ठ; पापीयस् → पावीयंस; पापिष्ठ → पाविट्ठ, इत्यादी.

हुत्त - 'कडे' (अभिमुख) अशा अर्थाचा विशेषणसाधक प्रत्यय. जसे, तत्तोहुत्त, पियहुत्त, इत्यादी.

अंत, माण - (कर्तरि) वर्तमानकालवाचक धातुसाधित विशेषणाचे प्रत्यय (Present Active Participle Suffixes). जसे, पास-पासंत, पासमाण (= पाहत असलेला); कर - करंत, करेंत, करमाण, करेमाण (= करीत असलेला); गा - गायंत, गायमाण; ने - नेंत, नेमाण; हो - होंत, होमाण; इत्यादी. ही विशेषणे पुल्लिंगात 'देव'-प्रमाणे, नपुंसकलिंगात 'वण'- प्रमाणे आणि स्त्रीलिंगात ई-कारान्त होऊन (जसे, पासंती, पासमाणी) 'मही'- प्रमाणे चालतात. 'अच्छ' - धातूची वर्त.

धा. विशेषणे 'संत, समाण' अशी होतात.

इज्जंत, इज्जमाण - (कर्मणि) वर्तमान. धा. विशेषणाचे प्रत्यय (Present Passive Participle Suffixes). जसे, पास - पासिज्जंत, पासिज्जमाण (= पाहिला जात असलेला) (स्त्री. पासिज्जंती, पासिज्जमाणी); ने- निज्जंत, निज्जमाण; गा - गिज्जंत, गिज्जमाण; हो - होज्जंत, होज्जमाण, इत्यादी. ज्या धातूंना स्वतंत्र कर्मणि अंगें आहेत, त्यांच्या कर्मणि अंगांना 'अंत' आणि 'माण' हेच मूळ प्रत्यय लावून कर्मणि वर्त. धा. वि. साधितां येतात. जसें, पास → दीस - दीसंत, दीसमाण; कर → कीर - कीरंत, किरमाण; कर - किज्ज - किज्जंत, किज्जमाण; खाय → खज्ज - खज्जंत, खज्जमाण, इत्यादी.

इय - कर्मणि (अथवा भावे) भूतकालवाचक धातुसाधित विशेषणाचा प्रत्यय (Past Passive Participle Suffix). जसे, पास - पासिय (= पाहिलेला); कर - करिय; गा - गाइय, इत्यादी. याशिवाय त्या-त्या धातूचीं संस्कृतांतील कर्मणि भूत. धा. विशेषणेंहि वर्णविकृत होऊन फार मोठ्या प्रमाणावर अर्धमागधींत आलेलीं आढळतात. जसें, पास → दिट्ठ (सं. दृष्ट); कर → कय (सं. कृत); गा → गीय (गीत); हो → भूय (भूत); मर → मय (मृत); सुण → सुय (श्रुत); गच्छ → गय (गत); डह → दड्ढ (दग्ध); जाण → नाय (ज्ञात); छिंद → छिन्न; लह → लद्ध (लब्ध); पाव → पत्त; हण → हय; आरभ → आरद्ध; बंध → बद्ध; नास → नट्ठ; तर → तिण्ण; चव → चुय; दे → दिन्न; ने → नीय; पविस → पविट्ठ; चिट्ठ → ठिय; पय → पक्क; वय → वुत्त, इत्यादी. ही **'संस्कृतोद्भूत'** रूपे होत; कारण, यात खास अर्धमागधी असा प्रत्यय नाही. 'इय'- प्रत्यय लागून होणारी कर्मणि भूत. धा. विशेषणे मात्र शुद्ध प्राकृत होत; संस्कृतोद्भूत नव्हेत. ही दोन्ही प्रकारची विशेषणे स्त्रीलिंगात आकारान्त होऊन 'माला'- प्रमाणे चालतात. ही रूपे भूतकालार्थक क्रियापदे म्हणून फार मोठ्या प्रमाणावर प्रयोजिली जातात.

णिज्ज, यव्व, इयव्व, (ए) ज्ज - कर्मणि विध्यर्थक धातुसाधित विशेषणाचे प्रत्यय (Potential Passive Participle Suffixes). जसे, पास - पासणिज्ज, पासियव्व (= पाहण्यास योग्य, शक्य, अवश्य); गा - गायव्व, गेज्ज; ने - नेयव्व, नेज्ज; हो - होयव्व, इत्यादी. याही धातुसाधितांचा विध्यर्थक क्रियापदे म्हणून कर्मणि आणि भावे प्रयोगात प्रयोग होतो. 'कज्ज (कार्य), खज्ज (खाद्य)' यासारखी संस्कृतोद्भूत रूपेहि आढळतात.

इत्ता, ऊण, इऊण, उं, य - पूर्वकालवाचक धातुसाधित अव्ययाचे प्रत्यय (Gerund or Absolutive Suffixes). जसे, पास → पासित्ता, पासिऊण, पासिउं, पासिय (= पाहून); कर → करित्ता, करिऊण; गा → गाइत्ता, गाऊण; ने →

नेइत्ता, नेऊण; गेण्ह → गेण्हित्ता, गेण्हिऊण, गहाय, इत्यादी. उं-प्रत्ययान्त आणि य-प्रत्ययान्त रूपे विरळा. क्वचित् 'इत्ता'- ऐवजी इत्ताण, एत्ता, एत्ताण, इत्तु, एत्तु असेहि प्रत्यय लागलेले आढळतात. क्वचित् मूळ संस्कृत रूपांचे अनुकरण करणारी 'पास → दट्ठून' यासारखीही रूपे आढळतात. कर → **काऊण**, कट्टु यासारखी अपवादात्मक रूपेही क्वचित् दिसतात. क्वचित् संस्कृत त्वान्त-ल्यबन्त अव्ययातच वर्णविकृति होऊन ती अर्धमागधीत रुळलेली आढळतात. जसे, कर - **किच्चा** (सं. कृत्वा), भुंज - **भोच्चा** (सं. भुक्त्वा), सुण - **सोच्चा** (सं. श्रुत्वा), जाण - **नच्चा** (सं. ज्ञात्वा), इत्यादी.

उं, इत्तए - हेत्वर्थक धातुसाधित अव्ययाचे प्रत्यय (Infinitive Suffixes). जसें पास → पासिउं, पासित्तए (= पाहण्यासाठी, पाहण्याकरता, पाहण्यास, पाहूं); कर → करिउं, काउं[१], करित्तए; गा → गाउं, गाइत्तए; ने → नेउं, नेइत्तए, इत्यादी. क्वचित् 'ऊण' - प्रत्ययान्त रूपेंहि आढळतात. पूर्वकालवाचक धा. अव्ययाचा 'ऊण' हा प्रत्यय आणि हेत्वर्थक धा. अव्ययाचा 'उं' हा प्रत्यय यांमध्ये याप्रमाणे अदलाबदल झालेली पुष्कळ ठिकाणी आढळून येते. त्यात 'ऊण' - ऐवजी 'उं' विपुल; पण 'उं'- ऐवजी 'ऊण' फारच क्वचित्. 'इत्तए' - प्रत्ययान्त रूपे विरळा. 'इत्तए' - ऐवजी 'एत्तए' - प्रत्ययहि आढळतो. 'पास → दट्ठुं' यासारखी संस्कृतोद्भूत हेत्वर्थक अव्ययेही पुष्कळ ठिकाणी येतात.

(पूर्वकालवाचक धा. अव्ययाला 'त्वान्त' अथवा 'ल्यबन्त' असे आणि हेत्वर्थक धा. अव्ययाला 'तुमन्त') असे नाव कोणी चुकीने वापरतात. प्राकृतात 'त्वा, ल्यप्, तुम्' असे प्रत्यय नाहीत.)

काही विशेष कर्मणि भूत. धा. विशेषणे.

अल्लिय - **अल्लीण**; अणुहव - **अणुहूय** ॥ हण - **हय**, कर - **कय**, इ. संस्कृतोद्भूत रूपें ॥ अइक्कम - **वोलीण**, **अइक्कंत**; वियस - **वोसट्ट**, **वियसिय**; नस्स - **ल्हिक्क**, **नट्ठ**; पम्हुस - **पम्हुट्ठ** (घासलें-पुसलेलें); विढव - **विढत्त** (अर्जित); छिव - **छित्त** (स्पृष्ट); निम - **निमिय** (न्यस्त, स्थापित); लुण - **लुय** (लून, तोडिलेलें); निछुह - **निच्छूढ** (निक्षिप्त); पलोट्ट, पल्हत्थ - **पलोट्ट**, **पल्हत्थ** ॥

काही विशेष विध्यर्थक धा. विशेषणे; पूर्वकालवाचक आणि हेत्वर्थक धा.

१- 'कर' - धातूच्या अर्थाने भविष्यकालात (जसे, 'काहिइ'), कर्मणि रूपात ('किज्जइ') आणि काही धातुसाधितात ('काऊण, काउं, किज्जंत, किज्जमाण') येणारा 'का' हा धातु स्वतंत्र मानावयास हरकत नाही.

अव्यये :

गेण्ह - **घेत्तव्व, घेत्तुं, घेत्तूण**, (**गेण्हिय**) ॥ वय (बोलणे) - **वोत्तव्व, वोत्तुं, वोत्तूण** ॥ रुव (रडणे) - **रोत्तव्व, रोत्तुं, रोत्तूण** ॥ भुंज - **भोत्तव्य, भोत्तुं, भोत्तूण** ॥ मुंच - **मोत्तव्व, मोत्तुं, मोत्तूण** ॥ पास - **दट्ठव्व, दट्ठुं, दट्ठूण** ॥ कर - **कायव्व, काउं, काऊण** ॥ हण - **हतव्व, हंतुं, हंतूंण** ॥ सुण - **सोयव्व, सोउं, सोऊण** ॥

त्थ, हिं, ओ, त्तो - स्थलवाचक अव्ययाचे प्रत्यय; प्राय: सर्वनामांना लागतात. जसे, क → कत्थ (कोठे); त → तत्थ; तसेच, एत्थ, अन्नत्थ; सव्वत्थ, जत्थ, एगत्थ; ज → जहिं (जेथे); त → तहिं; क → कहिं, ज → जओ, जत्तो (= जेथून); त → तओ, तत्तो; क → कओ, कुओ (कुत:), कुत्तो. प्रश्नार्थक अव्ययाना यथासंभव 'पि, वि, चि, इ' हे प्रत्यय जोडले असता सामान्यार्थक अव्यये सिद्ध होतात. जसे, कत्थ = कोठे, कत्थ वि = कोठे तरी; कहिं = कोठे, कहिं पि = कोठे तरी; कओ कोठून, कओ = वि कोठून तरी = इत्यादी.

वर धातूंना वेगवेगळे प्रत्यय लागून होणारी भिन्न-भिन्न धातुसाधिते सिद्ध (प्रकृतार्थक) धातूंची उदाहरणे देऊन विवेचिली आहेत. ही सर्व प्रकारची धातुसाधिते प्रयोजक धातु, नामधातु, च्वि-धातु इत्यादी साधित धातूंच्या बाबतीतही संभवतात. जसे, **कर** (प्रकृतार्थक) → **करावे**, कारे (प्रयोजक) यापासून 'करावेंत, कारेंत, करावेमाण, कराविज्जंत, कराविज्जमाण, कराविय - काराविय, कारेयव्व, कारेऊण, कारेउं' इत्यादी; सुह (नपुं.) → **सुहावे** (नामधातु) यापासून 'सुहाविय, सुहावेउं, सुहाविज्जंत, सुहावेऊण' इत्यादी; धवल (वि.) → **धवलीहो** (च्वि-धातु) यापासून 'धवलीहोंत, धवलीहोऊण, धवलीहूय,' इत्यादी.

समास

समास म्हणजे **जोड-शब्द**. यात कमीत कमी दोन आणि जास्तीत जास्त वाटेल तितके घटक शब्द असू शकतात. जसे, 'रज्जसिरी' यात दोन आणि 'धवलधयवडाडोवखिंखिणीजालालंकिओ' यात सात घटक शब्द आहेत. प्राय: समासात जितके घटक शब्द असतील, त्याहून एकाने कमी इतकी त्या समासाची विग्रहवाक्ये होतात. जसे, वर दिलेल्या दोन उदाहरणांची विग्रहवाक्ये अनुक्रमे एक व सहा होतील. समासाचे कमीत कमी शब्दात रूढ पद्धतीने स्पष्टीकरण करणाऱ्या वाक्याला समासाचा **'विग्रह'** असे म्हणतात. ज्या समासाचा विचार प्रस्तुत असेल, त्या समासाचे रूढ पद्धतीप्रमाणे अर्धमागधी वाक्यात स्पष्टीकरण करून, म्हणजेच त्या **समासाचा विग्रह** करून, पुढे त्या समासाचे नाव लिहावे. विचारलेला समास

प्रथमेहून अन्य विभक्तीत असला तरी त्याचा विग्रह करताना तो विग्रह त्यातील मुख्य पद प्रथमा विभक्तीत योजूनच करावा; आणि समासाचे नाव लिहून झाल्यावर पुढे त्या मुख्य पदाच्या लिंग-विभक्ति-वचनांचे 'त' या सर्वनामाचे रूप लिहावे. जसे, '**नराहिवेणनराणं** अहिवो, नराहिवो । षष्ठी तत्पु. । तेण ।'

हेमचन्द्रादि प्राकृत व्याकरणकारांनी आपापल्या ग्रंथांत समास-प्रकरणाचे विवेचन केलेले नाही. त्यामुळे समासांचे वर्गीकरण, त्यांच्या संज्ञा, त्यांतील घटकांचे अन्योन्यसंबंध इत्यादी तपशिलाच्या बाबतीत प्राकृतात संस्कृत व्याकरणाचाच आधार घेतला जातो. ही वस्तुस्थिति ध्यानात घेऊन पुढे दिलेले समाससंबंधीचे विवेचन लक्षात घ्यावे.

समासाच्या मूलभूत घटकांची संख्या दोन ही असल्यामुळे या दोन घटकांच्या एकमेकाशी असलेल्या संबंधावरूनच समासाच्या जाती ठरविण्यात आल्या आहेत. या दोन घटकातील संबंध पुढे दिल्याप्रमाणे चार प्रकारचे असू शकतील : (१) पहिला घटक (पूर्वपद) मुख्य, दुसरा (उत्तरपद) गौण; (२) पहिला घटक गौण, दुसरा मुख्य; (३) दोन्ही घटक मुख्य; (४) दोन्ही घटक गौण. या चार प्रकारच्या संबंधावरून समासाच्या अनुक्रमे चार जाती होतात, - **अव्ययीभाव**, **तत्पुरुष**, **द्वन्द्व** आणि **बहुव्रीहि**. या प्रत्येक जातीत एक किंवा अधिक पोटप्रकार आहेत. या जातीपैकी कोणत्याच जातीत न बसणाऱ्या समासास **केवल-समास** असे म्हणतात. या समासाचे स्वरूपवैशिष्ट्य पुढे संक्षेपतः कोष्टकात दिले आहे. त्यावरून **'समास'** या शब्दप्रकाराची स्थूल कल्पना येईल.

समासाची जात आणि प्रकार	**उदाहरण आणि विग्रह**	**वैशिष्ट्य**
१. अव्ययीभाव	**जहारिहं** - अरिहं अणइक्कम्म ।	पूर्वपद अव्यय; सबंध समास
	जावज्जीवं - जाव जीवो ताव ।	क्रियाविशेषणात्मक.
२. तत्पुरुष		
विभक्तितत्पुरुष-	**कज्जारूढो** - कज्जं (द्वितीया) आरूढो ।	विग्रहात पूर्वपद हे संदर्भाप्रमाणे द्वितीया ते
	सहिसहिया - सहीए (तृतीया) सहिया ।	सप्तमी यापैकी एखाद्या विभक्तीत येते; उत्तरपद
	लीलालट्ठी - लीलट्ठा	प्रथमान्त असते. पूर्वपदाच्या

	(चतुर्थी) लट्ठी ।	विभक्तीवरून समासाचे नाव ठरते. जसे, द्वितीया तत्पुरुष तृतीया तत्पुरुष, इत्यादि.
	कामनियट्टो - कामेहिंतो (पंचमी) नियट्टो ।	
	पयापालणं - पयाणं (षष्ठी) पालणं ।	
	विसयपसत्तो - विसएसु (सप्तमी) पसत्तो ।	
नञतत्पुरुष-	**अहन्नो** - न धन्नो ।	पूर्वपद ‘न (ञ्)’.
	अणेगाइं - न एगं ।	व्यंजनापूर्वी त्याचा ‘अ’
	अकज्जं -न कज्जं ।	आणि स्वरापूर्वी ‘अण्’ होतो.
कर्मधारय -		सर्व प्रकारात दोन्ही पदे प्रथमान्त. एकाच वस्तूचा बोध.
	गाढप्पहारो - गाढो पहारो ।	विशेषण + विशेष्य.
	भुक्खियतिसिया - भुक्खिया (य सा) तिसिया (य) ।	विशेषणे + विशेषण.
	गयणंगणं - गयणं चेव अंगणं ।	रूप्य + रूपक.
	- गयणं अंगणं विय ।	उपमेय + उपमान.
	महापसाओ - महंतो पसाओ ।	विशेषण + विशेष्य.
	सुभासियाइं - सोहणाइं भासियाइं ।	विशेषण + विशेष्य.
	चारपुरिसा - चारा पुरिसा ।	समानविभक्तिक नामे.
द्विगु -	**तिहुयणं** - तिण्हं भुवणाणं समाहारो ।	कर्मधारयाचा प्रकार. पूर्वपद संख्याविशेषण. उत्तरपद नाम. समुदायाला प्राधान्य. समास प्रायः नपुं. एकवचनी.
	दोमासं - दोण्हं मासाणं समाहारो ।	
उपपद तत्पुरुष-	**पाणहरो** - पाणे हरइ त्ति । **जोव्वणत्था** - जोव्वणे	पूर्वपद नाम. उत्तरपद धातूचे संक्षिप्त रूप (उपपद).

	चिट्ठ त्ति ।	विग्रहात वर्तमानकालाचे
	कम्मकरा - कम्मं करेंति त्ति	धातुरूप.
	निसायरा - निसाए चिरंति त्ति ।	
प्रादि तत्पुरुष -	**दुच्चरियं** - दुट्ठं चरियं ।	पूर्वपद 'प्र, परा...' इत्यादी अव्ययांपैकी एक; उत्तरपद नाम.
३. द्वन्द्व		दोन किंवा अधिक नामांची बेरीज. सर्व पदे प्रथमान्त. भिन्न वस्तूंचा बोध.
इतरेतर -	**पाणभोयणाइं** - पाणं च भोयणं च ।	प्रत्येक घटकाला स्वतंत्र महत्त्व. समास अनेकवचनी.
समाहार -	**वहूवरं** - वहू य वरो य एएसिं समाहारो ।	सर्व समूहाला मिळून महत्त्व. समास नपुं. ए. व.
४. बहुव्रीहि		प्राय: विग्रहात 'ज-त' या संबंधी सर्वनामांची रूपे जोडीने येतात. समास विशेषणात्मक. समासबाह्य विशेष्याला महत्त्व.
समानाधिकरण -	**मुंडियसिरा** - मुंडियं सिरं जीए सा ।	समानविभक्तिक पदे. विशेषण + विशेष्य.
	उप्पण्णणाणो - उप्पण्णं नाणं जम्मि सो ।	विशेषण + विशेष्य.
	भद्दाभिहाणा - भद्दा अभिहाणं जीए सा ।	नाम + नाम.
	चंदवयणा - चंदो व्व वयणं जीए सा ।	उपमान + उपमेय.
	माणधणो - माणो च्चिय धणं जस्स सो ।	रूप्य + रूपक.
व्यधिकरण -	**जालहत्थो** - जालं हत्थे जस्स सो ।	भिन्नविभक्तिक पदे. नाम + नाम.
नञ्‌बहुव्रीहि -	**अणुत्तरं** - नत्थि उत्तरं	पूर्वपद 'न (ञ्),

	जाओ तं ।	उत्तरपद नाम किंवा विशेषण.
प्रादिबहुव्रीहि -	**दुम्मेहा** - दुट्ठा मेहा जेसिं ते ।	पूर्वपद 'प्र, परा…' इत्यादी अव्ययापैकी एखादे. उत्तरपद नाम.
	निव्विसो - निग्गयं विसं जाओ सो ।	
सहबहुव्रीहि -	**साणुकंपो** - अणुकंपाए सह । (विशेषण)	पूर्वपद 'स (ह)'; उत्तरपद नाम.
	सविम्हयं - विम्हएण सह जहा तहा ।	क्रियाविशेषण.

समासांची आणखी उदाहरणे -

अव्ययीभाव - अहासुहं (सुहं अणइक्कम्म), अहासुयं, जहक्कमं; जहाभागं (जहा भागाइं तहा), अहाउयं (जहा आउयं तहा), जहोवइट्ठं; जहावत्तं; इत्थिवज्जं (इत्थिं वज्जिऊणं) मंसवज्जं: पडिरूवं (रूवं रूवं: रूवं पडिगयं); पइदिणं (दिणे दिणे), पइदियहं, इत्यादी. क्वचित् विभक्त्यन्तहि रूपे आढळतात— जावज्जीवाए, अहाकम्मेहिं, इत्यादी.

विभक्तितत्पुरुष-

(द्वितीया) आसारूढो, पुढविनिस्सियं, परिसागए, आसणगओ, हत्थागया, उम्मग्गलग्गो. **(तृतीया)** दुहट्टो (दुःखार्तः), वेज्जोवइट्ठं, जिणिंदभासिओ, रायक्खियाइं, जाइअंधो, महुकारसमा, रिद्धिसमेओ, फलज्जिओ, छुहाकिलंतो, उवद्दवरहियं, पासबद्धा, विज्जत्थी (विज्जाए अत्थी), पुत्तविरहो, निद्दक्कंतो. **(पंचमी)** मरणभयं, रुक्खपडणं, संकाभीओ, मज्जविरओ, भयभीयाओ, मरणुत्तरं, देवलोगचुओ. **(षष्ठी)** जिणसासणं, रुक्खमूलं, सगरसुया, नमिचरियं, कयलीघरं, भिक्खाकालो, उदगदोणी, सुयसहस्साइं, देवलोगो, पाणवहो, सिद्धिमग्गो, देवाणुप्पिओ, (देवाणं पिओ - अलुक्), इक्खागकुलं, नरवई, दुक्खसयं, रायसुओ, परवसो, गयणद्धं, सभवणं (सस्स भवणं). **(सप्तमी)** राइभोयणं, घरवासो, रसगिद्धा, नरवरा, जलकरी, गड्डासूयरो, पराहीणो, नीइकुसला.

नञ्-तत्पुरुष - अविणीओ, अवितहं, अणुज्जुओ, अप्पमत्तो, अणसणं.

कर्मधारय - सीयोदगं, उण्होदगं, पुव्वकम्माइं, अन्नभवो, महव्वए, अणुव्वयाइं, पंचिंदियाइं, दीहनिद्दा, महापुरिसो, महूसवो, पुरिसुत्तमे (उत्तमे पुरिसे); सीउण्हं (सीयं च तं उण्हं च), अंधबहिरो, गुरुजणो, वडपायवो, दयाधम्मो, मोक्खसुहं, मच्चुसीहो, दुक्खसल्लं, भारुंडपक्खी, नमिराया, चंपानयरी, वेयड्ढपव्वओ, कुभोजणं (कुच्छियं भोयणं), कुपुत्तो, सुपुरिसा, दुस्सीलं, (दुट्ठं सीलं), काउरिसो (कुच्छिओ पुरिसो),

दुरासा, मुहकमलं, समुद्दगंभीरो, कंबलरयणं, इत्थिरयणं, देसंतरं (अन्नो देसो), भासंतरं, रूवंतरं, पुव्वदिट्ठो किंवा दिट्ठपुव्वो (पुव्वं दिट्ठो). **(उत्तरपदलोपी-)** विसलट्ठुगो (विसजुत्तो लुट्ठुगो). **(द्विगु)**, छज्जीवणिया (छण्हं जीवणिगायाणं समाहारो), चउरंगं, तेलोक्कं.

उपपदतत्पुरुष - कुंभयारो, जलदो, मुसावाई (मुसा वयइ त्ति), सागरंगमा, रुक्खवासी, अंडओ (अंडाआ जायइ त्ति), सव्वन्नू (सव्वं जाणइ त्ति), तित्थकरो, पावकारी, मुहाजीवी, आणाकरो, पच्चंतवासी, चक्कवट्टी, विज्जाहरा, कयग्घो (कयं हणइ त्ति), पंकयं, सत्थवाहो, अंतेवासी, जोव्वणत्थो, गिहत्थो.

प्रादितत्पुरुष - अइभूमी (भूमिं अइगओ), अच्चंतं (अंतं अइगयं).

इतरेतरद्वंद्व - लाभालाभे, निंदापसंसाओ, जीवाजीवे, गमणागमणे, कीडपयंगा, कामभोगा, धम्मट्ठकामा, समणमाहणा, पाणभूयाइं, नरनारीओ, जणणिजणया, वग्घसिंघा, सुरासुरा, रागदोसा, पुत्तमित्तकलत्ताइं, मंततंताइं, जम्मणमरणाइं.

समाहारद्वंद्व - गंधमल्लं, उच्चावयं, उच्चनीयं, अन्नपाणं, भत्तपाणं, तणकट्ठसक्करं, सयणासणवत्थं, मंससोणियं, पाणभूयं, घयमहुपाणियं, अहोरत्तं.

बहुव्रीहि - (समानाधिकरण) घोरपरक्कमो, पावदिट्ठी, मूढप्पा, जिइंदिओ, अट्ठियप्पा, कुसीला (कुच्छियं सीलं जेसिं ते), इंदाइणो (इंदो आई जेसिं ते), नाणाविहा, दुविहा, मरणंतियं, महाणुभावो, पसरियपयावो, छक्खंडं, धम्मपरो (धम्मो परो जस्स सो), सागरोवमो (सागरो उवमा जस्स सो) (कालो), पलियोवमो, चंपानामा, किंचूणं (किंचि ऊणं जम्मि तं), सहोयरो, दोजीहा, दोमुहओ, दुक्खपउरो. **(व्यधिकरण)** कमलहत्थो, विसज्जिउकामो (विसज्जिउं कामो जस्स सो), धम्मबुद्धी. **(नञ्बहु.)** अणगारे, अणंता, अणंतरं (नत्थि अंतरं जम्मि कम्मम्मि तं जहा तहा), अणूरू, असेसा, अणवज्जं, असारो. **(प्रादिबहु.)** निरट्ठं (निग्गओ अट्ठो जम्हा), निद्दया, निग्घिणो, दुरायारो (दुट्ठो आयारो जस्स), निरवसेसं, निरवराहो, निरुवमं. **(सहबहु.)** सपुत्तो, सामरिसो, सासंकी, सासंको (आसंकाए सह जहा तहा), सामरिसं, सकोवं.

प्रयोग आणि समन्वय

१. प्रयोग

वाक्याचे घटक. एखादा विचार विशिष्ट मर्यादेत निराकांक्षतेने पूर्ण करणारा पदसमूह म्हणजे **वाक्य**. वाक्यात एखाद्या व्यक्तीची (अथवा वस्तूची) स्थिती अथवा कृती सांगितली जाते. या स्थितीचा किंवा कृतीचा बोधक शब्द म्हणजे **क्रियापद**. ही स्थिति अनुभवणारी अथवी कृति करणारी व्यक्ति (अथवा वस्तु) म्हणजे वाक्यातील

कर्ता होय. कृतीचा विषय होणारी म्हणजे कृतीचा परिणाम भोगणारी व्यक्ति (अथवा वस्तु) म्हणजे वाक्यातील **कर्म** होय. स्थिति साकांक्ष असल्यास तिला निराकांक्ष करणारा आणि कर्त्याशी समकक्ष असलेला शब्द **पूरक** होय. स्थितिबोधक क्रियापद **अकर्मक** असते; कृतिबोधक क्रियापद प्राय: **सकर्मक** असतें.

जसें, 'फूल उमलते,' या वाक्यात 'फूल' हा कर्ता आहे; तो 'उमलते' या अकर्मक क्रियापदाने व्यक्त होणारी अवस्था अनुभवितो. 'अर्धमागधी जैनधर्माची बोधभाषा आहे,' या वाक्यात 'अर्धमागधी' हा कर्ता; 'बोधभाषा' हे पूरक; 'आहे' हे अकर्मक या पूरकाचे षष्ठ्यन्त विशेषण. 'श्रावक धर्म आचरितो,' या वाक्यात 'श्रावक' हा कर्ता; तो 'आचरितो' या सकर्मक क्रियापदाने व्यक्त होणारी कृति करतो. 'धर्म' हे कर्म; कारण 'धर्म' हा येथे आचरणाचा विषय होय.

कर्ता आणि क्रियापद हे वाक्याचे अव्यभिचारी - म्हणजे सर्व प्रकाराच्या वाक्यात निश्चयाने असणारे - घटक होत. कर्म, पूरक हे घटक काही वाक्यात लागतात, तर काही वाक्यात लागत नाहीत; ते व्यभिचारी घटक होत. यापैकी एखाद-दुसरा घटक वाक्यांत स्वरूपत: निर्दिष्ट नसूनहि अर्थपूर्तीसाठी आवश्यक असेल तर तो संदर्भातून आकर्षिला जातो. त्याला 'अध्याहृत' घटक असे म्हणतात, जसे, 'दार झाक' या वाक्यात 'तू' हा कर्ता अध्याहृत आहे. अर्धमागधीत 'आहे' अशा अर्थाचे क्रियापद पुष्कळदा अध्याहृत असते.

प्रयोग. वाक्यातील क्रियापद जेव्हा कर्त्याला अनुसरते तेव्हा त्या वाक्याच्या बांधणीला **'कर्तरि प्रयोग'** असे म्हणतात; ते जेव्हा कर्माला अनुसरते तेव्हा तो **'कर्मणि प्रयोग'** होतो; ते जेव्हा कर्ता किंवा कर्म यापैकी कोणालाच अनुसरत नाही तेव्हा तो **'भावे प्रयोग'** होतो.

कर्तरि प्रयोगात कर्त्याचे वाचक पद (= शब्द) प्रथमा विभक्तीत असते. कर्म असल्यास त्याचे वाचक पद द्वितीया विभक्तीत असते. जसे, 'मेहा वरिसंति । सावगो धम्मं पालेइ ।' या वाक्यात 'मेहा' आणि 'सावगो' हे कर्ते प्रथमान्त आहेत; 'धम्मं' हे कर्म द्वितीयान्त आहे. पहिल्या वाक्यात 'वरिसंति' हे क्रियापद 'मेहा' या कर्तृपदाला अनुसरून तृतीयपुरुषी अनेकवचनी आहे. दुसऱ्या वाक्यात 'पालेइ' हे क्रियापद 'सावगो' या कर्तृपदाला अनुसरून तृतीयपुरुषी एकवचनी आहे. यातील पहिले वाक्य हे **'अकर्मक कर्तरि'** प्रयोगाचे आणि दुसरे वाक्य हे **'सकर्मक कर्तरि'** प्रयोगाचे उदाहरण आहे.

कर्मणि प्रयोगात कर्त्याचे वाचक पद तृतीया विभक्तीत आणि कर्माचे वाचक पद प्रथमा विभक्तीत असते. जसे, 'सावगेण धम्मो पालिज्जइ ।' या वाक्यात 'सावगेण' हा कर्ता तृतीयान्त आहे; 'धम्मो' हे कर्म प्रथमान्त आहे; आणि 'पालिज्जइ'

हे क्रियापद 'धम्मो' या कर्माला अनुसरून कर्मणि तृतीयपुरुषी एकवचनी आहे. या वाक्यात कर्त्यांमध्ये बदल झाला तरी क्रियापद अविकृत राहते, पण कर्माचे वचन, पुरुष ही बदलली तर मात्र क्रियापद बदलेल. जसे, 'अम्हेहिं धम्मो पालिज्जइ ।' पण 'सावगेण अणुव्वयाइं पालिज्जंति ।'

क्रियापद हे जेव्हा कालाचे अथवा अर्थाचे रूप असते, तेव्हा ते प्रयोगानुसार कर्त्याला अथवा कर्माला पुरुषात आणि वचनात अनुसरते, - म्हणजे, कर्त्याचा (अथवा कर्माचा) जो पुरुष (प्रथमपुरुष, द्वितीयपुरुष, तृतीयपुरुष) तो क्रियापदाचा पुरुष, कर्त्याचे (अथवा कर्माचे) जे वचन (एक, अनेक), ते क्रियापदाचे वचन, याप्रमाणे. पण पुष्कळदा (विशेषतः भूतकालात आणि क्वचित् विध्यर्थात) धातुसाधित विशेषण हेच क्रियापदाचे कार्य करिते. तेव्हा ते प्रयोगानुसार कर्त्याला अथवा कर्माला लिंग, विभक्ति (प्रथमा) आणि वचन यात अनुसरते. जसे, 'वाणरा रुक्खं आरूढा (= वानर झाडावर चढले)' या कर्तरि प्रयोगात 'आरूढा' हे क्रियापद 'वाणरा' या कर्तृपदाला अनुसरून पुल्लिंगी, प्रथमान्त, अनेकवचनी आहे; 'वानरेण फलं भक्खियं' या कर्मणि प्रयोगांत 'भक्खियं' हे क्रियापद 'फलं' या कर्मपदाला अनुसरून नपुंसकलिंगी प्रथमान्त, एकवचनी आहे. प्रायः सकर्मक धातूंची भूतविशेषणे कर्मणि प्रयोगात योजितात आणि गत्यर्थक (जसे, गच्छ, पविस, संपज्ज), अकर्मक आणि 'आरुह'-सारखे काही अपवादात्मक सकर्मक धातु याची भूतविशेषणे कर्तरि आणि भावे प्रयोगात योजितात.

भावे प्रयोगात कर्ता तृतीयान्त असतो; कर्म नसते; क्रियापद कालार्थाचे असल्यास नित्य भावे तृतीयपुरुषी एकवचनी असते; धातुसाधित विशेषण असल्यास नित्य नपुंसकलिंगी, प्रथमान्त, एकवचनी असते. जसे, 'मेहेहिं वरिसिज्जइ । मेहेहिं वुट्ठं । ऊससियं मे हियएण ।' इत्यादी. या उदाहरणात 'वरिसिज्जइ' हे वर्तमानकालाचे रूप आहे; 'वुट्ठं' आणि 'ऊससियं' ही भावे भूतविशेषणे आहेत.

प्रयोगपरिवर्तन. सकर्मक कर्तरि, अकर्मक कर्तरि, कर्मणि आणि भावे या प्रयोगांची ही वैशिष्ट्ये ध्यानात घेतली असता एकच वाक्य नियमानुसार दोन बांधणीत गुंफिता येईल. कारण, सकर्मक कर्तरि आणि कर्मणि हे प्रयोग एकमेकात बदलतात; अकर्मक कर्तरि आणि भावे हे प्रयोग एकमेकात बदलतात. पण अर्धमगधीत एकंदरीने भावे प्रयोग विरळा. या प्रयोगपरिवर्तनाची कल्पना पुढे दिलेल्या प्रयोगाच्या कोष्टकावरून आणि उदाहरणांवरून येईल.

प्रयोग	**कर्ता**	**कर्म**	**क्रियापद**	
			कालार्थरूप	**धा. वि.**
(अ) सक.	प्रथमान्त	द्वितीयान्त	कर्तृवत्	कर्तृवत्

कर्तरि			(पुरुषवचन)	(लिंग. वि. व.)
कर्मणि	तृतीयान्त	प्रथमान्त	कर्मवत्	कर्मवत्
(आ) अक.			(पुरुषवचन)	(लिंग. वि. व.)
कर्तरि	प्रथमान्त	०	कर्तृवत्	कर्तृवत्
भावे	तृतीयान्त	०	तृ. पु. ए. व.	नपुं. प्रथमा. ए. व.

प्रयोग बदलावयाचा म्हणजे कर्ता, कर्म, त्यांची विशेषणे आणि क्रियापद यातच आवश्यक तो बदल करावयाचा; मूळ शब्द किंवा कालार्थ यात बदल करावयाचा नाही. धातुसाधित विशेषणांपैकी केवळ भूतविशेषणे (कर्तरि किंवा कर्मणि) आणि विध्यर्थक विशेषणे (केवळ कर्मणि) क्रियापदे म्हणून येऊ शकतात. पुढे दिलेल्या काही उदाहरणांवरून प्रयोगपरिवर्तनाची कल्पना येईल—

१. (तुम्हे) लहुं चित्तसभं करेह । सक. कर्तरि ।
    (तुम्हेहिं) लहुं चित्तसभा करिउ (= करिज्जउ) । कर्मणि ।
२. (तुमं) एयं मउडरयणं मम पेसेहि । सक. कर्तरि ।
    (तुमए) एयं मउडरयणं मम पेसिज्जउ । कर्मणि ।
३. तो अहमवि मउडं देमि । सक. कर्तरि ।
    तो मए वि मउडो दिज्जइ । कर्मणि ।
४. तओ नच्चंति नट्टियाओ । अक. कर्तरि ।
    तओ नच्चिज्जइ नट्टियाहिं । भावे ।
५. गिज्जंति सुकइरइया कव्वबंधा (जणेहिं) । कर्मणि ।
    गायंति सुकइरइए कव्वबंधे (जणा) । सक. कर्तरि ।
६. पावा एसा महरिसिं निंदेह । सक. कर्तरि ।
    पावाए एईए महरिसी निंदिज्जइ । कर्मणि ।
७. केरिसो विणओ मए कायव्वो । कर्मणि ।
    केरिसं विणयं अहं करेज्जामि । सक. कर्तरि ।
८. कोइ चोरो वत्थाणि हरइ । सक. कर्तरि ।
    केणावि चोरेण वत्थाणि हीरंति (= हरिज्जंति) । कर्मणि ।
९. (तुमं) वावाएहि एयं चोरं । सक. कर्तरि ।
    (तुमए) वावाइज्जउ एसो चोरो । कर्मणि ।
१०. एसो कुमारो न-याणइ विसेसं । सक. कर्तरि ।
    एएण कुमारेण न नज्जइ विसेसो । कर्मणि ।
११. अह पत्तम्मि आएसे (एलओ) सीसं छेत्तूण भुज्जइ । कर्मणि ।

अह पत्तम्मि आएसे (एलयं) सीसं छेत्तूण भुंजंति (जणा) । (सक. कर्तरि)

१२. एक्ककुसुमम्मि (जणेहिं) बे तिण्णि गुणा न लब्भंति । कर्मणि ।

एक्ककुसुमम्मि (जणा) वे तिण्णि गुणे न लहंति । सक. कर्तरि ।

२. समन्वय

अर्धमागधीतील वाक्य रचनेचा 'प्रयोग' हा पाया आहे. तो एकदा पक्का झाला म्हणजे वाक्यातील भिन्न भिन्न घटकांचा एकमेकांशी संबंध कसा जोडावयाचा आणि अवश्य तेथे समन्वय कसा साधावयाचा, हे पहावयाचे राहते. समन्वय म्हणजे मिळते-जुळतेपणा. कर्ता प्रथमपुरुषी असल्यास क्रियापद प्रथमपुरुषी, एकवचनी असल्यास एकवचनी, द्वितीयपुरुषी असल्यास द्वितीयपुरुषी, पुल्लिंगी असल्यास पुल्लिंगी (धातुसाधितात), स्त्रीलिंगी असल्यास स्त्रीलिंगी, इत्यादी. हा कर्ता आणि क्रियापद यामधला समन्वय झाला. असा कर्ता-क्रियापद-समन्वय कर्तरि प्रयोगात असतो, तसाच कर्म-क्रियापद-समन्वय कर्मणि प्रयोगात असतो. या दोन्ही प्रकारच्या समन्वयाची सामान्य माहिती प्रयोगविवेचनात येऊन गेली आहे. आता या समन्वयांतले आणखी काही तपशील अभ्यसावयाचे आहेत.

कर्तृ-क्रिया-समन्वय

१. कर्तरि प्रयोगातील वाक्यात कर्तृवाचक पद एकच असेल, तर क्रियापद यथासंभव पुरुष-वचनात (कालार्थरूप) अथवा लिंग-विभक्ति वचनात (धातुसाधित) कर्त्याला अनुसरते. जसे, मेहा वरिसंति । सावगो धम्मं पालेइ । अहं अरहंतं सरणं गच्छामि । तुमं पाढं पढसि । अम्हे जिणं नमिस्सामो । इत्थीओ मंदिरं गयाओ । राया कालवसं गओ । इत्यादी.

२. (क) कर्तरि प्रयोगातील वाक्यात कर्तृवाचक पदे अनेक असली आणि ती समुच्चयबोधक अव्ययाने ('च, य' = आणि) जोडिलेली असली, तर क्रियापद त्यांच्या समुच्चित वचनाला (म्हणजे अनेकवचनाला) अनुसरते. जसे, उवज्झाओ य सीसो य पाढं पढंति । राया य अमच्चो य पासायं गया । केव्हा केव्हा ते समीपतम (म्हणजे सर्वात जवळच्या) कर्त्यालाहि अनुसरते.

(ख) कर्तृवाचक पदे भिन्नपुरुषी असतील तर क्रियापद प्रथमपुरुषी कर्त्याला आणि त्याच्या अभावी द्वितीयपुरुषी कर्त्याला अनुसरते. जसे, अहं च तुमं च दो वि जुज्झामो । सो य तुमं च जुज्झइ । सो य तुमं च अहं च मंदिरं गच्छामो ।

(ग) कर्तृवाचक पदे भिन्नलिंगी असतील आणि क्रियापद धातुसाधित विशेषण असेल, तर क्रियापद पुल्लिंगी कर्त्याला आणि त्याच्या अभावी स्त्रीलिंगी कर्त्याला

लिंगांत अनुसरते. वचन समुच्चित येते. जसे, राया य रन्नी य मंदिरं गया । रुक्खो य साहा य पुप्फं च विनट्ठा । पुष्कळदा अशा स्थळी क्रियापद मराठीतल्याप्रमाणे नपुंसकलिंगांत येते. जसे, माया व पिया य आगयाइं ।

(घ) कर्तृवाचक पदे विकल्पबोधक अव्ययाने (वा = किंवा) जोडलेली असली तर क्रियापद समीपतम (म्हणजे सर्वात जवळच्या) कर्त्याला अनुसरते. जसे, उवज्झांओ वा सीसो वा पाढं पढइ । राया वा रन्नी वा मंदिरं गया ।

कर्म-क्रिया-समन्वय

कर्तरि प्रयोगासबंधीचे क्रियासमन्वयाचे सर्व नियम कर्मणि प्रयोगाला एकाच फरकाने लागू आहेत. तो म्हणजे त्या नियमात जेथे-जेथे 'कर्ता' आला असेल तेथे-तेथे 'कर्म' घालावयाचे. अर्थात् कर्मणि प्रयोगात.

१. कर्मवाचक पद एकच असताना कालार्थाचे क्रियापदरूप कर्माला पुरुषवचनात आणि धातुसाधितात्मक क्रियापद कर्माला लिंग-विभक्ति-वचनात अनुसरते.

२. (क) कर्मवाचक पदे अनेक असतील आणि ती समुच्चयबोधक अव्ययाने जोडलेली असतील, तेव्हा क्रियापद अनेकवचनी असते.

(ख) कर्मवाचक पदे भिन्नपुरुषी असली तर क्रियापद प्रथमपुरुषी आणि त्याच्या अभावी द्वितीयपुरुषी कर्माला अनुसरते.

(ग) कर्मवाचक पदे भिन्नलिंगी असतील तर धातुसाधितात्मक क्रियापद पुल्लिंगी आणि त्याच्या अभावी स्त्रीलिंगी कर्माला अनुसरते.

(घ) कर्मवाचक पदे विकल्पबोधक अव्ययाने जोडलेली असतील तर क्रियापद समीपतम (म्हणजे सर्वात जवळच्या) कर्माला अनुसरते.

क्रमाने उदाहरणे—**(१)** मेहेण जलं वरिसिज्जइ । मेहेण जलाणि वरिसिज्जंति । तुमं जणेहिं पूइज्जसि । तुम्हे जणेहिं पूइज्जमंह ॥ मेहेण जलं वुट्ठं । मेहेण जलाइं वुट्ठाइं । सावगेहिं धम्मो पालेयव्वो । सावगेहिं वयाइं पालेयव्वाइं ॥

(२) सावगेण अरहंतो य आयरिओ य वंदिज्जंति (किंवा, वंदिया) ॥ अहं च मम भाया य आयरिएण सिक्खाविज्जामो किंवा, सिक्खविया॥ मिगो य मिगी य सबरेण वावाइया । मिगी य तीए अवच्चं च रण्णे दिट्ठाओ सबरेण । अहं वा मम भाया वा देवउले दीसिहिइ (किंवा, दट्ठव्वो)

विशेषण-विशेष्य-समन्वय. (१) विशेष्याचे जे लिंग, जे वचन, जी विभक्ति तेच लिंग, तेच वचन आणि तीच विभक्ति विशेषणाची. जसे, मणोहरा रुक्खा । मणोहराओ साहाओ । मणोहराइं फलाइं । मणोहरेसुं रुक्खेसुं । मणोहराहिं साहाहिं । मणोहराणं फलाणं । इत्यादी. **(२)** विशेष्ये अनेक असली तर विशेषण

समुच्चित वचनात (म्हणजे अनेकवचनात) अथवा समीपतम विशेष्याच्या वचनात येते. जसे, रुक्खो पव्वओ य मणोहरा । मणोहरो रुक्खो पव्वया य । **(३)** विशेष्ये भिन्नलिंगी असतील तर त्यांचे समान विशेषण पुल्लिंगी आणि त्याच्या अभावी स्त्रीलिंगी विशेष्याला अनुसरते; किंवा समीपतम विशेषणाला अनुसरते; किंवा मराठीतल्याप्रमाणे नपुंसकलिंगी होते. जसे, मणोहरा रुक्खो साहा फलं च । मणोहरो रुक्खो साहा फलं च । रुक्खो साहा फलं च मणोहराइं । **(४)** दर्शक आणि संबंधी सर्वनामे ज्या नामांशी संबद्ध असतात, त्या नामांना अनुसरतात. जसे, जो एयं दंडं गेण्हिस्सइ, सो राया होहिइ । जो एस महाजलही संसारं ताव तं वियाणाहि । **(५)** संबंधी सर्वनामाने एखाद्या वाक्याचा निर्देश होत असेल, तेव्हा ते नित्य नपुं. प्रथमा एकवचनात येते. जसे, सुंदरं कयं **जं** तुम्हे आगया । ता खमियव्वं तुमए **जं** मए कयत्थिओ सि । **(६)** संबंधी सर्वनामे भिन्नलिंगी विशेष्यांशी संबद्ध असतील, तर त्यातले प्रत्येक सर्वनाम समीपतम विशेष्याला अनुसरते. जसे, **जे माहणा** जाइविज्जोववेया **ताइं तु खेत्ताइँ** सुपेसलाइं । **(७)** संख्याविशेषणाचा विशेष्याशी समन्वय करताना अनुसरण्याचे विशेष नियम 'नामरूपसाधना'त संख्याविशेषणाखाली दिले आहेत, ते पहावे.[१] **'एग'** -शब्द 'कोणी' अशा अर्थी अनेकवचनात येतो. जसे, एगे आहु।

विभक्ति, कालार्थ, धातुसाधिते

१. विभक्ति

प्रत्येक विभक्तीचे मुख्य आणि गौण असे अनेक अर्थ आणि उपयोग वाक्यात होऊ शकतात. ते जाणून योग्य त्या विभक्तीत नामे, सर्वनामे योजिणे हे वाक्यरचनेला आवश्यक आहे. विभक्तीचे हे विविध अर्थ पुढे सोदाहरण दिले आहेत-

प्रथमा. (१) कर्तरि प्रयोगात कर्ता : मुंचइ वडपायवं **गरुडो** । तीरसुहं पाविमो **अम्हे** । **(२)** कर्मणि प्रयोगात कर्म : संसारम्मि वि सयले **धम्मायरिया** न लब्भंति । विक्कमसारेहिं जए भुज्जइ **वसुहा** नरिंदेहिं । (जाव न) **तुमं** पि एवं कवलिज्जसि मच्चुसीहेण । नरिंदेण य आणत्तो **वेज्जो** । जा पणिययम्मि जिप्पइ, तीए **दासत्तणं** च कायव्वं । **(३)** प्रथमान्त कर्ता अथवा कर्म याशी समकक्ष असलेले शब्द (Nouns in apposition) : अत्थि **पाडलिपुत्तं** नाम नयरं । पउमुत्तरेण कओ **जुवराओ** महापउमो । एसो मए अपुत्तेण पुत्तो पडिवन्नो । हा तस्स

१- पृष्ठ ---- पहा. अ. घ. र. ६

इमो रंको **सामी** होही विहिवसेण । दोमुहो **राया** जाओ । **(४)** 'त्ति, ति' (इति) यापूर्वी येणारे नाम : जो उण कुडंगदीवो **माणुसजम्मो** त्ति तं वियाणाहि । तं बाले **सरणं** ति मन्नइ । नामं च से कयं **कोक्कासो** त्ति । विण्हुकुमारमुणी **तिविक्कमो** त्ति । नामेण लोगे पसिद्धिमुवगओ ।

द्वितीया. (१) सकर्मक कर्तरि प्रयोगात कर्म : नमुई **सूरिं** भणइ । वयं च **वित्तिं** लब्भामो । सव्वं भंते **पाणाइवायं** पच्चक्खामि । साहू **आगासं** उप्पइओ । **(२)** कर्तरि प्रयोगामध्ये गत्यर्थक धातूंच्या बाबतीत उद्दिष्ट स्थल : एहि ताय, **घरं** जामो । सो वहणमारुहिऊण **तामलित्तिं** गओ । **(३)** द्वितीयान्त कर्माशी समकक्ष असलेले शब्द : सो य वाणियओ **कुडंगद्दीवं** नाम दीवं पत्तो । जइ मं भत्तारं पडिवज्जसि....। सुंदरि, पडिवज्जसु ममं **नायगं** । **(४)** अंतर-स्थल-काल-व्याप्ति : तं च दंडरयणं **सहस्सं जोयणाइं** भिंदिऊण पत्तं नागभवणेसु । एवं च जाव **अहोरत्तं** निवसामो...। ते य रहा **एत्तियं कालं** तत्थ ठिया । **(५)** काल्पनिक गतीच्या बाबतीत उद्दिष्ट वस्तु अथवा स्थिति : बहुगो लोगो पवन्नो **जिणसासणं** । जुगबाहू **पंचत्त**मुवगओ । ता किमप्पणा गच्छसि **सोयपरवसत्तं** । (६) काही विशेष अव्ययांसह : **जिणं पइ** (प्रति) नारयस्स पुच्छा । **धी धी** मह **पुरिसत्तं** । **वासारत्तं जाव** (= °पर्यंत) चिट्ठंतु मुणिणो । **तं** च **मोत्तूण** (= ०खेरीज) वंदिओ सव्वेहिं पि सो । **पुत्तं अंतरेण** (= ०वाचून) संपइ चेव में कुलक्खओ होइ ।

तृतीया. (१) कर्मणि आणि भावे प्रयोगात कर्ता : **राइणा** भणिओ भगीरही नियपोत्तो । न कायव्वो एत्थ **जाणएण** सोगो । भुज्जइ वसुहा **नरिंदेहिं** । अवस्सं **मए** मरियव्वं **(२)** क्रियेचे साधन : **एगेण** चेव **सरेण** दो वि विणिवाइया । पयट्टो **आगासजाणेण** मुणो । **(३)** मार्ग : अज्जा **खडक्किकयाए** नयरं पविट्ठा । **गगणेण** अहं गंतुं समत्थो । **(४)** हेतु, कारण : मम हत्थाओ **पमाएण** खग्गं निवडियं । **माणेणं** अहमा गई । **परइत्थिकामणेणं** जीवा नरयम्मि गच्छंति । **(५)** रीति : **बलक्कारेण** गेण्हिस्सामि । **विणएण** वयणं पडिसुणेंति । **(६)** क्रियापूर्तीला लागणारा काल : **अट्ठवासेण** गहिओ कलासत्थत्थवित्थरो । सो **संवच्छरेण** पच्चागच्छइ । **खणमेत्तेण** पत्तो साहू गंगामंदिरं । **(७)** दिशा : **एएणं मग्गेणं** अत्थि कंतारं । अस्स गामस्स **उत्तरेण** कंतारं । अस्स रुक्खस्स **वामपासेण** सव्वकामियं नाम पडणमत्थि । **(८)** गुण : राया **रूवेण** मयणसरिसो । **जवेण** पवरो आसो । **(९)** संयोग, वियोग : मयणावलीए **रहियं** न सो बहु मन्नइ रज्जं । राया पुत्तेण **समागओ** किंवा **मिलिओ**। **(१०)** विशेष अव्यये : ता **अलं**[१] (= पुरे, नको) अम्हाणं **पि** इमिणा तिरियभावेणं । **किं** (= काय उपयोग) परिभवभायणेण मम एएण **जीविएण** (ज्याचा उपयोग किंवा जें नको, त्याची तृतीया; ज्याला उपयोग त्याची षष्ठी.) । समुप्पइओ लीलाई

सह चंदकंताए । माणेसु मए **समाणं** जोव्वणसिरिं । (याप्रमाणे 'समं, सद्धिं'.) पुष्कळदा सहार्थक अव्यय अध्याहृत असते. जसे, **सव्वबलेण** नीहरिओ राया नयराओ (सहार्थक तृतीया.) । लच्छीएँ **विणा** रयणायरस्स गंभीरिमा तह च्चेव । **(११)** सादृश्यवाचक शब्द : दोसेहि **समा** जा का वि तुंगिमा तुज्झ रे ताल । ता सायरा गभीरा जाव न धीरेहिं **तुल्लंति** । **(१२)** प्रयोजन, गरज : जइ **जीविएण कज्जं** ।

चतुर्थी. संस्कृतातील चतुर्थीच्या स्थानी अर्धमागधीत प्राय: षष्ठी विभक्ति योजिली जाते. तथापि काही संस्कृतानुकारी चतुर्थ्यंत रूपे अर्धमागधीत योजिलेली आढळतात. जसे, फलं च कीयस्स **वहाय** होइ । (== बांबूचे फळ त्याच्या नाशाला कारणीभूत होते.) **अप्पवहाए** नूणं होइ बलं उत्तुणाण भुवणम्मि । अन्यत्र 'अट्ठं, अट्ठा, अट्ठाय' (= °साठी, °करिता) यापैकी एखादा प्रत्यय जोडून चतुर्थ्यर्थक शब्द सिद्ध करतात. जसे, एयनिमित्तेण पहू एह लहुं **रक्खणट्ठाए** । **अप्पणट्ठा परट्ठा** वा । देव, तुम्ह सुएहिं **अट्ठावयरक्खणट्ठा** आणिओ गंगापवाहो।

पंचमी. (१) क्रियेच्या - विशेषत: वियोगाच्या आणि त्यागाच्या - आरंभाला आधारभूत स्थल-काल-वस्तु : केण उण उवाएण एस कुंजरो **इमाओ भोगसुहाओ** वंचियव्वो । निग्गओ राया **नयराओ** । केण पुण उवाएण **इमाओ कूवगाओ** उत्तरिस्सामो । **देवलोगाओ** चुओ समाणो....। नरगाओ उव्वट्टिऊण....। जावज्जीवं मए **मासाओ मासाओ** चेव भोत्तव्वं । **तमाओ** ते तमं जंति । नियत्तो सो **तओ विभागाओ । सव्वाओ पाणाइवायाओ** वेरमणं । **(२)** उगम, कारण : **लोहा** कोहो उप्पज्जइ । **अरणीणो** अग्गिं अभिनिव्वट्टिज्जा । **थंभा कोहा** पमाएण....। जो तं **जीवियकारणा** वंतं इच्छसि आवेउं । **लोगपारंपरओ** निस्सुयं सुव्वयज्जाए । सो चेव तस्स जायइ धम्मगुरू **धम्मदाणाओ** । **(३)** तुलना : किं **जीवनासाओ** परं नु कुज्जा । **अहिणवकारावणाओ** य पुव्वकयपरिपालणं वरं । सीलं वरं **कुलाओ** । **(४)** भीतीचा आणि वैतागाचा विषय : जहा कुक्कुडपोयस्स निच्चं **कुललओ** भयं । मा बीहसु कलहाओ । विरत्तं च मे चित्तं **भवपवचाओ** । **(५)** ज्यापासून मुक्तता, रक्षण : **रोगाओ** मुक्को । **सव्वदुक्खा** विमुच्चइ । **हत्थिसंभमाओ** रक्खिया । (विकल्पाने षष्ठी) **(६)** काही विशेष अव्ययांसह : न **नायपुत्ता परं** अत्थि नाणी । **बालभावओ आरब्भ....। आ** (= °पासून) **बालभावओ** जाया मम पीई ।

षष्ठी. (१) स्वामित्व, नाते : **मम** रज्जे तुम्हेहिं न ठायव्वं । न **कस्सइ** रयणाइं अक्खरलिहियाइं । **तस्स** सहोयरो जुगबाहू । **तस्स** मयणरेहा नाम भारिया ।

१- या अर्थाने 'होउ, सरउ, पज्जत्तं' याही शब्दांचा उपयोग होतो.

तीए पुत्तो चंदजसो नाम । (२) अंगांगिभाव : **दुमस्स** पुप्फाइं । **सरीरस्स** अंगाइं । (३) कर्ता : **मुणिणो** वयणं । (४) कर्म : **जिणस्स** भत्ती । **मुणीणं** वहत्थमागओ । (५) निर्धारण (= अनेकातून एक वेगळे काढणे) : सीहो **मिगाणं, सलिलाण** गंगा । **पावाण** वि पावो हं... (६) उपादानकारण (Material cause) : **सुवण्णस्स** पडिमा । **मट्टियाए** घडो । (७) दानार्थक धातूंच्या प्रयोगात संप्रदान : संपत्तजोव्वणा य दिण्णा **रुद्ददेवस्स** । हत्थिं **हत्थारोहस्स** समप्पिउं.... । को देइ **कस्स** दिज्जइ... । (८) कथनार्थक आणि पृच्छार्थक धातु : साहिओ **मम** एस वइयरो नयरदेवयाए । निवेइयं **सत्थावाहस्स** । तओ मए **तस्स** पुच्छियं.... । (पृच्छार्थक धातु विकल्पाने सकर्मक : विणया पुच्छिज्जइ गरुडण । ताइं पुच्छियाइं वुत्तंतं ।) (९) क्रोधाचा किंवा भीतीचा विषय; ज्यापासून रक्षण : **आदिंतस्स** न कुप्पेज्जा । को न बीहइ **खलाणं** । ताओ काउंबरीओ **सउणकायलोवद्दवाणं** रक्खंता.... । (१०) क्षमार्थक आणि अपराधार्थक धातु : **अविणीयस्स मे** अज्ज खमसु । खमसु महाजस एण्हिं जं अवरद्धं मए **तुज्झ** । (११) सादृश्यबोधक शब्द : **मम** सरिसो । (विकल्पाने तृतीया) (१२) स्वामित्वबोधक शब्द : **तस्स** संतिय सुहडा । (१३) उद्देश : उक्कंठियं तुह **दंसणस्स** मे हिययं । (१४) 'अग्गओ, पुरओ, उवरि, हेट्ठा, बाहिं, नमो, धी, सगासे, समीवे, अंतिए, दूरे, अलं (= समर्थ)' इत्यादी अव्ययांच्या प्रयोगात : **देवस्स** अग्गओ । **रुक्खस्स** उवरि, हेट्ठा वा । नमो **अरिहंताणं** । धिरत्थु **देव्वस्स** । इत्यादि. (१५) 'पहव' (= समर्थ असणें; ताबा चालवणे), 'अभिरुय' (= आवडणे) या धातूंच्या बाबतीत : **मग्गलग्गस्स** न **पहवं ति** । न य **तेसिं** कोइ **अभिरुइ ओ** । (१६) मुख्य क्रियेचा काल बोधित करणारी गौण क्रिया (सत्-षष्ठी = भावलक्षणी षष्ठी - Genitive Absolute) : एवं च **भणंतीणं पेच्छताणं च ताण जुवईणं** । करिणा दिन्नो विज्झो कुमारखेत्तम्मि उवरिल्ले ।। एवं **तेसिं मंतंताणं** समागओ एगो दिओ । एवं तेसिं विसयसुह **मणुहवंताणं** गओ को वि कालो । (सप्तमी विभक्तीच्या अर्थानंतर दिलेली 'भावलक्षणी सप्तमी' संबंधीची माहिती पहा.)

सप्तमी. (१) क्रियेचे अधिकरण - स्थल, काल, वस्तु : अत्थि इहेव **विजए** चंपावासं नाम नयरं । अहं **सुंसुमारगिरिम्मि** इत्थित्ताए उववन्नो । **एत्थ अंतरम्मि** भणियं राइणा । करिणा दिन्नो विज्झो **कुमारखेत्तम्मि** उवरिल्ले । राया **मणंसि** चिंतेइ । **.कालमासे** कालं किच्चा... । **उचियसमयम्मि** जाया अम्हे । (२) निर्धारण : **सएसु** जायए सूरो **सहस्सेसु** य पंडिओ । **तवेसु** वा उत्तमं बंभचेरं । (३) आसक्ति, आवड : मा दिट्ठं परिच्चिइय **अदिट्ठे** रइं करेहि । ....जस्स **धम्मे** सया मणो । (४) सामान्य अधिष्ठान, विषय : जत्तो **धम्मम्मि** कायव्वो । जियसत्तुरन्ना

ठविओ **नियरज्जे** अजियकुमारो । भावेसु **सव्वसत्तेसु** मेत्तिं । **(५)** नैपुण्याचा विषय : **कलासु** कुसलो । **(६)** भावलक्षणी सप्तमी किंवा सत्‌-प्तमी (Locative Absolute Construction) - मुख्य क्रियेच्या कालाचा बोध : अन्नया य **दीहदंड- जत्तागए नरवइम्मि ग्रामंतरगएसु अम्हेसु** तं पुरं सबरसेणावइणा हयविहवं कयं । **तम्मि गए** भणियं विण्हुकुमारेण । एवं च जुवरज्जं **अणुपालयंतम्मि महापउमे** जालामायाए काराविओ जिणभवणे रहो । **संते पाइयकव्वे** को सक्कइ सक्कयं पढिउं ।

भावलक्षणी सप्तमी अथवा सत्सप्तमी या नावाने ओळखिल्या जाणाऱ्या वाक्यरचनेचे नियम असे— **(१)** जेव्हा एकीहून अधिक घटना गौण आणि मुख्य अशा संबंधाने परस्परांशी संबद्ध असतात; **(२)** आणि जेव्हा गौण घटनेने (किंवा, क्रियेने) मुख्य घटनेच्या (किंवा, क्रियेच्या) कालाचा बोध (मुख्य घटना ही गौण घटनेला समकालीन किंवा उत्तरकालीन आहे असा) होतो; तेव्हा अर्धमागधीत 'सत्सप्तमी'ची वाक्यरचना योजितात. या वाक्यरचनेत **(३)** घटना समकालीन असतील तेव्हा गौण घटनेचा वाचक असलेला जो धातु त्याचे वर्तमान. धा. विशेषण योजितात आणि घटना भिन्नकालीन असतील तेव्हा त्या धातूचे भूत. धा. विशेषण योजितात. (४-अ) हे धा. विशेषण कर्तरि असेल तर त्यातील क्रियेचा कर्ता सप्तमी विभक्तीत योजितात. धातुसाधित विशेषण हे कर्तरि असल्याने ते अर्थातच कर्त्याच्या लिंगवचनात सप्तमीमध्ये येते. (४-आ) हे धा. विशेषण कर्मणि असेल तर त्यातील क्रियेचे कर्म सप्तमी विभक्तीत योजितात. धातुसाधित विशेषण हे कर्मणि असल्याने ते अर्थातच कर्माच्या लिंग-वचनात सप्तमीमध्ये येते. **(५)** मात्र गौण घटनेतील सप्तम्यन्त कर्ता अथवा कर्म याचा उल्लेख मुख्य घटनेच्या वाक्यात प्रत्यक्षपणे किंवा सर्वनामाने होता कामा नये.

या नियमात सर्वत्र 'सप्तमी' विभक्तीच्या स्थानी 'षष्ठी' विभक्ति असा बदल केला असता ते सत्‌-षष्ठीचे नियम होतील.

संस्कृतात आहे तसा, अर्धमागधीमध्ये सत्सप्तमी आणि सत्षष्ठी या वाक्यरचनांच्या अर्थांमध्ये भेद नाही.

संबोधन. संबोधन म्हणजे वास्तविक प्रथमाच. तिचा उपयोग कोणाला हाक मारावयाची असल्यास करतात. पुष्कळदा संबोधनाची रूपे 'अरे, रे, भो' इत्यादी संबोधनार्थक अव्ययासह येतात. जसे, किं **ताल** तुज्झ तुंगत्तणेण..., ता उवसमं करेसु **भयवं** । **भद्दा भद्दा**, कहिं तं वज्झथामं । **सामि**, जहाणवेह । भो **चक्कदेव**, मा साहसं, मा साहसं । पुष्कळदा केवळ संबोधनार्थक अव्ययानेहि काम भागते. जसे, **अरे**, गेण्हह दुरायारं जण्णदेवं ।

२. कालार्थ

वर्तमानकाल. (१) सामान्यतः चालू घटनांच्या निर्देशासाठी या कालाचा प्रयोग होतो. जसे, अहं एत्थ गिरिनिगुंजे **चिट्ठामि** ॥ **(२)** सामान्य वस्तुवृत्त : सप्पुरिस च्चिय वसणं **सहंति** गरुयं पि साहसेक्करया । **(३)** नजीकचा भविष्यकाळ : देव, जम्मि गोत्ते कोइ न मओ, जई ताओ भूई **आणिज्जइ** ता **जीवावेमि** तीए इमं ॥ **(४)** कथावर्णनात भूतकाळ : (तओ तण्हाछुहाकिलंता असणं अन्नेसिऊणं पयत्ता ।) न य किंचि **पेच्छंति** तारिसं रुक्खं जत्थ किर फलं उप्पज्जइ त्ति । **(५)** 'जाव...ताव....' (= जो....तो....) या अव्ययांच्या प्रयोगात 'जाव' या अव्ययांशी संबद्ध क्रियापद : ता जाव सयणवग्गे वि मे लाघवं न **उप्पज्जइ**, ताव वावाएमि एयं ति । तओ अहं जाव किंकायव्वमूढो **चिट्ठामि**, ताव उवरओ धणदेवो ।

भूतकाल. अर्धमागधीत भूतकालाच्या रूपांची गरज प्रायः सर्वत्र भूतविशेषणांनी भागते. भूतकालाच्या रूपांचा प्रयोग क्वचितच आढळतो. जसे : तत्थ सुधणू नाम गाहावई **होत्था** । कासवरिसिपत्तीओ कद्दू विणया **अहोसि..** । दससीसस्सावासो **आसि** जहिं निसियरपइस्स ।

भविष्यकाल (१) आगामी घटना : पव्वज्जं **गेण्हिस्सामि** अहं । चिंतियं च तेणं, एयं से **दाहामि** त्ति । पुणो को वि निज्जामओ **एहिइ**, तेण समयं **वच्चीहामि** त्ति । कहं पुण एयाए सह ममं संजोओ **भविस्सइ** । जो को वि एत्थ **होही** सो दुक्खविमोक्खओ तुम्हं । तस्स सरीस्स कए कहं पि **काहे न** जीववहं ॥ **(२)** संभव, अनिश्चितता : पाणियनिमित्तं ओइण्णो **भविस्सइ** । ता सो बोलो केणइ वणयरेण **वावाइज्जिस्सइ** । न याणामो, कहिंचि वासणपरावत्तो **भविस्सइ** । केण उण उवाएण अम्हे इमाओ कूवगाओ **उत्तरिस्सामो** ॥ **(३)** 'मा' (=नको) या अव्ययासह निषेधात्मक आज्ञार्थी : **मा** एत्थ कुडंगदीवे **विवज्जिहिह** ।

आज्ञार्थ. आज्ञार्थाची रूपे प्रथम पुरुषात प्रायः येत नाहीत; द्वितीय आणि तृतीय पुरुषांत येतात. त्यांतून संदर्भानुसार आज्ञा, विनंती, इच्छा, संमति इत्यादी भाव व्यक्त होतात. 'मा' अव्ययासह आज्ञार्थाचे रूप निषेधात्मक अर्थाने योजिले जाते. जसे, अरे **आघोसेह** डिंडिमेणं । जस्स गेहे तं रित्थं समागयं, सो **निवेएउ** राइणो चंडसासणस्स । ता महापुरिस, अवच्चदाणेण पसायं काऊण मा विक्खेवं **करेहि**। ता **पयट्टह,** वच्चामो । **पडिवज्जसु** सव्वन्नुं देवं **सद्दहसु** परमतत्ताइं । तिण्हं पयाणं थामं देसु । जइ एवं ता पट्टणवाहिरुज्जाणे च्चिय **ठायंतु** । मा **करेसु** कस्सइ उवरिं पओसं । **दिज्जउ** पुत्तो वित्तं इमाए, मा **होउ** सुयमरणं ।

विध्यर्थ. विध्यर्थाच्या रूपांतून संदर्भानुसार इच्छा, विनंती, संभव, भविष्यकाल,

संमति इत्यादी भाव व्यक्त होतात. जसे, का **होज्ज** गई पहियाणं... । कहं नु **कुज्जा** सामण्णं जो न कामे **निवारए** । सिया हु से पावय नो **डहेज्जा** आसीविसो वा कुविओ न **भक्खे** । जहाएसे समुद्दिस्स कोइ **पोसेज्ज** एलयं ।

संकेतार्थ. अर्धमागधीत संकेतार्थ (= क्रियातिपत्त्यर्थ, म्हणजे विवक्षित क्रिया घडली नाही, असा भाव व्यक्त करणारा अर्थ) हा वर्तमानकालवाचक धातुसाधित विशेषणांनी व्यक्त करतात. जसे, जो ते मणोरहो चिंतिओ त्ति सो पूरिओ मए **होंतो** (= तू जी इच्छा बाळगिली आहेस, ती मी पूर्ण केली **असती,**- म्हणजे केलेली नाही) । काही वेळा अशा ठिकाणी विध्यर्थाचीही रूपे योजिली जातात.

प्रयोजक प्रयोग. प्रयोजक धातूंचा उपयोग करून केलेली वाक्यरचना. (प्रयोजक-धातूंची सामन्य माहिती मागे आली आहे.) ही रचना करताना मूळ प्रकृतार्थक वाक्यातील क्रिया करण्यास प्रवृत्त करणारा, मूळ वाक्यात न उल्लेखिलेला 'उसना' कर्ता घ्यावा लागतो. जसे, '**प्रद्योत** शहरात प्रवेश करतो' या प्रकृतार्थक वाक्याचे प्रयोजकवाक्य '**द्विमुख प्रद्योत**ला शहरात प्रवेश करावयास लावितो' असे होईल. मूळ वाक्यातील कर्ता '**प्रद्योत**'. त्याला प्रवेश करण्याच्या कामी प्रवृत्त करणारा '**द्विमुख**' हा प्रयोजक वाक्यातील कर्ता. असा हा उसना प्रयोजक कर्ता वाक्यात आणिल्यावर मूळ प्रकृतार्थक कर्ता हा कर्ता राहत नाही; तो नव्या प्रयोजक वाक्यात कर्म (गत्यर्थक, ज्ञानार्थक, भक्षणार्थक, शब्दकर्मक आणि अकर्मक धातु यांच्या बाबतीत)[१] किंवा करण (अन्य धातूंच्या बाबतीत) बनतो. पुष्कळदा प्रयोजक प्रयोगात मूळ कर्ता गाळलेला आढळतो. हे विवेचन ध्यानात येण्यासाठी पुढील उदाहरणे पहा-

१. पज्जोओ नयरं पविसइ । (प्रकृतार्थक)
दोमुहो पज्जोयं नयरं पवेसेइ । (प्रयोजक)

२. कालो गच्छइ । (प्रकृतार्थक)
जओ कालं गमेइ । (प्रयोजक)

३. लोहारो चंदणाए नियलाइं भंजइ । (प्रकृतार्थक)
सेट्ठी लोहारेण चंदणाए नियलाइं भंजावेइ । (प्रयोजक)

४. नट्टियाओ नच्चंति । (प्रकृतार्थक)
दोमुहो नट्टियाओ नच्चावेइ । (प्रयोजक)

५. अमच्चो पत्तं पढइ । (प्रकृतार्थक)
राया अमच्चं पत्तं पढावेइ । (प्रयोजक)

१- उदा. गच्छ, जाण, भक्ख, भण, चिट्ठ

६. दासी चोरं सहस्सपागेण अब्भंगेइ । (प्रकृतार्थक)
महिसी दासीए चोरं सहस्सपागेण अब्भंगावेइ । (प्रयोजक)

७. चोरो आसवपाणं करेइ । (प्रकृतार्थक)
महिसी चोरं आसवपाणं करावेइ । प्रयोजक)

८. आसा रहं वहंति । (प्रकृतार्थक)
रही आसेहिं रहं वाहेइ । (प्रयोजक)

९. कुमारो दारियाए पाणिं गेण्हइ । (प्रकृतार्थक)
गणिया कुमारं दारियाए पाणिं गिण्हावेइ । (प्रयोजक)

१०. गंधियपुत्ता तित्तिरिं पासंति । (प्रकृतार्थक)
सागडिओ गंधियपुत्ताणं तित्तिरिं दंसेइ ।[२] (प्रयोजक)

प्रयोजक प्रयोगाची आणखी उदाहरणें-

एवं मंतेऊण तीए सह पीइं घडेइ । इमीए समागमेणाहं समत्तभरहाहिवो होऊण सव्वत्थ जिणभवणाइं करावेस्सामि । तेण य संमाणिऊण महापउमो पवर दिवसे कराविओ पणिग्गहणं समं कन्नगाए । मए पट्टियाहिलिहिया दंसिया तीए सव्वे वि भरहनरवरिंदा । गएसु पंचसु दिणेसु जाणावियं जण्णदेवेण राइणो... । ता एयम्मि पायवे उक्कलंवेमि अप्पाणं । ता लहुं तं संमाणिऊण पवेसेहि तं नयरं ति । न तम्मि महाणुभावे अणायरणं संभावीयइ । गवेसावियं माणुसं । समाससिया सा मए । अन्नं ते कुंडलं कारावेमि ।

३. धातुसाधिते

वर्तमानकालवाचक धातुसाधित विशेषण

वाक्यातील मुख्य क्रिया घडत असताना घडणाऱ्या गौण क्रियांचा बोध वर्तमान. धा. विशेषणांनी होतो. हे विशेषण कर्तरि असेल, तर त्यांचे विशेष्य हे त्यातील क्रियेचा कर्ता ठरते; ते कर्मणि असेल, तर त्यांचे विशेष्य हे त्यातील क्रियेचे कर्म ठरते. जसे, विसयसुह**मणुहवंताण** ताण जाओ सुणंदजीवो पुत्तो । **वड्ढंतो** सो कमेण मेरुसमो जाओ । एवं सो भयवं **पवड्ढमाण**देहो महापउमेण **मन्नाविज्जंतो थुणिज्जंतो** य बहुविह**मुवसामिज्जंतो** कह कह वि नियत्तो । कओ सो निरुत्तरो वितंडावायं **कुणंतो** । **गच्छमाणो** य सो महाडविं पविट्ठो, तत्थ य **परिभममाणो** पत्तो तावसालयं । रज्जसामित्तं पि को हरिउं तरइ तुह भाइजुवरायघरिणीसद्दं **वहंतीए** ममं ति । तस्स य रज्जं **अणुपालेंतस्स** वच्चइ कालो । हा देव त्ति **पलवंतीओ** लोलंति महीवीढे जुवईओ । न एयाए **जीवमाणीए** अहं दारियं लहामि।

२- 'दंस' - धातूच्या प्रयोगात मूळ कर्ता षष्ठी विभक्तींत येतो.

भूतकालवाचक धातुसाधित विशेषण. प्रत्ययदृष्टीने नव्हे, तरी अर्थदृष्ट्या भूतविशेषणाचे दोन प्रकार होतात : कर्तरि आणि कर्मणि. प्रायः गत्यर्थक (जसे, गच्छ, पाव) आणि अकर्मक (जसे, सुव, हो) धातूंची भूतविशेषणे कर्तरि अर्थाने योजिली जातात, म्हणजे त्यातील क्रियांचा कर्ता हाच त्यांचे विशेष्य असतो. अन्य धातूंची भूतविशेषणे कर्मणि अर्थाने योजली जातात, म्हणजे त्यातील क्रियांचे कर्म हेच त्यांचे विशेष्य असतो. अन्य धातूंची भूतविशेषणे कर्मणि अर्थाने योजिली जातात, म्हणजे त्यातील क्रियांचे कर्म हेच त्यांचे विशेष्य असते. या भूतविशेषणांचा वाक्यात प्रयोग अनेक रीतींनी होतो. **१)** विशेषण: एवं सोऊण **संविग्गेण** भणियं सुणंदेण । होहिंति कालेण **लुद्धा** य सढा य नरा । जुज्जइ भवओ महापुरिस**सेवियं** समणत्तणं काउं । गामंतर**गएसु** अम्हेसु... । जीववह**नियत्त**चित्तेण । मुणिणो न जंपंति नूणम**वियारियं** अत्थं । न चलइ मुणि**भासियं** वयणं । सा य नागो **संभंतो** उट्ठिओ । धवलहत्थी चंदजसेण **गहिओ** चिट्ठइ । **२)** 'संत, समाण' या वर्तमान. धा. विशेषणांसह पूर्णभूताच्या अर्थाने: तओ अहं देवलोगाओ **चुओ** समाणो... । **३)** कर्तरि प्रयोगात क्रियापद (गत्यर्थक आणि अकर्मक धातु) : जलणप्पहो संभंतो **उट्ठिओ** । जण्हुकुमारो पसत्थमुहुत्तम्मि **निग्गओ, पत्तो** य अट्ठावयगिरिं । एवं चिंतंतो सो **पसुत्तो** । तओ अज्जा खडक्कियाए नयरं **पविट्ठा** । **पलाणो** य नायरजणो । जसमईए सगरो **उववन्नो** । राया य ठविऊण रज्जे सगरं **निक्खंतो** । **४)** कर्मणि प्रयोगात क्रियापद (सकर्मक धातु) : अन्नया **पुच्छिओ** राइणा अइसयनाणी । मुणिणा **भणियं**... । देवीहिं सव्वाणि वलयाणि **अवणीयाइं** । **कयं** वेज्जेहिं वणकम्मं । जालामायाए **काराविओ** जिणभवणे रहो । तेण य अमच्चा **आणत्ता** । **लंबियाओ** नगराओ दिसासुं । **५)** भावे प्रयोगात क्रियापद (अकर्मक धातु) : तं पेच्छिऊण **ऊससियं** तेसिं हियएण । एत्थंतरम्मि **फुरियं** से वामलोयणेण । अइचिरं **कीलियं** । **६)** धातुसाधित नाम : धिरत्थु ते जसोकामी जो तं **जीविय**कारणा । सहलं ते **जीवियं** । सुयरयणपसाहिया । साहु**चरियं** ।

विध्यर्थक धातुसाधित विशेषण. विध्यर्थाचे जे अर्थ आहेत, त्यातील संदर्भोचित अर्थ व्यक्त करणारी ही विशेषणे पुढीलप्रमाणे योजिली जातात : **१)** कर्मणि प्रयोगात क्रियापद : फलाणि य एत्थ पंचप्पयाराणि किंपागाणं, न **पेक्खियव्वाणि,** न **भोत्तव्वाणि** । तस्स न **सोयव्वं** वयणं । दुरंतो य थेवो दवग्गी अप्पमत्तेहिं **ओल्हवेयव्वो** । कहमेसो **वंचियव्वो** । निरुवयारिणो वि उवयारो **कायव्वो** । न **सोयणिज्जा** कुमारा । **अनिवारणिज्जो** देव्वपरिणामो । **२)** भावे प्रयोगात क्रियापद : (जइ मम एस भत्तारो न संपज्जइ) ता अवस्सं मए **मरियव्वं** । ता न **कुप्पियव्वं** तुमए । तत्थ न विसाइणा होयव्वं । तए मज्झत्थेण **अच्छियव्वं** । मम रज्जे वि

तुम्हेहिं पासंडाहमेहिं न ठाइयव्वं । **३)** धातुसधित नाम: तत्थ सरे न हु जुत्तं **वसियव्वं** रायहंसाणं । धिरत्थु **जीवियव्वस्स** । खज्ज, भोज्ज, पेज्ज, इत्यादी । **कज्जं** चिंतेसु । देव, नत्थि अण्णाणलोहवसगाण**मसंभावणिज्जं** । **४)** विशेषण: **रमणिज्जं** रूवं । **पालणिज्जो** आयारो । सोहग्गरूवरहिओ नियबंधूणं पि **हसणिज्जो** । एवं जो अन्नम्मि **वत्तव्वे** अन्नं कहेइ, तस्स अणणुओगो होइ ।

पूर्वकालवाचक धातुसाधित अव्यय. १) एकाच कर्त्याने केलेल्या अनेक क्रियांपैकी अखेरची क्रिया क्रियापदाच्या स्वरूपात व्यक्त करून आधीच्या क्रिया पूर्वकालवाचक धा. अव्ययाने व्यक्त करता येतात. जसे, अरे, एयस्स जिब्भं **छिंदिऊण** उप्पाडेह लोयणाइं । तओ अहं अहाउयं **पालिऊण** कालमासे कालं **किच्चा** देहं **चइऊण** उववन्नो म्हि बंभलोए । **मरिऊण** न संपत्ती पियाएँ **कलिऊण** एस वरहंसो । धारेइ कह वि पाणे... । कहं **पाविऊण** जिणमयं **अकाऊण** पव्वज्जं मरिस्सामि । **२)** हेत्वर्थक अव्ययाच्या अर्थाने (विरळा) : तओ तण्हाछुहाकिलंता असणं **अन्नेसिऊण** पयत्ता ।

हेत्वर्थक धातुसाधित अव्यय. १) मुख्य क्रियेचा हेतु अथवा उद्देश असलेली क्रिया सांगण्यासाठी हे अव्यय योजतात. जसे, तम्मि गए सुरलोयं **काउं** व सुरेसरेण सह मेत्तिं । वच्चह नयरदेवयं **पूएउं** । **हंतुं** समुज्जयमणो... (= मारण्यासाठी सिद्ध झालेला) **२)** काही धातूंची अर्थपूर्ति (यातहि हेतु गर्भित असतोच) : वंतं **इच्छसि आवेउं** (= ओकलेले पिऊ इच्छितोस) । भयभीयाओ नारीओ **धाहाविउं पयत्ताओ** ।... **चिट्ठि**उमाढ्ढा । अत्ताणं **परिच्चइउं धवसिओ** चक्कदेवो । ते य **ओयरिउं** चेव न पयच्छंति ।... **भमिउं समाढत्तो** । न य तं **मोत्तुं वच्चइ**... । न **तरामि** किंचि वयं **गेण्हिउं** । अहं **गंतुं समत्थो** न पर**मागंतुं सक्केमि** ।... **लग्गा खणिउं** । कहमिमं रायरायस्स **कहिउं पारीयइ** । अमियं पाइयकव्वं **पढिउं सोउं** च जे न याणंति... । **३)** 'अलं' (=समर्थ) अव्ययासह: नालं तण्हं **विणेत्तए** । **४)** पूर्वकाल. धा. अव्ययाच्या अर्थाने: नमुई वि सुट्ठु जाणामि त्ति **वोत्तुं** गओ । सो य कोट्टाहिवइ त्ति महापउमस्स देसविणासं **काउं** पुणो दुग्गं पविसइ । **५)** क्रियेची योग्यता : साहूणं **विहरिउं** कालो । **६)** 'काम, मण' या नामांसह बहुव्रीहि समासांत पूर्वपद: पव्वइउकामो (=संन्यास घेऊं इच्छिणारा); पवाहिउकामो; गंतुमणो; समुज्जयमणो, इत्यादी.

शब्दक्रम आणि रचनावैविध्य

१. शब्दक्रम

संस्कृतांत जसा वाक्यांतील शब्दांचा क्रम ठराविक नाही, तसाच अर्धमागधीतहि

वाक्यातील शब्दांचा क्रम ठरावीक नाही. कर्ता, क्रियापद, अवश्य तेथे कर्म अथवा पूरक हे वाक्याचे मुख्य घटक वाक्याच्या आरंभी, मध्ये, अखेरी कोठेही येऊ शकतात. जसे, **अहं** (कर्ता) **साहेमि** (क्रियापद) **राइणो इमं वइयरं** (कर्म) । **समागओ** (क्रियापद) **एगो दिओ** (कर्ता) । **कज्जं** (कर्म) **चिंतेसु** (क्रियापद)। **मुंच** (क्रियापद) **सोयं** (कर्म) । **नियपक्खबलेण च्चिय पडइ** (क्रियापद) **पयंगो** (कर्ता) **पईवम्मि** । इत्यादी. हे घटक वाक्यात असे कोठेही येऊ शकतात, याचे कारण असे की, त्यांचा वाक्यरचनेतील कार्यभाग त्यांच्याशी एकजीव झालेल्या प्रत्ययानीच ठरून जातो. इंग्रजीसारख्या भाषेत असें फारसें होऊ शकत नाही. इंग्रजीत शब्दांचा क्रम बदलला की प्रायः अर्थ बदलतो. 'a lion kills a deer' यातले शब्द हवे तसे मागे-पुढे केले, तर सर्वत्र तोच अर्थ व्यक्त होईल याची किंवा कोणताही का होईना एखादा अर्थ व्यक्त होईल, याची शाश्वती नाही.

लहान-लहान वाक्यात आणि मुख्य घटकांच्या बाबतीत जरी वर सांगितलेली शब्दक्रमाची अनपेक्षितता खरी असली, तरी मोठ्या वाक्यात म्हणजे लांब आणि पुष्कळ शब्दांनी बनलेल्या किंवा लहानलहान अंश-वाक्यांनी (clauses) अथवा वाक्यांगांनी (phrases) बनलेल्या वाक्यात संबद्ध शब्द प्रायः एकमेकांच्या लगत येतात. जसे, '**तं च दंडरयणं सहस्सं जोयणाई भिंदिऊण पत्तं नागभवणेसु** ।' या वाक्यात 'सहस्स जायणाइं भिंदिऊण' हे एक सलग वाक्यांग आहे. त्यातील शब्द आपापसात मागे-पुढे झाले, (जसे, 'भिंदिऊण सहस्सं जोयणाइं, सहस्सं भिंदिऊण जोयणाइं') तरी ते शब्द मुख्य वाक्यातील अन्य शब्दांनी व्यवहित (= अलग) होणार नाहीत, म्हणजे त्यांच्या मध्ये दुसरे शब्द आणिता येणार नाहीत. जसे, वरील वाक्य 'तं च सहस्सं दंडरयणं जोयणाइं भिंदिऊण...' असे होऊ शकणार नाही. त्याचप्रमाणे '**कहं पाविऊण जिणमयं अकाऊण पव्वज्जं अकयत्थो मरिस्सामि** ।' याही वाक्यात 'पाविऊण जिणमयं' आणि 'अकाऊण पव्वज्जं' ही सलग वाक्यांगे आहेत; त्यातील शब्दाचा अंतर्गत क्रम बदलू शकत असला (जसे, 'जिणमयं पाविऊण, पव्वज्जं अकाऊण'), तरी त्यातील शब्द त्या वाक्यांगाबाहेरच्या शब्दांनी व्यवहित होऊ शकणार नाहीत.

हे जसे वाक्यांगांतील शब्दांविषयी, तसे अंशवाक्यांतीलही शब्दांविषयी म्हणता येईल. अनेक अंशवाक्यांनी बनलेल्या समस्त वाक्यात अंशवाक्य हा एक सलग, एकजिनसी घटक असतो. त्यातले शब्द आपापसांत बदलतील; पण त्या-त्या अंशवाक्याबाहेरच्या एखाद्या शब्दाने ते व्यवहित होणार नाहीत. जसे, '**पुव्वकयकम्मदोसेण य से ममोवरि वंचणापरिणामो नावेइ, जेण समप्पिय-सव्वघरसारा वि मायाए ववहरइ** ।' या वाक्यांत 'नावेइ'पर्यंत मुख्य अंशवाक्य

असून 'जेण' पासून पुढे गौण क्रियाविशेषणां वाक्य आहे. या अंशवाक्यात अंतर्गत क्रम बदलला (जसे, 'पुव्वकयकम्म दोसेण य नावेइ से ममोवरि वंचणापरिणामो' याप्रमाणे), तरी एका अंशवाक्याच्या मर्यादांत दुसऱ्या अंशवाक्यातील शब्द घुसविता येणार नाही.

सारांश : **१)** अर्धमागधी वाक्यात कर्ता, कर्म आणि क्रियापद, ही वाक्याच्या आरंभी, मध्ये अथवा अंती कोठेही येऊ शकतात. **२)** ज्या वाक्यात 'पूरक' असेल, त्या वाक्यात पूरकवाचक पद संबद्ध (समकक्ष, समानविभक्तिक) नामानंतरच येते, मग ते संबद्ध नाम कर्तृवाचक असो किंवा कर्मवाचक असो. **३)** वाक्यांगांत अथवा अंशवाक्यात शब्दांचा अंतर्गत क्रम बदलू शकेल; पण एका वाक्यांगांत अथवा अंशवाक्यात दुसऱ्या वाक्यांगांतील अथवा अंशवाक्यातील एखादा शब्द घुसू शकणार नाही. मात्र ते संबंधचे सबंध वाक्यांग अथवा अंशवाक्य अर्थाला बाध न आणता मागे-पुढे करता येईल.

केवलवाक्य आणि समस्त वाक्य एक वा अनेक कर्ते आणि एकच क्रियापद अशी रचना म्हणजे केवलवाक्य (simple sentence) होय. जसे, **अत्थि तामलित्ती नाम नयरी । रुट्ठेण रन्ना चोरस्स वहो आणत्तो । विक्कमसारेहि जए भुज्जइ वसुहा नरिंदेहि । देवीओ घसंति चंदणं ।** इत्यादि. अनेक केवलवाक्ये एकमेकांशी सांधलेली असली म्हणजे **समस्त वाक्य** बनते. ज्या केवलवाक्यांनी समस्त वाक्य बनते, ती केवलवाक्ये म्हणजे त्या समस्त वाक्यांची अंशवाक्ये होत. अंशवाक्ये समबल असतील, तेव्हा त्यांचे **संयुक्त वाक्य** (Compound sentence) बनते; विषमबल (म्हणजे एक मुख्य आणि बाकीची गौण याप्रमाणे) असतील तेव्हा **मिश्र वाक्य** (Complex sentence) बनते. जसे, **'गओ महापउमो हत्थिणाउरं, पविट्ठो य थुव्वमाणो बंदियणेण ।'** हे संयुक्त वाक्य होय; कारण यात दोन अंशवाक्ये 'य' (=आणि) या समुच्चयबोधक अव्ययाने जोडलेली आहेत. **'जं जेण कयं कम्मं अन्नभवे इहभवे वसंतेणं तं तेण वेइयव्वं'** हे मिश्रवाक्य होय; कारण, यात 'जं जेण... वसंतेणं' हे अंशवाक्य गौण आहे आणि 'तं तेण वेइयव्वं' हे अंशवाक्य मुख्य आहे. अंशवाक्यांचे जे प्रकार आहेत त्यांच्या तपशिलात न शिरता येथे एवढे सांगितले म्हणजे पुरे, की मराठीत आणि इंग्रजीत अंशवाक्यामध्ये (clauses) आणि वाक्यांगांमध्ये (phrases) जे प्रकार संभवतात (जसे, नामाचे कार्य करणारे ते 'नामांश वाक्य', विशेषणाचे कार्य करणारे ते 'विशेषणांशवाक्य' इत्यादी), ते अर्धमागधीतही संभवतात. हे ध्यानात घेऊन अर्धमागधीत वाक्यरचना करावी.

२. रचनावैविध्य

साधारणत: एकच आशय वेगवेगळ्या रचनांनी अर्धमागधीत कसा व्यक्त करिता येईल, ते पुढील उदाहरणांवरून दिसून येईल:

१. सो देवो मयणरेहं पणमिऊण गओ नियकप्पं = सो देवो मयणरेहं पणओ, गओ य नियकप्पं ।

२. ता महापुरिस, अवच्चदाणेण पसायं काऊण मा विक्खेवं करेहि = ता महापुरिस, अवच्चदाणेण पसायं करेहि, मा य विक्खेवं करेहि ।

३. नूणमिमीए समागमेण अहं समत्तभरहाहिवो होऊण सव्वत्थ जिणभवणाइं करिस्सामि = नूणमिमीए... भरहाहिवो भविस्सामि, सव्वत्थ य जिणभवणाइं करिस्सामि ।

४. संते पाइयकव्वे को सक्कइ सक्कयं पढिउं = जइ पाइयकव्वं अत्थि, ता को सक्कइ सक्कयं पढिउं ।

५. साहसमवलंबंतो पावइ हियइच्छियं = जो साहसमवलंबइ, सो पावइ हियइच्छियं ।

६. अइक्कंते य तम्मि, गएसु पंचसु दिणेसु, जाणावियं जण्णदेवेण = जइया (=जेव्हा) तं अइक्कंतं आसि, पंच दिणाइं च गयाइं आसि, तइया जाणावियं जण्णदेवेण ।

७. अन्नया, तं पुरं दीहदंडजत्तागए नरवइम्मि, गामंतरगएसु अम्हेसु, विंझकेउनामेण सबरसेणावइणा हयविहवं काऊण अवणीओ को वि लोओ = अन्नया, जइया नरवई दीहदंडजत्तागओ आसि, जइया य अम्हे गामंतरगया आसि, तइया विंझकेउनामेण सबरसेणावइणा तं पुरं हयविहवं कयं, अवणीओ य को वि लोओ ।

८. हा, कहं सा तवस्सिणी मम अदिट्ठविओगा एण्हिं पाणे धारिस्सइ = हा, जीऐ मम विओगो न दिट्ठो, कहं सा तवस्सिणी एण्हिं पाणे धारिस्सइ ।

९. अलंघणीयवयणो तुमं = अलंघणीयं तुज्झ वयणं ।

१०. किसणिज्जंति लयंता उदहिजलं जलहरा पयत्तेण, धवलीहोंति हु देंता = जइया जलहरा उदहिजलं पयत्तेण लेंति, तइया किसणिज्जंति (= कसिणा होंति); जइया (जलं) देंति, तइया धवलीहोंति (=धवला होंति) ।

११. जइ मे भत्तारं पडिवज्जसि, ता तुज्झ आएसकारी भवामि = जइ म भत्त त्ति पडिवज्जसि, ता तुज्झ आएसं करेमि ।

१२. पुणो वि पणमिऊण गुरुं पविट्ठो राया नयरिं = पुणो वि पणयगुरु पविट्ठो राया नयरिं ।

१३. मह सुवण्णदीवे पत्थियस्स फुडियं जाणवत्तं, फलयालग्गो य एत्थ संपत्तो

= सुवण्णदीवे पत्थिओ अहं फुडियजाणवत्तो फलयालग्गो एत्थ संपत्तो

१४. अलं पावहेउणा कुडुंबवत्तणेण, जं जीववहेण कीरइ = जीववहेण कीरमाणेण अलं पावहेउणा कुडुंबवत्तणेण ।

१५. दामन्नगं दट्‌ ठूण जेट्ठेण साहुणा दिसावलोयं काऊण भणिओ दुईओ = दिट्ठादामन्नगेण जेट्ठेण साहुणा कयदिसावलोएण भणिओ दुईओ ।

१६. भिक्खानिमित्तं भमंतो... =भिक्खट्ठा भमंतो... ।

१७. खिविऊण जालं गहिया इमेण मच्छा = खित्तजालेण गहिया इमेण मच्छा।

१८. सागरपोएण सहत्थलिहियं लेहं अप्पिऊण पेसिओ दामन्नगो = सागरपोएण अप्पियसहत्थलिहियलेहेण पेसिओ दामन्नगो ।

अव्यये

'व्यय' म्हणजे क्षय, बदल. ज्यात काही व्यय होत नाही ते अव्यय. अर्थात् नामाप्रमाणे ज्याला लिंग-विभक्ति-वचन नसते, अथवा धातूला कालार्थात असते तसे पुरुष-वचन नसते, तो अविकारी शब्द म्हणजे अव्यय. यापूर्वी साधित शब्दांच्या विवेचनांत काही धातुसाधित अव्यये आणि विभक्त्यर्थात काही दुसरी अव्यये येऊन गेली आहेत. त्यातून राहिलेली आणि वाक्यरचनेसाठी आवश्यक अशी अन्य काही अव्यये येथे विवेचिली आहेत.

स्थलवाचक अव्यये. एत्थ, इहं = येथे; **तत्थ, तहिं** = तेथे; **जत्थ, जहिं**= जेथे; **कत्थ, कहिं** = कोठे; **कत्थइ, कहिंचि कत्थ वि, कहिं पि** = कोठे तरी; **इओ, एत्तो** = येथून, इकडे; **तओ, तत्तो** = तेथून; **जओ, जत्तो** = जेथून; **कओ, कुओ, कत्तो** = कोठून; **कओ वि, कुओ वि, कत्तो वि** =कोठून तरी; **एगत्थ** = एकीकडे, एके ठिकाणी; **अन्नत्थ** = दुसरीकडे, दुसऱ्या ठिकाणी; **सव्वत्थ** = सगळीकडे, सर्व ठिकाणी; **उड्ढं** = वर; **बाहिं** = बाहेर; **अग्गओ**= पुढे; **पच्छा** = मागे; **दूरओ** = दूर; **अंतरा** = मध्ये, दरम्यान.

कालवाचक अव्यये. एण्हिं, एत्ताहे, इयाणिं, संपय, संपई = आता; **तया, तइया, तयाणिं, ताहे** = तेव्हा; **जया, जइया, जाहे** = जेव्हा; **कया, कइया** =केव्हा; **कया वि, कइया वि** = केव्हा तरी; **सया, सइ, सययं, निच्चं** = नेहमी; **जा, जाव... ता, ताव** = जो.... तो; **ताव** = प्रथम; **कल्लं** = काल; **अज्ज** = आज; **सुवे** = उद्या; **पुव्विं, पुरा**= पूर्वी; **नवरं, नवरि** = केवळ, पण, नंतर; **पुणो, पुण, उण** = पुन्हा, पण; **ताव** = तेवढ्यात; **एत्थंतरे, एत्थंतरम्मि** = एवढ्यात, इतक्यात.

रीतिवाचक अव्यये. न = नाही; **मा**=नको (केवळ अज्ञार्थाच्या रूपासह);

इव, विय, पिव (अनुस्वारानंतर), **व्व, व** °प्रमाणे, °सारखे (हे संबद्ध शब्दामागोमाग येते); **एवं** = याप्रमाणे, अशा प्रकारे; **तहा** = त्याप्रमाणे, तशा प्रकारे, तसे, ठीक; **जहा** = जसें (as follows), ज्याप्रमाणे, जशा प्रकारे; **कहं** = कसे, कशाप्रकारे, कशा प्रमाणे (पुष्कळदा 'कहं पुण' अशी दोन अव्यये मिळून येतात); **कहं पि** = कसे तरी, कसेबसे; **अन्नहा** = दुसऱ्याप्रकारे, एरवी; **सम्मं** = चांगल्याप्रकारे; **समं** = बरोबर, सह, एकदम; **बाढं, धणियं** = खूप; **ईसिं, मणं, मणयं** = थोडे; **अवस्सं** = अवश्य, जरूर; **लहुं, सिग्घं** = झटपट, लगबगीने; **सणियं** = हळू; **कमेण** = क्रमाक्रमाने; हळूहळू, **केवलं** = केवळ; **सुट्ठु** = ठीक, उत्तम; **दुट्ठु** = वाईट; **नूणं, णं** = खचीत; **खु, हु** = खरोखर; **झगिति, एक्कसरियं, एक्कसरियाए** = एकदम, एकाएकी, झटकन.

अन्य अव्यये. वि (स्वरानंतर), **पि** (अनुस्वारानंतर) = °सुद्धा, °देखील, °हि; **चेय, च्चिय, एव, चेव** = °च, केवळ, फक्त; **वा** = किंवा; **च** (अनुस्वारानंतर), **य** (स्वरानंतर) = आणि; **तु, उ** = पण, परंतु, केवळ, मात्र; - ही सर्व अव्यये संबद्ध शब्दामागून येतात. **इइ, इय** (वाक्यारंभी), **त्ति** (स्वरापुढे), **ति** (अनुस्वारापुढे) = असे, याप्रमाणे, या नावाचे; **ति, त्ति** = समाप्तिसूचक अव्यय. **तओ** = त्यानंतर, मग; **अणंतरं** = नंतर; **अह** = नंतर, प्रारंभसूचक अव्यय; **अहवा** = अथवा, तात्पर्य, विकल्पबोधक अव्यय, पक्षांतरबोधक अव्यय; **जं** = कारण की; **ता** = तर, म्हणून; **अईव** = फारच; **नाम** = नावाचा - **ची - चे** (या अव्ययाशी संबद्ध शब्द समान विभक्तिक असतात), वाक्यालंकार; **किं** = काय (प्रश्नार्थक अव्यय); **हंत, हा**= अरेरे; **सयं** = स्वतः; **किर, किल** = वाक्यालंकार, प्रसिद्धि.

उदाहरणे : अत्थि **इहेव** (**इह + एव**) भारहे वासे कंपिल्लं **नाम** पुरं । **तत्थ** जओ **नाम** राया । **इओ य** उज्जेणीए चंडपज्जोओ राया । जलणो **व्व** तेयसा जलंतो... । अहं **एत्थ** गिरिनिगुंजे चिट्ठामि । **कहं पुण** एस कुंजरो वंचियव्वो । **किं न** हवंति सुरभिकुसुमेसु किमिणो । **एवं** साऊण देवो पमाणं **ति** । **हंत**, संपत्तो वसणं जण्णदेवो । **जइ** तुम्हाणमणुण्णा विवायमेयं अहं खु छिंदामि । **ता जह अज्ज** विवाओ एसो परिछिज्जई **तहा** कुणसु । **ता** खमियव्वे तुमए, **जं** मए कयत्थिओ सि । **तह त्ति** तेण पडिवन्नं । **जह** एयं **तह** अन्नं **संपयं** गमिस्सामि गेहं । **किं अन्नहा** होइ मुणिवयणं । **जइ एवं ता** अप्पेहि लेहं । **एवं** कए **सुट्ठु** मे उवकयं । **हा, दुट्ठु** कयं अणहगेण । **मा** अन्नहा समत्थेहि । **एत्थंतरम्मि य** जाया मम तेण सह पीई । **अओ** ईइसं **पि** देवस्स निवेईयइ । अरे, आघोसेह डिंडिमेणं **जहा** मुट्ठं चंदणसत्थवाहगेहं।

❑

५ पैशाची भाषा

पैशाची भाषा नेमक्या कोणत्या प्रदेशातील भाषा होती, ह्याबाबत विद्वान भाषावैज्ञानिकांमध्ये मतभेद आहेत. प्राचीन संस्कृत साहित्यात 'पिशाच प्रदेश' म्हणून अनेक स्थानांचा उल्लेख उपलब्ध होतो. उदा.

'पाण्डय, केकय-बाल्टीक, सिंह नेपाल कुन्तला: ।
सुदेष्ण-वीर गन्धार हैव, कन्नौजनास्तथा ।
एते पिशाचदेशाः स्युस्तद्देश्यस्तद् गुणो भवेत् ।।

वरील श्लोकातील काही प्रदेशनामे अशी आहेत की ज्याची अद्याप स्थान निश्चिती केली जाऊ शकली नाही. हार्नले या पैशाची भाषेस द्रविड परिवाराद्वारे बोलल्या जाणाऱ्या भाषेचे प्राचीन रुप मानतात. राजशेखराने काव्यमीमांसेत एक जुना श्लोक उद्धृत करून त्यामध्ये कोणत्या प्रदेशात कोणती भाषा बोलली जात होती, ह्याचा उल्लेख केला आहे. उपरोक्त श्लोकात मरु-भूमी -- (दक्षिण-पश्चिम पंजाब) आणि 'भादानक प्रदेशात पैशाची भाषा बोलली जाते,' असे म्हटले आहे. प्राचीन आचार्यांनी 'पैशाची' साठी 'भूतभाषा' शब्दाचा उपयोग केला आहे. बहुधा 'मरणोत्तर' पिशाच भूत बनतात' या अंधश्रद्धेपोटी अशी कल्पना केली गेली. प्राकृत वैयाकरणांनी पैशाची भाषेच्या अनेक भेदांचा उल्लेख केला आहे. डॉ. ग्रिमर्सनने भाषा सर्वेक्षण ह्या आपल्या ग्रंथात पैशाचीचे सात भेद दिले आहेत. हेमचंद्राने केवळ 'चूलिका - पैशाची'चाच उल्लेख केला आहे. मार्कंडेयाने तीन भेद केले आहेत. या प्रकारे विभिन्न वैयाकरणांनी भिन्न भिन्न प्रकारचे भेद केले आहेत. याचे कारण म्हणजे ही भाषा मूलरूपाने एकच असली पाहिजे. पण हिचा प्रभाव समीपस्थ अन्य बोलीभाषांवर गंभीररुपाने पडला आहे आणि त्याच्या आधारावर प्राकृत वैयाकरणांनी त्या प्रांतांच्या नावावर त्यांना पैशाचीचे भेद मानले. या भाषेतील लिखित साहित्य जोपर्यंत उपलब्ध होत नाही, तोवर हे अनुमान राहाणारच. अशी मोठी संभावना

आहे की, ही आपल्या काळातील एक अत्यंत प्रभावशाली साहित्यिक भाषा असावी. विद्वानांचे अनुमान आहे, की गुणाढ्याची 'बृहत्कशा' मूलतः पैशाची भाषेतच लिहिली गेली होती. ती आता नष्टप्राय झाली आहे. प्राकृत वैयाकरणांच्या अनुसार या भाषेची खालील प्रमुख वैशिष्ट्ये होती.

ध्वन्यात्मक विशेषता

१. दोन स्वरांच्या मध्ये येणाऱ्या सघोष स्पर्श व्यंजनांना अघोष स्पर्श व्यंजनांचा आदेश होतो. उदा.
गगनं > गकनं, मेघः > मेकः, मेखो, वारिदः > वारितो, राजा > राचा निर्झर > णिच्छरी, वडिशं > वरिसं, माधवः > माथवो, सरभसं > सरफसं दामोदरः > तामोतरी

२. पैशाची मध्ये संस्कृत व्यंजनांना सस्वर करण्याची प्रवृत्ती दिसून येते. यास 'स्वर-भक्ती' असे म्हणतात उदा.
स्नानम् > सनानं, स्नेहः > सनेही, कष्टं > कसटं, भार्या > भारिया, हृदयकं > हितपकं, क्रियते > कीरते.

३. पैशाची मध्ये 'ल' च्या स्थानी 'ल्' आदेश होतो, ही गोष्ट प्राकृत व्याकरणात सांगितली आहे. उदा.
सलिलम् > सलिल्, कमलम् > कमल्

४. पैशाची मध्ये श, ष, च्या स्थानी काही ठिकाणी 'स' काही ठिकाणी 'श' ही उपलब्ध होतो. उदा.
शोभते > सोभति, शाही > ससि, दशवदन > दशवत्तनी, विषमः > विसमी, विषाणः > विसानी

५. पैशाचीमध्ये 'ण' च्या स्थानी 'न' चा आदेश होतो.
उदा. गुणगुण > गुनगुन, गुणेन > गुनेन.

रुपात्मक वैशिष्ट्ये

१. पैशाची मध्ये पंचमी एकवचनाच्या 'ङसि'च्या स्थानावर 'आती', 'आतु'चा आदेश अकारान्त शब्दांच्या स्थानी होतो.
उदा. तुमातो, तुमातु (त्वत्) ममातो, ममातु (मत्)

२. पैशाची मध्ये 'तेन' आणि 'अनेन' दोन्हीच्या स्थानावर केवळ 'नेन' उपलब्ध होतो. स्त्रीलिंगात 'नाए' आढळतो.

३. पैशाचीत कर्मवाक्यात 'इय्य' चा आदेश केला जातो. उदा. रम्यते >

रमिय्यते, पठ्यते > पठिय्यते

४. पैशाची मध्ये 'क्त्वा' च्या स्थानी 'नूनं' चा आदेश केला जातो. गत्वा > गन्तूनं, हसित्वा > हसितूनं, चलित्वा > चलितूनं

५. पैशाचीत भविष्यत कालात 'स्सि'चा आदेश न होता 'एय्य' चा आदेश होतो. उदा.
भविष्यति > हुवेय्य, पठिष्यति > पठेय्य

दशम अध्याय
(पैशाची)

१. पैशाची की प्रकृति शौरसेनी है।

२. पैशाची में ज्ञ के स्थान में ञ्ञ होता है। जैसे: - पञ्ञा (प्रज्ञा), सञ्ञा (संज्ञा), सव्वञ्ञो (सर्वज्ञ:), ञ्ञानं (ज्ञानम्), विञ्ञानं (विज्ञानम्)।

३. राजन् शब्द के रूपों में जहाँ-जहाँ ज्ञ रहता है, उस ज्ञ के स्थान में चिञ् आदेश विकल्प से होता है। जैसे - राचिञा लपितं रञ्ञा जपितं (राज्ञा लापेतम्), राचिञो धनं रञ्ञो धनं (राज्ञो धनम्)।

४. पैशाची में न्य और ण्य के स्थान में ञ्ञ आदेश होता है। जैसे: - कञ्ञका, अभिमञ्ञू (कन्यका, अभिमन्यु:)। पुञ्ञकम्मो, पुञ्ञाहं (पुण्यकर्म, पुण्याहम्)।

५. पैशाची में णकार का नकार हो जाता है। जैसे: - गुनगनयुत्तो (गुणगणयुक्त:), गुनेन (गुऐन)।

६. पैशाची में तकार और दकार के स्थान में तकार हो जाता है। जैसे:- भगवती, पव्वती (भगवती, पार्वती)। मतनपरवसो (मदनपरवश:), सतनं (सदनम्) तामोतरो (दामोदर:), होतु (होदु शौ.)।

७. पैशाची में लकार के स्थान में ळकार हो जाता है। जैसे:- सळिळं, कमळं (सलिलं, कमलम्)।

८. पैशाची में श और ष के स्थान में स होता है। जैसे: - सोभति, सोभनं, ससी (शोभते, शोभनं, शशी)। विसमो, विसानो (विषम:, विषाण:)।

९. पैशाची में हृदय शब्द के यकार के स्थान में पकार हो जाता है। जैसे:- हितपक (हृदयकम्)।

१०. पैशाची में टु के स्थान तु आदेश विकल्प से होता जैसे: - कुतुम्बकं, कुटुम्बकं (कुटुम्बकम्)।

११. पैशाची में क्त्वा प्रत्यय के स्थान में तून आदेश होते है। जैसे:- गन्तून, हसितून, पठितून (गत्वा, हसित्वा, पठित्वा)।

१२. पैशाची में ष्ट्वा के स्थान में ध्दून और त्थून आदेश होते है। जैसे:- नद्धून, नत्थून; तद्धून, तत्थून (नष्ट्वा, दृष्ट्वा)

१३. पैशाची में कहीं कहीं र्य, स्न और ष्ट के स्थानों में क्रमशः रिय, सिन और सट आदेश होते है। जैसे :- भारिया, सिनातं, कसटं (भार्या, स्नातम्, कष्टम्)।

विशेष - (क) प्राकृतप्रकाश (१०. ७.) के अनुसार स्न के स्थान में सन आदश होता है। जैसे : - सनानं, सनेहो (स्नानम्, स्नेहः)।

(ख) नियम १३ में 'कहीं-कहीं' कहने से सुज्जो (सूर्यः), सुनुसा और तिट्ठो (दिष्टः) में उक्त नियम नही लगा।

१४. पैशाची में भाव-कर्मवाले यक् के स्थान में इय्य आदेश होता है। जैसे:- रमिय्यते, पठिय्यते (रम्यते, पठ्यते)।

१५. पैशाची में कृ धातु से पर में आये हुए भाव कर्मवाले यक् के स्थान में ईर आदेश होता है और धातु के टि (ऋ) का लोप हो जाता है। जैसे:- कीरते (क्रियते)।

१६. पैशाची में यादृश, तादृश आदि के दृ के स्थान में ति आदेश होता है। जैसे:- यातिसो, तातिसो, भवातिसो, अञ्ञातिसो, युम्हातिसो, अम्हातिसो (यादृशः, तादृशः, भवादृशः, अन्यादृशः, युष्मादृशः, अस्मादृशः)।

१७. पैशाची में इच् और एच् (देखो छठे अध्याय में वर्तमान काल के प्रत्यय) के स्थान में ति आदेश होता है। जैसे : वसुआति, भोति, नेति, तेति।

१८. पैशाची में अकार से पर में आनेवाले इच् और एच् के स्थान में ते और ति दोनों आदेश होते है। जैसे:- लपते, लपति; अच्छते, अच्छति; गच्छते, गच्छति; रमते, रमति।

१९. पैशाची में इच् और एच् के स्थान में, भविष्यत् काल में, स्सि न होकर एय्य आदेश ही होता है। जैसे- हुवेय्य[१] (भविष्यति)।

२०. पैशाची में अकार से पर में आनेवाले ङसि के स्थान में आतो और आतु ये दो आदेश होते है। जैसे- तुमातो, तुमातु; ममातो, ममातु।

२१. पैशाची में टा के साथ तद् और इदम् शब्दों के स्थान में नेन और स्त्रीलिंग में नाए आदेश होते है। जैसे- नेन कतसिनानेन (तेन कृतस्नानेन अथवा अनेन इत्यादी); पूजितो च नाए (पूजितश्चानया)।

---

१. तं तध्दून चिन्रितं रञ्ञा का एसा हुवेय्य (तां दृष्ट्वा चिन्तितं राज्ञा का एषा भविष्यती)

प्राकृत-प्रकाश के अनुसार पैशाची के विशेष शब्द-

संस्कृत	पैशाची	प्रा. प्र. अ.	सूत्र
मेघः	मेखो	१०	२
गगनम्	गकनं	१०	२
राजा	राचा	१०	२
निर्झर	णिच्छरो	१०	२
वडिशम्	वटिशं	१०	२
दशवदनः	दसवत्तनो		
माधवः	माथवो	१०	२
गोविन्दः	गोविन्तो	१०	२
केशवः	केसवो	१०	२
सरभसं	सरफसं	१०	२
शलभः	सलफो	१०	२
संग्रामः	संगामो	१०	२*
इव	पिव	१०	४
तरुणी	तलुनी	१०	५
कष्टम्	कसठं	१०	६
स्नानम्	सनानं	१०	७
स्नेहः	सनेहो	१०	७
भार्या	भारिआ	१०	८
विज्ञातः	विञ्ञातो	१०	९
सर्वज्ञः	सव्वञ्ञो	१०	९
कन्या	कञ्ञा	१०	९
कार्यम्	कच्चं	१०	११
राज्ञा	राचिना, रञ्ञा	१०	१२
राज्ञः	राचिनो, रञ्ञो	१०	१२
दत्त्वा	दातूनं	१०	१३
गृहीत्वा	घेत्तूनं	१०	१३
हृदयकम्	हितअकं	१०	१४

* यह सूत्र नहीं लगा।

अपभ्रंश

अपभ्रंश शब्दाचा प्रयोग दोन अर्थात उपलब्ध होतो. १. संस्कृतसे विकृत तद्भव शब्दावलीसाठी २. एक भाषाविशेषासाठी. सर्वप्रथम महाभाष्यकार पतंजलीने अपभ्रंश शब्दाचा उल्लेख केला आहे. (व्यामभा. .१.१.१ 'एकैकस्य शब्दस्य बहवोऽपभ्रंशा:'। पतंजलीचा काळ इ.स.पू २ रे शतक आहे. त्याने 'व्याडि' चा उल्लेख करून याडीने 'अपभ्रंशाची प्रकृती संस्कृत मानली आहे.' 'शब्दप्रकृतिरपभ्रंश: इति संग्रहकार: । (वाक्यपदीयम् - कांड १, कारिका ४८) पण त्याचा कोणताही ग्रंथ उपलब्ध नाही.

अपभ्रंश भाषेचा सांकेतिक अर्थात सर्वप्रथम प्रयोग तिसऱ्या शताब्दीत भरतमुनीने नाट्यशास्त्रात केला आहे. भरतमुनीने 'उकार बहुला' भाषेचा उल्लेख केला आहे, ती अपभ्रंश भाषाच होय.

हिमवत्सिंधुसौवीरान् येऽन्यदेशान् समाश्रिता: ।

उकारबहुला तेषु नित्यं भाषा प्रयोजयेत ॥ (भ. ना. १७/६२) पण या 'उकार बहुला' भाषेला भरताने 'अपभ्रंश' म्हटलेले नाही. पण 'विभ्रष्ट' शब्द लक्षणीय आहे. 'समानशब्द विभ्रष्टं देशीगतमथापिच ।' याचा अर्थ भरतमुनीच्या काळातच अपभ्रंश भाषा (भ. ना. १०/३) प्रचारात आली होती. पण तिचा नामकरण संस्कार व्यवस्थित झाला नव्हता.

भरत मुनीच्या दृष्टीने 'उकार बहुला(अपभ्रंश ?) भाषेसंबंधी माग काढला, तर ही आभीरादी लोकांची भाषा होती, कारण विभाषांची गणना करताना भरताने आभीरांची ही गणना केली आहे.

शकाराभीरचण्डालशबरद्रमिलांध्रजा:।

हीना वनेचराणां च विभाषा नाटके स्मृता । (भ. ना. १७/५०) विद्वानांनी यावर बरेच विश्लेषण केलेले असून, त्यांनी अपभ्रंश भाषा म्हणजे भरत मुनीनी सांगितलेली 'उकार बहुला' भाषाच होती हे तथ्य सांगितले आहे. 'अपभ्रंश भाषाविशेषां'चा स्पष्ट उल्लेख सर्व प्रथम वैयाकरण चंड याने केला आहे.

'न लोपोऽपभ्रंशेऽथोरेफस्य ।' (प्राकृत सर्वस्व ३-३७). त्यानंतर भामहाने अपभ्रंशाचा उल्लेख केला आहे.

'संस्कृतं प्राकृतं चान्यदपभ्रंशं त्रिधा । (काव्यालंकार १/१६). भामहाचा समय इ.स. सहावे शतक होय. ह्यावरून सहाव्या शतकात अपभ्रंशाचा 'एक भाषा' म्हणून प्रयोग होत होता.

सातव्या शतकात दंडीने अपभ्रंशाचा उल्लेख करून दोन विशेषणांचा उल्लेख केला आहे १. आभीरादि गिर: आणि २. संस्कृतादन्यत्.

आभीरमि गिरः काव्येषु अपभ्रंश इति स्मृता।
शास्त्रेषु संस्कृतादन्यदपभ्रंश तथोदितम् ॥

दंडीचे 'आभीरादि गिर:' आणि भरताचे 'शकाराभीर'? या विभाषात काही फरक नाही. नाट्यशास्त्राचा भाष्यकार अभिनव गुप्त 'प्राकृतातून अपभ्रष्ट रुपांना 'विभाषा' म्हणतो. 'भाषा संस्कृतापभ्रंशी भाषापभ्रंशस्तु विभाषा'। (१७/४६ ची वृत्ती)

असे सांगून अभिनयगुप्त सुचवतो की भरतमुनीचा 'विभाषा' शब्दांचा 'अपभ्रंश' आणि त्याच्या बोली भाषा हेच तात्पर्य होते. 'नाटके स्मृता:' या भरतवचनाने स्पष्ट आहे की नाटकात ह्या बोलीचा प्रयोग शास्त्रसंमत होता. अभिनवगुप्ताने अधिक खुलासा केला आहे,

'भाषा संस्कृतापभ्रंशः भाषापभ्रंशस्तु विभाषा, सा तत्तद्देश एव गह्वरवासिनां प्राकृतवासिनां च एता एव नाट्ये तु।' भरत मुनीच्या काळात अपभ्रंशात काही साहित्य निर्माण झाले नसेल, पण अपभ्रंश बोलींचा प्रयोग निश्चितपणे नाटकात प्रारंभ पावला होता.

अपभ्रंश भाषेचे लिखित रुप सर्वप्रथम कालिदासाच्या 'विक्रमोर्वशीयम्।' नाटकात चौथ्या अंकात मिळते. कालिदास गुप्तकाळात इ. स. चौथ्या शतकातला मानला जातो. साहजिकच अपभ्रंश आणि अपभ्रंश पद्यांचे अस्तित्व त्याकाळी होते, असे मानावे लागते. काही प्रबळ अनुमानानी अपभ्रंश भाषा इ.स. तिसऱ्या शतकात अस्तित्वात आलेली होती, आणि ६ व्या ७ व्या शतकात अस्तित्वात अपभ्रंश एक महत्त्वपूर्ण साहित्यिक भाषा बनलेली आढळते. विद्वान त्या भाषेत लेखन करणे गौरवास्पद मानत. राजा धरसेन द्वितीय याच्या ताम्रपत्रात स्पष्ट म्हटले आहे की त्याचा पिता गुहसेन संस्कृत, प्राकृत आणि अपभ्रंश भाषात प्रबंध रचत असे.

'संस्कृतप्राकृतापभ्रंश- भाषात्रयप्रतिबद्धः - प्रबंधरचना - निपुणान्तःकरणः (हि. वि. अ. यो. पृष्ठ २३) याच शताब्दीत व्याकरणकार चण्डास अपभ्रंश भाषेच्या वैशिष्ट्यावर लिहावे लागले. त्या शतकापासून १२ व्या शतकापर्यंत अपभ्रंश भारतातील एकमेव साहित्यिक भाषेच्या रुपात विद्वज्जनाच्या गळ्यातील ताईत बनली. अनेक प्राकृत वैयाकरणांनी अपभ्रंशाचे व्याकरण लिहून हिला नियमबद्ध केले. ह्यामध्ये हेमचंद्राने लिहिलेले व्याकरण अधिक लोकमान्यता पावले. आपल्या व्याकरणात त्याने १२ व्या शतकापर्यंतच्या अपभ्रंश भाषेच्या सर्व प्रवृत्ती समाविष्ट केल्या. हेमचंद्राने अपभ्रंश भाषेचे व्याकरण लिहिले तेव्हा अपभ्रंश आपल्या परमोत्कर्षाच्या अवस्थेला पोहोचली होती.

रुद्रटाने नवव्या शतकात अपभ्रंशाच्या अनेक बोलींचे ग्रथन खालील श्लोकात

केले आहे.

प्राकृतसंस्कृत मागध पिशाच भाषाश्च शूरसेनी च।

षष्ठोत्र भूरिभेदो देशविषादपभ्रंश: ॥ (काव्यालंकार २/१२) ११ व्या शतकात नमिसाधुने अपभ्रंश ही एकच बोली मानून तिचे प्रकार म्हणून इतर प्राकृत भाषा मानण्यास नकार दिला. 'स चान्यैरुपनागराभीरग्राम्यत्वभेदेन त्रिधोक्तस्तन्निरासार्थ-मुक्तं भूरिभेद इति।' (काव्यालंकारसूत्रवृत्ति - नमिसाधु २/१२)

मार्कंडेयाने नमिसाधुहून वेगळेच तीन भेद मानले.

'नागरो ब्राचडश्चोपनागरश्चेति त्रय:।' (प्राकृत सर्वस्व -७) परंतु त्याने अपभ्रंशातील सूक्ष्म भेदान्तरामुळे विद्वान त्याचे अनेक भेद मानतात, हे कबूल केले आहे. (प्राकृत सर्वस्व ७)

अपभ्रंश: परे सूक्ष्म भेदत्वान्न पृथङ् मता। त्याने ह्या भेदाची संख्या २७ दिली आहे.

१. ब्राचड **२.** लाट **३.** वैदर्भ **४.** उपागर **५.** नागर **६.** बार्बर **७.** वन्त्य **८.** मागध **९.** पांचाळ **१०.** टकु **११.** मालव **१२.** कैकेय **१३.** गौड **१४.** औदी **१५.** वैवपश्चात्य **१६.** पाण्डय **१७.** कौन्तल **१८.** सैंहल **१९.** कालिंग **२०.** प्राच्य **२१.** काणदि **२२.** काञ्च्य **२३.** द्रविड **२४.** गौर्जर **२५.** आभीर **२६.** मध्यदेशीय **२७.** वैतान

मार्कंडेयाच्या पूर्वी आठव्या शतकात उद्योतनाचार्य यांनी आपल्या 'कुवलयमाल कहा' मध्ये अपभ्रंशाच्या बोलीवर प्रकाश टाकला आहे, त्याच्या मते अपभ्रंशाचे १८ भेद होतात.

१. गोल्ल **२.** मध्यदेशीय **३.** मागध **४.** अन्तर्वेदी **५.** कीर **६.** टक्कु **७.** सिंध **८.** मरु **९.** गुर्जर **१०.** लाट **११.** मालव १२. कार्णाटक **१३.** तायिक **१४.** कोसल **१५.** महाराष्ट्र **१६.** आंध्र **१७.** खस **१८.** बब्बरादिक

हेमचंद्राच्या काळापर्यंत अपभ्रंश भाषेने पूर्ण परिनिष्ठित स्वरुप धारण केले होते आणि हिला शिष्टाची भाषा म्हणून स्वीकारले गेले होते. (शेषम् शिष्टप्रयोगात् (पुरुषोत्तम १७/९१)

संक्षेप
(अकारानुक्रमाने)

अ. व.	अनेक वचन	म.	मराठी
ए. व.	एक वचन	व. का. धा. वि.	वर्तमान कालवाचक धातुसाधित विशेषण
गी. ल. को.	गीर्वाण लघुकोश		
च.	चतुर्थी	वि. क. धा. वि.	विध्यर्थी कर्मणि धातु

जु म.	जुने मराठी		साधित विशेषण
तृ.	तृतीया	श.	शब्दशः
तृ.पु.	तृतीय पुरुष	ष.	शब्दशः
द्वि.	द्वितीया	ष.	षष्ठी
		स.	सप्तमी
द्वि.पु.	द्वितीय पुरुष	सं.	संबोधन
पं.	पंचमी	सि. कौ.	सिद्धांतकौमुदी
प्र. पु.	प्रथम पुरुष	सू.	सूत्र
ब. व.	बहुवचन	हेम.	हेमचंद्रकृत प्राकृत व्याकरण

हेमचंद्रकृत अपभ्रंश-व्याकरण

स्वराणां स्वराः प्रायोपभ्रंशे ।।३२९।।
अपभ्रंशे स्वराणां स्थाने प्रायः स्वरा भवन्ति।।

अपभ्रंश भाषेत स्वरांच्या स्थानी प्राय: (इतर) स्वर येतात. उदा.

कच्चु, कच्चि (कच्चित्); वेण, वीण (वेणी); बाह, बाहा, बाहु, (बाहु); पट्ठि, पिट्ठि, पुट्ठि (पृष्ठ); तणु, तिणु तृणु (तृणम्); सुकिदु, सुकिओ, सुकृदु (सुकृतम्); किन्नओ, किलिन्नओ (क्लिन्न); लिह, लीह, लेह (लेखा); गउरि, गोरि (गौरी)

प्रायोग्रहणाद्यस्यापभ्रंशे विशेषो लक्ष्यते तस्यापि क्वचित् प्राकृतवत् शौरसेनीवच्च कार्यं भवति।

(सूत्रातील) 'प्राय:' या शब्दाने असे दर्शविले जाते की ज्या (शब्दा) चा अपभ्रंश भाषेत विशेष सांगितला आहे त्याचे सुद्धा क्वचित् (माहाराष्ट्री) प्राकृत व शौरसेनीप्रमाणे कार्य होते.

स्यादौ दीर्घ-ह्रस्वौ ।।३३०।।
अपभ्रंशे नाम्नोन्त्यस्वरस्य दीर्घह्रस्वौ स्यादौ प्रायो भवतः ।

अपभ्रंशांत विभक्ती प्रत्ययापूर्वी (श्यादौ) नामाचा अन्त्य (ऱ्हस्व वा दीर्घ) स्वर प्राय: दीर्घ व ऱ्हस्व होतो. उदा. -

सौ । प्रथमा एकवचनाच्या प्रत्ययापूर्वी :-

ढोल्ला सामला धण चंपावण्णी ।

णाइ सुवण्णरेह कसवट्टइ दिण्णी ।।१।।

(विट: श्यामल: धन्या चम्पकवर्णा ।

इव सुवर्णरेखा कषपट्टके दत्ता ।।)

प्रियकर श्यामल वर्णी आहे; प्रिया (धण) चंपकवर्णी आहे; ती कसोटीच्या (काळ्या) दगडावर ओढलेल्या सुवर्णाच्या रेखेप्रमाणे दिसते.

(येथे, ढोल्ल व सामल या (पुल्लिंगी) शब्दांच्या अन्त्य 'अ'चा दीर्घ म्हणजे आ झाला आहे. 'धण' व 'सुवण्णरेह' या (स्त्रीलिंगी) शब्दांच्या अन्त्य 'आ' चा ऱ्हस्व म्हणजे 'अ' झाला आहे.)

आमन्त्रेय । संबोधन विभक्तीत :-

ढोल्ला मइँ तुहुँ वारिया मा कुरु दीहा माणु ।

निद्दए गमिही रत्तडी दडवड होइ विहाणु ।।२।।

(विट मया त्वं वारित: मा कुरु दीर्घं मानम् ।

निद्रया गमिष्यति रात्रि: शीघ्रं (दडवड) भवति विभातम् ।।)

हे प्रिया, मी तुला सांगितले होते की दीर्घ काळ मान धरूं नको; (कारण) झोपेत रात्र संपून जाईल आणि लगेच प्रभात होईल.

(येथे, 'ढोल्ल' शब्दाच्या अन्त्य 'अ' चा दीर्घ म्हणजे 'आ' झाला आहे.)

स्त्रियाम् । स्त्रीलिंगी शब्दांत (सुद्धा अन्त्य ऱ्हस्व वा दीर्घ स्वराचा दीर्घ वा ऱ्हस्व होतो.) उदा. :-

बिट्टीए मइ भणिय तुहुँ मा करु वंकी दिट्ठि ।

पुत्ति, सकण्णी भल्लि जिवँ मारइ हिअइ पइट्ठि ।।३।।

(पुत्रि (बिट्टीए) मया भणिता त्वं मा कुरु वक्रां दृष्टिम् ।

पुत्रि सकर्णा भल्लिर्यथा मारयति हृदये प्रविष्ट।।)

मुली, मी तुला सांगितले होते की वक्र दृष्टि करू नको. (कारण) हे मुली, (ही वक्र दृष्टी) अणकुचीदार (धारदार) भाल्याप्रमाणे (दुसऱ्यांच्या) हृदयात प्रविष्ट होऊन त्यांना ठार करते.

(येथे, दिट्ठि, पइट्ठि, भणिय या शब्दात दीर्घ स्वराचा ऱ्हस्व झाला आहे.)

जसि । प्रथमा अनेकवचनात-

एइ ति घोडा एह थलि एइ निसिआ खग्ग ।

एत्थु मुणीसिम जाणिअइ जो नवि वालइ वग्ग ।।४।।

(एते ते अश्वा: (घोडा) एषा स्थली एते ते निशिता: खड्ग: ।

अत्र मनुष्यत्वं (पौरुषं) ज्ञायते य: नापि वालयति वल्गाम् ।।)

हे ते घोडे; ही (ती) (युद्ध) भूमि; हे ते तीक्ष्ण खड्ग; जो घोड्यांचा लगाम

(मागे) खेचीत नाही (तर रणक्षेत्रावर युद्धच करीत रहातो) : येथे पौरुषाची परीक्षा होते.

(येथे, 'घोडा' व 'णिसिआ' मध्ये ऱ्हस्व स्वराचा दीर्घ झाला आहे; आणि 'खग्ग' आणि 'वग्ग' मध्ये दीर्घ स्वराचा ऱ्हस्व झाला आहे.)

स्यमोरस्योत् ।।३३१।।

अपभ्रंशे अकारस्य स्यमोः परयोः उकारो भवति ।

अपभ्रंश भाषेत प्रथमा ए. व. आणि द्वितीया ए. व. या प्रत्ययापूर्वी (शब्दाच्या अन्त्य) अकाराचा उकार होतो. उदा. -

दहमुहु भुवणभयंकरु तोसिअ-संकरु
णिग्गउ रहवरि चडिअउ ।
चउमुहु छंमुहु झाइवि एक्कहिं लाइवि
णावइ दइवें घडिअउ ।।१।।

(दशमुखः भुवनभयङ्करः तोषितशङ्करः
निर्गतः रथवरे (रथोपरि) आरूढः ।
चतुर्मुखं षण्मुखं ध्यात्वा एकस्मिन्
लगित्वा इव दैवेन घटितः ।।)

भुवनभयंकर असा रावण (दशमुख) शंकराला संतुष्ट करून रथात चढला. ब्रह्मदेव कार्तिकेय यांचे ध्यान करून व त्यांना एकत्र करुन जणुं देवांनी त्या (रावणा) ला निर्मिला होता.

(येथे, दहमुहु, भयंकरू, संकरु, णिग्गउ, चडिअउ, घडिअउ या शब्दांत प्रथमा एकवचनात अंत्य 'अ' चा, उ झाला आहे; चउमुहु, छंमुहु या शब्दांत द्वितीया एकवचनात अंत्य 'अ' चा 'उ' झाला आहे.

सौ पुंस्योद्वा ।।३३२।।

अपभ्रंशे पुल्लिङ्गे वर्तमानस्य नाम्नोकारस्य सौ परे ओकारो वा भवति ।

अपभ्रंशांत पुल्लिंगात असणाऱ्या नामांच्या अंत्य अकाराचा प्रथमा एकवचनी प्रत्ययापूर्वी विकल्पाने ओकार होतो. उदा. -

अगलिअ-नेह-निवट्टाहं जोअण-लक्खु वि जाउ ।
वरिस-सएण वि जो मिलइ सहि सोक्खहँ सो ठाउ ।।१।।

(अगलितस्नेहनिर्वृत्तानां योजनलक्षमपि जायताम् ।
वर्षशतेनापि यः मिलति सखि सौख्यानां स स्थानम् ।।)

स्नेह नष्ट झाला नसल्याने स्नेहाने परिपूर्ण अशा व्यक्तीमध्ये लाख योजनांचे अंतर असू दे; हे सखी, (स्नेह नष्ट न होता) जो शंभर वर्षांनी भेटतो तो सौख्याचे स्थान आहे.

(येथे, 'जो व 'सो' या शब्दांत प्रथमा एकवचनात अंत्य 'अ' चा ओ झालेला आहे.)

पुंसीति किम् । (सूत्रात) पुल्लिंगी शब्द असे का म्हटले आहे ? (याचे कारण असे की नपुंसकलिंगी शब्दाच्या अंत्य 'अ' चा विकल्पाने 'ओ' होत नाही. उदा. -)

अगहिँ अंगु न मिलिउ हलि अहरेँ अहरु न पत्तु ।
पिअ जोअंतिहेँ मुहकमलु एम्वइ सुरउ समत्तु ।।२।।

(अङ्गैः अङ्गं न मिलितं सखि (हलि) अधरेण अधरः न प्राप्तः ।
प्रियस्य पश्यन्त्याः मुखकमलं एवं सुरतं समाप्तम् ।।)

सखी, (प्रियकराच्या) अंगांशी (माझे) अंग भिडले नाही, अधराला अधर चिकटला नाही; प्रियकराचे मुखकमल पहात असतानाच (आमची) सुरत-क्रीडा समाप्त झाली.

(येथे, प्रथमा एकवचनी अंगु, मिलिउ, सुरउ यामध्ये, तसेच द्वितीया एकवचनी कमलु या शब्दात, अंत्य 'अ' चा विकल्पाने 'ओ' होत नाही.)

एट्टि ।।३३३।।

अपभ्रंशे अकारस्य टायामेकारो भवति ।

अपभ्रंशांत तृतीया एकवचनात (शब्दांच्या अंत्य) अकाराचा एकार होतो. उदा.:-

जे महु दिण्णा दिअहडा दइएँ पवसंतेण ।
ताण गणंतिएँ अंगुलिउ जज्जरिआउ नहेण ।।१।।

(ये मम दत्ताः दिवसाः दयितेन प्रवसता ।
तान् गणयन्त्याः (मम) अङ्गुल्यः जर्जरिताः नखेन ।।)

प्रवासाला निघताना प्रियकराने (अवधि) म्हणून जे दिवस सांगितले ते मोजताना (माझी) बोटे नखांनी जर्जरित झाली.

(येथे, 'दइएँ' मध्ये अंत्य अकाराचा एकार झाला आहे.)

ङिनेच्च ।।३३४।।

अपभ्रंशे अकारस्य ङिना सह इकार एकारश्च भवतः ।

अपभ्रंश भाषेत (शब्दांच्या अंत्य) अकाराचा सप्तमी एकवचनी प्रत्ययासह इकार व एकार होतो. उदा.:-

सयारु उप्परि तणु धरइ तलि घल्लइ रयणाइं ।

सामि सुभिच्चु वि परिहरइ संमाणेइ खलाइं ।।१।।

(सागरः उपरि तृणानि धरति तले क्षिपति (घल्लइ) रत्नानि

स्वामी सुभृत्यमपि परिहरति संमानयति खलान् ।।)

सागर गवताला वर (उचलून) धरतो आणि रत्नांना तळात ढकलतो. (तद्वत्) स्वामी चांगल्या सेवकाला सोडून देतो आणि खलांचा (दुष्टांचा) सन्मान करतो.

(येथे, तलि या सप्तमी एकवचनी रूपांत अकाराचा प्रत्ययासह इकार झालेला आहे.)

तले घल्लइ । (तले क्षिपति ।)

(येथे, तले या सप्तमी एकवचनी रूपांत अकाराचा एकार झालेला आहे.

भिस्येद्वा ।।३३५।।

अपभ्रंशे अकारस्य भिसि परे एकारो वा भवति ।

अपभ्रंशांत तृतीया अनेकवचनी प्रत्ययापूर्वी (शब्दांच्या अंत्य) अकाराचा विकल्पाने एकार होतो. उदा.:-

गुणहिँ न संपइ कित्ति पर फल लिहिआ भुंजंति ।

केसरि न लहइ बोड्डिअ वि गय लक्खे ँ हिं घेप्पंति ।।१।।

(गुणैः न संपत् कीर्तिः परं (जनाः) फलानि लिखितानि भुञ्जन्ति ।

केसरी कपर्दिकामपि (बोड्डिअ) न लभते गजाः लक्षैः गृह्यन्ते ।।)

गुणांनी कीर्ति मिळते, पण संपत्ति मिळत नाही; (दैवाने भाळी) लिहिलेली फळेच (लोक) भोगतात. सिंहाला एक कवडीसुद्धा मिळत नाही; पण हत्तींना लाखो रुपये पडतात.

(येथे, लक्खेहिं या शब्दात अन्त्य अकाराचा एकार झाला आहे. जेव्हा अकाराचा एकार होत नाही तेव्हा अकार तसाच रहातो. उदा. - गुणहिं)

ङसेर्हे-हू ।।३३६।।

अस्येति पञ्चम्यन्तं विपरिणम्यते । अपभ्रंशे अकारात्परस्य ङसेर्हे हु इत्यादेशौ भवतः । (सू. ३३१ मधील) 'अस्य' (= अकारस्य) हें (आतां) पंचम्यन्त (म्हणजे) अकारात् असे बदलले गेले आहे.

अपभ्रंशांत (शब्दाच्या अन्त्य) अकारापुढे पंचमी एकवचनी प्रत्ययाचे 'हे'

आणि 'हु' असे आदेश होतात. उदा.:-

वच्छहे गृण्हइ फलइं जणु कडुपल्लव वज्जेइ ।

तो वि महद्दुमु सुअणु जिवँ ते उच्छंगि धरेइ ।।१।।

(वृक्षात् गृह्णति फलानि जनः कटुपल्लवान् वर्जयति ।

तथापि महाद्रुमः सुजन इव तान् उत्सइ.गे धरति ।।)

लोक वृक्षाची फळे घेतात आणि कडु पाल्याचा त्याग करतात; तथापि सुजनाप्रमाणे महावृक्ष त्यांना मांडीवर धारण करतो.

(येथे, वच्छहे या पंचमी एकवचनी रूपांत 'हे' आदेश आलेला आहे.)

वच्छहु गृह्णइ । (वृक्षात् गृह्णति ।)

(येथे, वच्छहु या पंचमी एकवचनी रूपात 'हु' आदेश आलेला आहे.)

भ्यसो हुं ।।३३७।।

अपभ्रंशे अकारात्परस्य भ्यसः पञ्चमीबहुवचनस्य हुं इत्यादेशो भवति ।

अपभ्रंश भाषेंत (शब्दांच्या अन्त्य) अकारापुढे पंचमी बहुवचनी प्रत्ययाचा हुं असा आदेश होतो. उदा.:-

दूरुड्डाणें पडिउ खलु अप्पणु जणु मारेइ ।

जिह गिरिसिंगहुं पडिअ सिल अन्नु वि चूरु करेइ ।।१।।

(दूरोड्डाणेन पतितः खलः आत्मानं जनं (च) मारयति ।

यथा गिरिशृगेङ्भ्यः पतिता शिला अन्यदपि चूर्णीकरोति ।।)

उंच उड्डाण करून (मग खाली) पडलेला खलपुरुष स्वतःला (व) (इतरे) जनांना ठार करतो. जसें: गिरिशिखरावरून पडलेली शिला (स्वतःबरोबर) इतरांचेही चूर्ण करते.

(येथे, सिंगहुं या पंचमी अनेकवचनी रूपात 'हुं' असा आदेश आहे.)

ङसः सु-हो-स्सवः ।।३३८।।

अपभ्रंशे अकारात्परस्य ङसः स्थाने सु हो स्सु इति त्रय आदेशा भवन्ति ।

अपभ्रंशांत (शब्दांच्या अन्त्य) अकारापुढे षष्ठी एकवचनी प्रत्ययाचे स्थानी 'सु' 'हो' व 'स्सु' असे तीन आदेश होतात. उदा.:-

जो गुण गोवइ अप्पणा पयडा करइ परस्सु ।

तसु हउं कलिजुगि दुल्लहहो बलि किज्जउँ सुअणस्सु ।।१।।

(यः गुणान् गोपयति आत्मीयान् प्रकटान् करोति परस्य ।

तस्य अहं कलियुगे दुर्लभस्य बलिं करोमि सुजनस्य ।।)

जो आपले गुण झांकतो व दुसऱ्याचे गुण प्रकट करतो, अशा कलियुगात

दुर्लभ असणाऱ्या त्या सज्जनाची मी पूजा करतो.

(येथे, परस्सु, तसु, दुल्लहहो, सुअणस्सु या षष्ठी एकवचनी रूपांत सु, हो व स्सु हे आदेश आहेत.)

आमो हं ।।३३९।।

अपभ्रंशे अकारात्परस्यामो हमित्यादेशो भवति ।

अपभ्रंशांत (शब्दांच्या अन्त्य) अकारापुढे पष्ठीच्या बहुवचनी प्रत्ययाचा 'हं' असा आदेश होतो. उदा.:-

तणहं तइज्जी भंगि न वि तें अवड-यडि वसंति ।
अह जणु लग्गिवि उत्तरइ अह सह सइं मज्जंति ।।१।।

(तृणानां तृतीया भङ्गी नापि = (नैव) तानि अवटतटे वसन्ति ।
अथ जनः लगित्वा उत्तरति अथ सह स्वयं मज्जन्ति ।।)

तृणाला तिसरा मार्ग नाही; ते आडाच्या कांठावर उगवते; त्याला धरून लोक (आड) ओलांडतात; अथवा त्याच्यासह ते स्वतः बुडतात.

(**येथे**, तणहं या षष्ठी अनेकवचनी रूपांत 'हं' आदेश आलेला आहे.)

हुं चेदुद्भ्याम् ।।३४०।।

अपभ्रंशे इकारोकाराभ्यां परस्यामो हुं हं चादेशौ भवतः ।

अपभ्रंशांत (शब्दांच्या अन्त्य) इकार व उकार यापुढे पष्ठीच्या बहुवचनी प्रत्ययाचे 'हुं' आणि 'हं' असे आदेश होतात. उदा.:-

दहवु घडावइ वणि तरुहुँ सउणिहँ पक्क फलाइं ।
सो वरि सुक्खु पइट्ठ ण वि कण्णहिँ खलवयणाइं ।।१।।

(देवः घटयति वने तरूणां शकुनीनां (कृते) पक्वफलानि ।
तद् वरं सौख्यं प्रविष्टानि नापि कर्णयोः खलवचनानि ।।)

पक्ष्यांच्या साठी वनात वृक्षांवर पिकली फळे देवाने निर्माण केली आहेत; ते सुख (असणे) चांगले; पण खलांची वचने कानात प्रविष्ट होणे नको.

(येथे, तरुहुँ व सउणिहँ या पष्ठी अनेकवचनी रूपात 'हुं' आणि 'हं' असे आदेश आलेले आहेत.)

प्रायोधिकारत् क्वचित्सुपोपि हुं ।

'प्रायः'च्या अधिकारामुळें, क्वचित् सप्तमी बहुवचनी प्रत्ययाचासुद्धां हुं (असा आदेश होतो.) उदा. :-

धवलु विसूरइ सामिअहो गरुआ भरु पिक्खेवि ।

हउँ किं न जुत्तउ दुहुँ दिसिहिं खंडइँ दोण्णि करेवि ।।२।।

(धवल: खिद्यति (विसूरइ) स्वामिन: गुरुं भारं प्रेक्ष्य।
अहं किं न युक्त: द्वयोर्दिशो: खण्डे द्वे कृत्वा।।)

स्वामीचा मोठा भार पाहून ढवळा (बैल) खेद करतो (व स्वत:शी म्हणतो -) 'माझे दोन तुकडे करून (जुंवाच्या) दोन दिशांना मला का बरे जोडले नाही ?'

(येथे, दुहुँ या सप्तमी अनेकवचनी रूपांत 'हुं' आदेश आहे.)

ङसि - भ्यसू-ङीनां हे-हुं-हय: ।।३४१।।

अपभ्रंशे इदुभ्द्यां परेषां ङसि भ्यसू ङि इत्येतेषां यथासंख्यं हे हुं हि इत्येते त्रय आदेशा भवन्ति।

अपभ्रंशांत (शब्दांच्या अंत्य) 'इ' व 'उ' यांच्यापुढे पंचमी एकवचनी प्रत्यय, पंचमी अनेकवचनी प्रत्यय आणि सप्तमी एकवचनी प्रत्यय यांचे अनुक्रमें हे, हुं आणि हि असे हे तीन आदेश होतात.

ङसेर्हे। पंचमी एकवचनी प्रत्ययाचा 'हे' आदेश होतो. उदा.-

गिरिहे॑ सिलायलु तरुहे॑ फलु घेप्पइ नीसावँन्नु।
घरु मेल्लेप्पिणु माणुसहं तो वि न रुच्चइ रन्नु ।।१।।

(गिरे: शिलातलं तरो: फलं गृह्यते नि:सामान्यम्।
गृहं मुक्त्वा मनुष्याणां तथापि न रोचते अरण्यम्।।)

कोणत्याही भेदभावाविना (अरण्यात) पर्वताची शिला व वृक्षाची फळे मिळतात. (श...घेतली जातात); तथापि घराचा त्याग करून अरण्य (-वास) माणसांना आवडत नाही.

(येथे, गिरिहे आणि तरुहे या पंचमी एकवचनाच्या रूपांत 'हे' आदेश आलेला आहे.)

भ्यसो। पंचमी अनेकवचनी प्रत्ययाचा 'हुं' आदेश होतो. उदा.-

तरुहुँ वि वक्कलु फलु मुणि वि परिहणु असणु लहंति।
सामिहुँ एत्तिउ अग्गलउं आयरु भिच्चु गृहंति।२।।

(तरुभ्य: अपि वल्कलं फलं मुनय: अपि परिधानं अशनं लभन्ते।
स्वामिभ्य: इयत् अधिकं (अग्गलउं) आदरं भृत्या: गृह्णन्ति।।)

वृक्षांपासून वल्कल हें परिधान म्हणून व फळे हे भोजन म्हणून मुनिसुद्धा मिळवितात; (वस्त्र व भोजन यांचेबरोबरच) सेवक स्वामीपासून आदर (हा) अधिक मिळवितात.

(येथे, सामिहुँ व तरुहुँ या रूपात 'हुं' आदेश आलेला आहे.)

ङेर्हि। सप्तमी एकवचनी प्रत्ययाचा 'हि' आदेश होतो. उदा.-

अह विरलपहाउ जि कलिहि धम्मु ।।३।।

(अथ विरलप्रभाव: एव कलौ धर्म: ।)

आता कलियुगात धर्म हा खरोखर कमी प्रभावी आहे.

(येथे, कलिही या सप्तमी ए. व. रूपांत 'हि' असा आदेश आहे.)

आट्टो णानुस्वारौ ।।३४२।।

अपभ्रंशे अकारात्परस्य टावचनस्य णानुस्वारावादेशौ भवतः ।

अपभ्रंश भाषेत (शब्दांच्या अन्त्य) अकारापुढे तृतीया एकवचनी प्रत्ययाचे 'ण' व अनुस्वार असे आदेश होतात. उदा.-

दइएँ पवसंतेण (३३३.१)

(येथे, 'दइएँ' या रूपांत 'ए' वर अनुस्वार आला आहे; 'पवसंतेण' या रुपात 'ण' आलेला आहे.)

एं चेदुतः ।।३४३।।

अपभ्रंशे इकारोकाराभ्यां परस्य टावचनस्य एं चकारात् णानुस्वारौ च भवन्ति ।

अपभ्रंशांत (शब्दांच्या अन्त्य) इकार व उकार यापुढे तृतीया एकवचनाचा 'ए' आणि (सूत्रांतील) चकारामुळे ('आणि' या शब्दामुळे) 'ण' व अनुस्वार (हेहि) होतात. उदा.:-

एं ।एं (चें उदाहरण):-

अग्गिएँ उण्हउ होइ जगु वाएँ सीअलु तेवँ ।
जो पुणु अग्गिं सीअला तसु उण्हत्तणु केवँ ।।१।।

(अग्निणा उष्णं भवति जगत् वातेन शीतलं तथा ।
य: पुन: अग्निना शीतल: तस्य उष्णत्वं कथम् ।।)

जग अग्नीमुळे उष्ण व वायूमुळे शीतल होते. पण जो अग्नीनेही शीतल होतो त्याला उष्णतेचे काय ?

(येथे, अग्गिएँ या रूपात एँ आहे.)

णानुस्वारौ। ण व अनुस्वार (यांचे उदाहरण) -

विप्पिअ-आरउ जइ वि पिउ तो वि तं आणहि अज्जु ।
अग्गिण दड्ढा जइ वि घरु तो तें अग्गिं कज्जु ।।२।।

(विप्रियकारक: यद्यपि प्रिय: तदापि तं आनय अद्य ।

अग्निना दग्धं यद्यपि गृहं तदपि तेन अग्निना कार्यम् ।।)

जरी प्रियकर अप्रिय करणारा आहे तरी त्याला आज आण. जरी अग्नीने घर जाळले जाते तरी त्या अग्नीशी (आपले) काम असतेच.

येथे, 'अग्गिण' या रूपात 'ण' आहे, व 'अग्गिं' या रूपात अनुस्वार आहे.)

एवमुकारादप्युदाहार्याः ।

याचप्रमाणे उकारापुढेही तृतीया एकवचनात 'ण' व अनुस्वार येणारी उदाहरणे घ्यावयाची.

स्यम्-जस्-शसां लुक् ।।३४४।।

अपभ्रंशे सि अम् जस् शस् इत्येतेषां लोपो भवति ।

अपभ्रंशांत प्रथमा एकवचन, द्वितीया एकवचन, प्रथमा बहु - (अनेक) वचन आणि द्वितीया बहु - (अनेक) वचन यांच्या प्रत्यायांचा लोप होतो.

एइ ति घोडा एह थलि (३३०.४) इत्यादि । अत्र स्यमूजसां लोपः ।

(उदा.) एइ ति घोडा एह थलि इत्यादी. येथे (या उदाहरणात्) प्रथमा ए.व. (एह थलि), द्वितीया ए. व. (वग्ग) व प्रथमा अनेकवचन (एइ घोडा) यांच्या प्रत्ययांचा लोप झाला आहे.

जिवँ जिवँ वंकिम लोअणहं णिरु सामलि सिक्खेइ ।
तिवँ तिवँ वम्महु निअय-सर खर-पत्थरि तिक्खेइ ।।१।।
अत्र स्यम्शसां लोपः ।

(यथा यथा वक्रिमाणं लोचनयोः नितरां श्यामला शिक्षते ।
तथा तथा मन्मथः निजकशरान् खरप्रस्तरे तीक्ष्णयति ।।)

जसजशी श्यामा स्त्री डोळ्यांचे वाकडेपण (वक्र कटाक्ष टाकण्यास) शिकते तसतसा मदन कठिण दगडावर आपल्या बाणांना धार लावतो.

येथे (या उदाहरणात) प्रथमा ए. व. (सामलि), द्वितीया ए. व. (वंकिम) आणि द्वितीया अ. व. (°सर) यांच्या प्रत्ययांचा लोप झाला आहे.

षष्ठ्याः ।।३४५।।

अपभ्रंशे षष्ठ्या विभक्त्याः प्रायो लुग् भवति ।

अपभ्रंशांत षष्ठी विभक्ती (प्रत्ययां) चा प्रायः लोप होतो. उदा. :-

संगरएँहिँ जु वण्णिअइ देक्खु अम्हारा कंतु ।
अइमत्तहं चत्तंकुसहं गय कुंभइं दारंतु ।।१।।

(सङ्गरशतेषु यो वर्ण्यते पश्य अस्माकं कान्तम् ।

अतिमत्तानां त्यक्ताङ्कुशानां गजानां कुम्भान् दारयन्तम् ।।)

शेकडो युद्धात, अति माजलेल्या व अकुंशांना दाद न देणाऱ्या (अशा) हत्तींची गंडस्थळे फोडणारा म्हणून ज्याचे वर्णन केले जाते, (तो) आमचा प्रियकर पहा.

(येथे, 'गय' या रूपात षष्ठी विभक्तीच्या अ. व. प्रत्ययाचा लोप झाला आहे.)

पृथग्योगो लक्ष्यानुसारार्थः ।

लक्ष्याला अनुसरून अर्थ करावयाचा या दृष्टीने (सू. ३४५ हें सू. ३४४ पेक्षा) पृथक्पणे सांगितले आहे.[१]

आमन्त्र्ये जसो होः ।।३४६।।

अपभ्रंशे आमन्त्र्येर्थे वर्तमानान्नाम्नः परस्य जसो हो इत्यादेशो भवति । लोपापवादः ।

अपभ्रंशांत संबोधनार्थी असणाऱ्या नामापुढे प्रथमा[२] अनेकवचनी प्रत्ययाचा 'हो' असा आदेश होतो. (हा नियम) लोप होतो (सू. ३४४ पहा) या (नियमा) चा अपवाद आहे. उदा.:-

तरुणहो तरुणिहो मुणिउ मइँ करहु म अप्पहो घाउ ।।१।।

(हे तरुणाः तरुण्यः (च) ज्ञातं मया कुरुत मा आत्मनः घातम् ।)

हे तरुणतरुणींनो, मला कळलें; आपला घात करूं नका.

(येथे, तरुणहो तरुणिहो या संबोधनी रूपात 'हो' आदेश आहे.)

भिस्सुपोर्हिं ।।३४७।।

अपभ्रंशे भिस्सुपोः स्थाने हिं इत्यादेशो भवति ।

अपभ्रंश भाषेत तृतीया अनेकवचन आणि सप्तमी अनेकवचन यांचे प्रत्ययांचे स्थानी 'हिं' असा आदेश होतो. उदा.:-

गुणहिँ न संपइ कित्ति पर ।। (३३५.१)

(येथे, गुणहिँ या तृतीया अ. व. रूपांत 'हिं' आदेश आहे.)

सुप् । सप्तमी अनेकवचन (हिं आदेशाचे उदाहरण) :-

भाईरहि जिवँ भारइ मग्गेहिँ तिहिँ वि पयट्टइ ।।१।।

(भागीरथी यथा भारते त्रिषु मार्गेषु प्रवर्तते ।।)

ज्याप्रमाणे गंगा भारतात तीन मार्गांनी (प्रवाहांनी) जाते.

१- ज्या विभक्तीचे उदाहरण असेल त्यानुसार अर्थ करावयाचा आहे.

२- संबोधनाचे अनेकवाचे प्रत्यय हे प्रथमा अनेकवचनी प्रत्ययासारखेच असतात.

(येथे, मग्गेहिँ व तिहिँ या सप्तमी अनेकवचनी रूपांत हिं आदेश आहे.)

स्त्रियां जस्शसोरुदोत् ।।३४८।।

अपभ्रंशे स्त्रियां वर्तमानान्नाम्नः परस्य जसः शसश्च प्रत्येकमुदोतावादेशौ भवतः ! लोपापवादौ ।

अपभ्रंशांत स्त्रीलिंगात असणाऱ्या नामांच्या[१] पुढे प्रथमा बहुवचन आणि द्वितीया बहुवचन यांच्या प्रत्ययांचे प्रत्येकी 'उ' व 'ओ' असे आदेश होतात. (३४४ सूत्रांत सांगितलेल्या) लोप नियमाचा (प्रस्तुतचा नियम) अपवाद आहे.

जसः । प्रथम बहु (अनेक) वचनाचे उदाहरण :-

अंगुलिउ जज्जरियाउ नहेण ।। (३३३.१)

(येथे, अंगुलिउ, जज्जरियाउ, या रूपांत 'उ' हा आदेश आहे.)

शसः । द्वितीया बहु (अनेक) वचनाचे उदाहरण -

सुंदरसव्वंग्गाउ विलासिणीओ पेच्छंताण ।।१।।

(सुंदरसर्वाङ्गीः विलासिनीः प्रेक्षमाणानाम् ।)

सर्वांगसुंदर विलासिनींना पहाणाऱ्यांचा.

(येथे, सव्वंगाउ मध्ये उ, आणि विलासिणीओ मध्ये ओ, असे आदेश आहेत.)

वचनभेदान्न यथासंख्यम् ।

(जस्शसोः (द्विवचन) उदोत् (एकवचन) असे) भिन्न वचन सांगितले असल्याने (हे 'उ' व 'ओ' आदेश प्रथमा अ. व. आणि द्वितीया अ. व. यामध्ये) अनुक्रमें न होतां (दोन्हीमध्ये प्रथमा अ. व. आणि द्वितीया अ. व. या दोहोंतही होतात.)

ट ए ।।३४९।।

अपभ्रंशे स्त्रियां वर्तमानान्नाम्नः परस्याष्टायाः स्थाने ए इत्यादेशो भवति ।

अपभ्रंशांत स्त्रीलिंगात असणाऱ्या नामाच्या पुढे तृतीया एकवचनी प्रत्ययाचे स्थानी 'ए' असा आदेश होतो. उदा.:-

निअ-मुह-करहिँ वि मुद्ध कर अंधारइ पडिपेक्खइ ।
ससिमंडलचंदिमएँ पुणु काइँ न दूरे देक्खइ ।।१।।

(निजमुखकरैः अपि मुग्धा करं अन्धकारे प्रतिप्रेक्षते ।
शशिमण्डलचन्द्रिकया पुनः किं न दूरे पश्यति ।।)

सुंदरी (मुग्धा) अंधारात सुद्धां स्वतःच्या मुखाच्या किरणांनी हात पहाते; मग पूर्ण चंद्राच्या चांदण्यांत ती दूरच्या वस्तु का पहात नाही ?

१-स्त्रीलिंगी नामांचा अन्त्य स्वर कोणताही असो. प्रत्यय वा आदेव सर्वत्र तेच आहेत.

(येथे, °चंदिमए या तृतीया एकवचनी रूपांत 'ए' हा आदेश आहे.)

जहिं मरगयकंतिएँ संवलिअं ।।२।।

(यत्र ०मरकतकान्त्या संवलितम् ।)

जेथे मरकत मण्याच्या प्रकाशाने वेष्टित आहे.

(येथे० कंतिएँ या तृतीया एकवचनी रूपांत 'ए' हा आदेश आहे.)

ङस् - ङस्योर्हे ।।३५०।।

अपभ्रंशे स्त्रियां वर्तमानान्नाम्नः परयोर्ङस् ङसि इत्येतयोर्हे इत्यादेशो भवति ।

अपभ्रंश भाषेत स्त्रीलिंगात असणाऱ्या नामांच्या पुढे पंचमी ए. व. आणि षष्ठी ए. व. या प्रत्ययांचा 'हे' असा आदेश होतो. उदा. :-

ङस :। षष्ठी एकवचनाचे उदाहरण:-

तुच्छमज्झहे तुच्छजंपिरहे ।
तुच्छच्छरोमावलिहे तुच्छराय तुच्छयरहासहे ।
पियवयणु अलहंतिअहे तुच्छकायवम्महनिवासहे ।
अन्नु जु तुच्छउं तहे धणहे तं अक्खणह न जाइ ।
कटरि थणंतरु मुद्धडहे जे मणु विच्चि ण माइ ।।१।।

(तुच्छमध्यायाः तुच्छजल्पनशीलाया ।
तुच्छाच्छरोमावल्याः तुच्छरागायाः तुच्दतर...। प्रिय...
तुच्छरागायाः तुच्छतर...। प्रिय...
तुच्छकायमन्मथनिवासायाः ।
अन्यद् यत्तुच्छं तस्याः धन्यायाः तदाख्यातुं न याति ।
आश्चर्यस्तनान्तरं मुग्धायाः येन मनो वर्त्मनि न माति ।।)

तुच्छ[१] कमर असलेली, तुच्छ बोलणारी, तुच्छ व सुंदर रोमावली (उदरावर) असणारी, तुच्छ प्रेम असणारी (दाखविणारी), तुच्छ हसणारी, प्रियकराची वार्ता न कळल्याने शरीर तुच्छ[२] झालेली, (जणु) मदनाचा निवास, अशा त्या सुंदरी (मुग्धा) चे आणखी जे काही तुच्छ आहे ते सांगता येत नाही; आश्चर्य हे की तिच्या दोन स्तनांमधले अंतर इतके तुच्छ आहे की त्या (दोन स्तनांमधील) मार्गावर मन सुद्धा मावत नाही.

१- येथे बारीक, नाजूक, सूक्ष्म वा कृमी, कृश इत्यादी अर्थांनी तुच्छ शब्द वापरलेला आहे.

२- प्रियकराची वार्ता जिला कळलेली नाही आणि जिच्या कृश शरीरात मदनाचा निवास आहे, असाही अर्थ करता येईल.

(येथे, °मज्झहे, जंपिरहे, रोमावलिहे, हासहे, अलहंतिअहे, निवासहे, धणहे मुद्धडहे या रूपांत 'हे' असा आदेश आहे.)

ङसेः । पंचमी एकवचनाचे उदाहरण :-

फोडेंति जे हियडउँ अप्पणउँ ताहँ पराई कवण घृण ।

रक्खेज्जहु लोअहो अप्पणा बालहे जाया विसम थण ।।२।।

(स्फोटयतः यौ हृदयं आत्मीयं तयोः परकीया (परविषये) का घृणा ।

रक्षत लोकाः आत्मानं बालायाः जातौ विषमौ स्तनौ ।।)

आपलेच हृदय फोडणाऱ्या (स्तनां) ना दुसऱ्याविषयी काय दया वाटणार ? हे लोकहो, त्या तरुणीपासून स्वतःचे रक्षण करा. (तिचे) स्तन आता संपूर्ण (विषम, हृदय फोडणारे) झाले आहेत.

(येथे, बालहे या रूपात 'हे' आदेश आलेला आहे.)

भ्यसामोर्हुः ।।३५१।।

अपभ्रंशे स्त्रियां वर्तमानान्नाम्नः परस्य भ्यस आमश्च हु इत्यादेशो भवति ।

अपभ्रंशांत स्त्रीलिंगात असणाऱ्या नामापुढे पंचमी बहुवचन आणि षष्ठी बहुवचन या प्रत्ययांचा 'हु' असा आदेश होतो. उदा.:-

भल्ला हुआ जु मारिआ बहिणि महारा कंतु।

लज्जेज्जंतु वयंसिअहु जइ भग्गा घरु एंतु ।।१।।

(भव्यं (= साधु) (भद्रं) भूतं यन्मारितः भगिनि अस्मदीयः कान्तः ।

अलज्जिष्यत् वयस्याभ्यः यदि भग्नः गृहं ऐष्यत् ।।)

हे भगिनी, माझा प्रियकर (पति) (युद्धात) मारला गेला, हे चांगले झाले. (कारण) पराभूत होऊन जर तो घरी परत आला असता तर (माझ्या) मैत्रिणींच्या पुढे लाज वाटली असती.

वयस्याभ्यो वयस्यानां वा इत्यर्थः ।

मैत्रिणींपासून वा मैत्रिणींच्या (पुढे) असा अर्थ आहे.

(येथे, वयंसिअहु (पंचमी अ. व. आणि षष्ठी अ. व.) या रूपांत 'हु' आदेश आहे.)

ङेर्हि ।।३५२।।

अपभ्रंशे स्त्रियां वर्तमानान्नाम्नः परस्य ङेः सप्तम्येकवचनस्य हि इत्यादेशो भवति ।

अपभ्रंश भाषेत स्त्रीलिंगात असणाऱ्या नामाच्या पुढे ङि म्हणजे सप्तमी

कवचनी प्रत्ययाचा 'हि' असा आदेश होतो. उदा. :-

वायसु उड्डावंतिअए पिउ दिट्ठउ सहस त्ति ।

अद्धा वलया महिहि गय अद्धा फुट्ट तड त्ति ।।१।।

(वायसं उड्डापयन्त्याः प्रियो दृष्टः सहसेति ।

अर्धानि वलयानि मह्यां गतानि अर्धानि स्फुटितानि तटिति ॥)

कावळ्याला उडवून लावणाऱ्या स्त्रीला अचानक प्रियकर दिसला. (तिच्या) अर्ध्या बांगड्या जमिनीवर (गळून) पडल्या आणि (उरलेल्या) अर्ध्या (बांगड्या) तट्दिशी फुटल्या.

(येथे, महिहि या सप्तमी एकवचनी रूपांत 'हि' आदेश आहे.)

क्लीबे जस्-शसोरिं ।।३५३।।

अपभ्रंशे क्लीबे वर्तमानान्नाम्नः परयोर्जस्-शसोः इं इत्यादेशो भवति ।

अपभ्रंशांत नपुंसकलिंगात (क्लीब) असणाऱ्या नामाच्या पुढे प्रथमा बहुवचन व द्वितीया बहुवचन प्रत्ययांचा 'इं' असा आदेश होतो. उदा.:-

कमलइं मेल्लवि अलिउलइं करिगंडाइं महंति ।

असुलहमेच्छण जाहँ भलि ते ण वि दूर गणंति ।।१।।

(कमलानि मुक्त्वावा अलिकुलानि करिगण्डान् कांक्षन्ति ।

असुलभं एष्टुं येषां निबन्धः (भलि) ते नापि (= नैव) दूरं गणयन्ति ॥)

कमळे सोडून भ्रमरसमूह हत्तींच्या गंडस्थळांची इच्छा करतात. दुर्लभ (वस्तु) मिळविण्याचा ज्यांचा आग्रह आहे ते दूरत्वाचा विचार करीत नाहीत.

(येथे, उलइं (प्रथमा अ. व.), आणि कमलइं व गंडाइं (द्वितीया अ. व.) यामध्ये 'इं' हा आदेश आहे.)

कान्तस्यात उं स्यमोः ।।३५४।।

अपभ्रंशे क्लीबे वर्तमानस्य ककारान्तस्य नामो योकारस्तस्य स्यमोः परयोः उं इत्यादेशो भवति ।

अपभ्रंशांत नपुंसकलिंगात असणाऱ्या क[१]कारान्त नामांचा जो (अन्त्य) अकार त्याच्यापुढे प्रथमा ए. व. आणि द्वितीया एकवचन यांच्या प्रत्ययांचा 'उं' असा आदेश होतो. उदा. :-

अन्नु जु तुच्छउँ तहे॔ धणहे । (३५०.१)

१- अन्ती येणारा हा 'क' स्वर्थें क आहे.

कवचनी प्रत्ययाचा 'हि' असा आदेश होतो. उदा. :-

वायसु उड्डावंतिअए पिउ दिट्ठउ सहस त्ति ।

अद्धा वलया महिहि गय अद्धा फुट्ट तड त्ति ।।१।।

(वायसं उड्डापयन्त्याः प्रियो दृष्टः सहसेति ।

अर्धानि वलयानि मह्यां गतानि अर्धानि स्फुटितानि तटिति ॥)

कावळ्याला उडवून लावणाऱ्या स्त्रीला अचानक प्रियकर दिसला. (तिच्या) अर्ध्या बांगड्या जमिनीवर (गळून) पडल्या आणि (उरलेल्या) अर्ध्या (बांगड्या) तट्‌दिशी फुटल्या.

(येथे, महिहि या सप्तमी एकवचनी रूपांत 'हि' आदेश आहे.)

क्लीबे जस्‌-शसोरिं ।।३५३।।

अपभ्रंशे क्लीबे वर्तमानान्नाम्नः परयोर्जस्‌-शसोः इं इत्यादेशो भवति ।

अपभ्रंशांत नपुंसकलिंगात (क्लीब) असणाऱ्या नामाच्या पुढे प्रथमा बहुवचन व द्वितीया बहुवचन प्रत्ययांचा 'इं' असा आदेश होतो. उदा.:-

कमलइं मेल्लवि अलिउलइं करिगंडाइं महंति ।

असुलहमेच्छण जाहँ भलि ते ण वि दूर गणंति ।।१।।

(कमलानि मुक्त्वावा अलिकुलानि करिगण्डान्‌ कांक्षन्ति ।

असुलभं एष्टुं येषां निबन्धः (भलि) ते नापि (= नैव) दूरं गणयन्ति ॥)

कमळे सोडून भ्रमरसमूह हत्तींच्या गंडस्थळांची इच्छा करतात. दुर्लभ (वस्तु) मिळविण्याचा ज्यांचा आग्रह आहे ते दूरत्वाचा विचार करीत नाहीत.

(येथे, उलइं (प्रथमा अ. व.), आणि कमलइं व गंडाइं (द्वितीया अ. व.) यामध्ये 'इं' हा आदेश आहे.)

कान्तस्यात उं स्यमोः ।।३५४।।

अपभ्रंशे क्लीबे वर्तमानस्य ककारान्तस्य नाम्नो योकारस्तस्य स्यमोः परयोः उं इत्यादेशो भवति ।

अपभ्रंशांत नपुंसकलिंगात असणाऱ्या क[१]कारान्त नामांचा जो (अन्त्य) अकार त्याच्यापुढे प्रथमा ए. व. आणि द्वितीया एकवचन यांच्या प्रत्ययांचा 'उं' असा आदेश होतो. उदा. :-

अन्नु जु तुच्छउँ तहे ँ धणहे । (३५०.१)

(येथे, तुच्छउँ या प्रथमा एकवचनी रूपांत 'उं' आदेश आहे.)

भग्गउँ देक्खिवि निअयबलु बलु पसरिअउँ परस्सु ।
उम्मिल्लइ ससिरेह जिवँ करि करवालु पियस्सु ।।१।।
(भग्नकं दृष्ट्वा निजकबलं बलं प्रसृतकं परस्य ।
उन्मीलति शशिलेखा यथा करे करवालः प्रियस्य ।।)

आपले सैन्य पराभूत झालेले पाहून व शत्रूचे सैन्य पसरत चाललेले पाहून (माझ्या) प्रियकराच्या हातात चंद्रलेखेप्रमाणे तरवार चमकू लागते.

(येथे, भग्गउँ व पसरिअउँ या द्वितीया एकवचनी रूपात 'उं' हा आदेश आहे.)

सर्वादेर्ङसेर्हां ।।३५५।।

अपभ्रंशे सर्वादिरकारान्तात्परस्य ङसेर्हां इत्यादेशो भवति ।

अपभ्रंश भाषेत अकारान्त सर्वनामापुढे पंचमी एकवचन प्रत्ययाचा 'हां' असा आदेश होतो. उदा. :-

जहां होंतउ आगदो । तहां होंतउ आगदो । कहां होंतउ आगदो ।

(यस्मात् भवान् आगतः । तस्मात् भवान् आगतः । कस्मात् भवान् आगतः ।)

जेथून आला. तेथून आला. कोठून आला.

(येथे, ज (यद्), त (तद्), क (किम्) या सर्वनामांच्या जहां, तहां, कहां या पंचमी एकवचनी रूपांत 'हां' आदेश आहे.)

किमो डिहे वा ।।३५६।।

अपभ्रंशे किमोकारान्तात् परस्य ङसेर्डिहे इत्यादेशो वा भवति ।

अपभ्रंशांत अकारान्त किम् (क) च्या पुढे पंचमी एकवचन प्रत्ययाचा 'इहे' (डिहे) असा आदेश विकल्पाने होतो उदा. :-

जइ तहे॑ तुट्टउ नेहडा मइँ सहुँ न वि तिलतार ।
तं किहे वंके॑ हिं लोअणे॑ हिं जोइज्जउँ सयवार ।।१।।
(यदि तस्याः त्रुट्यतु स्नेहः मया सह नापि तिलतारः (?) ।
तत् कस्माद् वक्राभ्यां लोचनाभ्यां दृश्ये (अहं) शतवारम् ।।)

जर तिचा मजवरील अत्यंत दृढ (तिलवार) स्नेह संपला असेल, तर शेकडो वेळा वक्र दृष्टीनी मी कां बरे पाहिला जातो ?

(येथे, किहे या पंचमी एकवचनी रूपांत 'इहे' आदेश आहे.)

ङेर्हिं ।।३५७।।

अपभ्रंशे सर्वादिरकारान्तात्परस्य ङेः सप्तम्येकवचनस्य हिं इत्यादेशो

भवति ।

अपभ्रंश भाषेत अकारान्त सर्वनामांपुढे ङि म्हणजे सप्तमी एकवचन प्रत्ययाचा 'हि' असा आदेश होतो. उदा.:-

जहिं कप्पिज्जइ सरिण सरु छिज्जइ खग्गिण खग्गु ।

तहिं तेहइ, भडघडनिवहि कंतु पयासइ मग्गु ।।१।।

(यत्र (अथवा यस्मिन्) कल्प्यते शरेण शर: छिद्यते खड्गेन खड्ग: ।

तस्मिन् तादृशे भटघटानिवहे कान्त: प्रकाशयति मार्गम् ।।

जेथे बाणाने बाण व खड्गाने खड्ग छिन्न केले जाते त्या तशाप्रकारच्या योद्ध्यांच्या समुदायात (माझा) प्रियकर (योद्ध्यांसाठी) मार्ग प्रकाशित करतो.

(येथे, जहि, तहि या सप्तमी एकवचनी रूपात 'हि' आदेश आहे.)

एक्कहिं अक्खिहिं सावणु अन्नहिं भद्दवउ

माहउ महिअल-सत्यरि गंडत्थले॑ सरउ ।

अंगहिं गिम्ह सुहच्छी-तिल-वणि मग्गसिरु

तहे॑ मुद्धहे॑ मुह-पंकइ आवासिउ सिसिरु ।।२।।

(एकस्मिन् अक्ष्णि श्रावण: अन्यस्मिन् भाद्रपद:

माधव: (अवथा माघ:) महीतलस्त्रस्तरे गण्डस्थले शरत् ।

अङ्गेषु ग्रीष्म: सुखासिकातिलवने मागशीर्ष:

तस्या: मुग्धाया: मुखपङ्कजे आवासित: शिशिर: ।।)

त्या सुंदरी (मुग्धा) च्या एका डोळ्यांत श्रावण, दुसऱ्या डोळ्यांत भाद्रपद आहे; जमिनीवरील बिछान्यावर माधव (अथवा माघ) (आहे); गालावर शरद्, अंगावर ग्रीष्म आहे; सुखासिका[१]रूपी तिलाच्या वनात मार्गशीर्ष आहे; आणि मुखकमलावर शिशिर राहिला आहे.

(येथे, एक्वहिं, अन्नहिं या रूपातं 'हिं' आदेश आहे.)

हिअडा फुट्टि तड त्ति करि कालक्खेवें काइं ।

देक्खउँ हयविहि कहि॑ ठवइ पइँ विणु दुक्खसयाइं ।।३।।

(हृदय स्फुट ''तट्'' इति (शब्दं) कृत्वा कालक्षेपेण किम्।

पश्यामि हतविधि: क्व स्थापयति त्वया विना दु:खशतानि ।।

हे हृदया, तट्दिशीं फुट; विलंब करून काय उपयोग ? तुझ्याविना शेकडो दु:खे दुष्ट दैव कोठे ठेवते, ते मी पाहीन.

(येथे, कहि या सप्तमी एकवचनी रूपांत 'हिं' आदेश आहे.)

१- आरामाने बसणे

यत्तत्किम्भ्यो ङसो डासुर्न वा ।।३५८।।

अपभ्रंशे यत्तत् किम् इत्येतेभ्योकारन्तेभ्यः परस्य ङसो डासु इत्यादेशो वा भवति ।

अपभ्रंशांत अकारान्त यद् तद् किम् (म्हणजे ज, त,क) यांच्यापुढे षष्ठी एकवचन प्रत्ययाचा 'आसु' (डासु) असा आदेश विकल्पानें होतो. उदा.:-

कंतु महारउ हलि सहिए निच्छइँ रूसइ जासु ।
अत्थिहिं सत्थिहिं हत्थिहिं वि ठाउ वि फेडइ तासु ।।१।।

(कान्तः अस्मदीयः हला सखिके निश्चयेन रूष्यति यस्य (=यस्मै)।
अस्त्रैः शस्त्रैः हस्तैरपि स्थानमपि स्फोटयति तस्य ।।)

हला सखी, (माझा) प्रियकर ज्याचेवर रागावतो त्याचे स्थान तो अस्त्रांनी, शस्त्रांनी (वा) हातांनी फोडतो.

(येथे, जासु, तासु या रूपांत 'आसु' हा आदेश आहे.)

जीविउ कासु न वल्लहउँ धणु पुणु कासु न इट्ठु ।
दोण्णि वि अवसर-निवडिअइं तिणसम गणइ विसिट्ठु ।।२।।

(जीवितं कस्य न वल्लभकं धनं पुनः कस्य नेष्टम् ।
द्वे अपि अवसरनिपतिते तृणसमे गणयति विशिष्टः ।।)

जीवित कुणाला प्रिय नाही ? धनाची इच्छा कुणाला नाही ? तथापि वेळप्रसंगी विशिष्ट (श्रेष्ठ) व्यक्ति (या) दोहोंनाही तृणासमान मानतात.

(येथे, कासु या रूपात 'आसु' हा आदेश आहे.)

स्त्रियां डहे ।।३५९।।

अपभ्रंशे स्त्रीलिङ्गे वर्तमानेभ्यः यत्तत्किम्भ्यः परस्य ङसो डहे इत्यादेशो वा भवति ।

अपभ्रंशांत स्त्रीलिंगांत असणाऱ्या यद्, तद्, किम् यांच्यापुढे षष्ठी एकवचन प्रत्ययाचा 'अहे' (डहे) असा आदेश विकल्पाने होतो. उदा.:-

जहे केरउ । तहे केरउ । कहे केरउ ।

(यस्याः कृते । तस्याः कृते । कस्याः कृते ।)

जिच्यासाठी. तिच्यासाठी कुणाच्या साठी.)

(येथे, जहे, तहे, कहे या रूपांत 'अहे' असा आदेश आहे.)

यत्तदः स्यमोर्ध्रुं त्रं ।।३६०।।

(अपभ्रंशे यत्तदोः स्थाने स्यमोः परयोः यथासंख्यं ध्रुं त्रं इत्यादेशौ वा भवतः ।)

अपभ्रंश भाषेत यद् व तद् यांच्या स्थानी प्रथमा एकवचन आणि द्वितीया एकवचन यामध्ये अनुक्रमे ध्रुं व त्रं असे आदेश विकल्पाने होतात. उदा.:-

पंगणि चिट्ठदि नाहु ध्रुं त्रं रणि करदि न भ्रंति ।।१।।

(प्राङ्गणे तिष्ठति नाथ: यत्तद् रणे करोति न भ्रान्तिम् ।।)

ज्या अर्थी नाथ अंगणांत उभा आहे त्या अर्थी तो रणक्षेत्रावर फिरत नाही आहे.

(येथे, ध्रुं व त्रं ही यद् व तद्ची अनुक्रमे प्रथमा ए. व. आणि द्वितीया ए. व. यांची वैकल्पिक रूपे आहेत.)

पक्षे । विकल्पपक्षी (म्हणजे जेव्हां ध्रुं व त्रं हे आदेश होत नाहीत, तेव्हा :)

तं बोल्लिअइ जु निव्वहइ ।

(तत् जल्प्यते यन्निर्वहति ।)

जे करतो ते बोलून दाखवितो.

(येथे, तं व जु ही अनुक्रमे प्र. ए. आणि द्वि. ए. व. यांची रूपे आहेत.)

इदम इमुः क्लीबे ।।३६१।।

अपभ्रंशे नपुंसकलिङ्गे वर्तमानस्येदमः स्यमोः परयोः इमु इत्यादेशो भवति ।

अपभ्रंशांत नपुंसकलिंगात असणाऱ्या इदम् (सर्वनामा)चे पुढे प्रथमा एकवचन आणि द्वितीया एकवचन यामध्ये 'इमु' असा आदेश होतो. उदा.:-

इमु कुलु तुह तणउ । इमु कुलु देक्खु ।

(इदं कुलं तव तनय । इदं कुलं पश्य ।)

मुला, हे तुझे कुळ. हे कुळ पहा.

(येथे, पहिला 'इमु' हे प्रथमा एकवचनी रूप असून दुसरा 'इमु' द्वितीया एकवचनी रूप आहे.)

एतदः स्त्री-पुं-क्लीबे एह एहो एहु ।।३६२।।

अपभ्रंशे स्त्रियां पुंसि नपुंसके वर्तमानस्यैतदः स्थाने स्यमोः

परयोर्यथासंख्यं एह एहो एहु इत्यादेशा भवन्ति ।

अपभ्रंशांत स्त्रीलिंग, पुल्लिंग व नपुंसकलिंग यात असणाऱ्या एतद् (सर्वनामा) च्या पुढे प्रथमा ए. व. आणि द्वितीया ए. व. यामध्ये अनुक्रमे एह, एहो, एहु असे आदेश होतात. उदा. :-

एह कुमारी एहो नरु एहु मणोरहठाणु ।
एहउँ वढ चिंतंताहं पच्छइ होइ विहाणु ।।१।।

(एषा कुमारी एष (अहं) नरः एतन्मनोरथस्थानम् ।

एतत् मूर्खाणां चिन्तमानानां पश्चाद् भवति विभातम् ।।)

ही कुमारी, हा (मी) पुरुष, हे मनोरथाचे स्थान; (जेव्हा) मूर्ख (फक्त) असाच विचार करीत रहातात. (तेव्हा नंतर) लगेच प्रभात होते.

(येथे, 'एह' हे स्त्रीलिंगी एतद् चे प्र. ए. व., 'एहो' हे पुल्लिंगी एतद्चें. प्र. ए. व. आणि 'एहु' हे नपुं. एतद्चें प्र. ए. व. आहे.)

एइर्जस्-शसोः ।।३६३।।

अपभ्रंशे एतदो जस्-शसोः परयोः एइ इत्यादेशो भवति ।

अपभ्रंश भाषेत एतद् (सर्वनामा) चे पुढे प्रथमा बहुवचन आणि द्वितीया बहुवचन यामध्ये 'एइ' असा आदेश होतो. उदा.:-

एइ ति घोडा एह थलि । ३३०.४)

(येथे, एइ हें एतद्चे प्रथमा अनेकवचनी रूप आहे.)

एइ पेच्छ। (एतान् प्रेक्षस्व ।) हे पहा.

(येथे, एइ हे एतद्चे द्वितीया अनेकवचनी रूप आहे.)

अदस ओइ ।।३६४।।

अपभ्रंशे अदसः स्थाने जस-शसोः परयोः ओइ इत्यादेशो भवति ।

अपभ्रंशांत अदस् (सर्वनामा) चे स्थानी प्रथमा बहुवचन आणि द्वितीया बहुवचन यामध्ये 'ओइ' असा आदेश होतो. उदा.:-

जइ पुच्छह घर वड्डाइं तो वड्डा घर ओइ ।

विहलिअ-जण-अब्भुद्धरणु कंतु कुडीरइ जोइ ।।१।।

(यदि पृच्छत गृहाणि महान्ति (वड्डाइं) तद् महान्ति गृहाणि अमूनि ।

विह्वलितजनाभ्युद्धरणं कान्तं कुटीरके पश्य ।।)

जर मोठी घरे विचारीत असाल तर ती (पहा) मोठी घरे; (पण) दुःखी जनांचा उद्धार करणारा (माझा) प्रियकर झोपडीत आहे (तो) पहा.

अमूनि वर्तन्ते पृच्छ वा ।

ती आहेत; वा त्याबद्दल विचार.

(येथे, ओइ हे अदस् चे प्रथमा व द्वितीया अनेकवचनी रूप आहे.)

इदम आयः ।।३६५।।

अपभ्रंशे इदम्-शब्दस्य स्यादौ आय इत्यादेशो भवति ।

अपभ्रंशांत प्रथमादि विभक्तीत इदम् शब्दाचा 'आय' असा आदेश[१] होतो. उदा.:-

आयइँ लोअहो लोअणइं जाई सरइँ न भंति।

अप्पिए दिट्ठइ मउलिअहिं पिए दिट्ठइ विहसंति ।।१।।

(इमानि लोकस्य लोचनानि जाति स्मरन्ति न भ्रान्तिः।

अप्रिये दृष्टे मुकुलन्ति प्रिये दृष्टे विकसन्ति ।।)

लोकांच्या ह्या डोळ्यांना (पूर्व-) जन्मांचे स्मरण होते, यात शंका नाही; (कारण) अप्रिय (वस्तु) पाहून ते संकुचित होतात व प्रिय (वस्तु) पाहून ते विकसित होतात.

(येथे, आयइँ हे इदम्‌चे प्रथमा अनेकवचनी रूप आहे.)

सोसउ म सोसउ च्चिअ उअही वडवानलस्स किं तेण।

जं जलइ जले जलणो आएण वि किं न पज्जत्तं ।।२।।

(शुष्यतु मा शुष्यतु एव (= वा) उदधिः वडवानलस्य किं तेन।

यद् ज्वलति जले ज्वलनः एतेनापि किं न पर्याप्तम् ।।)

समुद्र सुको वा न सुको; वडवानलाला त्याचे काय ? अग्नि पाण्यात जळत राहातो, हेच (त्याचा पराक्रम दर्शविण्यास) पुरेसे नाही काय ?

(येथे, 'आएण' हे इदम् चे तृतीया एकवचनाचे रूप आहे.)

आयहो ॅ दड्ढकलेवरलो जं वाहिउ तं सारु।

जइ उट्ठब्भइ तो कुहइ अह डज्झइ तो छारु ।।४।।

(अस्य दग्धकलेवरस्य यद् वाहितं (= लब्धं) तत् सारम्।

यदि आच्छाद्यते तत् कुथ्यति यदि दह्यते तत्क्षारः ।।)

या तुच्छ शरीरापासून जे प्राप्त होते ते चांगले; जर ते झाकले तर ते कुजते; जर जाळले तर त्याची राख होते.

(येथे, 'आयहो ॅ हे इदम् चे षष्ठी एकवचनी रूप आहे.)

सर्वस्य साहो वा ।।३६६।।

अपभ्रंशे सर्वशब्दस्य साह इत्यादेशो वा भवति।

अपभ्रंशांत सर्व या शब्दाचा 'साह' असा आदेश विकल्पाने होतो. उदा.:-

साहु वि लोउ तडप्फडइ वड्डत्तणहो तणेण

वड्डप्पणु परि पाविअइ हत्थिं मोक्कलडेण ।।१।।

(सर्वोऽपि लोकः प्रस्पन्दते (तडप्फडइ) महत्त्वस्य कृते।

१- विभक्ती प्रत्ययापूर्वी इदम् सर्वनामाचें 'आय' असे अंग होते.

महत्त्वं पुन: प्राप्यते हस्तेन मुक्तेन ।।)

मोठेपणासाठी सर्व लोक तडफडतात. मोठेपण मुक्तहस्ताने (दान करून) प्राप्त होते.

(येथे, साहु या प्रथमा एकवचनी रूपांत सर्व चा 'साह' आदेश आहे.)

पक्षे । विकल्पपक्षी (म्हणजे जेथे सर्व चा 'साह' असा आदेश होत नाही तेथे 'सव्व' असेच होईल. उदा.:-)

सव्वु वि । (सर्वः अपि ।)

किमः काइं-कवणौ वा ।।३६७।।

अपभ्रंशे किमः स्थाने काइं कवण इत्यादेशौ वा भवतः ।

अपभ्रंश भाषेत किम् (सर्वनामा) च्या स्थानी 'काइं' व 'कवण' हे आदेश विकल्पाने होतात. उदा.:-

जइ न सु आवइ दूइ घरु काइँ अहो मुहुँ तुज्झु ।

वयणु जु खंडइ तउ सहिए सो पिउ होइ न मज्झु ।।१।।

(यदि न स आयाति दूति गृहं किं अधो मुखं तव ।

वचनं यः खण्डयति तव सखिके स प्रियो भवति न मम ।।)

हे दूती, जर तो (प्रियकर) घरी येत नसेल, तर तुझे अधोमुख का ? सखी, जो तुझे वचन मोडतो तो मला प्रिय (असणार) नाही.

(येथे, किम् चे स्थानी 'काइँ, हा आदेश आहे.)

काइँ न दूरे देक्खइ । (३३९.१)

(येथे, किम चा 'काइँ' असा आदेश आहे.)

फोडेंति जे हिअडउँ अप्पणउँ ताहँ पराई कवण घृण ।

रक्खेज्जहु लोअहो ॅ अप्पणा बालहे जाया विसम थण ।।२।। (३५०.२)

(येथे, किम् चे स्थानी 'कवण' हा आदेश आहे.)

सुपुरिस कंगुहे ॅ अणुहरहिं भण कज्जें कवणेण ।

जिवँ जिवँ वड्डत्तणु लहहिं तिवँ तिवँ नवहि ॅ सिरेण ।।३।।

(सुपुरुषाः कङ्गोः अनुहन्ति भण कार्येण केन ।

यथा यथा महत्त्वं लभन्ते तथा तथा नमन्ति शिरसा ।।)

सत्पुरुष कोणत्या कारणास्तव कंगु (रोपटा) चे अनुकरण करतात, ते सांग. जसजसे महत्त्व प्राप्त होते तसतसे ते मस्तक खाली नमवितात.

(येथे, किम् चे स्थानी कवण हा आदेश आहे.)

पक्षे। विकल्पपक्षी (म्हणजे जेव्हां किम् चे स्थानी 'काइं' आणि 'कवण' हे आदेश होत नाहीत, तेव्हा):-

जइ ससणेही तो मुइअ अह जीवइ निन्नेह।
विहिं वि पयारे˘ हिं गइअ धण किं गज्जहि खल मेह ।।४।।

(यदि सस्नेहा तन्मृता अथ जीवति निःस्नेहा।
द्वाभ्यामपि प्रकाराभ्यां गतिका (गता) धन्या किं गर्जसि खल मेघ ।।)

जर तिचे (माझ्यावर) प्रेम असेल तर ती मेली असणार; जर ती जिवंत असेल तर तिचे (मजवर) प्रेम नाही; (एवं च) दोन्ही प्रकारांनी प्रिया (मला) नष्ट झाली; (तेव्हा) हे दुष्टा मेघा, तू (वृथा) गर्जना का करतोस ?

(येथे, काइं व कवण हे दोन्हीही आदेश नसून 'किम्' चाच उपयोग आहे.)

युष्मदः सौ तुहुं ।।३६८।।

अपभ्रंशे युष्मदः सौ परे तुहुं इत्यादेशे भवति।

अपभ्रंश भाषेत प्रथमा एकवचनात युष्मद् (सर्वनामा) चा 'तुहुं' असा आदेश होतो. उदा.:-

भमर म रुणझुणि रण्णडइ सा दिसि जोइ म रोइ।
सा मालइ देसंतरिअ जसु तुहुँ मरहि विओइ ।।१।।

(भ्रमर मा रुणझुणशब्दं कुरु अरण्ये तां दिशं विलोकय मा रुदिहि।
सा मालती देशान्तरिता यस्याः त्वं म्रियसे वियोगे ।।)

भ्रमरा, अरण्यात रुणझुण ध्वनि करु नको; त्या दिशेला पहा, रडू नको. जिच्या वियोगामुळे तू मरत आहेस ती मालती अन्य देशी आहे.

(तुहुँ हे युष्मद्चे प्रथमा एकवचन आहे.)

जस्-शसोस्तुम्हे तुम्हइं ।।३६९।।

अपभ्रंशे युष्मदो जसि शसि च प्रत्येकं तुम्हइं इत्यादेशौ भवतः।

अपभ्रंशांत युष्मद् चे प्रथमा बहुवचन आणि द्वितीया बहुवचन यामध्ये प्रत्येकी 'तुम्हे' व 'तुम्हइं' असे आदेश होतात. उदा.:-

तुम्हे तुम्हइं जाणह। (यूयं जानीथ।) तुम्ही जाणतां.

तुम्हे तुम्हइं पेच्छइ। (युष्मान् प्रेक्षते।) तुम्हाला पहातो.

(येथे, प्रथमा आणि द्वितीया अनेकवचनात 'तुम्हे' व 'तुम्हइं' हे आदेश आहेत.)

वचनभेदो यथासंख्यनिवृत्त्यर्थः।)

(सूत्रात प्रथमा ब. व. आणि द्वितीया ब. व. असा) वचनभेद एवढ्यासाठी सांगितला आहे की प्रथमा व द्वितीया अनेकवचनात हे आदेश अनुक्रमें होतात, असे समजले जाऊ नये.

ट्या ङ्.यमा पइं तइं ।।३७०।।

अपभ्रंशे युष्मदः टा ङि अम् इत्येयैः सह पइं तइं इत्यादेशौ भवतः ।

अपभ्रंश भाषेत युष्मद्‌चे तृतीया ए. व., सप्तमी ए. व. आणि द्वितीया ए.व. यांचे प्रत्ययासह 'पइं' व 'तइं' असे आदेश होतात. उदा. :-

टा । तृतीया एकवचनी प्रत्ययासह :-

पइं मुक्काइं वि वरतरु फिट्टइ पत्तत्तणं न पत्ताणं ।
तुहु पुणु छाया जइ होज्ज कह वि ता तहिँ पत्तेहिं ।।१।।

(त्वया मुक्तानामपि वरतरो विनश्यति (फिट्टइ) पत्रत्वं न पत्राणाम् ।
तव पुनः छाया यदि भवेत् कथमपि तदा तैः पत्रैः (एव) ।।)

हे सुंदर वृक्षा, तुझ्यापासून सुटे झाले तरी पानाचे पानपण नष्ट होत नाही; परंतु तुझी कसलीही जरी छाया असली तरी त्या पानांमुळेच.

(येथे, युष्मद्‌च्या तृतीया एकवचनांत 'पइं' हा आदेश आहे.)

महु हिअउँ तइं ताए तुहुँ स वि अन्नें विनडिज्जइ ।
पिअ काइँ करउँ हउँ काइँ तुहुँ मच्छे मच्छु गिलिज्जइ ।।२।।

(मम हृदयं त्वया तया त्वं सापि अन्येन विनाट्यते ।
प्रिय किं करोम्यहं किं त्वं मत्स्येन मत्स्यः गिल्यते ।।)

माझे हृदय तू (जिकले आहेस); तिने तुला (जिकले आहे); आणि तीसुद्धा दुसऱ्याकडून पिडली जात आहे. प्रियकरा, मी काय करू ? तू काय करणार ? माश्याकडून मासा गिळला जात आहे.

(येथे, तृतीया एकवचनात युष्मद् चा 'तइं' हा आदेश आहे.)

ङिना । सप्तमी एकवचनी प्रत्ययासह:-

पइँ मइँ बे हिँ वि रणगयहि को जयसिरि तक्केइ ।
केस हिँ लेप्पिणु जमघरिणि भण सुहु को थक्केइ ।।३।।

(त्वयि मयि द्वयोरपि रणगतयोः को जयश्रियं तर्कयति ।
केशैर्भृहीत्वा यमगृहिणीं भण सुखं कस्तिष्ठति ।।)

तू व मी दोघेहि रणांगणावर गेल्यावर (दुसरा) कोण (बरे) विजयश्रीची इच्छा करील ? यमाच्या पत्नीचे केस धरल्यावर कोण सुखाने राहील, ते सांग.

(येथे, युष्मद्‌च्या सप्तमी एकवचनात 'पइँ' हा आदेश आहे.)

१. तइं चे उदाहरण:- तइँ कल्लाण । कुमारपालचरित ८.३४

एवं तइं । याचप्रमाणे तइं (आदेश सप्तमी ए. व. मध्ये होतो.)

अमा । द्वितीया एकवचनी प्रत्ययासह[1] :-

पइं मेल्लंतिहे॔ महु मरणु मइँ मेल्लंतहो॔ तुज्झु ।
सारस जसु जो वेग्गला सो वि कृदंतहो॔ सज्झु ।।४।।

(त्वां मुञ्चन्त्या: मम मरणं मां मुञ्चतस्तव ।
सारसः (यथा) यस्य दूरे (वेग्गला) स कृतान्तस्य साध्यः ।।)

(सारस पक्ष्याप्रमाणे) तुला जर मी टाकले तर मी मरेन; मला तूं टाकलेस तर तू मरशील; (कारण सारसपक्ष्यापैकी) जो सारस ज्यापासून वेगळा असेल तो कृतान्ताचे भक्ष्य होतो.

(येथे, द्वितीया एकवचनात युष्मद्‌चा पइं हा आदेश आहे.)

एवं तइं । याचप्रमाणे तइं (हा आदेश द्वितीया एकवचनात होतो.)

भिसा तुम्हेहिं ।।३७१।।

अपभ्रंशे युष्मदो भिसा सह तुम्हेहिं इत्यादेशो भवति ।

अपभ्रंश भाषेत युष्मद् चा तृतीया बहुवचनी प्रत्ययासह 'तुम्हेहि' असा आदेश होतो.

उदा.:-

तुम्हे॔हि॔ अम्हे हिं जं किअउँ दिट्ठउँ बहुअजणेण ।
तं तेवड्डउ समरभरु निज्जिउ एक्कखणेण ।।१।।

(युष्माभिः अस्माभिः यत् कृतं दृष्टं बहुकजनेन ।
तत् (= तदा) तावन्मात्रः समरभरः निर्जितः एकक्षणेन ।।)

तुम्ही आम्ही जे केले ते पुष्कळ लोकांनी पाहिले; त्यावेळी इतके मोठे युद्ध (आपण एका क्षणात जिंकले.)

(येथे, युष्मद्‌च्या तृतीया अनेकवचनात 'तुम्हेहि' असा आदेश आहे.)

ङसि-ङस्भ्यां तउ तुज्झ तुध्र ।।३७२।।

अपभ्रंशे युष्मदो ङसिङस्भ्यां सह तउ तुज्झ तुध्र इत्येते त्रय आदेशा भवन्ति ।

अपभ्रंशांत युष्मद् चे पंचमी ए. व., आणि पष्ठी ए. व. यांचे प्रत्ययासह तउ, तुज्झ व तुध्र असे तीन आदेश होतात. उदा. - (पंचमी ए. व.-)

१- तइं चे उदाहरण :- तइँ कल्लाण । कुमारपालचरित ८.३४

तउ होंतउ आगदो । तुज्झ होंतउ आगदो । तुध्र होंतउ आगदो ।

(त्वत् भवान्[1] आगतः ।) तुझ्याकडून आला,

ङसा । षष्ठी एकवचनी प्रत्ययासह-

तउ गुणसंपइ तुज्झ मदि तुध्र अणुत्तर खंति ।

जइ उप्पत्तिं अन्न जण महिमंडलि सिक्खंति ।।१।।

(तव गुणसम्पदं तव मतिं तव अनुत्तरां क्षान्तिम् ।

यदि उत्पद्य अन्यजनाः महीमण्डले शिक्षन्ते ।।)

भूमंडलावर जन्म घेऊन इतरे जनांनी तुझी गुणसंपदा, मति व क्षमा शिकावी.

(येथे, तउ, तुज्झ, तुध्र हे युष्मद्चे षष्ठी ए. व. चे आदेश आहेत.)

भ्यसाम्भ्यां तुम्हहं ।।३७३।।

अपभ्रंशे युष्मदो भ्यस् आम् इत्येताभ्यां सह तुम्हहं इत्यादेशो भवति ।

अपभ्रंश भाषेत युष्मद् चा पंचमी बहुवचन आणि षष्ठी बहुवचन यांचे प्रत्ययासह 'तुम्हहं' असा आदेश होतो. उदा.:-

तुम्हहं होंतउ आगदो । (युष्मत् भवान् आगतः)

तुमच्याकडून आला.

तुम्हहं केरउं धणु । (युष्माकं कृते धनम् ।)

तुमच्यासाठी धन.

(येथे, युष्मद्च्या पंचमी व षष्ठी अनेकवचनांत 'तुम्हहं' आदेश आहे.)

तुम्हासु सुपा ।।३७४।।

अपभ्रंशे युष्मदः सुपा सह तुम्हासु इत्यादेशो भवति ।

अपभ्रंशांत युष्मद्चा सप्तमी बहुवचनी प्रत्ययासह 'तुम्हासु' असा आदेश होतो. उदा.:-

तुम्हासु ठिअं । (युष्मासु स्थितम् ।) तुमच्यात स्थित.

सावस्मदो हउं ।।३७५।।

अपभ्रंशे अस्मदः सौ परे हउं इत्यादेशो भवति। अपभ्रंशात अस्मद्चा प्रथमा एकवचनात 'हउं' असा आदेश होतो. उदा. -

तसु हउँ कलिजुगि दुल्लहहो । (३३८.१)

(येथे, प्रथमा एकवचनात अस्मद्‌चा हउं हा आदेश आहे.)

जस्‌-शसोरम्हे अम्हइं ।।३७६।।

अपभ्रंशे अस्मदो जसि शसि च परे प्रत्येकं अम्हे अम्हइं इत्यादेशौ भवतः ।

अपभ्रंश भाषेत अस्मद्‌चे प्रथमा बहुवचन व द्वितीया बहुवचन यांमध्ये प्रत्येकी 'अम्हे' व 'अम्हइं' असे आदेश होतात. उदा.:-

अम्हे थोवा रिउ बहुअ कायर एम्व भणंति ।
मुद्धि निहालहि गयणयलु कइ जण जोण्ह करंति ।।१।।

(वयं स्तोकाः रिपवः बहवः कातराः एवं भणन्ति ।
मुग्धे निभालय गगनतलं कति जनाः ज्योत्स्नां कुर्वन्ति ।।)

आपण थोडे, शत्रु जास्त, असे भित्रे (लोक) म्हणतात. सुंदरी (मुग्धे), आकाशांत पहा. (तेथे) किती लोक चांदणे देतात ? (उत्तर-फक्त चंद्रच).

(येथे, प्रथमा अनेकवचनात अस्मद्‌चा अम्हे आदेश आहे.)

अंबणु लाइवि जे गया पहिअ पराया के वि ।
अवस न सुअहिँ सुहच्छिअहिं जिवँ अम्हइँ तिवँ ते वि ।।२।।

(अम्लत्वं लागयित्वा ये गताः पथिकाः परकीयाः केऽपि ।
अवश्यं न स्वपन्ति सुखासिकायां यथा वयं तथा तेऽपि ।।)

प्रेम (अम्लत्व) जोडून जे कोणी परकीय पथिक (प्रवासाला) गेले आहेत ते अवश्य आमच्याप्रमाणेच सुखाने झोपू शकणार नाहीत.

(येथे, अस्मद् च्या प्रथमा अनेकवचनात अम्हइं हा आदेश आहे.)

(द्वितीया अनेकवचनात:)

अम्हे देक्खइ । अम्हइं देक्खइ । (अस्मान् पश्यति ।) आम्हाला पहातो.

(येथे, द्वितीया अनेकवचनात अस्मद् चे अम्हे व अम्हइं आदेश आहेत.)

वचनभेदो यथासंख्यानिवृत्त्यर्थः ।

(सूत्रात प्रथमा ब. व. आणि द्वितीया ब. व. असा) वचनभेद अशासाठी सांगितला आहे की प्रथमा व द्वितीया अनेकवचनात हे आदेश अनुक्रमे होतात, असे मानले जाऊ नये.)

टा-ङ्यमा मइं ।।३७७।।

अपभ्रंशे अस्मदः टा ङि अम् इत्येतैः सह मइं इत्यादेशो भवति ।

अपभ्रंश भाषेत अस्मद् चा तृतीया ए. व., सप्तमी ए. व. आणि द्वितीया ए.

व. यांचे प्रत्ययासह 'मइं' असा आदेश होतो. उदा.:-

टा । तृतीया एकवचनी प्रत्ययासह :

मइँ जाणिउँ पिअ विरहिअहं क वि धर होइ विआलि ।

णवर मिअंकु वि तिह तवइ जिह दिणयरु खयगालि ।।१।।

(मया ज्ञातं प्रिय विरहितानां कापि धरा भवति विकाले ।

केवलं (=परं) मृगाङ्कोऽपि तथा तपति यथा दिनकरः क्षयकाले ।।)

प्रियकरा, मला वाटत होते की विरही जनांना संध्याकाळी काहीतरी आधार (अवलंबन, दुःखनिवृत्ति-धरा) मिळतो; पण प्रलयकाली जसा सूर्य तसाच चंद्र (यावेळी) ताप देत आहे.

(येथे, मइँ हे अस्मद् चे तृतीया एकवचनाचे रूप आहे.)

ङिना । सप्तमी एकवचनी प्रत्ययासह:

पइं मइं बेहिं वि रणगयहि । (३७०.३)

अमा । द्वितीया एकवचनी प्रत्ययासह :-

मइँ मेल्लंतहो ॅ तुज्झु । (३७०.४)

अम्हेहिं भिसा ।।३७८।।

अपभ्रंशे अस्मदो भिसा सह अम्हेहिं इत्यादेशो भवति ।

अपभ्रंशांत अस्मद् चा तृतीया बहुवचनी प्रत्ययासह 'अम्हेहिं' असा आदेश होतो. उदा. :-

तुम्हे ॅ हि ॅ अम्हे हि जं किअउँ । (३७१.१)

महु मज्झु ङसि-ङस्भ्याम् ।।३७९।।

अपभ्रंशे अस्मदो ङसिना ङसा च सह प्रत्येकं महु मज्झु इत्यादेशौ । भवतः ।

अपभ्रंश भाषेत अस्मद् चे पंचमी एकवचन व षष्ठी एकवचन यांचे प्रत्ययासह प्रत्येकी 'महु' व 'मज्झु' असे आदेश होतात. उदा. :-

(पंचमी एकवचनांत :) **महु होंतउ गदो । मज्झु होंतउ गदो ।**

(मत्तः (अथवा) मत् भवान् गतः ।) माझ्याकडून गेला.

ङसा । षष्ठी एकवचनी प्रत्ययासह:

महु कंतहो ॅ बे दोसडा हेल्लि म झंखहि आलु ।

दतहो ॅ हउं पर उव्वरिअ जुज्झंतहो ॅ करवालु ।।१।।

(मम कान्तस्य द्वौ दोषौ सखि मा पिधेहि अलीकम् ।

ददतः अहं परं उर्वरिता युध्यमानस्यं करवालः ।।)

माझ्या प्रियकराचे दोन दोष आहेत; सखी, आरोप दडवू नको. जेव्हा तो दान देतो तेव्हा फक्त मी उरते आणि जेव्हा तो लढतो तेव्हा फक्त तरवार उरते.

(येथे, महु हे अस्मद्‌चे षष्ठी एकवचनाचे रूप आहे.)

जइ भग्गा पारक्कडा तो सहि मज्झु पिएण ।

अह भग्गा अम्हहं तणा तो मारिअडेण ।। २।।

(यदि भग्नाः परकीयाः तदा (वा ततः) सखि मम प्रियेण ।

अथ भग्ना अस्माकं संबंधिनः तदा तेन मारितेन ।।)

सखी, जर शत्रूंचा पराभव झाला असेल तर तो माझ्या प्रियकराकडून; जर आपला पराभव झाला असेल तर तो (माझा प्रियकर) मारला गेल्यावरच.

(येथे, अस्मद्‌च्या पष्ठी एकवचनात 'मज्झु' हा आदेश आहे.)

अम्हहं भ्यसाम्भ्याम ।। ३८० ।।

अपभ्रंशे अस्मदो भ्यसा आमा च सह अम्हहं इत्यादेशो भवति ।

अपभ्रंशांत अस्मद्‌चा पंचमी बहुवचन आणि पष्ठी बहुवचन यांचे प्रत्ययासह 'अम्हहं' असा आदेश होतो. उदा. :- (पंचमी अनेकवचनात:) **अम्हहं होँ तउ आगदो ।** (अस्मत् भवान् आगतः ।) आमच्याकडून आला.

आमा । षष्ठी अनेकवचनी प्रत्ययासह :-

अह भग्गा अम्हहं तणा । (३७९.२)

सुपा अम्हासु ।। ३८१ ।।

अपभ्रंशे अस्मदः सुपा सह अम्हासु इत्यादेशो भवति ।

अपभ्रंशांत अस्मद्‌चा सप्तमी बहुवचनी प्रत्ययासह 'अम्हासु' असा आदेश होतो. उदा. :-

अम्हासु ठिअं । (अस्मासु स्थितम् ।) आमच्यात स्थित.

त्यादेराद्यत्रयस्य संबन्धिनो हिं न वा ।। ३८२ ।।

त्यादीनामाद्यत्रयस्य संबन्धिनो बहुष्वर्थेषु वर्तमानस्य वचनस्यापभ्रंशे हिं इत्यादेशो वा भवति ।

धातूंना लागणाऱ्या प्रत्ययांतील (त्यादि) आद्य तिन्हीचे (म्हणजे तृतीय पुरुषी तीन वचने) संबंधि जे बहुवचन, त्याचा अपभ्रंशांत 'हिं' असा आदेश विकल्पाने होतो.

उदा.:-

मुह-कबरि-बंध तहे॑ सोह धरहिं
नं मल्लजुज्झु ससिराहु करहिं ।
तहे॑ सहहि॑ कुरल भमर-उल-तुलिअ
नं तिमिरडिंभ खेल्लंति मिलिअ ।।१।।

(मुखकबरीबन्धौ तस्याः शोभां धरतः
ननु मल्लयुद्धं शशिराहू कुरुतः ।
तस्याः शोभन्ते कुरलाः भ्रमरकुलतुलिताः
ननु तिमिरडिम्भाः क्रीडन्ति मिलिताः ॥

तिचे मुख आणि केशबंध (अशी) शोभा धारण करतात की जणू चंद्र व राहु मल्लयुद्ध करीत आहेत. भ्रमरांच्या समुदायाशी तुल्य अशा तिच्या कुरळ्या केसांच्या बटा (अशा) शोभतात की जणू अंधकाराची पिल्ले एकत्र येऊन क्रीडा करीत आहेत.

(येथे, धरहिं, करहिं, सहहिं ही तृ. पु. अनेकवचनाची रूपे आहेत.)

मध्यत्रयस्याद्यस्य हिः ।।३८३।।

त्यादीनां मध्यत्रयस्य यदाद्यं वचनं तस्यापभ्रंशे हि इत्यादेशो वा भवति ।

धातूंना लागणाऱ्या प्रत्ययांपैकी मधल्या तिन्हीचे (म्हणजे द्वितीय पुरुषी तीन वचनांचे) जे आद्य (म्हणजे एक -) वचन, त्याचा अपभ्रंशांत 'हि' असा आदेश विकल्पाने होतो. उदा.:-

बप्पीहा पिउ पिउ भणवि कित्तिउ रुअहि हयास ।
तुह जलि महु पुणु वल्लहइ बिहुँ वि न पूरिअ आस ।।१।।

(चातक 'पिउ पिउ' (पिबामि पिबामि तसेच प्रियः प्रियः इति)
भणित्वा कियद्रोदिषि हताश ।
तव जले मम पुनर्वल्लभे द्वयोरपि न पूरिता आशा ॥)

हे चातका, पिईन पिईन असे म्हणत, अरे हताशा, तूं किती रडणार ? (आपणा) दोघांचीही - तुझी पाण्याविषयीची व माझी वल्लभाविषयीची - आशा पुरी नाही आहे.

(येथे, रुअहि हे द्वितीय पुरुष एकवचनाचे रूप आहे.)

आत्मनेपदे । आत्मनेपदांतसुद्धां (द्वितीय पुरुष एकवचनांत 'हि' असा आदेश विकल्पाने होतो.) उदा.:-

बप्पीहा कइँ बोल्लिएण निग्घिण वार इ वार ।
सायरि भरिअइ विमलजलि लहहि न एक्कइ धार ।।२।।

(चातक किं कथनेन निर्घृण वारंवारम्
सागरे भृते विमलजलेन लभसे न एकामपि धाराम् ॥)

हे निर्घृण चातका, वारंवार तुला सांगून काय उपयोग की विमल जलाने भरलेल्या सागरांतून तुला एक थेंब (श. - धारा) सुद्धा पाणी मिळणार नाही.

(येथे, लहहि मध्ये द्वि. पु. एकवचनात 'हि' आदेश आहे.)

सप्तम्याम् । विध्यर्थांत (सुद्धां) (द्वि. पु. ए. व. त हि आदेश होतो.) उदा.:-

आयहिँ जम्महिँ अन्नहिँ वि गोरि सु दिज्जहि कंतु ।

गय मत्तहँ चत्तंकुसहं जो अब्भिडइ हसंतु ।।३।।

(अस्मिन् जन्मनि अन्यस्मिन्नपि गौरि तं दद्याः कान्तम् ।

गजानां मत्तानां त्यक्ताङ्कुशानां यः संगच्छते हसन् ।।)

हे गौरी, या जन्मांत तसेच अन्य जन्मात (मला) तोच प्रियकर द्यावास की जो हसत हसत माजलेल्या व अंकुशाला न जुमनणाऱ्या हत्तींशी भिडतो.

(येथे, दिज्जहि या विध्यर्थी द्वि. पु. एकवचनात 'हि' आदेश आहे.)

पक्षे । रुअसि । इत्यादी ।

विकल्पपक्षी (म्हणजे जेथे 'हि' आदेश होत नाही तेथे महाराष्ट्री प्राकृतप्रमाणे रूप होईल. उदा.) रुअसि । (रोदिषि) इत्यादी

बहुत्वे हुः ।।३८४।।

त्यादीनां मध्यत्रयस्य संबन्धि बहुष्वर्थेषु वर्तमानं यद्वचनं तस्यापभ्रंशे हु इत्यादेशो वा भवति ।

धातूंना लागणाऱ्या प्रत्ययांतील मधल्या तिन्हींचे संबंधी जे बहुवचन, त्याचा अपभ्रंशांत 'हु' असा आदेश विकल्पाने होतो. उदा.:-

बलि-अब्भत्थणि महुमहणु लहुईआं सोइ ।

जइ इच्छहु वड्डुत्तणउं देहु म मग्गहु कोइ ।।१।।

(बले : अभ्यर्थने मधुमथनो लघुकीभूतः सोपि ।

यदि इच्छथ महत्त्वं (वड्डुत्तणउं) दत्त मा मार्गयत कमपि ।।)

बलीजवळ याचना करतान तो विष्णु (मधुमथन) सुद्धां लघु झाला. (तेव्हां) जर मोठेपणा हवा असेल तर (दान) द्या; (पण) कुणाजवळही (कांहीही) मागू नका.

(येथे इच्छहु या द्वि. पु. अनेकवचनी रूपात 'हु' आदेश आहे.)

पक्षे । इच्छह । इत्यादी ।

विकल्पपक्षी (म्हणजे जेव्हा 'हु' आदेश होत नाही तेव्हा नेहमीप्रमाणे रूप होते. उदा.) इच्छह । (इच्छथ ।); इत्यादी.

अन्त्यत्रयस्याद्यस्य उं ।।३८५।।

त्यादीनामन्त्यत्रयस्य यदाद्यं वचनं तस्यापभ्रंशे उं इत्यादेशो वा भवति ।

धातूंना लागणाऱ्या प्रत्ययांपैकी अंत्य तिन्हीचे (म्हणजे प्रथम पुरुष ए. व. द्वि. व., आणि ब. व. यांचे) जे आद्य (म्हणजे एक -) वचन, त्याचा अपभ्रंशांत 'उं' असा आदेश विकल्पाने होतो. उदा.:-

विहि विणडउ पीडंतु गह मं धणि करहि विसाउ ।

संपइ कड्ढउँ वेस जिवँ छुड्डु अग्घइ ववसाउ ।।१।।

(विधिर्विनाटयतु ग्रहाः पीडयन्तु मा धन्ये कुरु विषादम् ।

सम्पदं कर्षामि वेषमिव यदि अर्घति (= स्यात्) व्यवसायः ।।)

दैव विन्मुख असो; ग्रह पीडा देवोत; सुंदरी, विषाद करू नको. जर व्यवसाय करीन तर वेषाप्रमाणे (मी) संपदा ओढून आणीन.

(येथे, कड्ढउं हें प्र. पु. एकवचनाचे रूप आहे.)

बलि किज्जउँ सुअणस्सु । (३३८.१)

(येथे, किज्जउँ या प्र. पु. एकवचनी रूपांत 'उं' आदेश आहे.)

पक्षे । कड्ढामि । इत्यादी ।

विकल्पपक्षी (म्हणजे जेथे 'उं' आदेश होत नाही तेथे) कड्ढामि (कर्षामि ।) इत्यादी (रूपे होतात.)

बहुत्वे हुं ।।३८६।।

त्यादीनामन्त्यत्रयस्य संबन्धि बहुष्वर्थेषु वर्तमानं यद्वचनं तस्य हुं इत्यादेशो वा भवति।

धातूंना लागणाऱ्या प्रत्ययांतील अन्त्य तिन्हींचे संबंधी जे बहुवचन (म्हणजे प्र. पु. बहुवचन) त्याचा (अपभ्रंशांत) 'हुं' असा आदेश विकल्पाने होतो. उदा. :-

खग्गविसाहिउ जहिँ लहहुं पिय तहिँ देसहिँ जाहुं ।

(रणदुब्भिक्खें भग्गाइं विणु जुज्झें न वलाहुं ।।१।।

(खड्गविसाधितं यत्र लभामहे तत्र देशे यामः ।

रणदुर्भिक्षेण भग्नाः विना युद्धेन न वलामहे ।।)

प्रियकरा, जेथे तरवारीला काम मिळेल त्या देशी जाऊ या. रणरूपी दुर्भिक्षाने आपण पीडित आहोत; युद्धाविना आपण (सुखी) राहू शकणार नाही.

(येथे, लहहुं, जाहुं, व वलाहुं या प्र. पु. अनेकवचनी रूपांत 'हुं' आदेश आहे.)

पक्षे । लहिमु । इत्यादी ।

विकल्पपक्षी (उदाहरणः) **लहिमु** । (लभामहे ।), इत्यादी.

हि-स्वयोरिदुदेत् ।।३८७।।

पञ्चम्या हिस्वयोरपभ्रंशे इ उ ए इत्येते त्रय आदेशा वा भवन्ति ।

आज्ञार्था (पंचमी) च्या (द्वि. पु. ए. व.) हि आणि स्व या प्रत्ययांचे अपभ्रंशांत इ, उ व ए असे तीन आदेश विकल्पाने होतात. उदा.:-

इत् । 'इ' हा आदेश झाला असतां (उदाहरण) :-

कुंजर सुमरि म सल्लइउ सरला सास म मेल्लि ।
कवल जि पाविय विहिवसिण ते चरि माणु म मेल्लि ।।१।।

(कुञ्जर स्मर मा सल्लकी: सरलान् श्वासान् मा मुञ्च ।
कवला: ये प्राप्ता: विधिवशेन तांश्चर मानं मा मुञ्च ।।)

हे हत्ती, सल्लकी (वृक्षा) ची आठवण करू नको; दीर्घ सुस्कारे सोडूं नको; दैववशात् मिळालेले घास खा; मान सोडूं नको.

(येथे, सुमरि, मेल्लि, चरि या रूपांत 'इ' आदेश आहे.)

उत् । 'उ' हा आदेश झाला असतां (उदाहरण) :-

भमरा एत्थु वि लिंबडइ के॑ वि दियहडा विलंबु ।
घणपत्तलु छायाबहुलु फुल्लइ जाम कयंबु ।।२।।

(भ्रमर अत्रापि निम्बके कति (चित्) दिवसान् विलम्बस्व ।
घनपत्रवान् छायाबहुलो फुल्लति यावत्कदम्ब: ।।)

हे भ्रमरा, दाट पाने व छाया असणारा कदंब (वृक्ष) फुलेपर्यंत या लिंबाचे वृक्षावर काही दिवस काढ.

(येथे, विलंबु या रूपात 'उ' आदेश आहे.)

एत् । 'ए' हा आदेश झाला असता (उदाहरण) :-

प्रिय एम्बहि करे॑ सेल्लु करि छड्डहि तुहुँ करवालु ।
ज कावालिय बप्पुडा लेहिँ अभग्गु कवालु ।।३।।

(प्रिय इदानीं कुरु भल्लं करे त्यज त्वं करवालम् ।
येन कापालिका वराका: लान्ति अभग्नं कपालम् ।।)

प्रियकरा, आता हातात भाला ठेव, तलवार टाकून दे. म्हणजे बिचाऱ्या कापालिकांना (निदान) न फुटलेले कपाल (भिक्षेसाठी) मिळेल.

(येथे, करे मध्ये 'ए' आदेश आहे.)

पक्षे । सुमरहि । इत्यादि ।

विकल्पपक्षी (म्हणजे जेव्हा हे आदेश होत नाहीत, तेव्हा) सुमरहि । (स्मर ।) इत्यादी.

वर्त्स्यति-स्यस्य सः ।।३८८।।

अपभ्रंशे भविष्यदर्थविषयस्य त्यादेः स्यस्य सो वा भवति ।

अपभ्रंशांत धातूंना लागणाऱ्या भविष्यार्थक प्रत्ययांत 'स्य' चा स विकल्पाने होतो.

उदा. :-

दिअहा जंति झडप्पडहिं पडहिं मनोरह पच्छि ।

जं अच्छइ तं माणिअइ होसइ करतु म अच्छि ।।१।।

(दिवसा यान्ति वेगैः (झडप्पडहिं) पतन्ति मनोरथाः पश्चात् ।

यदस्ति तन्मान्यते भविष्यति (इति) कुर्वन् मा आस्स्व ।।)

दिवस झटपट जातात; मनोरथ मागे पडतात. (म्हणून) जे आहे ते स्वीकारावे (मानावे); 'होईल' असे म्हणत (स्वस्थ) बसू नको.

(येथे, 'होसइ' या रूपात 'स' झाला आहे.)

पक्षे । होहिइ ।

विकल्पपक्षी (उदा.) होहिइ । (भविष्यति ।)

क्रियेः कीसुः ।।३८९।।

क्रिये इत्येतस्य क्रियापदस्यापभ्रंशे कीसु इत्यादेशो वा भवति ।

'क्रिये' या क्रियापदाचा अपभ्रंशांत 'कीसु' असा आदेश विकल्पाने होतो. उदा. :-

संता भोग जु परिहरइ तसु कंतहो॑ बलि कीसु ।

तसु दइवेण वि मुंडियउँ जसु खल्लिहडउँ सीसु ।।१।।

(सतो भोगान् यः परिहरति तस्य कान्तस्य बलिं क्रिये ।

तस्य दैवेनैव मुण्डितं यस्य खल्वाटं शीर्षम् ।।)

असणाऱ्या भोगांचा त्याग करणाऱ्या प्रियकराची मी पूजा करते. ज्याच्या डोक्याला टक्कल पडले आहे, त्याचे दैवानेच मुंडन केले आहे.

(येथे, क्रिये चा 'कीसु' हा आदेश आहे.)

पक्षे । साध्यमानावस्थात् क्रिये इति संस्कृतशब्दादेष प्रयोगः ।

बलि किज्जउँ सुअणस्सु । (३३८.१)

विकल्पपक्षी (उदाहरण) : **बलि किज्जउँ सुअणस्सु ।**

साध्यमान-अवस्थेतील 'क्रिये' या संस्कृत शब्दावरून हा प्रयोग आहे.

भुवः पर्याप्तौ हुच्चः ।।३९०।।

अपभ्रंशे भुवा धातोः पर्याप्तावर्थे वर्तमानस्य हुच्च इत्यादेशो भवति ।

पर्याप्ति[१] या अर्थी असणाऱ्या भू धातूचा अपभ्रंशांत

'हुच्च' असा आदेश होतो. उदा.:-

अइतुंगत्तणु जं थणहं सो छेयउ न हु लाहु ।

सहि जइ केवँइ तुडिवसे ँ ण अहरि पहुच्चइ नाहु ।।१।।

(अतितुङ्गत्वं यत्स्तनयो: स च्छेदक: न खलु लाभ: ।

सखि यदि कथमपि त्रुटिवशेन अधरे प्रभवति नाथ: ।।)

स्तनांचे जे अति तुंगत्व ते लाभ नसून तोटाच (छेदक-हानि) आहे. (कारण) हे सखी, प्रियकर मोठ्या कष्टाने व विलंबाने अधरप्रत पोचतो.

(येथे, पहुच्चइ मध्ये भू चा हुच्च आदेश झालेला आहे.)

ब्रूगो ब्रुवो वा ।।३९१।।

अपभ्रंशे ब्रू गो धातोर्ब्रुव इत्यादेशो वा भवति ।

अपभ्रंशांत ब्रू धातूचा 'ब्रव' असा आदेश विकल्पाने होतो. उदा.:-

ब्रुवह सुहासिउ किं पि । (ब्रूत सुभाषितं किमपि ।) कोणते तरी सुभाषित सांगा.

(येथे, 'ब्रुवह' मध्ये ब्रूचा 'ब्रुव' आदेश आहे.)

पक्षे । विकल्पपक्षी (ब्रू चा ब्रोप्प असा आदेश होतो. उदा. :-)

इत्तउँ ब्रोप्पिणु सउणि ठिउ पुणु दूसासणु ब्रोप्पि

तो हउँ जाणउँ एहो हरि जइ महु अग्गइ ब्रोप्पि ।।१।।

(इयत् उक्त्वा शकुनि: स्थित: पुनर्दु:शासन उक्त्वा ।

तदा अहं जानामि एष हरि: यदि ममाग्रत: उक्त्वा ।)

(दुर्योधन म्हणतो:-) इतके बोलून शकुनि थांबला; (तितकेच) बोलून दु:शासन थांबला; (मग) मला कळले की (बोलायचे ते) बोलून हा हरि (श्रीकृष्ण) माझ्यापुढे (उभा राहिला.)

(येथे, ब्रोप्पिणु, ब्रोप्पि ही ब्रू ची अपभ्रंशांतील ल्यबन्ताची रूपे आहेत.)

व्रजेर्वुञः ।।३९२।।

अपभ्रंशे व्रजतेर्धातोर्वुञ इत्यादेशो भवति ।

अपभ्रंशांत व्रज् धातूचा 'वुञ' असा आदेश होतो. उदा.:-

वुञइ । (व्रजति ।) **वुञेप्पि । वुञेप्पिणु ।** (व्रजित्वा ।) जातो. जाऊन.

१- समर्थ असणे, प्रभावी असणे, या अर्थी

दृशेः प्रस्सः ।।३९३।।

अपभ्रंशे दृशेर्धातोः प्रस्स इत्यादेशो भवति ।

अपभ्रंशांत दृश् धातूचा 'प्रस्स' असा आदेश होतो. उदा. :-

प्रस्सदि । (पश्यति ।) पहातो.

ग्रहेर्गृण्हः ।।३९४।।

अपभ्रंशे ग्रहेर्धातोर्गृण्ह इत्यादेशो भवति ।

अपभ्रंशांत ग्रह धातूचा 'गृण्ह' असा आदेश होतो. उदा.:-

पढ गृण्हेप्पिणु व्रतु ।

(पठ गृहीत्वा व्रतम् ।)

व्रत घेऊन पठन कर.

तक्ष्यादीनां छोल्लादयः ।।३९५।।

अपभ्रंशे तक्षिप्रभृतीनां धातूनां छोल्ल इत्यादय आदेशा भवन्ति ।

अपभ्रंशांत तक्ष् प्रभृति धातूंचे छोल्ल आदेश होतात. उदा. :-

जिवँ तिवँ तिक्खा लेवि कर जइ ससि छोल्लिज्जंतु ।
तो जइ गोरिहे॑ मुहकमलि सरिसिम का वि लहंतु ।।१।।

(यथा तथा तीक्ष्णान् लात्वा करान् यदि शशी अतक्षिष्यत ।
तदा जगति गौर्या मुखकमलेन सदृशतां कामपि अलप्स्यत ॥)

कसेही करून जर तीक्ष्ण किरण काढून (घेऊन) चंद्राला तासला असतां, तर या जगात गौरीच्या मुखकमलाशी थोडेसे सादृश्य त्याला लाभले असते.

(येथे, छोल्ल हा तक्ष् चा आदेश आहे.)

आदिग्रहणाद् देशीषु ये क्रियावचना उपलभ्यन्ते ते उदाहार्याः ।

(सूत्रांतील) 'आदि' शब्दामुळे देशी भाषेत जे क्रियावाचक शब्द आहेत ते उदाहरणे म्हणून घ्यावयाचे. (उदा.:-)

चूडुल्लउ चुण्णीहोइ सइ मुद्धि कवोलि निहित्तउ ।
सासानलजालझलक्किअउ वाहसलिलसंसित्तउ ।।२।।

(कङ्कणं चूर्णीभवति स्वयं मुग्धे कपोले निहितम् ।
श्वासानलज्वालासंतप्तं बाष्पजलसंसिक्तम् ॥)

सुंदरी, गालावर ठेवलेले, श्वासरूपी अग्नीच्या ज्वालांनी तापलेले व अश्रुजलाने भिजलेले कंकण आपण होऊनच चूर्ण होते आहे.

(येथे, **झलक्क** हा तापय् चा आदेश आहे.)

अब्भडवंचिउ बे पयइं पेम्मु निअत्तइ जावँ ।

सव्वासणरिउसंभवहो कर परिअत्ता तावँ ।।३।।

(अनुगम्य द्वे पदे प्रेम निवर्तते यावत् ।

सर्वाशनरिसंभवस्य कराः परिवृत्ताः तावत् ।।)

जेव्हा प्रेम (प्रिया) दोन पावले जाऊन परतले, तेव्हा सर्व खाणाऱ्या (अग्नी) चा जो शत्रु (म्हणजे पाणी, समुद्र), त्यापासून निर्माण झालेला जो चंद्र, त्याचे किरण परावृत्त होऊ लागले.

(येथे, **अब्भडवंचिउ** हा 'अनुगम्य' चा आदेश आहे.)

हिअइ खुडुक्कइ गोरडी गयणि घुडुक्कइ मेहु ।

तासारत्तिपवासुअहं विसमा संकडु एहु ।।४।।

(हृदये शल्यायते गौरी गगने गर्जति मेघः ।

वषारात्र प्रवासिकानां विषमां संकटमेतत् ।।)

हृदयांत सुंदरी शल्याप्रमाणे (त्रास देत) आहे; आकाशात मेघ गर्जत आहे; पावसाळ्यांत प्रवासास निघणाऱ्यांना हे मोठे संकट आहे.

(येथे **'खुडुक्कइ'** हा शल्यायते याचा, व **'घुडुक्कइ'** हा गर्जति याचा आदेश आहे.)

अम्मि पओहर वज्जमा निच्चु जे॑ संमुह थंति ।

महु कंतहो॑ समरंगणइ गयघड भज्जिउ जंति ।।५।।

(अम्ब पयोधरौ वज्रमया नित्यं यौ संमुखौ तिष्ठतः ।

मम कान्तस्य समराङ्गणके गजघटाः भङ्क्तुं यातः ।।)

आई, (हे माझे) स्तन वज्रमय आहेत; (कारण) ते नेहमी माझ्या प्रियकरासमोर असतात, व रणांगणावर गजसमूह नष्ट करण्यास जातात.

(येथे, था हा स्था चा आदेश आहे.)

पुत्तें जाएँ कवणु गुणु अवगुणु कवणु मुएण ।

जा बप्पीकी भुंहडी चंपिज्जइ अवरेण ।।६।।

(पुत्रेण जातेन को गुणः अपगुणः कः मृतेन ।

यत् पैतृकी (बप्पीकी) भूमिः आक्रम्यतेऽपरेण ।।)

जर बापाची भूमि (संपत्ति) दुसऱ्याकडून चापली जात असेल तर पुत्र जन्मून काय उपयोग ? आणि तो मरून तरी काय तोटा ?

(येथे, **चंपिज्जइ** हा आक्रम्यते चा आदेश आहे.)

तं तेत्तिउ जलु सायरहो॑ सो तेवडु वित्थारु ।

तिसहे॑ निवारणु पलु वि न वि पर धुट्ठुअइ असारु ।।७।।

(तत् तावत् जलं सागरस्य स तावान् विस्तारः ।
तृषो निवारणं पलमपि नैव परं शब्दायतेः असारः ।।)

सागराचे ते तितके पाणी व तो तेवढा विस्तार. पण थोडीसुद्धा तहान दूर होत नाही. तो वृथा गर्जना करतो.

(येथे, **धु अइ** हा शब्दायते चा आदेश आहे.)

अनादौ स्वरादसंसुक्तानां कखतथपफां गघदधबभाः ।।३९६।।

अपभ्रंशेपदादौ वर्तमानानां स्वरात्परेषामसुंक्तांनां कखतथपफां स्थाने यथासंख्यं गघदधबभाः प्रायो भवन्ति ।

अपभ्रंशांत पदाच्या आरंभी नसणाऱ्या (म्हणजे अनादि), व स्वरापुढे असणाऱ्या असंयुक्त क, ख, त, थ, प, फ यांचे स्थानी अनुक्रमे ग, घ, द, ध, ब, भ, हे प्रायः होतात. उदा.:-

कस्य गः । क चा ग :-

जं दिट्ठउँ सोमग्गहणु असइहिँ हसिउँ निसंकु ।
पिअमाणुसावच्छोहगरु गिलि गिलि राहु मयंकु ।।१।।

(यद् दृष्टं सोमग्रहणमसतीभिः हसितं निःशंकम् ।
प्रियमनुष्यविक्षोभकरं गिल गिल राहो मृगाङ्कम् ।।

जेव्हा कुलटां (असती) नी चंद्रग्रहण पाहिले तेव्हा त्या निःशंकपणे हसल्या (व म्हणाल्या) प्रिय माणसाला विक्षुब्ध करणाऱ्या चंद्राला, हे राहु, गीळ (रे) गीळ.

(येथे विच्छोहगर मध्ये क चा ग झालेला आहे.)

खस्य घः । ख चा घः-

अम्मीए सत्थावत्थेहिं सुघिं चिंतिज्जइ माणु ।
पिए दिट्ठे हल्लोहलेण को चेअइ अप्पाणु ।।२।।

(अम्ब स्वस्थावस्थैः सुखेन चिन्त्ये मानः ।
प्रिये दृष्टे व्याकुलत्वेन (हल्लोहलेण) कश्चेतयति आत्मानम् ।।)

आई, आरामात असणाऱ्यांचेकडून सुखाने मानाचा विचार केला जातो. पण जेव्हा प्रियकर दिसतो तेव्हा व्याकुळत्वामुळे स्वतःचा विचार कोण करतो ?

(येथे, सुघ मध्ये ख चा घ झाला आहे.)

तथपफानां दधबभाः । त, थ, प, फ यांचे द, ध, ब, भः-

सबधु करेप्पिणु कधिदु मइँ तसु पर सभलउ जम्मु ।
जासु न चाउ न चारहडि न य पम्हट्ठउ धम्मु ।।३।।

(शपथं कृत्वा कथितं मया तस्य परं सफलं जन्म ।

यस्य न त्यागः न च आरभटी न च प्रमृष्टः धर्मः ।)

शपथ घेऊन मी सांगितले- ज्याचा त्याग (दानशूरता), पराक्रम (आरभटी), आणि धर्म नष्ट झालेला नाही त्याचा जन्म संपूर्ण सफल झाला आहे.

(येथे, सबधु, मध्ये थ चा ध आणि प चा ब झाला आहे; कधिदु मध्ये थ चा ध झाला आहे, व त चा द झालेला आहे. सभलउँ मध्ये फ चा भ झालेला आहे.)

अनादाविति किम् । (सूत्रात) 'अनादि असतां' असे का म्हटले आहे ? (कारण जर अनादि नसेल तर हा नियम लागणार नाही. उदा. :-)

सबधु करेप्पिणु । अत्र कस्य गत्वं न भवति ।

येथे, करेप्पिणु मधील क अनादि नसल्याने त्या क चा ग होत नाही.

स्वरादिति किम् । (सूत्रात) स्वरापुढे असे का म्हटले आहे ? (कारण स्वरापुढे नसल्यास हा नियम लागणार नाही. उदा.:-)

गिलि गिलि राहु मयंकु ।

(येथे, मयंकु मध्ये क हा स्वरापुढे नसून ङ् या व्यंजनापुढे आहे; त्यामुळे येथे क चा ग होत नाही.)

असंयुक्तानामिति किम् । (सूत्रांत) 'असंयुक्त असणाऱ्यांचा' असे का म्हटले आहे ? (कारण संयुक्त नसल्यास हा नियम लागणार नाही. उदा.:-)

एक्कहिं अक्खिहिं सावणु । (३५७.२)

(येथे, क असंयुक्त नसल्याने त्याचा ग होत नाही.)

प्रायोधिकारात्क्वचिन्न भवति ।

प्रायोधिकारामुळे क्वचित् (क इत्यादीचे स्थानी ग इत्यादी) होत नाही उदा.:-

जइ केवँइ पावीसु पिउ अकिआ कुड्डु करीसु ।
पाणिउ नवइ सरावि जिवँ सव्वंगे पइसीसु ।।४।।

(यदि कथंचित् प्राप्स्यामि प्रियं अकृतं कौतुकं करिष्यामि ।
पानीयं नवके शरावे यथा सर्वाङ्गेण प्रवेक्ष्यामि ।।)

जर कदाचित् प्रियकर मला भेटेल तर पूर्वी (कधीही) न केलेले असे काहीतरी कौतुक मी करीन; नवीन मडक्यात जसे पाणी सर्वत्र शिरते, तशी मी सर्वांगाने (त्या प्रियकरांत) शिरेन.

(येथे, 'अकिआ,' 'नवइ' या शब्दामध्ये क चा ग झालेला नाही.)

उअ कणिआरु पफुल्लिअउ कंचणकंतिपयासु ।
गोरीवयणविणिज्जिअउ नं सेवइ वणवासु ।।५।।

(पश्य कर्णिकारः प्रफुल्लितकः काञ्चनकान्तिप्रकाशः ।

गौरीवदननिर्जितक: ननु सेवते वनवासम् ॥)

सोन्यासारख्या कांतीने चमकणारा फुललेला कर्णिकार वृक्ष पहा. जणुं सुंदरीच्या मुखाने जिंकल्यामुळे तो वनात रहात आहे. (वनवास सेवीत आहे)

(येथे, कणिआरु मध्ये क चा ग झालेला नाही; पफुल्लिअउ या शब्दात फ चा भ झालेला नाही; हि ँ पयासु या शब्दामध्ये क चा ग झालेला नाही; आणि विणिज्जिअउ या शब्दांत त चा द झालेला नाही.)

मोनुनासिको वो वा ॥३९७॥
अपभ्रंशेनादौ वर्तमानस्यासंयुक्तस्य मकारस्य अनुनासिको वकारो वा भवति ।

अपभ्रंश भाषेत अनादि असणाऱ्या असंयुक्त मकाराचा अनुनासिक वकार (म्हणजे वँ) विकल्पाने होतो. उदा.:-

कवँलु, कमलु (कमलम्); **भवँरु, भमरु** (भ्रमर:)

लाखणिकस्यापि ।

लाक्षणिक तइं चे उदाहरण:- तइँ कल्लाण/कुमारपालचरित ८.३४ (मकाराचा सुद्धां अनुनासिक वकार होतो. उदा. :-)

जिवँ (जिम,) **तिवँ** (तिम), **जेवँ** (जेम) **तेवँ**[1] (तेम)

अनादावित्येव ।

(म) अनादि असतानाच (हा नियम लागतो; मकार अनादि नसल्यास हा नियम लागत नाही, उदा.:-)

मयणु । (मदन: ।)

(येथे, मकार अनादि नसल्याने म चा वँ झालेला नाही.)

असंयुक्तस्येत्येव ।

(मकार) असंयुक्त असतानाच (हा नियम लागतो; मकार संयुक्त असल्यास हा नियम लागत नाही. उदा. :-)

तसु पर सभलउ जम्मु । (३९६.३)

(येथे, मकार असंयुक्त नसल्याने त्याचा वँ होत नाही.)

वाधो रो लुक् ॥३९८॥
अपभ्रंशे संयोगादधो वर्तमानो रेफो लुग् वा भवति ।

अपभ्रंशांत जोडाक्षरांतील नंतर असणाऱ्या रेफाचा (र् चा) लोप विकल्पाने

१- सूत्र ४०१ पहा

होतो. उदा. :-

जइ केवँइ पावीसु पिउ । (३९६.४)

(येथे, पिउ (प्रिय) मध्ये प्रिय मधील रेफाचा लोप झाला आहे.)

पक्षे । विकल्पपक्षी (म्हणजे रेफाचा लोप झाला नाही तर रेफ तसाच रहातो. उदा. :-)

जइ भग्गा पारक्कडा तो सहि मज्झु प्रियेण । (३७९.२)

(येथे प्रियेण मध्ये रेफाचा लोप झालेला नाही.)

अभूतोऽपि क्वचित् ।।३९९।।

अपभ्रंशे क्वचिदविद्यमानोऽपि रेफो भवति ।

अपभ्रंशांत क्वचित् (मुळांतील जोडाक्षरांत) रेफ नसतांहि रेफ येतो. उदा.:-

व्रासु महारिसि एँउ भणइ जइ सुइसत्थु पमाणु ।

मायहँ चलण नवंताहं दिविदिवि गंगाण्हाणु ।।१।।

(व्यासमहर्षि: एतद् भणति यदि श्रुतिशास्त्रं प्रमाणम् ।

मातृणां चरणौ नमतां दिवसे दिसवे गङ्गास्नानम् ।।)

महर्षि व्यास असे म्हणतात: जर वेद व शास्त्र प्रमाण असेल तर मातेचे चरण वंदन करणाऱ्यांना दररोज गंगास्नान घडते.

(येथे, मूळ व्यास शब्दात रेफ नसतांना व्रासु मध्ये रेफ आलेला आहे.)

क्वचिदिति किम् । (सूत्रांत) क्वचित् असे का म्हटले आहे ?

(कारण कधी कधी असा रेफ येत नाही. उदा.:-)

वासेण वि भारहखंभि बद्ध ।

(व्यासेनापि भारतस्तम्भे बद्धम् ।)

व्यासाने सुद्धां भारतस्तभांत सांगितले आहे.

(येथे, वास मध्ये रेफ आलेला नाही.)

आपद्विपत्संपदां द इः ।।४००।।

अपभ्रंशे आपद्, विपद्, व संपद् इत्येतेषां दकारस्य इकारो भवति ।

अपभ्रंशांत आपद्, विपद्, संपद् यां (शब्दां) च्या (अन्त्य) दकाराचा इकार होतो. उदा.:-

अणउ करंतहो पुरिसहो आवइ आवइ ।

(अनयं कुर्वतः पुरुषस्य आपद् आयाति ।)

वाईट (कर्म) करणाऱ्या पुरुषावर आपत्ति येते.

(येथे, आवइ मध्ये दकाराचा इकार झालेला आहे.)

विवइ । (विपद ।) संपइ । (संपद ।)

प्रायोधिकारात् । प्रायोधिकारामुळे (कधी कधी या शब्दांत दकाराचा इकार होत नाही. उदा.:-)

गुणहिँ न संपय कित्ति पर । (३३५.१)

(येथे, संपय मध्ये दकाराचा इकार झालेला नाही.)

कथं-यथा तथां थादेरेमेमेहेधा डितः ।।४०१।।

अपभ्रंशे कथं यथा तथा इत्येषां थादेरवयवस्य प्रत्येकम्

एम इम इह इध इत्येते डितश्चत्वार आदेशा भवन्ति ।

अपभ्रंशांत कथं, यथा, तथा यां (शब्दां) च्या थादि अवयवाचे प्रत्येकी एम, इम, इह, इध असे चार डित् आदेश[१], तइं चे उदाहरण:- तइँ कल्लाण/कुमारपालचरित ८.३४ होतात. उदा. :-

केम समप्पउ दुट्ठु दिणु किध रयणी छुडु होइ ।
नववहुदंसणलालसउ वहइ मणोरह सोइ ।।१।।

(कथं समाप्यतां दुष्टं दिनं कथं रात्रिः शीघ्रं (छुडु) भवति ।
नववधूदर्शनलालसकः वहति मनोरथान् सोऽपि ।।)

दुष्ट दिवस कसा संपेल ? रात्र लौकर कशी होईल ? नववधूला भेटण्यास उत्सुक झालेला तो (असे) मनोरथ करतो.

(येथे, कथम् चे केम व किध हे आदेश झालेले आहे.)

ओ गोरीमुहनिज्जिअउ वद्दलि लुक्कु मियंकु ।
अन्नु वि जो परिहवियतणु सो किवँ भवँइ निसंकु ।।२।।

(ओ गौरीमुखनिर्जितकः वार्दले निलीनः मृगाङ्कः ।
अन्योऽपि यः परिभूततनुः स कथं भ्रमति निःशङ्कम् ।।)

मला वाटते (ओ) - सुंदरीच्या मुखाने जिकल्याने चंद्र ढगांआड दडत आहे. ज्याचे शरीर पराभूत झाले आहे असा दुसरा कोणीही निःशंकपणे कसा बरे हिंडेल ?

(येथे, कथम् चा किवँ (किम) असा आदेश झाला आहे.)

बिंबाहरि तण रयणवणु किह ठिउ सिरिआणंद ।

१- म्हणजे :- कथम् - केम (केवँ), किम (किवँ), किह, किध; यथा - जेम, (जेवँ), जिम (जिवँ), जिह, जिध; तथा - तेम (तेवँ), तिम (तिवँ), तिह, तिध.

निरुवमरसु पिएं पिअवि जणु सेसहो˘ दिण्णी मुद्द ।।३।।

(बिम्बधारे तन्व्याः रदनव्रणः कथं स्थितः श्रीआनन्द ।

निरुपमरसं प्रियेण पीत्वेव शेषस्य दत्ता मुद्रा ।।)

आनंदा, सुंदरीच्या बिंबाधरावर दंत-व्रण कसा (राहिलेला) आहे ? (उत्तरः उत्कृष्ट रस पिऊन प्रियकराने जणुं उरलेल्यावर मुद्रा केली आहे.)

(येथे, कथं चा किह असा आदेश झाला आहे.)

भण सहि निहुअउँ तेवँ मइ जइ पिउ दिट्ठु सदोसु ।

जेवँ न जाणइ मज्झु मणु पक्खावडिअं तासु ।।४।।

(भण सखि निभृतकं तथा मयि यदि प्रियः दृष्टः सदोषः ।

यथा न जानाति मम मनः पक्षापतितं तस्य ।।)

सखी, माझा प्रियकर मजशी सदोष असेल तर ते मला (तू) चोरून अशा प्रकारे सांग की त्याचे ठिकाणी पक्षपाती असणारे माझे मन त्याला कळणार नाही.

(येथे, तथा चा तेवँ (तेम), व यथा चा जेवँ (जेम) असा आदेश आहे.)

जिवँ जिवँ वंकिम लोअणहं ।।

तिवँ तिवँ वम्महु निअयसर ।। (३४४.१)

(येथे, यथा चा जिवँ (जिम), व तथा चा तिवँ (तिम) आदेश झाला आहे.)

मइं जाणिउ प्रिय विरहिअहं कवि धर होइ विआलि ।

नवर मिअंकु वि तिह तवइ जिह दिणयरु खयगालि ।। (३७७.१)

(येथे, तथा चा तिह, व यथा चा जिह, असे आदेश झालेले आहेत.)

एवं तिधजिधावुदाहार्यौ ।

याचप्रमाणे तिध व जिध यांची उदाहरणे[1] घ्यावयाची.

यादृक्तादृक्कीदृगीदृशां दादेर्डेहः ।।४०२।।

अपभ्रंशे यादृगादीनां दादेरवयवस्य डित् एह इत्यादेशो भवति ।

अपभ्रंशांत यादृक् इत्यादी शब्दांच्या द आदि अवयवाचा डित् 'एह' असा आदेश होतो. उदा.:-

मइं भणियउ बलिराय तुहुं केहउ मग्गण एहु ।

जेहु तेहु न वि होइ वढ सइँ नारायणु एहु ।।१।।

(मया भणितः बलिराज त्वं कीदृग् मार्गणः एषः ।

१- उदाः- जिध तिध तोडही कम्मु । कुमारपालचरित ८.४९

यादृक्तादृग् नापि भवति मूर्ख स्वयं नारायणः ईदृक् ।।)

हे बलिराजा, हा कसला याचक आहे, हे मी तुला सांगितले होते. मूर्खा, हा असला तसला कोणी नसून हा असला स्वतः नारायण आहे.

(येथे, केहउ (कीदृक्), जेहु (यादृक्), तेहु (तादृक्), व एहु (ईदृक्) असे आदेश आहेत.)

अतां डइसः ।।४०३।।

अपभ्रंशे यादृगादीनामदन्तानां यादृशतादृशकीदृशेदृशानां दादेरवयवस्य डित् अइस इत्यादेशो भवति ।

अपभ्रंशांत अदन्त (अकारान्त) यादृक[1] इत्यादी शब्दांच्या - यादृश, तादृश, कीदृश, ईदृश या शब्दांच्या-द-आदि अवयवाचा डित् 'अइस' असा आदेश होतो. उदा. :-

जइसो । तइसो । कइसो । अइसो ।

(यादृशः । तादृशः । कीदृशः । ईदृशः ।)

जसला. तसला. कसला. असला.

यत्रतत्रयोस्त्रस्य डिदेत्थ्वत्तु ।।४०४।।

अपभ्रंशे यत्रतत्रशब्दयोस्त्रस्य एत्थु अत्तु इत्येतौ डितौ भवतः ।

अपभ्रंशांत यत्र व तत्र या शब्दांतील 'त्र' चे एत्थु व अत्तु डित्[2]होतात.

उदा. :-

जइ सो घडदि प्रयावदी केत्थु वि लेप्पिणिसिक्खु ।
जेत्थु वि तेत्थु वि एत्थु जगि भण तो तहि सारिक्खु ।।१।।

(यदि स घटयति प्रजापतिः कुत्रापि लात्वा शिक्षाम् ।
यत्रापि तत्रापि अत्र जगति भण तदा तस्याः सदृक्षीम् ।।)

जर तो प्रजापति कोठून तरी शिक्षण मिळवून (प्रजा) निर्माण करीत असेल तर या जगात येथे तेथे तिच्यासारखी कोण आहे, ते सांग.

(येथे, यत्र चा जेत्थु व तत्र चा तेत्थु, असा आदेश आहे.)

जत्तु ठिदो । तत्तु ठिदो ।

(यत्र स्थितः । तत्र स्थितः)

१- यादृश् इत्यादीवरून साधलेल्या अकारान्त यादृश, इत्यादी शब्दांच्या.

२ यत्र-जेत्थु, जत्तु, तत्र - तेत्थु तत्तु.

जेथे राहिला. तेथे राहिला.

(येथे, यत्र चा जत्तु, व तत्रचा तत्तु, असा आदेश आहे.)

एत्थु कुत्रात्रे ।।४०५।।

अपभ्रंशे कुत्र अत्र इत्येतयोस्त्रशब्दस्य डित् एत्थु इत्यादेशो भवति ।

अपभ्रंशांत कुत्र आणि अत्र या शब्दातील 'त्र' चा डित् 'एत्थु' असा आदेश होतो. उदा. :-

केत्थु वि लेप्पिणु सिक्खु ।

जेत्थु वि तेत्थु वि एत्थु जगि (४०४.१) ।

(येथे, कुत्र चा केत्थु, व अत्र चा एत्थु, असे आदेश झालेले आहेत.)

यावत्तावदोर्वादेर्म उं महिं ।।४०६।।

अपभ्रंशे यावत्तावदित्यव्यययोर्वकारादेरवयवस्य म उं महिं इत्येते त्रय आदेश भवन्ति ।

अपभ्रंशांत यावत् आणि तावत् या अव्ययांतील वकारादि अवयाचे म, उं, महिं असे तीन आदेश होतात.[१] उदा. :-

जाम न निवडइ कुंभयडि सीहचवेडचडक्क ।

ताम समत्तहँ मयगहलं पइ पइ वज्जइ ढक्क ।।१।।

(यावत् न निपतति कुम्भतटे सिंहचपेटाचटात्कारः ।

तावत् समस्तानां मदकलानां (गजानां) पदे पदे वाद्यते ढक्का ।।)

(तसेच म चा वँ होऊन जावँहि आणि तावँहि असे होऊ शकते.)

जोपर्यंत सिंहाच्या पंजाचा तडाका गंडस्थळावर पडला नाही तोपर्यंतच पावलो-पावली सर्व मदोन्मत्त हत्तींचा नगारा वाजत असतो.

(येथे, यावत् चा जाम, व तावत् चा ताम, असे आदेश आहेत.)

तिलहँ तिलत्तणु ताउँ पर जाउँ न नेह गलंति ।

नेहि पणट्ठइ ते ज्जि तिल तिल फिट्टवि खल होंति ।।१।।

(तिलानां तिलत्वं तावत् परं यावत् न स्नेहाः गलन्ति ।

स्नेहे प्रनष्टे ते एव तिलाः तिला भ्रष्ट्वा खलाः भवन्ति ।।)

जोपर्यंत तेल काढलेले नाही तोपर्यंत तिळांचे तिळपण; तेल निघून जाताच ते तिळ तिळ न रहातां खल (पेंड, दुष्ट) होतात.

१- यावत्-जाम (जावँ), जाउं, जामहिं; तावत् - ताम (तावँ), ताउं तामहिं.

(येथे, तावत् चा ताउं, व यावत् चा जाउं, असा आदेश झाला आहे.)

जामहिँ विसमी कज्जगइ जीवँह मज्झे एइ ।

तामहिँ अच्छउ इयरु जणु सुअणु वि अंतरु देइ ।।३।।

(यावद् विषमा कार्यगति: जीवानां मध्ये आयाति ।

तावद् आस्तामितर: जन: सुजनोऽप्यन्तरं ददाति ।।)

जेव्हा जीवावर विषम कार्यगती येते, तेव्हा इतरेजन राहूं देत (पण) सुजनसुद्धा अंतर देतो.

(येथे, यावद् चा जामहिं, व तावद् चा तामहिं, असे आदेश झालेले आहेत.)

वा यत्तदोतोर्डेवडः ।४०७।।

अपभ्रंशे यद् तद् इत्येतयोरत्वन्तयोर्यावत्तावतोर्वकारादेरवयवस्य डित् एवड इत्यादेशो वा भवति ।

अपभ्रंशांत यद् आणि तद् यापासून बनणाऱ्या अतु प्रत्ययान्त यावद् व तावद् यांच्या वकारादि अवयवाचा डित् 'एवड' असा आदेश विकल्पाने होतो. उदा:-

जेवडू अंतरु रावणरामहँ तेवडु अंतरु पट्टणगामहँ

(यावद् अन्तरं रावणरामयो: तावद् अन्तरं पट्टणग्रामयो: ।)

जितके अंतर राम व रावण यांत, तितके अंतर गाव व नगर यात.

(येथे, यावत् चा जेवड, आणि तावत् चा तेवड, असे आदेश झालेले आहेत.)

पक्षे । विकल्पपक्षी (म्हणजे यावद्, तावद् चे जेव्हां जेवड, तेवड असे आदेश होत नाहीत, तेव्हा जेत्तुल, तेत्तुल असे आदेश होता. उदा. :-)

जेत्तुलो । तेत्तुलो ।

वेदं - किमोर्यादिः ।।४०८।।

अपभ्रंशे इदं किम् इत्येतयोरत्वन्तयोरियत्कियतोर्यकारादेरवयवस्य डित् एवड इत्यादेशो वा भवति ।

अपभ्रंशांत इदम् व किम् यापासून बनणाऱ्या अतु प्रत्ययान्त इयत् आणि**पैशाची भाषा ● २१९** कियत् यांच्या यकारादि अवयवाचा डित् 'एवड' असा आदेश विकल्पाने होतो. उदा. :-

एवडु अंतरु । केवडु अंतरु । (इयद् अन्तरम् । कियद् अन्तरम् ।)

एवढे अंतर. केवढे अंतर.

पक्षे । विकल्पपक्षी (म्हणजे जेव्हा इदम् व किम् यांचे एवड आणि केवड असे आदेश होत नाहीत, तेव्हा)

एत्तुलो । केत्तुलो ।

परस्परस्यादिरः ।।४०९।।

अपभ्रंशे परस्परस्यादिरकारो भवति।

अपभ्रंशांत 'परस्पर' या शब्दात आरंभी अकार येतो. उदा. :-

ते मुग्गडा हराविआ जे परिविट्ठा ताहं।

अवरोप्परु जोअंताहं सामिउ गंजिउ जाहं ।।१।।

(ते मुद्‌गाः हारिताः ये पिरिविष्टाः तेषाम् ।।)

परस्परं युध्यमानानां स्वामी पीडितः येषाम् ।।)

परस्पराशी लढणाऱ्यापैकी ज्यांचा स्वामी पीडित झाला त्यांना वाढलेले अन्न (श.-मूग) वाया गेले.

(येथे, अवरोप्परु मध्ये आरंभी अकार आलेला आहे.)

कादि-स्थैदोतोरुच्चारलाघवम् ।।४१०।।

अपभ्रंशे कादिषु व्यञ्जनेषु स्थितयोः ए ओ इत्येतयोरुच्चारणस्य लाघवं प्रायो भवति।

अपभ्रंशांत क् इत्यादी व्यंजनांत (संयुक्त) असणारे ए व ओ यांचा उच्चार प्रायः ल (ऱ्हस्व) होतो. उदा. :-

सुधेॅं चिंतिज्जइ माणु। (३९६.२)

(येथे, सुधेॅं मध्ये ए चा उच्चार लघु आहे.)

तसु हउँ कलिजुगि दुल्लहहोॅ। (३३८.१)

(येथे, दुल्लहहोॅ मधील ओ चा उच्चार लघु आहे.)

पदान्ते उं-हुं-हिं-हंकाराणाम् ।।४११।।

अपभ्रंशे पदान्ते वर्तमानानां उं हुं हिं हं इत्येतेषां उच्चारणस्य लाघवं प्रायो भवति।

अपभ्रंशांत पदान्ती असणाऱ्या उं, हुं, हिं आणि हं यांचा उच्चार प्रायः लघु होतो. उदा.:-

अन्नु जु तुच्छउँ तहेॅ धणहे। (३५०.१)

बलि किज्जउँ सुअणस्सु। (३३८.१)

(येथे, तुच्छउँ आणि किज्जउँ मधील उँ चा उच्चार लघु आहे.)

दइउ घडावइ व तरुहुँ। (३४०.१)

तरुहुँ वि वक्कलु। (३४१.१)

(येथे, तरुहुँ मधील हुँ चा उच्चार लघु आहे.)

खग्गविसाहिउ जहिँ लहहुं ! (३८६.१)

(येथे, जहिँ मधील हिँ चा उच्चार लघु आहे.)

तणहँ तइज्जी भंगि न वि (३३९.१)

(येथे, तणहँ मधील हँ चा उच्चार लघु आहे.)

म्हो म्भो वा ।।४१२।।

अपभ्रंशे म्ह इत्यस्य स्थाने म्भ इति मकाराक्रान्तो भकारो वा भवति ।

अपभ्रशांत 'म्ह' च्या स्थानी 'म्भ' असा मकारयुक्त भकार विकल्पाने होतो.

म्ह इति 'पक्ष्म-श्म-ष्म-स्म-ह्मां म्हः' (२.७४) इति प्राकृतलक्षणविहितोत्र गृह्यते । संस्कृते तदसम्भवात् ।

प्राकृतव्याकरणात 'पक्ष्म...म्हः' या सूत्राने सांगितलेला म्ह येथे घेतलेला आहे. (कारण) संस्कृतमध्ये असा म्ह असत नाही.

उदा. :- **गिम्भो** । (√गिम्ह-ग्रीष्म) सिम्भो । (सिम्ह - √श्लेष्मा ।)

वम्भ ते विरला के वि नर जे सव्वंग - छइल्ल ।

जे वंका ते वंचयर जे उज्जुअ तेॅ बइल्ल ।।१।।

(ब्रह्मन् ते विरलाः केऽपि नराः ये सर्वाङ्गच्छेकाः ।

ये वक्राः ते वञ्च (क) तराः ये ऋजवः ते बलीवर्दाः ।।)

हे ब्राह्मणा, सर्व अंगांनी हुषार असे जे कोणी नर असतात, ते विरळा असतात. जे वांकडे आहेत ते फसविणारे असतात; जे सरळ असतात ते बैलोबा असतात.

(येथे, वम्भ मध्ये म्ह चा म्भ झाला आहे.)

अन्यादृशोन्नाइसावराइसौ ।।४१३।।

अपभ्रंशे अन्यादृशशब्दस्य अन्नाइस अवराइस इत्यादेशौ भवतः ।

अपभ्रंशांत 'अन्यादृश' या शब्दाचे 'अन्नाइस' व 'अवराइस' असे आदेश होतात.

उदा. :- **अन्नाइसो । अवराइसो ।** अन्यादृशः ।)

प्रायसः प्राउ - प्राइव - प्राइम्व - पग्गिम्वाः ।।४१४।।

अपभ्रंशे प्रायस् इत्येतस्य प्राउ प्राइव प्राइम्व पग्गिम्व इत्येते चत्वार आदेश भवन्ति ।

अपभ्रंशांत प्रायस् या (शब्दा) चे प्राउ, प्राइव, प्राइम्व आणि पग्गिम्व असे चार आदेश होतात. उदा. :-

अन्ने ते दीहर लोअण अन्नं तं भुअजुअलु

अन्नु सु घणथणहारु तं अन्नु जि मुहकमलु ।

अन्नु जि केसकलावु सु अन्नु जि प्राउ विहि
जेण णिअंबिणि घडिअ स गुणलायण्णणिहि ।।१।।

(अन्ये ते दीर्घे लोचने अन्यत् तद् भुजयुगलम्
अन्यः स घनस्तनभारः तदन्यदेव मुखकमलम् ।
अन्य एव केशकलापः सः अन्य एव प्रायो विधिः
येन नितम्बिनी घटिता सा गुणलावण्यनिधिः ।।)

ते दीर्घ लोचन निराळेच आहेत; ते भुजयुगल निराळेच आहे; तो घनस्तनांचा भार निराळाच आहे; ते मुखकमल निराळेच आहे; केशकलाप निराळाच आहे; आणि गुण व लावण्य यांचा निधि अशी (असली) सुंदरी (नितम्बिनी) ज्याने घडवली तो विधि (ब्रह्मदेव) हि निराळाच आहे.

(येथे, प्रायस् चा प्राउ हा आदेश आहे.)

प्राइव मुणिहँ वि भंतडी ते मणिअडा गणंति ।
अखइ निरामइ परमपइ अज्ज वि लउ न लहंति ।।२।।

(प्रायो मुनीनामपि भ्रान्तिः ते मणीन् गणयन्ति ।
अक्षये निरामये परमपदे अद्यापि लयं न लभन्ते ।।)

प्रायः मुनींनासुद्धां भ्रांति आहे; ते (फक्त) मणि मोजतात, (पण) अद्यापि अक्षर व निरामय अशा परमदांत ते लीन झालेले नाहीत.

(येथे, प्रायस् चा प्राइव हा आदेश आहे.)

अंसुजले प्राइम्व गोरिअहे सहि उव्वता नयणसर ।
ते संमुह संपेसिआ देंति तिरच्छी घत्त पर ।।३।।

(अश्रुजलेन प्रायः गौर्याः सखि उद्वृत्ते नयनसरसी ।
ते संमुखे संप्रेषिते दत्तः तिर्यग् घातं परम् ।।)

सखि, (मला वाटते) सुंदरीची नयनरूपी सरोवरे अश्रुजलाने ओसंडत आहेत; म्हणून ते जेव्हा समोरासमोर (कुणाकडे तरी पहाण्यास) वळतात, तेव्हा ते तिरका घाव देतात.

(येथे, प्रायस् चा प्राइम्व हा आदेश आहे.)

एसी पिउ रूसेसु हउँ रुट्ठी मइँ अणुणेइ ।
पग्गिम्व एइ मणोरहइं दुक्करु दइउ करेइ ।।४।।

(एष्यति प्रियः रोषिष्यामि अहं रुष्टां मामनुनयति ।
प्रायः एतान् मनोरथान् दुष्करः दयितः कारयति ।)

प्रियकर येईल; मी रागावेन; रागावलेल्या माझा तो अनुनय करील. प्रायः, दुष्ट (दुष्कर) प्रियकर असे मनोरथ करायला लावतो.

(येथे, प्रायस् चा पग्गिम्व असा आदेश आहे.)

वान्यथोनुः ।।४१५।।

अपभ्रंशे अन्यथाशब्दस्य अनु इत्यादेशो वा भवति ।

अपभ्रंशांत 'अन्यथा' या शब्दाचा 'अनु' असा आदेश विकल्पाने होतो उदा.:-

विरहाणलजालकरालिअउ पहिउ को वि बुड्डिवि ठिअउ ।
अनु सिसिरकालि सीअलजलहु धूमु कहंतिहु उट्ठिअउ ।।१।।

(विरहानलज्वालाकरालितः पथिकः कोऽपि मङ्क्त्वा स्थितः ।
अन्यथा शिशिरकाले शीतलजलात् धूमः कुतः उत्थितः ।।)

विरहाग्नीच्या ज्वालांनी पेटलेल्या कोण्यातरी पथिकाने बुडी मारली असली पाहिजे; नाहीतर (या) शिशिर कालांत थंड पाण्यांतून वाफ (धूम) कशी आली असती ?

(येथे, अन्यथा चा अनु असा आदेश झाला आहे.)

पक्षे । विकल्पपक्षी (म्हणजे जेव्हा अनु होत नाही तेव्हा)

अन्नह । (अन्यथा)

कुतसः कउ कहंतिहु ।।४१६।।

अपभ्रंशे कुतस्शब्दस्य कउ कहंतिहु इत्यादेशौ भवतः ।

अपभ्रंशांत कुतस् या शब्दाचे 'कउ' व 'कहंतिहु' असे आदेश होतात. उदा.:-

महु कंतहो ँ गुट्ठट्ठी अहो कउ झुंपडा वलंति ।
अह रिउरुहिरे उल्हवइ अह अप्पणे न भंति ।।१।।

(मम कान्तस्य गोष्ठस्थितस्य कुतः कुटीरकाणि ज्वलन्ति ।
अथ रिपुरुधिरेण आर्द्रयति (विध्यापयति-टीकाकार) अथ आत्मना न भ्रान्तिः ।।)

माझा कांत घरी असता झोपड्या कशा पेटतील ? शत्रूच्या रक्ताने वा स्वतःच्या रक्ताने तो त्या विझवील, यात शंका नाही.

(येथे, कुतस् चा कउ असा आदेश आहे.)

धूमु कहंतिहु उट्ठिअउ । (४१५.१)

(येथे, कुतस् चा कहंतिहु असा आदेश आहे.)

ततस्तदोस्तोः ।।४१७।।

अपभ्रंशे ततस् तदा इत्येतयोस्तो इत्यादेशो भवति ।

अपभ्रंशांत ततस् व तदा यांचा 'तो' असा आदेश होतो. उदा. :-

जइ भग्गा पारक्कडा तो सहि मज्झु पिएण ।
अह भग्गा अम्हहं तणा तो ते मारिअडेण ।। (३७९.२)

(येथे, तदा चा तो असा आदेश आहे.)

एवं-परं-समं-ध्रुवं-मा-मनाक एम्व पर समाणु ध्रुवु मं मणाउं ।।४१८।।

अपभ्रंशे एवमादीनां एम्वादय आदेशा भवन्ति ।

अपभ्रंशांत एवम् इत्यादींचे एम्व इत्यादी आदेश होतात. उदा.:-

एवम एम्व । एवम् चा एम्व हा आदेश होतो :-

पियसंगमि कउ निद्दडी पिअहों परोक्खहों केम्व ।

मइँ बिन्नि वि विन्नसिआ निद्द न एम्व न तेम्व ।।१।।

प्रियसंगमाचे वेळी झोप कोठून (येणार) ? प्रियकर जवळ नसता कुठली झोप ? माझ्या दोन्ही (प्रकारच्या निद्रा) नष्ट झाल्या आहेत; मला अशीही झोप येत नाही नि तशीही झोप येत नाही.

परमः परः । परम् चा पर असा आदेश होतो. :-

गुणहिँ न संपइ कित्ति पर । (३३५.१)

समम: समाणुः । समम् चा समाणु हा आदेश होतो :-

कंतु जु सीहहों उवमिअइ तं महु खंडिउ माणु ।

सीहु निरक्खय गय हणइ पिउ पयरक्खसमाणु ।।२।।

(कान्तः यत् सिंहेन उपमीयते तन्मम खण्डितः मानः ।

सिंहः नीरक्षकान् गजान् हन्ति प्रियः पदरक्षैः समम् ।।)

(माझ्या) प्रियकराची सिंहाशी जी तुलना केली जाते त्यामुळे माझा मान खंडित होतो (मला लाज वाटते); कारण सिंह रक्षकरहित हत्तींना ठार करतो; (पण माझा) प्रियकर रक्षकासह (त्यांना) ठार करतो.

ध्रुवमो ध्रुवुः । ध्रुवम् चा ध्रुव असा आदेश होतो :-

चंचलु जीविउ ध्रुवु मरणु पिअ रूसिज्जइ काइं ।

होसहिँ दिअहा रूसणा दिव्वइं वरिससयाइं ।।३।।

(चञ्चलं जीवितं ध्रुवं मरणं प्रिय रुष्यते किम् ।

भविष्यन्ति दिवसा रोषयुक्ताः (रूसणा) दिव्यानि वर्षशतानि ।।)

जीवित चंचल आहे; मरण निश्चित आहे; प्रियकरा, कशाला रागवावे ? ज्या दिवशी राग आहे ते दिवस शेकडो दिव्य वर्षांप्रमाणे भासतात.

मो मं । मा चा मं हा आदेश होतो :-

मं धणि करहि विसाउ (३८५.१)

प्रायोग्रहणात् । प्रायोग्रहणामुळे (कधी मा चा मं न होता म होतो, वा मा तसाच रहातो. उदा:-)

माणि पणट्ठइ जइ न तणु तो देसडा चइज्ज ।

मा दुज्जणकरपल्लवें हिं दंसिज्जंतु भमिज्ज ।।४।।

(माने प्रनष्टे यदि न तनुः ततः देशं त्यजेः ।

मा दुर्जनकरपल्लवैः दर्श्यमानः भ्रमेः ।।)

(आपला) मान नष्ट झाल्यावर, जरी देह नाही तरी देश सोडून द्यावा. दुष्टांच्या करपल्लवांनी दर्शविला जात (तेथे) हिंडू नको.

(येथे, मा तसाच राहिलेला आहे.)

लोणु विलिज्जइ पाणिऍण अरि खल मेह म गज्जु ।

वालिउ गलइ सु झुंपडा गोरी तिम्मइ अज्जु ।।५।।

(लवणं विलीयते पानीयेन अरे खल मेघ मा गर्ज ।

ज्वालितं गलति तत्कुटीरकं गौरी तिम्यति अद्य ।।)

मीठ पाण्याने विरघळते; अरे दुष्टा मेघा, गर्जू नको. कारण ती जळलेली झोपडी गळते; (आंतली) सुंदरी आज भिजेल.

(येथे, मा चा म झालेला आहे.)

मनाको मणाउं । मनाक् चा मणाउं असा आदेश होतो. :-

विहवि पइट्ठइ वंकुडउ रिद्धिहि जणसामन्नु ।

किंपि मणाउं महु पिअहो ससि अणुहरइ न अन्नु ।।६।।

(विभवे प्रनष्टे वक्रः ऋद्धौ जनसामान्यः!

किमपि मनाक् मम प्रियस्य शशी अनुहरति नान्यः ।।)

वैभव नष्ट झाले असतां वक्र, वैभवांत नेहमीप्रमाणे (जनसामान्य) असणारा चंद्र इतर दुसरा कोणीही नाही - माझ्या प्रियकराचे किंचित् अनुकरण करतो.

किलाथवा-दिवा-सह-नहेः किराहवइ दिवे सहुं नाहिं ।।४१९।।

अपभ्रंशे किलादीनां किरादय आदेशा भवन्ति ।

अपभ्रंशांत किल इत्यादींचे किर इत्यादी आदेश होतात. उदा.:-

किलस्य किरः । किल चा किर हा आदेश होतो.

किर खाइ न पिअइ न तिद्दवइ धम्मि न वेच्चइ रूअडउ ।

इह किवणु न जाणइ जह जमहो खणें ण पहुच्चइ दूअडउ ।।१।।

(किल न खादति न पिबति न विद्रवति धर्मे न व्ययति रूपकम् ।

इह कृपणो न जानाति यथा यमस्य क्षणेन प्रभवति दूतः ।।)

खरोखर कृपण खातही नाही, पीतही नाही, (मनाने) विरघळतही नाही, व धर्मासाठी एक रुपयाही खर्च करीत नाही; यमाचा दूत एका क्षणात प्रभावी होईल,

हे तो जाणतही नाही.

अथवोहवइ । अथवा चा अहवइ असा आदेश होतो.

अहवइ न सुवंसहं एह खोडि ।

(अथवा न सुवंशानां एष दोषः ।)

अथवा चांगल्या वंशांत जन्मलेल्यांचा हा दोष (खोडी) नव्हे.

प्रायोधिकारात् । प्रायोधिकारामुळे (अथवा चा अहवइ न होतां कधी अहवा होईल. उदा.-)

जाइज्जइ तहिं देसडइ लब्भइ पियहो॑ पमाणु ।
जइ आवइ तो आणिअइ अहवा तं जि निवाणु ।।२।।

(यायते (गम्यते) तस्मिन् देशे लभ्यते प्रियस्य प्रमाणम् ।
यदि आगच्छति तदा आनीयते अथवा तत्रैव निर्वाणम् ।।)

ज्या देशात प्रियकराचा पत्ता (प्रमाण) लागेल तेथे जावे. जर तो आला तर त्याला आणीन; (नाहीतर) तेथेच (मी) मरेन.

(येथे, अथवा चा अहवा झालेला आहे.)

दिवो दिवे । दिवा चा दिवे असा आदेश होतो.)

दिवि[1] दिवि गंगाण्हाणु । (३९९.१)

सहस्य सहुं । सह चा सहुं असा आदेश होतो.

जउ पवसंतें सहुँ न गय न मुअ विओएँ तस्सु ।
लज्जिज्जइ संदेसडा दिंते॑ हि॑ सुहयजणस्सु ।।३।।

(यत्प्रवसता सह न गता न मृता वियोगेन तस्य ।
लज्ज्यते संदेशान् ददतीभिः (अस्माभिः) सुभगजनस्य ।।)

प्रवासाला गेलेल्या प्रियकराबरोबर मी गेले नाही, आणि त्याच्या वियोगाने मेलेहि नाही; या कारणाने त्या प्रियकरास संदेश देण्यास मला लाज वाटते.

नहेर्नाहिं । नहि चा नाहिं असा आदेश होतो.-

एत्तहे॑ मेह पिअंति जलु एत्तहे॑ वडवानल आवट्टइ ।
पेक्खु गहिरिम सायरहो एक्क विकणिअ नाहिं ओहट्टइ ।।४।।

(इतः मेघाः पिबन्ति जलं इतः वडवानलः आवर्तते ।
प्रेक्षस्व गभीरिमाणं सागरस्य एकापि कणिका नहि अपभ्रश्यते ।।)

इकडे मेघ पाणी पितात; इकडे वडवानल क्षुब्ध झाला आहे. (तथापि) सागराचे गांभीर्य पहा; (पाण्याचा) एक कणही कमी झालेला नाही.

१- दिवे मधील ऱ्हस्व ऍ बद्दल इ; म्हणून 'दिवि' हे रूप.

पश्चादेवमेवैवेदानी-प्रत्युतेतसः पच्छइ एम्वइ जि एम्वहिं पच्चलिउ एत्तहे ।।४२०।।

अपभ्रंशे पश्चादादीनां पच्छइ इत्यादय आदेशा भवन्ति ।

अपभ्रंशांत पश्चात् इत्यादींचे पच्छइ इत्यादी आदेश होतात. उदा. -

पश्चातः पच्छइ । पश्चात् चा पच्छइ हा आदेश होतो.-

पच्छइ होइ विहाणु । (३६२.१)

एवमेवस्य एम्वइ । एवमेव चा एम्वइ असा आदेश होतो.

एम्वइ सुरउ समत्तु । (३३२.२)

एवस्य जिः । एव चा जि हा आदेश होतो.

जाउ म जंतउ पल्लवह ऐक्खउँ कइ पय देइ ।
हिअइ तिरीच्छी हउँ जि पर पिउ डंबरइँ करेइ ।।१।।

(यातु मा यान्तं पल्लवत द्रक्ष्यामि कति पदानि ददाति ।
हृदये तिरश्चीना अहमेव परं प्रियः आडम्बराणि करोति ।।)

जाऊं दे (त्याला); जाणाऱ्या (त्या) ला (मागे) बोलवू नका; किती पावले (तो पुढे) जातो, ते पहाते. त्याच्या हृदयात मी तिरकी (बसलेली) आहे; (परंतु माझा) प्रियकर जाण्याचे केवळ अवडंबर करतोय.

इदानीम एम्वहिं । इदानीम् चा एम्वहिं असा आदेश होतो.

हरि नच्चविउ पंगणइ विम्हइ पाडिउ लोउ ।
एम्वहिं राहपओहरहं जं भावइ तं होउ ।।२।।

(हरिः नर्तितः प्राङ्गणे विस्मये पातितः लोकः ।
इदानीं राधापयोधरयोः यत् (प्रति) भाति तद् भवतु ।।)

अंगणांत हरीला नाचवला; लोकांना आश्चर्यात पाडले; आता राधेच्या स्तनांचे जे व्हायचे असेल ते होऊ दे.

प्रत्युतस्य पच्चलिउ । प्रत्युत चा पच्चलिउ हा आदेश होतो.

सावसलोणी गोरडी नवखी क वि विसगंठि ।
भडु पच्चलिउ सो मरइ जासु न लग्गइ कंठि ।।३।।

(सर्वसलावण्या गौरी नवा कापि विषग्रन्थिः ।
भटः प्रत्युत स म्रियते यस्य न लगति कण्ठे ।।)

सर्वांगसुंदर गौरी ताज्या (नवीन) विषग्रंथी (बचनागा) प्रमाणे आहे; पण ज्याच्या गळ्याला ती चिकटत नाही तो (तरुण) वीर मरतो.

इतस एत्तहे । इतस् चा एत्तहे असा आदेश होतो

एत्तहेँ मेह पिअंति जलु । (४१९.४)

विषण्णोक्तवर्त्मनो वुन्न-वुत्त-विच्चं ।।४२१।।

अपभ्रंशे विषण्णादीनां वुन्नादय आदेशा भवन्ति ।

अपभ्रंशांत विषण्ण इत्यादींचे वुन्न इत्यादी आदेश होतात. उदा.:-

विषण्णस्य वुन्नः । विषण्ण चा वुन्न हा आदेश होतो.

मइँ वुत्तउं तुहुँ धुरु धरहि कसरेहिं विगुत्ताइं ।
पइँ विणु धवल न चडइ भरु एम्वइ वुन्नउ काइं ।।१।।

(मया उक्तं त्वं धुरं धर गलिवृषभैः (कसरेहिं) विनाटिताः ।
त्वया विना धवल नारोहति भरः इदानीं विषण्णः किम् ।।)

मी म्हटले - हे ढवळ्या बैला, तू धुरा धर; वाईट बैलांनी आम्हाला पीडा दिली आहे; तुझ्याविना भार वाहिला जाणार नाही; (पण) तू आता विषण्ण का ?

उक्तस्य वुत्तः । उक्त चा वुत्त हा आदेश होतो.

मइँ वुत्तउं । (४२१.१)

वर्त्मनो विच्चः । वर्त्मन् चा विच्च असा आदेश होतो.

विच्चि न माइ । (३५०.१)

शीघ्रादीनां वहिल्लादयः ।।४२२।।

अपभ्रंशे शीघ्रादीनां वहिल्लादय आदेशा भवन्ति ।

अपभ्रंशांत शीघ्र इत्यादीचे वहिल्ल इत्यादी आदेश होतात. उदा.

(शीघ्र चा वहिल्ल असा आदेश होतो.)

एक्कु कइअह वि न आवही अन्नु वहिल्लउ जाहि ।
मइँ मित्तडा प्रमाणिअउ पइँ जेहउ खलु नाहिं ।।१।।

(एकं कदापि नागच्छसि अन्यत् शीघ्रं यासि ।
मया मित्र प्रमाणितः त्वया यादृशः (त्वं यथा) खलः नहि ।।

एक तूं येत नाहीस; दुसरे, लौकर जातोस, मित्रा, मला कळले आहे की तुझ्यासारखा दुष्ट कोणीही नाही.

झकटस्य घंघलः । झकट चा घंघल हा आदेश होतो.

जिवँ सुपुरिस तिवँ घंघलइ जिवँ नइ तिवँ वलणाइं ।
जिवँ डोंगर तिवँ कोट्टरइं हिआ विसूरइ काइं ।।२।।

(यथा सुपुरुषाः तथा कलहाः यथा नद्यः तथा वलनानि ।
यथा पर्वताः तथा कोटराणि हृदय खिद्यसे किम् ।।

जसे सुपुरुष आहेत, तसे कलह आहेत; जशा नद्या आहेत, तशी वळणे, आहेत; जसे डोंगर आहेत, तशा दऱ्या आहेत. हे हृदया, तू खिन्न का होतोस ?

अस्पृश्यसंसर्गस्य विट्टालः । 'अस्पृशसंसर्ग'चा 'विट्टाल' आदेश होतो.

जे छड्डेविणु रयणनिहि अप्पउँ तडि घल्लंति ।

तहं संखहं विट्टालु परु फुक्किज्जंत भमंति ।।३।।

(ये मुक्त्वा रत्ननिधिं आत्मानं तटे क्षिपन्ति ।

तेषां इ.ङ्खानां संसर्गः केवलं फूत्क्रियमाणाः भ्रमन्ति ॥

सागर सोडून जे स्वतःला तटावर फेकतात त्या शंखांचा अस्पृश्यसंसर्ग आहे; केवल (दुसऱ्याकडून) फुंकले जात ते भ्रमण करतात.

भयस्य द्रवक्कः । भय चा द्रवक्क असा आदेश होतो.

दिवे˘ हिँ विढत्तउँ खाहि वढ संचि म एक्कु वि दम्मु ।

को वि द्रवक्कउ सो पडइ जेण समप्पइ जम्मु ।।४।।

(दिवसैः अर्जितं खाद मूर्ख संचिनु मा एकमपि द्रम्मम् ।

किमपि भयं तत् पतति येन समाप्यते जन्म ।।)

मूर्खा, दिवसात जे मिळेल ते खा; एक पैसा (द्रम्म) सुद्धा साठवू नको; कारण असे काहीतरी भय येते की ज्याने जन्माचाच शेवट होतो.

आत्मीयस्य अप्पणः । आत्मीय चा अप्पण हा आदेश होतो.

फोडेंति जे हिअडउं अप्पणउं । (३६७.२)

दृष्टेर्द्रेहिः । दृष्टि चा द्रेहि असा आदेश होतो.

एक्कमेक्कउं जइ वि जोएदि हरि सुट्ठु सव्वायरेण ।

तो वि द्रेहि जहिं कहिं वि राही ।।

को सक्कइ संवरे˘ वि दड्ढनयणा नेहिं पलुट्टा ।।५।।

(एकैकं यद्यपि पश्यति हरिः सुष्ठु सर्वादरेण ।

तथापि दृष्टिः यत्र क्वापि राधा ।

कः शक्नोति संवरीतुं नयने स्नेहेन पर्यस्ते ।।)

जरी चांगल्या प्रकारे, सर्वादरपूर्वक हरि एकेकाकडे पहातो, तरी जेथे राधा आहे तेथे याची दृष्टी जाते. स्नेहाने भरलेले डोळे रोखण्यास कोण समर्थ आहे ?

गाढस्य निच्चट्टः । गाढ चा निच्चट्ट हा आदेश होतो.

विहवे कस्सु थिरत्तणउं जोव्वणि कस्सु मरट्टु ।

सो लेखडउ पठाविअइ जो लग्गइ निच्चटु ।।६।।

(विभवे कस्य स्थिरत्वं यौवने कस्य गर्वः ।

स लेखः प्रस्थाप्यते यः लगति गाढम् ।।)

वैभवांत स्थिरता कुणाची ? यौवनांत गर्व कुणाचा ? (म्हणून) जो खोलवर बिंबेल (श-लागेल) असा लेख पाठविला जात आहे.

साधारणस्य सड्ढलः । साधारण चा सड्ढल असा आदेश होतो.

कहिँ ससहरु काहिँ मयरहरु कहिँ बरिहिणु कहिँ मेहु ।

दूरठिआहं वि सज्जणहं होइ असड्ढलु नेहु ।।७।।

(कुत्र शशधरः कुत्र मकरधरः कुत्र बर्हीं कुत्र मेघः ।

दूरस्थितानामपि सज्जनानां भवति असाधारणः स्नेहः ।।)

कुठे चंद्र, कुठे समुद्र ! कुठे मोर, कुठे मेघ । सज्जन जरी दूर असले तरी त्यांचा स्नेह असाधारण असतो.

कौतुकम कोड्डः । कौतुक चा कोड्ड हा आदेश होतो.

कुंजरु अन्नहँ तरुअरहं कुड्डे ँ ण घल्लइ हत्थु ।

मणु पुणु एक्कहि ँ सल्लइहिं जइ पुच्छह परमत्थु ।।८।।

(कुञ्जरः अन्येषु तरुवरेषु कौतुकेन घर्षति हस्तम् ।

मनः पुनः एकस्यां सल्लक्यां यदि पृच्छथ परमार्थम् ।।)

इतर चांगल्या वृक्षांवर हत्ती आपली सोंड कौतुकाने (खेळ म्हणून) घासतो; पण खरी गोष्ट विचाराल तर त्याचे मन मात्र फक्त सल्लकी (वृक्षा) वरच आहे.

क्रीडायां खेड्डः । क्रीडा चा खेड्ड असा आदेश होतो.

खेड्डयं कयमम्हेहिं निच्छयं किं पयंपह ।

अणुरत्ताउ भत्ताउ अम्हे मा चय सामिअ ।।९।।

(क्रीडा कृता अस्माभिः निश्चयं किं प्रजल्पत ।

अनुरक्ताः भक्ताः अस्मान् मा त्यज स्वामिन् ।।)

स्वामी, आम्ही क्रीडा केली; तुम्ही असे का बोलता? अनुरक्त अशा आम्हां भक्तांचा त्याग करू नका.

रम्यस्य रवण्णः । रम्य चा रवण्ण हा आदेश होतो.

सरिहि ँ न सरेहि ँ न सरवरे ँ हि ँ न वि उज्जाणवणेहिं ।

देस रवण्णा होंति वढ निवसंते ँ हि ँ सुअणेहिं ।।१०।।

(सरिद्भिः न सरोभिः न सरोवरैः नापि उद्यानवनैः ।

देशाः रम्याः भवन्ति मूर्ख निवसद्भिः सुजनैः ।।)

मूर्खा, नद्यांनी वा तळ्यांनी अथवा सरोवरांनी किंवा उद्यानांनी वा वनांनी देश रम्य होत नाहीत; तर सुजनांच्या रहाण्याने (रम्य) होतात.

अद्भुतस्य ढक्करिः । अद्भुतचा ढक्करि असा आदेश होतो.

हिअडा पइं एँहु बोल्लिअओ महु अग्गइ सयवार ।

फुट्टिसु पिएँ पवसंति हउँ भंडय ढक्करिसार ।।११।।

(हृदय त्वया एतद् उक्तं मम अग्रतः शतवारम् ।

स्फुटिष्यामि प्रियेण प्रवसता (सह) अहं भण्ड अद्‌भुत्सार ॥)

हे अद्‌भुतशक्तियुक्त शठ हृदया, तू माझ्यापुढे शेकडो वेळा म्हणाला होतास की जर प्रियकर प्रवासाला जाईल तर मी फुटेन.

हे सखीत्यस्य हेल्लिः । हे सखि चा हेल्लि हा आदेश होतो.

हेल्लि म झंखहि आलु । (३७९.१)

पृथक्पृथगित्यस्य जुअंजुअः ।

पृथक्पृथक् याचा जुअंजुअ असा आदेश होतो.

एक्क कुडुल्ली पंचहिँ रुद्धी तहँ पंचहँ वि जुअंजुअ बुद्धी ।
बहिणुएँ त घरु कहि किँव नंदउ जेत्थु कुडुंबउ अप्पणछंदउँ ॥१२॥

(एका कुटी पञ्चभिः रुद्धा तेषां पञ्चानामपि पृथक्पृथक् बुद्धिः ।
भगिनि तद् गृहं कथय कथं नन्दतु यत्र कुटुम्बं आत्मच्छन्दकम् ॥)

एक (शरीररूपी) कुटी (झोपडी) आहे; तिच्यावर पांचांचा अधिकार आहे (रुद्ध); पांचांची बुद्धि पृथक् पृथक् आहे. हे बहिणी, जेथे कुटुंब आपापल्या छंदाप्रमाणे वागते ते घर आनंदी कसे राहील, ते सांग.

मूढस्य नालिअ - वढौ । मूढ चे 'नालिअ' आणि 'वढ' असे आदेश होतात.

जो पुणु मणि जि खसफसिहूअउ
चिंतइ देइ न दम्मु न रूअउ ।
रइवसभमिरु करग्गुल्लालिउ
घरहिँ जि कोंतु गुणइ सो नालिउ ॥१३॥

(यः पुनः मनस्येव व्याकुलीभूतः
चिन्तयति ददाति न द्रम्मं न रूपकम् ।
रतिवशभ्रमणशीलः कराग्रोल्लालितं
गृहे एव कुन्तं गणयति स मूढः ॥)

जो मनात व्याकुळ होऊन चिंता करतो पण एक पैसा किंवा रुपया देत नाही तो एक मूर्ख; रतिवश होऊन हिंडणारा व घरातच बोटांनी जो भाला फिरवतो, तो एक मूर्ख.

दिवेँहिँ विढत्तउँ खाहि वढ । (४२२.४)

नवस्य नवखः । नव चा नवख[१] हा आदेश होतो.

नवखी कवि विसगंठि । (४२०.३)

अवस्कन्दस्य दडवडः । अवस्कंद चा दडवड असा आदेश होतो.

१म - नवखा, नवखी.

चलेँ हिँ चलंतेँ हिँ लोअणेँ हिँ जे तइँ दिट्ठा बालि ।

तहिँ मयरद्धय-दडवडउ पडइ अपूरइ कालि ।।१४।।

(चलाभ्यां चलमानाभ्यां लोचनाभ्यां ये त्वया दृष्टाः बाले ।

तेषु मकरध्वजावस्कन्दः पतति अपूर्णे काले ।।)

हे बाले, तुझ्या चंचल कटाक्षांनी जे पाहिले गेले त्यांच्यावर अपूर्ण कालीच मदनाचा हल्ला होतो.

यदेश्छुडुः । यदि चा छुडु हा आदेश होतो.

छुडु अग्घइ ववसाउ । (३८५.१)

संबन्धिनः केर - तणौ । संबंधि चे केर व तण असे आदेश होतात.

गयउ सु केसरि पिअहु जलु निच्चिंतइँ हरिणाइं ।

जसु केरएँ हुंकारडएँ मुहहुँ पडंति तृणाइं ।।१५।।

(गतः स केसरी पिबत जलं निश्चितं हरिणाः ।

यस्य संबन्धिना हुंकारेण मुखेभ्यः पतन्ति तृणानि ।।)

हरणानों, ज्याच्या हुंकाराने मुखातून गवत गळून पडते, तो सिंह (आता) गेला, (तेव्हा) निश्चितपणे पाणी प्या.

अह भग्गा अम्हहं तणा । (३७९.२)

माभैषीरित्यस्य मब्भीसेति स्त्रीलिङ्गम् ।

मा भैषीः याचा मब्भीसा असा स्त्रीलिंगी (शब्द) आदेश होतो.

सत्थावत्थहं आलवणु साहु वि लोउ करेइ ।

आदन्नहँ मब्भीसडी जो सज्जणु सो देइ ।।१६।।

(स्वस्थावस्थानामालपनं सर्वोऽपि लोकः करोति ।

आर्तानां मा भैषीः इति यः सुजनः स ददाति ।।)

स्वस्थावस्थेत असणाऱ्याशी सर्वच लोक बोलतात. (पण) 'भिऊं नको' असे (फक्त) सज्जनच पीडितां (दुःखितां) ना म्हणतात.

यद्यद् दृष्टं तत्तदित्यस्य जाइट्ठिआँ ।

यद् यद् दृष्टं तद् तद् याचा जाइट्ठिआ असा आदेश होतो.

जइ रच्चसि जाइट्ठिअए हिअडा मुद्धसहाव ।

लोहे फुट्टणएण जिवँ घणा सहेसइ ताव ।।१७।।

(यदि रज्यसे यद्यद् दृष्टं तस्मिन् हृदय मुग्धस्वभाव ।

लोहेन स्फुटता यथा घनः (तापः) सहिष्यते तावत् ।।)

हे खुळ्या हृदया, जे जे पाहिलेस त्या ठिकाणी (जर) आसक्त झालास (तर) फुटणाऱ्या लोखंडाला जसे घणाचे घाव तसा ताप तुला सोसावा लागेल.

हुहुरु-घुग्घादयः शब्दचेष्टानुकरणयोः ।।४२३।।

अपभ्रंशे हुहुर्वादयः शब्दानुकरणे घुग्घादयश्चेष्टानुकरणे यथासंख्यं प्रयोक्तव्याः ।

अपभ्रंशांत हुहुरु इत्यादी शब्द शब्दानुकरण दर्शविण्यास व घुग्घ इत्यादी (शब्द) चेष्टानुकरण दर्शविण्यास अनुक्रमे उपयोजावेत. उदा.

मइँ जाणिउँ बुड्डीसु हउँ पेम्मद्रहि हुहुरु त्ति ।
नवरि अचिंतिय संपडिय विप्पियनाव झड त्ति ।।१।।

(मया ज्ञातं मङ्क्ष्यामि अहं प्रेमह्रदे हुहुरु शब्दं कृत्वा ।
केवलं अचिन्तिता संपतिता विप्रिय - नौः झटिति ।।)

मला वाटले - हुहुरु शब्द करीत मी प्रेमरूपी सरोवरांत बुडी मारेन. पण अचानक कल्पना नसतां विरहरूपी नौका (मला) मिळाली.

आदिग्रहणात् । (सूत्रांतील) आदि शब्दाने (असलेच इतर शब्दानुकारी शब्द जाणावयाचे आहेत.)

खज्जइ नउ कसरक्केहिं पिज्जइ नउ घुण्टेहिं ।
एम्वइ होइ सुहच्छडी पिएँ दिट्ठें नयेणहिं ।।२।। इत्यादी ।।

(खाद्यते न कसरत्कशब्दं कृत्वा पीयते न घुट् शब्दं कृत्वा ।
एवमेव भवति सुखासिका प्रिये दृष्टे नयनाभ्याम् ।

जेव्हा डोळ्यांनी प्रियकर पाहिला जातो तेव्हां कस् कस् शब्द करीत खाल्लाही जात नाही अथवा घुट् घुट् प्यालाहि जात नाही. (तरी) सुखस्थिती आहे.

इत्यादी (इतर उदाहरणे जाणावयाची आहेत.)

(येथे, **कसरक्क** व **घुंट** हे शब्दानुकरणी शब्द आहेत.)

(**चेष्टानुकरण** दर्शविण्यास घुग्घः)

अज्ज वि नाहु महु ज्जि सिद्धत्था वंदेह ।
ताउँ जि विरहु गवक्खे॑ हिं मक्कडघुग्घिउ देइ ।।३।।

(अद्यापि नाथः ममैव गृहे सिद्धार्थान् वन्दते ।
तावदेव विरहः गवाक्षेषु मर्कटचेष्टां ददाति ।।)

माझा नाथ जैन प्रतिमांना वंदन करीत अद्यापि घरांतच आहे (प्रवासाला गेलेला नाही); तंवरच विरह गवाक्षांत माकडचेष्टा करीत आहे.

आदिग्रहणात् । (सूत्रांतील) आदि शब्दाने (असलेच इतर चेष्टानुकरणी शब्द जाणावयाचे आहेत, उदा.)

सिरि जरखंडी लोअडी गलि मणियडा न वीस ।
तो वि गोट्ठडा कराविआ मुद्धएँ उट्ठबईस ।।४।। इत्यादी ।

(शिरसि जराखण्डिता लोमपुटी (कम्बलं) गले मणयः न विंशतिः ।
तथापि गोष्टस्थाः कारिताः मुग्धया उत्थानोपवेशनम् ।।)

जरी (तिच्या) मस्तकावर जीर्ण कांबळे होते व गळ्यांत (पुरे) वीस मणिहि नव्हते तरी सुंदरीने सभागृहातील सभासदांना ऊठ-बैस करावयास लाविले. -इत्यादी (उदाहरणे)

(येथे, उट्ठबईस हा चेष्टानुकरणी शब्द आहे.)

घइमादयोनर्थकाः ।।४२४।।

अपभ्रंशे घइमित्यादयो निपाता अनर्थकाः प्रयुज्यन्ते ।

अपभ्रंशांत घइम् इत्यादी निपात (अव्यये) निरर्थक (विशेष अर्थ अभिप्रेत नसताना) उपयोजिली जातात. उदा.

अम्मडि पच्छायावडा पिउ कलहिअउ विआलि ।
घइं विवरीरी बुद्धडी होइ विणासहो ॅ कालि ।।१।।

(अम्ब पश्चातापः प्रियः कलहायितः विकाले ।
(नूनं) विपरीता बुद्धिः भवति विनाशस्य काले ।।)

आई, संध्याकाळी (मी) प्रियकराशी कलह केला याचा (मला) पश्चाताप होत आहे (खरोखर) विनाशकाळी विपरीत बुद्धि होते.

आदिग्रहणात् खाइं इत्यादयः ।

(सूत्रांतील) आदि शब्दाने खाइं इत्यादी शब्दहि (निरर्थक योजले जातात, हे जाणावयाचे आहे.)

तादर्थ्ये केहिं-तेहिं-रेसि-रेसिं-तणेणाः ।।४२५।।

अपभ्रंशे तादर्थ्ये द्योत्ये केहिं तेहिं रेसि रेसिं तणेण इत्येते पञ्च निपाताः प्रयोक्तव्याः ।

अपभ्रंशांत तादर्थ्य (त्या साठी असा अर्थ) दाखवायचा असतां केहि, तेहिं, रेसि, रेसिं, व तणेण हे पांच निपात उपयोजावेत. उदा.

ढोल्ला ऍह परिहासडी अइ भण कवणहि ँ देसि ।
हउँ झिज्जउँ तउ केहि ँ पिअ तुहुँ पुणु अन्नहि रेसि ।।१।।

(विट एष परिहासः अयि भण कस्मिन् देशे ।
अहं क्षीणा तव कृते प्रिय त्वं पुनः अन्यस्याः कृते ।।)

अरे प्रिया, कोणत्या देशांत असला परिहास (केला जातो) ते सांग. मी तुझ्यासाठी क्षीण होते, पण तू मात्र दुसरीसाठी (क्षीण होतोस.)

(येथे, केहि ँ व रेसि निपात तादर्थ्यी आहेत.)

एवं तेहिरेसिमावुदाहार्यौ ।

याचप्रमाणे तेहि व रेसि यांची उदाहरणे जाणावयाची आहेत.

वड्डुत्तणहोॅं तणेण । (३६६.१)

(येथे, तणेण हा तादर्थ्यी निपात आहे.)

पुनर्विनः स्वार्थे डुः ।।४२६।।

अपभ्रंशे पुनर्विना इत्येताभ्यां परः स्वार्थे डुः प्रत्ययो भवति ।

अपभ्रंशांत पुनः आणि विना यांच्यापुढे स्वार्थे उ (डु) प्रत्यय लागतो. उदा.

सुमरिज्जइ तं वल्लहउँ जं वीसरइ मणाउँ ।

जहिँ पुणु सुमरणु जाउं गअ तहोॅं नेहहोॅं कइँ नाउँ ।।१।।

(स्मर्यते तद् वल्लभं यद् विस्मर्यते मनाक् ।

यस्य पुनः स्मरणं जातं गतं तस्य स्नेहस्य किं नाम ।।)

जे थोडे विसरलले असूनही आठवले जाते ते प्रिय म्हणावयाचे; पण ज्याचे स्मरण होते व नष्ट होते त्या स्नेहाचे नाव काय ?

(येथे, पुणु मध्ये स्वार्थे उ (डु) आहे.)

विणु जुज्झें न वलाहुं । (३८६.१)

(येथे, विणु मध्ये स्वार्थे (डु) आहे.)

अवश्यमो डें-डौ ।।४२७।।

अपभ्रंशेवश्यमः स्वार्थे डें ड इत्येतौ प्रत्ययौ भवतः ।

अपभ्रंशांत 'अवश्यम्' ला स्वार्थे एं (डें) व अ (ड) हे प्रत्यय लागतात. उदा.:-

जिब्भिंदिउ नायगु वसि करहु जसु अधिन्नइँ अन्नइं ।

मूलि विणट्ठइ तुंबिणिहे अवसें सुक्कहिँ पण्णइं ।।१।।

(जिह्वेन्द्रियं नायकं वशे कुरुत यस्य अधीनानि अन्यानि ।

मूले विनष्टे तुम्बिन्याः अवश्यं शुष्यन्ति पर्णानि ।)

ज्याच्या अधीन इतर (इंद्रियें) अशा मुख्य जिव्हेंद्रियाला वश करा. तुंबिनी (दुध्या भोपळ्या) चे मूळ नष्ट झाल्यावर पाने अवश्य सुकून जातात.

(येथे अवश्यं चा अवसे झाला आहे.)

अवस न सुअहिं सुहच्छिअहिं । (३७६.२)

(येथे, अवश्यम् चा अवस झाला आहे.)

एकशसो डिः ।।४२८।।

अपभ्रंशे एकशश्शब्दात्स्वार्थे डिर्भवति ।

अपभ्रंशांत एकशः शब्दापुढे स्वार्थे इ (डि) प्रत्यय लागतो. उदा.

एक्कसि सीलकलंकिअहं देज्जहिँ पच्छित्ताइं ।
जो पुणु खंडइ अणुदिअहु तसु पच्छितें काइं ।।१।।

(एकशः शीलकलङ्कितानां दीयन्ते प्रायश्चित्तानि ।
यः पुनः खण्डयति अनुदिवसं तस्य प्रायश्चित्तेन किम् ।।)

एकदांच शील कलंकित झालेल्यांना प्रायश्चित्ते दिली जातात; पण जो रोज (शील) खंडित करतो त्याला प्रायश्चित्ताचा काय उपयोग ?

(येथे, एकशः चा एक्कसि झाला आहे.)

अडडडुल्लाः स्वार्थिक-क-लुक् च ।।४२९।।

अपभ्रंशे नाम्नः परतः स्वार्थे अ डड डुल्ल इत्येते त्रयः प्रत्यया भवन्ति तत्संनियोगे स्वार्थे कप्रत्ययस्य लोपश्च ।

अपभ्रंशांत नामाच्या पुढे स्वार्थे अ, अड (डड) उल्ल (डुल्ल) असे तीन प्रत्यय लागतात, आणि त्यांच्या संनियोगामुळे स्वार्थे क प्रत्ययाचा लोप होतो.

(स्वार्थे अ प्रत्ययाचे उदाहरण)

विरहाणलजालकरालिअउ पहिउ पंथि जं दिट्ठउ ।
तं मेलवि सव्वहिँ पंथिअहिं सो जि किअउ अग्गिट्ठउ ।।१।।

(विरहानलज्वालालाकरालितः पथिकः पथि यद् दृष्टः ।
तद् मिलित्वा सर्वैः पथिकैः स एव कृतः अग्निष्ठः ।।)

जेव्हा विरहाग्नीच्या ज्वालांनी होरपळलेला पथिक रस्त्यावर दिसला तेव्हा सर्व पथिकांनी मिळून त्याला अग्नीवर ठेवला (कारण तो मेला होता.)

(येथे, दिट्ठउ, किअउ, अग्गिट्ठउ मध्ये स्वार्थे अ आहे.)

डड । अड (डड) (स्वार्थे प्रत्ययाचे उदाहरण :)

महु कंतहो बे दोसडा । (३७९.१)

(येथे, दोसडा मध्ये अड (डड) आहे.)

डुल्ल । उल्ल (डुल्ल) (स्वार्थे प्रत्ययाचे उदाहरण)

एक्क कुडुल्ली पंचहिँ रुद्धी । (४२२.१२)

(येथे, [1]कुडुल्ली मध्ये उल्ल (डुल्ल) आहे.)

योगजाश्चैषाम् ।।४३०।।

अपभ्रंशे अडडडुल्लानां योगभेदेभ्यो ये जायन्ते डडअ इत्यादयः

प्रत्ययास्तेऽपि स्वार्थे प्रायो भवन्ति ।

अपभ्रंशांत अ, अड, उल्ल यांचेपासून परस्परांचे संयोगाने निरनिराळ्या प्रकारे साधलेले जे अडअ (डडअ) इत्यादी प्रत्यय होतात, ते सुद्धां प्रायः स्वार्थे (प्रत्यय) असतात उदा.

डडअ । अडअ (डडअ) (प्रत्ययाचे उदाहरण)

फोडेंति जे हिअडडं अप्पणडं । (३५०.२)

(येथे, हिअडडं मध्ये डडअ (अडअ) प्रत्यय आहे.)

अत्र किसलय (१.२६९) इत्यादीना यलुक् ।

येथे (हृदयमध्ये) 'किसलय' इत्यादी सूत्रानुसार 'य' चा लोप झाला आहे.

डुल्लअ । उल्लअ (डुल्लअ) (प्रत्ययाचे उदाहरण)

चूडुल्लउ चुन्नीहोइसइ । (३९५.२)

(येथे, चूडुल्लउ मध्ये उल्लअ (डुल्लअ) प्रत्यय आहे.)

डुल्लडड । उल्लअड (डुल्लडड) (प्रत्ययाचे उदाहरण)

सामिपसाउ सलज्जु पिउ सीमासंधिहिँ वासु ।
पेक्खिवि बाहु-बलुल्लडा धण मेल्लइ नीसासु ।।१।।

(स्वामिप्रसादं सलज्जं प्रियं सीमासन्धौ वासम् ।
प्रेक्ष्य बाहुबलं धन्या मुञ्चति निश्वासम् ।।)

(प्रियकरावरील) स्वामीचा प्रसाद, सलज्ज प्रियकर व सीमासंधीवर वास आणि (प्रियकराचे) बाहुबल पाहून (सुखी) सुंदरी निश्वास टाकते.

(येथे, [1]बलुल्लडा मध्ये उल्लअड (डुल्लडड) प्रत्यय आहे.)

- अन्नामि स्यादौ दीर्घह्रस्वौ (४.३३०) इति दीर्घः । एवं बाहु-बलुल्लडउ । अत्र त्रयाणां योगः ।

येथे (बाहु-बलुल्लडा या) द्वितीया एकवचनी रुपांत 'स्यादौ दीर्घऱ्हस्वौ' या सूत्रानुसार (अन्त्य स्वर) दीर्घ झाला आहे. - याचप्रमाणे बाहु-बलुल्लडउ (असेही होईल) येथै (डुल्ल, डड व अ या) तिन्हीचाही योग आहे.

स्त्रियां तदन्ताड्डीः ।।४३१।।

अपभ्रंशे स्त्रियां वर्तमानेभ्यः प्राक्तनसूत्रद्वयोक्तप्रत्ययान्तेभ्यो डीः प्रत्ययो भवति ।

अपभ्रंशांत स्त्रीलिंगात असणाऱ्या व मागील दोन सूत्रांत (म्हणजे ४२९-४३०) सांगितलेल्या प्रत्ययांनी अन्त पावणाऱ्या शब्दांना ई (डी) प्रत्यय लागतो. उदा.

१- सूत्र ४३१ पहा.

पहिआ दिट्ठी गोरडी दिट्ठी मग्गु निअंत ।
अंसूसासेँ हिँ कंचुआ तिंतुव्वाण करंत ।।१।।
(पथिक दृष्टा गौरी दृष्टा मार्गमवलोकयन्ती ।
अश्रूच्छ्वासैः कञ्चुकं तिमितोद्वानं (आर्द्रशुष्कं) कुर्वती ।।)

(एक पांथस्थ दुसऱ्या पथिकाला आपल्या प्रियेबद्दल विचारतो.) "पथिका, (माझी) प्रिया दिसली ?" "तुझी वाट पाहणारी व अश्रु व श्वास यांनी चोळी ओली व सुकी करणारी (अशी ती मला) दिसली."

(येथे, गोरडी मध्ये ई (डी) प्रत्यय आहे.)

एक्क कुडुल्ली पंचहिँ रुद्धी । (३७९.१)

(येथे, कुडुल्ली मध्ये ई (डी) प्रत्यय आहे.)

आन्तान्ताड्डाः ।।४३२।।

अपभ्रंशे स्त्रियां वर्तमानादप्रत्ययान्तप्रत्ययान्तात् डा प्रत्ययो भवति । ड्यपवादः ।

अपभ्रंशांत स्त्रीलिंगांत असणाऱ्या, प्रत्ययांनी अन्त पावणाऱ्या वा प्रत्ययांनी अन्त न पावणाऱ्या शब्दांना आ (डा) प्रत्यय लागतो. (हा नियम) ई (डी) प्रत्यय लागतो या (नियमा) चा अपवाद आहे.

पिउ आइउ सुअ वत्तडी झुणि कन्नडइ पइट्ठ ।
तहोँ विरहहोँ नासंतअहोँ धूलडिआ वि न दिट्ठ ।।१।।
(प्रियः आयातः श्रुता वार्ता ध्वनिः कर्णे प्रवष्टिः ।
तस्य विरहस्य नश्यतः धूलिरपि न दृष्टा ।।)

प्रियकर आला (ही) वार्ता ऐकली; (त्याचा शब्द -) ध्वनि कानांत शिरला; नष्ट होणाऱ्या त्या विरहाची धूळसुद्धा दिसली नाही.

(येथे, धूलडिआ मध्ये आ (डा) प्रत्यय आहे.)

अस्येदे ।।४३३।।

अपभ्रंशे स्त्रियां वर्तमानस्य नाम्नो योकारस्तस्य आकारे प्रत्यये परे इकारो भवति ।

अपभ्रंशांत स्त्रीलिंगात असणाऱ्या नामांचा (जो) अन्त्य अकार त्याचा आकार प्रत्यय पुढे असता इकार होतो. उदा.

धूलडिआ वि न दिट्ठ । (४३२.१)

(येथे, धूलडिआ मध्ये अकाराचा इकार झाला आहे.)

स्त्रियामित्येव । (नाम) स्त्रीलिंगी (असेल तरच हा नियम लागतो; तसे नसल्यास हा नियम लागणार नाही. उदा.)

झुणि कन्नडइ पइट्ठ । (४३२.१)

(येथे, कन्नडइ मध्ये (स्त्रीलिंगा-अभावी) इकार झालेला नाही.)

युष्मदादेरीयस्य डारः ।।४३४।।

अपभ्रंशे युष्मदादिभ्यः परस्य ईयप्रत्ययस्य डार इत्यादेशो भवति ।

अपभ्रंशांत युष्मद् इत्यादीपुढे येणाऱ्या 'ईय' प्रत्ययाचा आर (डार) असा आदेश होतो. उदा.

संदेसें काइँ तुहारेण जं संगहो ँ न मिलिज्जइ ।
सुइणंतरि पिएँ पाणिऍण पिअ पिआस किं छिज्जइ ।।१।।

(सन्देशेन किं युष्मदीयेन यत्संगाय न मिल्यते ।
स्वप्नान्तरे पीतेन पानीयेन प्रिय पिपासा किं छिद्यते ।।)

(तुझा) संग मिळत नाही; (मग) तुझ्या संदेशाचा काय उपयोग ? स्वप्नांत प्यालेल्या पाण्याने (खरी) तहान भागेल काय ?

(येथे, तुहार मध्ये आर (डार) आदेश आहे.)

दिक्खि अम्हारा कंतु । (३४५.१)

बहिणि महारा कंतु । (३४५.१)

(येथे, अम्हार व महार मध्ये आर (डार) आदेश आहे.)

अतोर्डेत्तुलः ।।४३५।।

अपभ्रंशे इदं किं यत् तदेतद्भ्यः परस्य अतोः प्रत्ययस्य डेत्तुल इत्यादेशो भवति ।

अपभ्रंशांत इदं, किं, यद, तद्, एतद् यापुढे येणाऱ्या 'अतु' प्रत्ययाचा एत्तुल (डेत्तुल) असा आदेश होतो. उदा.

एत्तुलो । केत्तुलो । जेत्तुलो । तेत्तुलो । एत्तुलो ।

(इयान् । कियत् । यावत् । तावत् । एतावत् ।)

त्रस्य डेत्तहे ।।४३६।।

अपभ्रंशे सर्वादेः सप्तम्यन्तात्परस्य त्रप्रत्ययस्य डेत्तहे इत्यादेशो भवति ।

अपभ्रंशांत सर्वनामापुढे सप्तम्यर्थी येणाऱ्या 'त्र' प्रत्ययाचा एत्तहे (डेत्तहे) असा आदेश होतो. उदा.

एत्तहे ॅ तेत्तहे ॅ वारि घरि लच्छि विसंठुल धाइ ।
पिअपब्भट्ठ व गोरडी निच्चल कहिँ वि न ठाइ ।।१।।
(अत्र तत्र द्वारे गृहे लक्ष्मीः विसंष्ठुला धावति ।
प्रियप्रभ्रष्टेव गौरी निश्चला क्वापि न तिष्ठति ।।)
येथे, तेथे, घरी, दारी (याप्रकारे) चंचल लक्ष्मी फिरते; प्रियकरापासून वियुक्त झालेल्या सुंदरीप्रमाणे ती निश्चलपणे कोठेही रहात नाही.
(येथे, एत्तहे ॅ व तेत्तहे ॅ मध्ये एत्तहे (डेत्तहे) हा आदेश आहे.)

त्वतलोः प्पणः ।।४३७।।

अपभ्रंशे त्वतलोः प्रत्ययोः प्पण इत्यादेशो भवति ।
अपभ्रंशांत त्व आणि त ल प्रत्ययांचा 'प्पण' असा आदेश होतो. उदा.
वड्डुप्पणु परि पाविअइ । (३६६.१)
(येथे, वड्डुप्पणु मध्ये प्पण हा आदेश आहे.)
प्रायोधिकारात् ।
प्रायोधिकारामुळे (कधी कधी प्पण आदेश होत नाही. उदा.)
वड्डुत्तणहो ॅ तणेण । (३६६.१)

तव्यस्य इएव्वउं एव्वउं एवा ।।४३८।।

अपभ्रंशे तव्यप्रत्ययस्य इएव्वउं एव्वडं एवा इत्येते त्रय आदेशा भवन्ति ।
अपभ्रंशांत तव्य प्रत्ययाचे इएव्वउं, एव्वउं आणि एवा असे तीन आदेश होतात. उदा.
ऍउ गृण्हेप्पिणु ध्रुं मइं जइ प्रिउ उव्वारिज्जइ ।
महु करिएव्वउं किं पि ण वि मरिएव्वउं पर देज्जइ ।।१।।
(एतद् गृहीत्वा यन्मया यदि प्रियः उद्वार्यते (त्यज्यते) ।
मम कर्तव्यं किमपि नापि मर्तव्यं परं दीयते ।।)
हे घेऊन जर मला प्रियकराचा त्याग करायचा असेल तर मला मरणे हेच कर्तव्य आहे, दुसरे काही नाही.
(येथे, करिएव्वउं, मरिएव्वउं मध्ये इएव्वउं हा आदेश आहे.)
देसुच्चाडणु सिहिकढणु घणकुट्टणु जं लोइ ।
मंजिट्ठए अइरत्तिए सव्वु सहेव्वउँ होइ ।।२।।
(देशोच्चाटनं शिखिक्वथनं घनकुट्टनं यद् लोके ।
मञ्जिष्ठया अतिरक्तया सर्वं सोढव्यं भर्वित)

जगात अतिरिक्त अशा मंजिष्ठा वनस्पतीला (कोणत्यातरी) प्रदेशातून (जमिनीतून) उच्चाटन (उखडणे), अग्नीत कढणे आणि घणाकडून कुटून घेणे, हे सहन करावे लागते.

(येथे, सहेव्वउं मध्ये एव्वउं असा आदेश आहे.)

सोएवा पर वारिआ पुप्फवईहिँ समाणु ।

जग्गेवा पुणु को धरइ जइ सो वेउ पमाणु ।।३।।

(स्वपितव्यं परं वारितं पुष्पवतीभिः समानम् ।

जागरितव्यं पुनः कः धरति यदि स वेदः प्रमाणम् ।।)

जरी तो वेदप्रमाण आहे तरी रजस्वला स्त्रीचेसह झोपण्यास मनाई आहे, पण जागे रहाण्यास कोण अटकाव करणार ?

(येथे, सोएवा, जग्गेवा मध्ये एवा हा आदेश आहे.)

क्त्व इ-इउ-इवि-अवयः ।।४३९।।

अपभ्रंशे क्त्वा प्रत्ययस्य इ इउ अवि अवि इत्येते चत्वार आदेशा भवन्ति ।

अपभ्रंशात क्त्वा प्रत्ययाचे इ, इउ, इवि आणि अवि असे हे चार आदेश होतात. उदा.

इ । इ (या आदेशाचे उदाहरण:)

हिअडा जइ वेरिअ घणा तो किं अब्भि चडाहुं ।

लम्हाहिं बे हत्थडा जइ पुणु मारि मराहुं ।।१।।

(हृदय यदि वैरिणो घनाः तत् किं अभ्रे (आक्राशे) आरोहामः ।

अस्माकं द्वौ हस्तौ यदि पुनः मारयित्वा म्रियामहे ।।)

हे हृदया, जरी मेघ (आपले) शत्रु आहेत तरी आपण आकाशात चढावे काय ? आपले दोन हात आहेत; जर मरायचे असेल तर (त्यांना) मारूनच मरू.

(येथे, मारि मध्ये क्त्वा चा इ हा आदेश आहे.)

इउ । इउ (या आदेशाचे उदारण)

गयघड भज्जिउ जंति । (३९५.५)

(येथे, भज्जिउ मध्ये इउ असा आदेश आहे.)

इवि । इवि (या आदेशाचे उदाहरण)

रक्खइ सा विसहारिणी बे कर चुंबिवि जीउ ।

पडिबिंबिअमुंजालु जलु जेहिँ अडोहिउ पीउ ।।२।।

(रक्षति सा विषहारिणी द्वौ करौ चुम्बित्वा जीवम् ।

प्रतिबिम्बितमुञ्जालं जलं याभ्यामनवगाहितं पीतम् ।।)

ज्यात मुंजाचे प्रतिबिंब पडले आहे असे पाणी, पाण्यात न शिरता, ज्या हातातून

प्याले गेले आहे त्या हाताचे चुंबन घेऊन, ती जलवाहक (बाला) जीवाचे रक्षण करते.

(येथे, चुंबिवि मध्ये इवि हा आदेश आहे.)

अवि । अवि (आदेशाचे उदाहरण)

बाह विच्छोडवि जाहि तुहुँ हउ तेवँइ को दोसु ।
हिअयट्ठि जइ नीसरहि जाणउँ मुंज सरोसु ।।३।।

(बाहू विच्छोट्य याहि त्वं भवतु तथा को दोषः ।
हृदयस्थितः यदि निःसरसि जानामि मुञ्जः सरोषः ॥)

हात सोडून तूं जा; असे असू दे; त्यात काय आहे ? (पण) जर तू माझ्या हृदयातून बाहेर पडशील तर मुंज रागावला आहे, असे मी समजेन.

(येथे, विच्छोडवि मध्ये अवि हा आदेश आहे.)

एप्प्येप्पिण्वेव्येविणवः ।।४४०।।

अपभ्रंशे क्त्वाप्रत्ययस्य एप्पि एप्पिणु एवि एविणु इत्येते चत्वार आदेशा भवन्ति ।

अपभ्रंशांत क्त्वा प्रत्ययाचे एप्पि, एप्पिणु, एवि, एविणु असे हे चार आदेश होतात. उदा.

जेप्पि असेसु कसायबलु देप्पिणु अभउ जयस्सु ।
लेवि महव्वय सिवु लहहिं झाएविणु तत्तस्सु ।।१।।

(जित्वा अशेषं कषायबलं दत्वा अभयं जगतः ।
लात्वा महाव्रतं शिवं लभन्ते ध्यात्वा तत्त्वम् ॥)

कषायरूपी सैन्य जिंकून, जगाला अभय देऊन, महाव्रत घेऊन, तत्त्वाचे ध्यान करून (ऋषि) आनंद (शिव) मिळवितात.

(येथे, जेप्पि मध्ये एप्पि, देप्पिणु मध्ये एप्पिणु, लेवि मध्ये एवि, आणि झाएविणु मध्ये एविणु असे आदेश आहेत.)

पृथग्योग उत्तरार्थः ।

(या सूत्रात 'क्त्वा'चे चार आदेश) पृथक् सांगण्याचे कारण असे की (याच प्रत्ययांचा) पुढील सूत्रांतही उपयोग (करावयाचा आहे.)

तुम एवमणाणहमणहिं च ।।४४१।।

अपभ्रंशे तुमः प्रत्ययस्य एवं अण अणहं अणहिं इत्येते चत्वारः, चकारात् एप्पि एप्पिणु एवि एविणु इत्येते, एवं चाष्टावादेशाः भवन्ति ।

अपभ्रंशांत तुम् प्रत्ययाचे एवं, अण, अणहं व अणहिं असे हे चार, (आणि

सूत्रांतील) चकारामुळे एप्पि, एप्पिणु, एवि, एविणु असे (चार), याप्रमाणे (एकूण) आठ आदेश होतात. उदा.

देवं दुक्करु निअयधणु करण न तउ पडिहाइ ।
एम्वइ सुहु भुंजणहं मणु पर भुंजणहिं न जाइ ।।१।।

(दातुं दुष्करं निजकधनं कर्तुं न तपः प्रतिभाति ।
एवं सुखं भोक्तुं मनः परं भोक्तुं न याति ॥)

स्वतःचे धन देणे दुष्कर आहे; तप करावे असे (कुणालाहि) वाटत नाही; मनाला सुख भोगावे असे वाटते, पण भोगतां (मात्र) येत नाही.

(येथे, देवं मध्ये एवं, करण मध्ये अण, भुंजणहं मध्ये अणहं, आणि भुंजणहिं मध्ये अणहिं, असे आदेश आहेत.)

जेप्पि चएप्पिणु सयल धर लेविणु तवु पालेवि ।
विणु संते तित्थेसरेण को सक्कइ भुवणे वि ।।२।।

(जेतुं त्यक्तुं सकलां धरां लातुं तपः पालयितुम् ।
विना शांतिना तीर्थेश्वरेण कः शक्नोति भुवनेऽपि ॥)

संपूर्ण पृथ्वी जिंकणे व (जिंकून) तिचा त्याग करणे, व्रत (तप) घेणे व (घेऊन) त्याचे पालन करणे हे जगात शांति तीर्थंकरश्रेष्ठाविना इतर कुणाला शक्य आहे ?

(येथे, जेप्पि मध्ये एप्पि, चएप्पिणु मध्ये एप्पिणु, लेविणु मध्ये एविणु व पालेवि मध्ये एवि, असे आदेश आहेत.)

गमेरेप्पिणवेप्प्योरेर्लुग् वा ।।४४२।।

अपभ्रंशे गमेर्धातोः परयोरेप्पिणु एप्पि इत्यादेशयोरेकारस्य लुगू भवति वा ।

अपभ्रंशांत गम् धातूपुढे एप्पि व एप्पिणु या आदेशांतील (आद्य) एकाराचा विकल्पाने लोप होतो. उदा.

गंपिणु वाणारसिहिँ नर अह उज्जेणिहिँ गंपि ।
मुआ परावहिँ परमपउ दिव्वंतरइँ म जंपि ।।१।।

(गत्वा वाराणसीं नराः अथ उज्जयिनीं गत्वा ।
मृताः प्राप्नुवंति परमं पदं दिव्यान्तराणि मा जल्प ॥)

काशीला जाऊन (नंतर) उज्जयिनीला जाऊन जे नर मरण पावतात, ते परमपदी जातात; इतर तीर्थांचे नाव (सुद्धा) काढू नको.

(येथे, गंपिणु व गंपि मध्ये गम् पुढे एप्पिणु व एप्पि या आदेशातील (आद्य)

एकाराचा लोप झाला आहे.)

पक्षे । विकल्पपक्षीं (जेव्हा एकाराचा लोप होत नाही, तेव्हा-)

गंग गमेप्पिणु जो मुअइ जो सिवतित्थ गमेप्पि ।

कीलदि तिदसावासगउ सो जमलोउ जिणेप्पि ।।२।।

(गंगां गत्वा यः म्रियते यः शिवतीर्थं गत्वा ।

क्रीडति त्रिदशावासगतः स यमलोकं जित्वा ।।)

जो गंगेला आणि काशीला जाऊन मरण पावतो, तो यमलोकाला जिंकून, देवलोकांत जाऊन क्रीडा करतो.

(येथे, गमेप्पिणु व गमेप्पि मध्ये एप्पिणु व एप्पि मधील एकाराचा लोप झालेला नाही.)

तृनोणअः ।।४४३।।

अपभ्रंशे तृनः प्रत्ययस्य अणअ इत्यादेशो भवति ।

अपभ्रंशांत तृन् प्रत्ययाचा अणअ असा आदेश होतो. उदा.

हत्थि मारणउ लोउ बोल्लणउ

पडहु वज्जणउ सुणउ बोल्लणउ ।।१।।

(हस्ती मारयिता लोकः कथयिता

पटहः वादयिता शुनकः भषिता ।)

मारणारा हत्ती, सांगणारे लोक, वाजणारा पटह[1], भुंकणारा कुत्रा.

(येथे, मारणउ, बोल्लणउ, वज्जणउ, भसणउ, यामध्ये अणअ हा आदेश आहे.)

इवार्थे नं-नउ-नाइ-नावइ-जणि-जणवः ।।४४४।।

अपभ्रंशे इवशब्दस्यार्थे नं नउ नाइ नावइ जणि जणु इत्येते षट् भवन्ति ।

अपभ्रंशांत इव शब्दाचे अर्थी नं, नउ, नाइ, नावइ, जणि, व जणु असे हे सहा (आदेश) आहेत. उदा.

नं । नं (चे उदाहरण)

नं मल्लजुज्झु ससिराहु करहिं । (३८२.१)

नउ । नउ (चे उदाहरण)

रवि - अत्थमणि समाउलेण कंठि विइण्णु न छिण्णु ।

१- वाद्यविशेष, सोबत, नगारा.

चक्के॑ खडु मुणालिअहे नउ जीवग्गलु दिण्णु ।।१।।

(रव्यस्तमने समाकुलेन कण्ठे वितीर्ण: न छिन्न: ।

चक्रेण खण्ड: मृणालिकाया: ननु जीवार्गल: दत्त: ।।)

सूर्यास्ताचे वेळी चक्रवाक पक्ष्याने मृणालिकेचा (कमळाच्या देठाचा) तुकडा घशांत घातला (पण) तोडला (खाल्ला) नाही; जणुं जीवाला जाऊं न देण्यासाठी अडसर घातला.

नाइ । नाइ (चे उदाहरण)

वलयावलिनिवडणभएॅण धण उद्धब्भुअ जाइ ।

वल्लहविरह-महादहहो थाह गवेसइ नाइ ।।२।।

(वलयावलीनिपतनभयेन धन्या ऊर्ध्वभुजा याति ।

वल्लहविरहमहाह्रदस्य स्ताघं गवेषतीव ।।)

बांगड्या गळून पडतील या भीतीने सुंदरी हात वर करून जाते; जणु वल्लभापासूनच्या विरहरूपी महासरोवराचा ती ठाव (थांग) शोधते आहे.

नावइ । नावइ (चे उदाहरण)

पेक्खेविणु मुहु जिणवरहो दीहरनयण सलोणु ।

नावइ गुरुमच्छरभरिउ जलणि पवीसइ लोणु ।।३।।

(प्रेक्ष्य मुखं जिनवरस्य दीर्घनयनं सलावण्यम् ।

ननु गुरुमत्सरभरितं ज्वलने प्रविशति लवणम् ।।)

दीर्घ नयन असणारे व लावण्ययुक्त असे जिनवराचे मुख पाहून, फार मत्सराने भरलेले लवण जणुं अग्नीत प्रवेश करते.

जणि । जणि (चे उदाहरण)

चंपयकुसुमहो॑ मज्झि सहि भसलु पइट्ठउ ।

सोहइ इंदनीलु जणि कणइ बइट्ठउ ।।४।।

(चम्पककुसुमस्य मध्ये सखि भ्रमर: प्रविष्ट: ।

शोभते इन्द्रनील: ननु कनके उपवेशित: ।।)

सखी, चांफ्याच्या फुलामध्ये भ्रमर शिरला आहे; सोन्यांत जडविलेला जणुं इंद्रनीलच असा तो शोभत आहे.

जणु । जणु (चे उदारहण)

निरुवमरसु पिएं पिएवि जणु । (४०१.३)

लिङ्गमतन्त्रम् ।।४४५।।

अपभ्रंशे लिङ्गमतन्त्रं व्यभिचारि प्रायो भवति ।

अपभ्रंश भाषेत (शब्दांचे) लिंग नियमरहित, प्राय: व्यभिचारी (म्हणजे - स्त्रीलिंगाचे पुल्लिंग, पुल्लिंगाचे स्त्रीलिंग, इ.) असते. उदा.

गय कुंभइं दारंतु । (३४५.१) **अत्र पुल्लिङ्गस्य नपुंसकत्वम् ।**

'गय...दारंतु' - येथे (कुंभ या) पुल्लिंगी शब्दाचे नपुंसकलिंग झाले आहे.

अब्भा लग्गा डुंगरिहिं पहिउ रडंतउ जाइ ।
जो एहो गिरिगिलणमणु सो किं धणहे॑ घणाइ (घणाइ ?) ।।१।।

(अभ्राणि लग्नानि पर्वतेषु पथिक: आरटन् याति ।
य: एष: गिरिग्रसनमना: स किं धन्याया: धनानि (घृणायते ?) ।।)

डोंगरावर ढग लागले; पथिक रडत जात आहे; पर्वताला ग्रासूं पहाणारा हा ढग सुंदरीचे प्राणावर दया करील ?

-अत्र अब्भा इति नपुंसकस्य पुंस्त्वम् ।

येथे 'अब्भा' मध्ये नपुंसलिंगाचे पुल्लिंग झाले आहे.

पाइ विलग्गी अंत्रडी सिरु ल्हसिउं खंधस्सु ।
तो वि कटारइ हत्थडउ बलि किज्जउँ कन्तस्सु ।।२।।

(पादे विलग्नं अन्त्रं शिर: स्त्रस्तं स्कन्धात् ।
तथापि कटारिकायां हस्त: बलि: क्रियते कान्तस्य ।।)

पायाला आतडे चिकटले आहे; शिर खांद्यापासून गळून पडले आहे; तथापि (ज्याचा) हात (अद्यापि आपल्या) कट्यारीवर आहे (अशा त्या) प्रियकराची पूजा केली जाते.

-अत्र अंत्रडी इति नपुंसकस्य स्त्रीत्वम् ।

येथे अंत्रडीमध्ये नपुंसकलिंगाचे स्त्रीलिंग झाले आहे.

सिरि चडिआ खंति प्फलइं पुणु डालइं मोडंति ।
तो वि महद्दुम सउणाहं अवराहिउ न करंति ।।३।।

(शिरसि आरुढा: खादन्ति फलानि पुन: शाखा: मोटयन्ति ।
तथापि महाद्रुमा: शकुनीनां अपराधितं न कुर्वन्ति ।।)

(पक्षी) शेंड्यावर चढून फळे खातात व शाखा मोडतात; तरी महावृक्ष पक्ष्यांना इजा करीत नाहीत (वा) स्वत:चा अपमान झाला असे मानीत नाहीत.

-अत्र डालइं इत्यत्र स्त्रीलिङ्गस्य नपुंसकत्वम् ।

येथे, डालइं मध्ये स्त्रीलिंगाचे नपुंसकलिंग झाले आहे.

शौरसेनीवत् ।।४४६।।

अपभ्रंशे प्राय: शौरसेनीवत् कार्यं कार्यं भवति ।

अपभ्रंशे प्राय: शौरसेनी (प्राकृत) प्रमाणेच कार्य होते. उदा.

सीसि सेहरु खणु विणिम्मविदु

खणु कंठि पालंबु किदु रदिए ।

विहिदु खणु मुंडमालिऍं जं पणएण

तं नमहु कुसुमदामकोदंडु कामहो ।।१।।

(शीर्षे शेखर: क्षणं विनिर्मापितम्

क्षणं कण्ठे प्रालम्बं कृतं रत्या: ।

विहितं क्षणं मुण्डमालिकायां यत्प्रणयेन

तन्नमत कुसुमदामकोदण्डं कामस्य ।।)

डोक्यावर क्षणभर शेखर (गजरा) म्हणून ठेवलेले, क्षणभर रतीच्या कंठावर लोंबते ठेवलेले, क्षणभर (स्वत:च्या) गळ्यांत घातलेले, अशा त्या कामाच्या पुष्पधनुष्याला नमस्कार करा.

(येथे शौरसेनीतल्याप्रमाणे किद, रदि, विणिम्मविदु आणि विहिदु मध्ये त चा द झालेला आहे.)

सामान्य उपसंहार

व्यत्ययश्च ।।४४७।।

प्राकृतादिभाषालक्षणानां व्यत्ययश्च भवति ।

आणि प्राकृत इत्यादी भाषांच्या लक्षणांचा व्यत्यय होतो.

यथा मागध्यां तिष्ठश्चिष्ठः (४.२९८) इत्युक्तं तथा प्राकृतपैशाची-शौरसेनीष्वपि भवति । चिष्ठदि ।

मागधीत 'तिष्ठ' चा 'चिष्ठ' होतो, असे जसे सांगितले आहे, तद्वत् (महाराष्ट्री) प्राकृत, पैशाची व शौरसेनी यामध्येही होतो. (उदा.) चिष्ठदि ।

अपभ्रंशे रेफस्याधो वा लुगुक्तो मागध्यामपि भवति ।

अपभ्रंशांत (संयोगात) पुढे असणारा र तसाच रहातो वा त्याचा लोप होतो, (हा नियम) मागधीतही लागतो. उदा. :

शदमाणुशमंशभालके कुंभशहश्र-वशाहे शंचिदे, इत्याद्यन्यदपि द्रष्टव्यम्
(शतमानुषमांसभारक: कुम्भसहस्रवसाभि: संचित: ।)

अशीच इतर उदाहरणे पहावीत.

न केवलं भाषालक्षणानां त्याद्यादेशानामपि व्यत्ययो भवति ।

केवळ भाषालक्षणांतच व्यत्यय होतो असे नव्हे तर धातूंना लागणाऱ्या प्रत्ययांच्या आदेशांचाही व्यत्यय होतो.

ये वर्तमानकाले प्रसिद्धास्ते भूतेऽपि भवन्ति ।

जे वर्तमानकाळचे (म्हणून प्रत्यय) प्रसिद्ध आहेत ते भूतकाळांतही लागतात. उदा.
:

अह पेच्छइ रहुतणओ । अथ प्रेक्षांचक्रे इत्यर्थः ।

(अथ प्रेक्षांचक्रे रघुनयः ।) नंतर रघुतनयाने पाहिले.

(येथे, पेच्छइ हे प्रेक्षांचक्रे या अर्थी आहे.)

आभासइ रयणीअरे । आबभाषे रजनीचरान् इत्यर्थः ।

(राक्षसांना म्हणाला.)

(येथे, आभासइ हे आबभाशे या अर्थी आहे.)

भूते प्रसिद्धा वर्तमानेपि ।

भूतकाळाचे (म्हणून) प्रसिद्ध असलेले प्रत्यय वर्तमानकाळांतही लागतात. उदा. :

सोहीअ एस वंठो । शृणोत्येष वण्ठः इत्यर्थः ।

(येथे, सोहीअ हे शृणोति या अर्थी आहे.)

शेषं संस्कृतवत्सिद्धम् ।।४४८।।

शेषं यदत्र प्राकृतादिभाषासु अष्टमे नोक्तं तत्सत्पाध्यायीनिबद्धसंस्कृतवदेव सिद्धम् ।

प्राकृत इत्यादी भाषांत उरलेले जे आठव्यां (अध्यायां) त सांगितलेले नाही ते (पहिल्या) सात अध्यायांत ग्रथित केलेल्या संस्कृतप्रमाणेच सिद्ध होते.

हेट्ठट्ठियसूरनिवारणाय छत्तं अहो इव वहंती ।
जयइ ससेसा वराहसासदूरुक्खया पुहवी ।।

अधःस्थितसूर्यनिवारणाय छत्रं अधः इव वहन्ती ।
जयति सशेषा वराहश्वासदूरोत्क्षिप्ता पृथिवी ।।)

खाली असलेल्या सूर्याच्या तापाचे निवारण करण्यास जणुं छत्री खाली धरीत आहे अशी वराहाच्या श्वासाने दूर फेकली गेलेली शेषसहित पृथ्वी विजयी आहे.

अत्र चतुर्थ्या आदेशो नोक्तः स च संस्कृतवदेव सिद्धः ।

चतुर्थीचा आदेश सांगितलेला नाही; तो संस्कृतसारखाच सिद्ध होतो.

(येथे, निवारणाय हे चतुर्थ्यन्त रूप संस्कृतप्रमाणेच आहे.)

उक्तमपि क्वचित् संस्कृतवदेव भवति ।

जे (काही आदेश, इत्यादी) सांगितलेले आहे तेही क्वचित् संस्कृतप्रमाणेच होते.

यथा प्राकृते उरस्शब्दस्य सप्तम्येकवचनान्तस्य उरे उरंमि इति प्रयोगौ भवतस्तथा

क्वचिदुरसीत्यपि भवति ।

जसे (महाराष्ट्रीं) प्राकृतांत, उरस् शब्दाचे सप्तमी एकवचनांत 'उरे', 'उरंमि' असे प्रयोग होतात, तसाच क्वचित् 'उरसि' असासुद्धां (प्रयोग) होतो.

एवं सिरे । सिरंमि । सिरसि ।। सरे । सरंमि । सरसि ।।

याचप्रमाणे, (शिरस् शब्दाचे स. ए. व.) सिरे, सिरंमि, सिरसि; (सरस् शब्दाचे स. ए. व.) सरे, सरंमि, सरसि ।

सिद्धग्रहणं मङ्गलार्थम् । ततो ह्यायुष्मच्छोतृकताभ्युदयश्चेति ।

(सूत्रात) सिद्ध हा शब्द मंगलार्थी (वापरला) आहे. त्यामुळे आयुष्य, श्रोतृकता व अभ्युदय (प्राप्त होतात.)

हेमचंद्रकृत अपभ्रंश व्याकरण

टीपा

३२९. संस्कृतमधील शब्द अपभ्रंशांत येतात त्यावेळी त्या शब्दांमधील स्वराच्या स्थानी अपभ्रंशांत प्रायः इतर स्वर येतात. सूत्रांत 'प्रायः' म्हणण्याचे कारण असे - अपभ्रंशांत ज्या शब्दांची रूपे विशेष म्हणून सांगितली आहेत, त्या शब्दांची रूपेसुद्धा कधीकधी (महाराष्ट्री) प्राकृत व शौरसेनी यातील रूपांप्रमाणे होतात.

३३०. सूत्रातील 'सि' हे अक्षर प्रथमा एकवचन निदर्शक आहे. सोईसाठी विभक्ति-वचनांच्या पारिभाषिक संज्ञा पुढे दिल्या आहेत.

विभक्ति	**ए.व.**	**ब.व. (अ.व.)**
प्र.	गि	जस् (अस्)
द्वि.	अम्	शस् (अस्)
तृ.	टा (आ)	भिस्
(च.)	ङे (ए)	भ्यस्
पं.	ङसि (अस्)	भ्यस्
ष.	ङस् (अस्)	आम्
स.	ङि (इ)	सुप् (सु)

३३०.१ ढोल्ल (दे.) - विट, नायक. धण (सं-धन्या)-प्रियाया धण आदेशः, असे टीकाकार म्हणतो. 'णाइ' (इव) साठी सूत्र ४४४ पहा.

३३०.२ दडवड (दे.)-शीघ्रम्. [जु.म. दडवादडवी (क्रिस्तपुराण १.२३.३३] 'रत्तडी' साठी सूत्र ४३१ पहा. 'करु' साठी सूत्र ३८७ पहा. 'तुहुँ' साठी सू. ३६८ पहा. 'मइँ' साठी सूत्र ३७७ पहा.

३३०.३ बिट्टी-मराठी व हिंदीतील बेटा, बेटी
'जिवँ (यथा) साठी सूत्र ४०१ पहा.

३३०.४ एइ (एते)-सू. ३६३; एह (एषा)-सू. ३६२; एत्थु (अत्र) - सू. ४०५.

३३१. सूत्रांतील उत् म्हणजे उ. पहा. तपरस्तत्कालस्य। (सिद्धांतकौमुदी १.१.७०). याचप्रमाणे ओत् (सू. ३३२) म्हणजे ओ, इत् (सू.३३४) म्हणजे इ, एत् (सू. ३३५) म्हणजे ए, उत् (सू. ३४०) म्हणजे उ, असे जाणावयाचे.

३३१.१ झाइवि, लाइवि-सू. ४३९ पहा.

३३२. सूत्रांतील पुंसि म्हणजे पुल्लिङ्गे.

३३२.१ निवट्टाहं, सोक्खहं-सू. ३३९ पहा.

३३२.२ जोअंतिहे-सू. ३५० पहा. एम्वइ-सू. ४२० पहा; पिअ (प्रिय) हे षष्ठी ए. व. चे रूप आहे. सू.३४५ पहा.

३३१. दिअहडा-सू. ४२९-४३० पहा.
ताण हे महाराष्ट्री प्राकृतमध्ये षष्ठी अ.व. चे रूप आहे. येथे त्याचा उपयोग द्वि. अ. व. प्रमाणे केला आहे. (हेम. ३.१३४ पहा.) दइएँ-सू. ३४२ पहा.

३३४.१ खलाइं-लिंगभेदासाठी सू. ४४५ पहा.

३३५. प्राकृतांत हि, हिं, हिँ हे तृतीया अ. व. चे प्रत्यय आहेत.
अपभ्रंशांतील तृतीया अ. व. प्रत्ययांसाठी सू. ३४७ पहा.

३३६.१ गृण्हइ-सू.३९४ पहा. जिवँ-सू. ३९७ व ४०१ पहा.

३३८.१ किज्जउं-सू. ३८५ पहा.

३३९.१ टीकाकाराच्या मते:-अन्योऽपि य: प्रकार-द्वयं कर्तुकामो भवति स विषम-स्थाने वसति। प्रकार-द्वयं किम्। म्रियते वा शत्रून् जयति वेति भावार्थ:।
- सइं स्वयम्.-लग्गिवि-सू. ४३९ पहा.

३४०.१ येथे सुक्खु (सौख्य) हा शब्द पुल्लिंगात वापरला आहे (सू. ४४५ पहा) -प्रायोऽधिकार : प्राय: म्हणजे कधी कधी, बहुधा, इत्यादी.

३४०.२ पिक्खेवि, करेवि या रूपासाठी सू. ४४० पहा. दुहुँ-प्राकृत व अपभ्रंश यात द्विवचन नसल्याने द्विवचनाऐवजी अनेकवचनाचा उपयोग केला जातो.

३४१.१ नीसावँन्नु (नि:सामान्यम्)-सू. ३९७ पहा. - मेल्लेप्पिणु-सू. ४४० पहा.

३४१.२ अग्गलउ-म.आगळा.

३४१.३ जि-सू. ४२० पहा.

३४२. सू. ३३३ प्रमाणे तृतीया एकवचनात 'ए' येतो. सू. ३४२ नुसार या 'ए' वर अनुस्वार येतो वा त्याचे पुढे ण येतो.

३४३.१ उण्हत्तण (उष्णत्व) हे भाववाचक नाम प्राकृतप्रमाणे. (हेम. २.१५४) अपभ्रंश - प्रत्ययासाठी सू. ४३७ पहा. तवँ, केवँण-सू. ४०१, ३९७ पहा.

३४४. सूत्रांतील लुक् म्हणजे लोप.

३४४.१ तिवँ-सू. ४०१, ३९७ पहा.

३४९.१ 'कर' च्या स्थानी 'किर' (= किल, खरोखर) असा पाठभेद प्रा. पिशेल यांनी स्वीकारला आहे.

३५०.१ 'तुच्छराय' हे त्या स्त्रीच्या प्रियकराचे संबोधन आहे, असे टीकाकार मानतो. अक्खणहं-सू. ४४१ पहा.-कटरि हे अव्यय आश्चर्य दर्शविते. विच्चि (वर्त्मनि)-सू. ४२१ पहा.

३५१.१ या श्लोकांत, लज्जेज्जंतु आणि एंतु या वर्तमानकालवाचक धातुसाधित विशेषणांच्या साहाय्याने संकेतार्थ साधला आहे (हेम. ३.१८०) पहा) भल्ला-म.भला.

३५२.१ आपल्याकडे अशी एक समजूत प्रचलित आहे की घरावर बसून जर कावळा काव काव करीत असेल तर ते ओरडणे पाहुण्याचे आगमन सुचविते. या श्लोकात वर्णिलेली विरहिणी कावळ्याची काव काव ऐकते; पण प्रियकर येत असलेला मात्र तिला दिसत नाही. म्हणून ती (बहुधा) निराशेने कावळ्याला हाकलून लावीत होती. पण तितक्यात तिला अचानक प्रियकर दिसतो. या घटनेचा परिणाम असा झाला:- कावळ्याला हाकून लावण्याच्या क्रियेत, विरहास्थेत कृश झालेल्या आनंदाने तिचे शरीर-हातहि-फुगले. त्यामुळे उरलेल्या बांगड्या (हाताला लहान होऊ लागल्याने) कच्‌दिशी फुटल्या.

३५३. या सूत्रात सांगितलेल्या इं प्रत्ययापूर्वी नपुं. नामाचा अन्त्य ऱ्हस्व स्वर विकल्पाने दीर्घ होतो. (सू. ३३० पहा)
सूत्र ३३१ ते ३५४ पर्यंत अपभ्रंशातील नामाचा रूपविचार झाला आहे. सोईसाठी हा सर्व रूपविचार येथे एकत्र दिला आहे.

अकारान्त पुल्लिंगी शब्द 'देव'

विभक्ति	ए. व.	अ. व.
प्र.	देव, देवा, देवु, देवो	देव, देवा.
द्वि.	देव, देवा, देवु	देव, देवा
तृ.	देवे, देवें, देवेण (देविण) (देवि)	देवहिं, देवेहिं
पं.	देवहे, देवहुदेवहुं	
ष.	देव, देवसु, देवस्सु, देवहो, देवह	देव, देवहं
स.	देवे, देवि देवहिं	
स.	देव, देवा, देवु, देवो	देव, देवा, देवहो.

इकारान्त पुल्लिंगी शब्द 'गिरि'

प्र.	गिरि, गिरी गिरि, गिरी	
द्वि.	गिरि, गिरी गिरि, गिरी	
तृ.	गिरिएं, गिरिण, गिरिं	गिरिहिं
पं.	गिरिहे	गिरिहुं
ष.	गिरि, गिरिहे	गिरि, गिरिहं, गिरिहुं
स.	गिरिहि	गिरिहुं
सं.	गिरि, गिरी गिरि, गिरी, गिरीहो	

उकारान्त पुल्लिंगी शब्दांची रूपे 'गिरि' प्रमाणे होतात.

अकारान्त नपुंसकलिंगी शब्द 'कमल'

प्र. / द्वि.	कमल, कमला	कमल, कमला, कमलइं, कमलाइं.

बाकीची रूपे अकारान्त पुल्लिंगी शब्दाप्रमाणे होतात.

इकारान्त नपुंसकलिंगी शब्द 'वारि'

प्र. / द्वि.	वारि, वारी	वारि, वारी, वारिइं, वारीइं.

उरलेली रूपे उकारान्त पुल्लिंगी नामाप्रमाणे.

उकारान्त नपुंसकलिंगी शब्द 'महु'

प्र. / द्वि.	महु, महू	महु, महू, महुइं, महूइं

बाकीची रूपे उकारान्त पुल्लिंगी नामाप्रमाणे

ककारान्त नपुंसकलिंगी शब्द 'तुच्छअ'

प्र. / द्वि	तुच्छउं

उरलेली रूपे 'कमल' प्रमाणे

आकारान्त स्त्रीलिंगी शब्द 'मुद्धा'

प्र.	मुद्ध, मुद्धा	मुद्धाउ, मुद्धाओ
द्वि.	मुद्ध, मुद्धा	मुद्धाउ, मुद्धाओ
तृ.	मुद्धए (मुद्धइ)	मुद्धहि
पं.	मुद्धहे (मुद्धहि)	मुद्धहु
ष.	मुद्धहे (मुद्धहि)	मुद्धहु
स.	मुद्धहि	मुद्धहि
सं.	मुद्ध, मुद्धा	मुद्धा, मुद्धा, मुद्धहो, मुद्धाहो

इकारान्त, ईकारान्त, उकारान्त आणि ऊकारान्त स्त्रीलिंगी शब्द 'मुद्धा' प्रमाणेच चालतात. येथेच, **षड्भाषाचंद्रिका** यामध्ये सांगितलेला नामांचा रूपविचार तुलनेसाठी मुद्दाम पुढे दिला आहे.

अकारान्त पुल्लिंगी 'राम' शब्द

विभक्ति	**ए. व.**	**अ. व.**
प्र.	राम, रामा, रामु, रामो	राम, रामा
द्वि.	राम, रामा, रामु, रामो	राम, रामा, रामि, रामे
तृ.	रामे, रामे, रामेण	रामे, रामहिं, रामाहिं, रामेहिं
पं.	रामहे, रामाहे, रामहु, रामाहु	रामहुं, रामाहुं
ष.	राम, रामा, रामसु, रामासु, रामस्सु, रामहो, रामाहो	राम, रामा, रामहं, रामाहं

स.	रामि, रामे	रामहिं, रामाहिं, रामसु, रामासु
सं.	राम, रामा, रामु, रामो	रामहो, रामाहो

अकारान्त नपुं. 'कुंड' शब्द

प्र.	कुंडु	कुंडाइं, कुंड, कुंडे
द्वि.	कुंडु	कुंडाइं, कुंड, कुंडे
सं.	कुंडु	कुंडहो, कुंडाहो

इतर रूपे अकारान्त पुल्लिंगी शब्दाप्रमाणे

इकारान्त पुल्लिंगी 'कइ' शब्द

प्र.	कइ, कई	कइ, कई, कइहो, कईहो
द्वि.	कइ, कई	कइ, कई
तृ.	कइण, कईण, कइएं, कईएं, कइं, कईं	कइहिं, कईहिं
पं.	कइहे, कईहे	कइहुं, कईहुं
ष.	कइ, कई	कइ, कई, कइहं, कईहं, कइहुं, कईहुं
स.	कइहि, कईहि, कइहुं, कईहुं	कइहिं, कईहिं
सं.	कइ, कई	कइहो, कईहो

उकारान्त पुल्लिंगी 'कारु' शब्द

प्र.	कारु, कारू	कारु, कारू, कारुहो, कारूहो
दि.	कारु, कारू	कारु, कारू
तृ.	कारुण, कारूण, कारुएं कारूएं, कारुं कारूं	कारुहिं, कारूहं
पं.	कारुहे कारूहे	कारुहुं, कारूहुं
ष.	कारु, कारू	कारु, कारू, कारुहं, कारूहं, कारुहुं, कारूहुं
स.	कारुहि, कारूहि, कारुहुं,	कारुहिं, कारूहिं

	कारूहुं	
स.	कारु, कारू	कारुहो, कारूहो

इकारान्त नपुं. 'वारि' शब्द

प्र. द्वि.	वारि	वारिइं

इतर रूपे इकारान्त पुल्लिंगी शब्दाप्रमाणे

आकारान्त स्त्रीलिंगी 'जाआ' शब्द

प्र.	जाआ, जाअ, जाई, जाइ	जाआउ, जाअउ, जाआओ, जाअओ, जाईउ, जाइउ, जाईओ, जाइओ
द्वि.	,,	,,
तृ.	जाआण, जाअण, जाआं, जाअं, जाईण, जाइण, जाइं, जइं, जाईएं, जाइएं	जाआहिं, जाअहिं जाईहिं, जाइहिं
प.	जाईहुं, जाइहुं, जाआहुं, जाअहुं जाईहे, जाइहे	जाआहे, जाअहे,
स.	जाआहिं, जाअहिं, जाईहिं, जाइहिं	जाआहिं, जाअहिं, जाईहिं, जाइहिं
सं.	जाआ, जाअ, जाई, जाइ	जाआ, जाअ, जाई, जाइ, जाआउ, जाअउ, जाआहो, जाअहो, जाईउ, जाइउ, जाईहो, जाइहो.

ईकारान्त व ऊकारान्त स्त्रीलिंगी शब्दांची रूपे वरील 'जाई'च्या रूपांप्रमाणे होतात.

३५५-३६७ या सूत्रांत, अस्मद् (मी, आम्ही) व युष्मद् (तूं, तुम्ही) ही दोन सर्वनामे सोडून, इतर सर्वनामांची जी विशिष्ट रूपे अपभ्रंशांत होतात, ती सांगितलेली आहेत. याखेरीजची त्यांची इतर रूपे आपापल्या अन्त्यस्वरानुसार त्या त्या स्वरान्त नामाप्रमाणे होतात.

येथेच **षड्भाषाचंद्रिका** यामध्ये सांगितलेला काही सर्वनामांचा रूपविचार

तुलनेसाठी मुद्दाम पुढे दिला आहे.

'सव्व' सर्वनाम : पुल्लिंगी

प्र.	सव्व, सव्वा, सव्वु, सव्वो	सव्व, सव्वा, सव्वे
द्वि.	,, ,,	सव्व, सव्वा, सव्वि, सव्वे
तृ.	सव्वे, सव्वें, सव्वेण	सव्वे, सव्वहिं, सव्वाहिं, सव्वेहिं
पं.	सव्वहं सव्वाहं	सव्वहुं, सव्वाहुं
ष.	सव्व, सव्वा, सव्वसु, सव्वासु, सव्वस्सु, सव्वहो, सव्वाहो	सव्व, सव्वा, सव्वहं, सव्वाहं, सव्वेसिं
स.	सव्वहिं, सव्वाहिं	सव्वहिं, सव्वाहिं, सव्वसु, सव्वासु

स्त्रीलिंगी 'सव्वा' अथवा 'साहा' 'जाआ' प्रमाणे चालते.
नपुं 'सव्व' हे 'कुंड' प्रमाणे चालते.
यद् व **तद्** यांची पुल्लिंगातील 'ज' व 'त' ही अंगे प्र. ए. व. आणि द्वि. ए. व.सोडून इतरत्र पुल्लिंगी 'सव्व' प्रमाणे चालतात.
त्यांची प्र. ए. व. आणि द्वि. ए. व. रूपे पुढीलप्रमाणे

	यद्	**तद्**
प्र. व द्वि. ए. व.	ध्रुं	त्रुं

यद् व तद् यांची 'जा' व 'ता' ही स्त्रील्लिंगी अंगे पं. ए. व. सोडून इतरत्र 'जाआ' प्रमाणे चालतात. पंचमी एकवचनात त्यांची अनुक्रमे 'जहे' व 'तहे' अशी रूपे होतात.

यद् : नपुं.

प्र. द्वि	ध्रुं, जं	जाइं, जइं

तद् : नपुं.

प्र. द्वि.	त्रुं, तं	ताइं, तइं

उरलेली रूपे पुल्लिंगी 'ज' आणि 'त' प्रमाणे होतात.
एतद् चे पुल्लिंगात 'एद' असे अंग होते. पुढे दिलेली रूपे सोडून

इतरत्र 'एद' ची रूपे पुल्लिंगी 'सव्व' प्रमाणे होतात.

प्र.	एद, एहो, एहु	एइ
द्वि.	,,	,,

एतद्‌चे स्त्रीलिंगांत 'एदा' अंग होते; पुढील रूपे सोडून इतरत्र 'एदा' ची रूपे 'जाआ' प्रमाणे होतात.

प्र. द्वि.	एह, एहो, एहु	एइ

एतद् : नपुं.

प्र. } द्वि.	एह, एहो, एहु	एइ, एइं, एदइं, एदाइं

उरलेली रूपें पुल्लिंगी 'एद' प्रमाणे

अदस् चे 'अमु' असे पुल्लिंगी अंग होते, पुढील रूपे सोडून 'अमु' हे अंग 'कारु' प्रमाणे चालते.

प्र. व द्वि. अ. व. : ओइ.

अदस् : नपुं

प्र. } द्वि.	अमु	ओइ, अमुइं, अमूइं

उरलेली रूपे पुल्लिंगी 'अमु' प्रमाणे.

३५५. होंतउ हें हो (ऽभू) धातूचे स्वार्थे 'क' युक्त व. का. धा. वि. चे रूप आहे. होतउ ची भवन् अशी संस्कृत छायाहि दिली गेली आहे. -जहां, तहां कहां यांची संस्कृत छाया यत:, तत:, कुत: अशीही दिलेली आढळते (पिशेल, पृ. १८९ पहा)

३६५.१ सहुँ-सूत्र ४१९ पहा.

३५७.२ या श्लोकांत एका विरहिणीच्या स्थितीचे वर्णन आहे. या श्लोकाचा भावार्थ असा : -श्रावण-भाद्रपदांतील पावसाच्या सरीप्रमाणे तिच्या डोळ्यांतून अश्रु-धारा ओघळत होत्या; वसंत ऋतूतल्याप्रमाणे तिचा बिछाना पल्लवांचा होता; शरदृऋतूंतील मेघाप्रमाणे (अथवा काश-कुसुमाप्रमाणे) गाल पांढरे पडले होते; ग्रीष्मांतल्याप्रमाणे अंग तप्त होते; शिशिर ऋतूंतील कमलाप्रमाणे तिचे मुखकमल कोमजले होते.

-'माहउ' या शब्दाची माधव व माघ अशी दोनही प्रकारे संस्कृत छाया होऊ शकेल (माधव-वसंत ऋतु; वैशाख. गी. ल. को. पृ. ३७८)

३५७.३ पइँ-सू. ३७० पहा. काइं-सू ३६७ पहा.

३५८.१ महारउ-सू. ४३४ पहा.

३६२.१ वढ-सू. ४२२ पहा. पच्छइ.-सू. ४२० पहा.

३६५.१ येथे 'जाई सरइँ' हा एक शब्द मानून त्याची 'जाति-स्मरणि' अशी छाया अधिक बरी वाटते. मउलिअहिं-सू. ३८२ पहा.

३६५.३ तुलनेसाठी परमात्मप्रकाश २.१४७ पहा.

३६६.१ काही शब्द भिन्न असलेला पुढील दोहा पहा.
सयलु वि को वि तडप्फडइ सिद्धत्तणहु तणेण।
सिद्धत्तणु परि पावियइ चित्तहं णिम्मलएण ॥ **पाहुडदोहा ८८**
तडप्फडइ--म. -तडफडणे.--तणेण-सू. ४२२ पहा. वड्डप्पणु-सू.४३७ पहा.

३६७. कवण-जु. म.-कवण. चालूं मराठीत कोण.

३६७.३ अणुहरहिं, लहहिं, नवहिं-सू. ३८२ पहा. नवहि ँ (नमन्ति) - सूत्र ३९७ पहा.

३६७.४ हा श्लोक म्हणजे एका विरही प्रियकराचे मेघाला उद्देशून बोल आहेत. - गज्जहि-सू. ३८३ पहा.

३६८.१ रुणझुण-म. रुणझुणणे.-रण्णडइ-अरण्य शब्दांतील आद्य 'अ' चा लोप होऊन (हेम. १.६६ महा) 'रण्ण' होतो. 'रण्ण' ला स्वार्थे ड आणि अ हे प्रत्यय (सू. ४२९.४३० पहा.) लागून रण्णडअ. त्याचे सप्तमी ए. व. चे रूप 'रण्णडइ' (सू. ३३४).

३७०.२ अन्य स्त्रीवर आसक्त झालेल्या नायकाला उद्देशून नायिकेचे उद्गार म्हणजे हा श्लोक.

३७०.४ वेग्गला-म.वेगळा. -कृंदत-कृतान्त (सूत्र ३९६ पहा). द्वि. ए. व. तइं चे उदाहरण-
तइँ नेडं अक्खउ ठाणु। **कुमारपालचरित ८.३२**

३७१.१ तेवड्डउ-सू. ४०७ पहा.

३७६.१ एक योद्धा रणांगणावर जातांना आपल्या प्रियेला उद्देशून हे बोल बोलत आहे. -एम्व-सू. ४१८ पहा.

३७६.२ एक विरहिणी प्रवसाला गेलेल्या आपल्या प्रियकराबद्दल हे शब्द बोलत आहे. -अवस-सू. ४२७ पहा.

३७९.१ आलु-मिथ्या, अलीक, अनर्थक. म. आळ.-हेल्लि-सू. ४२२ पहा.

३७९.२ या श्लोकांतील 'तो' ची संस्कृत छाया सू. ४१७ नुसार तदा वा ततः

अशी होईल. डॉ. वैद्य संपादित पुस्तकात ती 'तत्' अशी आढळते. -
परक्कड-पारक्क-परकीय (हेम. २.१४८) नंतर सू. ४२९ नुसार
स्वार्थे प्रत्यय.

३६८-३८१ या सूत्रात अस्मद् व युष्मद् या दोन सर्वनामाचा अपभ्रंशांतील रूप-
विचार आला आहे. ही रूपे एकत्र पुढे दिली आहेत-

युष्मद्

विभक्ति	ए. व.	अ. व.
प्र.	तुहुं	तुम्हे, तुम्हइं
द्वि.	पइं, तइं	तुम्हे, तुम्हहं
तृ.	पइं, तइं	तुम्हेहिं
पं.	तउ, तुज्झ, तुध्र	तुम्हहं
ष.	तउ, तुज्झ, तुध्र	तुम्हह
स.	पइं, तइं	तुम्हासु.

अस्मद्

विभक्ति	ए. व.	अ. व.
प्र.	हउं	अम्हे, अम्हइं
द्वि.	मइं	अम्हे, अम्हइं
तृ.	मइं	अम्हेहिं
पं.	महु, मज्झु	अम्हहं
ष.	महु, मज्झु	अम्हहं
स.	मइं	अम्हासु

षड्भाषाचंद्रिका या ग्रंथांत दिलेली अस्मद् व युष्मद् ची रूपे तुलनेसाठी
मुद्दाम पुढे दिली आहेत.

युष्मद्

विभक्ति	ए. व.	अ. व.
प्र.	तुहुं	तुम्हे, तुम्हइ
द्वि.	एइं, तइं	तुम्हे, तुम्हइ
तृ.	,,	तुम्हेहिं
पं.	तुज्झ, तुध्र, तउ, तुह, तओ	तुम्हहं

ष.	,,	,,
स.	एइं, तइं	तुम्हासु
	अस्मद्	
विभक्ति	ए. व.	अ. व.
प्र.	हउं	अम्हइं, अम्हेइं
द्वि.	मइं	,,
तृ.	मइं	अम्हेहिं
पं.	महु, मज्झ	अम्हहं
ष.	,,	,,
स.	मइं	अम्हासु

३८२-३८८ या सूत्रांत अपभ्रंशातील धातु-रूप-विचार आलेला आहे. अपभ्रंशातील धातु-रूप-विचार हा बराचसा महाराष्ट्री प्राकृतांतील धातु-रूप-विचाराप्रमाणेच आहे. फक्त, वर्तमानकाळ, आज्ञार्थ द्वि. पु. ए. व., आणि भविष्यकाळ यात मात्र जो थोडासा फरक आहे, तो या सूत्रात सांगितला गेला आहे.

३८२. संस्कृतात परस्मैपदाचे

मि	वस्	मस्
सि	थस्	थ
ति	तस्	अन्ति असे प्रत्यय आहेत.

त्यातील ति या प्रत्ययाला धरून त्यादि ही संज्ञा.

३८३.१ बप्पीह-चातक.-या श्लोकांत 'पिउ' हा शब्द श्लिष्ट आहे. स्त्रीचे बाबतीत 'प्रिय:', व चातकाचे बाबतीत 'पिबामि' यासाठी तो योजिलेला आहे. चातक हा फक्त मेघांतून पडणारे पाणी पितो. भूमीवरील पीत नाही, असा कविसंकेत आहे. - कित्तिउ-कियत्-(हेम. २.१५७ पहा.)

३८३.२ लहहि-लभसे. संस्कृतमध्ये लभ् हा धातु आत्मनेपदी आहे. **सप्तमी** म्हणजे विध्यर्थ.

३८५.१ छुडु-यदि (सू. ४२२ पहा)

३८६.१ विणु-सू. ४२६ पहा.

३८२-३८६ यात वर्तमानकाळी अपभ्रंशांत लागणारे जे अधिक प्रत्यय सांगितलेले आहेत, ते पुढीलप्रमाणे-

पुरुष	**ए. व.**	**अ. व.**
प्र. पु.	उं	हुं

द्वि. पु.   हि   हु

तृ. पु.   –   हिं

३८७. अपभ्रंशांत आज्ञार्थ द्वि. पु. एकवचनात लागणारे प्रत्यय या सूत्रांत सांगितलेले आहेत, ते असे : - इ, उ, ए. -संस्कृतमध्ये हि आणि स्व हे आज्ञार्थ द्वि. पु. ए. व. चे प्रत्यय आहेत. **पंचमी** म्हणजे आज्ञार्थ.

३८७.२ जाए (यावत्) - सू. ४०६ पहा.

३८७.३ एम्वहिँ ची संस्कृत छाया एवमेव अशी डॉ. वैद्य संपादित पुस्तकात आढळते. पण सू. ४२० नुसार एम्वहिँ ची संस्कृत छाया इदानीम् अशी होईल. -बप्पुडा :- म. -बापडा, बापुडा.

३८८. संस्कृतांत 'स्य' हे भविष्यकाळाचे चिन्ह आहे.

३८८.१ झडप्पड :-म.-झटपट.

३८९. क्रिये हे कृ धातूचे कर्मणि वर्तमानकाल प्र. पु. ए. व. चे रूप आहे.

३८९.१ थोड्याफार शब्द-फरकाने आढळणारा पुढील श्लोक पहा-

संता विसय जु परिहरइ बलि किज्जउँ हउँ तासु ।

सो दइवेण जि मुंडियउ सीसु खडिल्लउ जासु ॥ **परमात्मप्रकाश २.१३९**

३९१.१ श्रीकृष्णाच्या उपस्थितीने दुर्योधन गोंधळून गेला होता. इतका की दोघांची भाषणे झाल्यानंतर तो भानावर आला.

३९५.१ सरिसिम-सदृशता, सदृशत्व (हेम. २.१५४ पहा.)

- छोल्ल (तक्ष्) - म. - सोलणे.

३९५.२ चूडुल्लउ :- सू. ४२९ पहा. - झलक्क :-म.-झळकणे.

३९५.३ सर्वाशन-रिपु-संभव - सर्व-भक्षक म्हणजे अग्नि (वडवानल), त्याचा शत्रू म्हणजे पाणी (समुद्र), त्यातून निर्माण झालेला म्हणजे चंद्र.

३९५.४ खुडुक्कः -म.-खटकणे; खुडुक (होऊन बसणे) -घुडुक्क : -म- गडगडणे. -पवासुअं (प्रवासिक, प्रवासिन्) हेम. १.४४ पहा.

३९५.६ बप्पीकी-बापाची. पहा : बापिकें (ज्ञानेश्वरी १२.६७)-चंप : -म- चांपणे; चोपणे.

३९५.७ तेत्तिउ :-हेम. २-१५७ पहा. - तेवडु:-सू. ४०७ पहा. -धुट्टुअइ च्या ऐवजी धुद्धुअइ असाही एक पाठ आढळतो.

३९६. शौरसेनीतही अनादी असंयुक्त त चा द होतो. (हेम. ४.२६०)

३९७. म.-ग्राम-गांव; नाम-नांव; इ.-लाक्षणिक :-म्हणजे (वर) सांगितलेल्या लक्षणांनी सिद्ध झालेले तद्भव शब्द. - जिवँ, तिवँ, जेवँ, तेवँ :- सू. ४०१ पहा.

३९९. वासेण वि भारहं खंभि बद्धं। (व्यासेनापि भारतं स्तम्भे बद्धम्।) असा एक पाठभेद आहे. -व्यासाने सुद्धां भारत स्तंभांत ग्रथित केले.

४०१. डित् (ड् + इत्) म्हणजे ज्यातील ड् हा इत् आहे. आणि इत् म्हणजे जो येतो व आपले कार्य करून निघून जातो तो. (एति गच्छति इति इत्, स्वकार्यं कृत्वा विनश्यत्, इत्यर्थः।) (प्रत्ययांत आद्य असणारे चु (म्हणजे च्, छ्, ज्, झ, ञ्) आणि टु (म्हणजे ट्, ठ्, ड्, ढ्, ण्) हे इत् असतात. प्रत्ययाद्यौ चुटू इतौ स्तः। सि. कौ. १.३.७). हे डित् प्रत्यय शब्दांना लागतांना, शब्दांतील अन्त्य स्वरासह पुढील सर्व वर्ण लोप पावतात (डिति परे भस्य टेर्लोपः स्यात्। सि. कौ. ६.४.१४३, तसेच डित्त्वसामर्थ्यादभस्यापि टेर्लोपः। सि. कौ. २.४.८५). टि म्हणजे एकाद्या शब्दांतील स्वरामध्ये जो अन्त्य स्वर असतो, तो धरून पुढील सर्व वर्णाचा समूह (अचौऽन्त्यादि टि। अचीमध्ये योऽन्त्यः स आदिर्यस्स तट्टिसंज्ञं स्यात्। सि. कौ. १.१.६४).

४०७. यावद्-जेवड; तावद्-तेवड.-म-जेवढा, तेवढा; गुजराती-जेवडुं, तेवडुं.

४०८. एवडु, केवडु :-म.- एवढा, केवढा

४०९.१ गंजिउ :-म.-गांजलेला; गांजणे

४१४.२ थोड्याफार शब्द-फरकाने आढळणारा पुढील श्लोक पहा:-
अखइ णिरामइ परमगइ अज्ज वि लउ ण लहंति।
भग्गी मणहं ण भंतडी तिम दिवहडा गणंति॥ **पाहुडदोहा १६९.**

४१५.१ कहंतिहु :-सू. ४१६ पहा.

४१६.१ झुंपडा :-म-झांप; झोपडी.

४१८.१ वैद्य-संपादित पुस्तकांत 'कउ' व 'परोक्खहो॑' यांची 'कथं' व 'परोक्षे' अशी संस्कृत छाया आढळते. पण सूत्र ४१६ व ३३८ नुसार कुतः आणि परोक्षस्य अशी संस्कृत छाया होईल.

४१८.३ 'काइं' ची कथं अशी संस्कृत छाया दिली गेली आहे. पण सू. ३६७ नुसार किम् अशी संस्कृत छाया होईल.

४१८.४ 'तो' ची संस्कृत छाया सू. ४१७ नुसार 'ततः' अथवा 'तदा' अशी होईल.

४१८.५ थोड्याफार शब्द-फरकाने आढळणारी पुढील ओळ पहा :-
जिम लोणु विलिज्जइ पाणियहं। **पाहुडदोहा. १७६**

४१९ खोडी:-म.-खोड, खोडी.

४२०.३ पच्चलिओ हा पाठ वैद्य-संपादित पुस्तकांत स्वीकारला गेला आहे.-

नवखी:-सू. ४२२ पहा.

४२२.३ विट्टाल :-म.-विटाळ

४२२.१२ या श्लोकांत शरीराचे रूपकात्मक वर्णन आहे. येथे पाच म्हणजे पाच इंद्रिये.-कुडुल्ली-सू. ४२९ पहा.

४२२.१४ दडधड :-जु.म.-दडवादडवी (क्रिस्तपुराण १.२३.३३)

तुम एवमणाणहमणहिं च ४४१

तुम्हासु सुपा ३७४

तृनोणअ: ४४३

त्यादेराद्य-त्रयस्य- ३८२

त्रस्य डेत्तहे ४३६

त्व-तलो: प्पण: ४३७

दृशे: प्रस्स: ३९३

पदान्ते उं-हुं-हि-हंकाराणाम् ४११

परस्परस्यादिर: ४०९

पश्चादेवमेवैवेदानीं-प्रत्युतेतस: ४२०

पुनर्विन: स्वार्थे डु: ४२६

प्रायस: प्राउ-प्राइव-प्राइम्व-पग्गिम्वा: ४१४

बहुत्वे हु: ३८४

बहुत्वे हुं ३८६

ब्रूगो ब्रुवो वा ३९१

भिसा तुम्हेहिं ३७१

भिस्येद्वा ३३५

भिस्सुपोर्हिं ३४७

भुव: पर्याप्तौ हुच्च: ३९०

भ्यसामोर्हु: ३५१

भ्यसाभ्यां तुम्हंहं ३७३

भ्यसो हुं ३३७

मध्यत्रयस्याद्यस्य हि: ३८३

महु मज्झु ङसि-ङस्भ्याम् ३७९

मोनुनासिको वा वा ३९७

लिङ्गमतन्त्रम् ४४५

वर्त्स्यति-स्यस्य स: ३८८

वाधी रो लुक् ३९८

वान्यथोनु: ४१५

वा यत्तदोतोर्डेवड: ४०७

विषण्णोक्त-वर्त्मनो वुन्न-वुत्त-विच्चं ४२१

वेदं-किमोर्यादे: ४०८

व्यत्ययश्च ४४७

व्रजेर्वुञ: ३९२

शीघ्रादीनां वहिल्लादय: ४२२

शेषं संस्कृतवत् सिद्धम् ४४८

शौरसेनीवत् ४४६

षष्ठ्या: ३४५

सर्वस्य साहो वा ३६६

सर्वादेर्ङसेर्हां ३५५

सावस्मरो हउं ३७५

सुपा अम्हासु ३८१

सौ पुंस्योद्वा ३३२

स्त्रियां जस्-शसोरुदोत् ३४८

स्त्रियां डहे ३५९

स्त्रियां तदन्ताड्डी: ४३१

स्यमोरस्योत् ३३१

स्यम्-जस्-शसां लुक् ३४४

म्हो म्भो वा ४१२ स्यादौ दीर्घ-हस्वौ ३३०

युष्मदादेरीयस्य डार: ४३४ स्वराणां स्वरा: प्रायोपभ्रंशे ३२९

❏

६ अवहट्ठ

मागील प्रकरणात इ.स. ४०० ते इ. स. १००० पर्यंत अपभ्रंश भाषा एक अखिल भारतीय साहित्यिक आणि सांस्कृतिक भाषा म्हणून प्रतिष्ठा पावली, ह्या संबंधी माहिती करून घेतली. एकंदरीत ही भाषा मध्यदेशीय शौरसेनीय भाषेचेच विकसित रुप होते. प्रांतागणिक त्याच्या प्रभावात थोडा थोडा फरक दिसून आला होता, परंतु ही अपभ्रंश कांही एकटीच परिनिष्ठित भाषा नव्हती, किंवा पुढील शतकातील भारतीय आर्यन भाषांची जन्मदात्री ही नव्हती. अपभ्रंश आपल्या साहित्यिक, सांस्कृतिक चरमसीमेवर असताना, त्याच काळी भिन्न भिन्न प्रदेशातील लोक आपल्या दैनिक व्यवहारात, कार्य कलापात भिन्न भिन्न बोलींचा प्रयोग करीत होते, आणि त्याच बोली पुढे, कालांतराने आधुनिक भारतीय आर्यन भाषांच्या गंगोत्री बनल्या, अपभ्रंश भाषा नव्हे. जेव्हा ह्या अपभ्रंशाखेरीज अन्य उपरोक्त बोलीभाषा आपापल्या प्रांतात विकसित होऊन साहित्यिक भाषा बनण्याचा यत्न करीत होत्या, तेंव्हा त्या काळच्या साहित्यकारांच्या परिनिष्ठित अपभ्रंश भाषेत परिवर्तनाची लक्षणे दिसून येऊ लागली. साधारणपणे असे चित्र दिसत होते की एखादी भाषा आपला स्थानिक प्रभाव ग्रहण करून अपभ्रंश भाषेच्या पार्श्वभूमीवर आपले नवीन अस्तित्व निर्माण करण्यात मग्न होती, काही काळपर्यंत ह्या भाषांना 'देशी भाषा' म्हटले गेले. परंतु ह्या सर्व-अनेक भाषात जेव्हा साहित्याची सर्जनता विपुल प्रमाणात वाढू लागली, तेव्हा तत्कालीन कलाकार आणि वैयाकरणांनी ह्या सर्व भाषांना मिळून 'अवहट्ठ' म्हणून एक संज्ञा प्रदान केली. ही भाषा वास्तविक अपभ्रंश भाषेच्या अंतिम टप्प्यात आणि नव्य भारतीय आर्यन भाषांची प्राथमिक सीमासूचिका म्हणून सिद्ध झाली. सारांश ह्या अवहट्ठ भाषेने दोन भाषांच्या मधल्या अवस्थेचे -रुपाचे काम केले. या उपरोक्त अवहट्ठ भाषांचे ज्ञान खालील ग्रंथाच्या आधारे होते.

क्रम	रचना	लेखक आणि स्थान	रचना काळ
१)	संदेश रासक	श्री. अब्दुल रहमान, मुल्तान	१२ वे शतक

२)	प्राकृत पैंगलम्	श्री पिंगल, वाराणसी	१४ वे शतक
३)	उक्ति-व्यक्ती प्रकरण	श्री पंडित दामोदर, काशी	१२ वे शतक
४)	कीर्तिलता	श्री विद्यापति, मिथिला	१४ वे शतक
५)	वर्षारत्नाकर	श्री ज्योतिरीश्वर, मिथिला	१४ वे शतक
६)	चर्यापद	विभिन्न सिद्ध, आदिनाथ पूर्व प्रदेश	१४ वे शतक
७)	ज्ञानेश्वरी	संत ज्ञानेश्वर, महाराष्ट्र (द. प्र.)	१३ वे शतक
८)	पुरातनसंग्रह	मुनि जिनविजय	१२ वे शतक

हा 'अवहट्ठ' शब्द कोणत्या भाषेतून, केव्हा आणि कसा आला ? आणि तो नेमक्या कोणत्या भाषेसाठी प्रयुक्त झाला ? ह्या प्रश्नांची उत्तरे बारकाईने शोधल्यास ह्या शब्दाचा सर्व प्रथम उपयोग 'संदेश रासक' नावाच्या अपभ्रंश पुस्तिकेत झालेला दिसेल. ह्या पुस्तिकेचा रचना काल १२ वे शतक आहे.

अवहट्ठ सकृय पाहयंमि पेसाह्यंमि भासाय ।
लक्खण छन्दाहरणे सुकहन्त भूसियं जेहि ।। (सं. रा. १-६)

वरील पदातील 'अवहट्ठ' शब्दाचा प्रयोग अपभ्रंश भाषेहून भिन्न कोणत्याही भाषेला प्रयुक्त झालेला दिसत नाही. इथे भिन्न भिन्न भाषांसाठी - संस्कृत, प्राकृत पैशाची इत्यादींच्या प्रसंगात 'अवहट्ठ' शब्दाचा प्रयोग झालेला दिसतो. ही भाषा अपभ्रंशाहून वेगळी खास नव्हती, पण कवीने प्राचीन समस्त परिनिष्ठित साहित्यिक भाषाना ह्या अवहट्ठ मध्ये गोवले आहे, हे ह्या संज्ञेचे मोठे लक्षण आहे. अशा स्थितीत ही अवहट्ठ भाषा अपभ्रंशापासून वेगळी होती, हे मत ठीक ठरणार नाही. म्हणून अवहट्ठ शब्द अपभ्रंश भाषेचीच पुढची पायरी होती, ज्या एकमेकास जोडल्या होत्या, अवहट्ठ ही त्यातील विकसित स्थिती होती.

त्यानंतर 'प्राकृत पैंगलम्' चा टीकाकार 'लक्ष्मीधर' याने वरील ग्रंथाच्या भाषेला 'अवहट्ठ' असा शब्दप्रयोग वापरला.

'प्रथमं भाषाया: अवहट्ठ' (अपभ्रंश) भाषायास्तरण्डस्तरणिरित्यर्थ: ।' ह्याचप्रकारे टीकाकार वंशीधरानेही प्राकृतपैंगलाच्या भाषेला अवहट्ठ म्हटले.

'प्रथमो भाषा तरण्ड: । प्रथम आद्य: भाषा अवहट्ठ भाषा, यया भाषया अयं ग्रंथो रचित: । सा अवहट्ठ भाषा इत्यर्थ: ।'

ह्या दोन्ही टीकांचा काळ अनुक्रमे १६५७ आणि १६९९ संवत् आहे. या वेळपर्यंत अपभ्रंश भाषेने 'अवहट्ठ' भाषेचे रुप-नाम घेतले होते, असे प्रसिद्धीवरून दिसून येते. टीकाकार लक्ष्मीधराने 'अपभ्रंश' हाच शब्द वापरून तो 'अवहट्ठ' - अपभ्रंश एकच मानतो हे सूचित केले आहे. त्याच बरोबर अपभ्रंश किंवा अवहंस (जो

अधिक प्राचीन शब्द आहे) च्या जागी अकस्मात 'अवहट्ठ' चा प्रयोग लक्ष वेधून घेतो.

१४ व्या शतकात ज्योतिरीश्वर ठाकुर यानेही 'अवहट्ठ' शब्दाचा प्रयोग विशिष्ट भाषेसाठी केला आहे. 'पुनु, कहसन, भाट, संस्कृत, पराकृत, अवहट्ठ, पैशाची, शौरसेनी, मागधी छहु भाषा, तत्कृत शकाती, आभीरी चांडाली, सावली, द्राविकी, औतकळी, विजातीया, सातहू, उपभाषाक, कुडानह।''

१४ व्या शतकात किर्तिलतामध्ये 'अवहट्ठ' शब्द भाषेच्या अर्थात आला आहे.

सक्कअ वाणी बहुअ न भावइ
पाऊस रस को मम न पावइ !
देसिल बअना सब जन मिट्ठा
तं तैसन जांपअ अवहट्ठा (की. ल. प्रथम पल्लव)

या पद्यावरून विद्यापतीही 'अवहट्ठा' चा अर्थ 'अपभ्रंश' घेत होता. कारण संस्कृत, प्राकृताच्या पश्चात त्याने 'अवहट्ठाचा' प्रयोग केला असून तो अपभ्रंशाचाच सूचक आहे. दुसरे म्हणजे त्याने 'देशी वाणी' ला सरस ठरवून 'तं तैसन' शब्दाद्वारे तो तशीच देशी वाणी अवहट्ठ भाषेत लिहिल, परिनिष्ठीत अपभ्रंशात नाही हेही त्याने स्पष्ट सांगितले आहे. ह्यावरून ध्वनित होते की विद्यापतीचे अवहट्ठाचे तात्पर्य अपभ्रंशाशीच होते. पण त्याच्या ग्रंथाची भाषा अवहट्ठ 'देसित बअना' अशी आहे. कीर्तिलता ग्रंथाच्या भाषेचे अभ्यासकही सिद्ध करतात, की त्यात देश्य प्रयोग अधिक आहेत.

उपरोक्त उदाहरणावरुन अवहट्ठ शब्दाचा प्रयोग, जिथे जिथे झाला आहे, तिथे तिथे तो अपभ्रंशाचा वाचक म्हणूनच आला आहे, अवहंस, अवब्भंश असेही पर्यायवाची शब्द आहेत, पण अवहट्ठ शब्दच दृढ झाला कारण विद्वानांच्या मते तो 'अपभ्रष्ट' शब्दाचा तद्भव आहे. संस्कृतच्या एकाददुसऱ्या विद्वानाखेरीज विशिष्ट भाषेकरिता 'अपभ्रष्ट' शब्दाचा प्रयोग केला नाही. विष्णुधर्मोत्तर पुराणात दोन ठिकाणी ह्या शब्दाचा प्रयोग मिळतो,

अपभ्रंष्ट तृतीयश्च तदनन्त नराधिप (वि. ध. पु. ३.३)
लोकेषु यद् स्यादपभ्रष्टसंज्ञं ज्ञेयं हि तद्देशोविदोऽधिकारम् । (वि. ध. पु. ३.७)

ध्वनितत्व

१. दोन स्वरांच्या मध्ये येणाऱ्या 'म' च्या स्थानी 'ब' अथवा 'वँ' ध्वनी उत्पन्न होतो. ही प्रवृत्ती राजस्थानी भाषेतही आहे. उदा. दमन > दबण, रमणीय > रबणिज्ज.

२. जिथे अपभ्रंशात निरनुनासिक ध्वनींना सानुनासिक करण्याच्या प्रवृत्तीला अपभ्रशांत विद्वानांनी चिन्हित केले आहे, तिथे संदेश रासक त्याच्या परित्यागाची

प्रवृत्ती सूचित करतो.

अधिकरण कारकात - 'हिं' च्या स्थानावर 'हि'

नपुंसक लिंग,कर्ता आणि कर्मात - अइं > अइ

उदा. हउं > हउ, तुहुं > तुहु ,मइं > मइ, किविं > किवि, काइं > काई

३. इ च्या स्थानावर 'य' आदेशाची प्रवृत्ती.

कविवर > कइवर > कयवर, वियोगी > बिडइ > विडय, केतकी > केवइ > केवय.

४. 'अ' च्या स्थानावर 'इ' करण्याची प्रवृत्ती गद्गद् > गग्गर > गग्गिर, शशधर > ससहर > ससिहर.

५. 'इ'च्या स्थानी 'अ' केला जातो.

विराहिणी > विरहणी, धरित्री > धरत्ती, विविध > विवह

६. 'उ' च्या स्थानावर 'अ' मिळतो.

उत्तुंग > उत्तंग, कुसुम > कुसम

७. 'उ' च्या स्थानावर 'व' ही मिळतो.

गोपुर > गोउर > गोवर

८. 'ए' च्या स्थानी 'इ' उदा. शय्या > सेज्जा > सिज्ज

९. 'औ' च्या स्थानी 'उ' उदा. मौक्तिक > मोत्तिअ > मुत्तिय

१०. समीप असलेल्या दोन स्वरांची संधी करण्याची प्रवृत्ती संदेश रासकात आढळते.

उदा. स्वर्णकार > सुन्नआर > सुनार, अंधकार > अंधआर > अंधार.

११. 'स' ला 'ह' चा आदेश अधिकांश भारतीय भाषात आढळतो, विशेष करून राजस्थानची पश्चिम शाखा, पंजाबी, सिंधी प्रदेशात 'स' चा 'ह' होतो. संदेश - रासकात ह्याचा उल्लेख आहे.

सदेश > संनेस > संनेह, दिवस > दिवह, दश > दस > दह

१२. पदान्त दीर्घ स्वरांचा ऱ्हस्व करण्याची प्रवृत्ती हेमचंद्राने अपभ्रंशात असल्याचे म्हटले आहे. तिथे ऱ्हस्वाचा दीर्घ आणि दीर्घाचा ऱ्हस्व होतो. उदा.

''ढोल्ला सामला घण चम्पावण्णी । णाइ सुवण्णरेंह कसवट्टइ दिण्णी'' या उदाहरणात सामल, ढोल्ल हे दोन्ही दीर्घ केले आहे. इथे ही प्रवृत्ती विशेष सक्रिय आहे. दोहा > दोहअ, गाथा > गाहत > गाहअ

रुपतत्व

१) निर्विभक्तिक प्रयोग स्वच्छंदतेने केले जाऊ लागले. जरी ह्या प्रवृत्तीचा प्रारंभ

संस्कतातूनच झाला होता, पण अपभ्रंशापर्यंत केवळ काही कारक रुपापर्यंतच सीमित राहिला. संदेश रासक आणि प्राकृत पैंगलम् मध्ये प्राय: सर्व कारकात निर्विभक्तिक प्रयोग उपलब्ध होतात. त्याच बरोबर विभक्ति प्रत्ययाचा प्रयोग सुद्धा प्रचलनात होता.

२) परसर्गांची संख्या वाढू लागते. कवि किंवा लेखक स्वाभाविकच प्रयोगाच्या स्थानी परसर्ग युक्त प्रातिपदिकांचा प्रयोग अधिक आवडीने करु लागले. संदेश रासकात सात्थीहि, सम, सारिसु, हुंतड, ठिड, ह्वियउ, रेसि, लाग्गि, तणि, महि इत्यादी अनेक परसर्गांचा प्रयोग केला गेला आहे.

३) संदेश रासकापर्यंत येइपावेतो पूर्वकालिक क्रियेच्या प्रत्ययाबरोबर 'कर' आणि 'करि' अशा पससर्गांचा प्रयोगही पाहायला मिळतो.

उदा. 'दहेवि करि'

उपरोक्त प्रवृत्तीबरोबर जेव्हा प्राकृत वैगलाची भाषा प्रवृत्तीशी तुलना केली तर थोड्याबहुत भिन्नतेबरोबर प्राय: ह्या सर्व प्रकृती उपलब्ध होतात. उदा.

उदा. प्राकृत पैंगलम् मध्ये 'य' श्रुतीचा अभावच आढळतो. उदा.

१) सागर > साअर (संदेश रासकात 'सायर' रुप आहे.')

युगल > जुअल

२) 'अ' च्या स्थानावर 'व, वॅ' चा आदेश अत्यंत कमी मिळतो.

३) संदेश रासकाच्या तुलनेमध्ये प्राकृत पैंगलम् मध्ये द्वित्वाचा प्रयोग अधिकतेने मिळतो. राजस्थानची डिंगलशैली आणि पंजाबीने आजवर ही प्रवृत्ती टिकवून ठेवली आहे. उदा. दीपक > दीपक्क, चमक > जमक > जमक्का, नियम > णिअम > णिम > णिम्म

मुसलमानांच्या आगमनानंतर अवहट्ठ भाषेत फारसी शब्दांचा प्रवेश झाला. अवहट्ठ भाषा वस्तुत: संक्रमण काळातील साहित्यिक भाषा होती. ज्यावेळी ही परिनिष्ठित रुप धारण करीत होती, त्याच वेळी आधुनिक भारतीय आर्यन भाषा वेगाने साजशृंगार करु लागल्या होत्या. आणि १४ व्या शतकाच्या प्रारंभी सर्व नव्य भाषांनी आपले आपले रुप निर्धारित केले होते. याप्रकारे या ध्वनीगत आणि रुपगत वैशिष्ट्यांमुळे अवहट्ठाहून भिन्न भाषारुपात या भाषांना स्वीकृती मिळाली होती. कांही क्षेत्रात या समान असूनही त्यांच्या मध्ये अशी खास वैशिष्ट्ये होती की या भिन्न भिन्न क्षेत्रातील भाषांचे प्रतिनिधित्व करण्याची पूर्ण क्षमता त्यांच्यात होती.

❑

७ प्राचीन महाराष्ट्री भाषा

हल्ली हिंदुस्थानात प्रचारात असलेल्या आर्यभाषांचा उगम ज्या प्राचीन प्राकृत भाषांपासून झाला आहे, त्या देववाणी संस्कृताच्या कन्यका होत, असे आमच्या स्वदेशीय प्राचीन वैय्याकरणांचे मत आहे. ते असे म्हणतात की, पूर्वीच्या काळी संस्कृतभाषा ही लोकव्यवहारातील भाषा असून, त्रैवर्णिक आर्य लोक घरी दारी ही भाषा बोलत; परंतु दिवसेंदिवस मनुष्याची म्हणजे आर्यांची बुद्धि व ज्ञान कमी होत गेल्या कारणाने संस्कृत वाणीच्या उच्चारप्रकारात अंतर पडून हळू हळू तिचा अपभ्रंश होऊ लागला व अशाप्रकारे अपभ्रष्ट झालेल्या भाषेस प्राकृत हे नाव पडले. 'प्रकृति: संस्कृतं तत्र भवं तत आगतं वा प्राकृतं संस्कृतमूलकमित्यर्थ:' अशी प्राकृत शब्दाची व्याख्या व व्युत्पत्ति हेमचंद्रांनी आपल्या प्राकृत व्याकरणांत सांगितली आहे. देशभेदाने प्राकृतभाषेचे पुष्कळ भेद झाले आहेत व त्यांच्या संख्येविषयी वैय्यकरणात बराच मतभेदही दृष्टीस पडतो. कोणाच्या मते १०, कोणाच्या मते १६, कोणाच्या मते २२ व कोणाच्या मते त्या २७ पर्यंत आहेत. त्यातून काही ठळक नावे वाचकांच्या जिज्ञासा-तृप्तिकरता येथे देतो :- **१)** महाराष्ट्री, **२)** शौरसेनी, **३)** मागधी, **४)** अर्धमागधी, **५)** आवंतिका, **६)** पैशाची, **७)** वैदर्भिका, **८)** गौर्जरी (गुजराथी), **९)** प्राच्या, **१०)** गौडी (बंगाली), **११)** ओड्री, **१२)** वाल्हीकी. ह्या सर्वांत

महाराष्ट्री तथावन्ती शौरसेन्यर्धमागधी ।
वाल्हीकी मागधी चैव षडेता दाक्षिणात्यजा: ।।

शेषकृष्णकृत प्राकृतचंद्रिका.

महाराष्ट्री, आवंतिका, शौरसेनी, मागधी, अर्धमागधी व वाल्हीकी, ह्या ६ भाषा दाक्षिणात्यजा म्हणजे दक्षिण देशात (महाराष्ट्रमंडळात) उत्पन्न झालेल्या, असे

पंडित शेषकृष्ण ह्याचे म्हणणे आहे[१], व ते इतर वैय्याकरणांच्या मतांशी अविरुद्ध आहे. ह्या नाममालिकेत महाराष्ट्रीचे नाव प्रथमस्थानी आले आहे, ही गोष्ट लक्षात ठेवण्यासारखी आहे. वर लिहिलेल्या ६ दाक्षिणात्य भाषांपासून, कृष्ण पंडिताच्या मते, गौडी, प्राच्या वगैरे २७ भाषांचा उगम झाला.

वर ज्या ६ दाक्षिणात्य भाषा सांगितल्या त्यातून महाराष्ट्री, शौरसेनी, मागधी व पैशाची (वाल्हिकी जी तीच, अगर वाल्हिकी जिची मुख शाखा) ह्या ४ मुख्य भाषांचे व्याकरण वररुचि नावाच्या एका प्राचीन विद्वानाने रचले आहे. त्या व्याकरणास 'प्राकृतप्रकाश' म्हणतात. वररुचीचा ग्रंथ निदान १८/१९ शे वर्षांपूर्वी रचला असून, तो द्वादशपरिच्छेदात्मक आहे. त्यातील पहिल्या ९ परिच्छेदात महाराष्ट्री भाषेच्या नियमासंबंधी ४२४ सूत्रे सांगितली आहेत. १० व्या परिच्छेदात पैशाची भाषेचे नियम १४ सूत्रानी सांगितले आहेत. मागधी भाषेचे वर्णन ११व्या परिच्छेदात आले आहे, व त्यात १७ सूत्रे आहेत. शेवटला म्हणजे १२ वा परिच्छेद शौरसेनी भाषेची लक्षणे सांगण्याकरिता योजिलेला आहे. त्याची सूत्रसंख्या बत्तीसाहून जास्त[२] नाही.

वरील वर्णनावरून वाचकांच्या लक्षात आलेच असेल की, वररुचीचा ग्रंथ वास्तविक पाहता महाराष्ट्री वाणीच्या लक्षणवर्णनांनीच भरून गेला आहे व इतर भाषास त्याच्या ग्रंथांत फार थोडी जागा मिळाली आहे. महाराष्ट्री भाषा ही त्यावेळेस किती समृद्ध होती, तिचा प्रसार किती होता व तिला पंडितसमाजात किती मान मिळत होता हे यावरून सहज कळून येण्यासारखे आहे. हेमचन्द्रकृत 'शब्दानुशासनवृत्ति' नावाचे एक प्राकृत व्याकरण आहे. त्यात १११३ सूत्रे आहेत. त्यातून सुमारे साडेआठशे सूत्रे महाराष्ट्रीचे वर्णन करण्याकडे लागली असून बाकीच्या सुमारे अडीचशे सूत्रात शौरसेनी, मागधी, पैशाची, चुलिक पैशाची व अपभ्रंश भाषा ह्यांचे नियम सांगितले आहेत. "प्राचीन ज्या प्राकृत म्हणून भाषा आहेत, त्यातील मुख्य जी तीच महाराष्ट्री" असे जे डॉ. रा. गो. भांडारकर ह्यांनी लिहिले आहे, ते यथातथ्य आहे[३].

महाराष्ट्र भाषेची उत्पत्ति कशी झाली, ह्याविषयी आमच्या देशातील सर्व

१- हा ग्रंथकार इ. सनाच्या १२ व्या शतकाच्या प्रथम पादात हयातीत होता. (Dr. Bhandarkar's Report of the Sanskrit Mss. 1883-84, pp 593).

२- ह्या ग्रंथावर भामहकृत एक वृत्ति (टीका) आहे. ती संक्षिप्त असून सुबोध आहे. प्रो. कॉवेल साहेबांनी ह्या ग्रंथाची सटीक आवृत्ति इ. १८५३ मध्ये छापून प्रथम प्रसिद्ध केली. हा निबंध लिहिण्यास त्याच्याच १८६८ साली प्रसिद्ध झालेल्या द्वितीयवृत्तीचा आम्हास मुख्य आधार आहे.

३- "of the old prakrits the principal one was called Maharastri, because we are told it was the language of Maharashtra" -History of the Deccan. P. 12

प्राचीन वैय्यकरणांच्या मतांप्रमाणे वररुचीचेही मत होते. म्हणजे त्या भाषेचा उगम संस्कृतापासून आहे, असे त्यांनी म्हटले आहे.

॥ शेष: संस्कृतात् ॥९।१८

हे त्याचे महाराष्ट्री भाषाविषयक शेवटले सूत्र होय. ह्यावर भामहाची टीका....

"उक्तादन्य: शेष: । प्रत्यय-समास-तद्धित- लिंग- वर्णकादिविधि:

शेष: संस्कृतादवगंतव्य: इह ग्रंथविस्तरभयान्न दर्शित:"॥

म्हणजे महाराष्ट्री भाषेचे बाकी सर्व नियम म्हणजे प्रत्यय, समास, तद्धित, लिंगादि विषयीचे नियम संस्कृतावरून समजावे. ह्यावरून महाराष्ट्री ही, वररुचीच्या मते, अर्थात् संस्कृतमूलक आहे. वास्तविक पाहता संस्कृत भाषेच्या उच्चारप्रकारात अंतर पडून तीपासून महाराष्ट्री भाषा कशी बनली, हे कोणी त्याच्या सूत्रांचे वरवर अवलोकन करील, त्याच्यासुद्धा सहज लक्षात येईल.

शौरसेनी भाषेविषयी लिहित असता बाराव्या परिच्छेदाच्या प्रारंभी तो

शौरसेनी ॥१॥

प्रकृति: संस्कृतम् ॥२॥

असें म्हणून शेवटी म्हणतो.

शेषं महाराष्ट्रीवत् ॥३२॥

म्हणजे शौरसेनी भाषेचे बाकीचे सर्व नियम महाराष्ट्री भाषेप्रमाणेच समजावे. ह्यावरून संस्कृताप्रमाणे महाराष्ट्रीही शौरसेनीची एक प्रकृति होय. ह्याप्रमाणे इतर प्राचीन ग्रंथकारांचेही महाराष्ट्री भाषेविषयी मत दिसते. रामतर्कवागीशकृत 'प्राकृत कल्पतरु' ग्रंथात प्रथम महाराष्ट्रीचे वर्णन करून नंतर शौरसेनीविषयी असे म्हटले आहे

'विरच्यते संप्रति शौरसेनी
पूर्वैव भाषा प्रकृति: किलास्या:'

(१. स्तबक २. शाखा)

म्हणजे आता शौरसेनीचे नियम सांगतो, पूर्वी कथन केलेली महाराष्ट्री भाषा हिची प्रकृति होय.

'शेषं महाराष्ट्रीवत्' हे जे सूत्र वर दाखल केले आहे, त्याखेरीज कोणत्याही सूत्रात वररुचीच्या साऱ्या ग्रंथाभारांत कोठेही महाराष्ट्रीचे नाव आढळत नाही. पहिल्या ९ परिच्छेदात ज्या प्राकृत भाषेविषयी इतके विस्तारपूर्वक विवेचन केले आहे, त्या भाषेचे नाव कळण्यास एवढे एकच सूत्र साधन होय, म्हणून हे सूत्र अत्यंत महत्त्वाचे आहे, हेमचंद्राच्या प्राकृत व्याकरणात 'महाराष्ट्रीच्या' ऐवजी 'प्राकृत भाषा' ह्याच नावाचा सर्वत्र उपयोग केलेला दृष्टीस पडतो. तसेच वररुचीच्या

शेषं महाराष्ट्रीवत् ।

ह्या सूत्राच्या ऐवजी हेमचंद्राने

शेषं प्राकृतवत् ॥२८६॥

असे सूत्र रचले आहे. चंडकृत 'प्राकृतलक्षण' नामक ग्रंथाच्या टीकाकाराने प्राकृत भाषेचा खाली लिहिल्याप्रमाणे नाम निर्देश केला आहे,

'संस्कृतं प्राकृतं चैवापभ्रंशोऽथ पिशाचिकी ।

मागधी शौरसेनी च षड्भाषाश्च प्रकीर्तिता :' ॥

ह्यावरून महाराष्ट्री भाषा व ज्या भाषेस इतर सर्व वाणीपेक्षा महत्व देण्याकरिता हेमचंद्रादिकांनी 'प्राकृत' असे नाव दिले आहे, त्या दोन्ही एकच भाषा होत, असा सिद्धांत करावा लागतो. म्हणून प्रो. लॅसेन ह्यांनी म्हटले आहे की -

The Grammarians concur in considering महाराष्ट्री as, in the strictest sense of the word Prakrit, the principal form or type of Prakrit. डॉ. जॉन म्यूर व एल्फिन्सटोन वगैरे प्राच्यभाषा कोविदांचेही असेच मत आहे.

प्राकृत प्रकाशाच्या ११ व्या परिच्छेदात मागधीविषयी विवेचन आहे, त्याची प्रथम दोन सूत्रे येथे दाखल करितो.

मागधी ॥१॥

प्रकृतिः शौरेसनी ॥२॥

ह्यावर भामहकृत टीका -

'मागधानां भाषा मागधी ॥ अस्या मागध्याः प्रकृतिः शौरसेनीति वेदितव्यम् ।' म्हणजे मगध लोकांची जी भाषा ती मागधी. त्या भाषेची उत्पत्ति शौरसेनी भाषेपासून झाली आहे. हेमचंद्रानेही मागधीचा उगम शौरसेनीपासून झाला आहे, हे तत्व मागधी भाषेच्या शेवटल्या

॥ शेषं शौरसेनीवत् ॥३०२॥

ह्या सूत्राने परिस्फुट केले आहे. शौरसेनी ही महाराष्ट्रीमूलक असल्यामुळे मागधीचे जननीत्व पर्यायाने महाराष्ट्रीकडे येते, हे सांगणे नकोच. रामतर्कवागीश याविषयी लिहित असता स्पष्टच म्हणतात की-

'अथ इह मागधी अनुशिष्यते । अस्याः महाराष्ट्रक - शौरसेन भाषे प्रवीणैः निरुक्ते ॥'

(प्रा. कृ. त. द्वितीयस्तबक.)

'महाराष्ट्री व शौरसेनी ह्या दोन भाषा प्राचीन विद्वानांचे मते मागधीच्या प्रकृतिस्थानीया होत' म्हणून महाराष्ट्री, शौरसेनी व मागधी ह्या तिन्ही भाषांमध्ये बरेच साम्य असले पाहिजे. व ते तसे आहे ही. उदाहरणार्थ प्राकृत प्रकाशातूनच दोन चार

शब्द येथे वाचकांकरिता उतरून घेतो.

संस्कृतः	**महाराष्ट्री**	**शौरसेनी**	**मागधी**
सर्वज्ञः	सव्वजो	सव्वण्णो	सव्वण्णो
वयं	आह्मे	वअं[४]	वअं
पुरुषः	पुरिस	पुरिस	पुलिश
यक्षः	जक्खो	जक्खो	जस्को
करोति	करइ, कुणइ	करइ	करइ
दुर्जनः	दुज्जणो	दुज्जणो	दुय्यणे
तिष्ठ	चिट्ठ	चिट्ठ	चिष्ठ
असि	सि	अत्थि	अत्थि
अस्मि	ह्मि	अच्छामि	अच्छामि
प्रावृष	पाऊसो	पाउसो	पाउसो
कृत्वा	काउण	कदुअ	करिदाणि
भूत्वा	होउण	होदूण	हविदाणि

पैशाची भाषेचाही महाराष्ट्रीशी संबंध दिसतो. वररुचीने प्राकृत प्रकाशाच्या १० व्या परिच्छेदात शौरसेनी भाषेस पैशाचीची प्रकृति म्हटले आहे. शौरसेनीची प्रकृति जी महाराष्ट्री तिच्याशी ह्या भाषेचे किती साम्य आहे, ते दाखविण्याकरता दोन्ही भाषेतील काही शब्द वाचकांपुढे मांडतो.

महाराष्ट्री	पैशाची
सव्वजो (सर्वज्ञः)	सवञ्ञो
घेउण (गृहीत्वा)	घेतून
दाउण (दत्वा)	दातून
कज्जं (कार्य)	कच्चं
तरुणी (तरुणी)	तलुनी

''मागधी व पैशाची ह्या दोन्ही शौरसेनीच्याच कन्या समजतात व महाराष्ट्री हीही कालांतराने शौरसेनीपासूनच निघाली असून तिचीच एक प्रकृति होय, असे कात्यायनाचे मत आहे. (टीप - रा. रा. भागवत.) म्हणजे यावरून 'शौरसेनी' हीच या देशाची अगदी जुनाट व मूळची भाषा असावी, असे दिसते.'' असा उल्लेख रा. भावे ह्यांच्या 'महाराष्ट्रसारस्वत' निबंधात आला आहे, तो वास्तुस्थितिदर्शक नाही. वस्तुतः ते म्हणतात त्याप्रमाणे तो उल्लेख आमच्या देशाच्या प्राकृत वैय्याकरणांच्या

४- शौरसेनीची एक प्रकृति संस्कृत होय हे ह्यावरून सिद्ध होते.

अगर रा. भागवत ह्यांच्या मतास अनुसरून नाही, हे वरील विवेचनावरून वाचकांच्या लक्षात आलेच असेल. तसेच "पैशाची या भाषेला 'बाल' भाषा अथवा 'प्राकृत' भाषा अशीही संज्ञा आहे." असे जे त्यांनी म्हटले आहे, त्यास काय आधार असावा, तो निदान आह्मास तरी माहीत नाही. हेमचंद्राच्या 'शेषं प्राकृतवत्' ह्या सूत्रावरून व वररुचीच्या ग्रंथावरून महाराष्ट्री भाषेसच (पैशाचीस नव्हे) 'प्राकृत' हे नाव मुख्यत्वे लावण्यात येत असे, असे म्हणावे लागते.

'सर्व प्राकृत भाषांपेक्षा जुनाट व त्यांच्या मातृस्थानाचा मान भोगणारी जी महाराष्ट्री भाषा' ती आपल्या महाराष्ट्र देशांतच उत्पन्न झालेली असून सर्व प्राकृत भाषांपेक्षा उत्कृष्ठ व गोड आहे, असें सर्व प्राचीन विद्वानांचे मत दिसते. रामतर्कवागीश महाराष्ट्री भाषेस उद्देशून म्हणतो --

'सर्वासु भाषाष्विह हेतुभूतां भाषां 'महाराष्ट्रभवां' पुरस्तात् ।
निरूपयिप्यामि यथोपदेशं श्रीरामशर्म्माहमिमां प्रयत्नात् ॥'

महाराष्ट्र देशोत्पन्ना ही भाषाच सर्व भाषांची हेतुभूता म्हणजे जननी होय. लक्ष्मीधरकृत 'सद्भाषाचंद्रिका' ग्रथांत ह्याच आशयाचे एक वाक्य आहे. ते हे:-

'प्राकृतं महाराष्ट्रदेशोद्भवं ।'

चंडी देवकृत 'प्राकृत दीपिका' नावाच्या ग्रंथांत महाराष्ट्री भाषेच्या उत्कृष्टपणाविषयी पुढील उल्लेख आढळतो :-

'एतदपि लोकानुसारात् नाटकादौ महाकविप्रयोग-
दर्शनात्प्राकृतं महाराष्ट्रदेशीयं प्रकृष्टभाषणम् ॥'

म्हणजे महाराष्ट्र देशात चालू असलेली प्राकृतभाषा लोकव्यवहारावरून व नाटकादिकात आढळणाऱ्या महाकविप्रयोगावरून इतर भाषांपेक्षा 'प्रकृष्ट' (वळणदार) म्हणून समजली जाते[५]. काव्यदर्शकार दंडीनेही असेच म्हटले आहे.

महाराष्ट्राश्रयां भाषां प्रकृष्टप्राकृतं विदुः ।
सागरः सूक्तिरत्नानां सेतुबंधादि यन्मयम् ॥

१ परिच्छेद ३४ श्लोक.

'जी प्राकृतभाषा महाराष्ट्र देशात चालते, तीस सर्वोत्कृष्ट म्हणून समजण्याचा संप्रदाय आहे. म्हणून त्या भाषेत प्राचीन कवींनी सेतुबंधादि सूक्तिरत्ने म्हणजे चमत्कारकारि काव्यरत्ने निर्माण केली आहेत व त्यामुळे ती भाषा सूक्ति (मौक्तिकादि) रत्नांनी पूर्ण सागरासारखी भासते.' महाराष्ट्रीभाषेचे 'श्रुतिसुखजनकत्व' तिच्या प्रकृष्टत्वाचे कारण होय व म्हणून प्राकृत कवींनी त्या भाषेत 'सेतुबंध' व 'दशमुखवध' वगैरे

५- Dr. Muir's Original Sanskrit Text Vol II

अनेक उत्कृष्ट काव्ये रचली आहेत, असा टीकाकारांनी येथे शेरा मारला आहे.

मराठी भाषेच्या गोडपणाविषयी श्रीधर कवींनी एके ठिकाणीं असे वर्णन केले आहे की -

मऱ्हाटि वचनें निश्चित ।
परि अत्यंत रसभरित ॥
मधुमक्षिकांचे मुखीहूनी स्त्रवत ।
अति सुरस जैसे कां ॥९५॥

रामविजय अध्याय १ ला.

इ. स. १८ व्या शतकाच्या प्रारंभी प्रचारात असलेल्या मराठी भाषेचे हे स्वरूपवर्णन अगदी यथातथ्य आहे व ते प्राचीन महाराष्ट्रीस लागू पडते. महाराष्ट्री भाषा ही अत्यंत रसभरित होती, असे आलंकारिकांच्या उक्तींवरूनही सिद्ध होतें. साहित्यदर्पणकार म्हणतो :-

पुरुषाणामनीचानां संस्कृतं स्यात्कृतात्मनां ।
शौरसेनी प्रयोक्तव्या तादृशीनां च योषिताम् ॥
आसामेव तु गाथासु महाराष्ट्रीं प्रयोजयेत् ॥

कारिका ४३२

'उच्चवर्णाच्या विद्वान् पुरुषांनी संस्कृतात बोलावे. कुलीन बायकांनी शौरसेनी भाषेत भाषणे करावीत व त्यांनी जे संगीत करावे, ते महाराष्ट्रीत करावे.' महाराष्ट्री भाषा ही अत्यंत मधुर नसती, तर नाटकात वरिष्ठ जातीच्या कुलीन स्त्रियांस त्या भाषेत गाणी म्हणण्याची शिफारस आलंकारिकांनी केली नसती. या अतिसुरस भाषेत शालिवाहन कुळातील हाल नामक एका 'कविवत्सल' राजानी रचलेला अगर त्याच्या आज्ञेवरून रचलेला 'सप्तशती' नावाचा श्रृंगारवर्णनपर एक ग्रंथ हल्ली उपलब्ध आहे व तो कविशिरोमणि मयूरपंतांनी ज्या आर्यावृत्तांत कविता करून महाराष्ट्र वाणीस उत्कर्षाच्या उच्च शिखरावर नेऊन पोहोचविली, त्या आर्याछंदांत रचलेला आहे. बाणभट्टाने आपल्या हर्षचरित नावाच्या ग्रंथांत 'सप्तशती' विषयीं पुढील उदगार काढले आहेत :-

अविनाशिनमग्राम्यमकरोच्छातवाहनः।
विशुद्धजातिभिः कोषं रत्नैरिव सुभाषितैः ॥

म्हणजे शातवाहन राजाने शुद्ध जातिवंत रत्नाचे जसे एकादे भांडार असावे, तसा अविनाशी, अग्राम्य (गोड) व अत्यंत निर्दोष सुभाषितांचा संग्रह निर्माण केला आहे. राजशेखरकृत प्रबंधकोश नामक ग्रंथांत ह्या सप्तशतीची फार स्तुति केली आहे, तो म्हणतो :-

जगत्यां ग्रथिता गाथा शातवाहनभूभुजा
व्यधुर्धृतेस्तु विस्तारमहो चित्रपरंपरा ।।

तसेच ज्याच्या 'साकूतमधुरकोमलविलासिनीकंठकूजित - प्राय' संस्कृत वाणीने पाश्चात्त्य पंडितांसही दंग करून सोडले, त्या कविकुलराज कालिदासांनी महाराष्ट्री भाषेविषयी जी मुकी शिफारस केली आहे, तिचा उल्लेख येथे केल्यावाचून आमच्याने राहवत नाही. जणुकाय संस्कृतांत काव्यनाटके रचून मनाची तृप्ति न झाल्यामुळेच, त्या कविश्रेष्ठाने सरस रमणीय व कोमल अशा महाराष्ट्री भाषेत 'सेतुबंध' नावाचे काव्य रचून आपल्या मंजुळ वाणीचे खरे सार्थक केले. असे म्हणतात की, प्रवरसेन नावाच्या कोणा राजाचे मनोरंजन करण्याकरता कालिदासांनी हे काव्य 'मधुमक्षिकेच्या मुखीहुनी स्रवणाऱ्या' महाराष्ट्री भाषेत रचले. कालिदासांची ही कृति प्रत्येक महाराष्ट्रीयांना लक्षात ठेवण्यासारखी आहे.

प्राचीन काळी शौरसेनी ही उच्चजातीच्या स्त्रियांच्या व्यवहारातली भाषा असून महाराष्ट्री ही त्यांच्या गायनाची भाषा होती, असे आलंकारिकांच्या नियमावरून व नाटकात त्या भाषांचे प्रयोगावरून सिद्ध होते व ह्यावरून महाराष्ट्री ही पद्य भाषा व शौरसेनी ही गद्य भाषा असून त्या दोन्ही एकाच काली, एकाच समाजात (कुलीन स्त्री समाजात) प्रचारात होत्या, असे ठरते. वस्तुतः महाराष्ट्री व शौरसेनी ह्या एकाच भाषेची गद्यपद्यात्मक स्वतंत्र रूपे होत. सर्व देशातील गद्य व पद्य भाषांमध्ये जितके अंतर असते, त्यापेक्षा महाराष्ट्री व शौरसेनी भाषात अधिक अंतर नाही, हे प्राकृतप्रकाशात दिलेल्या दोन्ही भाषांच्या सूत्रसंख्येवरून दिसून येते. वररुचीने महाराष्ट्रीचे नियम सांगण्याकडे चारशेंवर सूत्रे दिली असून, शौरसेनीकडे मुळी बत्तीसच दिली आहेत. ह्या वरून त्या ३२ सूत्रात शौरसेनी भाषेतील काही शब्दांच्या रूपांविषयी जे विशेष नियम सांगितले आहेत, त्याशिवाय बाकी सर्व शब्द व त्यांची रूपे महाराष्ट्रीप्रमाणेच होती, हे उघड होय.

नित्य व्यवहारात असलेल्या कथ्य भाषेचे स्वरूप जितक्या अल्प काळात पालटते, तितक्या लवकर ग्रंथभाषेचे स्वरूप बदलत नाही. कथ्य भाषेस तोंडातोंडी बदलत जाण्याची जी सवड सांपडते, ती ग्रंथभाषेस सापडत नाही. त्याचे कारण असे की, ती एकदा ग्रंथाबरोबर गोवली गेली, म्हणजे तिच्या स्वैरगतीस बाध पडतो व तिला एकप्रकारची स्थिरता प्राप्त होते व तेणेकरून कथ्य भाषेशी तिचा दिवसानुदिवस अधिक फरक पडत जातो. नवीन ग्रंथ प्राचीन ग्रंथांच्या धर्तीवरच बहुधा रचले जातात. म्हणून ग्रंथभाषेचे स्वरुप पालटण्यास जास्त काळ लागतो. तसेच गद्य ग्रंथांपेक्षा पद्य ग्रंथांची भाषा बदलण्यास अधिक वर्षे लागतात, ही गोष्टही अनुभवसिद्ध आहे. एकनाथी भागवत व त्याच्या शंभर वर्षानंतर रचलेला दासबोध ह्यांच्या भाषा

पद्धतीत जितके अंतर आहे, त्यापेक्षाही दासबोध व तत्समकालीन सभासदी बखर ह्यात अधिक अंतर दिसून येते, हे कोणीही कबूल करील. अर्वाचीन मराठी कवितेत नामदेव व एकनाथ वगैरे संतांच्या ग्रंथांतील शब्द जितके आढळतात, तितके आजकालच्या गद्य ग्रंथात सापडत नाहीत. तात्पर्य हे की, पद्यभाषेत प्राचीन शब्द अधिक असतात. गद्यापेक्षा व विशेषेकरून कथ्यभाषेपेक्षा पद्यभाषेत भाषेचे प्राचीन स्वरूप अधिक अविकृत असते. पद्यभाषेचे स्वरूप प्राचीन भाषेच्या पद्धतीस जास्त अनुसरून असते. महाराष्ट्री व शौरसेनी भाषांची स्थितीही अशीच आहे. महाराष्ट्री ही ग्रंथभाषा व पद्यभाषा पडल्यामुळे तीत, नित्य बोलण्याने पालटणाऱ्या व नित्य नवीनत्व पावणाऱ्या शौरसेनी भाषेपेक्षा प्राचीन शब्द व भाषासरणीचे प्राचीन रूप अधिक अक्षुण्ण असावे, व ती भाषा, तीतील प्राचीन शब्दांच्या अपभ्रंशाने अगर रुपांतराने बनलेल्या कथ्य शौरसेनी भाषेपेक्षा अधिक मानाने प्राचीन आदर्शमूलक असावी, हे साहजिक आहे. वररूचि व हेमचंद्रादिकांनी महाराष्ट्री भाषेस शौरसनीची प्रकृती म्हणण्याचेही हेच गूढ कारण असावे, असे आम्हास वाटते. ह्या दृष्टीने विचार करता पद्यभाषा मात्र कथ्य गद्य भाषेपेक्षा प्राचीन असून, तिची प्रकृति होय, असे म्हणावे लागते. महाराष्ट्री ही पद्यभाषा व ग्रंथभाषा असल्या कारणाने ती इतर भाषांहून गोड व 'प्रकृष्ट' म्हणजे वळणदार असणेही असंभवनीय नाही.

महाराष्ट्री भाषेस इतका श्रेष्ठपणा कशाने आला ? ह्या प्रश्नाचे निश्चयात्मक उत्तर देणे फार कठिण आहे. तथापि आम्हास असे वाटते की, महाराष्ट्रीयांची स्वभाषेविषयीची आस्थाच त्यांच्या भाषेस इतके महत्व मिळण्यास कारण झाली असावी. उत्तर हिंदुस्थानातील पंडितसमाज संस्कृतवाणीस वैचित्र्य व शोभा आणण्याच्या कामात इतका गढून गेला होता की, देशी भाषेकडे लक्ष देण्यास फार करून त्यास फावलेच नाही. परंतु आपल्या मायभाषेकडे दुर्लक्ष न करण्याचा बाणा महाराष्ट्रीयांचा अतिप्राचीन काळापासूनचा आहे असे दिसते. संस्कृत भाषेत ग्रंथ लिहिण्याची जी जुनी चाल होती, ती मोडून देशी भाषेत ग्रंथरचना करण्याची चाल जरी प्रथम बौद्ध लोकांनी पाडली, तथापि तिचा खरा फायदा जसा महाराष्ट्रीयांनी करून घेतला, तसा इतर कोणास करून घेता आला नाही. बौद्धांनी पाली नावाच्या देशी भाषेची जोपासना करून व तीस वळण लावून जसे लौकरच योग्यतेस चढविले, तसे बौद्धांच्या हातून झाले नाही. 'सप्तशती' सारखे महाराष्ट्र काव्यग्रंथ, की ज्यांकडे पाहून बाणभट्ट व राजशेखारासारख्या कवींनीही माना डोलवाव्या, ते, महाराष्ट्र प्रभु शालिवाहनच्या वेळेस म्हणजे सुमारे दोन हजार वर्षापूर्वी रचले गेले. दशरूपक नामक ग्रंथाच्या धनिककृत टीकेत, सरस्वतीकंठाभरणात आणि काव्यप्रकाशात उदाहरणाकरता या सप्तशतीतील पद्ये उतरून घेतलेली आहेत. या ग्रंथाची रचना

इतकी मनोहर वठली आहे की, संस्कृत कविमंडळांत 'प्राकृते सातवाहनः' अशी एक म्हण किंवा कविप्रसिद्धी पडली आहे. याच काली कालिदासाच्या लेखणीला शोभण्याची योग्यता महाराष्ट्री भाषेला आली व पुढे आलंकारिकांसारख्या चिकित्सक मंडळीकडूनही तीस उत्तमोत्तम 'सर्टिफिकिटे' मिळून संस्कृत नाटकाच्या संगीत खात्यात तिचा प्रवेश झाला. ह्या सर्व गोष्टी घडण्यास महाराष्ट्रीयांची स्वभाषेविषयीची आस्था व तीस उन्नत करण्याची खटपटच कारणीभूत झाली असावी, असे कोण म्हणणार नाही ? कथ्य भाषेस इतक्या समृद्ध स्थितीस पोचविण्याचे श्रेय भरतखंडात प्रथम महाराष्ट्रीयानींच संपादिले, असेही म्हणण्यास आम्हास काही बाध दिसत नाहीं.

पैशाची भाषेस उच्चप्रतीच्या देशी वाङ्मयात शिरविण्याचा यत्नही महाराष्ट्रीयांकडूनच प्रथम झाला होता, असे दिसते. महाराष्ट्रीभाषा म्हणजे महाराष्ट्र देशातील सभ्य गृहस्थांची भाषा जितक्या योग्यतेस चढली होती, तितक्या प्रौढतेस चढण्याची पैशाची म्हणजे गावठी लोकांच्या रानटी भाषेत योग्यता नव्हती... बृहत्कथेसारखे सोपे कथाग्रंथ रचून तीस वळण लावण्याचे मनावर घेतले असावे. परंतु त्या भाषेच्या दुर्दैवामुळे तिचा पूर्ण विकास होण्याचा सुयोग कधीच आला नाही, इतकेच नाही, तर गुणाढ्यांनी जो प्रचंड कथाग्रंथ रचला, त्याचाही बहुतेक भाग त्याच्याच कर्त्याच्या हातून नष्ट झाला व उरलेल्या भागाचा आता पत्ता लागत नाही. हल्ली वेणीसंहार नाटकाखेरीज कोणत्याही ग्रंथात पैशाची भाषेचा मासला सांपडत नाही.

महाकवी - प्रवरसेनकृत 'सेतुबंध' महाकाव्य

व्याख्यानवसनमनघं दोषमषीम्लानमाचरन्ति खलाः ।
क्षालयति सपदि साधुः साधुसमाधानदुग्धेन ।।
उद्गिरति रसमुदारं दुर्जनदलितापि मामकी व्याख्या ।
इक्षुलता माधुर्यं शतशश्छिन्नाधिकं धत्ते ।।
सेतौ दुर्गे यदि विचरितुं वर्तते वः समीहा
दत्त स्नेहं तदिह कवयो रामसेतुप्रदीपे ।
मोहध्वान्ते सपदि शमिते यद्गताभिः शिखाभिः
का वा भावानधिगमकथा का च भीः कंटकेभ्यः ।।
राजाहमायुधविलासवशीकृतोऽहमित्यत्र मा कृतधियः कुरुतावहेलाम् ।
मद्गोत्र एक जगतीपतिरस्त्रशिक्षादक्षो मनीषिमुकुटं मनुराविरासीत् ।।

इह तावन्महाराजप्रवरसेननिमित्तं महाराजाधिराजविक्रमादित्येनाज्ञप्तो निखिलकविचक्रचूडामणिः कालिदासमहाशयः सेतुबन्धप्रबन्धं चिकीर्पुर्निर्विघ्नसमाप्त्यर्थं

रामचन्द्रात्मकमधुमथनरूपाभीष्टदेवतानमस्कारोपदेशमुखेन मठलमाचरन्नाह --

णमह अवड्ढिअतुङ्गं अवसारिअवित्थअं अणोणअगहिरम् ।
अप्पलहुअपरिसण्हं अणाअपरमत्थपाअडं महुमहणम् ।।१।।

'नमतावर्धिततुङ्गमप्रसारितविस्तृतमनवनतगभीरम् ।
अप्रलघुकपरिश्लक्ष्णमज्ञातपरमार्थप्रकटं मधुमथनम् ।।)

हे जनाः, मधुमथनं विष्णुं नमत नमस्कुरूत । तथा चाहमपि तं प्रत्यस्मि प्रणत इत्याक्षेपलभ्यम् । मधुं मथ्नातीति मधुमथनस्तमिति कर्तरि ल्युट् । तेन तथाविधदुष्टदैतेयदमनहेतुनामुना विष्णुना सुदमा विघ्नवराका इति ध्वनितम् । कीदृशं तम् । अवर्धितश्चासौ तुडश्चेत्यवर्धिततुङ्गस्तम् । अत्रावर्धितस्योर्ध्वदेशावच्छिन्नतारूपतुङ्गताया असंभवेनाभासमानो विरोधः परमेश्वरस्याजन्यतयेतरकर्तृकवर्धिततत्वा भावेन परिह्रियते । तथा च विरोधवदाभासते न तु विरोध इति विरोधाभासनामायमलंकारः । किं चैतन्मूला विभावनापि संभाव्यते । तदुक्तं दण्डिना - 'प्रसिद्धहेतुव्यावृत्त्या यत्किंचित्कारणान्तरम् । यत्र स्वाभाविकत्वं वा विभाव्यं सा विभावना ।।' तथा च तुङ्गत्वे कार्ये वर्धित्वरूपप्रसिद्धहेतुव्यावृत्त्या तत्सवभावत्वं विभोरवगम्यते । एवमन्यत्रापि विशेषणे । तथाहि पुनः कीदृशम् । अप्रसारितश्चासौ विस्तृतश्चेति तम् । एवमनवनतश्चासौ गभीरश्चेति तथाविधम् । तथा च तुङ्गत्वतविस्तृत्वगभीरत्वरूपविशेषणत्रयेणोर्ध्वमध्याधः सकलदेशव्यापकत्वमुक्तम् । नन्वीश्वरस्य व्यापकैकरूपत्वे 'ब्रह्मैवेदं सर्वम्' इत्यादि प्रतिपन्नजगद्रूपत्वविरोध इत्यत आह - अप्रलघुको महाश्चासौ परिश्लक्ष्णः कृशश्चेति तथा । तथा च स्थूलघटाकाशादिसूक्ष्मपरमाण्वादिसत्तारूपमित्यर्थः । तथा च श्रुतेरपि ब्रह्मसत्तैव सर्वेषां सत्तेत्यत्र तात्पर्यमिति भावः । एवं सति ब्रम्हणः स्थूलसूक्ष्मसकलसत्तात्मक त्वमेव सर्वात्मकत्वमिति स्थिते व्यक्ताव्यक्तत्वविरोधगन्धोऽपि नेत्याह - अज्ञातः परमार्थ स्तत्त्वं यस्य तथाविधश्चासौ प्रकटश्चेति तथा । तथा चातीन्द्रियवर्गसत्तारूपत्वेनाप्रत्यक्ष परमार्थमप्यैन्द्रिकघटपटादिसत्तारूपत्वेन प्रकटं प्रत्यक्षमित्यर्थः । यद्वा तत्त्वमस्यादिवाक्यजन्य ब्रह्माकारवृत्तिरहितानां पूर्णानन्दस्वरूपेण प्रत्यक्षपरमार्थमपि चैतन्यांशेन प्रकटमित्यर्थः । तद्वृत्तिमतां तद्रूपेण प्रकटमिति वा । एवं पूर्ववद्विस्तृतत्वादीनामप्रसारितत्वादिभिर्विरोधस्य सत्वेऽप्यजन्यतया तत्तदर्थविशेषेण च परिहारश्चिन्तनीयः । 'श्लक्ष्णं दभ्रं कृशं तनु' तथा 'निम्नं गभीरं गम्भीरम्' इत्यमरः। गभीरं दुराकलनीयमिति केचित् । 'ओदवापयोः' इत्यवशब्दस्यौकारादेशेन 'अणो ण अ' इति । एवं च तुङ्गत्वविस्तृततत्वगभीरत्वश्लक्षण त्वप्रकतत्वैस्तत्तदर्थविशेषेणाकाशपृथिवीजलानिलतेजः स्वरूपोपस्थापकैस्तत्तद्रूपतया पञ्चभूतात्मकशरीरयोगित्वमप्यस्योक्तम् । तथा च भगवद्गीता - 'यदा यदा हि धर्मस्य ग्लानिर्भवति भारत । अभ्युत्थानमधर्मस्य तदात्मानं सृजाम्यहम् ।।' इति । प्रकृते कर्तव्यग्रन्थनायको मानुषशरीरः श्रीरामावतार एवोक्त इति वस्तुनिर्देशः कृतः । तदुक्तं

भरतेन - 'सर्गबन्धो महाकाव्यमुच्यते तस्य लक्षणम् । आशीर्नमस्क्रिया वस्तुनिर्देशो वापि तन्मुखम् ॥' इति संक्षेपः ॥ ॥ वयं तु - ''मधुमथनपदश्लेषेणाग्रे वर्णनीययोः समुद्रसेत्वोर्नतिरूपमठलमुखेन वस्तुनिर्देशमेव कटाक्षयति - तथा हि हे सखे, मधुमथनं [१]समुद्रं नम नमस्कुरु ॥ मधुमथनं मधुजनकं मथनं यस्य तमिति मध्यमपदलोपी समासः । वारुण्याः समुद्रमथनादेवोत्पत्तेरिति भावः । अथवा मधुना दानवेण चरणविक्षेपादिना मथनं यस्य तम् । तथा कीदृशम् । हतवर्धिकतुङ्गम् । हतं च तद्वर्धि वृद्धिशालि कं जलं कल्लोलरुपं भठरत्वेन शश्वन्नाशवृद्धिशालित्वात्तेन तुङ्गमूर्ध्वाकाशव्यापकम् । पुनः कीदृशम् । अबशार्यविस्तृतम् । अपोऽश्नाति भक्षयतीत्यच्प्रत्ययेनाबशो वडवानलः स एवारिः शत्रुस्तेनाविस्तृतमवृद्धिशीलम् । वेलानतिक्रामकत्वात् । अथवा अवसारितविस्तृतम् । अकारो विष्णुर्वकारो वरूणस्ताभ्यां सारितं सारीकृतमितरविलक्षणीकृतम् । तयोस्तत्राधिष्ठानात् । सारितमिति सारशब्दात् 'तत्करोति' इति णिचि । विस्तृतमिति विभिः पक्षिभिः स्तृतं व्याप्तम् । जलपक्षिबहुलत्वात् । अथवा अवसारिकविस्तृतम् । अकारवकारसारशब्दानां विष्णुवरुणत्नादिवाचकत्वात्त द्विशिष्टत्वेनावसारी चासौ कविस्तृतो जलपक्षिव्याप्तश्चेति तम् । यद्वा अपसारितविस्तकम् । अपसारित आकृष्टो विस्तः सुवर्णो यस्मात्तम् । तथा समुद्रस्य सुवर्णाद्याकरत्वेन बहुशस्तदाहरणात् । अ णो ण अ गहिरम् । च नो न च गभीरम् । अकारश्चकारविकारः समुच्चये । नो न च गभीरमर्थादुक्तिविशेषणातिगभीरम् । निषेधद्वयस्य प्रकृतार्थगमकत्वात् । एवमप्रलघ्वपरिश्लक्ष्णं कर्मधारयेण । यत एवाप्रलघुमतिमहान्तमत एवापरिश्लक्ष्णमकृशम् । एवमनाकपरमास्त्रप्रकटम् । अनाके मर्त्य एव परमास्त्रेण रामस्याग्नेयशरेण प्रकटमध्यक्षीभूतमिति समुद्र पक्षः ॥ ॥ सेतुपक्षे तु हे जनाः, मधु जलं मन्थात्यवष्टम्नातीति मधुमथनः सेतुस्तं नमत । विशेषणमहिम्ना रामसेतोर्लभात्तत्संबन्धेन च तस्य नमस्यत्वम् । 'मधु क्षौद्रे जले क्षीरे मद्ये पुष्परसेऽपि च' इति विश्वः । कीदृशम् । अवर्धिततुङ्गमखण्डितोच्चम् । अतिसाग्रमित्यर्थः॥ चौरादिकस्य वर्धधातोः खण्डनार्थत्वात् । एवमवशार्यविस्तृतम् । अवशोऽनधीनोऽरिः शत्रुर्दशकण्ठो यस्य तादृगकारो विष्णुरुपो रामस्तेन विस्तृतं घटितम् । अथवा असारितापम् । प्राकृते पूर्वनिपातानियमादसरिता अशबलीकृता आपो येन तं प्रतिरुद्धजलमथ च विस्तृतम् । पर्वतपक्षिव्याप्तमित्यर्थः । अणोणअगहिरम् । अशब्दस्य निषेधवाचकत्वपक्षे अनोनिषेधद्वयेनोक्तिविशेषेण नगगभीरं नगैः पर्वतैर्गभीरम् । कञ्जादिबाहुल्येन दुराकलनीयत्यिर्थः । पर्वतमयत्वात् । निषेधावाचकत्वेऽकारश्चकारविकार एव । नो इति शिरश्चालनेन पूर्ववदेव नगगभीरमिति

१- समुद्रपक्षे छाया — 'नम हतवर्धिकतुङ्गमबशार्यविस्तृतं च नो न च गभीरम् । अप्रलघ्वपरिश्लक्ष्णमनाकपरमास्त्रप्रकटं मधुमथनम॥'

बोध्यम् । एवमप्रलघुकपरिशणम् । अप्रलघुनि महति के समुद्रजले परिशलक्ष्णं कृशम् । सूत्रायमाणत्वात् । तथा अज्ञातपरमस्तप्रकटम् । अज्ञातं परं परदिग्वर्ति यस्मादेतादृशं यन्मस्तं मत्तकं तेन प्रकटं दूरत एक दृश्यम् ।' इति ब्रूमः । स्कन्धकं नामं च्छन्दः । तदुक्तम् - [1]'चउमत्ता अट्ठगणा पुव्वद्धे उत्तरद्ध होइ सरुआ । सो खन्धआ विआणहु पिङ्गल पभणेइ मुद्धि बहुसंभेआ' ॥

मधुमथनस्य हिरण्यकशिपुविदारणवर्णनेन प्रकृतग्रन्थविघ्नविघातसामर्थ्यमाह -

दणुएन्दरुहिरलग्गे जस्स फुरन्ते णहप्पहाविच्छड्डे ।

गुप्पन्ती विवलाआ गलिअ व्व थणंसुए महासुरलच्छी ।।२।।

(दनुजेद्ररूधिरलग्ने यस्य स्फुरति नखप्रभाविच्छर्दे ।

व्याकुला विपलायिता गलित इव स्तनांशुके महासुरलक्ष्मीः ॥)

यस्य नरसिंहरुपिणो मधुमथनस्य प्रभायाः स्वाभाविक्याः श्वेताया विच्छर्दः समूहो यत्र तथाभूते नखे स्फुरत्युरोविदारणसमये प्रकाशमाने सति महासुरस्य हिरण्यकशिपोः श्रीर्व्याकुला सती विपलायिता तस्योपमर्दे विपर्यासं प्राप्ता । अपगतेत्यर्थः । विकटनखदर्शनजन्य भयादिति भावः । यत्पदस्योत्तरवाक्यगतत्वान्न पूर्वस्कन्धके तत्पदापेक्षा । कथंभूते प्रभाविच्छर्दनखे । लग्न दनुजेन्द्ररुधिरे । उभयत्र प्राकृतत्वात्पूर्वनिपातानियमः । लग्नं दनुजेन्द्रस्य रुधिरं यत्र तादृशे । कस्मिन्निव सति । स्तनांशुके गलित इव स्खलित इव । नखानां महत्वादसृग्भिरव्यापनात्तदेकदेशलग्नरुधिरतया लक्ष्म्या अर्धरक्तश्वेतवस्त्रत्वेनोत्प्रेक्षा कृता । अन्यापि स्त्री स्तनवसनविपर्यासे सव्रीडा पलायत इति ध्वनिः । तथा च म्रियमाणो दानवेन्द्रो निःश्रीको वृत्त इति तात्पर्यम् । 'व्याकुलापि पलायिता' इत्यपि व्याख्यानम् । तत्र व्याकुलस्यापयानमशक्यमित्यपेरर्थः । 'विच्छर्दस्तु समूहे स्याद्वान्तौ विश्लेषभेदयोः' ॥

जन्मान्तरेऽपि दुष्टदैत्यनिबर्हणक्षमतां विभोराह -

पीणत्तणदुग्गेज्झं जस्स भुआअन्तणिट्ठुरपरिग्गहिअम् ।

रिट्ठस्स विसमवलिअं कण्ठं दुक्खेण जीविअं बोलीणम् ।।३।।

(पीनत्वदुर्ग्राह्यं यस्य भुजान्तनिष्ठुरपरिगृहीतम् ।

अरिष्टस्य विषमवलितं कण्ठं दुःखेन जीवितं व्यतिक्रान्तम् ॥)

यस्य कृष्णरूपिणो मधुमथनस्य भुजान्तौ हस्तौ ताभ्यां निष्ठुरं यथा स्यादेवं परिसर्वतोभावेन गृहीतं धृतमरिष्टस्य वृषभरूपिणोऽसुरविशेषस्य कण्ठं कर्म जीवितं

१- चतुर्मात्रा अष्टगणाः पूर्वाधे उत्रार्धे भवन्ति सरूपाः। तं स्कन्धबकं विजानीत पिङ्गलः प्रभणति मुग्धे बहुसंभेदम्।।' इति च्छाया. 'स्कन्धकमपि तत्कथितं यत्र चतुष्कलगणाष्टकेनार्धं स्यात्। तत्तुल्यमग्रिमदलं भवति चतुःषष्टिमात्रिकशरीरमिदम्।।' एतदपि स्कन्धकलक्षमणम्.

कर्तृ (दुःखेन) व्यतिक्रान्तम् । अपगतमित्यर्थः । 'भुजायन्त्र' इति प्रकृतौ मिथः संबद्धभुजायुगलरुपयन्त्रपरिग्रहीतमिति वा । कण्ठं कीदृशम् । पीनत्वेन दुर्ग्राह्यम् । अत एव विषमं विपर्यस्तं यथा स्यादेवं वलितं वक्रीकृतम् । आमोटितमिति यावत् । पीनत्वेन सम्यग्धर्तुमशक्यत्वात् । अत्र जीवितस्य दुःखव्यतिक्रमणे विषमवलनं हेतुः । तस्य च निष्ठुरपरिग्रहणम् । तस्य च दुर्ग्राह्यत्वम् । इत्युत्तरोत्तरं प्रति पूर्वपूर्वस्य हेतुत्वमिति हेतुपरम्परालंकारः । किं च, विषमवलनादृजुमार्गालाभेन जीवितस्य कण्ठाद्दुःखेन निर्गमो वृत इति वस्तुना निजमायतनमरिष्टशरीरं त्यक्तुमशक्नुवतोऽपि जीवितस्य परमेश्वरहस्तेन बहिर्गमनं पुण्यहेतुरित्याशयेनेव सदुःखं निष्क्रमणमासीदित्युत्प्रेक्षा व्यज्यते ॥

मधुमथनस्य रामावतारे सीतां प्रत्यनुरागातिशयवर्णनोपयोगित्वेन कृष्णावतारेऽपि सत्यभामां प्रत्यनुरागप्रकर्षमाह --

ओआहिअमहिवेढो जेण परूढगुणमूललद्धत्थामो ।
उम्मूलन्तेण दुमं पारोहो व्व खुडिओ महन्दस्स जसो ।।४।।

(आईकुलअम्)

(अवगाहितमहीवेष्टं येन प्ररुढगुणमूललब्धस्थाम ।
उन्मूलयता द्रुमं प्ररोह इव खण्डितं महेन्द्रस्य यशः ॥)

(आदिकुलकम्)

येन कृष्णरूपिणा द्रूमं पारिजातमुन्मुलयतोत्पाटयता महेन्द्रस्य यशः खण्डितम् । कृष्णकृत्या पारिजातस्य मर्त्यलोकागमनेन महेन्द्रस्यैवायमिति प्रकर्षे गतो युद्धेच पराजयो वृत्त इति भावः। यशः कीदृशम् । अवगाहितं व्याप्तं महीवेष्टं येन तत्तथा । एवं प्ररुढा उपचिता ये गुणा दानशौर्यादयस्त एव मूलं कारणं तेन लब्धं स्थाम स्थैर्यम् येन तत् । यशसो दानादिमूलकत्वात् । कीदृगिव । प्ररोह इव । प्ररोहः शिफा । तथा च पारिजातस्य महेन्द्रयश एव प्ररोह इति भावः । अन्येनापि द्रुमोत्पाटने प्ररोहः खण्ड्यते । प्ररोहोऽपि कीट्टक । अवगाहितमहीवेष्टः । भूमिनिष्ठत्वात् । एवं प्ररूढा ये गुणाः प्ररोहन्तवस्तैः (मूले) लब्धं स्थाम येन तत्तथा । वस्तुतस्तु यथा द्रुममुत्पाटयता कृष्णेन प्ररोहः खण्डितस्तथा महेन्द्रयशोऽपि खण्डितमित्यन्यत्समानमिति सहोपमा । चतुःस्कन्धकीयमादिकुलरूपा । तदुक्तम् -- 'कुलकं बहुभिः श्लोकै साकाङ्क्षैरेकवाक्यता । द्वाभ्यां तु युग्मकं नाम तुल्यार्थाभ्यां तु चुम्बकम् ॥' इति॥

महाराष्ट्री भाषा - इतिहासाची पार्श्वभूमी

गाथासप्तशतीतील गाथा ही लोकगीते आहेत. अशा गीतांचे अनेक प्रकार संभवतात; पोवाडा व लावणी हे पहिले वर्गीकरण. पोवाड दोन प्रकारचे असतात. प्राचीन पौराणिक व्यक्तींचे आणि अर्वाचीन ऐतिहासिक व्यक्तींचे. वैदिक वाङ्मयातील

पोवाड्यांना ओल्डेनबर्गने आख्यानसूक्त ही संज्ञा दिलेली आहे. उदा. ऋग्वेदाच्या दहाव्या मंडलातील यमयमी (१०.१०) आख्यान आणि उर्वशी पुरुरवा (१०.९५) आख्यान. अशी आख्याने यज्ञप्रसंगी सांगण्यात येत. लावण्या दोन प्रकारच्या असतात : कथागीत व भावगीत. ह्या कथागीतातील कथानक केवळ काल्पनिक असते. आख्यानसूक्तात ज्यांचे कतृत्व सांगितलेले असते त्या व्यक्तीना सर्वमान्य सांकेतिक व्यक्तिमत्त्व प्राप्त झालेले असते. पोवाडे प्रोत्साहनार्थ गाण्यात येतात आणि लावण्या मनोरंजनार्थ. गाथा सप्तशतीतील गाथा ही भावगीते आहेत, म्हणून त्यात ऐतिहासिक किंवा राजकीय उल्लेख अपेक्षिणे व्यर्थ आहे. भावगीतात असे उल्लेख आलेच तर ते उपमांच्या किंवा दंतकथांच्या स्वरूपात येतात; त्यांचा अर्थ संदर्भावरून लावला पाहिजे व निघणारी अनुमाने सावधगिरीने स्वीकारली पाहिजेत.

(१) ऐतिहासिक उल्लेख :

अशा प्रकारे प्रत्यक्ष अगर अप्रत्यक्षपणे उल्लेखिलेल्या पौराणिक अगर ऐतिहासिक व्यक्तींची माहिती कालानुक्रमाने सांगतो.

क्र. ८८६ या गाथेंत पराशराचा उल्लेख आहे. याची संकलित माहिती प्राचीन चरित्रकोशात दिलेली आहे. शक्ति हा वसिष्ठ अरुंधति यांचा ज्येष्ठ पुत्र. ऋग्वेदातील काही मंत्रांचा हा द्रष्टा आहे. सौदासाच्या यज्ञात शक्तीने विश्वामित्राचा पराजय केला. म्हणून पुढे त्याने किंवा त्याच्या नोकरांनी याला जाळून मारले. पुराणात सांगितले आहे की कल्माषपादाने वसिष्ठाचे शंभर पुत्र भक्षिले त्यात यालाही भक्षण केले. हा मेला तेव्हा याची पत्नी अदृश्यंती गरोदर होती. पराशर हा तिचा पुत्र-ऋग्वेदातील काही सूक्ते याच्या नावावर आहेत. याने मत्स्यगंधेच्या अंगाचा दुर्गंध घालविला व तिच्या अंगाचा सुगंध एक योजनपर्यंत दरवळेल अशी योजना केली. याच्यापासून तिला वेदव्यास द्वैपायन हा मुलगा झाला. पराशर हा सकलशास्त्रपारंगत व पुराणवक्ता होता. याने मैत्रेयाला विष्णु व भागवत ही पुराणे सांगितली. याच्या ज्योतिषशास्त्रावरील ग्रंथातील वचनावरून याचा काळ ख्रि. पू. तेरावे अगर चवदावे शतक असावा. याच्या नावावर खालील ग्रंथ प्रसिद्ध आहेत; होराशास्त्र, धर्मसंहिता, नीतिशास्त्र, वास्तुशास्त्र, वैद्यकशास्त्र. याची स्मृति कलियुगाला प्रमाण आहे. अनेक प्राचीन व मध्ययुगीन पुराणकारांनी व स्मृतिकारांनी याच्या वचनांचा आधार घेतला आहे. गाथेतील संदर्भ कालमहिम्याला अनुलक्षून आहे. तारुण्यात मत्स्यगंधेवर अनुरक्त झालेला पराशर पुढे स्मृतिकार झाला; भावीगीतांचे गुंजन करणारा कवि शुष्क स्मृति वचनांचे विवेचन करू लागला.

क्र. ४१७ या गाथेतील धिक्काराला ऐतिहासिक पार्श्वभूमी असावी असा

माझा कयास आहे.

दंतकथेनुसार शालिवाहन राजा जारज होता. त्याची माता ब्राह्मणी, कुमारी किंवा विधवा होती. प्रतिष्ठान येथील नागह्द सरोवरावर किंवा गोदावरीच्या डोहावर ती पाणी आणावयास गेली असता नागराज शेषाने तिचा उपभोग घेतला व या विवाहबाह्य संबंधापासून शालिवाहनाचा जन्म झाला. ही दंतकथा सर्वतोमुखी असल्यामुळे कोठे सातावाहन ही संज्ञा जारज संततीला अनुलक्षनू योजण्यात (नेपालका इतिहास: मिश्र: पृ. ७८) येई. ख्रि. पू. चवथ्या शतकात मगध देशावर शिशुनाग घराण्याचे राज्य होते. महानन्दिन् हा या घराण्यातील शेवटचा राजा. कर्टियस् या समकालीन लेखकाने याच्याबद्दलची एक दंतकथा नमूद (The Invasion of India by Alexander : Mc Crindle : p.l22) करून ठेवली आहे. राजाच्या परिचर्येसाठी अगदी अंत:पुरात प्रविष्ठ होण्याची संधि असलेल्या एका देखण्या, धूर्त व महत्त्वाकांक्षी न्हाव्याने याच्या राणीशी संधान बांधले, अनेक असंतुष्टांच्या पाठबळाने कट करून राजाचा विश्वासघाताने खून करविला आणि सर्वसत्ताधारी होऊन राजपुत्रांचा व राजकुलाचा उच्छेद केल्यानंतर त्यानी आपल्या पोटचा पोरगा गादीवर बसविला. पुराणांनी याचे नाव महापद्मनन्द असे दिले आहे व त्याला शूद्रगर्भोद्‌भव म्हटले आहे. जैन परिशिष्ट पर्वात सांगितले आहे की नन्द हा एका गणिकेला न्हाव्यापासून झालेला मुलगा. नंदाचे साम्राज्य कुंतल प्रदेशापर्यंत (Dynasties of the Kanarese Districts : Fleet : 284) पसरलेले होते. नंदाच्या कलिंगावरील प्रभुत्त्वाचा उल्लेख खारवेलच्या हाथीगुंफा शिलालेखात आढळतो. म्हणजे गाथासप्तशतीचे संकलन झाले त्या भागात जारज सातवाहन व नापितोद्‌भव नंद यांच्या दंतकथा प्रचलित होत्या. एकादे राजघराणे नष्ट होऊन अनेक शतके लोटली तरी ऋणानुबंधामुळे त्याचे पक्षपाती अवशिष्ट राहतातच. या दोन घराण्यातील श्रेष्ठ कनिष्ठ भावाची चर्चा त्यांच्या त्यांच्या पक्षपात्यांमध्ये जातीय अभिनिवेशाने व छिद्रान्वेषी भावनेने, पाणवठ्यावर किंवा चवाठ्यावर झालेली या गाथेला अभिप्रेत असावी असे अनुमान होते.

क्र. ३ या गाथेत आणि प्रत्येक शतकाच्या अखेरीस असलेल्या प्रशस्तिगाथेत गाथासप्तशतीचा संपादक कविवत्सल हाल याचा उल्लेख आलेला आहे; आणि क्र. ४६७ व ९९९ या गाथात सालाहण नरेंद्राचा. त्याचप्रमाणे क्र. ४६४ या गाथेत विक्रमादित्याचा. क्र. ९९९ मधील सालाहण हा हाल सातावहनच असला पाहिजे. कारण क्र. ३ प्रमाणे येथे ही त्याने गाथासप्तशतीसाठी गाथाकवींना मानधन दिलेले आहे. शिवाय सालाहण व हाल ही नावे एकाच व्यक्तीची आहेत असे देशीनाममालेत (८.६६) सांगितलेले आहे. क्र. ४६७ मधील सालाहण उर्फ शालिवाहन हा आपन्न कुलांचा उद्धारकर्ता आहे. क्र. ४६४ मधील विक्रमादित्य हा गुणज्ञ व उदार आहे.

प्रथम सातवाहन उर्फ शालिवाहन या घराण्याचा इतिहास सांगतो.

सातवाहन हा महाराष्ट्राचा पहिला ऐतिहासिक व भारताचे सम्राटपद संपादन करणारा महावंश होय. राज्यकर्ते, राज्यकाल व राज्यविस्तार आणि मुद्रा, शिलालेख व स्थापत्य या बाबतीत त्याचे प्राचीन भारतातील स्थान अग्रगण्य आहे. धार्मिक सहिष्णुता, राजकीय स्वातंत्र्य व प्राकृत-पुरस्कार या महाराष्ट्र - संस्कृतीच्या प्रधान वैशिष्टांची प्रस्थापना त्यांनीच केली. हिंदुस्थानात ज्या दोन कालगणना पद्धती प्रामुख्याने व सातत्याने चालू आहेत त्यापैकी शक संज्ञक पद्धतीचे जनकत्व त्यांचेच आहे.

पुराणात या वंशाचा उल्लेख आन्ध्र या नावाने किंवा आन्ध्रजातीय असा केलेला आहे. मनु-संहितेत आन्ध्र ही जात अस्पृश्य मानलेली आहे. या वंशातील सातकर्णीने अश्वमेधादि यज्ञ केले; गोतमीपुत्र सातकर्णीला पाण्डव लेण्यातील लेखात एकब्राह्मण व चातुर्वर्ण्य संस्थेचा पुरस्कर्ता म्हणलेले आहे. त्यांचे नावावर चालणारा शक धर्मकृत्यात ग्राह्य मानलेला आहे. यावरून ते हीनजातीय नव्हते असे ठरते. सातवाहन राजे एकाही लेखात स्वतःला आन्ध्र म्हणवीत नाहीत. त्यांचे बहुसंख्य शिलालेख महाराष्ट्राच्या सह्याद्रीलगतच्या भागात आढळतात आणि नाणी देश या नावाने ओळखल्या जाणाऱ्या महाराष्ट्राच्या पठारी प्रदेशात आणि मराठवाडा व वऱ्हाड या भागात. त्यांचा आद्य शिलालेख नाणे घाटातील देवकुलात कोरलेला आहे. येथे आद्य सातवाहनांच्या प्रतिमाही कोरलेल्या होत्या. या व अन्य प्रमाणांवर त्यांचे मूलस्थान आन्ध्र मावळ हे असावे असे अनुमान आहे. (Annals of the Bhandarkar Institute : Silver Jubilee Volume : 1917-1942. The Home of the Satavahanas) आपल्या यशाची निशाणी आपल्या मूलस्थानाच्या आसपास मांडावी हा मनुष्य स्वभाव आहे. नाणेघाटातील लेखात उल्लेखिलेले यज्ञ जुन्नर (यज्ञ-नगर : जण्ण यज्ञ : क्र. २२७) येथे झाले असावेत असेही माझे अनुमान आहे.

सातवाहनाच्या दंतकथा संस्कृत, प्राकृत भाषात रूढ आहेत. ऋषीच्या शापाने सिंहरूप प्राप्त झालेल्या सात नामक यक्षाच्या पाठीवर बसलेला बालक द्वीपकर्णी राजाला मिळाला, म्हणून याने त्याला सातवाहन हे नाव दिले अशी कथा कथासरिगरात आहे. यक्ष सात हा राजगृहाचा प्रपालक, असे संयुक्तवस्तूत (३१) विधान आहे. ब्राह्मणी विधवा व शेष नाग यांचा सातवाहन हा पुत्र, तो कुंभारवाड्यात वाढला, तो आपल्या संवगड्यांना मातीचे हत्तीघोडे करून देई, म्हणून त्याला सातवाहन हे नाव मिळाले अशी कथा जिनप्रभसूरीच्या प्रतिष्ठानपुरकल्पांत सांगितलेली आहे. विक्रमाने पैठणवर स्वारी केली तेव्हा शेषाने पुरवलेल्या अमृताने त्याने हे हत्तीघोडे सजीव केले व विक्रमाचा पराभव केला अशी कथा सिंहासन बत्तिशीत आहे. डॉ. प्रिलुस्की यांनी सातवाहन या संज्ञेचा अर्थ 'अश्वपुत्र' असा लावला (J. R. A. S : 1929)

आहे; कारण मुंड भाषेत सादम् म्हणजे घोडा आणि हप्पन म्हणजे पुत्र: कारण अश्वमेघात अश्व व महिषी यांचा संभोग होतो. श्री अरवमुथन् (The Kaveri, Maukhari & Sangam Age) सांगतात की वाहिन् व कर्णी ह्या समानार्थी शब्दांचा अर्थ वल्हे असा असल्यामुळे ज्याचे हुकमतीत शंभर नावाडी तो सातवाहन. पुरातत्वभूषण श्री. राजवाडे सांगतात : पाणिनि काली शालिवाहन याचा अर्थ भातगाडी असा असल्यामुळे हे ज्याचे देवक ते शालिवाहन कुल आणि ज्यांच्या बैलांचे कान कापलेले आहेत ते - शाता: कर्णा: येषाम् ते शातकर्णा: - अशा अनेक व्युत्पत्ति संशोधकांनी लावलेल्या आहेत. त्या सर्व विचारांत घेऊन मी ही एक व्युत्पत्ति मांडली (Annals of the Bhandarkar Oriental Research Institute : XXVII : pp. 237-287 : "Satavahana & Satakarni") आहे. ती अशी : सातवाहन ही संज्ञा सूर्यवंश द्योतक (सप्तवाहन: सूर्य) आहे; सातकर्णी म्हणजे सूर्यकिरण किंवा सूर्य-शर, सातवाहनांच्या नाण्यांवर जे विशिष्ट चिन्ह आढळते ते सूर्याचे द्योतक आहे.

गाथासप्तशतीचा टीकाकार कुलबालदेव सांगतो की शालिवाहनाने 'आदिमध्यातेषु' इष्ट दैवताप्रत नमस्कार गाथा घातल्या आहेत. अशा गाथा तीनच (क्र. १, ३३२ व ७००) आहेत. प्रत्यक्ष पशुपति ज्याला नमन करतो तो सूर्य हेच शालिवाहनांचे इष्ट दैवत आहे यात संशय नाही. गाथासप्तशतीच्या काळात तापीचे ठायी विशेष पावित्र्य असल्याचे क्र. २३९ या गाथेवरून दिसते. दुसऱ्या कोणत्याही नदीला पवित्र म्हटलेले नाही. तपती उर्फ तापी ही विवस्वान् सूर्याची कन्या हे अनेक आधारांवरून सिद्ध आहे. म्हणूनच येथे तिला पुण्यप्रद म्हटलेले असले पाहिजे.

अशोकाच्या मृत्यूनंतर सकदृर्शनी समर्थ व समृद्ध आणि संघटित व सुसंस्कृत अशा मौर्य साम्राज्याची शकले उडाली. आर्थिक, राजकीय व लष्करी संघटनेवर साम्राज्याचे सामर्थ्य अवलंबून असते. अशोकाने धर्मराज्याचा पुरस्कार केल्यामुळे खजिना रिता झाला, राज्यकारभारात ढिलाई आली आणि लष्करी सामर्थ्य गंजून गेले. असलीच तर महाराष्ट्रावर अशोकाची सत्ता नाममात्र होती. अशोकाच्या मृत्युनंतर सातवाहन कुलोत्पन्न सिमुक आणि चेतकुलोत्पन्न महामेघवाहन यांच्या नेतृत्वाखाली महाराष्ट्र व कलिंग देश स्वतंत्र झाले. अशोकाचे उत्तराधिकारी कर्तृत्वशून्य व प्रतिकार पराङ्मुख निघाले. शेवटचा मौर्य राजा बृहद्रथ याचा वध करून पुष्यमित्र शुंगाने मौर्य साम्राज्य निकालात काढले व शुंग साम्राज्य प्रस्थापित केले.

सातवाहन वंशात तीस राजे होऊन गेले. वेगवेगळया आधारग्रंथांत ही संख्या कमी दाखविलेली आहे. सामान्यत: सर्व संशोधकांना मान्य अशी या राजांची अनुक्रमापुरती वंशावळ आणि समकालीन उल्लेख व इतिहास यावरून मी अनुमानाने

बसविलेला त्यांचा काळ याचे कोष्टक येथे देतो. अनुमानित काळ हा पुराणातील राज्यकाळावरून बसविलेला आहे.

मगधसम्राट पुष्यमित्र शुंग, प्रथम महाराष्ट्राधिपति व नंतर दक्षिणापथपति व श्री सातकर्णी सातवाहन, कलिंग सम्राट महामेघवाहन खारवेल आणि सिंध- पंजाबचा ग्रीक अधिपति मीनँडर हे समकालीन व प्रतिस्पर्धी. पुष्यमित्र व सातकर्णी हे ब्राह्मण व यज्ञसंस्कृतीचे पुरस्कर्ते; मीनँडर हा परावर्तित बौद्ध आणि खारवेल हा जैन. बौद्ध व जैन राजांनी एकसमयावच्छेदेकरून वैदिक संस्कृतीच्या पुरस्कर्त्यांविरूद्ध उठावणी केल्यामुळे त्यांच्या सामन्याला काही संशोधक धर्मयुद्धाचे स्वरूप देतात. पहिला सामना ख्रि. पू. १७१ च्या सुमारास खारवेल व सातकर्णी यांच्या दरम्यान झाला. खारवेलाने महाराष्ट्रावर दोन स्वाऱ्या केल्या, प्रथम सातवाहनाच्या मूषिकनगरी म्हणजे उंदीर गाव असा डॉ. यदुनाथ सरकार यांचा अंदाज आहे. मला वाटते, ही नगरी मुशी नदीच्या खोऱ्यात शोधली पाहिजे. तीनशे वर्षांपूर्वी नंदांनी कलिंगांतून राजगृही नेलेल्या जिन-मूर्ति परत मिळवण्याच्या निमित्ताने त्याने मगधावर दोन स्वाऱ्या केल्या; पहिल्या वेळी पुष्यमित्राने बचावासाठी मथुरेपर्यंत माघार घेतली आणि दुसऱ्या वेळी त्याचा पराभव झाला. बौद्ध साहित्यात मिलिंद या नावाने विख्यात असलेल्या मीनँडरनं गंगा-यमुना दुआब व सौराष्ट्र हे प्रदेश काबीज केले आणि त्यांची सैन्ये उज्जयिनीकडे व पाटलीपुत्राकडे वळली. या प्रचंड चिमट्याच्या चढाईमुळे भारताचे स्वातंत्र्य धोक्यात आले.

या परचक्राच्या प्रतिकारार्थ शुंगसातवाहनांनी आपली सामर्थ्ये एकत्रित केली आणि मीनँडरचा पराभव (ख्रि. पू. १५३) केला.

या विजयाच्या उत्सवार्थ आणि सार्वभौमत्वाचे निदर्शक म्हणून पुष्यमित्र व सातकर्णी यांनी पतंजलीच्या प्रेरणेने अश्वमेधादि यज्ञ केले. नाणे घाटातील सातवाहनांच्या देवकुलातील देवी नायनिकेचा लेख याला साक्ष आहे. हा घाट व ही गुंफा पाहिली असतां खात्री पटते की ही दोन्ही कामे समकालीन असली पाहिजेत. भारतातला हा पहिला यज्ञलेख आहे. या लेखात सातकर्णीला अप्रतिहतचक्र व दक्षिणापथपति म्हटलेले आहे. यज्ञप्रसंगी केलेल्या दानांचा उल्लेख या लेखात आलेला आहे. अशोकाच्या धर्मराज्यामुळे व बौद्धांच्या प्रचारामुळे ब्राह्मणांची अवस्था केविलवाणी झाली होती. या आपन्नाना आश्रय आणि दाने देऊन सातकर्णीने त्यांचा उद्धार केला. यावरून वाटते की क्र. ४६७ मधील सालाहण तो हाच असला पाहिजे. शिवाय या काळात महाराष्ट्रात भागवत धर्म प्रस्थापित झाला होता आणि धार्मिक सहिष्णुता बाणली... आक्रमणाला महाभाष्य आणि पुष्यमित्राच्या पराक्रमाला मालविकग्निमित्र साक्षी आहेत.

या विजयानंतर काही काळपर्यंत माळव्यावर सातवाहन व शुंग या दोन्ही घराण्यांची सत्ता असावी असे दिसते; उज्जयिनी येथे सातवाहनांची आणि विदिशा येथे शुंगांची. पहिल्या सातकर्णीची माळवा धर्तीची नाणी मिळतात याचे हेच कारण असले पाहिजे. माळव्यांतल्या अनेक गणांच्या राजांच्या नाण्यांवर उज्जयिनी चिन्ह आढळते. हे सातवाहनांचे मांडलिक असावेत असे माझे अनुमान आहे.

क्र. ४७१ या गाथेत ऐतिहासिक घटना सूचित असावी असे अनुमान टीकेत व्यक्त केले आहे. दाक्षिणात्य राजाच्या शत्रूंनी उत्तरेकडे पलायन केले असा संदर्भ आहे. हा राजा कोण आणि त्याचे हे शत्रु कोण ? नंद, चंद्रगुप्त व अशोक मौर्य, विक्रमादित्य, महाक्षत्रप रुद्रदामन्, समुद्रगुप्त व हर्षवर्धन या उत्तर हिंदुस्थानी राजांनी दक्षिणेवर आक्रमण केल्याचा इतिहास अगर दंतकथा आहेत; पैकी पलायन असे फक्त विक्रमादित्याने केले. कालक्रमानुरोधाने या गाथेतील सूचित घटनेशी या कोणाचाही समन्वय होत नाही.

मीनँडरविरुद्ध झालेल्या उठावणीत पुष्यमित्र शुंग व सातकर्णी सातवाहन हे सहकारी होते. या स्वातंत्र्य युद्धानंतर लवकरच हे दोघेही दिवंगत झाले. त्यांच्या उत्तराधिकाऱ्यांमध्ये स्नेहभाव दिसत नाही. पुष्यमित्रानंतर त्याचा पुत्र अग्निमित्र हा राज्यावर आला. कालिदासाच्या मालविकाग्निमित्र नाटकाचा हा नायक. यज्ञसेन व माधवसेन हे भाऊ भाऊ व विदर्भ सत्तेबाबत प्रतिस्पर्धी. अग्निमित्राने विदर्भावर स्वारी केली व राज्य या दोघांमध्ये वाटून दिले असा कथाभाग या नाटकात आलेला आहे. खारवेलाच्या लेखात कृष्णवेणेचा उल्लेख आहे. श्री. बखले आणि अनेक अन्य संशोधक (E. I. XX. p. 83) या नदीची ओळख कृष्णेशी पटवितात आणि श्री. मिराशी व अनेक अन्य संशोधक हे वैनगंगेला प्रमाणावरून दिसते की खारवेलाच्या काळापासून विदर्भावर सातवाहनांची सत्ता होती. अर्थात् यज्ञसेन व माधवसेन हे सातवाहनांचे मांडलिक असले पाहिजेत आणि अग्निमित्राच्या आक्रमणामुळे शुंग- सातवाहनांमध्ये संघर्ष निर्माण झाला असला पाहिजे. राजांच्या अल्पकालीन कारकीर्दी हे क्रान्तिकालाचे लक्षण आहे. पुष्यमित्राच्या उत्तराधिकाऱ्यांमध्ये ते दिसून येते. शुंगांच्या उच्छेदाचे श्रेय पुराणांनी काण्वांना दिले आहे. काही आधुनिक संशोधक (Shivarammurti : Amaravati Sculptures : p II) हे श्रेय पूर्णोत्संगाला (पूर्णम् उन्क्रान्त : शुंगान्) देतात. मला हे मत ग्राह्य वाटते. सातवाहनांच्या नौबती झडू लागताच शुंगांची सैन्ये नर्मदापार झाली असली पाहिजेत.

दुसरा सातकर्णी हा सहावा सातवाहन राजा. याने छप्पन वर्षे राज्य केले. सातवाहन राजांत याची कारकीर्द सर्वात मोठी. 'रणो सातकणिस' असा लेख असलेली नाणी ती याची असे डॉ. रेप्सन यांचे अनुमान आहे. यापैकी काही नाणी

क्रमांक	नांव	राज्यारोहणकाल		टीप
		श्री. बखले	माझे अनुमान	
१	सिमुक	ख्रि. पू. २२०	ख्रि. पू. २२०	याची प्रतिमा नाणेघाटांत आहे. महाराष्ट्राचा पहिला स्वातंत्र्य संस्थापक.
२	कृष्ण	,, १९७	,, १९७	याचे राजवटीतला लेख पांडवलेण्यांत आहे.
३	श्री सातकर्णी (१)	,, १७९	,, १७९	याची प्रतिमा व यज्ञलेख नाणेघाटांत आहे. पुष्यमित्र शुंग, खारवेल व मीनँडर यांचा समकालीन. राणी नायनिका. सांची तोरणावरील लेख याचे राजवटीतील असावा. दक्षिणापथपति. माळवा धर्तीची नाणी
४	पूर्णोत्संग	,, १६९	,, १५१	यानें शुंगाचा पूर्ण उच्छेद केला असावा.
५	स्कन्धस्तम्भि	,, १५१	,, १३३	
६	सातकर्णी (२)	,, १३३	,, ११५	यानें मालवगणाचे नेतृत्व पत्करून शकांचा पराभव केला असावा. सांची तोरण लेख. नाणी
७	लम्बोदर	,, १०४	,, ५९	
८	आपीलक	,, ८६	,, ४१	याचे नाणें मध्य प्रांतांत मिळाले आहे.
९	मेघस्वाति	,, ७४	,, २९	स्वाति नांव धारण करणारा वंश वेगळाच, असे कांहीचें मत.
१०	स्वाति	,, ५६	,, ११	
११	स्कन्दस्वाति	,, ४५	इ. स. १	

उज्जैन धर्तीची चौकोनी आहेत; काही नाण्यांवर झेप घेणाऱ्या सिंहाची आकृति आहे आणि काहींवर सोंड उभारलेल्या हत्तींची. ही दोन्ही प्रतीके अन्वर्थक आहेत. सांची स्तूपाच्या दक्षिण तोरणावर सातकर्णींच्या कारागिरांचा पुढारी वासिष्ठीपुत्र आनंद याचा दानलेख आहे. कालकाचार्य कथानकांत उज्जयिनी येथील शकांचा उच्छेद करणाऱ्या सातवाहनाचा उल्लेख आहे. या व अन्य पुराव्यावरून समन्वयानें ऐतिहासिक घटना निश्चित होतात, त्या अशा :

जैन आचार्य कालक हा धर्मप्रसारार्थ उज्जयिनीस आला असता त्याची रुपवती बहीण सरस्वती हिला तेथील राजा गर्दभिल्ल उर्फ गंधर्वसेन याने अंत:पुरात ओढले. तिची सुटका करण्याचे सर्व प्रयत्न विफल झाल्यानंतर आचार्यांने उज्जयिनीवर स्वारी करण्यासाठी शकांना आमंत्रून आणले. या वेळी वायव्य सरहद्दीवर यवनांची राज्ये होती व मध्य आशियातील कुषाण टोळ्या शकांचा उच्छेद करण्यास उद्युक्त झाल्या होत्या. त्यांना टाळून शक टोळ्या बोलन घाटातून हिंदुस्थानात घुसल्या होत्या. ख्रि. पू. पहिल्या शतकाच्या पहिल्या चतुष्टकात शक सिंध-पंजाबात स्थायिक झाले होते. आचार्यांच्या पुरस्कारामुळे त्यांना स्वारीच्या खर्चासाठी अलोट संपत्ति आणि सौराष्ट्र-गुजरातेतील स्थानिक राज्यकर्त्यांचे सहकार्य मिळाले. आचार्याला उज्जयिनीचा भेद माहीत होता. त्याचा फायदा मिळाल्यामुळे शकांनी गर्दभिल्लाचा पाडाव करून उज्जयिनी काबीज केली. सरस्वतीची सुटका झाली, पण ठरल्याप्रमाणे शक परत जाईनात. ते तेथेच रमले व प्रजेवर अत्याचार करू लागले. त्यांच्या पाठिंब्याने फुशारलेल्या आचार्याचा आता अपमान उपहास होऊ लागला. म्हणून तो पैठणला सातवाहनांच्या आश्रयाला आला; कारण शकांना विरोध करण्याला समर्थ अशी ही एकच सत्ता त्या काळात अस्तित्वात होती. शिवाय सातवाहनांचा माळव्याशी पूर्वापार संबंध असल्यामुळे शकांविरुद्ध त्यांची सहानुभूति संपादन करणे शक्य होते. आचार्याने उज्जयिनीची परिस्थिति सातकर्णीला समजावून दिली. नंतर जुने लागेबांधे उजळून सातकर्णीने माळव्यावर स्वारी केली उज्जयिनी जिंकली आणि मालवगणांच्या मदतीने शकांना पिटाळून लावले.

ख्रि. पू. पहिल्या शतकात उज्जयिनीतून शकांचे उच्चाटन केल्याचे श्रेय परंपरेने विक्रमादित्याला दिले आहे. याचे ऐतिहासिकत्व अत्यंत संशयास्पद आहे. याचा एकही शिलालेख किंवा नाणे आजवर मिळालेले नाही; किंवा कोणा समकालीनाच्या लेखांत त्याचा उल्लेख आलेला नाही. या काळांत माळव्यांत मालवगणाची नाणी मिळालेली आहेत. उज्जयिनीत होणारे अपशकून राज्यक्रांतीचे द्योतक आहेत असे भविष्य ज्योतिष्यांनी वर्तविल्यावरून आणि ज्याची आई अडीच वर्षांची असेल त्याच्या हातून तुला मत्यु येईल असेही त्यांजकडून सांगण्यात आल्यावरून विक्रमाने

वेताळाला संभाव्य शत्रूचा शोध करावयास पाठविले. शालिवाहन हा असा बालक वेताळाला पैठण येथे आढळला. लगेच त्याने विक्रमाला वर्दी दिली. शत्रूचा उठावणीपूर्वीच नि:पात करण्याचे ठरवून विक्रमाने पैठणवर स्वारी केली. शालिवाहनाने आपल्या खेळातले मातीचे हत्ती, घोडे व सैनिक शेषाच्या कृपेने सजीव केले आणि त्यानिशी विक्रमाशी युद्ध केले. या युद्धात विक्रमाचा पराभव झाला व त्याच्या सैन्याने उत्तरेकडे पळ काढला. शालिवाहनाने विक्रमाचा पाठलाग केला, त्याला गाठले आणि सोडग्याने बदडून ठार केले. शेवटी विक्रमाचे सैन्य नर्मदापार झाले आणि पाठलाग करणारे शालिवाहनाचे सैन्य नदीतून वाहून गेले. या विक्रमशालिवाहन कथा वेताळ पंचविशी व सिंहासनबत्तिशी या लोककथासंग्रहांत थोड्याबहुत फरकाने आलेल्या आहेत. हे कथासंग्रह नि:संशय उत्तरकालीन आहेत. गर्दभिल्ल विक्रमादित्याची परंपरा ब्राह्मणी आहे असे म्हणावे तर पुराणातील वंशावळीत त्याचा उल्लेख नाही. गर्दभिल्ल व शक यांचा उल्लेख आहे, तरीही ही परंपरा जैन आहे असे म्हणावे तर खुद्द कालकाचार्य कथानकात सांगितले आहे की शकोच्छेदक विक्रमादित्य हा प्रतिष्ठानहून उज्जयिनीस आला होता. मग हे सोंग साजरे करण्यासाठी गृहित धरायचे की शकांकडून गर्दभिल्ल मारला गेल्यानंतर त्याचा पुत्र विक्रमादित्य हा पैठणला सातवाहनाच्या आश्रयाला आला असला पाहिजे ! अडीच वर्षाच्या आईचा मुलगा म्हणजे ज्याने नुकतेच राज्य स्थापन केले आहे असा शालिवाहन राजा होय. असा डॉ. जयस्वालांचा अभिप्राय आहे. सिमुक हा सातवाहन कुलाच्या राज्यकर्तृत्वाचा संस्थापक, याबद्दल सर्वांचे एकमत आहे. ज्या व्यक्तीवरून या कुलाला सातवाहन हे नाव प्राप्त झाले तो याच्याही पूर्वी होऊन गेला असला पाहिजे हे आहे. कारण सिमुकाला कोणीही शालिवाहन म्हणून संबोधिलेले नाही. राजा सातवाहन असे नाव असलेले एक तांब्याचे चौकोनी नाणे माझ्या संग्रही आहे. अक्षर धाटणीवरून ते पहिल्या सातकर्णीच्या ही पूर्वीचे असावे असे संशोधकांचे अनुमान आहे. डॉ. जयस्वाल यांचे अनुमान स्वीकारले तर सातवाहन राज्यसंस्थापक शालिवाहनाला ख्रि. पू. तिसऱ्या शतकाच्या द्वितीयार्धात मांडलें पाहिजे. त्या काळाशी जुळेल असा विक्रम-परंपरेत एकही तपशील नाही. पहिल्या शतकात गोतमीपुत्राने क्षहरातांचा नि:पात केला; चवथ्या शतकाच्या अखेरच्या चतुष्टकात दुसऱ्या चंद्रगुप्ताने क्षत्रपां चंद्रगुप्तानेच प्रथम विक्रमादित्य हे बिरुद धारण केले. ख्रि. पू. पहिल्या शतकातील विक्रमादित्याच्या कथा अर्थातच यानंतर निर्माण झाल्या असल्या पाहिजेत.

मग क्र. ४६४ मधील विक्रमादित्याच्या उल्लेखाची संगती कशी लावावयाची? चंद्रगुप्त विक्रमादित्यानंतर विक्रमकथा अस्तित्वात आल्या असे मानले तर गाथा-सप्तशतीचे संपादन पाचव्या शतकात झाले असले पाहिजे असे मानावे लागते.

अशी आपत्ति टाळण्यासाठी डॉ. अळतेकर (Vikrama Volume: Riddle of Vikrama Era : p. 9) सांगतात की हा उल्लेख प्रक्षिप्त उत्तरकालीन असला पाहिजे. या कोड्याला अशी बगल देण्याचे काहीच कारण नाही. ऐतिहासिक विक्रमादित्याव्यतिरिक्त परंपरेला आणखी दोन विक्रमादित्य माहीत आहेत; एक कालकाचार्य कथानकातला वीर विक्रम, शकांचा उच्छेदक आणि प्रतिष्ठानचा राजा, ज्याचा समन्वय दुसऱ्या सातकर्णीशी होऊ शकतो; आणि उत्तरकालीन सिंहासन बत्तिशीचा नायक उदार विक्रम. गाथासप्तशतीला गर्दभिल्ल कुलांतला वीर विक्रम माहीत नाही, लोककथातला उदार विक्रम माहीत आहे. जो सर्वस्वी काल्पनिक आहे, लोक कथांव्यतिरिक्त ज्याला अस्तित्व नाही. ग्रंथ उत्तर कालीन असला तरी सिंहासनबत्तिशीत ग्रथित केलेल्या कथा प्राचीन काळापासून चालत आलेल्या आहेत. त्याचे मूळ जातकाहून किंवा कमीत कमी त्यांच्या इतके प्राचीन असावे असे वाटते.

आठवा सातवाहन राजा आपीलक याचे तांब्याचे मोठे वर्तुलाकार नाणे मध्यप्रांतात मिळाले आहे. या नंतर सातवाहन सत्तेला उतरती कळा लागलेली दिसते. राजांचे राज्यकाल अल्प आहेत; त्यांचे शिलालेख आढळलेले नाहीत व नाणी मिळालेली नाहीत. फक्त पहिला पुलोमावि व शिवस्वाति यांनीच बरीच वर्षे राज्य केलेले आहे. तेरावा सातवाहन राजा कुंतल सातकर्णी याचा उल्लेख वात्स्यायनाच्या कामसूत्रात लैङ्गिक विकृतीच्या अनुषंगाने आलेला आहे. 'कर्तया कुन्तल: शातकर्णि: शातवाहनो महादेवीं मलयवतीं जघान !' या उल्लेखावरून अनुमान करण्यात आले आहे की याचा जन्म कुंतलात झाला. असेही अनुमान होते की याच्या काळात सातवाहन सत्ता कृष्णाकाठच्या खोऱ्यात मात्र अस्तित्वात असावी. सतरावा सातवाहन राजा हाल हा गाथासप्तशतीचा संपादक. याची सत्ता मावळात व इन्ध्याद्रि पर्वतालगत गोदावरीच्या परिसरात मात्र होती.

उज्जयिनीच्या पराभवानंतर तेथील शकांनी उत्तरेकडे पलायन केले. दरम्यान मावेस व अझेस या शक नेत्यांनी पंजाब व गंगायमुना दुआब या भागात प्रभुत्व मिळवले होते. तक्षशिला, पुष्कलावती व मथुरा येथे त्यांची मुख्य ठाणी होती. मथुरा येथील क्षहरात क्षत्रपांपैकी भूमक याने सौराष्ट्रात क्षत्रपसत्ता प्रस्थापित केली. त्याचा उत्तराधिकारी नहपान याने माळवा, राजस्तान, सौराष्ट्र, लाट व उत्तर महाराष्ट्र या भागात आपली सत्ता प्रस्थापित केली. नाशिक, जुन्नर व कार्ले येथे त्याचे लेख आहेत. ख्रि. पू. पहिल्या शतकाच्या चवथ्या चतुष्टकात स्वाति हे उपनाव धारण करणाऱ्या सातवाहनाच्या काळात क्षहरातांचा महाराष्ट्रात प्रवेश झाला असावा. स्वाति हे आदि, मध्य किंवा अंत्य नाव धारण करणारांविषयी पुराणांचे उल्लेख एकमुखी नाहीत. क्षत्रपांच्या आक्रमणामुळे हे राजे देशोधडीला लागले असावेत

किंवा दुहीत मारले गेले असावेत. क्षहरातांची शिल्पकृत्ये व धर्मकृत्ये यावरून त्यांची संपन्नता व राजकीय धोरण प्रत्ययास येतात. मीनँडरने फक्त बौद्धांना आश्रय दिल्यामुळे त्याला ब्राह्मण-क्षत्रियांचे सहकार्य किंवा सहानुभूति ही मिळाली नाहीत. शहरातांनी बहुजनसमाजासाठी अन्नछत्रे घातली, धर्मशाळा बांधल्या, नद्यांवर घाट बांधले व घरमतरी सुरू केल्या; हजारो ब्राह्मणांना भोजने घातली व दाने दिली. पहिल्या सातकर्णीने यज्ञात दाने दिली ती प्रत्यक्ष प्रक्रियेत भाग घेणाऱ्या ब्राह्मणांनाच दिली असली पाहिजेत हे उघड आहे; पण त्याने दानग्रहण करणाऱ्या वर्गाचा उल्लेख केलेला नाही. क्षहरातांनी असा उल्लेख केला, कारण ते स्वत: देशाला परके होते व विशिष्ट वर्गाला संतुष्ट ठेवण्याला उत्सुक होते. नहपानाच्या मुलाचे नाव दक्षमित्रा व जावयाचे ऋषभदत्त. नहपानाच्या नाण्यांवरील लेख त्याच्या प्रजेला परकी असलेल्या खराष्टी व ग्रीक आणि परिचित अशा देशी ब्राह्मी लिपीत आहेत. यावरून दिसते की क्षहरात हे प्रजेशी समरस होण्यास उत्सुक दिसले तरी आपले व्यक्तिमत्व अबाधित राखण्याविषयी दक्ष होते.

या पारतंत्र्यातील काळात सातवाहन राजांनी सह्याद्रीच्या जंगलात किंवा कर्नाटकात आश्रय घेतलेला असावा. या काळात महाराष्ट्रातील बंदरांचा व्यापार प्रयत्नपूर्वक उद्ध्वस्त करण्यात आला. कल्याण बंदरात मालाची चढउतर करावयास आलेली जहाजे यवनांनी सैनिकांच्या बंदोबस्तात भडोचला हाकून नेण्याची प्रथा पेरिप्लसने नमूद केलेली आहे.

बाबीसावा सातवाहन राजा शिवस्वाति याला भागवत पुराणात अरिंदम म्हटलेले आहे. यावरून याने क्षहरातांविरूद्ध उठावणी आरंभिली असावी. याची राणी महादेवी गौतमी. हिच्या सारखी भाग्यवती आजवर भारतात झाली नाही. राजर्षि शिवस्वाति हा तिचा पति, शककर्ता गोतमीपुत्र सातकर्णी हा यांचा पुत्र आणि महाराज वासिष्ठीपुत्र पुळुमावि हा नातू. तिचा लेख पाण्डवलेण्यांतील क्र. ३ या गुंफेत आहे. त्यातील काही विधाने येथे देतो : ती स्वत: सत्यक्चनदानक्षमाहिंसानिवततपोदम... सातवाहनकुलयशप्रतिष्ठापनकर, क्षत्रियदर्पमानदमन; शकयवनपल्हवनिषूदन त्रिसमुद्रपीततोयवाहन; द्विजवरकुटुम्बविवर्धन; विनिवर्तित चातुर्वण्यसंकर. नाशिक जिल्ह्यात सिन्नर तालुक्यात जोगळटेम्बी येथे नहपानाच्या तेरा हजार रौप्यमुद्रांचा निधि आढळून आला. त्यापैकी दोन तृतीयांश नाण्यांवर गौतमीपुत्राच्या नावाचे व सातवाहनांच्या मुद्राचिन्हाचे ठसे ठोकण्यात आलेले आहेत. क्षहरातांचा नि:पात केल्याचे द्योतक म्हणून हे पुनर्मुद्रण करण्यात आले असले पाहिजे. सातवाहन व नहपानाचे उत्तराधिकारी क्षहरात क्षत्रप यांचा निर्णायक संघर्ष कार्ले, जुन्नर व नाशिक ह्या सह्याद्रीलगतच्या भागात झाला असला पाहिजे. या संघर्षात गौतमीपुत्र विजयी

झाला, म्हणूनच मी त्याला शालिवाहन शककर्ता म्हणतो.

गौतमीपुत्रानंतर त्याचा पुत्र वासिष्ठीपुत्र पुळुमावि हा राज्यावर आला. महाराष्ट्रात कार्ले व नाशिक आणि आन्ध्रात अमरावती व धरणीकोट येथे याचे लेख मिळालेले आहेत. याची नाणी महाराष्ट्रात व आन्ध्रात मिळाली आहेत. कारोमांडल किनाऱ्यालगतच्या प्रदेशात मिळालेल्या याच्या नाण्यांवर डोलकाठी असलेल्या जहाजाची प्रतिमा आढळते.

गौतमी बलश्रीच्या लेखात गोतमीपुत्राच्या अवन्तिविजयाचा उल्लेख आहे. इ. स. ७८ पासून उज्जयिनीस महाक्षत्रप चष्टण याच्या घराण्याची सत्ता सुरू झाली. या घराण्याचे राज्य अवन्तिसौराष्ट्र भागात इ. स. ३९५ पर्यंत टिकले. चष्ठण हा कुषाणाचा क्षत्रप असावा. क्षहरातांशी गौतमीपुत्राचा महाराष्ट्रात संग्राम सुरू असता त्यात ढिलाई आणण्याकरता किंवा त्याचा फायदा घेऊन चष्टणाने हे आक्रमण केले असावे. या घराण्यातला दुसरा राजा जयदामन हा फक्त क्षत्रप होता. या घराण्यातला तिसरा महाक्षत्रप रुद्रदामन् याचे लेख अंधौ व जुनागड येथे मिळालेले आहेत. या लेखांवर अनुक्रमे ५२ व ७२ असे वर्षांक आहेत. दक्षिणापथपति सातकर्णी याचा आपण दोनदा पराभव केला नाही असे जुनागड लेखात त्याचे विधान आहे. या लेखाचा काळ ७२ + ७८ = ई. स. १३० असा संकेतानुसार ठरतो. कान्हेरीच्या लेण्यांतील एका संस्कृत लेखात वासिष्ठिपुत्र सातकर्णीची राणी कार्द्दमकुलोत्पन्न महाक्षत्रप रुद्र याची कन्या होती, असा उल्लेख आढळतो. या उल्लेखांवरून अनुमान होते की क्र. २४ अ - सातकर्णी याने जयदामन् याचा पराभव केला असावा आणि समेटादाखल जयदाम्याने आपली नात व रुद्रदाम्याची कन्या शिवश्रीला दिली असावी. पुढे महाक्षत्रप रुद्रदाम्याने शिवश्रीचा पराभव केला असावा.

सत्ताविसावा सातवाहन राजा यज्ञश्री सातकर्णी याचे लेख कान्हेरी, नाशिक व चिन्नगंजम येथे मिळाले आहेत. सोपारा येथील स्तूपातील करंडकात यज्ञश्रीचे क्षत्रप धर्तीचे नाणे मिळालेले आहे. अशी नाणी गुजरात सौराष्ट्रातही मिळालेली आहेत. यावरून अनुमान करण्यात आले आहे की हे प्रदेश यज्ञश्रीने क्षत्रपांसून जिंकून घेतले असले पाहिजेत. याची नाणी तऱ्हाळा निधीत मिळालेली आहेत. एकोणतिसावा राजा चंद्रश्री याचा लेख पूर्व गोदावरी जिल्ह्यात कोडवलि येथे मिळालेला आहे आणि तिसावा राजा पुळुमावि याचा लेख बल्लारी जिल्ह्यात अदोनी तालुक्यात म्याकदोनी या खेड्यात मिळालेला आहे. यावरून यज्ञश्रीनंतर सातवाहन सत्तेचा ऱ्हास व स्थलांतर प्रत्ययास येते.

सातवाहन सत्तेचा अस्त कसा झाला याबद्दल काहीही माहिती उपलब्ध नाही. महाराष्ट्रात सातवाहनांनंतर अभीरांनी राज्य केले. शिवदत्त अभीराचा पुत्र माढरीपुत्र ईश्वरसेन याने उत्तर महाराष्ट्रात, नाशिक, खानदेश भागात सातवाहन सत्तेचे उच्चाटन

केले असावे. याचा लेख पाण्डवलेण्यात आहे. आन्ध्रांत सातवाहनांनंतर इक्ष्वाकु घराण्याचे राज्य आले. वासिष्ठीपुत्र शांतमूल हा या राजघराण्याचा मूळ पुरुष. राज्यप्राप्तीनंतर त्याने अश्वमेध, वाजपेय इत्यादी यज्ञ केले. यावरून सातवाहनांशी संघर्ष होऊन त्यात याचा जय झाला असावा. वनवासी येथील चुटु हे सातवाहनांचे सामन्त. ते ही स्वतंत्रपणे राज्य करू लागले. वऱ्हाडात हे सातवाहनांचे सामन्त... वाकाटक तेवढे पुढे विशेष प्रसिद्धीला आले आणि महाराष्ट्र संस्कृतीचा आणखी विकास करते झाले.

❑

परिशिष्ठ विभाग

९ वाहिलेली माळ

१. 'संस्कृत' व 'प्राकृत' हे शब्द

मराठीत ज्याप्रमाणे 'केलेला, गेलेला, आलेला' ही भूतकाळीची विशेषणे आहेत, त्याप्रमाणे 'कृत, गत, आगत' हे संस्कृतांतील तकारान्त शब्द समजावे. 'संस्कृत'='चांगली' किंवा 'नीटनेटकी केलेली'. 'संस्कार, संस्कृति, संस्कृत' हे शब्द एकाच वर्गातले आहेत. 'संस्कृत' हे पूर्वीचे लोकांच्या जातीचे किंवा मुलुखाचे नाव नव्हे, असा लेख पूर्वी येऊन गेला आहे.

'प्राकृत' शब्द 'संस्कृता'प्रमाणे जरी तकारान्त आहे, तरी भूतकाळीचे विशेषण नव्हे. 'प्राकार' शब्द गडाच्या भिंतीचा वाचक आहे. त्याच्याशी 'प्राकृत' शब्दाचा संबंध दिसत नाही. 'प्राकृति, प्राकरोति, प्राचकार, प्राकरिष्यति' असली रूपे संस्कृत भाषेत येत नाहीत; अर्थातच 'प्राकृत' शब्द 'संस्कृत' शब्दाप्रमाणे भूतकाळीचे विशेषण मानणे बरोबर नाही. 'प्रकृतीपासून आलेले' (प्रकृतेरागतम्) म्हणून 'प्राकृत'- अशी 'प्राकृत' शब्दाची व्युत्पत्ती कित्येक ठिकाणी केलेली आढळते. पण 'प्रकृति' शब्द संस्कृतभाषेत 'संस्कृता'चा वाचक म्हणता येत नाही, तर 'प्रकृतीपासून आलेले' म्हणून 'प्राकृत' ही व्युत्पत्ती निव्वळ प्रौढीची दिसते. 'प्रकृतीपासून आलेले'या अर्थी 'प्राकृत' शब्द जसा सांख्य शास्त्रावरच्या, तसा दुसऱ्याही दर्शनावरच्या ग्रंथात येतो. पण तसले ठिकाणी 'प्रकृति' शब्द जगाचे अचेतन कारण दाखवीत असल्यामुळे केवळ शास्त्रीय म्हणावा लागतो; असल्या शास्त्रीय शब्दांचा लोकांतल्या साधारण शब्दांशी मेळ बसवीत बसणे बरोबर होणार नाही. तर मग 'प्राकृत' शब्दाची व्युत्पत्ती कशी करायची, हा प्रश्न पुढे येऊन ठाकतो.

'प्राकृत' शब्द मूळचा 'पाअड' दिसतो. 'पाअड' व 'पअड' हे दोन्ही 'प्रकट' शब्दाचे अपभ्रंश मानण्याचा संप्रदाय आहे. याच नियमास अनुसरून 'सदृश' शब्दाचे 'सरिच्छ-सारिच्छ' हे व 'प्रतिपदा' (प्रतिपद्) शब्दाचे 'पडिवआ-पाडिवआ'

हे अपभ्रंश मानले जातात. तेव्हा 'पाअड' भाषा म्हणजे 'प्रकट' भाषा; 'प्रकट'-'उघड्या अर्थाच्या, कोश पाठ केल्याशिवाय किंवा 'प्रकृतिप्रत्ययाची खटपट केल्या-शिवाय अर्थ कळणाऱ्या'-असा 'पाअड' शब्दाचा मूळचा अर्थ असावा. जे 'संस्कृत' नव्हे ते 'पाअड'-जे अवघड नव्हे, ते सवघड-अशी हळू हळू त्या त्या भाषेस उद्देशून, 'संस्कृत' व 'पाअड' या दोन शब्दांची प्रवृत्ती पहिल्याने झालेली दिसते. जी भाषा प्रकृतिप्रत्ययाची खटपट करावी तेव्हा येते, ती 'संस्कृत; जी भाषा प्रकृतिप्रत्ययाच्या खटपटीस न पडता उपजत येते ती 'पाअड'. 'पाअड' भाषा देशपरत्वे एकाहून जास्त पडल्या. आज मराठी बोलणारा ज्याठिकाणी 'केला' वापरतो, त्या ठिकाणी गुजराथी 'कऱ्यो' किंवा 'किधी' वापरतो, हिंदुस्थानी 'किया' वापरतो. ज्या ठिकाणी 'संस्कृतात' 'कृत' शब्द वापरीत, त्याच ठिकाणी एका 'पाअड' भाषेत 'कद्य' किंवा 'कय;' दुसरीत 'कद;' तिसरीत 'कड' वापरीत. या तीन प्रकारांवरून, पहिलीस 'कय' भाषा, दुसरीस 'कद' भाषा, तिसरीस 'कड' भाषा,-अशी तीन 'पाअड' भाषांस नावे साजण्याजोगी आहेत. मधल्या ककाराचा सगळ्या 'पाअड' भाषांमध्ये लोप शब्दास ज्या मुलखी 'कड' भाषेचा अम्मल होता त्या मुलखी किंवा त्या मुलखातल्या लोकांकडून 'प्राकृत' असे अपूर्व रूप मिळून 'संस्कृत' शब्दाच्या पंगतीस शोभणारा एक नवीन जोडीदार बनविण्यात आला, अशी शंका येते. सारांश; 'प्राकृत' शब्द 'प्रकट' शब्दाप्रमाणे अंगच्या संस्कृत शब्दापैकी न समजता, बनावट संस्कृत शब्दांपैकी समजणे जास्त सयुक्तिक दिसते.

२. संस्कृत शब्दांची वर्गावर्गी

आज जितके म्हणून रूढ शब्द संस्कृत भाषेत आढळतात, त्यांचे तीन वर्ग करता येतात. 'काल, देश, जल' असले शब्द अंगचे होत. 'सूद (स्वैंपाकी), पोत (लहान मुलगा), चीर (जाडे वस्त्र), पुराण (जुने), गल्ल (गाल), भल्ल (भले), कटि (कंबर, कडे) असले शब्द बनावट होत. जो शब्द दक्षिणी लोक 'शूद्र' लिहितात तो मूळचा 'सूद्र' दिसतो. ज्या गरीब परकी लोकांस पूर्वी लढाईत पकडीत, त्यास स्वैपाकासारखी घरातली कामे करावी लागत. हा अंगचा 'सूद्र' शब्द 'सूद्द' होऊन, पुनः 'सूद' झाला, व संस्कृतात घुसला. मूळचा 'पुत्र' शब्द होता, तो 'पुत्त' होऊन, पुनः 'पोत' झाला, आणि संस्कृतात शिरला. 'चीवर' होता, तो 'चीअर' होऊन, पुनः 'चीर' झाला. आणि 'पुरातन' होता, तो 'पुराअन' होऊन, 'पुराण' झाला. याप्रमाणे जे मूळचे अंगचे संस्कृत शब्द असून, कमजास्त पालट पावले, व पुनः थोडी अपूर्वता येऊन संस्कृतात घुसले, त्यांस 'अंगच्याच्यासारखे' म्हटल्यास ठीक पडेल. 'गाल, भले, कडे' हे निव्वळ देशी शब्द घेऊन, त्यास

'गल्ल, भल्ल, कटि', अशी रूपे देण्यात आली व तेणेकरून रूढ संस्कृत शब्दांची संपत्ती वाढली. असले शब्द संस्कृत भाषेतल्या अलंकारशास्त्रास 'ग्राम्य' म्हणजे 'गावंढळ' या नावाने माहीत आहेत. याप्रमाणे 'अंगाच्यांच्यासारखे' व 'देशी' किंवा 'गावंढळ' हे दोन्ही बनावट शब्दाच्या वर्गाचे पोट वर्ग समजावे. इतकेच की, अंगच्यांच्यासारखे शब्द देशी किंवा गावंढळ शब्दांहून प्रसंगी जास्त जुनाट मानावे लागतील. जर 'पोत' वगैरे शब्द जास्त जुनाट नसते, तर त्यांच्यावरही गावंढळपणाचा शेरा मारण्यास अलंकारशास्त्री न चुकते.

३. 'पुराण' शब्दाची जास्त विचिकित्सा

'पुराणी देवी युवतिः पुरंधिरनु व्रतं चरति विश्ववादे' या शाकल संहितेतल्या मंत्रात 'पुराणी' शब्द आलेला आहे. जर 'पुराणी' शब्द 'पुराअणी' शब्दाचे रूपांतर व 'पुरातनी' शब्दाचा अपभ्रंश मानला तर 'पुराणी' शब्द आलेले सूक्त ऋषीस दिसले त्याकाळी प्राकृत भाषेचा प्रचार... प्राकृत भाषा जन्मलेली होती असे म्हणावे लागते; व सूक्ताचे काळी प्राकृतभाषा जन्मलेली होती असा ठराव एकदा केला की, शाकलसंहितेचा संग्रह झाला त्याकाळी करण्यास तयारी हवी. तैत्तिरीय संहिततेत 'पिशाच' शब्द स्पष्ट आलेला असल्यामुळे व 'पिशाच' प्राकृतभाषा बोलणारे असल्यामुळे ज्याकाळी तैत्तिरीय संहिता प्रजापतीस दिसली, त्याकाळी प्राकृतभाषा प्रचारात होती, याविषयी शंका राहात नाही. तरी शाकलसंहितेचा संग्रह झाला त्याकाळी प्राकृतभाषा अस्तित्वात होती, असे म्हणण्यास 'पुराण' शब्दासारख्या शब्दाशिवाय आणखी जास्त पुरावा मिळतो काय हे पाहू.

'पिशंगभृष्टिमंभृणं पिशाचिमिंद्र संभृणं' (ऋ.५सू.१३३, मंडल १) या मंत्रात 'पिशाचि' शब्द आला आहे. ज्याप्रमाणे 'शकुन-शकुनि' 'शकुंत-शकुंति' या जोड्या आजही आहेत, त्याप्रमाणे 'पिशाचपिशाचि' हीही एक जोडी पूर्वी असावी, असे म्हणण्यास सवड आहे. माधवही 'पिशाचविशेष' असा 'पिशाचि' शब्दाचा अर्थ देत आहे. जर माधवाने 'जरा' असाही अर्थ 'पिशाचि' शब्दाचा करतात, असा शेरा मारून ठेवला नसता, तर पुरावा मजबूत म्हणता येता. तशात 'पिशाचविशेष' असे म्हणतो, त्यापक्षी हे विशेषनाम माधवाच्या मते ठरते. एकदा विशेष नाम मानले, म्हणजे नावाचा पिशाचि जातीने पिशाचच मानण्याची जरुरी पडत नाही; व पिशाचांच्या जातीशी संबंध लावण्याची जरूरी पडली नाही, म्हणजे हे सूक्त दिसले त्याकाळी त्या जातीच्या पैशाची नावाच्या प्राकृत भाषेस स्थळ देण्याची जरूरी बिलकुल राहिली नाही. सारांश, पिशंगभृष्टिम् मंत्रातला 'पिशाची' शब्द पंगूसारखा भासतो. पहिल्याच मंडळातल्या १५२ व्या सूक्ताच्या दुसऱ्या ऋचेत 'त्रिरश्रि हंति चतुरश्रिं

ऊग्रो **देवनिदो** ह प्रथमा अजूर्यन्' या ठिकाणी **देवनिदां**चा मोड झाल्याची हकीगत दाखल करण्यात आली आहे. **देवनिद् = देवां**ची निंदा करणारे. **देवा**स पुजणारे होते तसे देवांस निंदणारे होते-या दिशेने सूकाणू फिरवले म्हणजे **देवनिद्** शब्दाने देवांची निंदा करणाऱ्या पार्शांच्या पूर्वजांचे ग्रहण झालेले असावे, अशी बळकट शंका येते. पार्शांचे पूर्वज आले म्हणजे 'आविस्ती' किंवा 'गासानी' भाषा घुसली व कोणत्या तरी प्रकारच्या प्राकृत भाषेस स्थळ मिळाले.

याप्रमाणे एकदा प्राकृत भाषेचा चंचूप्रवेश झाला म्हणजे, 'पुराणी' शब्दासारखा शब्द आलेला पाहून दचकण्याचे किंवा बिचकण्याचे प्रयोजन नाही. 'सनातन, श्वस्तन, अद्यतन, दिवातन' शब्दांसारखा 'पुरातन' शब्दही अस्सल संस्कृत, याविषयी शंका नाही. 'पुराअण' हा 'पुरातन' शब्दाचे उघड संक्षिप्त रूप याप्रमाणे अपभ्रंशाचे संक्षिप्त रूप जर वेदात येते, तर वेदातली कित्येक सूक्ते कोणती तरी प्राकृत भाषा प्रचारात असताना रचली गेली, याविषयी शंका रहात नाही. याप्रमाणे कित्येक सूक्ते रचली गेली, तेव्हाही जर कोणती तरी प्राकृत भाषा प्रचारात उघड होती, तर सूक्तांचा संग्रह करून संहिता बनवण्यात आली त्याकाळी प्राकृत भाषा बऱ्याच जोरात असली पाहिजे. संस्कृताची तिसरी घडी पडली तेव्हा संस्कृत भाषा प्रचारात नव्हती; इतकेच नव्हे, तर मधली घडी पडली तेव्हाही ती प्रचारात नव्हती. हा मुद्दा १ ल्या फुलांत येऊन गेला आहे. जर संस्कृत भाषा व्यवहारात उपयोगी पडत नव्हती, तर जशी वरचे घडीचे तशी मधीलही घडीचे काळी दुसरी कोणती तरी व्यवहाराची भाषा असली पाहिजे. संस्कृताचे अर्थातच जशी मधले घडीचे तशी वरचेही घडीचे काळी जी व्यवहाराची भाषा होती, ती प्राकृत; असे म्हणण्यास सवड सापडते. सारांश, प्राकृत भाषा पुष्कळ जुनाट आहे. ती एकंदरीत मोड न पावता टिकून राहिलेली दिसते. इतकेच की संस्कृत धर्माच्या ग्रंथात राहिले होते व प्राकृत व्यवहारात राहिले होते. धर्मांत संस्कृताचा एकछत्री अधिकार, तर व्यवहारात प्राकृताचा एकछत्री अधिकार- याप्रमाणे उभयतांचा अधिकार अगदी स्वतंत्र असल्यामुळे उभयतांमध्ये टक्कर लागण्याचा प्रसंग पूर्वी येऊन गेलेला असण्याचा संभव नाही. धर्माचा अधिकार जसा ठरीव वरचा, तसा व्यवहाराचा ठरीव खालचा असल्यामुळे, जे वरचे किंवा वरच्या प्रतीचे किंवा सुधारलेले त्यास 'संस्कृत' शब्द लावण्यात येऊन, जे खालचे किंवा कमी प्रतीचे किंवा साधे किंवा जगात सवंग झालेले, त्यास 'प्राकृत' शब्द लावण्याची वहिवाट संस्कृत भाषेत पडली.

४. प्राकृत भाषांची ठोकळ लक्षणे

१. नवीन स्वर-'आ,ए,ओ' हे ऱ्हस्व येतात.

ऱ्हस्व 'आ'- गामणिधूआ विसकंदलिव्व वड्ढीऑ काहिइ अणत्थम.
ग्रामणीदुहिता विषकंदलीव वर्ध्दिता करिष्यति अनर्थम्.

१०. आ. स. शतक ५.

ऱ्हस्व 'ए' - पुत्तस्त पिअअमस्स अ मज्झणिसण्णाएँ घरणीए.
पुत्रस्य प्रियतमस्य च मध्यनिषण्णाया गृहिण्या

९. आ. स. शतक ५.

ऱ्हस्व 'ओ' - ता पुत्तअ महिलाओ सेसाओँ जरा मनुस्साणम्
ताः पुत्रक महिलाः शेषाः जरा मनुष्याणाम्

१२. आ. स. शतक ६.

२. **अनुनासिक बराच येतो**—वरील उदाहरणे शालिवाहनाच्या सप्तशतीतली आहेत. हीच सप्तशती घेऊन पाहिल्यास अनुनासिकाविषयीही खात्री होईल.

३. **ऋ, ॠ, ऌ, ऐ, औ—हे पाच स्वर नाहीत, व विसर्गही नाही.** प्रातिपदिकाचे शेवटी 'अ आ, इ ई, उ ऊ' या स्वरांखेरीज दुसरा स्वर येत नाही. व्यंजनान्त प्रातिपादिक नाही.

ऋकाराचे ठिकाणी अकार, इकार, उकार, रिकार किंवा रुकार होतो. **वृषभ** = वसहो. वृश्चिक = विंछुओ. शृंग = शिंग. ऋजु = उज्जुओ. प्रावृष = पाऊसो. ऋण = रिण. ऋद्धि = रिद्धि. वृक्ष = रुक्ख.

चैत्र = चइत्तो, भैरव = भइरवो, वैर = वइर, गौरव = गउरव.

४. शेवटी स्वर जोडून किंवा शेवटचे व्यंजन घालवून नामे स्वरान्त करण्यात येतात. गिरा, धुरा, वाचा, दिशा, पाउसो, जम्मो (जन्म) विज्जू (विज = वीद्युत्).

५. **द्विवचन नाही.**—एक वचन आणि अनेक वचन, अशी दोन वचने.

६. **चतुर्थी विभक्ति नाही.**—चतुर्थीच्या ठिकाणी षष्ठीचा प्रयोग होतो. ब्रह्मणस्स - बह्मणाण देही = ब्राह्मणास - ब्राह्मणांना दे.

७. **वर्तमान, भूत, भविष्य हे ३ काळ व १ विध्यर्थ** इतकीच क्रियापदाची संपत्ती. आत्मनेपद फारच थोडे असून, सगळा निर्वाह परस्पैपदावर होतो.

५. 'कय' भाषेचे स्वरूप

या प्राकृत भाषेत नकार, शकार, षकार ही ३ व्यंजने नाहीत. संस्कृतात

नकार असेल, त्या ठिकाणी णकार व शकार किंवा षकार त्या ठिकाणी एकंदरीत सकार करण्याची या भाषेत वहिवाट. मनुष्य = माणुसो. शब्द-सदो. वृषभ = वसहो. संख्या दाखविणाऱ्या विशेषणांच्या शेवटच्या शकरास हकार होतो. दह (१०), एआरह (११), बारह (१२), तेरह (१३).

आरंभीच्या यकारास जकार होत असल्यामुळे, 'या' धातु 'जा' होतो व 'यक्षिणी' शब्द 'जक्खिणी' होतो. मधल्या साध्या ककार गकाराचा, चकार जकाराचा, तकार दकाराचा, पकार यकाराचा वकारांचा एकंदरीत लोप होतो. 'बकुल'-बउल (बकुळ); 'सूची' = सूई. 'वेदना' = वेअणा (वेणा); 'देवकुल' = देअउल (देऊळ) 'य' च्या व 'द्य'च्या ठिकाणी 'ज्ज' होतो. भार्या, सूर्यः, कार्यम् = भाज्जा, सुज्जो, काज्जम्. अद्य = अज्ज.

संस्कृत भाषेत नपुसकलिंगी असणारे शब्द या भाषेत पुल्लिंगी किंवा स्त्रीलिंगी करून वापरतात. 'जन्मन्' (न.) = जम्मो (पु.); पृष्ठ (न.) = पुट्ठी (स्त्री.) स्त्रीलिंगी शब्द असतात, ते कधी कधी पुल्लिंगी करण्यात येतात. प्रावृष (स्त्री.) = पाउसो (पु.).

'त्वा'च्या ठिकाणी 'ऊण' होतो. 'गृहीत्वा' = घेऊण. 'दत्वा' देऊण. 'नीत्वा = णेऊण. 'सवई लागलेला' या अर्थी 'इर' प्रत्यय पुढे जोडून धातूपासून विशेषण साधता येते. हस + इर-हसिर (हसरा) णच्च + इर-णचिर (नाचरा).

'आल, आलु, इल्ल, उल्ल, वंत' हे प्रत्यय जसे नामास तसेच अव्ययास जोडून विशेषणे साधता येतात. धनालो = धनालः (धनवान्) णिद्दाल-निद्रालुः (निद्रावान्). 'माला' 'इल्लो'-मालावान्. 'पुरिल्लो = पुरस्त्यः पुढील. 'अप्पुल्लो = आत्मीयः = आपुला. धनवंतो = धनवान्.

आता 'रुक्ख' शब्द चालवूया. 'रुक्ख' हे अकारान्त प्रातिपदिक पुल्लिंगी.

	एकवचन	**अनेकवचन**
प्र.	रुक्खो	रुक्खा
द्वि.	रुक्खम्	रुक्खे
तृ.	रुक्खेण	रुक्खेहि
पं.	रुक्खा, रुक्खादो, रुक्खादु रुक्खाहि	रुक्खाहिंतो, रुक्खा-सुंतो
ष.	रुक्खस्स	रुक्खाण
स.	रुक्खे, रुक्खम्मि	रुक्खेसु
सं.	रुक्ख	रुक्खा

अग्गी (अग्नि), वाऊ (वायू) - इराकान्त व उकारान्त पुल्लिंगी.

प्र.	अग्गी; वाऊ	अग्गीओ; वाऊओ
द्वि.	अग्गिम्; वाउम्	अग्गिणो; वाउणो
तृ.	अग्गिणा; वाउणा	अग्गीहिं; वाऊहिं
पं.	अग्गीदो.; वाऊदो.	अग्गीहिंतो, अग्गीसुंतो; वाऊहिंतो, वाऊसुंतो
ष.	अग्गिणो, अग्गिस्स; वाउणो वाउस्स	अग्गीण; वाऊण
स.	अग्गिम्मि	अग्गीसु, वाऊसु
सं	अग्गि	अग्गीओ

माला (माळ)— आकारान्त स्त्रीलिंगी

प्र.	माला	मालाउ, मालाओ
द्वि.	मालम्	मालाउ, मालाओ
तृ.	मालाइ, मालाए	मालाहिं
पं.	मालादो, मालादु, मालाहि	मालाहिंतो, मालासुंतो
ष.	मालाइ, मालाए	मालाण
स.	मालाइ, मालाए	मालासु
सं.	माले	मालाओ

'णई' (नदी) सारखे ईकारान्त व 'वहू' (वधू) सारखे ऊकारान्त शब्द 'माला' शब्दाप्रमाणे चालवावयाचे; इतकेच की तृतीया, षष्ठी, सप्तमी या ३ विभक्तींची इकारान्त व एकारान्त (णईइ, णईए; णईआ; वहूअ, वहूआ) अशी दोन जास्त होतात. द्वितीयेचे एकवचनही 'णइम्, वहुम्' अगदी 'मालम्' प्रमाणे होते. संबोधनाचे एकवचन 'णइ, वहु.'

वण (वन)—अकारान्त नपुंसकलिंगी

प्र.	वणं	वणाइ
द्वि.	वणं	वणाइ
सं.	वण	वणाइ

दहि (दही), महु (मद्य, मध)—इकारान्त व उकारान्त, नपुंसकलिंगी

प्र.	दहिं; महुं	दहीइ, महूइ
द्वि.	दहि, महुं	दहीइ, महूइ

सं.	दहि; महु	दहीइ, महूइ

पुल्लिंगी व स्त्रीलिंगी **षष्ठीसप्तमी**च्या व **नपुंसकलिंगी** जसा प्रथमा द्वितीयेच्या तसा संबोधनाच्याही अनेकवचनी अनुनासिक चालतो. 'रुक्खाण, रुक्खेसु; णईण; वणाइ'='रुक्खराणं, रुक्खेसुं; णईणं; वणाइं.'

संस्कृतातल्या प्रातिपदिकांच्या शेवटच्या ऋकाराचे ठिकाणी 'आर, अर' किंवा 'आ' होतात. 'भर्तृ' = भत्तार; 'पितृ-भ्रातृ = पिअर' भाअर-पिआ, द्वितीया तृतीया सप्तमीच्या अनेकवचनी व तृतीया षष्ठीच्या एकवचनी शेवटच्या ऋकाराच्या ठिकाणी उकारही करतात. म्हणून—

प्र.	भत्तुणो, भत्तारा	} अनेक वचन
द्वि.	भत्तुणो, भत्तारे	
स.	भत्तूसु, भत्तारेसु	
तृ.	भत्तुणा, भत्तारेण	} एक वचन
ष.	भत्तुणो, भत्तारस्स	

राआ-राया (राजा)

	एकवचन	अनेक वचन
प्र.	राआ	राआणो
द्वि.	राअम्	राआणो, राए
तृ.	राइणा, रण्णा	राएहिं
पं.	राआ, राआदो, राआदु	राआहिंतो, राआसुंतो
ष.	राइणो, रण्णो	राआणम्
स	राअम्मि, राए	राएसु
सं.	राअं, राअ	राआणो

अप्पा, अप्पण (आत्मन्)

प्र.	अप्पा	अप्पाआणो
द्वि.	अप्पम्	अप्पाआणो, अप्पाए
तृ.	अप्पणा	अप्पाएहिं
पं.	अप्पा, अप्पादो, अप्पादु	अप्पाहिंतो, अप्पासुंतो
ष.	अप्पणो	अप्पाणम्
स.	अप्पम्मि	अप्पाएसु

सं.   अप्पम्, अप्प   अप्पाआणो

प्राकृतातल्या मधल्या स्वरास पूर्वी 'लघु' यकार जोडण्याची एकंदरीत वहिवाट आहे. स्वर व यकार व्यंजन या दोहोंच्या दरम्यान 'लघु' यकाराचा उच्चार दिसतो. अशी हकीकत असल्यामुळे, 'राआ, राआणो, राअम्' असली रूपे 'राय, रायाणो, रायम्' अशीही लिहिली व उच्चारली जातात. अशी एक प्राकृत भाषा होती की तीत प्रातिपदिके उकारान्त किंवा ऊकारान्त असत. या प्राकृत भाषेस 'राजु' भाषा असे नाव देऊ. 'राजु' शब्दाचा एकदा 'राउ' झाला, म्हणजे रायु होण्यास सवड सापडली. जर 'रायु' झाला नाही, तर उकाराचा वकाराशी उपजत सारखेपणा असल्यामुळे, 'राउ' शब्द 'रावु' होण्याचा संभव आहे. याप्रमाणे 'राजु' शब्दाचे 'रायु' किंवा 'राउ' असे दोहोंपैकी कोणतेही रूप होणे शक्य आहे. आजच्या कानडीत जास्त येणारा 'राय' व आजच्या मराठीत जास्त येणारा 'राव' हे दोन्ही शब्द 'राजु' किंवा 'राउ' शब्दाची रूपांतरे होत. 'पाउ' शब्दाची याच नियमास अनुसरून 'पायु' व 'पावु' अशी दोन रूपांतरे शक्य आहेत. 'पायु' रूपाचा उकार जाऊन आजच्या मराठीतला 'पाय' जन्मला व 'पावु' शब्दातला उकार लोपून, आजच्या हिंदुस्थानातला 'पाव' निघाला. याचप्रमाणे 'माउ' व 'भाउ' यांची 'मायु' किंवा 'मावु' व 'भायु' किंवा 'भावू' अशी रूपांतरे होऊन, 'माय किंवा 'माव' (माव-शी) व 'भाय्य' (भय्या) व 'भाव' (भाव-जय) हे शब्द निघाले. इतकेच की, जसा उकाराचा वकाराशी तसा इकाराचाही यकाराशी उपजत सारखेपणा असल्यामुळे 'माइ' व 'भाइ' अशी जास्त रूपे होतात.

जसे प्राकृत भाषातले कित्येक शब्द मूळच्या संस्कृत शब्दातल्या मधल्या जकाराचा किंवा यकार वकाराचा लोप होऊन बनलेले दिसतात, तसे आजच्या मराठीतले कित्येक शब्द प्राकृत भाषेतल्या मधल्या हकाराचा लोप होऊन बनलेले दिसतात. 'साहु' (साधु) शब्द 'साउ' झाला, म्हणजे पूर्वीच्या नियमास अनुसरून 'साव' शब्दास जन्मण्यास सवड सापडली; इतकेच की, 'साय' मात्र 'राय'प्रमाणे किंवा 'माय'प्रमाण जन्मलेला आढळत नाही. याचप्रमाणे हकाराचा लोप होऊन, 'बारा (बारह) तेरा(तेरह), चउदा' (चउदह) वगैरे आजच्या मराठीतले शब्द जन्मले आहेत. जसा इकाराउकाराचा यकारवकाराशी, तसाच अकाराचा हकाराशी उपजत सारखेपणा दिसतो. या दिशेने गेले म्हणजे इकारउकार जसे यकारवकारास, तसे अकारआकार हकारास नरमपणा येऊन जन्मलेले समजणे सयुक्तिक होते. याप्रमाणे 'अ इ उ ऋ ऌ' ही स्वरांची पंचाक्षरी 'ह य व र ल' या व्यंजनांच्या पंचाक्षरीस नरमपणा येऊन जन्मास आलेली आहे. 'य व र ल' अर्धस्वर किंवा स्वरतुल्य समजतात. का, जर 'इ उ ऋ ऌ, या स्वरांच्या ठिकाणी-पुढे स्वर आल्यास ते बैठक

मारतात. जर स्वरांच्या ठिकाणी प्रसंगी बैठक मारण्याची योग्यता अंगी आहे, तर 'य व र ल' या ४ व्यंजनामध्ये स्वरपणाचा अंश बराच मानणे वाजवी होय. हकाराचा अर्धस्वरपणा पाणिनीसही उघड कबूल होता. व्यंजनाच्या आरंभी (हयवरट्) व शेवटी (हल)-मिळून पाणिनीने हकारास दोन ठिकाणी स्वतंत्र स्थळ दिले आहे. 'अ इ उ ऋ ऌ' या स्वरांच्या क्रमास शोभे असाच क्रम 'हयवरट्' या सूत्रांतल्या व्यंजनांचा पाणिनीकडून ठेवण्यात आला आहे; अर्थातच अकाराशी हकाराचा उपजत सारखेपणा पाणिनीच्याही लक्षात वटलेला असावा. 'शषसर्' सूत्राच्या पुढच्या 'हल्' सूत्रांतला हकार निव्वळ व्यंजन होय; कारण 'ऊष्म' नावाच्या व्यंजनामध्ये या व्यंजनाचा समावेश व्हावा, या हेतूने 'शषसर्' सूत्रास लागूनच 'हल्' हे सूत्र रचण्यात आलेले दिसते. तेव्हा 'ऊष्म' नाव मिळालेला शेवटच्या सूत्रातला हकार निव्वळ... हा 'अनूष्म' हकार अर्धस्वर समजणे बरे वाटते. 'ऊष्म' या नावावरून हा हकार कंठातून बराच आतून उच्चारण्याचा संप्रदाय असावा. अरबी व फार्सी या दोनही भाषांमध्ये हा कंठातून जास्त आतून उच्चारण्याचा हकार आजही कानी पडतो. या एका बाबीकडे लक्ष गेले म्हणजे या 'ऊष्म' हकाराप्रमाणे कवर्गही कंठातून जास्त आतून उच्चारण्याचा संप्रदाय पूर्वी असावा अशी बळकट शंका येते. अरबी ककाराचा उच्चार आजही ऊष्म हकाराप्रमाणे जास्त आतून होतो. या दृष्टीने पाहिले म्हणजे जसा ऊष्म हकाराचा तसा त्यास जोडीदार शोभणाऱ्या कवर्गातल्या व्यंजनांचा उच्चार आज-निदान आह्मां दक्षिणी लोकांमध्ये—कानी पडण्याचा संभव नाही. जो हकार आज आम्ही वापरतो, तो अनुष्म हकार म्हणजे अर्धस्वरांपैकी दिसतो. 'लघु' यकार व वकार ही दुक्कल पाणिनीसही ('व्योर्लघुप्रयत्नतरः शाकटायनस्य'—सूत्र १८, पान ३, अध्याय ८) माहीत होती. 'दहिं, महुं, रुक्खाणं' असल्या उदाहरणांमध्ये जो शेवटी अनुनासिक येतो, तो पाणिनीनेही संस्कृतात ('अणोऽप्रगृह्यस्यानुनासिकः'—सू. ५७, पा. ४, अध्याय ८) दाखल केलेला आहे. वेदातल्या संस्कृतात अनुनासिक काही आढळतो; पण काव्यनाटकी संस्कृतांतून तो हद्दपार झाल्यासारखा भासतो.

याप्रमाणे नामे झाली. आता सर्वनामांकडे वळू. सर्वनामे कोणत्याही भाषेतली असली, तरी ती त्या भाषेच्या तळच्या घडीतली असून, बाकीच्या घड्या पुढे वर पडलेल्या असतात.

तिसऱ्या पुरुषाचे सर्वनाम (पुल्लिंगी)

प्र.	सा	ते
द्वि.	तम्	ते

तृ.	तेण, तिणा	तेहिं
पं.	तत्तो, तदो, तो	ताहिंतो, तासुंतो
ष.	तास, तस्स, तिस्सा, तीसे, से	तेसिं,ताण, सिं
स.	तहिं, तस्सिं, तम्मि, तत्थ, ताहे, तइया	तेसु,

'तहिं, तस्सिं' ही स्थळ दाखविणारी रूपे 'तेथे'च्या ऐवजी; 'ताहे तइआ' ही काळ दाखविणारी रूपे 'तेव्हा'च्या ऐवजी.

संबंध व प्रश्न दाखविणारी सर्वनामे याचप्रमाणे (जो-जे, को-के) चालवावी. 'असौ' (पु. स्त्री.) व 'अदस्' (न.) यांच्याऐवजी 'अह' वापरतात. 'अहरुक्खो, अह माला, अहवणं' पुल्लिंगी व स्त्रीलिंगी 'अम्'व नपुंसकलिंगी 'अमुं' अशीही रूपे 'अह' च्या ऐवजी होतात. बाकीची रूपे हवी असल्यास, 'अमू' असेच प्रातिपदिक समजून साधून घ्यावी, 'एतद्'चे पुल्लिंगी 'एस' किंवा 'एसो' होऊन, 'इदम्' चे 'इमो' होते. एखाददुसरे रूप कमीजास्त असले, तरी राहिलेली रूपे एकंदरीत तिसऱ्या पुरुषाच्या सर्वनामाप्रमाणे साधून घेता येतात. 'सर्व'सारख्या सर्वनामास एकंदरीत हेच प्रत्यय लागतात. स्त्रीलिंगी अंग आकारान्त असून, नपुंसकलिंगी पहिली एकवचने (तं, जं) सानुनासिक असतात. इतके मात्र लक्षातून घालवू नये.

दुसऱ्या पुरुषाचे सर्वनाम

प्र.	तं, तुमं	तुज्झे, तुह्मे
द्वि.	तुं, तुमं	तुज्झे, तुम्हे वो.
तृ.	तइ, तए, तुमए, तुमे, ते, दे, तुमाइ	तुज्झेहिं, तुह्मेहिं, तुम्मेहिं
पं.	तत्तो, तइत्तो, तुमादो तुमादु, तुमाहि	तुह्माहिंतो, तुह्मासुंतो
ष.	तुह, तुज्झ, तुह्म, तुम्म, ते, दे.	वो, भे, तुज्झाणं, तुह्माणं
स.	तइ, तए,तुमए,तुमे, तुमम्मि,	तुज्झेसु, तुह्मेसु

पहिल्या पुरुषाचे सर्वनाम

प्र.	हम्, अहम्,अहअम्	अह्मे
द्वि.	अहम्मि, मम्, ममम्	अह्मेणो
तृ.	मे, ममाइ, मइ, मए	अह्मेहि
पं.	मत्तो, मइत्तो, ममादो, ममादु, ममाहि	अह्माहिंतो, अह्मासुंतो

ष.	मे, मम, मह, मज्झ	मज्झ, णो, अह्म, अह्माणम्, अह्मे
स.	मइ, मए, ममम्मि	अह्मेसु

सर्वनाम इकारान्त होऊन झालेली 'तिस्सा, जिस्सा किस्सा' ही तीन रूपे ध्यानात ठेवण्यासारखी आहेत. 'तत्तो, तदो' ही रूपे 'ततः'ची रूपांतरे व 'तत्थ' हे 'तत्र'चे रूपांतर दिसते. 'तहिं, तस्सिं' ही रूपे 'तस्मिन्'पासून झालेली. दुसऱ्या व पहिल्या पुरुषाच्या सर्वनामांच्या तृतीयेच्या व सप्तमीच्या एकवचनाची (तई, तए, तुमए, मई, मए) कित्येक रूपे अगदी क आहेत. तशीच तृतीयेची व षष्ठीची (ते, दे; मे) हीही अगदी एक आहेत. 'तत्तो' हे 'त्वत्तः'पासून झालेले. 'मज्झ' हे एकवचनी असून, आणखी अनेकवचनीही जसेच्या तसेच असावे, हे थोडे तऱ्हेवाईक भासते. आता क्रियापदांकडे दृष्टी पोचवू.

वर्तमानकाळ ('पढ' धातु) कर्तरि

	एकवचन	अनेकवचन
३	पढइ, पढए	पढंति
२	पढसि, पढस	पढह
१.	पढामि	पढामो, पढमु, पढम

'पढीअइ-पढिज्जइ' हा कर्मणि प्रयोग. 'पढंतो-पढमाणो' (पढणारा) हे वर्तमानकाळीचे विशेषण. स्त्रीलिंगी 'पढई, पढंती, पढमाणा' (पढणारी) अशी तीन रूपे होतात.

भविष्यकाळ-कर्तरी

३	पढिहिइ	पढिहिंती
२	पढिहिसि	पढिहिह
१	पढिहामि, पढिहिमि, पढिस्सम् पढिस्सामि	पढिस्सामो, पढिहामो, पढिहिमो, पढिहित्था, पढिहिस्सा

भूतकाळ-कर्तरि

'ईअ' किंवा 'हीअ' लावून भूतकाळ करतात. 'पढीअ'=पढला. 'होहीअ'=झाला; 'हो'=हो (भू.). सगळ्या पुरुषी व सगळ्या वचनी हे रूप पालटत नसल्यामुळे, अव्यय म्हटल्यास शोभेल.

विध्यर्थ-कर्तरी

३.	पढउ	पढंतु	भूतकाळीचे विशेषण-'पढिअ' ऊनंत-'पढिऊण, पढऊण' (पढून). निमित्त दाखविणारे अव्यय— 'पढेऊं, पढिऊं' (पढण्यास). योग्यार्थी विशेषण— 'पढेअव्व, पढिअव्व' (पढायचे, पढण्याजोगे)
२.	पढसु	पढह	
१.	पढमु	पढामो	

(कर्तरी) प्रयोज्य—पाढेइ, पढावेई (पढवतो). (कर्मणि) प्रयोज्य— 'पढाविज्जइ, पाढिज्जइ.' भूतकाळ विशेषण-'पाढिअ' (पढवलेले). आता धातूंचा कोश करूया.

पहिल्या पुरुषाच्या एकवचनाच्या 'अह, म, मा, मत्, मे, महि' अशा सहा प्रकृती आढळतील. 'तुभि' ही प्रकृति 'भि' कारान्त असून 'महि' ही प्रकृति 'हि' कारान्त आहे. इतके मात्र जास्त लक्षात वागवावे लागेल; बाकी दुसऱ्या पुरुषाच्या एकवचनास लावलेला न्याय या पहिल्याही पुरुषाच्या एकवचनास एकंदरीत लागू होतो. 'मम' हे रूप प्रकृति द्विगुणी होऊन झालेले दिसते. 'मम'च्या पंगतीस बसण्याजोगे दुसरे पद लक्षात नाही. पहिल्या पुरुषाच्या द्विवचनाच्या 'आव' व ''न'' या दोनच प्रकृती. दुसऱ्या पुरुषात द्विवचन (द्वितीयेचे) 'आम्'कारान्त व पहिल्या पुरुषात औकारान्त हा भेद लक्षात वागण्याजोगा आहे. काव्य नाटकातल्या पहिल्या दोन औकारान्त द्विवचनांशी दुसऱ्या पुरुषाच्या पहिल्या दोन द्विवचनांचा मेळ बिलकुल बसत नाही; पण पहिल्या पुरुषाच्या एका द्विवचनाचा तरी बसतो. पहिल्या पुरुषाच्या बहुवचनाच्या 'व, अस्म' किंवा 'अस्मा, न' व 'अस्मभि' अशा ४ प्रकृती दृष्टीस पडतात. दुसऱ्या पुरुषांच्या बहुवचनांशी पहिल्या पुरुषाची बहुवचने ताडून पहाण्याच्या योग्यतेची आहेत. इतकेच की 'तुभि' व 'युष्मभि' यांच्यामध्ये जितका मेळ आहे... उघड नाही.

सजोड 'आत्मने'चे प्रत्यय 'वि (इ), वहि, महि' व सजोड 'परस्मै' चे प्रत्यय 'मि, वसि (वस्), मसि (मस्)' व विजोड 'परस्मै'चे प्रत्यय 'व (अ), व,म' या ३ पोट वर्गांचा व 'नि' काराचा पहिल्या पुरुषाच्या सर्वनामांशी बराच मेळ दिसत आहे. 'व,म,न' या प्रत्ययांच्या प्रतीकांची मुळे 'वयम्, माम्-मा-मया-मह्यम्-मे-मत्-मम-मयि, नौ-नः' या रूपांमध्ये उघड दृष्टीस पडत आहेत. इकाराच्या ठिकाणी

एकार घातल्यास वे (ए), वहे, महे' होतात व ऐकार घातल्यास वै (ऐ), 'वहै, महै' होतात; इकार मुळीच काढून टाकल्यास 'वस्, मस्, वह्, मह्' होतात. 'वः, मः' असे जरी प्रत्यय लिहिण्यात आले, तरी उच्चार 'वह, मह्' असाच होतो, हीही लहानशी गोष्ट लक्षात वागवण्याजोगी आहे. 'वस्, मस्, वह्, मह्' या संक्षिप्त प्रत्ययास आणखी संक्षेप मिळाला म्हणजे 'व,म' अशी अगदी मूळची अवस्था त्यास प्राप्त झाली. 'म' कारांतला शेवटचा स्वर काढून टाकला की नुसते व्यंजन (म्) राहिले. नुसते व्यंजनही प्रत्यय बनले आहे, हीही लहानशी गोष्ट ध्यानात ठेवण्याजोगी आहे. धातूच्या शेवटी व्यंजन असले, म्हणजे पुढच्या मकाराचा उच्चार होण्याचा संभव बिलकुल नसल्यामुळे पूर्वी अकार जोडण्यात येऊन 'अम्' प्रत्यय बनला आहे. याप्रमाणे पहिल्या पुरुषाच्या प्रत्ययांचा पहिल्या पुरुषाच्या सर्वनामांशी मेळ उघड आहे.

जसा पहिल्या पुरुषाच्या सर्वनामांशी पहिल्या पुरुषाच्या प्रत्ययांचा मेळ दिसतो, तसा दुसऱ्या पुरुषाच्या सर्वनामांशी दुसऱ्या पुरुषांच्या प्रत्ययांचा मेळ दिसत नाही. दुसऱ्या पुरुषाच्या प्रत्ययांच्या आरंभी सकार किंवा त वर्गातले महाप्राण (थकार किंवा धकार) अशी दोन व्यंजने बरीच आढळतात. ही व्यंजने दुसऱ्या पुरुषाच्या सर्वनामाच्या विभक्तीत कोठेही साक्षात् आढळत नाहीत. 'तम्' व 'त' या दुक्कलीचा मात्र 'ते' शी मेळ दिसतो. 'त्वम्, त्वाम्-त्वा, त्वया, तुभ्यम्, तव, त्वयि' या रूपांचेही प्रतीक तकारच आहे. थकार व धकार हे त वर्गाच्या वर्गातले तरी आहेत, पण सकार-जरी त वर्गाप्रमाणे दंत्य आहे तरी-त वर्गातला नव्हे. दुसऱ्या पुरुषाचे सकार आदी असणारे रूप पहाणे असल्यास तुर्की भाषेपर्यंत पल्ला नेला पाहिजे. तुर्की भाषेत एकवचनी 'सेन्' व अनेकवचनी 'सिझ्' अशी दुसऱ्या पुरुषाची रूपे होतात. फार्सीमध्ये दुसऱ्या पुरुषाचे अनेकवचन शकार आदी असणारे ('शुमा') असल्यामुळे व 'शषस' ही व्यंजने ही एकाच वर्गातली असल्यामुळे, 'शुमा' हे सकार आदी असणाऱ्या दुसऱ्या पुरुषाच्या रूपाशी ताडून पहाण्याच्या योग्यतेचे निःसंशय आहे. पण फार्सीतले दुसऱ्या पुरुषाचे एकवचन 'तु' व पहिल्या पुरुषाची एकवचन अनेकवचने 'मन्' व 'मा' ही रूपे 'त्वम्' व 'माम्' किंवा 'मम्' या रूपाशी उघड मेळ राखणारी आहेत. अरबीमध्ये पहिल्या पुरुषाची एकवचन अनेकवचने 'अ ना' व 'न ह न' आणि दुसऱ्या पुरुषाची एकवचन अनेकवचने 'अंत्' व 'अंतुम्' यांचा 'नौ-नस्' शी व 'त्वम्-ते' शी मेळ उघड दिसत आहे. सारांश, संस्कृतातल्या 'सि'शी किंवा इकार गाळून झालेल्या नुसत्या 'स्' व्यंजनाशी मेळ पडणारे दुसऱ्या पुरुषाचे सर्वनाम अरबीत मुळीच नाही, फार्सीमध्ये अनेकवचनी जेमतेम आहे, तुर्कीमध्ये जसे अनेकवचनी तसे एकवचनीही कायम झालेले आहे.

तिसऱ्या पुरुषाच्या प्रत्ययांचा तिसऱ्या पुरुषाच्या सर्वनामांशी बराच मेळ आहे. इतकेच की सकार दुसऱ्या पुरुषाची निशाणी झाल्यामुळे 'स' किंवा 'सा'या रूपाशी तिसऱ्या पुरुषाच्या प्रत्ययांचा मेळ राहू शकला नाही. 'तु' प्रत्ययाचा 'तत्'शी मेळ न घालता, 'त्व'शी मेळ घालणे जास्त बरे दिसते. विजोड 'परस्मै'च्या तिसऱ्या पुरुषाच्या निदान एकवचनाची व बहुवचनाची प्रकृती हकार किंवा तकारसकार वगळून दुसरे कोणतेही व्यंजन समजल्यास, तिच्याशी मेळ बसणारे तिसऱ्या पुरुषाचे सर्वनाम कोणत्याही संस्कृत भाषेत आज हाती लागण्याजोगे नाही.

इतक्या वरच्या परिष्कारावरून, मूळचे धातू व मूळची पुरुष दाखविणारी सर्वनामे या दोहोंचा बेमालूम मिलाफ होऊन संस्कृतातील क्रियापदे मूळची जन्मलेली असावी, अशी शंका कोणासही आल्याशिवाय रहाणार नाही. एकदा येथपर्यंत मजल येऊन पोचली, म्हणजे नुसते धातू व नुसते प्रत्यय यांची जी क्रियापदे बनलेली असतील, तीच अगदी अव्वलची ठरली. असली क्रियापदे एकट्या 'अदादि' गणात सापडतात. यासारखे स्वरान्त व 'अद्‌अस्'सारखे किंवा 'विद्'सारखे व्यंजनान्तही धातू 'अदादि' गणात येतात. 'विद्' धातूचा वर्तमान काळ 'अ-अतुस्-उस्' ही जोडून होतो. ('वेद-विदतुःविदुः'), या एका एकंदरीत तऱ्हेवाईक गोष्टीवरून 'अ-अतुस्‌उस्' हे अगदी मुळचे वर्तमान काळीचेच प्रत्यय ठरत आहेत. 'आह्-आहतुः-आहु, आत्थ-आहथुः' ही वर्तमानकाळीची पाच रूपे 'अह्' धातूची असून, हा 'अह्'धातू कोणत्याही संस्कृतात आढळत नाही. सारांश, ही ५ रूपे व 'वेद-विदतुः-विदुः' ही नऊ रूपे मिळून, सगळी काय ती या प्रकारची वर्तमानकाळीची १४च रूपे संस्कृतात आज पहावयास सापडतात. आज जरी 'अस्' धातूची वर्तमानकाळीची रूपे 'अस्ति-स्तः-संति' अशी आढळत आहेत, तरी ही रूपे मूळची 'अस्ति-अस्तः-असंति' अशी असली पाहिजेत. 'अस्' = असणे, 'ति' = तो-अशी अगदी मुळची ठेवण दिसते. बोलताना आरंभीच्या अकार आकाराच्या व दुसऱ्याही स्वरांच्या उच्चारात बराच घोटाळा असतो. 'अंगरखा, अक्का, अब्रू; इट, इड; उत, उठ'-असले शब्द 'आंगरखा, आक्का, आब्रू; ईट, ईड, ऊत, ऊठ' असेही आरंभीचा स्वर दीर्घ करून उच्चारले जातात. बोलणे पहिल्याने, लिहिणे बोलण्यानंतर-अशी खरी हकीकत असल्यामुळे, दीर्घ उच्चार करणारांमध्ये 'अद्-अस्' हे धातू 'आद्-आस्' असेही बोलण्यात येण्याचा संभव आहे; व बोलण्यात एकदा दीर्घ उच्चार आला की लिहिण्यातही तो शिरला. 'आस्' धातू 'अस्'च्याच अर्थाचा 'अदादि' गणात येतो; इतकेच की 'अस्' परस्मैपदी समजून, 'आस्' आत्मनेपदी समजतात. 'अस्' हा 'आस्'ची किंवा 'आस्' हा 'अस्'ची प्रकृती मानणे बरोबर होणार नाही.

शेवटच्या इकार उकाराचा उच्चार बरेच ठिकाणी एकार ओकारात सामील होतो. या नियमास अनुसरून 'ते बोलते चतुर सुंदर राजकन्या' असले ईकारान्ताच्या ऐवजी एकारान्त प्रयोग कवितेत येतात. 'ते बोलते'='ती बोलती.' आजच्या मराठीत 'बोलती'बद्दल 'बोलते' बोलतात व लिहितातही; पण 'ती'बद्दल 'ते' बोलत किंवा लिहीत नाहीत. इकारास 'इय' उकारास 'उव' असेही बोलताना आदेश होत असतात. या नियमास अनुसरून 'मी' व 'तू' यांची तृतीया 'मियां' व 'तुवां' अशी कवितेत होते. बोलताना 'बियांनी' व 'पुवाने' अशा 'बी' व 'पू' शब्दाच्या तृतीया याच नियमास अनुसरून होतात. इतक्या गोष्टी ध्यानात ठेवल्या म्हणजे 'नी' धातू मूळचा 'ने' असाही मानता येईल, 'निय' असाही मानता येईल; 'भू' धातू मूळचा 'भो' मानता येईल 'भुव' असाही मानता येईल. 'ने' चे 'नय' होण्याचा संभव जितका आहे, तितकाच संभव 'भो'चे 'भव' होण्याचा आहे. याप्रमाणे 'नी-निय, ने-नय; भू-भुव, भो-भव' अशी उच्चाराच्या अनुरोधाने 'नी' धातूची चार व 'भू' धातूची चार स्वतंत्र रूपांतरे होण्याचा संभव आहे. एक प्रकृति ठरवून दुसऱ्या तीन विकृती ठरवण्यापेक्षा, हे चारही 'सजात' धातू मानणे जास्त प्रशस्त वाटते. या चार चार प्रकृतीस 'ति' प्रत्यय जोडला म्हणजे, 'नीति-नियति-नेति-नयति; भूति-भुवति-भोति-भवति' अशी तिसऱ्या पुरुषाच्या एकवचनांची चार चार रूपे जन्मली. 'नीति' व 'नेति' किंवा 'भूति' व 'भोति' हे 'अदादि' गणाचे बीज ठरून, 'नियति-नयति' य 'भुवति-भवति' ही अनुक्रमे 'तुदादि' व 'भ्वादि' गणांची बीजे ठरतात. जरी लौकिक संस्कृतात 'भू' धातूची 'अदादि' मध्ये किंवा 'तुदादि'मध्ये गणना होत नाही, तरी '**भूत्** देवास ऊतये सजोषा:' व 'कया नश्चित्र आ **भुवत्**' असल्या ऋचांमध्ये 'भू' धातू अनुक्रमे 'अदादि'मधला व 'तुदादि' मधला उघड दृष्टीस पडत आहे. 'कृ, क्रिय, कर्, कर; मृ, म्रिय, मर्, मर' याही चौकड्या वरच्याचप्रमाणे जन्मलेल्या समजाव्या. याप्रमाणे वेदाच्या भाषेत गणांचा किंवा लकारांचा पत्ता बिलकुल लागत नाही, हे पाणिनीनेही 'बहुलम्' शब्दाचा त्या त्या सूत्रात प्रयोग करून जाहीर केले आहे.

'कद' भाषेत जर संस्कृतातल्या तकार थकारांच्या ठिकाणी अकार हकार होतात, तर संस्कृतातून 'कद' भाषा निघाली व 'कद' भाषेतून 'कय' भाषा निघाली-असे समजणे बरे ? की तिन्ही भाषा समान मानणे बरे ? संस्कृत भाषेस 'कृत' असे नाव देऊ या. 'कृता'चा अपभ्रंश मधल्या व्यंजनास नरमपणा येऊन 'कद' झाला, 'रथा'चा अपभ्रंश मधल्या व्यंजनास नरमपणा येऊन 'रध' झाला, पुढे 'कद' व 'रध' यातल्या दंत्य अंशाचाही लोप होऊन 'कअ' व 'रह' इतका शेलका भाग शिल्लक राहिला; याप्रमाणे 'कृत' भाषा 'कद' भाषेची प्रकृती झाली व 'कृत' भाषेची

विकृति 'कद' भाषा ही पुढे 'कय' भाषेची प्रकृती झाली-असे समजणे सयुक्तिक नाहिसे नाही. 'कृत' भाषेचा अपभ्रंश 'कद' भाषा ही अपभ्रंशाचा अपभ्रंश, या मुक्कामी-सदरहू वाटेने गेल्यास-मजल येऊन पोचते. या गोष्टीचा नीट निकाल लावण्यास, पहिल्याने 'कृत' भाषेच्याच आतल्या आंगाची ओळख बरीच करून घेतली पाहिजे.

वेदातली 'कृत' भाषा व लोकातली 'कृत' भाषा या दोहोंमध्ये अंतर बरेच आहे, सारखेपणाही बराच आहे. स्वरांची हकीकत वर दाखल करण्यात आली आहे, त्याच प्रकारची हकीकत व्यंजनांचीही आहे. ही हकीकत दोन्ही प्रकारच्या 'कृत' भाषांमध्ये आढळते. 'दुह्'हा धातू 'दुग्, दोह्, धुक्, धुग्, धोक्, धोग्' असाही लिहिला व उच्चारला जातो. याप्रमाणे व्यंजनाच्या उच्चारावर अवलंबणारी 'दुह्, दुग्, धुक्, धुग्' अशी चार व आणखी स्वराच्या उच्चारावर अवलंबणारी 'दोह्, धोक्, धोग्' ही तीन मिळून सात निरनिराळी रूपे एका धातूची होतात. 'लिह्' 'लिढ्' किंवा 'लीढ्' होतो, 'लेढ्' किंवा 'लेक्' ही होतो. 'नह्' आहे, तो 'नत्' किंवा 'नद्' होतो. 'हन्' धातू 'घन्' असेही रूप धारण करतो. जसा तकारास तसा थकारासही ढकार किंवा धकार आदेश होतो. 'लिढ्+त' किंवा 'थ'= 'लीढ्'. 'दुग् (घ्)+त' किंवा 'थ'='दुग्ध.' असल्या गोष्टींच्या संबंधाने दोन्ही 'कृत' भाषांमध्ये सारखेपणा आहे. ही जी निरनिराळी रूपे दाखल करण्यात आली आहेत, त्यांच्यामध्ये प्रकृतीचे रूप अमुक व विकृतीचे रूप अमुक, हे ठरवायचे कसे ? पाणिनीच्या मते 'दुह्, लिह्, नह्, हन्' या धातूंच्या व 'त-थ' या प्रत्ययांच्या प्रकृती ठरतात. प्रत्येक भाषेची उपजत म्हणून एक प्रवृत्ति असते. विचाराअंती 'कृत' व 'कत' या दोन्ही भाषांची उपजत प्रवृत्ती एकच दिसते. 'ध्वम्' हा मात्र प्रत्यय उपजत प्रवृत्तीच्या उलटा भासतो. तकार थकार जर 'कृत' व 'कत' भाषेत एकंदरीत जास्त आढळतात, तर हा जास्तपणा उपजत प्रवृत्तीवर लादणे गैर होणार नाही. अर्थातच 'कृत' व 'कत' भाषेत तकार थकार असणारे प्रत्यय प्रकृती समजून 'ढ' किंवा 'ध' हे प्रत्यय प्रसंगी त्या प्रकृतींच्या विकृती समजल्यास चालेल. पण इतक्यावरून 'कद' भाषा 'कृत' भाषेची किंवा 'कत' भाषेची विकृती म्हणता येईल काय ? तकार थकार जास्त असणे ही जशी 'कृत' भाषेची किंवा 'कत' भाषेची उपजत प्रवृत्ती, तशी दकार धकार जास्त असणे ही 'कद' भाषेची उपजत प्रवृत्ती, 'कद' भाषेत जर दकार धकाराचे ऐवजी तकार थकार आला, तर तो दकार धकाराची विकृती म्हटल्यास प्रसंगी चालेल. पण 'कृत' भाषेतल्या 'भोति-करोति'च्या ऐवजी 'कद' भाषेत उपजत प्रवृत्तीस अनुसरून 'भोदि-करदि' आले किंवा 'रथ' शब्दाचे ऐवजी 'रध' शब्द आला, तर 'भोदि-करदि' व 'रध' या 'भोति-करोति' व 'रथ' यांच्या विकृती कशा

म्हणता येतील ? एकाच भाषेत आतल्या आत सहजही डोळ्यात भरणारा प्रकृतिविकृतिभाव असतो तो निराळा, दोन भाषांमध्ये प्रकृतिविकृतिभावाची कल्पना करून एक भाषा दुसरे भाषेचा अपभ्रंश मानण्याचा मार्ग निराळा. असल्या स्थळी 'ति-दि' हे सजात प्रत्यय मानून, 'रथ' व 'रध' हे सजात शब्द मानणे-हीच एक वाट. याप्रमाणे प्रत्ययांची निरवानिरव लावून आता धातूंकडे वळू.

'अभ्यासा'मध्ये जी व्यंजनांची पालटापालट होते, ती सोडून दुसऱ्या पालटापालटीकडे लक्ष पोचवू. अभ्यासपणा आलेल्या कवर्गाच्या व हकाराच्या ठिकाणी चवर्ग होतो, या बाबीकडे सध्या लक्ष नको. या बाबीकडे लक्ष पोचवले नाही, म्हणजे सुलट्या गोष्टी कोणत्या व उलट्या गोष्टी कोणत्या, त्या थोड्या कळतील. वर्गांतल्या कोणत्याही कठोर व्यंजनाच्या ठिकाणी नरम व्यंजन होणे किंवा नरम व्यंजनाचे ठिकाणी कठोर व्यंजन होणे, हे भाषेच्या उपजत प्रवृत्तीवर अवलंबून असते. 'वाक्-वाग्, वाग्भ्याम्, वाक्षु' असले ठिकाणी पुढे काही नसल्यास कठोर नरमांची दुक्कल, पुढे नरम असल्यास नरम व कठोर असल्यास कठोर-ही एक 'कृत' भाषेची उपजत प्रवृत्ती दिसते. इतकीच ४ रूपे घेतली, तर प्रकृती ककारान्त म्हणता येईल, गकारान्तही म्हणता येईल. कित्येकांनी ककाराच्या ठिकाणी गकार का उच्चारावा किंवा गकाराच्या ठिकाणी ककार का उच्चारावा, त्याचा ऊहापोह करण्याचे कर्तव्य नाही. कित्येक लोकांचा उपजत स्वभाव एकंदरीत असा असल्यामुळे, त्यांच्या भाषेची उपजत प्रवृत्तीच अशी समजावी लागते. असले ठिकाणी 'वाक्' ही 'वाग्'ची प्रकृती किंवा विकृती ठरवणे बरोबर नाही. 'वाक्-वाग्' ही उच्चारावर अवलंबून झालेली दोन स्वतंत्र रूपांतरे मानणे वाजवी दिसते. जसा कित्येक लोकांचा उपनत स्वभाव 'प्राण' घालण्याकडे तसाच कित्येकांचा उपजत स्वभाव 'प्राण' काढून टाकण्याकडे असतो. ककार गकारामध्ये 'प्राण' घातल्यास खकार घकारांची दुक्कल जन्मते, खकार घकारांतला 'प्राण' काढून टाकल्यास ककार गकारांचा जसा काय पुनर्जन्म होतो. 'दक्-दग्, दुक्-दुग्' अशी प्रकृती मानल्यास, 'धक्-धग्, धुक्-धुग्' अशी स्वतंत्र रूपांतरे होण्यास सवड सहज सापडली. मराठीत कधी कधी 'प्राण' नरम व्यंजनात घुसतो व कधी कधी 'प्राण' न घुसता प्रत्यक्ष हकार घुसतो; कधी कधी 'प्राण' घुसून आणखी प्रत्यक्ष हकार घुसता ही गोष्ट लक्षात ठेवण्याजोगी आहे. अशी हकीकत असल्यामुळे ज्यांचा बोलताना, 'काडणे, वाडणे' असा उच्चार होतो, तेच शब्द 'काढणे, काहाडणे, काहाढणे-वाढणे, वाहाडणे, वाहाढणे' असेही उच्चारले जातात. कधी कधी महाप्राण अक्षर दुभागून प्राणाच्या ठिकाणी प्रत्यक्ष हकाराने बैठक मारली व पाठीमागचे व्यंजन निराळे

पडले, असे प्रसंग येत नाहीतसे नाहीत. 'भितो, भर' असले शब्द 'विहितो, बहर' असेही बोलण्यात येतात. या इतक्या बाबी लक्षात ठेवल्या, म्हणजे एक 'गांधार' शब्द 'कांथार, कांदाहार, कांधार, खांधार, खांदार, खांदाहार, काहांदार' असा ७ प्रकारांनी जसा बोलण्यात तसा लिहिण्यातही येऊ शकेल. 'घांधार' असेही रूप शक्य आहेच. अशाप्रकारे जी व्यंजनांची फिरवाफिरव होते, ती सुलटी फिरवाफिरव समजावी. सुलट्या फिरवाफिरवीची आणखीही एक दिशा आहे. कोणत्याही महाप्राण व्यंजनातला त्या त्या स्थानामधला अंश गळला, म्हणजे शेलका हकार शिल्लक राहिला. खकार घकारातला, छकार झकारातला, ठकार ढकारातला, थकार धकारातला, फकार भकारातला कंठामधला, तालूमधला, मूर्ध्यामधला, दांतांमधला, ओठांमधला अंश गळला की चाळणीत निव्वळ हकाराचा ऐवज बाकी राहिला. या वाटेने गेले म्हणजे हकार आदी, मध्ये किंवा शेवटी असणारे ठरतात. 'हन्' धातू मूळचा 'घन्' ठरतो. 'जघान, घानिता, घानिष्यते' असला जास्त पुरावाही आहेच. 'लिह्, रुह्, वह्' असले धातू जुनाट काळी ढकारान्त किंवा घकारान्त असावे. ढकारान्त होते यास 'लिढ्-लेढ्, रुढ्-रोढ्, वढ्-वोढ्' हा जास्त पुरावा; घकारान्त होते यास 'लेघ् (क्), रोघ् (क्), वघ् (क्)' हा भविष्य काळीचा ('लक्ष्यति, रोक्ष्यति, वक्ष्यति') व अतिपत्तीच्या काळीचा ('अलेक्ष्यत्, अरोक्ष्यत्, अवक्ष्यत्') आणखी पुरावा. 'दुह्, दिह्, दह्' असल्या धातूमधला हकार हा पूर्वीचा घकार दिसतो. मराठीकडे लक्ष पोचवता, 'दुह्' हा 'दुध्' किंवा 'दुभ्' असाही व 'रुह्' हा 'रुझ्' असाही मुळचा असण्याचा संभव आहे. 'नह्'मधला हकार हा मूळचा 'धकार' म्हणण्यास 'नद्ध, अनद्ध' असली रूपे खडी आहेत. 'मिह्' मधला हकार हा 'मेघ' शब्दावरून मूळचा घकार ठरतो. 'सह' शब्द मूळचा 'सध' ठरून, 'हृ' (हर) व 'ग्रह' हे धातू मूळचे 'भृ' व 'ग्रभ्' ठरतात. लोकांतल्या 'कृत' भाषेचा वेदातल्या 'कृत' भाषेशी मेळ बसवून, 'ग्रभ्' होता तो 'ग्रह' झाला, 'भृ' होता तो 'हृ' झाला, 'सध' होता तो 'सह' झाला असे समजणे ही वाट; पण वेदातल्या 'कृत सुलटी भाषेचा लोकातल्या कृत भाषेशी मेळ बसवण्यासाठी यत्न केल्यामुळे, हकाराच्या ठिकाणी भकार किंवा धकार होतो-असली उलटी वाट पाणिनीस स्वीकारावी लागली. लोकातली 'कृत' भाषा वेदातल्या 'कृत' भाषेपासून निघालेली, हीच जर खरी हकीकत मानावयाची, वेदातली 'कृत' भाषा जर लोकातल्या 'कृत' भाषेपासून निघालेली नव्हे, तर भकार धकाराच्या ठिकाणी हकार करणे ही सुलटी फिरवाफिरव ठरून, हकाराच्या ठिकाणी भकार किंवा धकार ठोकीत बसणे ही उलटी फिरवाफिरव ठरली पाहिजे. हकाराच्या ठिकाणी पाणिनीने ढकार किंवा धकार घकार किंवा भकार केला आहे ही सगळी उलटी फिरवाफिरव झाली आहे. वेदातली, 'कृत भाषा प्रकृती व लोकातली 'कृत'

भाषा त्या प्रकृतीची विकृती हा मुद्दा डोळ्यापुढून न घालवता जर कोणी व्याकरण केले, तर 'दह्, दुह्, लिह्'सारखे हकारान्त धातू मूळचे घकारान्त मानून, 'स्वर किंवा अर्धस्वर किंवा नाकातली व्यंजने पुढे आल्यास घकारातला कंठ्य अंश गळून जातो' असा एक मुख्य नियम दाखल करण्यात येईल व 'दकार आदी असणाऱ्या आणि दकार आदी नसणाऱ्या धातूपुढच्या तवर्गातल्या कोणत्याही व्यंजनास अनुक्रमे धकार व ढकार होत असून, ढकाराचे प्रसंगी पाठीमागचा घकार गळून जातो आणि गळून गेलेल्या घकाराच्या पाठीमागे ऱ्हस्व 'अ इ उ' असल्यास दीर्घ होतो या पोटनियमासही स्थळ मिळेल. 'नध्' धातूचीही अशीच व्यवस्था लावण्यात येऊन, 'गृभृ' धातूतला ओष्ठ्य अंश गाळून टाकण्यात येईल; आणि असे झाले म्हणजे जसे प्रकृतीचे प्रकृतीत्व असे विकृतीचेही विकृतीत्व कायम राहील. असल्या धातूंच्या संबंधे वेदातली व लोकांतली या दोन 'कृत' भाषांमध्ये प्रकृतीविकृतभाव मानणे गैर होणार नाही.

'ईडे, मृडय' असल्या क्रियापदांमध्ये डकाराचे ठिकाणी लकार उच्चारण्याचा ऋग्वेद्यांचा व जिभेचे टोक आणखीही आत ओढून ळकार उच्चारण्याचा दक्षिणी ऋग्वेद्यांचा संप्रदाय आहे. 'सहस्रशीर्षा पुरुषः' असले स्थळी षकाराचे ठिकाणी खकार उच्चारण्याचा यजुर्वेद्यांचा संप्रदाय आहे. ढकाराचे प्रसंगी २ भाग ळकार व हकार (ळ्ह) असे पडतात, हे 'समूळ्हमस्य पासुरे' असल्या श्रुतीवरून लक्षात येईल. मूळचा धातू 'ईड्' की 'ईळ्' व 'मृड्' की 'मृळ्' हे कसे ठरवायाचे ? याचप्रमाणे मूळशब्द 'शीर्षत्' व 'पुरुष' की 'शीर्खन्' व 'पुरुख' हे तरी कोणी व कसे ठरवायाचे ? 'तुष्, दुष्, पिष्, पुष्, शिष्, शुष्' हे धातू 'तुख्, दुख्, पिख्, पुख्, शिख्, शुख्' असे झाले, म्हणजे दोहोमध्ये प्रकृतिविकृतिभाव मानण्याचे भरीस न पडता, दोन्ही स्वतंत्र रूपांतरे मानणे हीच योग्य वाट दिसते. असले ठिकाणी प्रकृतिविकृतिभाव मानणे गैर होईल.

वेदातली 'कृत' भाषा लोकातल्या 'कृत' भाषेची प्रकृति, लोकातली 'कृत' भाषा वेदातल्या 'कृत' भाषेची विकृती होय, प्रकृती नव्हे-या गोष्टीच्या संबंधे मतभेद होण्याचा संभव नाही. जर लोकांतली 'कृत' भाषा वेदातल्या 'कृत' भाषेची प्रकृती ठरू लागली, तर पाणिनीची दिशा उघड चुकली. 'लोपस्त आत्मनेपदेषु' (४१ सू., १ पा., ७ अ.) या सूत्राने 'दुग्धे, अदुग्ध' या रूपांबद्दल वेदात आढळणारी 'दुहे, अदुह' ही रूपे सिद्ध होतात. वेदाच्या भाषेत 'आत्मने पदी तकाराचा (पक्षी) लोप (होतो)' हा या सूत्राचा अर्थ. 'वितान' शब्दातल्या तकाराचा लोप होऊन 'विआन' शब्द बनला; अर्थातच 'वितानां'कडे प्रकृतीपणा व 'विआणा'कडे विकृतीपणा

आला. प्रत्ययातल्या तकाराचा लोप होऊन 'दुग्धे' व 'अदुग्ध' या पदापासून 'दुहे' व 'अदुह' ही पदे निघाली; अर्थांतच 'दुग्धे' व 'अदुग्ध' या पदांकडे व ती पदे येणाऱ्या लोकातल्या 'कृत' भाषेकडे प्रकृतीपणा येऊन, 'दुहे' व 'अदुह' या पदांकडे व ती पदे येणाऱ्या वेदांतल्या 'कृत' भाषेकडे विकृतीपणा आपोआप आला. अशाप्रकारचे पाणिनीचे प्रस्थान समजल्यास दिशा उघड चुकली. असल्या रूपांकडे बारीक दृष्टीने पाहिल्यास, 'ते' व 'त' यांच्याऐवजी 'ए' व 'अ' असेच तिसऱ्या पुरुषाचे मूळचे प्रत्यय दिसतील. पाणिनीने आत्मनेच्या संबंधाने जी गोष्ट प्रत्यक्ष दाखल केली आहे, तीच परस्मैच्या संबंधाने अनुमती करून, 'ति' व 'तु' यांच्या ऐवजी तिसऱ्या पुरुषाचे मूळचे प्रत्यय 'इ' व 'उ' असे समजता येतील. विजोड परस्मैचा तिसऱ्या पुरुषाचा 'अ' या 'इ'च्या व 'ए'च्या पंगतीस शोभणारा हजर आहेच. जर लोकांतल्या 'कृत' भाषेत तिसऱ्या पुरुषाच्या एकवचनाचे प्रत्यय 'ति' व 'ते' असेच एकंदरीत आहेत, जर वेदातल्या 'कृत' भाषेत मूळचे प्रत्यय 'इ' व 'ए' असे दिसत आहेत, जर लोकांतली 'कृत' भाषा वेदातल्या 'कृत' भाषेची प्रकृती नव्हे, ही एक गोष्ट कबूल आहे-तर वेदातले 'इ' व 'ए' हे प्रत्यय निराळे, लोकातले 'ति' व 'ते' हे प्रत्यय निराळे, एका दुक्कलीचा दुसऱ्या दुक्कलीशी प्रकृतिविकृतीभाव नाही, सजातपणाही नाही, अशाप्रकारे मुक्काम आल्याशिवाय चालणे नाही. जर निराळेपणा नुसत्या उच्चारावर कल्पिता येईल कल्पिता येत आहे. 'ईड्-ईळ्' व 'तुष्-तुख्' असल्या जोड्यांमध्ये सजातपणा मानता येतो, तोही निराळेपणा नुसत्या उच्चारावर असल्यामुळे मानता येतो. 'वसि-वहि, मसि-महि' याही जोड्या उघड सजात आहेत. 'ति-ते' व 'इ-ए' या जोड्यांमध्ये सजातपणा उघड नाही; आणखी जर प्रकृतीविकृती भावही नाही, तर दोन्ही जोड्या मुळच्या विजात म्हटल्या पाहिजेत. वेदातल्या 'इ' व 'ए' या जोडीचे मूळ 'हि' व 'हे' या जोडीत हाती लागण्याचा संभव आहे. 'हि' व 'हे' या जोडीचे तिसऱ्या परुषाच्या 'स:'च्या प्रकृतीशी सजातपणाचे नाते जुळेलसे वाटते.

दोन्ही प्रकारच्या 'कृत' भाषांमध्ये बराच विजातपणा आहे, तो थोडी आत बुडी मारल्यास दृष्टोत्पत्तीस येतो. 'वायवे पिबध्यै', ईश्वरो विचरितोः, ईश्वरो विलिखः, रोहिष्यै' यातील 'पिबध्यै, **विचरितोः, विलिखः, रोहिष्यै'** ही रूपे 'पातुम्, विचरितुम्, विलिखितुम्, रोढुम्' यांच्या ऐवजी आहेत. 'त्वा'च्या ऐवजी 'त्वीनम्' प्रत्यय लागून, 'इष्ट्वा'चे ऐवजी 'इष्ट्वीनम्' असे रूप वेदात येते. 'उरुणा-दारुणा'च्या ऐवजी 'उर्विया-दार्विया' व 'वसंते' च्या ऐवजी 'वसंता' असे प्रयोग वेदात येतात, उपसर्ग कोठे तरी पुढे किंवा कोठे तरी पाठीमागे असतो, हाही विजातपणा लक्षात ठेवण्याजोगा आहे. हा विजातपणा प्रत्ययांच्यासंबंधाने झाला.

आता प्रकृतीच्या विजातपणाकडे वळू.

'ग्रभ, दघ, दुघ' वगैरे धातू पूर्वी देण्यात आले आहेत, ते उघड 'कृत' भाषेच्या पूर्वरूपातले आहेत. जर 'ग्रह्, दह्, दुह्' या विकृती, तर 'ग्रभ्, दघ्, दुघ्' या प्रकृती. 'भू, कृ' यांच्यासारखे धातूही पूर्वरूपातले होत. जर वेदातला प्रयोग विकरणाशिवाय, जर लोकांतला प्रयोग विकरणासहित, तर पहिला धातू 'भू' होऊन दुसरा धातू 'भव' होऊ पहातो. 'कृ, दा, धा, ब्रू, वे, स्था, अद् (घस्), विद्, पा (पिब), ज्ञा (जाना), जन् (जा), दृश् (पश्य), अस्, वश्, सद्, पत्, पद्, वच्, व्यध्, सिव्, लिप्, सिच्, कृत्, प्रच्छ, भ्रज्ज्, यज्, राज्' यांच्यासारखे दुसरेही जे तऱ्हेवाईक धातू आहेत, ते झाडून पूर्वरूपातले समजावे. हे धातू बरेच पूर्वीचे होते म्हणून मुद्दाम एकएकासाठी निराळी ही सूत्रे रचून, त्यांचा दुसरा व लकारांमधलाही तऱ्हेवाईकपणा पाणिनीस नमूद करून ठेवावा लागला. पूर्वीचा 'राज्' धातू 'अम्मल चालवणे' या अर्थी होता, तो पुढे 'प्रकाशणे' किंवा 'शोभणे' या अर्थी कायम होऊन राहिला. 'धा' व 'सद्' हे धातू उपसर्गाशिवायही पूर्वी 'करणे' व 'बसणे' या अर्थी अनुक्रमे वापरण्यात येत असावे; पण पुढे 'वि' व 'नि' हे उपसर्ग जोडलेले ('विधा, निषीद') असतील, तेव्हा मात्र त्याअर्थी वापरण्यात येऊ लागले. याप्रमाणे पूर्वीच्या धातूंचे गणच नव्हते, तर अर्थही हळूहळू बदलून गेले. 'नत्तम्, सायम, दिवा, प्रगे', ही मूळची उघड विभक्त्न्त रूपे असून, पुढे हळूहळू अव्यये बनली. ज्या नामांची व्युत्पत्ती चांगलीशी होत नाही किंवा जी नामे चालवताना बराच तऱ्हेवाईकपणा झळकतो, ती सगळी पूर्वरूपातली समजणे प्रशस्त दिसते. 'स्त्री, गो, नौ, पति, पाद, दंत, दधि, अस्थि' असल्या नामांमध्ये व 'पितृ, मातृ, दुहितृ, स्वसृ' यांच्यासारख्या नामांमध्ये जो कमजास्त तऱ्हेवाईकपणा झळकतो, तो यांच्या जुनाटपणामुळे झळकतो. जितका अव्युत्पाद्यपणा किंवा तऱ्हेवाईकपणा जास्त, तितका जुनाटपणा जास्त, असा एक साधारण नियम आहे. या नियमाच्या अनुरोधाने कोणत्याही भाषेतली सर्वनामे तळघडीतली समजली जातात. 'पुरुष, नर, हिम, सेना' असली नामे व 'ओष्ठ, कर्ण, जानु, जिव्हा, नासिका (नस), मुख, हस्त, नख, केश, पृष्ठ' या प्रकारची शरीराचे अवयव दाखविणारी नामे ही ज्यापक्षी उघड अव्युत्पाद्य आहेत, त्यापक्षी तळघडीतली असली पाहिजेत. 'अंध, काल, काण, गौर, पंगु, पांडुर, स्थूल' असल्या अव्युत्पाद्य प्रत्यक्ष विशेषणास व 'कनीयस्, दवीयस, नेदीयस, स्थवीयस' असल्या 'ईयसंत' रूपांवरून अनुमित केलेल्या 'कन्, दव्, नेद्, स्थव्' असल्याही विशेषणास हाच न्याय लागू होतो. सारांश, दोन्ही प्रकारच्या 'कृत' भाषांमध्ये प्रकृतीच्याहीसंबंधाने विजातपणा बराच आहे.

याप्रमाणे वेदांतली भाषा व लोकातली भाषा या दोहोंमध्ये विजातपणा आहे,

सजातपणा आहे, प्रकृतीविकृतीभावाचेही नाते आहे. वेदात मात्र येणारी अशीही नामे, विशेषणे, क्रियापदे व अव्यये आहेत, हा विजातपणा जरी जास्त ध्यानात ठेवण्यासारखा आहे, तरी सूत्र तुटून गेल्यामुळे दोन भाषा ताडून पहाण्याचे प्रसंगी तो उपयोगी पडण्याजोगा नाही; म्हणून सूत्र न तुटता कमजास्त मानाने पदात पालट होत गेल्यामुळे किंवा पदाच्या अव्युत्पाद्यपणामुळे दोहोमधले प्रकृतिविकृतिभावाचे नाते मजबूत करणारा जो विजातपणा बराच ठळकपणाने आढळतो, त्याच्याचकडे लक्ष पोचवण्यात आले आहे. सजातपणाचे नाते असेल त्यांच्यामध्ये प्रकृतिविकृतिभावाचे नाते जुळणे नाही.

यांप्रमाणे क्रियापदांची जी बरीच सांगोपांग विचिकित्सा करण्यात आली आहे, तीवरून 'भोति' व 'भोदि' यांच्यामध्ये सजातपणाचे नाते लागू पहाते. 'रथ' व 'रघ' हेही शब्द सजात समजणे बरे दिसते. 'भो-भुव' व 'हो-हुव' या जोडीमध्ये प्रकृतिविकृतिभावाचे नाते उघड लागत आहे. भकारातला ओष्ठ्य अंश गळून गेल्यामुळे निव्वळ हकार शिल्लक राहिला. 'ख, घ, थ, ध, भ' या ५ महाप्राणांमधला कंठ्य, दंत्य, व ओष्ठ्य अंश अनुक्रमे गळून जाऊन निव्वळ हकार शिलक राहातो, असा एक व्यापक नियम 'कय' भाषेच्यासंबंधाने सर्वमान्य आहे. या नियमास अनुसरून 'मुख, मेघ, गाथा, राधा, सभा' हे संस्कृतशब्द 'मुह, मेह, गाहा, राहा, सहा' असे 'कय' भाषेत होतात. तेव्हा 'भो-भुव' या प्रकृतीची 'हो-हुव' ही विकृती, याविषयी शंका नको. जर वेदातल्या 'दुहे' (दुग्धे) मधला एकार 'ते'ची किंवा 'अदुह' (अदुग्ध) मधला अकार 'त'ची विकृती ठरवणे बरोबर नाही, तर 'होई' किंवा 'हुवइ' मधळा इकारही 'ति' काराची विकृती ठरवणे बरोबर नाही. अर्थातच 'इ' हा वेदातल्या भाषेमधला मूळचा निर्भेळ प्रत्यय ठरतो. कठोर व्यंजने जास्त वापरण्याची उपजत प्रवृत्ती लोकातली 'कृत' भाषा व 'कत' भाषा या दोहोंची जवळ जवळ सारखीच असल्यामुळे, 'पठति' हे रूप दोन्ही भाषामध्ये जसेच्यातसेच रहाते, ही गोष्ट लक्षात ठेवली व वेदातल्या 'कृत' भाषेचा प्रत्यय 'इ,उ,अ' दिसतो, ही दुसरी गोष्ट तिच्या बाजूस बसवली, म्हणजे 'ति, तु, त' हे लोकातल्या भाषेतले प्रत्यय ज्यापक्षी वेदातल्या भाषेतले किंवा वेदातल्या भाषेतून आलेले नव्हते, त्यापक्षी ते मूळचे 'कत' भाषेतले असावे, अशी बळकट शंका येते. सारांश, 'कय' भाषेतल्या 'होइ-हुवइ' या जोडीचे संस्कृताच्या पूर्व रूपातल्या 'भोति-भुवति' या जोडीशी धातूच्या संबंधे प्रकृतिविकृतिभावाचे नाते लागून, प्रत्ययाच्या संबंधे सजातपणाचे किंवा त्याच्याही वरचे अभेदाचे नाते लागते. 'या' धातू 'जा' होतो, 'ये' हे रूप 'जे' होते, ही लक्षणे सजातपणाची होत, प्रकृतिविकृतिभावाची नव्हते. पूर्वी जे बराच

मेळ असणारे व थोडा मेळ असणारे धातू दिले आहेत, त्यांच्यापैकी कित्येकांचे प्रकृतिविकृतिभावाचे व कित्येकांचे सजातपणाचे नाते लागेल. ‘अदादि’ व ‘जुहोत्यादि’ हे दोन गण सोडून धातू व प्रत्यय यांच्यामध्ये ‘विकरण’ नावाचे जे एक अक्षर येते, ते निव्वळ उच्चारामुळे मूळचे आलेले दिसते. ‘लट, लोट, लङ् व विधिलिङ्’ या चार लकारामध्ये ‘भ्यादि’ व ‘तुदादि’ या दोन गणामधले धातू अकारान्तच समजण्यास बिलकुल अडचण नाही. ‘भवति, हसति, तुदति’ या रूपांमध्ये ‘भव, हस, तुद’ असे अकारान्तच धातू समजावे. ‘भवति’ सारखे वकारान्त व ‘नयति’ सारखे यकारान्त धातू ‘भौति’ व ‘नैति’ असेही उच्चारण्यात येण्याचा संभव आहे. ‘हसति’ व ‘तुदति’ हे ‘हस्ति’ व ‘तुदति’ असेही उच्चारण्यात येतील. कित्येकांच्या बोलण्यात अकार जास्त का यावा, कित्येकांच्या बोलण्यात तो तसा का येऊ नये, याचे कारण हुडकीत बसण्यात अर्थ नाही. तो तसा येतो व येत नाही, यासंबधे मात्र मतभेद शक्य नाही. ‘बोलतो, वाचतो’ हे शब्द देशावरचे लोक मधला अकार स्पष्ट उच्चारून बोलतात, कोकणातले लोक मधला अकार गाळून ‘बोलतो, वाचतो. असे बोलतात ‘हसत’ शब्दासारख्या शब्दांमध्ये शेवटचा अकार गळतो, तरी मधला कायम राहतो; पण ‘हसतमुखी’ सारखे शब्द-जर लिहिण्याचा बोलण्याशी मेळ ठेवणे असेल, तर-‘हंस्त्मुखी’सारखे लिहिले पाहिजेत; सारांश, ‘भवति, हसति, तुदति’ यांच्यामधला अकार मूळचा उच्चाराच्या जोरावर आत घुसलेला दिसतो. ‘दिव्, त्रुट, कुप्, शुष्’ हे धातू मूळचे ‘दिवय, त्रुटय, कुपय, शुषय’ असे असू शकतील. धातूचे मूळचे रूप याप्रकारचे मानल्यास, यकाराच्या पूर्वीचे व्यंजन व्यंजनासारखे उच्चारले जाऊन ‘दिवादि’ गण निघाला, पुरे उच्चारले जाऊन ‘चुरादि’ गण निघाला.

‘दिव, त्रुट, कुप, शुष’ असेच मुळचे धातू असून, ‘दिवति, त्रुटति, कुपति, शुषति’ अशीच मुळची रूपे होती; पण उच्चाराच्या जोराने मधले अक्षर दुभागून, अकार निराळा पडला व उच्चारताना प्रयत्न थोडा जास्त लागत जाऊन, त्याचा हळूहळू यकार बनला असेही घडणे शक्य आहे. या वाटेने गेल्यास यकाराच्या पूर्वीच्या व्यंजनात उच्चारामुळे अकार जास्त घुसून, ‘चुरादि’ गण जन्मला, असे समजावे. ‘दिवादी’ची आणखीही एक उपपत्ती आहे. हे धातू मूळचे ‘दिव्व, त्रुट्ट, कुप्प, शुप्प’ असेही असू शकतील. एकाच व्यंजनाचे किंवा अल्पप्राणमहाप्राण मिळून जोडाक्षर बनणे, हा संस्कृताचा उपजत स्वभाव दिसत नाही, प्राकृताचा दिसतो. धातूमध्ये पहिल्याचे उदाहरण ‘भ्रज्ज’ व ‘मज्ज’ हे दोन धातू आढळून, दुसऱ्याचे उदाहरण ‘प्रच्छ’ व ‘विच्छ’ हे दोन धातू आढळतात. ‘इच्छति, गच्छति, यच्छति’ हीही उदाहरणे हजर आहेत. पण यांच्यामध्ये धातू ‘इष,गम,यम’ असे

समजण्याचा संप्रदाय आहे. 'भ्रज्ज' व 'मज्ज' हे धातू **पाणिनीने** 'भ्रस्ज' व 'मस्ज' असे दिले आहेत. प्राकृतामध्ये 'विक्क, लग्ग, वच्च, झिज्ज, तुट्ट, बुड्ड, कप्प'- असले धातू बरेच येतात. 'वड्ढ, वेड्ढ, जुज्झ, बुज्झ' हे धातू 'वढड, वेढड, जुझ्ज, बुझ्ज' किंवा 'वड्ढ, वेड्ढ, बुज्झ, जुझ्झ' असेही समजता येतील. असल्या धातूमधला शेवटचा अकार निराळा पडून व यकार होऊन, जोडाक्षरातले एक अक्षर गाळले व कायम राहिले-अशीही उपपत्ती करता येते. अशी उपपत्ती केल्यास मूळची रूपे 'दिळ्यति, त्रुट्ट्यति, कुप्प्यति, शुष्ष्यति' अशी म्हणावी लागतील. मूळची रूपे अशी होती, असे समजण्यास 'अनचिच' (४७ सू.०४ पा, ० ८ अध्याय-'अच: परस्य यरो द्वे वा स्त:, न त्वचि,) या सूत्राचाही पुरावा आहे. या सूत्राच्या अनुरोधे 'दिव्यति, त्रुट्यति, कुप्यति, शुष्यति' असली पदे वर लिहिल्याप्रमाणेही लिहिणे आजही संस्कृत भाषेत शक्य आहे. **पाणिनीने** ज्यापक्षी सूत्र रचले आहे, त्यापक्षी या प्रकारेही पदे लिहिण्याचा संप्रदाय पूर्वी असावा. इतकेच की सजात जोडाक्षरातले एक अक्षर स्पष्ट ऐकण्यात येण्याचा संभव नसल्यामुळे, हळूहळू लिहिण्यात गाळून टाकण्याचा संप्रदाय जास्त पसरला व या संप्रदायास अनुसरून 'दिव, त्रुट, कुप, शुष' असे एकेरी व्यंजन शेवटी ठेवलेले 'दिवादि' गणातले धातू जन्मले. या दिशेने गलबत हाकारल्यास 'कुप्प-कुप्य, सुख्ख-शुष्य, जुझ्ज-युध्य,, बुझ्ज-बुध्य' असल्या जोड्यांमध्ये प्रकृतिविकृतिभावाचे नाते न लावता, सजातपणाचे नाते लावावे लागेल. याप्रमाणे 'य' हेही विकरण निव्वळ उच्चारामुळे जन्मास आलेले दिसते. 'करु-कुरू' हे 'कृ' धातूचे सजात मानले, म्हणजे 'उ' हे विकरण धातूच्याच अंशापैकी मानावे लागते. लौकिक संस्कृतातला धातू 'करु' किंवा 'कुरु' होता, 'कृ' नव्हता; इतकेच की सोईस्कर समजून पाणिनीने त्या धातूचे पूर्वरूपातल्या 'कृ' धातूशी प्रकृतिविकृतिभावाचे नाते लावले. धातू 'सुनु, तनु' असेच मूळचे उकारान्त असून, पाणिनीने 'सु, तन्' असा संक्षेप मिळून जन्मलेल्या रूपांची त्यांच्याऐवजी कल्पना सोईस्कर समजून केली. उकाराचा ओकार होणे न होणे हे पुन: केवळ उच्चारावर अवलंबून आहे. 'ना-नी' हे विकरणही धातूच्या अंशापैकीच समजून 'क्रीणा' किंवा 'क्रीणी' असेच मूळचे धातू समजणे बरेच. 'क्रीण' असाही मूळचा धातू 'भ्वादि' गणामधला असू शकेल. याप्रमाणे 'बध्न, मथ्न' असे मूळचे धातू समजून, 'बंध, मंथ' हे त्यांचे सजात मानावे. 'रुणध-रुंध' हीही मूळची सजात धातूंची रूपे समजणे बरे. पूर्वरूपांतले धातू जास्त अक्षरांचे असून, त्यास हळूहळू संक्षेप देण्यात आला; व त्यामुळे 'सु तन, क्री, रुध' असले लौकिक संस्कृतातले धातू जन्मले. 'धू' धातू 'स्वादि' आहे व 'त्र्यदि' आहे; का तर मूळचा धातू 'धूनु' किंवा 'धूनो' होता, तसाच 'धूना, धूनी' किंवा 'धून' असाही होता. 'कृ' धातू 'स्वादि' गणात घुसून, 'कृणोति-कृणुते'

अशीही रूपे धारण केलेला ओढळतो. 'कृणा, कृणी, कृण' अशीही रूपे हा धातू 'त्र्यादि' मधला समजल्यास होणे शक्य आहे.

या सगळ्या गोष्टी लक्षात आणल्या म्हणजे 'हम्म, दूम, घोल' हे धातू विकृती न समजता, सजात समजणे जास्त सयुक्तिक वाटणार आहे. 'सड, पड' असलेही धातू सजात मानणे बरे दिसेल. 'णच्च, बुज्झ, जुज्झ' असले धातू सजात म्हणता येतील, विकृतीही म्हणता येतील. इतकेच की, विकृती म्हटल्यास, यांच्या प्रकृती 'नृत्य, बुध्य, युध्य,' अशा पूर्वरूपात हुडकाव्या, लौकिक संस्कृतात हुडकीत बसण्यामध्ये अर्थ नाही. 'किण, जाण' यांच्या 'क्रीण, जान' या प्रकृतीचीही स्थिती हीच. 'कुण' याचा 'कृण, कृणा-कृणी'शी संबंध दिसतो, 'करो-कुरु'शी किंवा 'कृणो-कृणु'शी संबंध दिसत नाही. विकृतधातूस 'तद्भव' व सजात धातूस 'तत्सम' शब्द लावतात. 'खुप्प, झिज्ज, वुड्ड (बुड्ड), सुप' यांच्यासारखे 'मुळीच मेळ नसणारे' धातू आहेत, त्यांचा पूर्वरूपांशीही संबंध बिलकुल लागणे नाही; अर्थातच असले धातू 'पूर्वरूपी' नव्हेत, तर निव्वळ 'देशी' होत. हे 'देशी' धातू सगळ्या प्राकृत भाषांच्या विजातपणाची एक दांडगी निशाणी म्हणता येतील; कारण हे जसे 'कय' भाषेत आहेत, तसे दुसऱ्याही प्राकृत भाषांत आहेत. सारांश, प्राकृत भाषा लौकिक संकृताप्रमाणे स्वतंत्र भाषा ठरवून जसे संस्कृताच्या पूर्वरूपाशी लौकिक संस्कृताचे तसे प्राकृत भाषांचेही तिन्ही प्रकारचे नाते स्वतंत्रपणे लावणे वाजवी दिसते. जर 'करदि' हे रूप मूळचे मानून 'करइ' हे रूप दकाराचा लोप होऊन झालेले मानले, तर 'कद' भाषा ही 'कय' भाषेची प्रकृति होते. पण 'करइ' हे रूप तकाराचा लोप होऊन बनलेले मानले नाही, म्हणजे दोहोंमध्ये सजातपणाचे नाते लागून, जसे 'करदि' हे पद स्वतंत्र ठरते, तसे 'करइ' हेही पद स्वतंत्र ठरते. 'कय' भाषेचे बाकीचे नियम एकंदरीत 'कद' भाषेस लागू करण्याचा संप्रदाय आहे, अर्थातच 'कय' भाषा ही 'कद' भाषेची प्रकृति ठरवून ठेवलेली आहे.

'करदि' हे रूप 'कडदि' असेही ऐकण्यात येण्याचा संभव आहे, कारण डकार लकारांमध्ये जो सजातपणा आहे, त्याहून डकार रकारांमध्ये सजातपणा जास्त आहे. डकार व लकार यांचे स्थान एक नव्हे; पण डकार व रकार ही दोन्ही मूर्धन्य आहेत. त्यामुळे 'करदि-कडदि' या जोडीमध्ये प्रकृतिविकृतिभावाची कल्पना न करता, सजातपणानेही निर्वाह लागणार आहे. तरी रूप 'कडइ' न होता ज्या पक्षी 'कडदि' होते किंवा प्रसंगी होणार, त्यापक्षी 'कड' भाषा 'कय' भाषेची उजू विकृती न मानता, 'कद' भाषेची उजू विकृती मानतात व तिचे 'कद' भाषेच्याद्वारे 'कय' भाषेशी नाते जुळवतात ते बरोबर दिसते.

'कत' भाषेचेही 'कड' भाषेप्रमाणे 'कद' भाषेच्याद्वारे 'कय' भाषेशी नाते

जुळवण्याचा संप्रदाय आहे. तरी 'पचति, पतति, पठति, तपति, सरति' असली रूपे संस्कृतात व 'कत' भाषेत अगदी सारखी असल्यामुळे, दोन्ही इमारतींचा पाया मूळचा एकच असावा, अशी बळकट शंका येते.

११. प्राकृत भाषांची खरी नावे

'कय' भाषेचे खरे नाव **महाराष्ट्री** किंवा **माहाराष्ट्री**, 'कद भाषेचे **शौरसेनी**, 'कड' भाषेचे मागधी, 'कत' भाषेचे **पैशाची**. **महाराष्ट्री** संस्कृतापासून निघाली; **महाराष्ट्री** व **संस्कृत** या जोडीपासून **शौरसेनी** निघून, **शौरसेनीपासून मागधी** व **पैशाची** निघाल्या, असे मानण्याचा संप्रदाय आहे. याप्रमाणे **महाराष्ट्री** हे सगळ्या प्राकृत भाषांचे माहेर ठरते. **महाराष्ट्री** लौकिक संस्कृतापासून निघालेली नसून, संस्कृताच्या पूर्व रूपापासून निघालेली आहे; व जसा एक पूर्वरूपी भाग तसा दुसरा देशी भाग, मिळून दोन्ही भाग सांधले जाऊन, **महाराष्ट्रीचे** हरिहररूपी शरीर घडलेले आहे, या गोष्टी नुकत्याच येऊन गेल्या आहेत. **शौरसेनीचे** शरीर हरिहरी ही गोष्ट कबूलच आहे, कारण **महाराष्ट्री** व संस्कृत या जोडीपासून **शौरसेनी** निघालेली मानण्याचा संप्रदाय आहे. सारांश, **मागधी** व **पैशाची** यांचेही शरीर हरिहरी म्हणावे लागून, प्रत्येक प्राकृत भाषेतून-एक पूर्वरूपी संस्कृताचा व दुसरा देशी, मिळून-दोन पाट वहात गेलेले मानावे लागतात. प्राकृत भाषांचे प्रकृतिविकृतिभावाचे नाते लौकिक संस्कृताशी लागत नसून, संस्कृताच्या पूर्वरूपाशी लागते, ही गोष्ट पहिल्याने लक्षात ठेवली पाहिजे. देव आहे, ही एक गोष्ट जशी लक्षात ठेविली पाहिजे, तशी, प्राकृत भाषा सर्वस्वी संस्कृताच्या पूर्वरूपापासून निघालेल्या नसून बऱ्याच अंशी त्यांचा संस्कृताच्या पूर्वरूपाशीही संबंध लागत नाही, अर्थातच त्यास 'देशी' असाही एक पाया आहे, ही दुसरीही गोष्ट लक्षात ठेविली पाहिजे. प्राकृत भाषांची नावे त्या त्या लोकांवरून किंवा त्या त्या लोकांनी वसविलेल्या देशावरून पडलेली आहेत, याविषयी शंका नको. आता हे लोक कोणते किंवा देश कोणते, तिकडे दृष्टी वळवू. आजही 'मराठा' असे विशिष्ट लोकांचे नाव प्रसिद्ध आहे. जसे तेलंगी, कानडी किंवा गुजराथी आज आढळतात, तसे मराठेही आढळतात. मराठा, तेलंगी व कानडी या तीन शब्दांच्या महाराष्ट्र, त्रिलिंग व कर्नाट किंवा कर्णाट या ३ प्रकृती आज मानतात. कर्नाट व महाराष्ट्र या नावाच्या व्युत्पत्तीच्या भानगडीत आजपर्यंत कानडी किंवा मराठी शास्त्री पडलेले दिसत नाहीत. कर्नाट शब्दाची व्युत्पत्ती जड जाते; पण महाराष्ट्र हे नाव जसेच्या तसेच घेऊन 'मोठे राष्ट्र' अशी साधी व्युत्पत्ती कित्येक करतात. त्रिलिंग नावाची व्युत्पत्ती जास्त थाटाने होते. श्रीशैलेश्वर, भीमेश्वर, कालेश्वर या 'तीन लिंगा' मधला जो देश, तो त्रिलिंग-अशी

व्युत्पत्ती करण्याचा तेलंगी शास्त्र्यांचा संप्रदाय आहे. पण यवद्वीप (जाव्हा JAVA) वगैरे पूर्वेकडच्या बेटांमध्ये ज्या तेलंगी लोकांच्या वसाहती आहेत, त्यांच्यामध्ये तिलिंग शब्द मुळीच प्रचारात नसून, कलिंग शब्द जिकडे तिकडे प्रचारात आहे. संस्कृत सारस्वतातही तिलिंग शब्दाहून कलिंग शब्द जास्त पुराणा ठरतो. अशी जर हकीकत आहे, तर तिलिंग हा शब्द आला कोठून ? मूळचा शब्द त्रिकलिंग दिसतो. कोकणाचे 'सात' विभाग मानलेले असल्यामुळे, सप्तकोकण शब्द जन्मला; कलिंगाचे 'तीन' विभाग मानलेले असल्यामुळे, त्रिकलिंग शब्द जन्मला. तेलंगणाच्या खालाटीस, कलिंग व वल्हाटीस आंध्र नाव मिळालेले आहे. तिसरा विभाग कोणता, तो लक्षात येत नाही. जसे पूर्वेकडच्या बेटामध्ये कलिंग नाव पसरलेले आहे, तसे मलय हेही नाव पसरलेले आहे. द्रविड हे नाव पसरलेले नाही. मलबारपासून मलय शब्दास आरंभ होतो; पुढे मैलापूर (मलयपुरा) सारख्या मधल्या मुलूखास वळसा देऊन, शेवटी मलाक्का या दीपकल्पाच्या नावात मलय शब्द लय करून येतो. मलय लोकांच्या वसाहती पूर्वेकडच्या बेटांमध्ये पूर्वीच्या असून, त्यांच्या पाठीमागून कलिंग लोकांच्या वसाहती झाल्या होत्या. जसे कलिंग तसे मलय हेही पूर्वीचे पूर्वेकडील बेटांमध्ये नावाजलेले दर्यावर्दी लोक होते. मलयांचेही तीन विभाग झालेले होते, म्हणून त्रिकलिंग शब्दाप्रमाणे त्रिमलय शब्द जन्मलेला होता. त्रिकलिंग व त्रिमलय शब्दांच्या विकृती तिकलिंग व तमीळ किंवा तम्मूळ अशा झालेल्या दिसतात. तिअलिंग शब्दांतल्या अकाराचा लोप होऊन, तिलिंग शब्द मूळचा जन्मलेला असावा. सारांश, तिलिंग शब्दातल्या 'लिंग' या अवयवाचा कलिंग शब्दाशी मेळ घालणे जास्त सयुक्तिक भासते. कोरीव लेखामध्ये कन्हर नाव कृष्ण लिहिण्याची वहिवाट आहे. जाधव वंशातला कन्हर यास संस्कृत लेखांमध्ये कृष्ण म्हणतात. कानडी शब्द कन्नड लिहितात, त्यावरून मूळचा कन्नर म्हणजे कन्हर होता, अशी शंका येते. डकार व रकार यांच्यामध्ये सजातपणा आहे, तो पूर्वीच दाखल झाला आहे. कन्हर किंवा कन्नड हे नाव मूळचे-जसे सिंध सिंधूनदीच्या तसे-कृष्णानदीच्या काठच्या मुलूखास मिळालेले दिसते.

महाराष्ट्र म्हणजे 'मोठे राष्ट्र' ही व्युत्पत्ती चांगलीशी नाही. तेलंगण हेही 'राष्ट्र' मोठे आहे, गौड हेही 'राष्ट्र मोठे' आहे. तशात 'अल्पराष्ट्र' असते, तर त्याच्याहून 'मोठे राष्ट्र' असे म्हणण्यास सवड होती; पण 'अल्पराष्ट्र' नाही. जो शब्द संस्कृतात महाराष्ट्र लिहितात, तो प्राकृतात मरहट्ट लिहिला जातो. मरतो तेव्हा हटतो याही व्युत्पत्तीत जीव दिसत नाही. रेड्डी नावाची एक तेलंगी जात अजूनही आहे. रट्ट कुळीतले राजे कुंतलेदशावर राज्य करीत असून, त्यांची राजधानी बेळगाव (वेळुग्राम,

वेणुग्राम) होती. रेड्डी व रट्ट हे शब्द मूळचे सजात दिसतात. जसे रेड्डी व रट्ट होते, तसे महरेड्डी किंवा महरट्ट असेही लोक पूर्वी असावे रेड्डी व रट्ट ज्यातून निघाले किंवा निराळे पडले, ते महरेड्डी किंवा महरट्ट असेही लोक पूर्वी असावे. रेड्डी व रट्ट ज्यातून निघाले किंवा निराळे पडले, ते महरेड्डी किंवा महरट्ट समजल्यास, 'मह' या अवयवाचा 'महत' शी मेळ पडेल. रेड्डी व रट्ट हे ज्याप्रमाणे स्वतंत्र होते, त्याप्रमाणे महरेड्डी किंवा महरट्ट हेही होते, अशाही दृष्टीने या शब्दाकडे पहाता येईल. तिन्ही जाती रुचल्यास स्वतंत्र मानाव्या किंवा रुचल्यास एकातून दुसरी व दुसऱ्यातून तिसरी अगर एका मोठ्या जातीतून दोन छोट्या जाती-असा जातीमध्ये प्रकृतिविकृतिभाव मानावा. गुजराथी व हिंदुस्थानी लोक 'मरेठो' किंवा 'मरेठा' असे रूप देतात, ते महरेट्टी नावावरून देत आले असावे. पुढे टकरात प्राण जास्त घुसवून मराठा किंवा मराठी असा उच्चार करण्याचा व लिहिण्याचाही संप्रदाय पडला. 'नुकसान-नुसकान' प्रमाणे व्यंजनांचा विपर्यास होऊन महरट्ट शब्दापासून 'महरट्ट' शब्द निघालेला दिसतो. याप्रमाणे या मूळच्या निव्वळ देशी शब्दास, महाराष्ट्र असे मोठे रूप देऊन, संस्कृत भाषेने आपल्या शब्दांच्या भांडारात ओढून घेतले. शालिवानाचा वंश व पैठणनगर यांच्याप्रमाणे महाराष्ट्र शब्द कमीत कमी बावीस साडेबावीसशे वर्षांचा आज झालेला असून, या त्रिवर्गाची मगरमिठी पडली आहे. ती सोडवता येत नाही.

महाराष्ट्र किंवा मरहट्ट शब्दाचा जसा आज साडेबावीसशे वर्षे खडा पहारा बसलेला आहे, तसा शूरसेन शब्दाचा बसलेला आढळत नाही. जशी महाराष्ट्राची व पैठणाची, तशी शूरसेनाची व मथुरेची मगरमिठी पडलेली आहे; अर्थातच शूरसेन हे मूळचे लोकांचे नाव असून, राजधानी मथुरा होती. शूरसेन हा शब्द सूरसेन लिहिलेला बराच आढळतो. शौरसेनीच्या उपजत स्वभावावरून, मूळचे नाव मधुरा असले पाहिजे जी मूळची मधुरा होती, ती पैशाची भाषा बोलणारांनी मथुरा केली किंवा लौकिक संस्कृतात झाली. शूरसेन शब्द कलिंग शब्दाप्रमाणे अव्युत्पाद्य दिसतो. हाही शब्द महाराष्ट्र शब्दाप्रमाणे कमीत कमी साडेबावीसशे वर्षांचा मानणे योग्य आहे. शूरसेन शब्द भारतात व हरिवंशात येतो खरा; तरी जिकडे तिकडे आख्यानांची व अध्यायांची घुसवाघुसवी झालेली असल्यामुळे, भारताचा व हरिवंशाचा काळ नक्की करता येत नाही, व त्यामुळे असले प्रसंगी दोहोंहीकडे न डोकावणे हाच मार्ग बरा दिसतो. सिंहलद्वीपातली मतुरा, पांड्य देशातली मधुरा व यमुनेवरली मथुरा अशा ३ नगऱ्या- विचार करू लागल्यास-एकदम पुढे येऊन ठाकतात, व त्यामुळेही बरीच धांदल होते. असा विचार करून साडेबावीसशे वर्षांपलीकडे जाणे प्रशस्त वाटले नाही.

मगध नाव आजमितीस निजलेले असून, त्याची जागा **बिहार** शब्दाने

बळकावली आहे. बिहार-विहार-बौद्ध लोकांचा मठ. या मठांची गर्दी होऊन गेल्यामुळे, देशासही हेच नाव लावू लागले, असे म्हणतात. याप्रमाणे-जसा शूरसेन शब्द, तसा-मगध शब्दही पुराणातला होऊन बसला आहे. मगध शब्द अव्युत्पाद्य दिसतो. मगध देशाच्या राजगृह व पाटलिपुत्र अशा दोन राजधान्या होऊन गेल्या. राजगृह ही मूळची व पाटलिपुत्र ही पुढची दिसते. साडेबावीसशे वर्षांपूर्वी तीस चाळीस वर्षे नंदिवर्धन नावाचा मगध देशाचा राजा राज्य करीत असता, त्रिशलादेवीच्या पोटी सिद्धार्थक राजापासून जो मुलगा जन्मला, तो महावीर. हा जैन धर्माची स्थापना करणारा. महावीराची वाणी मागध भाषेत आहे. नंदिवर्धनाचे पूर्वी दोनअडीचशे वर्षे बिंबसार राजाच्या कारकीर्दीत मायादेवीच्या पोटी शुद्धोधन राजापासून जो मुलगा जन्मला, तो बुद्ध. याने बौद्ध धर्माची स्थापना केली. बुद्धाची वाणी पाली नावाच्या प्राकृत भाषेत आहे. याप्रमाणे इतिहासाच्या दृष्टीने **मागधी** व **पाली** या दोन प्राकृत भाषांची मजल महाराष्ट्री व शौरसेनी या दोहोंच्याही बरीच वर नेता येते.

पिशाच नावाचे लोक जी भाषा बोलतात, ती पैशाची. पिसाच असाच मूळचा शब्द असून, त्यास मागधी भाषा बोलणारांनी पिशाच केले किंवा लौकिक संस्कृतात तो तसा झाला. जसा मागधीत तसा लौकिक संस्कृतातही शकार आहे, पण पैशाचीत शकार नसून, शकाराचा भार सकारावर पडतो. शौरसेनीमध्येही शकाराचा भार सकारावर पडत असल्यामुळे, मूळ शब्द सौरसेनी व सूरसेन असेच समजावे. सारांश जसा मरहट्टास तसा सूरसेनासही पिसाच असाच शब्द माहीत असून मूळच्या लोकांमध्ये पिसाच असाच शब्द उच्चारला जात असावा. मरहट्ट, सूरसेन व मगध या तिहींच्याही वरची कडी जुनाटपणाच्या संबंधाने पिशाचांची आहे. आठ प्रकारच्या विवाहांमध्ये जो विवाह पिशाचामध्ये चालू होता, त्याचे नाव पिशाचावरून पैशाच ठेवून, ते गृह्यसूत्रांमध्ये दाखल करण्यात आले आहे. पिशाचांचे नाव तैत्तिरी यांच्याही संहितेत आलेले असल्यामुळे, जसा या जातीचा साक्षात वेदांशी संबंध लागतो, तसा चारपैकी दुसऱ्या कोणत्याही जातीचा लागत नाही. पैशाच विवाहसूत्रकारास एकंदरीत मान्य नाही व पिशाच हे श्रुतींमध्येही देवांचे विरोधी केले गेले आहेत, त्यापक्षी ही जात वैदिक धर्म मानणाऱ्या जातींपैकी दिसत नाही. तरी संस्कृत व पैशाची भाषा यांच्यामध्ये जो कठोर व्यंजनांच्यासंबंधाने बराच सारखेपणा आहे, त्यावरून जसा पिशाचांच्या रक्ताचा तसा भाषेचाही कमजास्त अंश वैदिक लोकांमध्ये व भाषेमध्ये सामील झालेला असण्याची बळकट शंका येते. जर 'पठति' हे संस्कृत रूप पिशाचांमध्ये असेच कायम असणार तर हे पिशाच पलीकडचे म्हणजे संस्कृत भाषेशी बराच साक्षात संबंध असणारे समजून अपभ्रंश झालेली

भाषा बोलणारे पिशाच हे त्यांच्या पाठीमागचे म्हणजे अलीकडचे समजावे. या दिशेने गेले म्हणजे संस्कृताच्या पूर्वरूपाशीही पलीकडच्या पिशाचांचा कमजास्त मानाने संबंध जडलेला असावासा वाटतो.

याप्रमाणे ही जात जरी जास्त जुनाट ठरते, तरी हिच्या मुलूखाचा किंवा राजधानीचा चांगलासा पत्ता लागत नाही. चांगलासा पत्ता लागत नाही, हीच एक बाब या जातीचा जास्त जुनाटपणा सहज शाबीत करू शकते. पिशावर हा पिशाचपुर शब्दांचा अपभ्रंश असल्यास नकळे. पिशाचांची दिशा पंजाबाची किंवा पंजाबच्याही पलीकडची दिसते. जर मरहट्टी भाषा सूरसेनी भाषेची एक प्रकृती, तर मरहट्ट लोक पूर्वी कधी तरी हिमालयापर्यंत पसरलेले असून, हळूहळू त्यांच्यापासून सूरसेन निराळे पडले; व पुढे सूरसेनास उतरती कळा लागली, तेव्हा पश्चिमेकडचे पिसाच स्वतंत्र होऊन, पूर्वेकडेस मगधांनीही स्वतंत्रपणा मिळविला—अशी अगदी जुनाट हकीकत समजणे भाग पडते. याप्रमाणे प्राकृत भाषांमध्ये जो देशी अंश झळकतो, त्याचे मूळ मरहट्टीमध्येच सापडेल, ते संस्कृतात सापडण्याचा संभव नाही. सूरसेनीचा एक पाया जर मरहट्टी, दुसरा पाया जर संस्कृत, व या दोन पायांवर उभारलेली सूरसेनी जर पिसाचीचा व मगधीचा पाया झालेली, तर देशी अंशाचे मूळ जसे मरहट्टीत तसे संस्कृत अंशाचे मूळ संस्कृताच्या पूर्व रूपात सापडण्याचा संभव आहे; लौकिक संस्कृतात ते सापडेलच असे नाही.

१२. प्राकृत भाषांतले सारस्वत

सूरसेनी भाषेतला स्वतंत्र ग्रंथ आढळत नाही. पिसाची भाषेत बृहत्कथा लिहिली गेली. पिसाची भाषेतल्या ग्रंथाच्या आधारावर संस्कृतात लिहिलेली बृहत्कथा आज प्रसिद्ध आहे, पण मूळच्या पिसाची भाषेतल्या ग्रंथाचा थांग लागलेला दिसत नाही. साडेबावीसशे वर्षांपूर्वी पैठणात शालिवाहन कुळीतला जो चक्रवर्ती राजा राज्य करीत होता, त्याचा गुणाढ्य नावाचा मुख्य वजीर होता, त्याने बृहत्कथा पिसाची भाषेत रचली, असे म्हणतात. याप्रमाणे पिसाची भाषेतल्या ग्रंथाचे नाव मात्र आहे, पण ग्रंथ नाही. मगधी भाषेत व पाली भाषेत मिळून जर दांडगे सारस्वत उपलब्ध आहे, तर त्याबद्दल प्रत्येक ब्राह्मण जसा जैनांचा तसाच बौद्धांचा आज ऋणी आहे. पाली हा मागधीचा पोटभेद दिसतो, म्हणून मगधी असेच नाव एकंदरीत वापरणे बरे. चंद्रगुप्ताचा नातू अशोक याने आश्रय दिल्यामुळे बौद्धधर्म पुष्कळ पसरू शकला. अशोक हा चक्रवर्ती राजा असून, त्याचा अंमल काबूल कंदाहारावरही बसलेला असल्यामुळे बौद्ध धर्मास व मगधी भाषेस पुष्कळ वाव

सापडला. बौद्धांचा व जैनांचा मगधी भाषेतला आगम 'सूत्र' नावाने नावाजलेला आहे. बुद्ध व जिन या दोहोंनीही जागत्या देशी भाषेचा आदर उपदेश करण्यास केला, म्हणून देशी भाषेचे माहात्म्य वाढले. सारांश, कोणासही अभ्यास करणे असल्यास मगधी भाषेत सारस्वत बरेच आहे. आता मरहट्टी सारस्वताकडे वळू.

'सप्तशती' व 'सेतुबंध' हे दोनच ग्रंथ मरहट्टीमधले आज आढळतात. हे दोन्ही निर्णयसागर छापखान्यातल्या काव्यमालेमध्ये छापून पुरे झाले आहेत. 'सेतुबंध' काव्य प्रवरसेनाच्या नावावर व 'सप्तशती' शालिवाहनाच्या किंवा सातवाहनाच्या नावावर बाण कवीच्या काळापासून खपत आहेत. 'सेतुबंधा'च्या भाषेत जसा व जितका कृत्रिमपणा आढळतो, तसा व तितका साधेपणा 'सप्तशती'त आढळतो, म्हणून 'सप्तशती'कडेसच दृष्टी लावूया.

शालिवाहनाच्या नावावर 'सप्तशती' खपते, त्यापक्षी त्या वंशातल्या कोणत्या तरी राजाच्या कारकीर्दीत ही बनली असावी. शालिवाहन शके १५०च्या सुमारास या वंशाची समाप्ती झालेली दिसते, म्हणून त्या सुमाराच्या फारशी अलीकडे ही ओढून आणणे बरोबर होणार नाही. प्रवरसेनाचा 'सेतुबंध' भाषेच्या स्वरूपावरून पहाता 'सप्तशती'च्या बराच पुढचा दिसतो. 'सेतुबंध' हे काव्य रामायणावर असून, सबंध एकाने केलेले आहे. असल्या काव्यावरून समाजाची वगैरे स्थिती त्या काळी कशी होती, ती फारशी कळत नाही. पण 'सप्तशती' हा संग्रह आहे. शालिवाहनाच्या वंशातल्या एखाद्या राजाने हा संग्रह खुद्द स्वत: केलेला असण्याचा संभव नाहीसा नाही. स्वतंत्र काव्य करण्याचा अधिकार फार वरचा पडतो; संग्रह करण्याचा अधिकार पुष्कळ खालचा पडतो. स्वतंत्र काव्य करण्यास अंगची स्फूर्ती पहिल्याने हवी. संग्रह करण्यास पारखीपणा असला, म्हणजे काम होते. पारखीपणा पारख्यांच्या सहवासाने बराच अंगी येऊ शकतो, व राजास हा सहवास दरबारी सहज मिळून जाण्याचा संभव असतो. तरी पुढच्या एका गाथेवरून हा संग्रह शालिवाहनाचा नसावा. समग्र 'सप्तशती' गाथा नावाच्या वृत्तांत आहे. मोरोपंती आर्यांच्या ४ पादातल्या मात्रांची १२, १८, १२, १८ अशी जमवाजमव केलेली असते व गाथांची १२, १८, १२, १५ अशी जमवाजमव होते. 'सप्तशती'त सगळ्या गाथा सातशे संग्रह करण्यात आल्या आहेत. या सगळ्या गाथा निरनिराळ्या कवींच्या नावावर आहेत. जशी कविता करणाऱ्या पुरुषांची तशी स्त्रियांचीही यादी खाली दाखल करण्यात येत आहे.

पुरुष कवी

१. अज्जुण (अर्जुन)	२. अणिरुद्ध (अनिरुद्ध)
३. अणुराअ (अनुराग)	४. अणंग (अनंग)
५. अल्ल	६. अवंतिवम्म (अवंतिवर्मा)
७. अंगराय (अंगराज)	८. आइवराह (आदिवराह)
९. ईसाण (ईशान)	१०. उद्धव
११. कड्डिल	१२. कल्लाण (कल्याण)
१३. कलिराय	१४. कविराय
१५. कविवच्छल	१६. कुमारिल
१७. गोविंदसामि	१८. गंधराय
१९. चुल्लोह	२०. जयराय
२१. त्रिलोअण (त्रिलोचन)	२२. दामोअर (दामोदर)
२३. मणिराय	२४. माणिक्कराय
२५. माहवसेण (माधवसेन)	२६. मिहर
२७. मेहणाअ (मेघनाद)	२८. रविराय
२९. राम	३०. रोलएव (रोलदेव)
३१. वसंत	३२. वसंतवम्म (वसंतवर्मा)
३३. वसंतसेण	३४. विक्कमराय (विक्रमराज)
३५. विग्गहराय (विग्रहराज)	३६. वैसर
३७. ससिराय	३८. सग्गवम्म (सर्गवर्मा)
३९. सच्चसेण (सत्यसेन)	४०. साहिल्ल
४१. सिरिराय	४२. सिरिवल
४३. सिरिसत्तिय	४४. सुरहिवच्छ (सुरभिवत्स)
४५. हरियुद्ध	४६. हरियाल
४७. हारकुंठ	४८. हाल

केसव, केसवराय, पवरराय (प्रवरराज), पवरसेण (प्रवरसेन), पोट्टिस किंवा बोड्डिस, बहुल्ल, भेच्छल, मीणसामी, सूरण वगैरे आणखीही बरीच नावे आहेत. कित्येकांच्या नावावर एकाहून जास्त 'गाथा' आहेत. एकट्या हालाच्या नावावर कमीतकमी शेचाळीस गाथा असून, ७ वे शतक त्याच्याच नावावर खपते. तरी सातव्या शतकातल्या ९६ व्या गाथे वर सिरिसुंदराचे व ९७ व्या गाथेवर सेहणाआचे नाव असून, सातव्या शतकाचे अखेरीस 'सिरिहाल विरइए' या गाथेत सिरिहाल

असे नाव येते, त्यापक्षी हाल व सिरिहाल हे मूळचे अगदी निराळे असले पाहिजेत. हाल हा कवी असून, सिरिहाल हा संग्रह करणारा असावा. प्रवरसेन नाव आले आहे, त्याचा सेतुबंधाच्या कर्त्याशी संबंध दिसत नाही; कारण, सेतुबंध 'आर्यागीती'त म्हणजे १२, १०, १२, २० अशी ४ पादांमध्ये मात्रांची जमवाजमव झालेल्या वृत्तात रचला गेला आहे.

स्त्री कवी

१. अणुलच्छी	**२.** असुलद्धी	**३.** माहवी	**४.** रेवा
५. रोहा	**६.** वृद्धावई	**७.** ससिप्रभा	

अणुलच्छीच्या नावावर ४, असुलद्धीच्या नावावर २, रेवेच्या नावावर २, राहिलेल्या चौघीपैकी प्रत्येकीच्या नावावर १-मिळून १२ गाथा स्त्रियांच्या नावांवर दिसतात.

प्रत्येक शतकाच्या शेवटी गाथा येते, ती पुढे कोणीतरी केलेली दिसते; कारण ती धरल्यास गाथा ७०७ होऊ पहातात व नाव तर 'सप्तशती' आहे.

इतक्या कवींची नावे आली आहेत, त्यापक्षी एकंदरीत सारस्वत उघड बरेच असले पाहिजे. ७०० गाथा हे वेचे होत; ज्यातून हे वेचे काढले गेले, ते लहानमोठे ग्रंथ असावे-मग ते पद्यमय असोत किंवा पद्ये आत गुंफलेल्या गद्यमय लहानमोठ्या गोष्टी असोत.

संस्कृत कवींनी एकंदरीत जो शृंगारी विचकटपणा माजवलेला दिसतो, त्याचे उदाहरण विदेशी सारस्वतात सापडण्याचा संभव नाही. कालिदासासारख्या कवीने शिवपार्वतीचाही संभोग वर्णन करण्यास कमी केले नाही. काव्यप्रकाश करणाराने 'हे अत्यंत अयोग्य' असा या वर्णनाच्या संबंधी शेरा मारला आहे, तो ठीक आहे. पण 'मी हसते लोका आणि शेंबूड माझ्या नाका' अशी काव्यप्रकाशकाराची स्वत:चीच स्थिती झालेली पाहून अतिशय खेद होतो. 'विपरीतस्ते लक्ष्मीर्ब्रह्माणं दृष्ट्वा नाभिकमलस्थम्' असल्या उदाहणाखेरीज दुसरे उदाहरण काव्यप्रकाशकारास शोधून काढता आले नाही, त्याचे नवल वाटते. कालिदासास ज्या कामाबद्दल ठपकाही मिळतो, तसलेच काम करणाऱ्या कवीचे तसलेच उदाहरण निवडून काढण्यात यावे, इतक्या गोष्टीवरून संस्कृत अलंकारिकांची हवा एकंदरीत किती बिघडवणारी आहे, त्याची थोडी तरी अटकळ परक्यासही करता येण्याजोगी आहे. जर उपास्य मानलेल्या देवांच्या व देवींच्याही गुप्त ठेवण्याजोग्या अवयवांच्या व गोष्टींच्या चिंध्यानचिंध्या करण्यास संस्कृत कवीस व तसली उदाहरणे हुडकून काढण्यास अलंकारिकांस शरम वाटत नाही, तर तुह्मां आह्मांसारख्या बिचाऱ्या मानवी प्राण्यांची कथा काय !!! 'सूक्ष्मा'सारख्या अलंकाराचे 'वक्त्रस्यंदिस्वेदबिंदुप्रबंधैः' सारखे उदाहरण

ज्यास नीट फोड करून शिष्यास शिकवता येते, ते गुरू धन्य होत !!! उत्तम म्हणून जी कविता सादर करण्यात येते, तीत 'निःशेषच्युतचंदनं स्तनतटम' व 'यः कौमारहरः स एव हि वरः' असले उद्‌गार—जार व जारिणी हा अलंकारशास्त्र शिकणारांचा आरंभीचा ओनामा. पहिल्याच शतकांत-

उअ णिच्चलणिप्पंदा भिसिणीपत्तम्मि रेहई बलाआ
णिम्मलमरगअभाअणपरिट्ठीआ संखसुत्तिव्व.
(पश्य निश्चलनिस्पंदा बिसिनीपत्रे राजति बलाका
निर्मलमरकतभाजनपरिस्थिता शंखशुक्तिरिव)

अशी ४ थी गाथा आहे, ती काव्यप्रकाशकाराने उत्तम काव्यांपैकी ठरवून तिचा शिरस्त्याप्रमाणे जार जारिणीशी संबंधही त्याने लावून ठेवला आहे. ही गाथा पोट्टिसाच्या किंवा बोड्डिसाच्या नावावर 'सप्तशती'त आलेली आहे. 'ही पहा कमळिणीच्या पानावर अगदी निश्चळ बसलेली बलाका कशी हिरव्या काचेच्या तबकात ठेवलेल्या शंखाप्रमाणे किंवा शिंपल्याप्रमाणे शोभत आहे.' अलंकाराने खमंगपणा आलेली स्वभावोक्ती उघड झळकत असता, मुद्दाम आडवाटेने जाऊन जारिणीचा उजू किंवा दासीच्या द्वारा जाराशी संबंध लावणाऱ्या काव्यप्रकाशकारास शृंगाराची कावीळ झाली, असे म्हटल्यास अतिशयोक्ती होईलशी वाटत नाही. याप्रमाणे त्या त्या प्रसंगी शृंगाराची कावीळ झालेल्या संस्कृत अलंकारिकांनी जी भलतीच वाट दाखविली, त्या वाटेने प्राकृत ग्रंथावर संस्कृत टीका करणारे भट्ट व शास्त्री डोळे मिटून गेले, ही अंधपरंपरा दांडगी नव्हे काय ? पाचव्या शतकातल्या पाच गाथा पहिल्याने संस्कृत अर्थासहित दाखल करणे जरुरीचे दिसते.

जे णीलभमरभर भग्गगोछआ आसि णइअडुच्छंगे,
कालेण वंजुला पिअवअस्स ते थण्णुआ जाआ
(ये नीलभ्रमरभरभग्नगुच्छका आसन् नदीतटोत्संगे,
कालेन वंजुलाः प्रियवयस्य ते स्थाणवो जाताः 'स्थाणवः'='निष्पत्रशखाः')
वासारत्ते उण्णअपओहरे जोव्वणे व्व वोलीणे,
पढमेक्ककासकुसमं दीसइ पलिअं व धरणीए
(वर्षाकाले उन्नतपयोधरे यौवने इव अपक्रांते,
प्रथमैककाशकुसुमं दृश्यते पलितमिव धरण्याः)
कत्थ गअं रइबिंबम् ? कत्थ पणट्ठाओ चंद ताराओ ?
गअणे वलाअपंत्ति कालो होरं व कड्ढेइ
(कुत्र गतं रविबिंबम? कुत्र प्रनष्टाः चंद्रताराः ?
गगने बलाकापंक्तिं कालो होरामिव कर्षति. 'होरा' = खडूने काढलेली रेघ)

अविरल पडंत णवजलधारारज्जुघडिअं पअत्तेण
अपहत्तो उख्खेत्तुं रसइ व मेहो मही, उवह
(अविरलपतन्नवजलधारारज्जुघटितां प्रयत्नेन
अप्रभवन्नुत्क्षेप्तुं रसतीव मेघो महीम्, पश्यत.)
आवण्णाइँ कुलाइं दोव्विअ जाणंति उण्णइं णेउम्
गोरीअ हिअअणाहो अहवा सालाहणणरिंदो
(आपन्नानि कुलानि द्वावेव जानीत: उन्नतिं नेतुम्,
गौर्या हृदयनाथ : अथवा **शालिवाहननरेंद्र :**)

या गाथांचे अंक अनुक्रमे २२, ३४, ३५, ३६, ६७ असे आहेत. यांच्यापुढे कवींची नावे लिहिलेली दिसत नाहीत. पहिल्या गाथेत काळाच्या महिम्याचे, दुसऱ्या गाथेत शरदऋतूंतल्या पृथ्वीचे, तिसरीत पावसाळ्यातले ढग आलेल्या आकाशाचे, चवथीत गाजणाऱ्या मुसळधारेचे, पाचवीत शालिवाहन राजाच्या उदारपणाचे—असे ५ गाथांमध्ये ५ निरनिराळ्या प्रकाराचे वर्णन करण्यात आले आहे. असल्या सुरेख व सरळ स्वभावोक्तींमध्येही जार जारिणीची स्वप्ने पडणारे संस्कृत टीकाकार नीतीच्या दृष्टीने व खरेपणाच्याही दृष्टीने मोठी भयंकर माणसे होत. नवऱ्याच्या हातून लग्नात दिलेल्या आणभाकेच्या अतिक्रमाचा अपराध झाला असताही, बायकोच्या प्रेमाची शिकस्त दाखविणारी

जेण विणा ण जिविज्जइ, अणुणिज्जइ सो कआवराहो वि;
पत्ते वि णअरदाहे भण कस्स ण वल्लहो अग्गी.
(येन विना न जीव्यते, अनुनीयते स कृतापराधोऽपि;
प्राप्तेऽपि नगरदाहे भण कस्य न वल्लभोऽग्नि:)

ही दुसऱ्या शतकातली ६३ वी **रोहा**बाईची व

जह जह चाएइ पिओ, तह तह णच्चामि चंचले पेम्मे;
वल्ली वलेइ अंगं सहावथद्धे वि रुक्खम्मि.
(यथा यथा वादयति प्रिय:, तथा तथा नृत्यामि चंचले प्रेम्णि;
वल्ली वलयत्यंगं स्वभावस्तब्धेपि वृक्षे)

ही चवथ्या शतकातील चौथी **शशिप्रभा**बाईची—या दोन्ही गाथा मरहट्टी बायकांच्या उपजत स्फूर्तीचे गोड मासले होत. असला शृंगार मन बिघडवणारा नव्हे. मन बिघडवणारा शृंगार 'सप्तशतीत' नाहीसा नाही. पण मुद्दा इतकाच की, बऱ्याच गाथांमध्ये जरी शृंगार बिलकुल नाही, तरी टीकाकार ओढून ताणून जारजारिणी मध्ये घुसवतात.

'सप्तशती'स आज कमीत कमी साडेपंधराशे सोळाशे वर्षे झालेली दिसतात.

या ग्रंथापासून त्या काळातल्या समाजाच्या वगैरे स्थितीचे बरेच दिग्दर्शन होते. अवांतर माहितीही बरीच कळते. कविता करणाऱ्या मरहट्टी स्त्रिया होत्या, ही एक गोष्ट समाधान देणारी आहे. कविता करणाऱ्या स्त्रियांमध्ये कलावंतिणीही असतील, नसतीलशा नाही; कारण कलावंतिणीची संस्था फार जुनाट आहे. तरी **रोहा**बाईच्या व **शशिप्रभा**बाईच्या गाथा कलावंतिणीच्या दिसत नाहीत 'जेण विणा ण जिविज्जइ' असले उद्‌गार कलावंतिणीच्या तोंडून येण्याचा संभव नाही. कलावंतीणही जर 'वसंतसेना' किंवा 'मदनिका' बनली, तर कुलस्त्रियांच्या पंगतीस बसण्याचा अधिकार तीस उघड आला; अर्थातच तिच्या आईच्या किंवा तिच्याच पूर्वीच्या कलावंतीणपणाकडे पुरी डोळेझाक करून तीस कुलस्त्रियांच्या पंगतीस बसू दिले व बसविले पाहिजे. एकीहून जास्त बायका करण्याची चाल या काळी मरहट्टांमध्ये होती, त्यात फारसे नवल नाही. श्रीमंती आली किंवा गर्भश्रीमंती असली, म्हणजे असल्या गोष्टी सहज सुचतात व प्रचारात येतात. इतकेच की, वहिवाट नसली किंवा धर्माची आडकाठी असली, तर बाहेरून किंवा कायद्याच्या दृष्टीने एकच लग्नाची बायको राहून, एकीहून जास्त बायका असतात, त्या आतून किंवा कायद्यास न कळवता असतात. काडी मोडण्याचा संप्रदाय असला, म्हणजेही एकीहून जास्त बायका करून घेण्याची हौस श्रीमंतास किंवा गर्भश्रीमंतास सहज पुरी करून घेता येते. सारांश, दामाजीपंताची स्वारी एकदा देशामध्ये किंवा लोकांमध्ये खेळू लागली म्हणजे एकीहून जास्त बायका करण्याची चाल बाहेरून किंवा आतून तरी-एकंदरीत आत घुसली. तरी महंमदाने पोसण्याची शक्ती असल्यास तीन चार पर्यंत बायका करण्याची परवानगी दिली, ती निराळी. तुर्क लोकांचा बादशहा हजारो बायका करतो. किंवा ठेवतो, ती चाल निराळी. बंगाल्यात 'कुलीन' ब्राह्मणांमध्ये शेकडो बायका करण्याची चाल पडली आहे, तीही पुष्कळ तऱ्हेवाईक भासते. 'सप्तशती'त 'हजार बायकांनी भरलेले हृदय' असे वर्णन एके ठिकाणी आले आहे; पण त्या हजार बायका केलेल्या किंवा ठेवलेल्या नव्हेत, तर एकंदरीत हकीकत फुगवून कोणी कुंटिणीने किंवा कलावंतिणीच्या बटकीने एका जवानमर्दावर लादलेल्या दिसतात.

भाऊबहिणीमध्ये व्याहीविहिणीचा संबंध जडण्याची चाल मरहट्टीमध्ये अंमलात होती. भाचेसंबंध आजही मराठी ब्राह्मणांमध्येही एकंदरीत होत असतो. माध्यंदिन देशस्थांमध्ये मात्र हा संबंध होत नसतो. माध्यंदिन देशस्थांमध्ये आईच्या गोत्राची मुलगी चालत नसल्यामुळे, भाचेसंबंध शक्य नाही. चित्पावनांमध्ये मुंजीच्या प्रसंगी 'मुलगी देतो' म्हणून मामाने मुंज्यास काशीयात्रेपासून परतवण्याची चाल जरी अमलात आहे, तरी ते भाचेसंबंध पुढे करीत नाहीत. ज्यापक्षी मुंजीत वचन देऊन

भाचास परतवण्याची चाल आहे, त्यापक्षी भाचेसंबंध पूर्वी होत असून, पुढे बरी न वाटल्यामुळे ती चाल बंद करण्यात आली, असे विचारी चित्पावनासही कबूल करावे लागेल. माध्यंदिन देशस्थ सोडून बाकीच्या जाती—मग त्या वर्णाने ब्राह्मण असोत, क्षत्रिय असोत वा वैश्य असोत—भाचेसंबंधाची चाल आज चालू असल्यामुळे किंवा तीही पूर्वी चालू होती असे म्हणण्यास पुरावा असल्यामुळे मूळच्या सपिंड ठरतात. माध्यंदिन देशस्थांचा मात्र पिंड मूळचा गुजराथी दिसतो, मराठी दिसत नाही. मराठी लोकांमधला आजचा भाचेसंबंध व मरहट्टांमधला पूर्वीचा भाचेसंबंध या दोहोंमध्ये थोडे अंतर आहे. आजचा भाचेसंबंध मामाच्या मुलीशी होतो, मामाच्या मुलाशी होत नाही. आज चाल आहे ती बहिणीच्या मुलास भावाची मुलगी करण्याची आहे, भावाच्या मुलास बहिणीची मुलगी करण्याची चाल आज नाही. पण पहिल्याच शतकातल्या

अविअण्हपेक्खणिज्जेण तक्खणं मामि तेन दिट्टेण
सिविणअपीएण व पाणिएण तण्हव्विअ ण फिट्टा
(अवितृष्णप्रेक्षणीयेन तत्क्षणं मातुलानि तेन दृष्टेन
स्वप्नपीतेनेव पानीयेन तृष्णैव न भ्रष्टा.)

या ९३ व्या गाथेत मामाच्या मुलावर आपले मन बसल्याची हकीकत नवरी मुलगी मामीस कळवीत आहे. ही गाथा वज्जाच्या नावावर आहे.

माणदुमपरुसपवणस्स मामि सव्वंगणिव्वुइअरस्स
अवऊहणस्स भद्दं रइणाडअपुव्वरंगस्स
(मानद्रुमपरुषपवनस्य मामि सर्वांगनिर्वृतिकरस्य
अवगूहनस्य भद्रं रतिनाटकपूर्वरंगस्य.)

या ४ थ्या शतकातल्या ४४ व्या गाथेत आणखी जास्त पुरावा हवा असल्यास आहे.

मामि हिअअं व पीअं तेण जुवाणेण मज्जमाणाए
ण्हाणहलिद्दाकडुअं अणुसोत्तेजलं पिअंतेण.
मामि हृदयमिव पीतं तेन यूना मज्जंत्या:
स्नानहरिद्राकटुकमनुस्त्रोतोजलं पिबता.)

या ३ ऱ्या शतकातल्या ४६ व्या गाथेतही हीच चाल दाखल करण्यात आली आहे. ही गाथा **बोलएवा**च्या नावावर आहे.

फुट्टंतेण वि हिअएगण **मामि** कह णिव्वरिज्जए तम्मि
आदंसे पडिबिंब व्व जम्मि दुक्खं ण संकमइ.
(स्फुटतापि हृदयेन **मामि** कथं निवेद्यते तस्मिन

आदर्शे प्रतिबिंबमिव यस्मिन् दुःखं न संक्रामति.)

या ३ ऱ्या शतकातल्या ४ थ्या गाथेतही हीच कथा आहे. ही लोक गाथा **रायवग्गा**च्या नावावर आहे. या ज्या ४ गाथा उतरून घेतल्या आहेत, त्यामध्ये १ ली व ३ री या लग्नाच्या पूर्वीच्या असून, २ री व ४ थी या लग्नाच्या नंतरच्या आहेत. १ ली व ३ री या जोडीत नवरी मुलगी मामाच्या मुलास करण्याची आपली तयारी मामीच्या पुढे दर्शवीत आहे. 'जरी वागवणूक एकंदरीत असावी तशी नाही, तरी तुमच्या मुलावरचे माझे प्रेम आहे तसेच आहे.' असे मामीस भाची २ऱ्या गाथेत सांगत आहे. 'तुमचा मुलगा नादान दिसतो, त्याच्याकडे गाऱ्हाणे करण्यापासून फायदा नाही.' असे मामीस सांगण्याचा भाचीचा अभिप्राय चौथ्या गाथेत आहे. १ ल्या व ३ ऱ्या गाथेवरून 'अष्टवर्षा भवेत् कन्या' हे शास्त्र या काळी जन्मलेले नव्हते किंवा या शास्त्राची मातबरी तरी धडधडीत नव्हती. मुली चांगल्या उपवर झालेल्या व प्रौढपणा अंगी आलेल्या असल्या पाहिजेत. आठ दहा वर्षांच्या मुलीस 'लग्न' शब्दाचा अर्थही एकंदरीत कळत नसतो. टीकाकाराच्या दिशेने जाणे असल्यास एकंदरीत 'मामी' तितक्या 'कुंटिणी' किंवा 'कुंटिणी' तितक्या 'मामी' ठरवण्याचा प्रसंग येणार; तो ज्यास बरा वाटेल त्याने खुशाल आणावा, पण तो प्रत्येकाने आणलाच पाहिजे, असा दुराग्रह मात्र धरू नये. हा सर्व प्रकार भाचीसंबंधाचा म्हणजे मामाने भाची आपल्या मुलास करण्याचा झाला. मामा प्रसंगी भाची आपल्या मुलास करी व आपली मुलगी प्रसंगी भाचास देई. भाची आपल्या मुलास केली म्हणजे तीस 'मामी' व 'सासू' हे शब्द पर्याय झाले. मामाकडून मुलगी भाचास देण्यात आली, म्हणजे तीस 'आत्या' व 'सासू' हे शब्द अगदी एक झाले. ६ व्या शतकातल्या

पंजरसारि **अत्ता** ण णेसि कि एत्थ रइघराहितो;
वीसंभजंपिआइं एसा लोआणँ पअडेइ.
'पंजरशाही श्वश्रु न नयसि किं अत्र रतिगृहात्;
विश्रंभजल्पितानि एषा लोकांना प्रकटयति.)

या ५२ व्या गाथेवरून भाचेसंबंधही उघड होत होता. आत्या 'सासू' झालेली असल्याशिवाय तीस 'सासू' शब्द लागू होण्याचा संभव नाही. आज मराठी लोकांमध्ये सासूस 'मामी' शब्द जर दरोबस्त जातींमध्ये लावण्यात येत आहे, जर 'आत्या' शब्द कोणत्याही जातीमध्ये सासूस लावण्यात येत नाही, तर भाचेसंबंधापेक्षा भाचीसंबंध मराठी लोकांमध्ये जास्त प्रचारात होता, अशी बळकट शंका येते. आजही मुलगा आपल्या सासूसासऱ्यास 'मामी-मामा' म्हणतो, ही जशी भाचेसंबंधाची दांडगी निशाणी, तशी आजही मुलगी आपल्या सासूसासऱ्यास 'मामी-मामा' किंवा 'मामीजी-मामाजी' म्हणते, ही भाचीसंबंधाची दांडगी निशाणी; अर्थातच दोन्ही

प्रकारचे संबंध मरहट्टामध्ये म्हणजे मराठी लोकांच्या पूर्वजांमध्ये पूर्वी प्रचारात असले पाहिजेत.

नवरा मुलगा नवरी मुलगीकडे येत असून, ४ थे दिवशी 'चतुर्थीमंगल' झाले म्हणजे पाचवे दिवशी (गा. ४४, शतक ७) नवऱ्या मुलाने आपल्या घराकडे निघण्याचा संप्रदाय दिसतो. नवरी मुलगी न्हाण आलेली (गा. ७९, श. ५) असे, न्हाण येऊ झालेली (गा. ४४, श. ५) असे, न्हाण येण्यास वर्ष दोन वर्षे लागतील, इतक्याही लहान (गा. ८२, श. ४) वयाची असे. पाटाची चाल असली, म्हणजे लहानपणी मुलीचे लग्न करण्याच्या चालीपासून सांगण्यासारखे लोकांचे किंवा देशाचे नुकसान होत नाही. जर पाटाची चाल नाही, तर नऊ दहा वर्षांच्या अर्भकाचे सावधान करण्यासारखी भयंकर चाल मोडून टाकावी, तरच लोकांचे किंवा देशाचे सामाजिक कल्याण होईल. कलावंतिणीच्या मुली किंवा जवान बटकी प्रसंगी आपले कुर्रे व नखरे टाकून देऊन वसंतसेनेप्रमाणे किंवा मदनिकेप्रमाणे (गा. ६, श. ७) कुटुंबात घुसत व घरभरणी किंवा सुघरणी होऊ शकत. 'हसताना दात न दाखवणे, घराबाहेर न पडणे, मान वर न करता पहाणे' ही (गा. २५, श. ६) कुलस्त्रियांची लक्षणे समजत. बांगड्या किंवा चुडे (वलय) ही सौभाग्याची खूण (गा. ३९, श. ६) मानीत व ही सौभाग्याची खूण करणारास किंवा करून भरणारास 'वलयार' म्हणत; अर्थातच जिच्या हातातल्या बांगड्या किंवा चुडे फुटले, ती विधवा झाली. कोणत्यातरी प्रकारे कुंकवाची सौभाग्याच्या व वपनाची वैधव्याच्या लक्षणांमध्ये नोंद झालेली, 'सप्तशती'मध्ये आढळत नाही. नवरा गेल्यास त्याचा धाकटा भाऊ भावजईशी प्रसंगी (गा.३५ श. १) लग्न लावू पाही, अशी चाल पडलेली दिसते. न्हातांना गरती बायका अंगास हळद (गा. ४६, श. ३) लावीत व सोंग घेणाऱ्या बायका उजळपणा किंवा गोरेपणा दिसावा म्हणून तोंडास हरताळ (गा. ९, श. १) फाशीत. प्रसंगी नाटके होत, तेव्हा कलावंतिणी (गा. ५९, श. ३) बायकांच्या सोंगाची बतावणी करीत. बायकोचा शृंगार अंगावर चढवलेल्या पोऱ्याचा उल्लेख 'सप्तशती'त झालेला आठवत नाही. बायकांच्या केसास वासाच्या तेलामुळे किंवा उटण्यामुळे चांगला वास (गा. ७२, श. ६) येत असे. अर्गजा किंवा बुक्का प्रसंगी नवऱ्याच्या अंगास बायका (गा. १२, श. ४) फाशीत व 'गंधोदक' (वासाचे पाणी) ही वापरीत. सणावारी कोमट पाण्यात सुवासिक वस्तू घालून बायकांनी न्हाण्याची (गा. ७९ श.१) चाल असे. अंगाप्रमाणे केसासही बायका हळद लावीत व नंतर (गा. ८०, श. १) फणीने विंचरून फणीच्या दात्यांमध्येही शिरलेले हळदीचे कण काढीत बसत. फणीस 'जालवलय' (जाळीची

बांगडी) शब्द लावलेला आहे. बायका प्रसंगी दारू (गा. ९७, श.१) पीत व दारू जितकी जुनी असेल, तितकी स्वादिष्ट (गा. ९७, श.२) मानीत. आजही दारू पिणाऱ्या लोकांमध्ये दारू जितकी जुनी सापडेल, तितकी तिची वाखाणणी जास्त. ९७ व्या गाथेवरून (श.२) गात्रे ढिली झालेले पुरुष ऐन ज्वानीत आलेल्या किंवा येणाऱ्या मुलीशी लग्न लावून घेत असत. बायकांच्या दागिन्यांमध्ये 'सोन्याचा कमरबंद' असे, त्यास 'कणअडोर' ('कनकदोर'=सोन्याचा दोर) म्हणत व लग्न झालेल्या बायका हा 'कंडोरा' (गा. ११ श. ३) घालीत. या 'कंडोऱ्या'स डाक लावलेला नसे. 'ताप सोसून व पाण्यात बुडून मिळून दोन प्रकारचे तप करतो, तेव्हाच तुझ्या कमरेस स्पर्श करण्याचा अधिकार कंडोऱ्यास येतो' असा या गाथेचा भावार्थ आहे. उन्हाळ्यात ऊन व हिवाळ्यात हीव सोसणे हे एक व्रत समजत व या व्रतास 'सामसवल' (गा. ८५, श.२) म्हणत. रेशीम 'पट्ट' या नावाने (गा. २०, श.६) नावाजले आहे. 'पटव' धातूत व 'पाटाव' शब्दात हा 'पट्ट' शब्द ओळखण्यास सापडतो. याच गाथेवरून रेशीम लुगडे जसे श्रीमंतीचे लक्षण ठरते, तसे 'निळे लुगडे' गरीबीचे लक्षण ठरते. 'निळे' हे 'निळी'ने रंगवलेले असावे. तरी निळा रंग अगदी गरीबीचाच ठरवणे वाजवी होणार नाही; कारण श्रीमंतांच्याही मुली 'निळ्या चोळ्या' (गा. ९५, श.४) घालीत. तांबड्या चोळ्या (गा. ४५, श. ६) व तांबडी पातळेही (गा. ६९, श. ६) येतात. तांबडा रंग ४५ व्या गाथेवरून कुसुंब्याचा ठरतो. पत्राचा आरंभ 'स्वस्ति' शब्द लिहून करीत व लग्नाच्या पूर्वी किंवा नंतरही (गा. ४४, श. ३) बायका नवऱ्यास पत्र लिहीत. हल्ली 'श्री' शब्द लिहून पत्र आरंभण्याची वहिवाट आहे. बांगड्या किंवा चुडे फोडून राहाणाऱ्या विधवा बायका पूर्वीच दाखल झाल्या. सती जाण्याचीही चाल (गा. ३३ श.७) असून, स्मशानात नेल्यावर नवऱ्याचे प्रेत हालून चालू बोलू लागले असेही प्रसंग येत असत. नवऱ्याची मोट जमिनीवर पडून निश्चेष्टपणा बराच वेळ राहिल्यामुळे, त्यास मेलेला समजून स्मशानात नेलेले असावे; व जीव येताच सती जाणाऱ्या बाईस ब्रह्मानंद होणे साहजिकच आहे. 'घ्या, द्या' असे अनेकवचनी बायकांनी नवऱ्यास बोलण्याचा संप्रदाय आज आहे, तो पूर्वीही (गा. १०० श.२) होता. 'गिरिग्राम' शब्दावरून (गा. ३५ व ३६ श. ७) डोंगरावर किंवा डोंगराळ मुलूखात काही दिवस नवराबायकांनी किंवा दोहोंपैकी एकाने हवा खाण्यासाठी म्हणून घालवण्याची चाल पडलेली होती. बायकांस फळीवर चित्रे काढता येत असल्याशिवाय ७ व्या शतकातील ५६ वी गाथा कवीच्या हातून रचण्यात येणे शक्य नाही. बापाचे ऋण मुलाने फेडण्याची (गा. १३, श.२) चाल पुष्कळ जुनाट दिसते.

घराच्या पुढच्या दरवाजावर 'तोरण' असून, त्याच्यावर फुलांच्या माळा

असत, त्यास 'वंदनमालिका' (गा.६२, श.३) म्हणत; व दरवाजापुढे दोन घट ठेवलेले असत, त्यास 'मंगल कलश' (गा. ४०, श.२) म्हणत. भिंतीवर चित्रे काढण्याची चाल (गा. १७, श.३) होती, 'गृहदेवता' म्हणून एक देवीची मूर्ती प्रत्येक घरी असून, तिच्या गळ्यात (गा. ९४, श.२) ताज्या फुलांची माळ रोज पडत असे. 'रहाट' व 'घडी' ही दुक्कल ५ व्या शतकात (गा.९०) आली आहे. माळीण (गा. ९६, श.६) व पाणपोईवरची स्त्री (गा. ६१, श.२) यांचा नखरा नोंदण्यात आला आहे. पाणपोईवर पाणी हाताने पिण्याची चाल दिसते. पक्वानांपैकी 'लाडू' (गा. ४७, श. ७) आलेले आहेत. वासाच्या वनस्पतींमध्ये 'मरवा' (गा. ७७, श.७) जास्त वाखाणला आहे. ६ व्या शतकामधल्या ५५ व्या गाथेत 'गूळ' आलेला असून, ५८ व्या गाथेत 'चणे' आलेले आहेत. ७ व्या शतकामधल्या ८९ व्या गाथेत दळलेले 'साळीचे तांदूळ' आले आहेत. कापसाचे (गा. ६५, श.२), तागाचे (गा. ९, श.१), तिळाचे (गा. ८, श.१) ही पिके जास्त मातब्बरीची दिसतात. कापसाचे पीक उघड वस्त्रासाठी, तिळांचे उघड तेलासाठी, तागाचे दोरीसाठी असेल किंवा वस्त्रासाठीही असेल. वाद्यांमध्ये पखवाज आलेला असून, त्याच्या उजव्या डाव्या बाजू व शाई कायम असेपर्यंत आवाजाचा गोडपणा— यांच्यावर श्लेष करण्यात (गा. ५३, श.३) आला आहे. 'मंगळवारा'ची अनिष्ट वारांमध्ये (गा. ६१, श.३) गणना झाली आहे, त्यावरून 'वार' प्रचारात असले पाहिजेत. सणांमध्ये 'फाल्गुनोत्सव' शब्दांमध्ये (गा. ६९, श.४) शिमगा व धूळ या दोहोंचाही समावेश आहे. आता पुराणातल्या व इतिहासभूगोलातल्या माहितीकडे वळू.

अगदी पहिले व अगदी शेवटचे—अशी दोन मंगलाचरणे महादेवपार्वतीस उद्देशून आहेत. मध्ये (गा. ५१, श.२) लक्ष्मीनारायणासही उद्देशून मंगल केलेले आढळते. ५ व्या शतकांमध्ये ३ ऱ्या गाथेत गणपतीचे मंगलाचरण आहे, ते **पोट्टिस** कवीच्या नावावर आहे. 'सोंडेने समुद्राचे पाणी आत ओढून घेतले, तेव्हा बंद तुटलेल्या वडवाग्नीच्या ज्वाळा आकाश भरून टाकू लागल्या' ही गणपतीची लीला कोणत्या पुराणी व कोणत्या आख्यानात आहे, ते माहीत नाही. 'जो गणपती तरुण पुरुषांनी माझ्या उशाजवळ ठेवला, त्याचीच मी आता म्हातारपणी पूजा करीत आहे.' असे स्त्रीचे बोलणे आत आलेल्या ७२ व्या गाथेचा संबंध (श.४) उच्छिष्ट गणपतीची उपासना करणाऱ्या (प्रकरण १७, **शंकरदिग्विजय** आनंदगिरीचा) वाममार्गी गाणपत्यांशी दिसतो. **यशोदा, कृष्ण** व **गोपी** (गा. ५५, श.७ व गा. ८९, श.१) ही पात्रे नोंदण्यात येऊन, आणखी राधाही नोंदण्यात आली आहे. ८९ व्या गाथेवरून बाकीच्या गोपींप्रमाणे राधा ही लग्न न झालेली एक गोपी ठरते. हीही

गाथा पोट्टिसाच्या नावावर आहे. संस्कृत 'कृष्ण' शब्दाच्या ऐवजी मरहट्टीत 'कण्ह' शब्द वापरलेला आहे, 'कण्हर'शब्द वापरलेला नाही. बळीस वामनाने बांधून टाकले, ही कथा ५ व्या शतकात दोन गाथांमध्ये (६ व २५) दाखल केलेली आहे. कृष्णाच्या शिष्टाईत दुर्योधन भ्याला व भीमाने त्यास लाथ मारली, या २ गोष्टी ५ व्या शतकातल्या ४३ व्या गाथेत येतात. रक्त पिणारे लंकेतले राक्षस ४ थ्या शतकातल्या ११ व्या गाथेत आले आहेत. १ ल्या शतकाच्या ३५ व्या गाथेत राम व लक्ष्मण या दोहोंचीही नावे आहेत.

पंथांपैकी 'कापालिक' पंथातली स्त्री ५ व्या शतकामध्ये ८ व्या गाथेत येते. ४ थ्या शतकामध्ये ८ व्या गाथेत 'तांबडी' वस्त्रे घेतलेले भिक्षु बुद्धाच्या पायी पडतात' असा उल्लेख येतो. याप्रमाणे रक्तांबर बौद्ध येतात, श्वेतांबर किंवा दिगंबर बौद्ध आलेले नाहीत.

राजांपैकी ५ व्या शतकामध्ये जसा ६७ व्यागाथेत **शालिवाहन** आला आहे, तसा ६४ व्या गाथेत **विक्रमादित्य** आला आहे. चंपी केली ती पसंत पडून **विक्रमादित्याने** चंपी करणारास एक लाख रुपये दिल्याच्या गोष्टीस उल्लेखून ६४ वी गाथा रचली आहे.

नद्यांपैकी **गोदा** बरीच झळकते. **नर्मदा** 'नर्मदा' नावाने (गा. ४८, श. ६) व **'रेवा'** नावाने (गा. ७८, श.६) ही आली आहे. **तापी**चेही नाव (गा. ३९, श.३) आलेले आहे. 'यमुना काळी' ही बाब ७ व्या शतकामध्ये ६९ व्या गाथेत प्रसंगास अनुसरून आणली आहे.

पर्वतापैकी **विंध्य** (गा. १६, श. २) आलेला असून, लोकांपैकी विंध्यावरचे 'भिल्ल' किंवा 'कोळी' **पुलिंद** नावाने आलेले आहेत. **विंध्य** पर्वताचे नाव बऱ्याच गाथांमध्ये येते.

याप्रमाणे दाखल करण्यात आलेल्या गोष्टींवरून 'सप्तशती'च्या काळच्या मरहट्टातल्या हवापाण्याच्या स्वरूपाची अटकळ वाचणारास सहज करता येईल. दुसऱ्याही गोष्टी मनन करण्याजोग्या काही आढळतील; पण त्या हुडकून काढण्याचे ओझे वाचणारांवरच लादणे बरे वाटते. अर्थ कसा व किती खोल असतो, भाषा साधी असून कशी व किती गोड असते, त्याचा मासला हवा असल्यास खाली नोंदलेल्या गाथा वाचून पहाव्या म्हणजे खात्री होईल.

शतक १—	३७,३८,३९,४२,४९,६१,८१,९४,९९	एकूण	९
शतक २—	२,३,३४,३५,३६,८६	एकूण	६
शतक ३—	१४,१७,२७,३६,४२,४३,४८,५०,५१		
	५५,६५,६६,६७,७२,८४,८५,८६,९०	एकूण	१८

शतक ४—	३,५,१०,२१,८०,८३	एकूण	६
शतक ५—	१४,२२,२४,२६,५४,९०,९४	एकूण	७
शतक ६—	१२,१५,२६,४१	एकूण	४
शतक ७—	९,६०,७०,७१,८६,९५	एकूण	६
		एकंदरीत	५६

आणखीही सुरेख गाथा आढळतील, आढळणार नाहीतशा नाही. फाजिल शृंगार गाळून टाकल्यास सुरेख वेचे बरेच निघतील व मार्गिकांस चमकवतील.

आता जे 'तद्‌भव, तत्सम' व 'देशी' सप्तशतीमध्ये आले आहेत, त्यांचा कोश करू.

तद्‌भव

'अज्ज'(आज)-गा. १९, श.२, 'आसू' (अश्रू) गा.१३, श.६. 'उठव' (उठव) गा. ९०, श. ४, 'खाण' (खाणे) गा. ६२, श. ७. 'गोस' (सकाळ) गा. ८१, श.४. 'जण्ण' (यज्ञ) गा. २७, श.३. 'जुण्ण' (जुने) गा.९७, श.२. 'तावी' (तापी नदी) गा.३९, श.३, 'दिअर' (दीर) गा. ६९, श.५. 'दीवअ' (दीवा) गा. २२, श. ३. 'देउलअ' (देऊळ) गा. ६४, श.१. 'पडिवआ' (पाडवा) गा. ६९, श.६. 'पाउस' (पाऊस) गा.७० श.१. 'पाणकुडी' (महाराचे घर; पिठा?) गा. २७, श.३. 'पाणिअ' (पाणी) गा. ३६, श.३. 'पार्वती' (पावणारी) गा. ८३, श. ५. 'पिठ्ठ' (पीठ) गा. ८८, श. ४, 'फुट्ट' (फुट) गा. ४ श.३. 'मंजर' (मांजर) गा. ८६ श. ३. 'रण्ण' (रान) गा. २२, रा. र 'लिह' (लिहि) गा. ६, श. ३. 'वार' (वार 'आदितवारा' मधला) गा. ६१, श. ३. 'वीसरिओ' (विसरलेला) गा. ६१ श. ४. 'सई' (सती-पतिव्रता) गा. २८, श. ३ 'सासू' (सासू) गा. ९३, श. ५. 'सूई' (सुई) गा. १, श. ६. 'सोणार' (सोनार) गा. ९१, श. २. 'सोहिरी' (शोभणारी) गा. ११, श. ६.

तत्सम

'अठ्ठी' (हाड) गा. ४, श. २. 'अप्पा' (आत्मा) गा. २, श. ३. 'आंब' (आंबा) गा. १९, श. १. 'उच्छू' (ऊंस) गा. ४१, श. ६. 'एक्कल्ल' (एकटा) गा. १८, श. ७. 'ओठ्ठ' (ओठ) गा. ९२, श. २. 'ओल्ल' (ओले) गा. ९९, श. ३. 'कक्खड' (कर्कश) गा. ८१, श. २. 'कड्डण' (खेचणे) गा. २४, श. ४. 'करवत्त' (कर्वत) गा. ५३, श. २. 'कल्ल' (उद्या) गा. ४६, श. १. 'किणो'

(कां) गा. ८९, श. ३. 'कुडंग' (कुंज) गा. ३२, श.३. 'कोडि' (कोटि) गा. ३, श. १. 'कंठिआ' (कंठी) गा. ७५, श. १. 'क्खस' (अडखळणे) गा. ४४, श. ३. 'खुड्ड' ('खंड'=खुटणे, तोडणे गा. ३७, श. १. 'गुत्थ' (ग्रंथ्'=गुंतणे) गा. ६३, शं. १. 'गुल' (गूळ) गा. ५४, श. ६. 'गोला' (गोदावरी) गा. ३१. श. ३. 'गंठि' (गाठ) गा. ६१, श. ६. 'घड' ('घट्'=घडणे) गा. ७, श. ३. 'घडी' (रहाटाची) गा. ९०, श. ५. 'घर' (घर) गा. ३७, श. ३. 'चणअ (चणा) गा. ५७, श. ६. 'छण' (सण 'दिवाळीच्या सणा'मधला) गा. ६६, श. ५. 'ठेर' (थेरडा) गा. ९७, श. २. 'ठेव' (ठेवणे) गा. ३९, श. ७. 'डक्क' (डसलेला) गा. ३१, श. ६. 'तड' (तड) गा. ५८, श. १. 'थोर' (स्थूल) गा. २८, श. ६ 'दोतिण्णि' शं (दोन तीन) गा. ६, श. ३. 'धूआ' (मुलगी) गा. ९२, ६. 'पास' (पार्श्व=बाजू) गा. ७, श. ७, 'पुठ्ठी' (पाठ) गा. ७४, श. ७, 'पेल्लिअ' (प्रेरित) गा. ७७, श. ६. 'फुक्क' (फू करणे) गा. ७६, श. २. 'बईल्ल' (बैल) गा. ३८, श. ३. 'बीआ' (दुसरा) गा. ९, श. ३. 'भज्जिअ' (भाजलेला) गा. ५७, श. ६, 'भिसिणी' (कमळीण) गा. ४, श. १. 'मइल' (मैल, मळिण) गा. ३४, श. १. 'मज्झआर' (मध्य) गा. ३, श. १. 'मसाण' (मसण) गा. ३६, श. ६, 'मसी' (मस) गा. १३, श. १. 'माड आ' (माता) गा. ८५, श. ३. 'मिलावेई' (मिळवतो) गा. १, श. ४. 'लुक्क' (लीन) गा. ४९, श. १, 'लोण' (मीठ) गा. १६, श. ४. 'वइ' (निवडुंगाची वही) गा. २०, श. ३. 'वच्च' (जाणे) गा. २१, श. १. 'वड' (वड) गा. ९४, श. १. 'व विज्जंती' (वावणारी=पेरणारी) गा. ५८, श. ४. 'वाडी' (वाडी= गळा) गा. ८, श. १. 'वालुआ' (वाळू) गा. ४५, श. ३. 'वेठण' (वेष्टन) गा. २०, श. ३. 'वंक' (वाकडे) गा. २४ श. ५. 'सिप्पी' (शिंपी समुद्रावारची) गा. ६२, श. १. 'सुणअ' (कुत्रा) गा. ३८, श. २. 'सुप्प' (सूप) गा. ५७, श. ६. 'सोण्हा' (सून) गा. ८३, श. ५. 'हलिद्दा' (हळद) गा. ५८, श. १. 'न्हाण' (न्हाणे) गा. ७९, श. १.

देशी

अइरिक्क (एकांत) गा. ८८, श.१. अडअणा (व्यभिचारीण) गा. ९४, श. ३. अत्ता (आत्या) गा. ५७, श. ६. अत्थक्क (आकस्मिक) गा. ७५, श. ७. अप्पाह (शिकवणे) गा. ३२, श. ७ 'उअ' (पहा)-गा. ४, श. १. 'उप्पंग' (समूह) गा. ८५, श. ६, 'उब्भ' (वहाणे)-गा. ९१, श. २. 'उल्लूरण' (कापणे)-गा. ६६, श. २. 'एताहे' (आता)-गा. ३, श. ७. 'ओच्छ' (शाकार)-गा. २१, श. ७. 'ओलिंद' (ओटी) गा. ५४, श. ३. 'कच्छा' (कास) गा. ८४, श. ७. 'करणि'

(सारखेपणा) गा. १००, श. ३ 'करमरी' (बंदीवान स्त्री) गा. ५४. श. १. 'किलिंचिअ' (कळंकीचाबांबू) गा. ८०, श. १. 'कुलंच' (जळणे) गा. २६, श. ५. 'कंजिअ' (कांजी)-गा. ८६, श.३ 'कंदोट्ट' (कमळाचा कांदा) गा. २२, श. ७. 'खुडक्किआ' (रुसून अबोला धरलेली) गा. २६, श. ३. 'खुत्त' (मग्न) गा. २४, श. ४. 'खोक्खा' (खोकणे) गा. ३१, श. ६. 'चक्ख' (चाखणे)-गा. ७१, श. २. 'चिक्खल' (चिक्खल) गा. ६७, श. १. 'चिरडि' (शुभ शब्द) गा. ९१, श. २. 'चुक्क' (चुकणे) गा. ९५, श. २. 'चोज्ज' (चोज) गा. ६, श. ५. 'चंदिल' (न्हावी) गा. ९१, श. ३. 'छज्ज' (शोभणे) गा. ४३, श. ३. 'छल्लि' (साल) गा. १५, श. २. 'छिव' (शिवणे) गा. २१, श. ५. 'छेअ' (छेक-हुशार) गा. ६३, श. १ गा. ७४, श. ३. 'छेप्प' (शेपटी) 'छे छई' (व्यभिचारिण)-गा. १, श. ४. 'जूर' (रागाळणे) गा. १४, श. १. 'झड' (घडणे) गा. ३, श. ३. 'झिज्ज' (झिजणे)-गा. २६, श. ७. 'डुंडुअ' (घांट)-गा. ७२, श. २. डोर (दोर) गा. ११, रा. ३ 'ढक्क' (झाकणे) गा. १४, श. ४. 'णड' 'नाडणे' गा. ७७, श. १. 'णवर' (केवळ) गा. १५, श. १. 'णिडाल' 'कपाळ' गा. २२, श. १. 'णूम' (गुप्त ठेवणे) गा. ९१, श. १. 'तडसी' (तवशी) गा. ३४, श. ६. 'तंति' (चिंता) गा. २, श. १. 'तंबा' (गाय) गा. ६०, श. ५. 'तालूर' (पाण्यातला भोवरा) गा. ३७, श. १. 'तुप्प' (लेप लागणे) गा. २२, श. १. 'दाव' (दाखवणे) गा. ८९, श. ५. 'दुद्दोली' (सोडण्यास कठीण गाठ) गा. ४९, श. २. 'दुप्परिल्ल' (ओढून घेण्यास) कठीण गा. २२, श. २. 'धणिआ' (घरधनीण) गा. ८२, श. ६. 'धारिल्लिआ' (बळकट इच्छा) गा. ६१, श. ७. 'पइरिक्क' (एकान्त) गा. ८८, श. १. 'पक्कल' (फक्कड) गा. १८, श. २. 'पडोघर' (घराचा पाठीमागचा भाग) 'पलोट्ट' (लोटणे) गा. ७०, श. २. 'पाइडी' (पांघरूण) गा. ३८, श. ३. 'पाडी' (रेडकू) गा. ६५ श. १. 'पिट्ट' (पिटणे) गा. ७१, श. २. 'पीलुअ' (पिल्लू) गा. २, श. २. 'पुप्फुआ' (शेणीचा विस्तव) गा. २९, श. ४. 'पुलोघर' (घराचा पाठचा भाग) गा. १३, श. ४. 'पुस' (पुसून टाकणे) गा. ६, श. ३. 'पोट्ट' (पोट) गा. ७१, श. २. 'प्रहेणक' (वायन) गा. २८, श. ४. 'फलही' (कापशी) गा. ६५, श. २. 'फाल' (फाडणें) गा. ९ श. २. 'फिट्ट' (फिटणें) गा. ९३, श. १. 'बाउल्लअ' (बाहुले) 'बोल्ल' (बोलणें) गा. ८१, श. २. 'भिसण' (मिसळणें) गा. १२, श. ४. 'भंड' (भांडणे) गा. ७९, श. ४. 'भुक्क' (भोंकणें) गा. ६२, श. ७. 'भोंडी' (रानडुकरीण) गा. २, श. ५. 'महड' (लहान) गा. ५, श. २. 'मरुवअ' (मरवा) गा. ७७. श. ७. 'मल' (मळणें) गा. ४४ श. ५. 'मामी' (सासू, मामी) गा. ९३, श. १. 'मुणिय' (जांणलेले) गा. ६६, श. ४. 'मोड'

(मोंडणे) गा. ४९, श. ६. 'मंडल' (कुत्रा) गा ६१, श. ७. 'रहट' (रहाट) गा. ९०, श. ५. 'रधन' (रांधणे) गा. १४, श. १. 'रिंछोली' (समूह) गा. २०, श. २. 'रुंद' (रुंद) गा. २, श. ५. 'रुंप' (तासणें, फोडणें) गा. १९, श.२. 'लडह' (प्रौढ) गा.७, श. १. 'लड्डुक' (लाडु) गा. ४१, श. ७. 'लुंबी' (लोंगर) गा. २२, श. ४. 'लेहल' (लंपट) गा. ६१, श. ५. 'वरंडक' (समूह) गा. ३०, श. ७. 'वाउलिआ' (बावडी) गा. २६, श. ७. 'वालंकि' (वाळूकखायाचें). गा. १०, श. १. 'विच्छड्डु' (समूह) गा. ८७, श.४. 'विंच्छह' (ठेवणें) - गा. १, श. ६. 'विज्झा' (विझणें) गा. ३०, श. ५. 'विसूर' (खिन्न होणें) गा. १४, श. ५. 'वेड्डहल' (सुंदर) गा. ९८, श. ६. 'वोडही' (मुलगी) गा. ९२, शं. ४. 'वोलाविअ' (थंड पडलेलें) गा. २१, श. १. 'सअज्जिआ' (शेजारीं) गा. ३६, श. १. 'साउली' (लुगड्याचा पदर) गा. ६९, श. ३. 'सालूरी' (बेडकी) गा. ९१, श. ४. 'साह' (सांग) गा. ८९, श. ५. 'सिप्पिर' (भाताचा पेंडा) गा. ३०, श. ४. 'हलहलअ' (हळहळ) गा. २१, श. १. 'हल्लफल' (वाटलेलें उटणें) गा. ७९, श. १. 'हिंड' (हिंडणें) गा. ३८, श. २. 'हेठ्ठ' (खाली) गा. ६५, श. ४.

'तद्भव' व 'तत्सम' शब्दांमध्ये जे जास्त महत्त्वाचे वाटले, तेच घेतले आहेत. विभक्तीचे व लकारांचे प्रत्यय जसे पूर्वी मरहट्टीच्या लक्षणात दिलेले आहेत, तसेच 'सप्तशती' च्या भाषेत एकंदरीत आढळतात.

१३. प्राकृत भाषांचे व्याकरणकार

मुख्य व्याकरणाचे नाव 'प्राकृतप्रकाश', ते करणाराचे नाव कात्यायन किंवा **वररुची**. पूर्वी जी लक्षणे म्हणून दाखल करण्यात आली आहेत, ती 'प्राकृत प्रकाशा' वरून घेतली आहेत. कात्यायनाच्या मूळसूत्रांवर **भामहा**ची 'मनोरमा' नावाची टीका आहे. मूळसूत्रे टीकेसहीत कावेल (Cowell) साहेबांनी सुरेख छापवली आहेत. शालिवाहनाच्या १२ व्या शतकात **हेमचंद्र** नांवाचा एक जाडा विद्वान जती होऊन गेला, यास जैन हेमाचार्य म्हणतात. यास गुजराथ देशाचा सोळंकी कुळातला **जयसिंह ऊर्फ सिद्धराज** नावाचा राजा होता त्याचा आश्रय (प्राकृत व्याकरणाचे शेवटचे श्लोक पहा) असून, याने आपल्या संस्कृत व्याकरणास पुरवणीदाखल प्राकृत भाषांचे व्याकरण सगळ्या आठव्या अध्यायात जोडले आहे. हेही व्याकरण छापलेले आहे. ज्या कात्यायनाने किंवा वररूचीने पाणिनीच्या सूत्रांवर 'वार्तिके' केली, तो व 'प्राकृतप्रकाश' करणारा, हे एकच समजले जातात. अशोकाचा आजा चंद्रगुप्त याने ज्या नंदापासून गादी मिळविली, त्या नंदाच्या कारकीर्दीत कात्यायन किंवा वररूची झालेला समजतात. शालिवाहन शकाचे पूर्वी ४०० वर्षे किंवा त्या

सुमारास चंद्रगुप्तास अभिषेक झाला, तेव्हा **गुणाढ्याचा**, त्यास आश्रय देणाऱ्या शालिवाहनाचा, नंदाचा व कात्यायनाचा काळ जवळ जवळ एक ठरतो. याप्रमाणे लोकमताने कात्यायन सव्वाबावीस किंवा साडेबावीसशे वर्षाचा ठरतो. 'अच्, ङे, ङसि, ङि, थास्, सिप्, शतृ, शानच्' वगैरे पारिभाषिक शब्द 'प्राकृतप्रकाश' करणाऱ्या कात्यायनाने पाणिनीच्या 'अष्टाध्यायी' तून उचलले आहेत, त्यापक्षी दोन कात्यायन एकच असण्याचा थोडा तरी संभव आहे.

'प्राकृतप्रकाशा' चे १२ परिच्छेद असून, पहिले ९ परिच्छेद **मरहट्टीस** मिळाले आहेत; व १० वा पिशाचीस, ११ वा मागधीस, १२ वा सूरसेनीस -- अशी राहिलेल्या ३ परिच्छेदांची वाटणी करण्यत आली आहे. ग्रंथाच्या ९६ पृष्ठांपैकी ८५ पृष्ठे पहिल्या परिच्छेदांनी घेतलेली असून, १० व्या परिच्छेदास ३, ११ व्यास ४, १२ व्यास ४ अशी राहिलेल्या ११ पृष्ठांची व्यवस्था लागली आहे. ९ व्या परिच्छेदाचे अखेरीस 'शेष: संस्कृतात्' (बाकीचे नियम संस्कृत भाषेतून) असा शेरा मारला आहे, त्यापक्षी कात्यायनाचा मुख्य उद्देश मरहट्टीचा संस्कृताशी मेळ किती आहे तो दाखविण्याचा दिसतो. संस्कृताशी मेळ आहे तो दाखविल्यानंतर, 'समास, तद्धित' वगैरे प्रकरणांची व्यवस्था संस्कृतातल्या त्या त्या प्रकरणावरून लावता येईल; अर्थातच मरहट्टी व संस्कृत या दोहोंमध्ये सारखेपणा पुष्कळ आहे, इतकेच सांगण्याचा कात्यायनाचा अभिप्राय आहे. याप्रमाणे कात्यायनाची दृष्टि - दोहोंमधल्या सारखेपणाकडे गेली. अर्थातच दोहोंमधल्या गैरसारखेपणाकडे कात्यायनाची दृष्टी वळलेली नाही म्हणून ८ व्या परिच्छेदात 'खिद' व 'विसूर' - 'क्रुध' व 'जूर' - 'मृज' व 'सुप', अशा प्रकारे जोड्या उघड गैरसारख्या दिसत असताही, मरहट्टीतले 'विसूर्, जूर्, सुप्' हे तीन धातू संस्कृतातल्या 'खिद, क्रुध, मृज' या तीन धातूंच्या ठिकाणी अनुक्रमे आदेश ठोकण्यात आले. जशी सारखेपणाकडे दृष्टि पोचली, तशी जर गैरसारखेपणाकडेही दृष्टी पोचली असती, तर बरेच परिच्छेद जास्त जोडल्याशिवाय कात्यायनास सुटका नव्हती. जो काळ कात्यायनाचा म्हणून घातला आहे, तो काळ मागधीचा दिसतो. तरी मागधीची निरवानिरव लावण्यास ४ पृष्ठे पुष्कळ झालीं आहेत. याही मुद्याचा विचार करता, कात्यायनाने संस्कृताशी कसा तरी मेळ घालून केवळ सारखेपणाकडे दृष्टी पोचविली व गैरसारखेपणाकडे डोकावलेही नाही, असेच म्हणावे लागते. सारस्वत तर चारही भाषातले कात्यायनाचे काळी बरेच असले पाहिजे. ज्यापक्षी कात्यायनाने चारच भाषांची नावे व लक्षणे दिली आहेत, त्यापक्षी चार भाषांहून जास्त भाषा त्याच्या काळी माहीत नसाव्या. काही पोटभाषा होत्या, अशी क्षणभर कल्पना केली, तरी मुख्य भाषा चारांहून जास्त नसाव्या. कात्यायनाहून जास्त जुनाट प्राकृत भाषांचा व्याकरणकार माहीत नाही.

हेमचंद्र ज्या काळी झाला, तो काळ व कात्यायनाचा काळ या दोहोंमध्ये कमीत कमी पंधरा साडेपंधरा शे वर्षांचे अंतर. हेमचंद्राचे काळी गुजराथी, मराठी या भाषा प्रचारात होत्या, 'प्राकृत' भाषा उठून गेल्या होत्या; अर्थातच हेमचंद्राने उदाहरणे दिली आहेत, ती ग्रंथांतली समजावी लागतात, ती चालत्या बोलत्या भाषेतलीं समजता येत नाहीत. कात्यायनाने मरहट्टीमध्ये 'भू' धातूस 'हो' व 'हुव' ('भुवो होहुवौ' - सू. १, परि. ८) असे दोनच आदेश केले आहेत; पण हेमचंद्र 'हो-हुव' करून, आणखी 'हव' असा ('भुवेर्होहुवहवा:' - सू. ६., पाद ४, अध्याय ८) तिसराही आदेश करतो. काळवशे उच्चारात पालट झाल्यामुळे किंवा लेखकाच्या प्रमादामुळे जे जसे पोथ्यांमध्ये आढळले ते तसेच, अशी कल्पना करून हेमचंद्राने पुढे पाऊल टाकलेले दिसते. मरहट्टी नाव हेमचंद्राने बिलकुल न देता, 'प्राकृत' शब्द मरहट्टीच्या ऐवजी योजून काम केले आहे. सूरसेनीच्या अखेरीस 'शेषं महाराष्ट्रीवत' 'शेषं प्राकृतवत्' असा शेरा मारतो - जसा काय हा जैनांचा गुजराथी आचार्य 'महाराष्ट्र' नावाचा द्वेष करीत होता. हेमचंद्राने 'प्राकृत' भाषेमध्ये अर्थात्च मरहट्टी भाषेमध्ये ----

'अट्ट (आटणे), 'कोक्क' (कोकलणे); 'खउर' (खवमणे); 'घुसल' (घुसळणे); 'घोट्ट' (घोट घेणे); 'चढ' (चढणे), 'चव' (चावटपणा करणे) 'चोप्पड' (चोपडणे); 'छड्डु' (सोडणे); 'डर' (डरणे); 'ढुंढोल' (धुंडणे); 'णिआर' (निहाळणे), 'णिव्वड' (निवडणे); 'थक्क' (थकणे); 'पज्जर' (पचकळपणा करणे); 'पज्झर' (पाझरणे); 'फंस' (फसणे); 'भिड' (भिडणे); 'भुल्ल' (भुलणे, चुकणे); 'वज्जर' (वातरटपणा करणे); 'वडवड' (बडबडणे); 'संघ' (सांगणे); 'सोल्ल' (सोलणे); 'हक्क' (हाकणे); हेही धातू घातले आहेत. दुसरेही बरेच धातू दिले आहेत, पण आजच्या **मराठीशीं** मेळ जास्त पडत असल्यामुळे यांचीच याद मातब्बरी जास्त मानून करण्यात आली आहे. **पिसाची** भाषेचा 'चूलिका' नांवाचा एक पोटभेद देऊन **अपभ्रंश** ही एक अपूर्व भाषा **हेमचंद्राने** दाखविली आहे. हेमचंद्राने ९४ पानांपैकी ७२ पाने 'प्राकृता' स किंवा **मरहट्टीस** देऊन, राहिलेल्या २२ ची दोन **सुरसेनीस**, दोन **मागधीस**, दोन **पिसाचीस**, एक 'चूलिका' **पिसाचीस, १५ अपभ्रंशास**, अशी व्यवस्था केली आहे.

मार्कंडेय नावाच्या ग्रंथकाराने 'प्राकृतसर्वस्व' नावाचे व्याकरण केलें आहे. या व्याकरणाचा उल्लेख 'प्राकृतप्रकाशा' च्या प्रस्तावनेत झालेला आहे. गयत श्रीपाद बाबाजी ठाकूर (दिवाणी सनदी नोकर) यांनी विलायतेस असता 'प्राकृतसर्वस्वा' ची स्वहस्तें लिहिलेली एक नक्कल आपले परम स्नेही 'सर्जनमेजर' **कान्होबा रणछोड कीर्तिकर** यांचे खाजगी ग्रंथभांडारांत आढळली. ज्या मूळग्रंथाची ही

नक्कल आहे, तो कॉवेल साहेबांच्याही म्हणण्यानें फार अशुद्ध लिहिलेला आहे; अर्थातच 'प्राकृतसर्वस्वा' चे महत्त्व जरी आज बरेंच आहे, तरी त्याची शुद्धप्रत आढळत नाहीं, हे दुर्दैव आहे. 'आंवढ्या जगन्नाथाचा मुकुंददेव राजा झाला, त्याचे कारकीर्दीत हा (टीकारूपी) निबंध पुरा झाला' असा शेवटी शेरा आहे. यात **केकय, गौरसेन, पांचाल** असे पिसाचीचे ३ पोटभेद दिले आहेत. **प्राच्य (बंगाली)** भाषा सूरसेनीपासून निघालेली प्राकृत सर्वस्वात होऊन नवीनच आढळते; **आवंती** (माळवी) भाषा मरहट्टी सूरसेनीची मिसळलेली समजून, बाल्हीकी भाषा आवंती... **बाल्हीक** हवा असल्यास पंजाब मानावा; पण हा देश वास्तविक विचार करता पंजाबाच्या पलीकडे होता. आजही **बल्क** शब्दामध्ये बाल्हीक शब्द दृष्टीस पडत आहे. त्यामुळे बाल्हीकीचा पिसाचीशी उजू संबंध असावा, आवंतीशी नसावा, अशी बळकट शंका येते. याप्रमाणे बाल्हीकी, आवंती, प्राच्या या ३ भाषा 'प्राकृतसर्वस्वा' मध्ये जास्त दाखल केलेल्या आढळतात.

ज्याप्रमाणे ७ 'भाषा' दाखल करण्यात आल्या आहेत; त्याप्रमाणे ९ 'विभाषांस' 'प्राकृतसर्वस्वा' मध्ये स्थळ मिळालेले आहे. 'शाकारी, नागर, आभीरी, टाक्वी, शक्की, ओड्री, शाबरी, चांडाली, सिंधी' अशा ९ 'विभाषा' मार्कंडेयाच्या मते आहेत. 'शक्की' हीच हरिश्चंद्राचे मते अपभ्रंश - असे मार्कंडेय म्हणतो. 'आडाणी लोकांच्या भाषा' या अर्थी 'विभाषा' शब्द योजलेला दिसतो. ७ 'भाषा' व ९ 'विभाषा' मिळून १६ 'भाषां' चे व्याकरण मी केले; बाल्हीकी व पांचाली स्वतंत्र न मानल्यास 'भाषा' १४ झाल्या; 'संस्कृत' व 'संकीर्ण' मिळवल्यास 'भाषा' १६ किंवा १४ समजून, कित्येक विद्वान् त्या १८ किंवा १६ समजतात - असा मार्कंडेयाचा सरतेशेवटी लेख आहे.

पहिल्या फुलाच्या पुरवणीच्या उत्तरार्धात **शाक्यभाषा** म्हणून **'शँक'** लोकांची भाषा घातली आहे, ती पिसाचीमधून निघालेली दिसते. नरम व्यंजने हाकवून देऊन त्याच्या ऐवजी कठोर व्यंजने घुसवण्याचा जो शाक्य भाषेचा गुण दृष्टोत्पत्तीस येतो तो पिसाचीमध्ये पूर्णपणे आढळतो. पोट्टिस व बोद्रिस यामध्ये प्रकृती कोणती व विकृती कोणती ते ठरवण्याची जबाबदारी आज मोठी आहे. पहिल्या शब्दाचा देशी 'पोटाशी' व दुसऱ्या शब्दाचा देशी 'बोडाशी' मेळ बसत असल्यास मूळ हुडकताना - जर एकीकडेस आड तर दुसरीकडेस विहीर अशी स्थिति होऊन जाते. संस्कृताच्या पूर्व रूपातला 'पुरुष' व मागधी 'पुलिश' हे दोन्ही शब्द जर उघड अव्युत्पाद्य आहेत, तर रकारास लकाराची विकृती झाली की लकारास रकाराची झाली ती ठरवावयाची कशी ? संस्कृताचे कैवारी 'पुरुष' प्रकृति म्हणणार, मागधीचे कैवारी 'पुलिश' प्रकृती समजणार. संस्कृतातला 'सार' व मराठीतला 'साड' किंवा 'हाड'

हे शब जर उघड अव्युत्पाद्य दिसतात, तर प्रकृतिविकृतिभाव कसा व कोणी ठरवावा ? 'बोड्डिसा' चे 'पोट्टिस' हे पिसाचीचे लक्षण कात्ययनाच्याही मते ठरते. रकाराचा लकार होणे, हे कात्यायनाने मागधीचेच लक्षण दिले आहे, पिसाचीचे दिलेले नाही, तरी 'प्राकृतसर्वस्वा' मध्ये गौरसेने पिसाचीत 'रस्य लो भवेत्',असा नियम घालून 'लुहिलम्' (रुधिरम्) असे उदाहरण दिले आहे. कात्यायनाने 'एश पुलिश, एशि पुलिशी; एशे पुलिशे,' असे मागधीमध्ये तीन प्रकार दाखल केले आहेत, ते तिचे निरनिराळे पोटभेद मानल्याशिवाय गती नाही; तिहींमध्ये 'उशे पुलिशे' हा मुख्य मागधीचा प्रकार असून, राहिलेले २ प्रकार मागधीच्या पोटभेदातले असावे. आज जो मुख्य मराठीचा प्रकार आहे, तो 'मला-चढला' असा असून, 'मेलो-चढलो' हा एका पोटभेदाचा प्रकार आहे. 'तांबडा जोडा' हा जर मुख्य मराठीचा प्रकार, तर 'तांबडो जोडो' हा या पोटभेदाचा प्रकार. पोटभेदांमध्ये 'तांबडा जोडा' असे कानी पडण्याचा संभव नसून, 'तांबडो जोडो' असा ओकारान्त पदांचाच गजर चालू असायचा. त्याचप्रमाणे 'एश पुलिश' म्हणणाऱ्या पोटभेदामध्ये 'एश पुलिश' असे व 'एशि पुलिशि' म्हणणारामध्ये 'एशि पुलिशि' असेच कानी पडायचे. मागधांची सत्ता पूर्वी जशी पसरलेली होती, तशी जर पिसाचांचीही होती, तर मागधीचे पोटभेद जसे होते, तसे पिसाचीचेही असले पाहिजेत. कात्यायनाने संस्कृताशी सारखेपणाकडे मात्र दृष्टी पोचवली, गैरसारखेपणाकडे बिलकुल पोचवली नाही; त्यामुळे जसे पहिलीचे १७ सूत्रात, तसे दुसरीचे १४ सूत्रात काम त्यास जेमतेम उरकून टाकता आले. जे पोटभेद कात्यायनाने दिलेले नाहीत, ते मार्कंडेयाने दिलेले आहेत, असे समजणे वाजवी होईल; मार्कंडेयाने दिलेले पोटभेद स्वकपोलकल्पित मानणे वाजवी होणार नाही. 'बोड्डिस' नाव 'पोट्टिस' करणाऱ्या पोटभेदास मार्कंडेय 'केकया' म्हणतो व हेमचंद्र 'चूलिका' म्हणतो. 'केकया' किंवा 'केकयी' हे नाव उघड केकय देशावरून किंवा लोकांवरून पडले आहे. याप्रमाणे कठोर व्यंजनांनी भरलेला व लकाराने भरलेला - असे पिसाचीचे २ पोटभेद दाखल झालेले आहेत. तिसरा पोटभेद 'पांचाली' हा पांचाल देशावरून किंवा लोकांवरून नावाजलेला दिसतो. पांचालीचे ठळकसे लक्षण 'प्राकृत सर्वस्वा' वरून लक्षात पटले नाही, तेथे निरुपाय आहे. जर पांचाली सकारास हकार करणारी नसली, तर पिसाचीचा आणखी एक चवथा पोटभेद कल्पिल्याशिवाय गती नाही. या ४ थ्या पोटभेदास आपण 'आविस्ती' पिसाची म्हणूं. जेथें संस्कृतात सकार येतो, तेथें आविस्तीत हकार येतो. 'सखा, सह, सेना, स्वम्, स्य (षष्ठीचा प्रत्यय), मनसि-वचसि, असुर' हे शब्द या नियमास अनुसरून 'हरवा, हध, हैना, व्हम्, ह्य, मनहि, वचहि, अहुर' असे होतात. असले ठिकाणी सजातपणाचे नाते शोभेल; प्राकृतिविकृतिभावाची

कल्पना स्वप्नीही नको. संस्कृतात जेथे हकार किंवा जकार आढळतो, तेथे आविस्तीत झकार दृष्टीस पडतो. 'हस्त, हनद, हि, जानु, जात:' हे संस्कृतातले शब्द अविस्तीत अनुक्रमे 'झस्त, झनद, झी, झानु, झादह' असे पहावयास सापडतात. जकाराच्या ठिकाणी झकार किंवा झकाराच्या ठिकाणी जकार होणे हे प्राण घालण्या काढण्यावर अवलंबून असल्यामुळे सजातपणावरच ढकलणे बरे दिसते. पण पूर्वीच्या मजकुराकडे दृष्टी पोचवल्यास, 'झस्त' पूर्वीचा म्हणजे प्रकृति व 'हस्त' नंतरचा म्हणजे विकृति - हीच एक दिशा आहे. झकाराचा तालव्य अंश गळल्यास हकार होणे शक्य आहे; पण हकाराचा झकार होणे शक्य नाही. याप्रमाणे 'हस्त' शब्दासारखे जे शब्द लोकातल्या किंवा वेदांतल्या संस्कृतात येत असतील, ते सगळे अपभ्रंशशास्त्राच्या दृष्टीने विकृती ठरून, 'झस्त' वगैरे आविस्ती भाषेतले शब्द प्रकृती ठरतील. आविस्ती भाषेतले कित्येक शब्द पुष्कळ जुनाट ठरले, तितक्याने आविस्ता तसाच जुनाट ठरला पाहिजेसा नाही. याप्रमाणे पिसाचीच्या एका पोटभेदाच्या पायावर आविस्ती भाषेचे घर उभारले गेले, अशी बळकट शंका येते.

'बाबग' चे पापक' होऊन, पहिल्या पुरुषाच्या सर्वनामात रकाराचे ठिकाणीं लकार घुसावा व 'बहिराम' चे 'वलहलन्' असे रूप व्हावे - हे सगळे खेळ पिसाचीच्या पहिल्या दोन पोटभेदांचे दिसतात. सारांश, पल्हवीचा ऐवज पिसाचीच्या पहिल्या दोन पोटभेदामध्ये एकंदरीत हाती लागावा. सकाराच्या ठिकाणी हकाराची बैठक पल्हवीमध्येही आढळते; पण उदाहरणे आविस्तीमधून आलेली दिसतात, स्वतंत्र असल्यास ती फारच थोडी असतात. 'पल्हव' हा शब्दच पहिल्याने सकारच्या ठिकाणी हकार होऊन पर्सव शब्दापासून निघालेला आहे.

१४. प्राकृत भाषा व संस्कृत नाटके

संस्कृत नाटकांपैकी बराच भाग प्राकृतात असतो, ही गोष्ट महशूर आहे. 'कर्पूरमंजरी' सारखी छोटी नाटके आहेत, त्यांच्यामध्ये संस्कृत बिलकुल नाही, सगळे प्राकृतच प्राकृत. प्राकृताशिवाय नाटक नाही ही गोष्ट लक्षात आणली म्हणजे नाटकास आरंभ झाला, तेव्हा प्राकृत जोरात होते, असे म्हटले पाहिजे. जर सगळीच नाटके प्राकृतात अशीही स्थिती आढळते, जर सगळीच नाटके संस्कृतात अशी स्थिती आढळत नाही, तर 'नाटक' ही चीज मूळची प्राकृतभाषांमधली ठरते, संस्कृतभाषा बोलणारांमधली ठरत नाही. विचार करता 'नट' धातूच आरंभी 'नृत' धातूचा अपभ्रंश दिसतो. एकदा अपभ्रंश मानला की, 'नाचणे' पूर्वीचे ठरून, 'नटणे' नंतरचे ठरले.

नाटके करणारास पूर्वी 'भरत' म्हणत. 'भरतांनी' याच नावाचा एक मुनी

जन्मवला व आपणास त्या मुनीचे वंशज ठरवून घेतले. संस्कृतभाषेत 'नाट्यशास्त्र' म्हणून जे शास्त्र नावाजले आहे, ते भरत मुनींच्या नावावर आहे. भरत मुनींचे नाव कालिदासास माहीत होते. भरत मुनीच्या नावावर खपणारे नाट्यशास्त्र निर्णयसागरामध्ये समग्र छापलेले असून, अध्याय ३७ आहेत व शेवटी 'शांतिर्गोब्राह्मणानां भवतु नरपतिः पातु पृथ्वी समग्राम्' असा एक श्लोक घातला आहे.

या ग्रंथाच्या १७ व्या अध्यायात -

'मागध्यवंतिजा प्राच्या सूरसेन्यर्धमागधी
बाल्हीका दाक्षिणात्या च सप्त भाषाः प्रकीर्तिताः' ४८
'शकाराभीरचांडालशवरद्रविडौड्रजाः
हीना वनेचराणां च विभाषा नाटके स्मृताः' ४९

असे २ श्लोक आले आहेत. पुढच्यापाठच्या मजकुराचा विचार करून, मुळातल्या 'शबरा संचरडो स्मृता' इतक्यांच्या ऐवजी 'शकारा-शबर, डौ, स्मृताः' असे भरून ४९ वा श्लोक देण्यात आला आहे. पुढे -

'गंगासागरमध्ये तु ये देशाः संप्रकीर्तिताः
एकारबहुलां तेषु भाषां तज्ज्ञः प्रयोजयेत्'५८
'विंध्यसागरमध्ये तु ये देशाः श्रुतिमागताः
नकारबहुलां तेषु भाषां तज्ज्ञः प्रयोजयेत्' ५९
'सुराष्ट्रावंतिदेशेषु वेत्रवत्युत्तरेषु च
ये देशास्तेषु कुर्वीत चकारबहुलामिह' ६०
'हिमवत्सिंधुसौवीरान् ये च देशाः (न्?) समाश्रिताः
उकारबहुलां तज्ज्ञस्तेषु भाषां प्रयोजयेत्' ६१
'धर्मण्वतीनदीपारे ये चाऽर्बुदसमाश्रिताः
तकारबहुलां नित्यं तेषु भाषां प्रयोजयेत् ६२

असे ही श्लोक आले आहेत. या श्लोकांचा थोडक्यात उहापोह करूया.

४८ व्यात 'दक्षिणात्या' हा शब्द मरहट्टीच्या ऐवजी मानता येईल; कारण आजही 'दक्षिणी' व 'मराठी' हे शब्द पर्याय झालेले आढळत आहेत. तरी पिसाची भाषा गळली, हे मोठे नवल. भरतामध्ये पिसाची भाषा बोलणारे नव्हते किंवा भरताच्या विद्येचा पिसाचामध्ये फैलावा झालेला नव्हता, अशी काही तरी कल्पना करून निर्वाह करून द्यावा लागतो. पिसाच नव्हेत किंवा पिसाची बोली नव्हती, असल्या कल्पनेत मात्र जीव नाही; कारण जर पिसाच वेदांमध्ये नावाजलेले असून, त्यांच्यामधली विवाहाची पद्धत सूत्रांमध्येही नावाजलेली आहे, तर भरताच्या विद्येचे काली जसे पिसाच असले पाहिजेत, तशी त्यांची भाषाही असली पाहिजे. मार्कंडेयाप्रमाणे

नाट्यशास्त्रही 'भाषा' ७ मानते; इतके की, मरहट्टीबद्दल 'दक्षिणात्या' शब्द घालून, पिसाची भाषा गाळून टाकते व 'अर्धमागधी' नावाची एक नवीन भाषा आत घुसवते. दोहोंची एकवाक्यता करणेच असल्यास 'अर्धमागधी' हा पिसाचीच्या ठिकाणी आदेश ठोकून द्यावा, व काळाकडे दृष्टी बिलकुल न पोचवता भरतमुनीचा मान राखण्यासाठी यत्न करावा. मार्कंडेयाने वापरलेला 'विभाषा' शब्द नाट्यशास्त्रातही आला आहे. आभीरी, ओड्री, शाकारी, शावरी, चांडाली या ५ 'विभाषा' दोन्ही ठिकाणी विराजमान आहेत; मार्कंडेय ज्यापक्षी द्राविडीचा टाक्कीमध्ये समावेश करतो, त्यापक्षी जर टाक्की आहे तर द्राविडी आहेच. याप्रमाणे ६ 'विभाषांचा' मेळ बसतो. ७ वी 'हीना' मात्र मार्कंडेयाने स्पष्ट उल्लेख केलेली नाहीशी वाटते. मागधी भाषा राजांच्या जनानखान्यातले लोक बोलतात; गुलाम, राजपुत्र, व्यापारी अर्धमागधी बोलतात; विदूषक वगैरे पात्रांची भाषा प्राच्य: ग्लांची अवंती... सूरसेनी; झुंजणारे लोक, नगरवासी लोक दाक्षिणात्य बोलणारे, जुगाऱ्यांची भाषा बाल्हीका - असा 'भाषा' बोलणारांचा विभाग नाट्यशास्त्रामध्ये याच अध्यायाच्या ५०, ५१, ५२ या ३ श्लोकात करण्यात आला आहे. सातही भाषा ज्या काळी प्रचारात होत्या, त्या काळी झुंजणाऱ्यांची व नगरवासी लोकांची भाषा दाक्षिणात्या असावी, या गोष्टीचा अभिमान आज 'दक्षिणी' लोकांस जास्त हवा. जनानखान्यातल्यांनी मागधी बोलावी, यात मागधीचा पाणउतारा होतो. खुशमस्कऱ्यांची भाषा प्राच्य, यात प्राच्य भाषेचा मान फारसा रहात नाही. ठक व जुगारी यांच्या भाषा अनुक्रमे माळवी व बाल्हीकी याचीही पायरी वरची ठरवता येत नाही. या ३ भाषांच्या वर अर्धमागधीची पायरी ठरून तिच्याही वर सूरसेनीची पायरी दिसते. दाक्षिणात्या भाषेची पायरी - जर ती भाषा झुंझणारांची व रसिकांची किंवा सुशिक्षितांची, तर - उघड अगदी वरची म्हणावी लागते. ज्या काळी अशा प्रकारचा विभाग करण्यात आला, त्या काळी दक्षिणी लोकांचा मान जिकडे तिकडे पुष्कळ होत असावा. अर्थात्‌च नाटके ज्या काळी जन्मली, तो काळ मागधीच्या किंवा दुसऱ्या कोणत्याही प्राकृत भाषेच्या मानाचा नसून, जर राण्या व त्यांच्या सोबतिणी सूरसेनी बोलत, तर सूरसेनीच्या भाषेच्या मानाचा जास्त होता; व जरी सूरसेनी भाषेचा मान जास्त होता, तरी दाक्षिणात्या भाषेचा मान कोणत्याही प्रकारे कमी झालेला नव्हता. याप्रमाणे सूरसेनीचा मान जास्त असून, दाक्षिणात्या भाषेचा कमी झालेला नव्हता, इतक्या जुनाट काळी 'नाटके' पहिल्याने प्रचारात आली. या काळची 'नाटके' निव्वळ प्राकृत भाषा बोलणाऱ्यांची दिसतात. मूळचा संप्रदाय प्राकृत भाषा बोलणाराचा मानला म्हणजे, मुख्य पुरुष पात्रही मुख्य स्त्री पात्राप्रमाणे सूरसेनी बोलणारे झाले. गाणे, नाचणे, वाजवणे - या तिन्ही कलांचा सत्रांमध्ये निषेध केलेला आहे, त्या पक्षी या तिन्ही

कलांशी यज्ञयागात निरंतर गुंतून गेलेल्या युगांतरच्या ब्राह्मणांचा किंवा क्षत्रियांचा फारसा प्रसंग पडलेला असण्याचा संभव नाही. पुढे या कलांचे प्रस्थ माजून यांनी जशी ब्राह्मणांच्या तशी राजांच्या मुलांवर मोहिनी टाकली; तेव्हा या तिहींशींही मेळ ठेवणाऱ्या नाट्यकलेचेही घोडे पुढे सरसावले व श्रुतीच्याही कैवाऱ्यास नाटके पहावीशी वाटू लागली. या काळी हळूहळू जरी मुख्य पुरुषपात्रे नाटकात संस्कृत बोलणारी झाली, तरी प्राकृत भाषांच्या संबंधाने जो संप्रदाय पडला होता तो एकंदरीत तसाच कायम करण्यात आला. जर मूळची हकीकत अशी नसती व जर पिसाचीच्या किंवा मागधीच्या चलतींत पहिल्यानेच नाटके जन्मास आली असती, तर मुख्य स्त्रीपात्रे पिसाची किंवा मागधी बोलणारी होती. जर विदूषक जातीचा ब्राह्मण व सेनापति जातीचा क्षत्रिय असून प्राकृत बोलतो, तर नाटके जन्मली त्याकाळी प्राकृतचे प्रस्थ बरेच माजलेले असले पाहिजे. जर प्राकृताचे प्रस्थ माजलेले नसते, जर ब्राह्मणांमध्ये कोणीही वेद झुगारून दिले नसते, तर आचरटपणा स्वीकारून व ब्राह्मणांचा किंवा प्रसंगी क्षत्रियांचाही थुंका झेलून पोटगी मिळवण्यास न शरमणारे विदूषकाचे पात्रच न जन्मते.

याप्रमाणे नाट्यशास्त्रात भाषांची संख्या जरी ७ दाखल झालेली आहे, तरी लक्षणे देण्यात आली आहेत, ती पाच भाषांची देण्यात आली आहेत. 'भागीरथी व समुद्र या दोहोंमधल्या प्रदेशात एकार जास्त' असा शेरा मारला आहे, तो ठीक आहे. कात्यायनावरूनही हे मागधीचे एक मोठे लक्षण आहे. पण ७ भाषांपैकी या एका प्रदेशांत मागधी, प्राच्य व अर्धमागधी अशा ३ भाषा संपून जातात. विंध्य व समुद्र या दोहोंमधल्या प्रदेशात नकार जास्त हाही लेख बरोबर दिसतो. अनुनासिक जास्त हे जसे आजही मराठीचे व विशेषेकरून कोकणी मराठीचे लक्षण आहे, तसे मरहट्टीचेही होते. हा उल्लेख दाक्षिणात्या भाषेचा झाला. 'काठेवाड, माळवा, बेटवा नदीच्या पलीकडेस इतके ठिकाणी एकंदरीत चकार जास्त' व 'चंबळ नदीच्या पलीकडेस व आबूचा पहाड... ही दोन्ही लक्षणे पिसाचीची दिसतात. 'हिमालयाकडे सिंधमध्ये, सौवरीमध्ये उकार जास्त' हे लक्षण कात्यायनाच्या दिशेने गेल्यास मागधीच्याच एका पोटभेदास व हेमचंद्राच्या दिशेने गेल्यास 'अपभ्रंशा'स लागते. जर हे मागधीच्या पोटभेदाचे लक्षण मानले, तर याही भाषा मागधी होतील. तकाराच्या ठिकाणी जर दकाराची योजना केली तर मात्र सूरसेनी समजता येईल; नाहीपेक्षा सूरसेनी यातून गळून जाईल अशी समजावी लागेल. सारांश, जरी 'भाषा' ७ दाखल करण्यात आल्या आहेत, तरी एकंदरीत चारच ठरत आहेत.

'साहित्यदर्पणा'तही भाषांचा विभाग कारिका ४३२ आहे. **सूरसेनी, प्राच्या,**

मागधी या प्रकारांची निरवानिरव नाट्यशास्त्रातल्याप्रमाणेच आहे. मरहट्टीवरच्या प्रतीच्या स्त्रियांनी 'गाथां'मध्ये वापरावी असे म्हणून, आवंती भाषा 'साहित्यदर्पण' कार जुगाऱ्यांची ठरवतो. नाट्यशास्त्रातली पदे पाठीपुढे घेण्यात आल्यामुळे जरी 'साहित्यदर्पण' काराची थोडी धांदल झाली आहे, तरी त्याच्या भाषाविभागास एकंदरीत आधार नाट्यशास्त्राचाच दिसतो.

❑

२ पाठ पहिला - पढमो पाढो

वर्णमाला

स्वर

अ आ इ ई उ ऊ ए ओ

व्यंजनें

कवर्ग (कण्ठ्य)	**क्**	**ख्**	**ग्**	**घ्**	**ङ्**
चवर्ग (तालव्य)	**च्**	**छ्**	**ज्**	**झ्**	**ञ्**
टवर्ग (मूर्धन्य)	**ट्**	**ठ्**	**ड्**	**ढ्**	**ण्**
तवर्ग (दन्त्य)	**त्**	**थ्**	**द्**	**ध्**	**न्**
पवर्ग (ओष्ठ्य)	**प्**	**फ्**	**ब्**	**भ्**	**म्**
अन्तस्थवर्ण	**य्**	**र्**	**ल्**	**व्**	
उष्मवर्ण	**स्**				
महाप्राण	**ह्**				
अनुस्वार	**ं**				

संस्कृतातील

(१) ऋ ॠ ऌ ऐ औ हे स्वर,

(२) श् ष् हे उष्मवर्ण, व

(३) **विसर्ग (:)**

ह्याचा प्रयोग प्राकृतात होत नाही.

पहिल्या पाच वर्गांपैकी प्रत्येक वर्गातील पहिल्या चार व्यंजनांना स्पर्श म्हणतात आणि शेवटच्या व्यंजनास अनुनासिक म्हणतात.

प्राकृत जोडाक्षरांची संपूर्ण यादी

अनुनासिक रहित जोडाक्षरे — अनुनासिक-युक्त जोडाक्षरे

क्क	क्ख	ग्ग	ग्घ
च्च	च्छ	ज्ज	ज्झ
ट्ट	ट्ठ	ड्ड	ड्ढ
त्त	त्थ	द्द	द्ध
प्प	प्फ	ब्ब	ब्भ

ङ्क	ङ्ख	ङ्ग	ङ्घ	×
ञ्च	ञ्छ	ञ्ज	ञ्झ	×
ण्ट	ण्ठ	ण्ड	ण्ढ	ण्ण
न्त	न्थ	न्द	न्ध	न्न
म्प	म्फ	म्ब	म्भ	म्म

ल्ल व्व ण्ह न्ह म्ह ल्ह

स्स

ह्या **पन्नास** जोडाक्षरांचे बारकाईने निरीक्षण केल्यास प्राकृत जोडाक्षरांविषयी खालील गोष्टी स्पष्ट होतील :-

१. प्राकृतात जोडाक्षर दोनच व्यंजनाचे असते.

२. एका वर्गातील व्यंजनाचा दुसऱ्या वर्गातील व्यंजनाशी संयोग होऊन जोडाक्षरे होत नाहीत. ह्याप्रमाणे **क् ख् ग् घ् ङ्** ह्या व्यंजनांचा परस्पर संयोग होईल. पण विजातीय वर्गाच्या व्यंजनांशी त्यांचा संयोग व्हायचा नाही.

३. एकाच वर्गातील व्यंजनांच्या परस्पर संयोगावरही पुढील निर्बंध आहेत :-

(A) प्रत्येक वर्गातील पहिल्या आणि तिसऱ्या व्यंजनांची जोडाक्षरे खालीलप्रमाणेच बनली पाहिजेत :-

१) द्वित्व होऊन. जसे - **क्क ग्ग.**

२) पहिल्या व्यंजनाचा दुसऱ्याशी आणि तिसऱ्याचा चौथ्याशी संयोग होऊन. ह्या संयोगात दुसरी आणि चौथी व्यंजने आद्य नसून अन्त्यच असली पाहिजेत. जसे - **क्ख, ग्घ.**

३) स्व-वर्गीय अनुनासिकाशी संयोग होऊन. ह्या संयोगात अनुनासिक आद्यच असले पाहिजे. जसे - **ङ्क ङ्ग**

ह्या निर्बधांमुळे ज्यात एक व्यंजन क आहे अशी जोडाक्षरे **क्क क्ख ङ्क** ही तीनच असू शकतील. त्याच प्रमाणे ज्यात एक व्यंजन **ग्** आहे अशी जोडाक्षरे **ग्ग ग्घ ङ्ग** ही तीनच असू शकतील.

(B) प्रत्येक वर्गातील दुसऱ्या आणि चौथ्या व्यंजनाचे द्वित्व होत नाही.

त्यांची जोडाक्षरे खालील प्रमाणेच बनली पाहिजेत :-

१) दुसऱ्या व्यंजनाचा त्याच वर्गातील पहिल्या व्यंजनाशी आणि चौथ्या व्यंजनाचा त्याच वर्गातील तिसऱ्या व्यंजनाशी संयोग होऊन. ह्या संयोगात दुसरी आणि चौथी व्यंजने आद्य नसून अन्त्यच असली पाहिजेत. जसे - **क्ख ग्घ.**

२) स्व-वर्गीय अनुनासिकाशी संयोग होऊन. ह्या संयोगात अनुनासिक आद्यच असले पाहिजे. जसे - **ङ्ख ङ्घ**

ह्या निर्बधांमुळे ज्यात एक व्यंजन **ख्** आहे अशी जोडाक्षरे **क्ख ङ्ख** ही दोनच असू शकतील. त्याचप्रमाणे ज्यात एक व्यंजन **घ्** आहे अशी जोडाक्षरे **ग्घ ङ्घ** ही दोनच असू शकतील.

४. **ङ्** आणि **ञ्** ही अनुनासिके सोडून बाकीच्या अनुनासिकाचे द्वित्व होते. म्हणजे **ण्ण् न्न् म्म्** ही जोडाक्षरे प्राकृतात चालतात, पण **ङ्ङ् ञ्ञ्** ही चालत नाहीत. **ङ् ञ्** ह्यांचा संयोग स्वरांशीही होत नाही.

५. **ल् व्** ह्या अन्तस्थवर्णाचे द्वित्व होते. जसे - **ल्ल व्व्**. पण **य् र्** ह्या अन्तस्थवर्णाचे द्वित्व होत नाही.

६. **स्** ह्या उष्मवर्णाचे द्वित्व होते. जसे - **स्स्.**

७. एका वर्गातील व्यंजनाचा दुसऱ्या वर्गातील व्यंजनाशी संयोग होऊन जोडाक्षरे होत नाहीत ह्या नियमाला एक अपवाद आहे. **ण् न् म्** ही अनुनासिके आणि **ल्** हा उष्मवर्ण ह्यांचा **ह** शी संयोग होऊन जोडाक्षरे होतात. अशा जोडाक्षरात **ह्** अन्त्यच असला पाहिजे. जसे - **ण्ह न्ह म्ह ल्ह.**

८. महाप्राण **ह** चे द्वित्व होत नाही.

❑

३ ‖‖ **पाठ दुसरा - बिइओ पाढो**

वर्णविकार
प्रास्तविक

१. प्राकृत वैयाकरणांनी प्राकृत शब्दांचे तीन प्रकार केले आहेत: -

१) तद्भव -

ज्यांना वर्णविकारांचे नियम म्हणतात ते नियम संस्कृत शब्दांना लागून जे शब्द बनतात त्यांना **तद्भव** शब्द म्हणतात. जसे - **गृह = गिह**, घर. **पाद = पाय**, पाय, **प्रावृष् = पाउस**, पाउस. **ऋण = रिण**, कर्ज.

२) तत्सम -

जे शब्द संस्कृतात आणि प्राकृतात एकाच स्वरूपात आढळतात त्यांना तत्सम शब्द म्हणतात. जसे - **देव = देव**, देव. **हरिण = हरिण**, हरिण. **फल = फल**, फळ.

३) देशी -

ज्या शब्दांची व्युत्पत्ति संस्कृत शब्दात लावता येत नाही त्यांना **देशी** किंवा **देश्य** शब्द म्हणतात. जसे - **बप्प = बाप**. **नक्क = नाक**. **बोक्कड = बोकड**. प्राकृतात **देशी** शब्दांची संख्या फारशी मोठी नाही.

२. ह्या आणि ह्याच्या पुढील दोन पाठात वर्णविकारांच्या नियमांचे - म्हणजे ज्या नियमांनी संस्कृत शब्दांचे प्राकृत प्रतिशब्द बनतात त्या नियमांचें विवेचन केले आहे. ह्या नियमांचे.

१. स्वरपरिवर्तन,

२. व्यंजनपरिवर्तन, आणि

३. संयुक्तव्यंजनपरिवर्तन

असे तीन भाग केले आहेत.

३. प्रस्तुत पुस्तक केवळ नवशिक्यांकरताच असल्याने त्यात फक्त सामान्य नियम आणि महत्त्वाचे थोडे अपवाद दिले आहेत.*

स्वरांचे आणि अन्त्य विसर्गाचे परिवर्तन

४. **ऋ ॠ ऌ ऐ औ** ह्या संस्कृत स्वरांचा प्राकृतात (उच्चारसौकर्याकरता) लोप झाला असल्याने संस्कृत शब्दांतील ह्या स्वरांचे प्राकृतात काही विकार होतात.

टीप. **ॠ** ह्या स्वराचे अस्तित्व संस्कृतात नाममात्रच आहे.

५. **ऋचे विकार.**

संस्कृत शब्दांतील ऋचे प्राकृतात **अ इ उ रि** असे आदेश होतात.

१) ऋ = अ.

तृण = तण, गवत. **तृष्णा = तण्हा**, तहान. **मृदु = मउ**, मउ. **वृषभ = वसह**, बैल. **मृत्तिका = मट्टिया**, माती. **मृत = मय**, मेलेला. **कृत = कय**, केलेला. **घृत = घय**, तूप. **तृतीय = तइय**, तिसरा. **भृति = भइ**, मजुरी.

२) ऋ = इ.

मातृ = माइ, आई. **ऋषि = इसि**, मुनि. **नृप = निव**, राजा. **मृग = मिग**, हरिण. **गृह = गिह**, घर. **शृंग = सिंग**, शिंग. **दृष्ट = दिट्ठ**, पाहिलेला. **ऋद्धि = इड्ढि**, अभ्युदय, वैभव. **कृश = किस**, कृश, रोड. **शृगाल = सियाल**, कोल्हा. **कृपा = किवा**, दया.

३) ऋ = उ.

प्रावृष् = पाउस, पाउस. **वृद्ध = वुड्ढ**, म्हातारा. **ऋतु = उउ**, ऋतु. **भ्रातृ – घातक** भाउ घायग, भावाचा वध करणारा. **पृच्छ् = पुच्छ**, विचारणे. **स्पृश = फुस**, स्पर्श करणे. **जामातृ-क = जामाउ-य**, जावई. **मृषा = मुसा**, खोटे.

४) ऋ = रि.

ऋण = रिण, कर्ज, **ऋषि = रिसि**, मुनि. **ऋद्धि = रिद्धि**, अभ्युदय, वैभव. **ऋषभ = रिसह**, बैल. **ऋजु = उजु**, सरळ. **ऋद्ध = रिद्ध**, वैभवशाली, संपन्न. **ऋग्वेद = रिउव्वेय**, ऋग्वेद. **ऋक्ष = रिच्छ रिक्ख**, अस्वल.

६. **ऌचा विकार.**

संस्कृत शब्दांतील **ऌ** चा प्राकृतांत **इलि** असा आदेश होतो.

क्लृप्त = किलित्त, कल्पिलेला, योजलेला. **क्लृप्ति = किलित्ति**, कल्पना, योजना.

७. ऐ चे विकार.

संस्कृत शब्दातील **ऐचे** प्राकृतात **ए अइ** असे आदेश होतात.

१) ऐ = ए.

मैत्री = मेत्ती, मैत्री. **सैन्य = सेन्न,** सैन्य. **वैर = वेर,** शत्रुत्व. **वैद्य = वेज्ज,** वैद्य. **शैल = सेल,** पर्वत. **शेवल = सेवल,** शेवाळ. **वैताढ्य = वेयड्ढ,** वैताढ्य पर्वत. **भैषज्य = भेसज्ज,** औषध.

२) ऐ = अइ.

दैवत = दइवय, देव, दैवत. **दैत्य = दइच्च,** दैत्य, राक्षस. **वैर = वइर,** शत्रुत्व. **दैन्य = दईन्न,** दैन्य, विपत्ति. **कैलास = कइलास,** कैलास पर्वत. **वैशाख = वइसाह,** वैशाख महिना. **स्वैरम् = सइरं** स्वच्छंदाने. **ऐश्वर्य = अइसरिय,** वैभव.

८. औचे विकार.

संस्कृत शब्दांतील **औचे ओ अउ** असे आदेश होतात.

१) औ = ओ.

गौर = गोर, गोरा. **औषध = ओसह,** औषध. **पौराण = पोराण,** प्राचीन, जुना. **कौतुक = कोउय,** आश्चर्य, चौकसपणा, जिज्ञासा. **यौवन = जौव्वण,** तारुण्य. **गौतम = गोयम,** विशेषनाम. **सौख्य = सोक्ख,** सौख्य. **लौकिक = लोइय,** संसारी, प्रापंचिक. **कौमुदी = कोमुई,** चन्द्रप्रकाश.

२) औ = अउ.

पौर = पउर, नागरिक. **कौशल = कउसल,** कसब, नैपुण्य. **पौरुष = पउरिस,** मर्दुमकी. **गौरव = गउरव,** मोठेपणा. **मौन = मउण,** मौन.

९. आ ई ऊ ह्या स्वरापुढे संयुक्त व्यंजन असल्यास हे स्वर ऱ्हस्व होतात.

१) आ = अ.

काष्ठ = कट्ठ, लाकूड. **धान्य = धन्न,** धान्य. **नाट्य = नट्ट,** नाच. **आत्मज = अत्तय,** मुलगा.

२) ई = इ.

तीर्थ = तित्थ, तीर्थक्षेत्र. **दीक्षा = दिक्खा,** दीक्षा. **परीक्षा = परिक्खा,** परीक्षा. **तीव्र = तिव्व,** तीव्र. **तीर्ण = तिण्ण,** ओलांडलेला.

३) ऊ = उ.

धूर्त = धुत्त, कावेबाज. **मूर्ख = मुक्ख,** मूर्ख. **पूर्वम् = पुव्वं,** पूर्वी.

ऊर्ध्वम् = उड्ढ, वर.

टीप - ह्या स्वरांवर अनुस्वार असल्यास त्यांचा हाच आदेश होतो.

मालाम् = मालं. नदीम् = नइं. वधूम = वहुं.

१०. पुढे संयुक्त व्यंजन असल्यास **इ उ** ह्या स्वरांचे अनुक्रमे **ए ओ** असे आदेश विकल्पाने होतात.

१) इ = ए.

पिण्ड = पिण्ड पेण्ड, गोळा.

सिन्दूर = सिन्दूर सेन्दूर, शेन्दूर.

२) उ = ओ.

तुण्ड = तुण्ड तोण्ड, तोंड.

पुस्तक = पुत्थय पोत्थय, पुस्तक.

११. पुढे संयुक्त व्यंजन असल्यास **ए ओ** ह्या स्वरांचे अनुक्रमे **इ उ** असे आदेश विकल्पाने होतात.

प्रेक्ष = पेक्ख पिक्ख, पाहाणे.

ओष्ठ = ओट्ठ उट्ठ, ओठ.

१२. संस्कृत शब्दांतील **अ आ इ ई उ ऊ ए ओ** ह्या स्वरांचे अपवादात्मक आदेश आणि स्वरांचे अपवादात्मक आदेश आणि स्वरांचे दुसरे संकीर्ण आदेश प्रस्तुत पुस्तकात विवेचिले नाहीत.

१३. अन्त्य विसर्गाचे विकार.

१) अन्त्य विसर्गाच्या मागे **अ** असल्यास मागील **अ** सह त्या विसर्गाचा **ओ** होतो.

देवः = देवो, देव. **ततः = तओ**, तेव्हा, नंतर. **नरः = नरो** मनुष्य.

२) विसर्गाच्या मागे **अ** शिवाय दुसरा कोणताही स्वर असल्यास त्या विसर्गाचा लोप होतो आणि मागील स्वर **इ** अथवा **उ** असल्यास तो दीर्घ होतो.

देवाः = देवा, देव. **मुनिः = मुणी**, मुनि. **गिरिः = गिरी**, पर्वत. **गुरुः = गुरू**, शिक्षक. **तरुः = तरू**, वृक्ष. **वधूः = वहू**, तरुणी, पत्नी, सून.

टीप - मध्य विसर्गाचे विवेचन संयुक्त व्यंजनात केले आहे.

❑

४ ||| पाठ तिसरा - तइओ पाढो

वर्णविकार असंयुक्त-व्यंजन-परिवर्तन

१४. आद्य, अन्त्य आणि मध्य वर्ण

१) जो वर्ण-स्वर अथवा व्यंजन-शब्दाचा आद्य असतो त्यास **आद्य वर्ण** म्हणतात.

२) जो वर्ण शब्दाच्या अन्ती असतो त्यास **अन्त्य वर्ण** म्हणतात.

३) जो वर्ण आद्य आणि अन्त्य वर्णाच्या मध्ये कोठेही असतो त्यास **मध्य वर्ण** म्हणतात.

टीप - जो वर्ण मध्य अथवा अन्त्य आहे-म्हणजे आद्य नाही त्यास **अनाद्य** म्हणतात.

१५. व्यंजनविकारांच्या (-असंयुक्त व्यंजनविकारांच्या-) नियमांचे

१) आद्य व्यंजनविकार

२) मध्य व्यंजनविकार व

३) अन्त्य व्यंजनविकार

असे तीन भाग केले आहेत.

१६. श् ष् ह्या व्यंजनांचा प्राकृतात अभाव आहे.

१) आद्य असंयुक्त व्यंजने

१७. श् ष् य् ह्या आद्य संस्कृत व्यंजनाचेच फक्त प्राकृतात विकार होतात.

१८. आद्य आणि मध्य श् ष् ह्याचा स् होतो.

१) श् = स्

शरीर = सरीर, देह. **शशिन् = ससि**, चंद्र. **शत = सय**, शंभर. **शब्द = सद्द**, शब्द, आवाज. **शिशु = सिसु**, बालक, मूल. **शाला = साला**, शाळा. **शुद्ध = सुद्ध**, शुद्ध. **शोभा = सोहा**, शोभा. **शिव = सिव**, शिव, देव.

२) **ष् = स्.**

षोडशन् = सोलस, सोळा. **षष्टि = सट्ठि**, साठ. **पुरुष = पुरिस**, पुरुष. **कषाय = कसाय**, मनोविकार. **निकष = निघस**, कसोटीचा दगड, निकष. **विष = विस**, विष.

टीप - १८ व्या परिच्छेदात आद्य आणि मध्य **श् ष्** ह्यांचे विवेचन केले आहे. अन्त्य **श् ष्** ह्यांच्या विकारांना ३० व्या परिच्छेदातील नियम लागतात.

१९. आद्य **य्** चा **ज्** होतो.

युक्त = जुत्त, योग्य. **यथा = जहा**, ज्याप्रमाणे, जसे. **या = जा**, जाणे. **यशस = जस**, कीर्ति. **यज्ञ = जन्न**, यज्ञ. **यम = जम**, मृत्यु. **यान = जाण**, वाहण. **यदि = जइ**, जर. **युवराज = जुवराय**, युवराजा.

२०. काही उपसर्गांच्याही पुढे आलेल्या आद्य **य्** चा **ज्** होतो.

संयम = संजम, आत्म-निग्रह. **संयोग = संजोग**, मीलन, संयोग, **वियुक्त = विजुत्त**, विभक्त, वियुक्त. **अपयशस् = अवजस**, अपकीर्ति.

टीप : काही उपसर्गांपुढे हा आदेश होत नाही.

वियोग = विओग, विरह, ताटातूट

प्रयोजन = पओयण, उपयोग, जरुरी

२१. आद्य व्यंजनांचे अपवादात्मक आदेश प्रस्तुत पुस्तकात विवेचिले नाहीत.

२) मध्य असंयुक्त व्यंजने

२२. मागे अनुस्वार नसल्यास **क् ग् च् ज् त् द् प् य् व्** ह्या मध्य असंयुक्त व्यंजनांचा प्रायः लोप होतो.

अशा व्यंजनाचा लोप होऊन मागे राहिलेला स्वर **अ** अथवा **आ** असल्यास त्या व्यंजनाच्या जागी प्रायः **य्** लिहितात.

लोप झालेल्या अशा व्यंजनाची जागा **यू**ने भरून काढणे ह्यास **यश्रुति** म्हणतात.

१) क्.

जनक = जणय, बाप. **नरक = नारय**, नरक. **सकल = सयल**, सर्व, पूर्ण. **लोक = लोय**, लोक, जग. **दारक = दारय**, मुलगा. **लौकिक = लोइय**, संसारी, प्रापंचिक. **कनक = कणय**, सोने. **गणिका = गणिया**, वेश्या. **अण्डक = अण्डय**, अंडे. **उदक = उदय**, पाणी. **निकुञ्ज = निउञ्ज**, कुंज, लतामंडप.

टीप - अर्धमागधीत क् चा पुष्कळदा ग् होतो.

एक = एग, एक. **कनक = कणग**, सोने. **दारक = दारग**, मुलगा. **उदक = उदग**, पाणी.

२) **ग्**

नगर = नयर, शहर. **मृग = मिय**, हरिण. **सागर = सायर**, समुद्र. **लगुड = लउड**, काठी. **भगिनी = भइणी**, बहीण. **अनुग = अणुय**, अनुयायी. **युगल = जुगल**, जोडी. **छाग = छाय**, बोकड. **राग = राय**, आसक्ति.

टीप - अर्धमागधीत **ग्** पुष्कळदा तसाच राहातो.

अनगार = अणगार, मुनि. **मृग = मिग**, हरिण. **राग = राग**, आसक्ति. **संयोग = संजोग**, मीलन, संयोग. **वियोग = विओग**, विरह, ताटातूट.

३) च्

नीच = नीय, हलका, नीच. **आचार = आयार**, वागणूक, आचार. **वचन = वयण**, शब्द, बोल. **प्रचुर = पउर**, विपुल. **शुचि = सुइ**, शद्ध. **कच = कय**, केस. **काच = काय**, काच. **उपचार = उवयार**, सेवा.

४) ज्

गज = गय, हत्ती. **राजन् = राय**, राजा. **पूजा = पूया**, पूजा. **मनुज = मणुय**, मनुष्य. **परिजन = परियण**, नोकर. **रजत = रयय**, रुप. **प्रजा = पया**, लोक, संतति. **निज = निय**, आपला, स्वताचा. **अज = अय**, बोकड.

५) त्

शत = सय, शंभर. **गीत = गीय**, गाणे **लता = लया**, वेल. **आतप = आयव**, सूर्याचा ताप. **पति = पइ**, नवरा, धनी. **जात = जाय**, उत्पन्न झालेला, जन्मलेला. **मृत = मय**, मेलेला. **यति = जइ**, मुनि. **अतीव = अईव**, अतिशय. **रति = रइ**, सुख.

६) द्

यदि = जइ, जर. **यदा = जया**, जेव्हा. **उपदेश = उवएस**, उपदेश. **गदा गया**, गदा. **प्रसाद = पसाय**, कृपा. **अन्यदा = अन्नया**, एकदा. **इदानीम् = इयाणिं**, आता. **प्रासाद = पासाय**, वाडा. **पाद = पाय**, पाय.

टीप - अर्धमागधीत **द** केव्हा केव्हा तसाच राहातो.

उदक = उदग, पाणी. **उदधि = उदहि**, समुद्र. **उदर = उदर**, पोट.

७) प्

रिपु = रिउ, शत्रु. **निपुण = निउण**, हुशार, निष्णात. **नपुर = नेउर**, वाळा. **त्रपु = तउ**, कथील. **वपु = वउ**, देह.

टीप - पुष्कळदा **प्**चा **व्** होतो.

पाप = पाव, पाप. **शाप = साव**, शाप.

रूप = रूव, सौंदर्य. **कोप = कोव**, राग.

नृप = निव, राजा. **दीप = दीव**, दिवा.

८) य्

मयूर = मऊर*, मोर. **वायु = वाउ**, वारा, हवा. **वियोग = विओग**, विरह, ताटातूट. **प्रिय = प्रिय**, आवडता. **आयुस् = आउ**, आयुष्य. **प्रयोजन = पओयण**, उपयोग, उद्देश. **नैरयिक = नेरइय**, नरकातील प्राणी.

९) व्

लावण्य = लायण्ण, सौन्दर्य. **दिवस = दियस**, दिवस. **निवृत्त = नियत्त**, परतलेला. **दिवा = दिया**, दिवसा. **विनिवृत् = विणियट्ट**, परतणे, निवृत्त होणे.

टीप - पुष्कळदा **व** तसाच राहातो.

देव = देव, देव. **अथवा = अहवा**, किंवा .

विविध = विविह, नानाप्रकारचा. **विवेक = विवेग** विचार. **विवर** = विवर, बीळ.

विवाह = विवाह, विवाह.

२३. मागे अनुस्वार नसल्यास **ख् घ् थ् ध् फ् भ्**, ह्या मध्य असंयुक्त व्यंजनांचा प्राय: **ह्** होतो.

१) ख् = ह

सखी = सही, मैत्रीण. **शाखा = साहा**, शाखा. **सुख = सुह**, सुख. **नख = नह**, नख. **मुख = मुह**, तोंड. **लेख = लेह**, पत्र, लिखाण. **मेखला = मेहला**, कमरपट्टा, कटिबंधन, **प्रमुख = पमुह**, मुख्य.

२) घ् = ह्

मघा = महा, एका महिन्याचे नाव. **मेघ = मेह**, मेघ. **लघु = लहु**. लहान **ओघ = ओह**, प्रवाह, ओघ. **अमोघ = अमोह**, अचूक.

३) थ् = ह्

रथ = रह, रथ. **कथा = कहा**, गोष्ट. **यथा = जहा**, जसे ज्याप्रमाणे. **तथा = तहा**, तसे, त्याप्रमाणे. **नाथ = नाह**, मालक, धनी. **मिथुन = मिहुण**, जोडी. **अनाथ = अणाह**, असहाय, गरीब, परित्यक्त. **कथम् = कहं**, कसे. **यूथ = जूह**, कळप.

४) ध् = ह्

दधि = दहि, दही. **मधु = महु,** मध. **क्रोध = कोह**, राग, क्रोध. **क्षुधा**

---

* **अ** अथवा **आ** ह्या शिवाय दुसऱ्या कोणत्याही स्वराशीं संयोग झालेल्या **य्**चा लोप होऊन फक्त स्वरच राहातो.

= छुहा, भूक. **साधु = साहु**, मुनि. **बधिर = बहिर**, बहिरा. **व्याध = वाह**, शिकारी. **अधुना = अहुणा**, आता. **विविध = विविह**, नानाप्रकारचा.

५) फ् = ह्

मुक्ताफल = मुत्ताहल, मोत्ये. **शफर = सहर**, एक प्रकारचा मासा. **विफल = विहल**, निष्फळ. **द्विरेफ = दुरेह**, भुंगा, भ्रमर. **सफल = सहल**, पूर्ण, सफल.

६) भ् = ह्

सभा = सहा, सभा. **लाभ = लाह**, प्राप्ति. **शोभा = सोहा**, सौंदर्य. **लोभ = लोह**, लोभ. **शुभ = सुह**, मंगल, शुभ. **स्वभाव = सहाव**, स्वभाव. **प्रभा = पहा**, तेज. **नभस् = नह**, आकाश. **प्रभु = पहु**, मालक, धनी.

२४. मागे अनुस्वार नसल्यास **ट् ठ्** ह्या मध्य असंयुक्त व्यंजनांचे अनुक्रमे **ड् ढ्** असे आदेश होतात.

१) ट् = ड्

शाटी = साडी, वस्त्र. **वट = वड**, वडाचे झाड. **घट = घड**, भांडे, घडा. **अटवी = अडवी**, अरण्य. **नट = नड**, नट. **भट = भड**, योद्धा. **नाटक = नाडय**, नाटक. **पट = पड**, वस्त्र.

२) ठ् = ढ्

पाठ = पाढ, धडा. **शठ = सढ**, ठक. **कुठार = कुढार**, कुऱ्हाड. **पादपीठ = पायवीढ**, पद-पाट, पदासन. **पीठ = पीढ**, आसन. **मठ = मढ**, साधूची झोपडी, आश्रम, मठ.

२५. मागे अनुस्वार नसल्यास मध्य असंयुक्त **न् = ण्** होता.

वन = वण, अरण्य. **उद्यान = उज्जाण**, बाग. **ज्ञान = नाण**, ज्ञान. **नयन = नयण**, डोळा. **कानन = काणण**, अरण्य. **कनक = कणग**, सोने. **वदन = वयण**, तोंड. **वचन = वयण**, शब्द, बोल. **अनगार = अणगार**, मुनि. **सेना = सेणा**, सैन्य.

टीप - ण्ण् आणि **न्न्** ह्या संयुक्त व्यंजनाचा प्राकृतातील प्रयोग.

संस्कृतातील संयुक्त व्यंजनात **ण्** असल्यास प्राकृतात **ण्ण्** वापरावा आणि संस्कृतातील संयुक्त व्यंजनात **ण्** नसल्यास प्राकृतात **न्न्** वापरावा.

१) ण्ण्

अरण्य = अरण्ण, रण्ण, अरण्य. **पुण्य = पुण्ण**, पुण्य. **सुवर्ण = सुवण्ण**, सोने.

२) न्न्

कन्या = कन्ना, मुलगी. **संज्ञा = सन्ना**, खूण, संकेत. **प्रतिज्ञा = पइन्ना**, शपथ.

२६. मागे अनुस्वार नसल्यास मध्य असंयुक्त **ब्** चा प्राय: **व्** होतो. केव्हा केव्हा तो तसाच राहातो किंवा त्याचा लोप होतो.

शिबिका = सिविया, पालखी. **कबरी = कवरी**, वेणी. **विबुध = विवुह विबुह विउह**, देव. **शबर = सवर**, पर्वतवासी मनुष्य. **कबन्ध = कवन्ध** कबन्ध, शिरावेगळे धड. **अलाबु = अलावु अलाउ**, एक प्रकारचे फळ.

२७. मध्य **श्** **ष्** ह्याचा **स्** होतो (परिच्छेद १८, पृ. २१-२२)

२८. सामासिक शब्दाच्या दुसऱ्या पदाच्या आद्य असंयुक्त व्यंजनाला

१) आद्य, किंवा

२) मध्य

समजतात.

जेव्हा त्याला मध्य समजतात तेव्हा मध्य असंयुक्त व्यंजनालाही हाच नियम लागतो.

मागे उपसर्ग असलेल्या शब्दांच्या आद्य असंयुक्त व्यंजनालाही हाच नियम लागतो.

राज पुत्र = राय-पुत्त राय-उत्त, राजपुत्र.

दिन-कर = दिण-कर दिण-यर, सूर्य.

सु-जन = सु-जण, सु-ज्यण, चांगला मनुष्य.

परि-जन = परि-जण परि-यण, नोकर.

सु-पुरुष = सु-पुरिस सु-उरिस, चांगला मनुष्य.

२९. मध्य असंयुक्त व्यंजनांचे अपवादात्मक आदेश प्रस्तुत पुस्तकात विवेचिल नाहीत.

३) **अन्त्य असंयुक्त व्यंजने**

३०. प्राकृतात शब्दांच्या अन्ती व्यंजन असत नाही. शब्दांच्या अन्ती फक्त **म्** अनुस्वराच्या रूपात असू शकतो. संस्कृत शब्दातील अन्त्य व्यंजने प्राकृतात खालील रीतीनी नाहीशी होतात.

१) अन्त्य व्यंजनाचा केवळ लोप होतो.

नामन् = नाम, नांव. **तमस् = तम,** अंधार. **पश्चात् = पच्छा,** नंतर. **केसरिन् = केसरि,** सिंह. **आयुस् = आउ,** आयुष्य. **यशस् = जस,** कीर्ति. **रजस् = रय,** धूळ. **यावत् = जाव,** जोपर्यंत. **तावत् = ताव,** तोपर्यंत. **राजन् = राय,** राजा.

२) व्यंजनान्त शब्द पुल्लिंगी असल्यास **अ** आणि स्त्रीलिंगी असल्यास **आ** किंवा **ई** त्याच्या अन्त्य व्यंजनांत मिळवितात.

प्रावृष् = पाऊस, पाउस, **भिषग् = भिसय,** वैद्य. **संपद् = संपया,** संपत्ति, वैभव. **आपद् = आवई,** विपत्ति, संकट. **शरद = सरय,** शरदृतु. **अप्सरस् = अच्छरसा,** अप्सरा. **प्रतिपद् = पाडिवया,** प्रतिपदा. **सरित् = सरिया,** नदी.

टीप - व्यंजनान्त संस्कृत धातूंना प्राकृतात **अ** जोडतात.

हस् = हस, हसणे. **कथ् = कह,** सांगणे. **इष् = इच्छ् = इच्छ**, इच्छिणे. **ग्रह = गृह्ल् = गिण्ह,** घेणे.

३) अव्ययाच्या अन्त्य व्यंजनाचा लोप होतो अथवा त्याचा स्वर **किंवा** अनुस्वार होतो. त्याचा स्वर **आणि** अनुस्वारही होतो.

अन्तर	=	**अन्तो,** आत, मध्ये.
साक्षात्	=	**सक्खं,** स्वत: प्रत्यक्ष.
अधस्	=	**हेट्ठा,** खाली.
सार्धम्	=	**सद्धिं,** सह.
यद्	=	**जं,** कारण.
सम्यक्	=	**सम्मं,** योग्य रीतीने.
ईषत्	=	**ईसि ईसिं,** किंचित्.
असकृत्	=	**असइ असइं,** वारंवार.
मनाक्	=	**मणा मणं मणयं,** किंचित्.
पुनर्	=	**पुण पुणा पुणो,** पुन्हा.

❑

५ पाठ चवथा - चउत्थो पाढो

वर्णविकार (पुढे चालू)
संयुक्त-व्यंजन-परिवर्तन

३१. संयुक्त-व्यंजन आणि त्याचे अवयव :-

मध्ये स्वर न येता दोन किंवा तीन व्यंजने जेव्हा संयुक्त होतात तेव्हा त्या सर्वांस मिळून **संयुक्त व्यंजन** किंवा **जोडाक्षर** म्हणतात.

जोडाक्षरातील प्रत्येक व्यंजनास त्याचा **अवयव** किंवा पद म्हणावे.

प्राकृतात संयुक्त व्यंजन दोनच अवयवाचे असते. संस्कृतात ते तीन अवयवांचेही असते.

उच्चाराच्या क्रमाने जोडाक्षराच्या अवयवांना पहिला, दुसरा अथवा तिसरा असे म्हणतात. **त् स् य्** हे '**तस्य**' चे पहिला, दुसरा आणि तिसरा असे अवयव होत. **प्राप्त** मधील '**प्त**' चे **पृत्** हे पहिला व दुसरा अवयव होत. **उत्पन्न** मधील '**त्प**' चे **त् प्** हे पहिला व दुसरा अवयव होत.

३२. संस्कृतातील संयुक्त व्यंजनांचे दोन विभाग पाडता येतील :-

१) ज्यांचे अवयव एकाच वर्गाचे म्हणजे सजातीय असतात अशी संयुक्त व्यंजने. जसे :- **सज्जन =** गुणी मनुष्य. **चित्त =** मन. **शङ्ख =** शंख. **तुण्ड =** तोण्ड. **ज्ज् त्त् ङ्ख ण्ड्** ह्या संयुक्त व्यंजनांचे दोन्ही अवयव एकाच वर्गाचे आहेत. **ज्ज्**चे दोन्ही अवयव चवर्गाचे आहेत. **त्त्**चे दोन्ही अवयव तवर्गाचे आहेत. ङ्ख्चे दोन्ही अवयव कवर्गाचे आहेत. ण्ड्चे दोन्ही अवयव टवर्गाचे आहेत.

२) ज्यांचे अवयव एकाच वर्गाचे नसून विजातीय असतात अशी संयुक्त व्यंजने. जसे :- **दुग्ध =** दूध. **समुद्र =** समुद्र. **शब्द =** शब्द. **ग्ध् द्र् ब्द्** ह्या संयुक्त व्यंजनांचे अवयव एकाच वर्गाचे नसून विजातीय आहेत. **ग्ध्** मधील **ग्** कवर्गातील आहे पण **ध्** त्या वर्गातील नाही. **द्र्** मधील **द्** तवर्गातील आहे पण **र्** त्या वर्गातील

नाही. **ब्द्** मधील **ब्** पवर्गातील आहे पण **द्** त्या वर्गातील नाही.

३३. पहिल्या विभागाची संयुक्त व्यंजने प्राकृतात चालतात. मात्र त्या बाबतीत पहिल्या पाठात (पृ. ११-१२ वर) सांगितलेले निर्बंध आहेत. संस्कृत शब्दातील अशा सयुक्त व्यंजनाचे प्राकृतात विकार होत नाहीत जसे :-

अन्ध = अन्ध, आंधळा. **आलिङ्गन = आलिङ्गण,** आलिंगन. **ऋद्ध = रिद्ध**, संपन्न. **कञ्चुक = कञ्चुय**, चोळी. **कान्ता = कन्ता**, पत्नी. **छिन्न = छिन्न**, कापलेला. **सिद्धि = सिद्धि**, मोक्ष, सिद्धि.

३४. ण्ह् न्ह् म्ह् ल्ह्, हे अपवाद सोडून दुसऱ्या विभागाची संयुक्त व्यंजने प्राकृतात चालत नाहीत. **दुग्ध पुत्र वाक्य विघ्न** ह्या शब्दांतील संयुक्त व्यंजने पाहा. **ग्ध** ह्या संयुक्त व्यंजनांतील **ग्** आणि **ध्** हे दोन्ही अवयव विजातीय आहेत. त्याच प्रमाणे **त्र** मधील **त** आणि **र, क्य्** मधील **क** आणि **य्** आणि **घ्न्** मधील **घ्** आणि **न्** हे विजातीय आहेत. असली संयुक्त व्यंजने प्राकृतात चालत नाहींत.

३५. (१) ज्यांचे अवयव विजातीय आहेत, आणि

(२) ज्यांचे अवयव सजातीय असूनही जी प्राकृतात निषिद्ध आहेत अशा संस्कृत संयुक्त व्यंजनांना प्राकृत रूप देण्याकरता एक अथवा अधिक रीतींची योजना केली पाहिजे.

संस्कृत संयुक्त व्यंजनांना प्राकृत रूप देण्याकरता योजलेल्या रीती दोन आहेत :-

(अ) समानीकरण आणि **(ब)** स्वरभक्ति.

(अ) समानीकरण

३६. समानीकरण म्हणजे समान करणे, सारखे करणे, एकरूप करणे. संयुक्त व्यंजनाच्या एका अवयवाकडून दुसऱ्याचे समानीकरण होते म्हणजे एक अवयव दुसऱ्याला आपल्या समान किंवा सारखा करतो, त्याला बदलून आपले रूप देतो. तेव्हा प्रस्तुत कार्याकरता समानीकरण म्हणजे संयुक्त व्यंजनाच्या एका अवयवाचा लोप आणि दुसऱ्याचे द्वित्व असे म्हणता येईल. त्याच्या दोन वेगवेगळ्या क्रिया आहेत :-

१) दोन अवयवांतून **एकाचा लोप**, आणि

२) **दुसऱ्याचे द्वित्व.**

पण संयुक्त व्यंजनाच्या दोन अवयवांतून कोणाचा लोप करून मग उरलेल्याचे द्वित्व करावयाचे ? ह्या प्रश्नाचे उत्तर समानीकरणाच्या पुढील नियमाने दिले आहे.

३७. समानीकरणाचा नियम :-

१) समान बल असलेल्यांमध्ये अनुक्रमाने दुसरा असलेल्याचा प्रभाव

पडतो;

२) अ-समान बल असलेल्यांमध्ये अधिक बल असलेल्याचा प्रभाव पडतो.

हेच दुसऱ्या शब्दात असे सांगता येईल :-

१) संयुक्त व्यंजनाचे दोन्ही अवयव समान बलाचे असतील तर अनुक्रमाने दुसरा असेल तो पहिल्याला आपल्या समान करतो. म्हणजेच पहिल्याचा लोप होतो आणि दुसऱ्याचे द्वित्व होते.

२) संयुक्त व्यंजनाचे दोन्ही अवयव समान बलाचे नसतील तर अधिक बलाचा असेल तो कमी बलाचा असलेल्याला आपल्या समान करतो. म्हणजेच कमी बलाचा असेल त्याचा लोप होतो आणि अधिक बलाचा असेल त्याचे द्वित्व होते.

३८. समानीकरणाचा नियम लावण्याकरता बलाच्या उतरत्या क्रमाने संस्कृत व्यंजनांचे खालील विभाग पाडले आहेत :-

स्पर्श (पृ. १०);

अनुनासिकें (ङ् ञ् ण् न् म्);

उष्मवर्ण (श् ष् स्);

अन्तस्थवर्ण (य् र् ल् व्).

स्पर्श व्यंजने सर्वात जास्त बलाची आहेत. अनुनासिके स्पर्शाहून कमी बलाची आणि उष्मवर्ण व अन्तस्थवर्ण ह्यांच्याहून अधिक बलाची आहेत. उष्मवर्ण स्पर्श आणि अनुनासिके ह्यांच्याहून कमी बलाचे आणि अन्तस्थवर्णाहून अधिक बलाचे आहेत. अन्तस्थवर्ण सर्वात कमी बलाचे आहेत. **फ**

ह्या वर्गीकरणात **ह्** बसत नाही. त्याचा एक स्वतंत्रच विभाग आहे (परिच्छेद ६०).

३९. द्वित्वाचे विशेष नियम :- क = ख इत्यादीचे द्वित्व **क्क = ख्ख्** इत्यादी होईल. पण केव्हा केव्हा व्यंजनांचे द्वित्व खालील नियमात सांगितल्याप्रमाणे विशेष होते :-

नियम १. पहिल्या पाच वर्गांपैकी प्रत्येक वर्गातील दुसऱ्या व्यंजनाचे म्हणजे **ख् छ् ठ् थ् फ्** यांचे द्वित्व अनुक्रमे **क्ख् च्छ् ट्ठ् त्थ् प्फ्** असे होते.

नियम २. पहिल्या पांच वर्गांपैकी प्रत्येक वर्गातील चौथ्या व्यंजनाचे म्हणजे **घ् झ् ढ् ध् भ्** ह्यांचे द्वित्व अनुक्रमे **ग्घ् ज्झ् ड्ढ् द्ध् ब्भ्** असे होते.

नियम ३. संयुक्त व्यंजनाचा पहिला अवयव उष्मवर्ण असून त्याचा लोप झाला असेल आणि दुसरा अवयव **क् च् ट् त् प्** असेल तर त्यांचे द्वित्व अनुक्रमे **क्ख् च्छ् ट्ठ् त्थ् प्फ्** असे होते.

टीप - लोप झालेला उष्मवर्ण सामासिक शब्दाच्या पहिल्या पदाच्या अन्ती असल्यास द्वित्वाचा हा विशेष नियम लागत नाही. म्हणजे वरील नियम ३ मध्ये सांगितल्याप्रमाणे **क् च्** इत्यादीचे द्वित्व **क्ख् च्छ्** इत्यादी न होता **क्क् च्च्** इत्यादीच होते.

४०. समानीकरणाचा नियम लावण्याकरता संस्कृत व्यंजनांचे (अ) **अनाद्य** आणि (ब) **आद्य** असे दोन विभाग पाडले आहेत. हा नियम लावण्याच्या बाबतीत मध्य आणि अन्त्य संयुक्त व्यंजनात काहीच फरक नाही. आणि 'अनाद्य' शब्दात 'मध्य' व 'अन्त्य' ह्या दोहोंचा समावेश होतो.

(अ) अनाद्य संयुक्त व्यंजने

४१. समानीकरणाचा नियम कसा लागतो हे पाहण्याकरता (ह् हा एक अवयव असलेली संयुक्त व्यंजने सोडून) सर्व संस्कृत संयुक्त व्यंजने :-

अ) स्पर्शांची एकमेकांशी आणि इतर व्यंजनांशी झालेली संयुक्त व्यंजने :-

१) **स्पर्श + स्पर्श**
२) **स्पर्श + अनुनासिक**
३) **अनुनासिक + स्पर्श**
४) **स्पर्श + उष्मवर्ण**
५) **उष्मवर्ण + स्पर्श**
६) **स्पर्श + अन्तस्थवर्ण**
७) **अन्तस्थवर्ण + स्पर्श**

ब) अनुनासिकांची एकमेकांशी आणि इतर व्यंजनांशी झालेली संयुक्त व्यंजने:-

१) **अनुनासिक + अनुनासिक**
२) **स्पर्श + अनुनासिक** } **अ मधील २ व ३ ची पुनरावृत्ति**
३) **अनुनासिक + स्पर्श** }
४) **अनुनासिक + उष्णवर्ण**
५) **उष्मवर्ण + अनुनासिक**
६) **अनुनासिक + अन्तस्थवर्ण**
७) **अन्तस्थवर्ण + अनुनासिक**

क) उष्मवर्णांची एकमेकांशी आणि इतर व्यंजनांशी झालेली संयुक्त व्यंजने :-

१) **उष्मवर्ण + उष्मवर्ण**

२) स्पर्श + उष्मवर्ण ⎫
३) उष्मवर्ण + स्पर्श ⎭ अ मधील ४ व ५ ची पुनरावृत्ति

४) अनुनासिक + उष्मवर्ण

५) उष्मवर्ण + अनुनासिक

६) उष्मवर्ण + अन्तस्थवर्ण

७) अन्तस्थवर्ण + उष्मवर्ण

ड) अन्तस्थवर्णाची एकमेकांशी आणि इतर व्यंजनांशी झालेली संयुक्त व्यंजने :-

१) अन्तस्थवर्ण + अन्तस्थवर्ण

२) स्पर्श + अन्तस्थवर्ण ⎫
३) अन्तस्थवर्ण + स्पर्श ⎭ अ मधील ६ व ७ ची पुनरावृत्ति

४) अनुनासिक + अन्तस्थवर्ण ⎫
५) अन्तस्थवर्ण + अनुनासिक ⎭ ब मधील ६ व ७ ची पुनरावृत्ति

६) उष्मवर्ण + अन्तस्थवर्ण ⎫
७) अन्तस्थवर्ण + उष्मवर्ण ⎭ क मधील ६ व ७ ची पुनरावृत्ति

४२. पोटभागांसहित वरील चार भागात वर्गीकरण केलेल्या व्यंजनांना समानीकरणाचा नियम कसा लागतो ते आता पाहू. हा नियम निरपवाद कोठे लागतो, कोठे त्यात बदल होतो, कोठे त्याला अपवाद होतात, आणि कोठे तो लागतच नाही अशा सर्व बाबींचा निर्देश यथायोग्य स्थळी केला जाईल.

४३. स्पर्शांची एकमेकांशी आणि इतर व्यंजनांशी झालेली संयुक्त व्यंजने :-

अ) (१) स्पर्श + स्पर्श.

सर्व स्पर्श समान बलाचे असल्याने जेव्हा संयुक्त व्यंजन दोन स्पर्शांचे झालेले असते तेव्हा 'समान बल असलेल्यांमध्ये अनुक्रमाने दुसरा असलेल्याचा प्रभाव पडतो.' ह्या नियमाने त्याचा दुसरा अवयव वर्चस्व पावतो. म्हणजे अशा संयुक्त व्यंजनाच्या पहिल्या अवयवाचा लोप होतो आणि दुसऱ्याचे द्वित्व होते.

द्वित्वाचे विशेष नियम लक्षात ठेवून खालील उदाहरणात हा नियम कसा लागतो ते काळजीपूर्वक पाहावे.

रक्त = रत्त, तांबडा (**क्त् = क** + **त् = ० + त् =त्त**).

क्त् हे संयुक्त व्यंजन दोन स्पर्शांचे बनले असल्याने त्याच्या **क** ह्या पहिल्या अवयवाचा लोप होतो आणि **त्** ह्या दुसऱ्या अवयवाचे द्वित्व होते.

भक्त = भत्त, अत्र. (**क्त् = क् + त् = ० + त् = त्त**).

सप्तन् = सत्त, सात. (**प्त् = प् + त् = ० + त् = त्त**).

सुप्त = सुत्त, झोपलेला. **(प्त् = प् + त् = ० + त् = त्त्).**

उत्पन्न = उप्पन्न, जन्मलेला. **(त्प् = त् + प् = ० + प् = प्प्).**

खड्ग = खग्ग, तरवार. **ड्ग् = ड् + ग = ० + ग् = ग्ग्)**

शब्द = सद्द, शब्द. **(ब्द = ब् + द् = ० + द् = द्द्).**

दुग्ध = दुद्ध, दूध. **(ग्ध = ग् + ध् = ० + ध् = द्ध्).**

वरील सर्व उदाहरणात समानीकरणाचा नियम पूर्णपणे लागतो. असे दिसून येईल.

टीप - काही शब्दांतील संयुक्त व्यंजनांना हा नियम लागत नाही. त्यांना अपवाद समजावे. जसे :- **मुक्त = मुक्क,** सोडलेला, टाकलेला.

४४. अ) (२) स्पर्श + अनुनासिक.

अनुनासिक हा स्पर्शाहून कमी बलाचा असल्याने संयुक्त व्यंजनांत स्पर्शानंतर अनुनासिक आल्यास अनुनासिकाचा लोप होतो आणि स्पर्शाचे द्वित्व होते.

नग्न = नग्ग, नागडा. **(ग्न = ग् + न् = ग् + ० = ग्ग).**

अग्नि = आग्गि, विस्तव, आग.

प्रयत्न = पयत्त, प्रयत्न.

आत्मन् = अत्त, आपण, स्वत:, आत्मा

सपत्नी = सवत्ती, सवत.

ह्या आणि इतर अनेक उदाहरणांत हा नियम पूर्णपणे लागतो. पण त्याला काही अपवादही आहेत.

४५. अ) (३) अनुनासिक + स्पर्श.

संयुक्त व्यंजनात अनुनासिकापुढे स्पर्श आल्यास त्या अनुनासिकाचा

१) अनुस्वार, अथवा

२) संस्कृत शब्दापासून बनलेल्या प्राकृत शब्दातील त्याच्या पुढील स्पर्श ज्या वर्गाचा असेल, त्या वर्गाचे अनुनासिक होते.

अङ्ग = अंग अङ्ग, शरीर, अवयव

चञ्चल = चंचल चञ्चल, चंचळ, अस्थिर.

कण्ठ = कंठ कण्ठ, मान, गळा.

अन्त = अंत अन्त, शेवट.

आरम्भ = आरंभ आरम्भ सुरवात, आरंभ.

पङ्क्ति = पंति पन्ति, ओळ.

सन्ध्या = संझा सञ्झा, संध्याकाळ.

विन्ध्य = विंझ विञ्झ, विन्ध्य पर्वत.

४६. अ) (४) स्पर्श + उष्मवर्ण.

जेव्हा संयुक्त व्यंजनात स्पर्शापुढे उष्मवर्ण येतो तेव्हा त्या दोहोंबद्दल सामान्यत: **च्छ्** हा आदेश होतो, केव्हा केव्हा **क्ख्** होतो. आणि केव्हा केव्हा त्या संयुक्त व्यंजनाचे **क्ख्** आणि **च्छ्** असे दोन आदेश होतात.

अप्सरा = अच्छरा, अप्सरा.

संवत्सर = संवच्छर, वर्ष.

जुगुप्सा = जुगुच्छा, तिरस्कार, वैताग.

क्ष् चा **क्ख्** होतो. केव्हा केव्हा त्याचे **क्ख् च्छ्** असे आदेश होतात. **क्ष = क्ख्.**

रक्ष् = रक्ख, राखणे, संरक्षण करणे.

भिक्षा = भिक्खा, भिक्षा.

शिक्षा = सिक्खा, शिक्षण.

क्ष् = क्ख् च्छ्.

प्रेक्ष् = पेक्ख पेच्छ, पाहाणे.

अक्षि = अक्खि अच्छि, डोळा

त्सचा केव्हा केव्हा **स्स्** होतो.

उत्सुक = उस्सुय, उत्सुक

उत्सव = उस्सव, उत्सव

जेव्हा संयुक्त व्यंजन 'स्पर्श + उष्मवर्ण' असे असते तेव्हा समानीकरणाचा नियम सामान्यत: लागत नाही असे वरील उदाहरणांवरून दिसून येईल.

४७. १) (५) उष्मवर्ण + स्पर्श.

उष्मवर्ण हे स्पर्शाहून कमी बलाचे असल्याने संयुक्त व्यंजनात उष्मवर्णानंतर स्पर्श आल्यास उष्मवर्णाचा लोप होतो आणि स्पर्शाचे द्वित्व होते.

पृ. ३७ वरील नियम ३ मध्ये सांगितल्याप्रमाणे अशा रीतीने मागे उरलेले स्पर्श **क् च् ट् त् प्,** असतील तर त्याचे द्वित्व अनुक्रमे **क्ख् च्छ् ट्ठ् त्थ् प्फ्** असे होते.

पुष्प = पुप्फ, फूल. **(ष्प् = ष् + प् = ० + प् = प्फ्).**

हस्तिन् = हत्थि, हत्ती. **(स्त = स् + त् = ० + त् = त्थ्).**

काष्ठ = कट्ठ, लाकूड.

पश्चात् = पच्छा, नंतर पाठीमागून.

अवस्था = अवत्था, स्थिति, दशा.

उष्मवर्ण सामासिक शब्दाच्या पहिल्या पदाच्या अन्ती असेल तर त्याच्या पुढील **क् च् ट् त् प्** ह्या स्पर्शांचे द्वित्व **क्ख् च्छ् ट्ठ् त्थ् प्फ्,** असे विशेष न होता

क्क च्च् ट्ट त्त् प्प् असे सामान्यच होते.

चतुष्पथ = चउप्पह, चौक.

दुष्कर = दुक्कर, करावयास कठिण.

दुस्तर = दुत्तर, तरून जावयास कठिण.

तपश्चरण = तवच्चरण, तपाचरण.

जेव्हा संयुक्त व्यंजन **'उष्मवर्ण + स्पर्श'** असे असते तेव्हा समानीकरणाचा नियम सामान्यत: लागतो असे वरील उदाहरणांवरून दिसून येईल.

४८. अ) (६) स्पर्श + अन्तस्थवर्ण.

अ) (७) अन्तस्थवर्ण + स्पर्श.

अन्तस्थवर्ण हे स्पर्शांहून कमी बलाचे असल्याने जेव्हा संयुक्त व्यंजन **'स्पर्श + अन्तस्थवर्ण'** अथवा **'अन्तस्थवर्ण + स्पर्श'** असें असतें तेव्हां अन्तस्थवर्णाचा लोप होतो आणि स्पर्शाचे द्वित्व होते.

अ) (६) स्पर्श + अन्तस्थवर्ण.

१) स्पर्श + य्.

शक्य = सक्क, शक्य. **(क्य् = क् + य् = क् + ० = क्क)**

सौख्य = सोक्ख, सुख.

पुज्य = पुज्ज, पूजनीय.

टीप - संयुक्त व्यंजनाचा पहिला अवयव **न्** शिवाय तवर्ग असून दुसरा अवयव **य्** असल्यास प्रथम तवर्गाबद्दल चवर्ग होतो. म्हणजे **त् थ् द् ध्** बद्दल अनुक्रमे **च् छ् ज् झ्** असे आदेश प्रथम होतात.

सत्य = सच्य = सच्च, खरे.

रथ्या = रछ्या = रच्छा, रस्ता.

अद्य = अज्य = अज्ज, आज.

मध्य = मझ्य = मज्झ, मध्य.

येथे समानीकरणाचा नियम किंचित् बदलला आहे.

२) स्पर्श + र्.

तक्र = तक्क, ताक. **(क्र् = क् + र् = क + ० = क्क्).**

उग्र = उग्ग, उग्र.

पुत्र = पुत्त, मुलगा, पुत्र.

मित्र = मित्त, स्नेही.

३) स्पर्श + ल्.

शुक्ल = सुक्क, पांढरा.

विप्लव = विप्पव, संकट.

४) स्पर्श + व्.

पक्व = पक्क पिक्क, पिकलेला. **(क्व् = क् + व् = क् +० = क्क्).**

सत्वरम् = सत्तरं, जलदीने.

अ) (७) अन्तस्थवर्ण + स्पर्श.

१) य् + स्पर्श.

पहिल्या अवयवाच्या ठिकाणी राहून **य्** स्पर्शाशी किंवा **य्** शिवाय दुसऱ्या कोणत्याही व्यंजनाशी संयोग करीत नाही.

२) र् + स्पर्श.

तर्क = तक्क, तर्क. **(र्क = र् + क् = ० + क् = क्क्)**

मूर्ख = मुक्ख, मूर्ख.

स्वर्ग = सग्ग, स्वर्ग.

अर्घ = अग्घ, किंमत.

अर्चन = अच्चण, पूजा.

अर्थ = अत्थ, अर्थ.

अर्ध = अद्ध, अर्धा.

टीप -संयुक्त व्यंजनाचा पहिला अवयव **र्** असून दुसरा अवयव तवर्गाचे कोणतेही व्यंजन असते तेव्हा त्या संयुक्त व्यंजनांचा आदेश होऊन जे संयुक्त व्यंजन बनते त्यातील तवर्गाच्या दोन्ही व्यंजनांबद्दल अनुक्रमाने टवर्गाची व्यंजने केव्हा केव्हा होतात.

वार्ता = वत्ता वट्टा, बातमी.

अर्थ = अत्थ अट्ठ, अर्थ.

अनर्थ = अणत्थ अणट्ठ, संकट.

अर्ध = अद्ध अड्ढ, अर्धा.

३) ल् + स्पर्श

वल्कल = वक्कल, वल्कल. **(ल्क् = ल् + क् = ० + क् = क्क्).**

विकल्प = वियप्प, शंका, तर्क.

शिल्प = शिप्प, कला.

अल्प = अप्प, अल्प.

४) व् + स्पर्श

पहिला अवयव **व्** असून दुसरा अवयव स्पर्श आहे अशी संयुक्त व्यंजने

असत नाहीत.

जेव्हा संयुक्त व्यंजन **'स्पर्श + अन्तस्थवर्ण'** अथवा **'अन्तस्थवर्ण + स्पर्श'** असे असते तेव्हा समानीकरणाचा नियम सामान्यत: लागतो असे ४८ व्या परिच्छेदातील उदाहरणांवरून दिसून येईल.

४९. ब अनुनासिकांची एकमेकांशी आणि इतर व्यंजनांशी झालेली संयुक्त व्यंजने :-

ब) (१) अनुनासिक + अनुनासिक.

अनुनासिके समान बलाची असल्याने जेव्हा संयुक्त व्यंजन दोन अनुनासिकांचे बनलेले असते तेव्हा पहिल्याचा लोप होऊन दुसऱ्याचे द्वित्व होते.

जन्मन् = जम्म, जन्म. (न्म् = न् + म् = ० + म् = म्म).

निम्नगा = निन्नगा, नदी. (म्न् = म् + न् = ० = न् = न्न).

प्रद्युम्न = प्रज्जुन्न, विशेषनाम.

दुसरे अनुनासिक म् असल्यास पहिल्याच लोप करून म्चे द्वित्व न करता पहिल्याचा फक्त अनुस्वारही करता येतो.

पराङ्मुख = परंमुह परम्मुह, परावृत्त, विन्मुख.

दिङ्मुख = दिंमुह दिम्मुह, कोणतीही दिशा, आकाशाचा कोणताही भाग.

षण्मास = छंमास छम्मास, सहा महिन्यांचा काळ.

उन्मूल = उंमूल उम्मूल, उपटणे.

५०. ब) (२) स्पर्श + अनुनासिक   } अ मधील २ व ३ ची पुनरावृत्ति
ब) (३) अनुनासिक + स्पर्श

५१. ब) (४) अनुनासिक + उष्मवर्ण

अनुनासिकानंतर उष्मवर्ण आल्यास अनुनासिकाचा अनुस्वार होतो.

सम् + शुद्धि = संसुद्धि, पूर्ण शुद्धि.

सम् + सर्ग = संसग्ग, संपर्क, संगत.

सम् + सक्त = संसत्त, आसक्त.

५२. ब) (५) उष्मवर्ण + अनुनासिक.

संयुक्त व्यंजनाचा पहिला अवयव उष्मवर्ण असून दुसरा अनुनासिक असल्यास त्यांचा व्यत्यास होतो आणि मग उष्मवर्णाचा ह् होतो.

कृष्ण = कण्ह, विशेषनाम. (ष्ण् = ष् + ण् = ण् + ष् = ण् + ह् = ण्ह).

उष्ण = उण्ह, ऊन.

प्रश्न = पन्ह, प्रश्न.

स्नान = न्हाण, आंघोळ.

ग्रीष्म = गिम्ह, उन्हाळा. (ष्म् = ष् + म् = म् + ष् = म् + ह् = म्ह्)

४ व ५ ह्यातील संयुक्त व्यंजनांपैकी एका अवयवाचा लोप व दुसऱ्याचे द्वित्व होत नसल्याने ह्या संयुक्त व्यंजनांना समानीकरणाचा नियम लागत नाही.

५३. ब) **(६) अनुनासिक + अन्तस्थवर्ण.**

ब) **(७) अन्तस्थवर्ण + अनुनासिक.**

अन्तस्थवर्ण हे अनुनासिकांहून कमी बलाचे असल्याने जेव्हा संयुक्त व्यंजन **'अनुनासिक + अन्तस्थवर्ण'** अथवा **'अन्तस्थवर्ण + अनुनासिक'** असे असते तेव्हा अन्तस्थवर्णाचा लोप होतो आणि अनुनासिकाचे द्वित्व होते.

ब) **(६) अनुनासिक = अन्तस्थवर्ण.**

पुण्य = पुण्ण, पुण्य.

कन्या = कन्ना, मुलगी.

साम्य = सम्म, साम्यता.

नम्रता = नम्मया, विनय.

अन्वेषण = अन्नेसण, शोध.

ब) **(७) अन्तस्थवर्ण + अनुनासिक.**

सुवर्ण = सुवण्ण, सोने. **(र्ण = र् + ण् = ० + ण् = ण्ण्)**

कर्मन = कम्म, कर्म, कृत्य.

धर्म = धम्म, धर्म.

गुल्म = गुम्म, झाडी.

जेव्हा संयुक्त व्यंजन **'अनुनासिक + अन्तस्थवर्ण'** अथवा **'अन्तस्थवर्ण + अनुनासिक'** असते तेव्हा समानीकरणाचा नियम लागतो असे वरील उदाहरणांवरून दिसून येईल.

५४. **क)** उष्मवर्णाची एकमेकांशी आणि इतर व्यंजनांशी झालेली संयुक्त व्यंजने :-

क) (५) उष्मवर्ण + उष्मवर्ण.

एका पुढे एक उष्मवर्ण येऊन संयुक्त व्यंजन झाले असल्यास एकाचा लोप होऊन दुसऱ्याचे द्वित्व होते. द्वित्व झालेल्या उष्मावर्णाचा स्स् होतो.

निश्शरण = निस्सरण, असहाय.

दुश्शासन = दुस्सासण, विशेषनाम.

दुश्शील = दुस्सील, दुराचरणी.

५५. क) **(२) स्पर्श + उष्मवर्ण**
क) **(३) उष्मवर्ण + स्पर्श** } **अ (४) व (५) ह्यांची पुनरावृत्ति**

क) **(४) अनुनासिक + उष्मवर्ण** } **ब (४) व (५) ह्यांची**
क) **(५) उष्मवर्ण + अनुनासिक** } **पुनरावृत्ति**

५६. क) **(६) उष्मवर्ण + अन्तस्थवर्ण.**

क) **(७) अन्तस्थवर्ण + उष्मवर्ण.**

अन्तस्थवर्ण हे उष्मवर्णांहून कमी बलाचे असल्याने जेव्हा संयुक्त व्यंजन **'उष्मवर्ण + अन्तस्थवर्ण'** अथवा **'अन्तस्थवर्ण + उष्मवर्ण'** असे असते तेव्हा अन्तस्थवर्णाचा लोप होऊन उष्मवर्णाचे द्वित्व होते.

क) **(६) उष्मवर्ण + अन्तस्थवर्ण.**

अश्व = अस्स, घोडा. **(श्व् = श् + व् = श् + ० = श्श् = स्स्).**

अवश्यम् = अवस्सं, अवश्य.

मनुष्य = मणुस्स, मनुष्य.

सरस्वती = सरस्सई, सरस्वती, विद्येची देवता.

सहस्र = सहस्स, हजार.

क) **(६) अन्तस्थवर्ण + उष्मवर्ण.**

हर्षण = हस्सण, आनंद, हर्ष.

दर्शन = दस्सण, पाहणे, दाखविणे.

क **(५)** व **(६)** ह्यांच्या बाबतीत समानीकरणाचा नियम लागतो असे वरील उदाहरणावरून दिसून येईल.

टीप - जेव्हा संयुक्त व्यंजन -

उष्मवर्ण = उष्मवर्ण	क (१)
उष्मवर्ण = अन्तस्थवर्ण	क (६)
अन्तस्थवर्ण = उष्मवर्ण	क (७)

असे असते तेव्हा त्याच्या एका अवयवाचा लोप होऊन मागे राहिलेल्या उष्मवर्णाचे (परिच्छेद ५४ व ५६ ह्यांमध्ये सांगितल्याप्रमाणे) द्वित्व होते. पण केव्हा केव्हा अशा रीतीने मागे राहिलेल्या उष्मवर्णाचे द्वित्व न होता त्याच्या पाठीमागील स्वर ऱ्हस्व असल्यास तो दीर्घ होतो.

निश्शारण = नीसरण	क (१)
दुश्शासन = दूसासण	क (१)
अश्व = आस	क (६)
मनुष्य = मणूस	क (६)
हर्ष = हास	क (७)

५७. ड) अन्तस्थवर्णाची एकमकांशी आणि इतर व्यंजनांशी झालेली संयुक्त व्यंजने :-

ड) **(१) अन्तस्थवर्ण + अन्तस्थवर्ण.**

संयुक्त व्यंजन दोन अन्तस्थवर्णांचे बनलेले असते तेव्हा कमी बलाचा असेल त्याचा लोप होतो आणि अधिक बलाचा असेल त्याचे द्वित्व होते. ल व य र असे उतरत्या क्रमाने अन्तस्थवर्णाचे बल ठरविले आहे.

मूळच्या किंवा गौण य्य् चा ज्ज् होतो.

मूल्य = मुल्ल, किंमत. (ल्य = ल + य = ल + ० = ल्ल)

दुर्लभ = दुल्लह, मिळविण्यास कठिण. (र्ल = र + ल = ० + ल = ल्ल)

सर्व = सव्व, सर्व. (र्व = र + व् = ० + व् = व्व्)

काव्य = कव्व, काव्य. (व्य् = व् +य् =व + व्व्)

कार्य = कज्ज, काम, कर्तव्य. (र्य् = र् + य् = ० + य् = य्य् = ज्ज्)

आर्य = अज्ज, सन्माननीय.

शय्या = सेज्जा, बिछाना.

साहाय्य = साहज्ज साहेज्ज, मदत

५८.

ड) **(२) स्पर्श + अन्तस्थवर्ण** ड) **(३) अन्तस्थवर्ण + स्पर्श**	**अ (६) व (७) ह्यांची पुनरावृत्ति**
ड) **(४) अनुनासिक + अन्तस्थवर्ण** ड) **(५) अन्तस्थवर्ण + अनुनासिक**	**ब (६) व (७) ह्यांची पुनरावृत्ति**
ड) **(६) उष्मवर्ण + अन्तस्थवर्ण** ड) **(७) अन्तस्थवर्ण + उष्मवर्ण**	**क (६) व (७) ह्यांची**

पुनरावृत्ति

५९. परिच्छेद ४१ (पृ. ३८) मध्ये संयुक्त व्यंजनांचे वर्गीकरण दिले आहे त्यात येत नाहीत अशी थोडी संयुक्त व्यंजने आहेत. ती खाली दिली आहेत :-

१) ह ची इतर व्यंजनांशी झालेली संयुक्त व्यंजने.

२) विसर्गाच्या पुढे **क् ख् प् फ्** अथवा **उष्मवर्ण** येऊन झालेली संयुक्त व्यंजने.

३) तीन अवयवांची संयुक्त व्यंजने.

६०. ह्ची अनुनासिकांशी आणि अन्तस्थवर्णांशी संयुक्त व्यंजने होतात.

१) ह् + अनुनासिक अथवा ल्.

संयुक्त व्यंजनाचा पहिला अवयव **ह्** आणि दुसरा अनुनासिक अथवा **ल्**

असल्यास त्या संयुक्त व्यंजनाच्या अवयवांच्या व्यत्यास होतो.

अपराह्ण = अवरण्ह, दुपार. (ण्ह् = ह् + ण् = ण् + ह् = ण्ह्)

चिह्न = चिन्ह, खूण. (ह्न् = ह् + न् = न् + ह् = न्ह्)

ब्राह्मण = बम्हण, ब्राह्मण. (ह्म् = ह् + म् = म् + ह् = म्ह्)

आह्लाद = अल्हाय, आनंद. (ह्ल् = ह् + ल् = ल् + ह् = ल्ह्)

२) ह्य्चा **ज्झ्** होतो.

गुह्य = गुज्झ गुपित.

ग्राह्य = गेज्झ, स्वीकार्य.

३) ह्व् चा ब्भ अथवा ह होतो.

जिह्वा = जिब्भा जीहा, जीभ.

विह्वल = विब्भल विहल, आर्त.

४) ह्र् आणि **र्ह्**.

ह्या दोन संयुक्त व्यंजनांचे अवयव स्वरभक्तीने वेगळे होतात (परिच्छेद ६५).

६१. विसर्गापुढे **क् ख् प् फ्** अथवा **उष्मवर्ण** आल्यास त्या विसर्गाला उष्मवर्णाप्रमाणे समजावे.

अन्तःकरण = अन्तक्करण, हृदय.

दुःख = दुक्ख, दुःख.

अन्तःपात = अन्तप्पाय, समावेश.

दुःफल = दुप्फल, कुपरिणाम.

६२. **तीन अवयवांची संयुक्त व्यंजने.**

संयुक्त व्यंजन तीन अवयवांचे असल्यास त्याच्या सर्वात कमी बलाच्या अवयवाचा (जो सामान्यतः अन्तस्थवर्ण असतो त्याचा) प्रथम लोप होतो आणि मग अशा संयुक्त व्यंजनाला दोन अवयवांच्या संयुक्त व्यंजनांचे नियम लागतात.

शस्त्र = सत्थ, हत्यार. **(स्त्र् = स् + त् + र् = स् + त् = स्त् = त्थ).**

मत्स्य = मच्छ, मासा. **(त्स्य = त्स = च्छ्).**

सम्यक्त्व = सम्मत्त, सम्यग्दर्शन.

अर्घ्य = अग्घ, मूल्यवान.

'क्ष्म' मधील म् चा लोप होतो.

लक्ष्मण = लक्खण, विशेषनाम.

टीप - (१) तीन अवयवांच्या संयुक्त व्यंजनाचा पहिला अवयव अनुनासिक असल्यास शेवटच्या दोन अवयवांच्या संयुक्त व्यंजनाला आद्य संयुक्त व्यंजनांचा नियम (परिच्छेद ६३) लावावा.

(२) दोन अवयवांच्या संयुक्त व्यंजनापाठीमागे अनुस्वार असल्यास अशा संयुक्त व्यंजनाला आद्य संयुक्त व्यंजनांचा नियम लावावा (परिच्छेद ६३). अशा संयुक्त व्यंजनाला पाठीमागील अनुस्वारासह तीन अवयवांचे संयुक्त व्यंजन समजतात.

संध्या सन्ध्या = संझा सञ्झा, संध्याकाळ.

विंध्य विन्ध्य = विंझ विञ्झ, विंध्य पर्वत.

संस्पर्श = संफास, संसर्ग, स्पर्श.

संक्षेप = संखेव, संक्षेप, सारांश, संकोच.

संप्रेक्ष = संपेह, पाहाणे

(२) आद्य संयुक्त व्यंजने

६३. आद्य संयुक्त व्यंजनांना द्वित्वाच्या नियमांसह अनाद्य संयुक्त व्यंजनांचे सर्व नियम लागतात. पण प्राकृतात आद्य संयुक्त व्यंजन निषिद्ध असल्याने हे नियम लावून बनलेल्या संयुक्त व्यंजनाच्या पहिल्या अवयवाचा नित्य लोप होतो.

क्षीर = खीर, दूध. (क्ष = क्ख = ख)

क्षमा = खमा, क्षमा, माफी.

क्षिप्रम् = खिप्पं, लवकर, जलद.

क्रीडा = कीला, खेळ. (क्र् = क्क् = क्)

क्रूर, क्रूर, निर्दय.

ग्राम = गांम, गांव. (ग्र् = ग्ग् = ग)

ग्रहण = गहण, घेणे.

ध्यान = झाण, ध्यान. (ध्य् = ज्झ् = झ्).

स्कन्ध = खन्ध, खांदा. (स्क् = क्ख् = ख्)

स्तव = थव, स्तुति. (स्त् = त्थ् = थ्).

प्रभा = पहा, तेज. (प्र = प्प् = प्)

त्याग = चाय, त्याग, सोडणे. (त्य् = च्च् = च्).

६४. सामासिक शब्दाच्या दुसऱ्या पदाच्या आद्य संयुक्त व्यंजनाला अनाद्य किंवा आद्य समजावे.

मागे उपसर्ग असलेल्या शब्दाच्या आद्य संयुक्त व्यंजनालाही तसेच समजावे.

देव-स्तुति = देव-त्थुइ देव-थुइ, देवाची स्तुति.

गत-प्राण = गय-प्पाण गय - पाण, मेलेला.

अ-प्रमत्त = अ-प्पमत् अ-पमत्त, सावध.

अ-स्थिर = अ-त्थिर अ-थिर, चंचल.

परि-त्यक्त = परि-च्चत्त परि-चत्त, टाकलेला.

परि-ग्रह = परि-ग्गह परि-गह, घेणे, स्वीकारणे.

स्वरभक्ति

६५. संयुक्त व्यंजनाचा एक अवयव अन्तस्थवर्ण किंवा अनुनासिक असल्यास केव्हा केव्हा त्याच्या दोन्ही अवयवांना त्यांच्या मध्ये स्वर घालून वेगळे केलेले आढळून येते. वर्णविकाराच्या ह्या क्रियेला **स्वरभक्ति** अथवा **विश्लेष** म्हणतात. अशा रीतीने मध्ये घातलेला स्वर **अ इ ई** अथवा **उ** असतो.

१) **अ**

रत्न = रयण, रत्न. (त्न = त + न = त् + अ + न = तन = तण = यण)

गर्हा = गरहा, निंदा.

अग्नि = अगणि, विस्तव. (ग्नि = ग् + नि + ग् + अ + नि = गनि = गणि)

कृष्ण = कसण, काळा. (ष्ण = ष् + ण = ष् + अ + ण = षण = सण)

अर्हत् = अरहन्त, पूजार्ह.

२) **इ**

भार्या = भारिया, पत्नी. (र्या = र् + या + र् + इ + या = रिया)

हर्ष = हरिस, आनंद.

प्रश्न = पसिण, प्रश्न.

वर्ष = वरिस, वर्ष.

स्नान = सिणाण, आंघोळ.

नग्न = नगिण, नागडा.

३) **ई**

ज्या = जीया, धनुष्याची दोरी.

४) **उ**

स्मर् = सुमर, स्मरणे. (स्म = स् + म = स् + उ + म = सुम)

द्वार = दुवार, दार. (द्वा = द् + वा = द् + उ + वा = दुवा)

त्वर् = तुवर, त्वरा करणे.

पद्म = पउम, कमळ.

द्वे = दुवे, दोन

❑

६ पाठ पाचवा - पंचमो पाढो

प्राकृतचे सामान्य स्वरूप

१. 'प्राकृत म्हणजे सोपी किंवा सुलभ केलेली संस्कृत' असे प्राकृतच्या सामान्य स्वरूपाचे अगदी थोडक्यात वर्णन करता येईल. हें सुलभीकरण कसे केले आहे त्याचे ह्या पाठात थोडक्यात विवेचन केले आहे. त्याचे ह्या पाठात थोडक्यात. विवेचन केले आहे.

२. ज्ञात भाषेच्या मदतीने नव्या भाषेचा अभ्यास करावयाचा झाल्यावर त्या अभ्यासाचे दोन भाग पडतात:- **१)** त्या भाषेची शब्दसंपत्ति, आणि **२)** तिचे व्याकरण ह्या दोन बाबतीत प्राकृत सुलभ केलेली संस्कृत कशी आहे ते पाहिले पाहिजे.

अ) शब्द-संपत्ति

३. दुसऱ्या पाठात (प. १; पृ. १५) सांगितल्याप्रमाणे प्राकृतात तीन प्रकारचे शब्द आहेत. संस्कृतात आणि प्राकृतात एकाच स्वरूपात आढळणारे **तत्सम** शब्द मराठी, गुजराती आणि हिंदी ह्यासारख्या अर्वाचीन भारतीय भाषांतही त्याच किंवा किचित् बदललेल्या स्वरूपात आढळतात. प्राकृतातील **देशी** शब्दांची व्युत्पत्ति संस्कृत शब्दात लावता येत नाही. पण त्या पैकी बहुतेक, त्याच किंवा किंचित् बदललेल्या स्वरूपात, उपरोक्त भारतीय भाषात दिसून येतात. तथापि प्राकृतातील बहुसंख्य शब्द ज्यांना **तद्भव** म्हणतात असे म्हणजे संस्कृतोत्पन्न आहेत. **तद्भव** शब्दांचा विषय दुसऱ्या, तिसऱ्या आणि चौथ्या पाठात विवेचिला आहे. ह्या बाबतीतील सुलभीकरणाचे तत्व उच्चारसौकर्य आहे हे येथे दाखवावयाचे आहे :-

(१) संस्कृतांतील **ऋ ॠ ऌ ऐ औ** हे स्वर आणि **विसर्ग** ह्यांचा उच्चार करण्याकरता विशिष्ट श्रम लागत असल्याने प्राकृतातून त्यांचे उच्चाटन झाले आहे. उदाहरणार्थ **ऋ** ह्या स्वराचा आणि विसर्गाचा उच्चार करणे लहान मुलांना, परदेशीयांना,

आणि सामान्यत: खालच्या वर्गातील निरक्षर लोकांना कसे कठिण जाते हे आपण प्रत्यक्षच पाहातो. ह्या स्वराच्या आणि विसर्गाच्या प्राकृत आदेशावरून (पाठ दुसरा) ह्या बाबतीत उच्चारसौकर्य कसे साधले आहे ते स्पष्ट दिसून येईल.

(२) संयुक्त व्यंजनाच्या अथवा अनुस्वाराच्या मागे आलेले **आ ई ऊ** हे स्वर, त्यांच्या उच्चाराकरता विशेष श्रम लागत असल्याने, ऱ्हस्व होतात.

उदा. **पूर्वम् = पुव्वं. वधूम् = वहुं.**

(३) श् ष् हे उष्मवर्ण प्राकृतांत आढळत नाहींत (परिच्छेद १८, पृ. २१-२२)

(४) सामान्यत: प्राकृतात एकाच वर्गाच्या व्यंजनांची बनलेली संयुक्त व्यंजने चालतात. संयुक्त व्यंजने भिन्न वर्गाच्या व्यंजनांची बनलेली असतील तर त्यांचे दोन्ही अवयव समानीकरणाच्या नियमाने एकाच वर्गाचे केले जातात (परि. ३७, पृ. ३६). अथवा केव्हा केव्हा अशा संयुक्त व्यंजनांच्या दोन्ही अवयवांच्या मध्ये स्वर घालून त्यांना वेगळे आणि असंयुक्त करण्यात येते (परि. ६५, पृ. ५३). ह्याला **स्वरभक्ति** म्हणतात. पहिल्या प्रकारची उदाहरणे :- **शब्द = सद्द. सपत्नी = सवत्ती. हस्तिन् = हत्थि. अद्य = अज्ज. वल्कल = वक्कल.** दुसऱ्या प्रकारची उदाहरणे :- **वर्ष = वरिस. स्नान = सिणाण. अग्नि = अगणि.**

(५) प्राकृतात शब्दाच्या आरंभी संयुक्त व्यंजन चालत नाही. प्राकृतात सामान्यत: संस्कृत शब्दातील अशा संयुक्त व्यंजनांचे असंयुक्त व्यंजनांत रूपांतर करण्यात येते (परि. ६३, पृ. ५२).

(६) प्राकृतात तीन अवयवांची संयुक्त व्यंजने चालत नाहीत. संस्कृत शब्दातील अशा संयुक्त व्यंजनांच्या एका अवयवाचा प्रथम लोप करून मग त्यांना दोन अवयवांच्या संयुक्त व्यंजनांचे नियम लावतात. (परि. ६३, पृ. ५२)

वरील सहाही बाबतीत संस्कृत शब्दांचे प्राकृतात रूपांतर करावयाचे वर्णविकाराचे नियम उच्चारसौकर्याच्या तत्वावरच आधारलेले आहेत.

ब) व्याकरण

४. शब्दसंग्रह आपणाला शब्द पुरवितो आणि त्यांचा वाक्यात उपयोग कसा करावा हे आपण व्याकरणाने शिकतो. **१)** क्रिया-विचार, **२)** विभक्ति-विचार, आणि **३)** वाक्य-रचना हे व्याकरणाचे मुख्य विषय आहेत.

वाक्यरचनेच्या बाबतीत प्राकृत संस्कृताहून फारशी भिन्न नाही. प्राकृत वाक्यरचनेचीं काही थोडी स्वतंत्र वैशिष्ट्ये असली तरी प्राकृत वाक्यरचना संस्कृत वाक्यरचनेहून अधिक साधी आहे हाच ह्या दोहोंतील फरक म्हणता येईल. प्राकृत वाक्यरचनेचा

विषय प्रस्तुत पुस्तकाच्या पुढील एका पाठात विवेचिला आहे.

क्रियाविचाराच्या आणि विभक्तिविचाराच्या विषयात प्राकृत कशी सोपी झाली आहे हे खाली दाखविले आहे.

(१) क्रिया-विचार

१) प्राकृतात एकवचन आणि अनेकवचन अशी दोनच वचने आहेत. अर्वाचीन भारतीय भाषांतही ही दोनच वचने आहेत. द्विवचन हे अधिक वचन असलेली बहुधा संस्कृत ही एकच भाषा असावी.

२) धातूंच्या बाबतीत परस्मैपद आणि आत्मनेपद हा भेद प्राकृतात पाळला जात नाही. संस्कृतात विविध काळांचे आणि अर्थांचे परस्मैपदी आणि आत्मनेपदी असे प्रत्ययाचे दोन गट आहेत. ज्या धातूंना परस्मैपदी प्रत्यय लागतात त्यांना परस्मैपदी धातू म्हणतात आणि ज्यांना आत्मनेपदी प्रत्यय लागतात त्यांना आत्मनेपदी धातू म्हणतात. शिवाय काही धातूंना दोन्ही पदांचे प्रत्यय लागतात त्यांना उभयपदी म्हणतात. संस्कृत धातूंच्या दोन पदांचा हा भेद अगदी अनियमित असल्याने एखादा धातू अमूक एका पदाचा किंवा उभयपदी आहे हे समजावयाला नियमच नाही. धातूचे पद माहीत असल्याशिवाय त्याची इष्ट रूपे तयार करणे शक्य नसल्याने प्रत्येक धातूचे पद पाठ करूनच लक्षात ठेवले पाहिजे. प्राकृतात पदांचा हा भेदच नाही. म्हणून प्राकृतात धातूंचे पद लक्षात ठेवण्याचा प्रश्नच उद्भवत नाही.

३) संस्कृत धातूंच्या दहा वर्गांचा अथवा गणांचा भेद प्राकृतात पाळला जात नाही. संस्कृतात दोन्ही पदांच्या धातूंचे दहा वर्ग अथवा गण केले आहेत. धातू सामान्यत: दहापैकी एखाद्याच गणाचा असतो. पण काही धातू एकाहून अधिक गणांचे असतात. ह्यापैकी बहुतेक गणांची विशिष्ट चिन्हे म्हणजे विकरणे असतात. प्रत्ययापूर्वी धातूंना त्या त्या गणाचे विकरण लागते. आणि विकरण लागताना धातूंमध्ये काही विकार होतात. धातू कोणत्या विशिष्ट गणाचा आहे हे माहीत असल्याशिवाय त्याला विकरण लावता येत नाही; आणि धातूंचे गण अनियमित असल्याने ते पाठ करूनच लक्षात ठेवावे लागतात. संस्कृत धातूंच्या गणांचा हा भेद प्राकृतात नसल्याने धातूंचे गण लक्षात ठेवण्याचा प्रश्न प्राकृतात उद्भवत नाही.

पदांच्या आणि गणांच्या भेदाच्या अभावामुळे प्राकृतात धातू चालविणे अतिशय सोपे झाले आहे.

४) प्राकृतात वर्तमान, भूत आणि भविष्य असे तीन साधे काळ आहेत. त्यापैकी कोणत्याही काळाचे प्रकार नाहीत. संस्कृतात भूतकाळाचे अनेक आणि भविष्यकाळाचे दोन प्रकार आहेत.

५) आज्ञार्थ, विध्यर्थ आणि संकेतार्थ हे संस्कृतातील तीन अर्थ प्राकृतात आहेत. आज्ञार्थ हाच प्राकृतातील महत्त्वाचा अर्थ आहे. संकेतार्थाचा उपयोग प्राकृत वाङ्मयात अगदी क्वचित् आढळतो; आणि पुष्कळदा विध्यर्थाचे कार्य आज्ञार्थाने होते.

ह्याप्रमाणे धातूंचे चालविणे प्राकृतात अत्यंत सोपे झाले आहे.

(२) विभक्ति-विचार

१) प्राकृतात द्विवचन नसल्याने द्विवचनाच्या रूपांना प्राकृतात अस्तित्वच नाही.

२) प्राकृतात शब्द व्यंजनान्त असत नाहीत. त्यामुळे चालवावयाच्या शब्दांचे नमुने प्राकृतात फार थोडे आहेत.

३) प्राकृतांत पुल्लिंगी आणि नपुंसकलिंगी चालवावयाचे शब्द अकारान्त, इकारान्त आणि उकारान्त असतात. इकारान्त आणि उकारान्त शब्द सारखेच चालतात. आणि त्यांची रूपे अकारान्त शब्दांच्या रूपांहून फार भिन्न नाहीत.

४) स्त्रीलिंगी शब्दांच्या अन्ती **आ इ ई उ ऊ** हे स्वर असतात पण त्या सर्वांची रूपे प्राय: एकाच नमुन्याची आहेत. त्यांच्या तृतीया, चतुर्थी, पंचमी, षष्ठी आणि सप्तमी ह्या विभक्तींची एकवचनाची रूपे एकसारखी आहेत. फक्त पंचमीच्या एकवचनात थोडी रूपे अधिक आहेत.

५) चतुर्थी विभक्ती प्राकृतात प्राय: लुप्त झाली आहे. तिचे कार्य षष्ठीने होते. फक्त अकारान्त नामांच्या चतुर्थीच्या एकवचनाची काही रूपे षष्ठीच्या रूपांहून भिन्न असतात.

६) प्रथमेच्या आणि द्वितीयेच्या अनेकवचनात सारखीच रूपे योजण्याची प्राकृतात प्रवृत्ति दिसून येते.

प्राकृतातील विभक्ति-रूपांविषयीच्या ह्या गोष्टीवरून प्राकृतात विभक्ति रूपांचा विषय किती सोपा झाला आहे याची कल्पना येईल.

संस्कृत-प्राकृतात फारच साम्य आहे. पण प्राकृत अतिशय सोपी आहे. आणि प्राकृताच्या सामान्य स्वरूपाचे वर जे थोडक्यात विवेचन केले आहे त्यावरून 'प्राकृत म्हणजे सोपी किंवा सुलभ केलेली संस्कृत' असे जे प्राकृतचे वर्णन केले आहे ते प्राय: बरोबर आहे असे दिसून येईल.

❑

७ पाठ सहावा - छट्ठो पाढो

वर्तमान-काळ

पहिल्या वर्गाचे धातू

१. **धातूंचे दोन वर्ग** :- प्राकृत धातूंचे पुढील दोन वर्ग केले आहेत -

पहिला वर्ग - अकारान्त धातू.

दुसरा वर्ग - बाकीचे सर्व धातू, म्हणजे ज्याच्या अन्ती अशिवाय स्वर आहे असे धातू. ह्या वर्गाच्या धातूंच्या अन्ती प्राय: **आ ए ओ** हे स्वर असतात. प्राकृत धातूंचे हे वर्गीकरण अनियमित नसून नियमबद्ध आहे. आणि तो नियम अगदी सोपा आहे. धातूच्या अन्ती **अ** असेल तर तो पहिल्या वर्गाचा धातू; आणि त्याच्या अन्ती **अ** नसेल तर तो दुसऱ्या वर्गाचा धातू.

२. पहिल्या आणि दुसऱ्या वर्गांच्या धातूंना वर्तमानकाळात पुढील प्रत्यय लागतात.

प्रत्यय

पुरुष	एकवचन	अनेकवचन
प्रथम	**मि**	**मो*** **(मु म)**
द्वितीय	**सि**	**ह**
तृतीय	**इ**	**न्ति**

नियम :- प्रथम पुरुषाच्या प्रत्ययापूर्वी धातूच्या अन्त्य अचा **आ** होतो.

हस + मि = हसा + मि = हसामि; हस + मो = हसा + मो = हसामो.

हस + सि = हससि; **हस + ह = हसह;**

हस + इ = हसइ, **हस + न्ति = हसन्ति.**

---

* **मु** आणि **म** ह्या प्रत्ययांचा प्रयोग **मो**च्या प्रयोगाइतका सामान्य नाहीं त्यांचा प्रयोग क्वचित् आढळतो.

हस (हस्) हसणे

पु.	ए. व.	अ. व.
प्र.	**हसामि**	**हसामो**
द्वि.	**हससि**	**हसह**
तृ.	**हसइ**	**हसन्ति**

तिन्ही पुरुषी सर्वनामांची प्रथमेची रुपे -

पु.	ए. व.	अ. व.
प्र.	**हं अहं** मी	**अम्हे वयं** आम्ही
द्वि.	**तुं तुमं** तू	**तुम्हे तुब्भे** तुम्ही
तृ.	**सो सा तं** तो, ती, ते	**ते ता ताणि** ते, त्या, ती

हस (हस्) हसणे

पु.	ए. व.		अ. व.	
प्र.	**हं** मी	**हसामि** हसतो	**अम्हे** आम्ही	**हसामो** हसतों
द्वि.	**तुं** तू	**हससि** हसतोस	**तुम्हे** तुम्ही	**हसह** हसता
तृ.	**सो सा तं** तो, ती, ते	**हसइ** हसते	**ते ता ताणि** ते, त्या, ती	**हसन्ति** हसतात

धातु

कर (कृ) करणे
गच्छ (गम) जाणे
जाण (ज्ञा) जाणणे, समजणे
धाव (धाव्) धावणे, पळणे
नच्च (नृत्) नाचणे
पक्खिव (प्र + क्षिप्) फेकणे, टाकणे
पास (दृश्) पहाणे
पेक्ख (प्रेक्ष्) पहाणे
भक्ख (भक्ष्) खाणे
भण (भण्) म्हणणे, बोलणे
रम (रम्) खेळणे, रमणे
हस (हस्) हसणे

हं रमामि	**अम्हे भक्खामो**	**हं पासामि**
अम्हे धावामो	**सा भणइ**	**ते धावन्ति**

तुं जाणसि	**तुं रमसि**	**अम्हे हसिमो***
सो पेक्खइ	**अम्हे करामो**	**तुम्हे करेह****
तुम्हे भक्खह	**तुम्हे धावह**	**सो जाणेइ**
ताणि हसन्ति	**तं पासइ**	**हं नच्चामि**
तुम्हे पक्खिवह	**हं जाणामि**	**तुम्हे गच्छह**
तुं पाससि	**तुम्हे हसह**	**ते पक्खिवन्ति**
सो नच्चइ	**तुं पेक्खसि**	**सो रमइ**
अम्हे गच्छामो	**ता गच्छन्ति**	**ता भक्खन्ति**
हं भणमि***	**हं पक्खिवामि**	**तुं भणसि**
ते करन्ति	**तुं नच्चसि**	**अम्हे पेक्खामो**
मी धावतो	तुम्ही खेळता	तुम्ही जाणता.
आम्ही जाणतो	आम्ही नाचतो	तू करतोस.
तुम्ही पाहाता	मी जातो	तुम्ही बोलता.
आम्ही खेळतो	तो खातो	ती हसते.
मी हसतो	ते पहातात	ते खेळतात.
तुम्ही नाचता	तो करतो	ते जाते.
तू जातोस	तूं हसतोस	तूं खातोस.
ती बोलतात	आम्ही बोलतो	आम्ही पहातो.
मी खातो	त्या जाणतात	ती धावते.
मी करतो	तू धावतोस	त्या नाचतात.

❑

८ पाठ सातवा - सप्तमो पाढो

वर्तमानकाळ (पुढे चालू)

दुसऱ्या वर्गाचे धातू

धातूच्या अन्ती अशिवाय स्वर असतो तेव्हा प्रत्ययापूर्वी त्याच्या अन्त्य स्वरात विकार होत नाहीत,

हो (भू) होणे, असणे

पुरुष	ए. व.	अ.व.
प्र.	**होमि**	**होमो**
द्वि.	**होसि**	**होह**
तृ.	**होइ**	**होन्ति**

प्र.	**हं**	**होमि**	**अम्हे**	**होमो**
द्वि	**तुं**	**होसि**	**तुम्हे**	**होह**
तृ.	**सो सा तं**	**होइ**	**ते ता ताणि**	**होन्ति**

धातु

गा (गै) गाणे

जा (या) जाणे

झिया (ध्यै) चिंतन करणे, चिंता करणे

ठा (स्था) उभे राहणे

दे (दा) देणे

निसाम (नि + शम्) ऐकणे

ने (नी) नेणे, वाहणे

बे (ब्रू) म्हणणे, बोलणे

वच्च (व्रज्) जाणे

हो (भू) होणे, असणे

सो देइ - तो देतो	सा होइ - नी होते	ते देन्ति - ते देतात
अम्हे ठामो,	अम्हे वच्चामो	तुम्हे झियाह
ते जन्ति*	तुं नेसि	हं बेमि
सो निसामइ	तुम्हे होह	सो जाइ
ते - बिन्ति	सो नेइ	तुम्हे देह
अम्हे गामो	सा झियायइ	ते नेन्ति
हं निसामामि	तुं वच्चसि	सो झियाइ
ता गायन्ति	अम्हे होमो	तुम्हे निसामह
सो ठाइ	हं गामि	सो बेइ
अम्हे जामो	ता वच्चन्ति	तुं ठाअसि

❑

* संयुक्त व्यंजनापूर्वी **आ ई ऊ** हे स्वर ऱ्हस्व होतात.

९ पाठ आठवा - अट्ठमो पाठो

वर्तमानकाळ (पुढे चालू)

असाधारण आणि अनियमित रूपे

१ पहिल्या वर्गाच्या काही धातूंना वर्तमानकाळच्या साधारण प्रत्ययांशिवाय पुढील प्रत्यय लागतात :-

प्रत्यय

पुरुष	ए. व.	अ. व.
प्र.	**ए**	-
द्वि	**से**	-
तृ.	**ए**	**न्ते**

रम (रम्) खेळणे, रमणे

प्र.	**रमे***	-
द्वि	**रमसे**	-
तृ.	**रमए**	**रमन्ते**

२. **अस (अस् असणे)** हा धातू अनियमित चालतो. त्याची वर्तमानकाळाची रूपे:

२. **अस (अस्**) असणे

पुरुष	ए. व.	अ. व.
प्र.	**मि म्हि**	**मो म्हो**
द्वि	**असि सि**	**त्थ**
तृ.	**अत्थि**	**सन्ति**

---

* **ए** ह्या प्रथमपुरुषाच्या एकवचनाच्या प्रत्ययापूर्वी अन्त्य **अ**चा लोप होतो.

३. केव्हा केव्हा **अस** धातूच्या वर्तमानकाळच्या सर्व वचनांचे आणि पुरुषांचे कार्य **अत्थि** ह्या रूपाने होते.

धातु

अस (अस्) असणे	**नम (नम्)** नमस्कार करणे, वन्दन करणे, नमणे
आगच्छ (आ गम्) येणे	**पड (पत्)** पडणे
ए (आ इ) येणे	**पाव (प्राप्)** मिळविणे
खण (खन्) खणणे	**पुच्छ (प्रच्छ्)** विचारणे
गम (गमय्) घालविणे (वेळ इ.)	**भास (भाष्)** बोलणे
चिट्ठ (स्था) उभे राहणे	**वस (वस्)** राहणे
चिन्त (चिन्त्) विचार करणे, चिंतन करणे	**सद्दाव (शब्दाय्)** बोलविणे

हं नमामि	**तुं एसि**	**ते सन्ति**
तुं चिन्तसि	**हं म्हि**	**सा चिन्तइ**
ते भासन्ति	**तं पडइ**	**तुं भाससि**
सा अत्थि	**ता पुच्छन्ति**	**ते एन्ति**
तुम्हे खणह	**ते नमन्ति**	**हं खणामि**
तुं पडसि	**तुं आगच्छसि**	**अम्हे पडामो**
ते चिट्ठन्ति	**हं वसामि**	**तुं नमसि**
अम्हे म्हो	**अम्हे चिन्तामो**	**अम्हे पावामो**
सो एइ	**तुम्हे त्थ**	**हं पुच्छामि**
तुं पावसि	**अम्हे भासामो**	**ता आगच्छन्ति**
ताणि वसन्ति	**तं खणइ**	**अम्हे चिट्ठामो**
अम्हे आगच्छामो	**सा पावइ**	**तुं असि**
तुम्हे पुच्छह	**तुं चिट्ठसि**	**अम्हे सद्दावेमो**
हं सद्दावेमि	**सा गमेइ**	**तुम्हे वसह**
तुम्ही बोलता	तुम्ही बोलविता	मी मिळवितो.
मी विचार करतो	तो राहतो	आम्ही खणतो.
ते वंदन करते	मी बोलतो	ती बोलते.
ते खणतात	तुम्ही राहता	ते येतात.
तू विचारतोस	ते विचार करतात	मी पडतो.

मी बोलवितो.

त्या पडतात

तुम्ही येता

आम्ही राहतो

तुम्ही मिळविता

तो उभा राहतो

ती येते.

आम्ही वंदन करतो

त्या मिळवितात

तू खणतोस

तुम्ही पडता

आम्ही विचारतो

तुम्ही विचार करता.

तें विचारते.

मी उभा राहतो.

तूं राहतोस.

आम्ही बोलवितो.

तुम्ही नमस्कार करता.

❑

१० पाठ नववा - नवमो पाढो

अकारान्त पुल्लिंगी नामे

प्रत्यय

विभक्ति	ए. व.	अ. व.
प्रथमा	**ओ ए**	।।
द्वितीया	**म्**	**ए ।।**
तृतीया	**ण णं**	**हि हिं**
चतुर्थी	**स्स आय**	**ण णं**
पंचमी	**उ ओ**	**उ ओ**
षष्ठी	**स्स**	**ण णं**
सप्तमी	**ए म्मि**	**सु सुं**
संबोधन	० ।।	।।

नियम –:

१. स्वरारंभी प्रत्ययांपूर्वी अन्त्य **अ**चा लोप होतो.

प्र. ए. व. **देव + ओ ए = देव् + ओ ए = देवो देवे.**

द्वि. अ. व. **देव + ए = देव् + ए = देवे.**

च. ए. व. **देव + आय = देव् + आय = देवाय.**

स. ए. व. **देव + ए = देव् + ए = देवे.**

अपवाद :— पंचमीच्या स्वरारंभी प्रत्ययांपूर्वी अन्त्य ऱ्हस्व स्वर दीर्घ होतो.

पं. ए. व. आणि अ. व. **देव + उ ओ = देवा + उ ओ = देवाउ देवाओ.**

२. तृतीयेच्या प्रत्ययांपूर्वी आणि सप्तमीच्या अनेकवचनी प्रत्ययांपूर्वी अन्त्य अचा **ए** होतो.

तृ. ए. व. **देव + ण णं = देवेण देवेणं.**

तृ. अ. व. **देव + हि हिं = देवेहि देवेहिं.**

स. अ. व. **देव + सु सुं = देवेसु देवेसुं.**

३. अन्त्य ऱ्हस्व स्वर दीर्घ केल्याने इष्ट रूप मिळते हे दर्शविण्याकरता ।। हे चिन्ह योजले आहे.

प्र. अ. व. **देव + ।। = देवा.**

४. शब्दात काही फरक न केल्याने इष्ट रूप मिळते हे दर्शवण्याकरिता ० हे चिन्ह योजिले आहे.

सं. ए. व. **देव + ० = देव.**

विभत्त्यांचे सामान्य उपयोग

१. प्रथमा विभक्ति कर्ता दर्शविते:- **बाला हसन्ति =** बालके हसतात.

२. द्वितीया विभक्ति कर्म दर्शविते:- **पुरिसो समणं वन्दइ =** मनुष्य मुनीला वंदन करतो.

३. तृतीया विभक्ति जिच्या कडून किंवा जिच्या साधनानें क्रिया घडते ती व्यक्ति किंवा ती वस्तु दर्शविते:- **समणेण भणियं =** मुनी म्हणाला. **जणा नयणेहिं पासन्ति =** लोक डोळ्यांनी पाहतात.

४. ज्याला काही दिले जाते त्याची आणि ज्या गोष्टीकरता अथवा कार्याकरता क्रिया घडते त्याची चतुर्थी विभक्ति योजतात:- **माहणाय धणं देयं =** विद्वानाला द्रव्य द्यावे. **जणा सुहाय जयन्ति =** लोक सुखाकरता झटतात.

५. ज्याच्यापासून प्रत्यक्ष किंवा कल्पिलेला वियोग घडतो त्याची पंचमी विभक्ति योजतात:- **दुमाउ फलं पडियं =** झाडावरून फळ पडले. **किङ्करो गामाउ नयरं जाइ =** नोकर गावाहून शहराला जातो.

६. षष्ठी विभक्ति एका नामाचा दुसऱ्याशी संबंध दर्शविते: - **रामो दसरहस्स पुत्तो =** राम दशरथाचा पुत्र.

७. ज्या स्थळात किंवा स्थळावर एकादी क्रिया घडते त्याची सप्तमी विभक्ति योजतात. सप्तमी, क्रियेचा कालही दर्शविते :- **सीहा वणेसु वसन्ति** सिंह अरण्यात राहतात. **जेट्ठे मासे निवस्स पुत्तो जाओ** ज्येष्ठ महिन्यात राजाला पुत्र झाला.

८. संबोधन हाक मारण्याकरता योजतात :- **मित्त, असच्चं मा वयसु** मित्रा, खोटे बोलू नको.

ह्या पैकी काही विभक्त्यांचे वरील सामान्य अथवा मुख्य उपयोगांशिवाय दुसरेही विशिष्ट उपयोग आहेत.

धातु

आरोह (आ + रूह्) चढणे

उवविस (उप + विश्) बसणे

कह (कथ्) सांगणे, उपदेश करणे

पढ (पठ्) अध्ययन करणे
वाचणे, पठन करणे

पविस (प्र + विश्) प्रवेश करणे, शिरणे

मार (मारय्) मारणे, ठार करणे

वन्द (वन्द्) वन्दन करणे, नमस्कार करणे

वह (वह्) वाहणे, नेणे

हण (हन्) मारणे, ठोकणे, ठार करणे

नामे (पुल्लिंगी)

आयरिय (आचार्य) शिक्षक, गुरू

आस (अश्व) घोडा

काग (काक) कावळा

किंकर (किंकर) नोकर

कुमार (कुमार) मुलगा,
तरुण, राजकुमार

निव (नृप) राजा

पाढ (पाठ) पाठ, धडा

पाण (प्राण) प्राणी

बाल (बाल) बालक, मुलगा

भार (भार) ओझे, वजन

मिग (मृग) हरिण

वग्घ (व्याघ्र) वाघ

कुंभार (कुंभकार) कुंभार

गाम (ग्राम) गांव

घड (घट) घडा, घागर

जण (जन) लोक, मनुष्य

दुम (द्रुम) झाड

देव (देव) देव

धम्म (धर्म) धर्म, कर्तव्य

वद्धमाण (वर्धमान) विशेषनाम,
जैनांच्या चोविसाव्या तीर्थंकराचे एक नाव

सग्ग (स्वर्ग) स्वर्ग

समण (श्रमण) मुनि, यति

सीह (सिंह) सिंह

सेल (शैल) पर्वत

अव्यये

च* य (च) आणि

न (न) नाही

कुंभारो घडे करेइ ।
बाला पाढे पढन्ति ।
सीहो वग्घं मारेइ ।
कागा दुमेसु उवविसन्ति ।
समणा गामाउ गामं गच्छन्ति ।
निवस्स आसा धावन्ति
सेले दुमं पेक्खेमो ।
ते कुमारा हसन्ति ।
वद्धमाणो जाणाणं धम्मं कहेइ ।

---

* अनुस्वारापुढे **च** आणि स्वरापुढे **य** वापरतात.

बाला आयरियं समणं च* वन्दन्ति ।

मी गावाला जातो.

देव स्वर्गात राहतात.

सिंह हरिणांना खातात.

मुनि प्राण्यांना मारत नाहीत.

चोर गावात शिरतात.

नोकर ओझे वहातो.

आम्ही धर्म जाणत नाही.

राजा घोड्यावर चढतो.

आम्ही मुनीपासून धर्म ऐकतो.

गावात झाडे नाहीत.

धातु

कील (क्रीड्) खेळणे, रमणे **चल (चल्)** हालणे, जाणे, चालणे

मुञ्च (मुच्) सोडणे, मुक्त करणे

नामे (पु.)

अड (अवट) विहीर, आड

कलह (कलह) भांडण

खग्ग (खड्ग) तरवार

चोर (चोर) चोर

जणय (जनक) बाप, पिता

दसरह (दशरथ) विशेषनाम, एका राजाचे नाव

दिणयर (दिनकर) सूर्य

नड (नट) नट

नास (नाश) नाश, हानि

पसिण (प्रश्न) प्रश्न

पाय (पाद) पाय

पुत्त (पुत्र) मुलगा, पुत्र

बाण (बाण) बाण

मज्जार (मार्जार) मांजर

रह (रथ) रथ, गाडी

राम (राम) विशेषनाम, दशरथाच्या पुत्राचे नाव

वाणर (वानर) वानर

सीस (शिष्य) विद्यार्थी, शिष्य

सुणग (शुनक) कुत्रा

---

* **च** अथवा **य** ह्या अव्ययाचा प्रयोग त्यानें जोडलेल्या सर्व शब्दांपुढें एकदांच किंवा अशा प्रत्येक शब्दापुढें होतो.

** **अ** अथवा **आ**...

*** **अ** अथवा **आ** ह्याशिवाय दुसऱ्या कोणत्याही स्वराशी संयोग झालेल्या यचा लोप होऊन फक्त स्वरच राहातो.

निवा वद्धमाणं नमन्ति । **कलहो नासाय होइ ।**
अम्हे दिणयरं पासेमो । **वाणरा दुमं आरोहन्ति ।**
रामो दसरहस्स पुत्तो । **निवो सीहम्मि बाणं मुञ्चइ ।**
बाला कलहं करेन्ति । **नडा पाएहिं** ** **नच्चन्ति ।**
कुमारा य सुणगा य कीलन्ति ।
निवो रहेण गच्छइ, किंकरो पाएहिं ।

मुलगा झाडावरून पडतो.
राजपुत्र नोकराला बोलवितो.
मनुष्ये गांवाहून येतात.
नोकर आड खणतात.
कुत्रे आणि मांजरे खेळतात.
पुत्र बापाला बोलतो.
मुलगा आणि शिक्षक चालतात.
राजा तरवारीने सिंहाला मारतो.
आम्ही गात नाही; आम्ही खेळतो.
शिक्षक विद्यार्थ्यांना प्रश्न विचारतो.

अधिक प्रत्यय :- अकारान्त पुल्लिंगी नामांना केव्हा केव्हा खालील अधिक प्रत्यय लागतात.

विभक्ति	ए. व.	अ. व.
चतुर्थी	**आए**	-
पंचमी	**आ त्तो हि हिन्तो**	**त्तो हि हिन्तो सुन्तो**
सप्तमी	**सि***	-
संबोधन	**ओ ए**	-

देव

चतुर्थी	**देवाए**	-
पंचमी	**देवा देवत्तो देवाहि देवाहिन्तो**	**देवत्तो देवाहि देवेहि देवाहिन्तो देवेहिन्तो देवासुन्तो देवेसुन्तो**
सप्तमी	**देवंसि***	-
संबोधन	**देवो देवे**	-

❑

* **सि** प्रत्ययापूर्वी अन्त्य स्वरावर अनुस्वार येतो.

११ # पाठ दहावा - दसमो पाढो

इकारान्त आणि **उ**कारान्त पुल्लिंगी नामे

प्रत्यय

विभक्ति	ए. व.	अ. व.
प्रथमा	।।	।। **णो**
द्वितीया	**म्**	।। **णो**
तृतीया	**णा**	**हि हिं**
चतुर्थी	**स्स णो**	**ण णं**
पंचमी	**उ ओ**	**उ ओ**
षष्ठी	**स्स णो**	**ण णं**
सप्तमी	**म्मि**	**सु सुं**
संबोधन	० ।।	।। **णो**

अन्त्य ऱ्हस्व स्वर

१) पुढील प्रत्ययांपूर्वी दीर्घ होतो-

हि हिं - तृ. अ. व.

ण णं - च. आणि ष. अ. व.

उ ओ - पं. ए. व. आणि अ. व.

सु सुं - स. अ. व.; आणि

२) बाकीच्या प्रत्ययांपूर्वी तसाच राहातो.

१) **मुणि + हि हिं = मुणीहि मुणीहिं**
भाणु + हिं हिं = भाणूहि भाणूहिं } तृ. अ. व.

मुणि + ण णं = मुणीण मुणीणं
भाणु + ण णं = भाणूण भाणूणं } च. आणि ष. अ. व.

मुणि + उ ओ	=	मुणीउ मुणीओ	} पं. ए. व. आणि अ. व.
भाणु + उ ओ	=	भाणूउ भाणूओ	
मुणि + सु सुं	=	मुणीसु मुणीसुं	} स. अ. व.
भाणु + सु सुं	=	भाणूसु भाणूसुं	

२)	मुणि + णो	=	मुणिणो	} प्र. द्वि. व सं. अ. व.
	भाणु + णो	=	भाणुणो	आणि च. व ष. ए. व.
	मुणि + णा	=	मुणिणा	} तृ. ए. व.
	भाणु + णा	=	भाणुणा	
	मुणि + स्स	=	मुणिस्स	} च. व ष. ए. व.
	भाणु + स्स	=	भाणुस्स	
	मुणि + म्मि	=	मुणिम्मि	} स. ए. व.
	भाणु + म्मि	=	भाणुम्मि	

० व ।। ह्या चिन्हांचा अर्थ पृ. ७९ वर सांगितला आहे.

मुणि + ०	=	मुणि	स. ए. व.
भाणु + ०	=	भाणु	
मुणि + ।।	=	मुणी	प्र. व सं. ए. आणि
भाणु + ।।	=	भाणू	प्र. द्वि. व सं. अ. व.

धातु

आइस (आदिश) आज्ञा करणे	तर (तृ) तरून जाणे, तरणे, ओलांडणे
उवइस (उपदिश) उपदेश करणे, शिकविणे	पाढ (पाठय्) शिकविणे
गिण्ह गेण्ह (ग्रह) घेणे, स्वीकार करणे, धरणे	वड्ढ (वृध्) वाढणे
चय (त्यज्) सोडणे, टाकणे, त्याग करणे	सुव (स्वप्) झोपणे, निजणे
	सुस्स (शुष्) वाळणे, सुकणे

नामे (पु.)

अग्गि (अग्नि) आग, विस्तव	असि (असि) तरवार
अत्थ (अर्थ) अर्थ; द्रव्य, उद्देश, कार्य	आएस (आदेस) आज्ञा, हुकूम
अरि (अरि) शत्रु	इसु (इषु) बाण
उदहि (उदधि) समुद्र	मित्त (मित्र) मित्र

केवलि (केवलिन्) केवली, सर्वज्ञानी मुनि
कोह (क्रोध) राग, कोप
गिरि (गिरि) पर्वत
गुरु (गुरु) शिक्षक, गुरु, वडील माणूस
तरु (तरु) झाड
ताव (ताप) ताप, उष्णता
दास (दास) नोकर
निवइ (नृपति) राजा
पक्खि (पक्षिन्) पक्षी
प्राण (प्राण) प्राणी
पुरिस (पुरुष) मनुष्य
भाणु (भानु) सूर्य
मन्ति (मन्त्रिन्) प्रधान, अमात्य, सचिव
मुणि (मुनि) यति, सन्याशी
मेह (मेघ) मेघ, ढग
राग (राग) विकार, आसक्ति
लोह (लोभ) लोभ, हाव
वाउ (वायु) हवा, वारा
संभु (शंभु) विशेषनाम, शिव देव
संसार (संसार) संसार जन्ममरणांचा फेरा
सामि (स्वामिन्) मालक, धनी, वंदनीय माणूस
हत्थ (हस्त) हात, हत्तीची सोंड
हत्थि (हस्तिन्) हत्ती
हरि (हरि) विशेषनाम, विष्णु

अव्यये

अवि (अपि) ही, सुद्धा, देखील, आणि
कत्थ कुत्थ (कुत्र) कोठे
किं (किम्) काय, का
खिप्पं (क्षिप्रम) जलद, तात्काळ लवकर
नो (नो) नाही
वि पि* (अपि) ही, सुद्धा, देखील
हेट्ठा (अधस्) खाली

बालो तरूओ पडइ ।
गुरू सीसे पाढेइ ।
हरी संभुस्स मित्तो ।
अत्थस्स पुरिसो दासो ।
जणा चोरे निवइं नेन्ति ।
वाउणा आग्गी, खिप्पं वड्ढ
केवलिणो धम्मं उवइसन्ति
निवई अरीसु इसू मुञ्चइ
कि पसिणस्स अत्थं न जाणसि ?
किंकरो सामिणो आएसं करइ ।
भाणुस्स तावेण उदही नो सस्सइ ।
हत्थी पुरिसं हत्थेण गेण्हइ उदहिम्मि पक्खिवइं ।

---

* स्वरापुढें **वि** आणि अनुस्वारापुढें **पि** वापरतात.

पक्षी झाडांवर राहतात.
राजा प्रधानाला बोलावतो.
धनी नोकराला आज्ञा करतो.
हरीचा कुत्रा कोठे आहे ?
हरीचा कुत्रा झाडाखाली झोपत आहे.
तू गावाला का जातोस ?
मी राजाच्या हातात तरवार पाहतो.
पर्वतावर ढग आहेत काय ?
पर्वतावर ढग नाहीत.
राजपुत्र हत्तीवर चढतो.
हवेतही प्राणी असतात.
मुनि लोभ, कोप आणि आसक्ति टाकतात.
देव आणि मनुष्ये केवलीला वंदन करतात.
लोक संसाराचा समुद्र धर्माने तरतात.

धातु

चर (चर्) चालणे, भटकणे, करणे, आचरणे

पगास (प्रकाश्) प्रकाशणे

नामे (पु.)

आसम (आश्रम) आश्रम, मठ

इन्द (इन्द्र) इंद्र, देवांचा प्रमुख

इन्दु (इन्दु) चंद्र

ईस (ईश) प्रमुख, मालक, धनी

कइ कवि (कवि) कवि

पगास (प्रकाश) प्रकाश, उजेड

पसु (पशु) पशु

बाहु (बाहु) बाहु, भुज

भूवइ (भूपति) राजा

मणि (मणि) रत्न

माहण (ब्राह्मण) ब्राह्मण,
विद्वान् मनुष्य

गरुल (गरुड) गरुड पक्षी

गुण (गुण) गुण, धर्म

चन्द (चन्द्र) चंद्र

तव (तपस्) तप, पतश्चर्या

नर (नर) मनुष्य

रइ-रवि (रवि) सूर्य

रिउ (रिपु) शत्रु

वाणिय (वाणिज) व्यापारी, वाणी

साहु (साधु) मुनि, साधु

सिसु (शिशु) मूल, मुलगा

सेणिग सेणिय (सैनिक) शिपाई

अव्यये

दिया दिवा (दिवा) दिवसा

पच्छा (पश्चात्) नंतर, पाठीमागून

राओ (रात्रौ) रात्री

साहू भूवइं भणइ ।

मुणिणो तवं चरन्ति ।

कुमारा किं करन्ति ?।

कुमारा पाढे पढन्ति ।

सेले सेले मणी नो सन्ति ।

देवो वाणियस्स मणिं देइ ।

किंकरा बाहूहिं भारे वहन्ति ।

कविणो भूवइस्स गुणे गायन्ति ।

भाणुणो पगासेण जणा पासन्ति ।

सिसुणो आसमं गच्छन्ति मुणिं च वन्दन्ति ।

भूवइस्स हत्थी, आसा, सीहा वग्घा य सन्ति ।

गरुलो पक्खीणं ईसो, सीहो पसूणं, निवो नराणं, इन्दो य देवाणं ।

समुद्रात रत्ने असतात.

पक्षी झाडावर गात आहेत.

मुलगे धड्याचे पठन करीत नाहीत.

मुलगे गातात, खेळतात आणि हसतात.

मी झाडावर वानर पहात नाही.

राजाचे शिपाई शत्रूच्या गावात शिरतात.

कुत्रा मुलग्याच्या पाठीमागून धावत आहे.

ब्राह्मण मुनीच्या पाया पडतो.

रत्न व्यापाऱ्याच्या हातातून समुद्रात पडते.

सूर्य दिवसा आणि चंद्र रात्री प्रकाशतो.

अधिक प्रत्यय: - इकारान्त आणि उकारान्त पुल्लिंगी नामांना केव्हा केव्हा खालील अधिक प्रत्यय लागतात.

विभक्ति	ए. व.	अ. व.
प्रथमा	-	**ओ ए***
चतुर्थी	**ए**	-
पंचमी	**त्तो णो हिन्तो**	**त्तो हिन्तो सुन्तो**
सप्तमी	**सि**	-
संबोधन	-	**ओ**

खालील प्रत्ययांपूर्वी अन्त्य **इ उ** ह्यांचे अनुक्रमे **अय् अव्** असे आदेश होतात :-

१) प्र. अ. व. **ओ ए**

२) च. ए. व. **ए**

---

* हा प्रत्यय फक्त **उ**कारान्त पुल्लिंगी नामांना लागतो.

३) सं. अ. व.   ओ

१) प्र. अ. व. -

मुणि + ओ = मुणय् + ओ = मुणयो = मुणओ.

भाणु + ओ = भाणव् + ओ = भाणवो.

भाणु = ए = भाणव् + ए = भाणवे.

२) च. ए. व.

मुणि + ए =मुणय् + ए = मुणये = मुणए.

भाणु + ए = भाणव् +ए=भाणवे.

३) सं. अ. व.-

मुणि + ओ = मुणय् + ओ = मुणयो = मुणओ.

भाणु + ओ = भाणव् + ओ = भाणवो.

सि हा प्रत्यय लागण्यापूर्वी अन्त्य स्वरावर अनुस्वार येतो.

मुणि + सि = मुणिंसि.

भाणु + सि = भाणुंसि.

मुणि

विभक्ति	ए. व.	अ.व.
प्रथमा	-	मुणओ
चतुर्थी	मुणए	-
पंचमी	मुणित्तो मुणिणो मुणीहिन्तो	मुणिणो मुणीहिन्तो मुणीसुन्तो
सप्तमी	मुणिंसि	
संबोधन	-	मुणओ

भाणु

प्रथमा	-	भाणवो भाणवे
चतुर्थी	भाणवे	-
पंचमी	भाणुत्तो भाणुणो भाणूहिन्तो	भाणुत्तो भाणूहिन्तो भाणूसुन्तो
सप्तमी	भाणुंसि	
संबोधन	-	भाणवो

□

१२ पाठ अकरावा - एगारहमो पाढो

अ कारान्त इ कारान्त आणि उकारान्त नपुंसकलिंगी नामे

प्रत्यय

विभक्ति	ए. व.	अ. व.
प्र.	**म्**	**इं णि**
दि.	**म्**	**इं णि**
सं.	**०**	**इं णि**

इं व णि प्रत्ययांपूर्वी अन्त्य स्वर दीर्घ होतो.

वण + इं णि = वणाइं वणाणि
वारि + इं णि = वारीइं वारीणि
महु + इं णि = महूइं महूणि

वण (न.) अरण्य

विभक्ति	ए. व.	अ. व.
प्र.	**वणं**	**वणाइं वणाणि**
द्वि.	**वणं**	**वणाइं वणाणि**
स.	**वण**	**वणाइं वणाणि**

वारि (न.) पाणी

प्र.	**वारिं**	**वारीइं वारीणि**
द्वि.	**वारिं**	**वारीइं वारीणि**
स.	**वारि**	**वारीइं वारीणि**

महु (न.) मध

प्र.	**महुं**	**महुइं महूणि**
द्वि.	**महुं**	**महूइं महूणि**

सं.　　**महु**　　महूइं महूणि

केव्हा केव्हा **इं** ह्या प्रत्ययावरील अनुस्वाराचा लोप होतो. उदा.- **वणाइ, वारीइ,
महूइ.**

धातु

खा खाय (खाद्) खाणे　　　　वय (वद्) बोलणे, म्हणणे
छिन्द (छिद्) कापणे　　　　हर (हृ) हिरावून घेणे
पिब (पा) पिणे

नामे (पु.)

नरवइ (नरपति) राजा　　　　मोर (मयूर) मोर
बालय (बालक) मूल, मुलगा　　　लाह (लाभ) मिळणे, प्राप्ति, लाभ

नामे (न.)

अक्खि अच्छि (अक्षि) डोळा　　　नयण (नयन) डोळा
असच्च (असत्य)लबाडी, मिथ्या वचन　फल (फल) फळ
　　　　　　　　　　　मज्ज (मद्य) दारु, मद्य
उज्जाण (उद्यान) बाग　　　　महु (मधु) मध
घर (गृह) घर　　　　　　मुह (मुख) तोंड
जल (जल) पाणी　　　　　वण (वन) अरण्य
तण (तृण) गवत　　　　　वयण (वचन) बोलणे, शब्द
दव्व (द्रव्य) वित्त, पैसा　　　वारि (वारि) पाणी
धण (धन) द्रव्य, पैसा

नामे (पु. न.)

आगास (आकाश) आकाश　　　तलाग तलाय (तडाग) तळे,
　　　　　　　　　　　सरोवर
तव (तपस्) तप, तपश्चर्या

विशेषणे

असच्च (असत्य) खोटे. लबाड　　बहु (बहु) पुष्कळ, विपुल
टीप - विशेषणे विशेष्याचीच लिंग, वचन व विभक्ति ही घेतात.

अव्यये

सद्धिं (सार्धम्) सह, सहित　　　सह (सह) सह, सहित
दुमाउ फलाणि पडन्ति ।　　　　बाला घरेसु कीलन्ति ।
अडम्मि जलं अत्थि ।　　　　जणा मुहेहिं भासन्ति ।
मुणिणो वणे वसन्ति　　　　मोरा उज्जाणे नच्चन्ति ।

आसा तणं खायन्ति ।

वारिणा तरुणो वड्ढन्ति ।

हरिस्स वयणं असच्चं ।

बालयस्स नयणाइं न सन्ति ।

दिया आगासे भाणुं पासेमो ।

चोरा वाणियस्स धणं हरन्ति ।

नवरई चोरस्स अच्छीइं छिन्दइ ।

जणा लोहाउ असच्चं वयन्ति ।

नरवई मुणिणा* सह वणं गच्छइ ।

वानर झाडावर राहतात.

संन्याशी तप करतात.

हरीचा लोभ लाभाने वाढतो.

व्यापाऱ्याचे पुष्कळ द्रव्य आहे.

पाणी आकाशातून पडते.

पुष्कळ गावात तळी असत नाहीत.

राजा पक्षाला बाणाने मारतो.

मुलगा झाडावरून तळ्यात पडतो.

बागेतील झाडांवर फळे नाहीत.

संन्याशी मद्य आणि दारु पीत नाहीत.

धातु

जीव (जीव्) वाचणे, रहाणे

रोह (रुह्) वाढणे

लह (लभ्) मिळविणे

सुण (श्रु) ऐकणे

नामे (पु.)

कण्ण (कर्ण) कान

गिम्ह (ग्रीष्म) उन्हाळा, ग्रीष्म ऋतु

भमर (भ्रमर) भुंगा, मधमाशी

समुद्द (समुद्र) समुद्र

नामे (न.)

आलस्स (आलस्य) आळस

कमल (कमल) कमळ

दहि (दधि) दही

दुद्ध (दुग्ध) दूध

धणु (धनुस्) धनुष्य

नयर (नगर) शहर

नाण (ज्ञान) ज्ञान

पण्ण (पर्ण) पान

पुप्फ (पुष्प) फूल

मंस (मांस) मांस

लोण (लवण) मीठ

सुह (सुख) सुख

सइन्न सेन्न (सैन्य) सैन्य

---

* **सह** आणि **सद्धिं** ह्या अव्ययांचा तृतीयेशीं प्रयोग होतो.

शब्द

अहिय (अधिक) वि. अधिक, श्रेष्ठ

केवलं (केवलम्) अ. फक्त

निच्चं (नित्यम्) अ. नेहमी सतत

महुर (मधुर) वि. गोड

मित्त (मित्र) पु. न. स्नेही, मित्र सोबती

लोण (लवण) खारट

सवण (श्रवण) पु. न. कान

आलस्सं नराणं रिऊ ।

तलाए कमलाइं रोहन्ति ।

घडम्मि दहिं न अत्थि ।

बालया सुहेण जीवन्ति ।

गुरूणं नाणं अत्थि ।

अम्हे नयणेहि पासामो ।

दुद्धाउ दहिं अहियं महुरं ।

उयहिणो लोणं जलं न पिबामो।

सीहा पसूणं मंसं खायन्ति ।

तरुणं फलाणि पक्खिणो भक्खन्ति ।

इन्दुस्स पगासाउ भाणुणो पगासो अहिओ ।

अडाणं वारीणि गिम्हे सुस्सन्ति ।

समुद्दस्स जलाउ जणा लोणं लहन्ति ।

भमरा निच्चं पुप्फाणं महुं पिबन्ति ।

तुं असच्चं वयसि, हं असच्चं न वयामि ।

नोकर आड खणतात.

सैन्य शहरात शिरते.

हरीचे पुष्कळ स्नेही आहेत.

मुलगे गुरुला नमस्कार करतात.

राजाच्या हातात धनुष्य आहे.

तो धनुष्याने बाण सोडतो.

ब्राह्मण मुनीच्या पाया पडतो.

तळ्याचे पाणी समुद्राला जाते.

झाडांना फक्त पाने व फुले आहेत.

गावचे लोक पैशाकरता शहराला जातात.

माणसांना पाय, हात, डोळे, कान आणि तोंड असतात.

माणसे पायांनी चालतात, हातांनी खातात, डोळ्यांनी पाहतात, कानांनी ऐकतात आणि तोंडाने बोलतात.

उजळणी

देव (पु.)

वि.	ए. व.	अ. व.
प्र.	देवो देवे	देवा
द्वि.	देवं	देवे
तृ.	देवेण देवेणं	देवेहि देवेहिं
च.	देवस्स देवाय	देवाण देवाणं
प.	देवाउ देवाओ	देवाउ देवाओ
ष.	देवस्स	देवाण देवाणं
स.	देवे दवम्मि	देवेसु देवेसुं
सं.	देव देवा	देवा

वण (न.)

प्र.	वणं	वणाइं वणाणि
द्वि.	वणं	वणाइं वणाणि
तृ.	वणेण वणेणं	वणेहि वणेहिं
च.	वणस्स वणाय	वणाण वणाणं
प.	वणाउ वणाओ	वणाउ वणाओ
ष.	वणस्स	वणाण वणाणं
स.	वणे वणम्मि	वणेसु वणेसुं
सं.	वण	वणाइं वणाणि

मुणि (पु.)

प्र.	मुणी	मुणी मुणिणो
द्वि.	मुणिं	मुणी मुणिणो
तृ.	मुणिणा	मुणीहि मुणीहिं
च.	मुणिस्स मुणिणो	मुणीण मुणीणं
प.	मुणीउ मुणीओ	मुणीउ मुणीओ
ष.	मुणिस्स मुणिणो	मुणीण मुणीणं
स.	मुणिम्मि	मुणीसु मुणीसुं
सं.	मुणि मुणी	मुणी मुणिणो

वारि (न.)

प्र.	वारिं	वारीइं वारीणि
द्वि.	वारिं	वारीइं वारीणि

तृ.	वारिणा	वारीहि वारीहिं
च.	वारिस्स वारिणो	वारीण वारीणं
प.	वारीउ वारीओ	वारीउ वारीओ
ष.	वारिस्स वारिणो	वारीण वारीणं
स.	वारिम्मि	वारीसु वारीसुं
सं.	वारि	वारीइं वारीणि

भाणु (पु.)

प्र.	भाणू	भाणू भाणुणो
द्वि.	भाणुं	भाणू भाणुणो
तृ.	भाणुणा	भाणूहि भाणूहिं
च.	भाणुस्स भाणुणो	भाणूण भाणूणं
पं.	भाणूउ भाणूओ	भाणूउ भाणूओ
ष.	भाणुस्स भाणुणो	भाणूण भाणूणं
स.	भाणुम्मि	भाणूसु भाणूसुं
सं.	भाणु भाणू	भाणू भाणुणो

महु (न.)

प्र.	महुं	महूइं महूणि
द्वि.	महुं	महूइं महूणि
तृ.	महुणा	महूहि महूहिं
च.	महुस्स महुणो	महूण महूणं
पं.	महूउ महूओ	महूउ महूओ
ष.	महुस्स महुणो	महूण महूणं
स.	महुम्मि	महूसु महूसुं
सं.	महु	महुइं महूणि

❑

१३ भारोपीय (इंडो युरोपियन) भाषातून संस्कृतात प्रवेशलेले सुमेरी, एजियन, युराली शब्द

भारोपीय भाषा बोलणाऱ्या अतिप्राचीन लोकांना संस्कृत-वीर, आयरिश-फेर लॅटिन 'उइर' आणि जर्मन 'वेर' या शब्दांच्या आधारे 'विरोस' ही संज्ञा दिली जाते. हे भारोपीय-भाषिक लोक अतिप्राचीन काळात नेमके कोणत्या ठिकाणी (मध्य अशियातच - आर्क्टिक प्रदेश नव्हे) राहात होते, हे सांगणे कठीण आहे. भाषाशास्त्र, भूगोल, पुरातत्त्व, प्राचीनजलवायु विज्ञान, ज्योतिष इत्यादी शास्त्रांच्या आधारे भारोपीय भाषिक जातिसमूह मध्य आशियात कुठेतरी एकत्र राहात असे, असे मत बहुतांशी मान्य झाले आहे.

यांचे मूळ स्थान कोणतेही असो, भाषिक समानतेच्या आधारावर ही गोष्ट स्पष्ट होते की कधी काळी संस्कृत अवेस्ता भाषा, ग्रीक, लॅटिन इ. भाषा बोलणाऱ्यांचे पूर्वज एकत्र राहात. व यांचे शब्द समूह आणि अन्य भाषा समूहाचे - परिवाराचे शब्दसमूह ह्यांची तुलना केली तर, अन्य परिवाराच्या भाषा भाषिकांच्या संपर्कात आले होते, असे अनुमान होते, आणि ह्या अनुमानाचा आधार म्हणजे शब्दांचा - संकल्पनांच्या - घटना होत.

सुमेरी शब्द

सुमेरी लोक जगातील प्राचीनतम सभ्य संस्कृतीचे लोक. काही विद्वानांच्या मते यांची संस्कृती इ. स. पू. ७००० मध्ये पर्याप्त विकसित झाली होती. (द. एन्सायक्लोपीडियाना अमेरिकाना १९४४, खंड २६ पा. ४४) यांचे केंद्र 'दजलाफरात' च्या खोऱ्यात होते. भारोपीय परिवारांचे लोक सुमेरी लोकांच्या संपर्कात आले. सुमेरी गायी - बैलांशी परिचित होते, पण त्यांच्या संपर्कात येईपर्यंत भारोपीय लोकांना त्या प्राण्यांचे ज्ञान नव्हते. कदाचित भारोपीय परिवाराने गायबैलांचा उपयोग सुमेरींकडून शिकून घेतला. त्याच बरोबर गाय-बैलाचे द्योतक शब्दही सुमेरी भाषेतूनच

घेतले. गाय-बैलासाठी सुमेरी प्राचीन शब्द 'गुद' होता. नंतर 'द्' ध्वनीचा लोप होऊन 'गु' असा शब्द राहिला. हा शब्द भारोपीय भाषेत 'ग्वाऊ' असा झाला. ज्यातून संस्कृत गो', ग्रीक - बाउस, लॅटिन - वीस, कोल्टिक - बी, प्राचीन उच्च जर्मन = कुवो, इंग्रजी = काऊ आर्मीनियन कोऊ, प्राचीन राशियन गोडे, पार्शियन गाब, लॅटिन - गुओऊस शब्द विकसित झाले. याप्रकारे आपल्या आर्य संस्कृतीचा एक शब्द आपला नसून सुमेरी संस्कृतीचा आहे.

संस्कृत 'परशु' किंवा ग्रीक 'पेलेकुश' हा या प्रकारचा दुसरा शब्द आहे : मुळात हा शब्द सुमेरी 'बलग' (कुऱ्हाड) असा होता. तेथून तो अकुडी -हखामनी राज्यातील भाषेत आला. तिथे तो 'पिलक्कु (ब > अघोषीकृत) प, ग (अघोषीकृत) रुप पावला. अवकडी भाषेतून तो भारोपीय भाषांच्या सहवासात आला, तेंव्हा त्याचे संभावित रूप 'पेलेकु' झाले. ग्रीक 'पेलेकुस' आणि संस्कृत परशु (ल > रलयोरभेदः आणि क > श) लॅटिन केन्टुम संस्कृत शतम् प्रमाणे) यांच्याशी संबद्ध झाला.

तिसरा सुमेरी शब्द उरुदु (तांबे-ताम्रधातु) हा होय. हाही भारोपीय भाषेत घेतला गेला. सुमेरियन लोकांशी संपर्क येण्यापूर्वी भारोपीय भाषिक लोकांना तांबे धातु माहीत नव्हता. मूळ भारोपीय भाषेत या शब्दाचे रुप 'उरुध' होते. नंतर 'रअुध' 'रोधु 'रोध झाला. यापासून संस्कृतचे अनेक शब्द बनतात. रोध = तांबे या अर्थाव्यतिरिक्त तांब्याच्या रंगाच्या आधारावर 'लाल' किंवा 'अन्य लाल वस्तू' असाही अर्थ झाला. इंग्रजी 'रेड' जर्मन 'रॉट' डच रुड आणि संस्कृत = रूधिर हे शब्द या 'रोध' पासून विकसित झाले. हिंदीतील लोहू-लहू हा रुधिर - लाल रंग या अर्थी आहे. संस्कृत लोह सुद्धा मूलतः 'रोध्' आहे. 'लोह' शब्दाचा संस्कृतात 'लोखंडाच्या' अतिरिक्त तांबे, लालरंग, रूधिर यासाठीही उल्लेख आहे. 'लालमोती' ह्यास संस्कृतात 'लोहमुक्तिका' नाव आहे. 'लोहित' म्हणजे तांबे, रक्त, मंगळ ग्रह, रंग, लालचंदन इ. अर्थ सुमेरी शब्दार्थाकडे संकेत करतात. (पहा : अजामेकां लोहित शुक्ल कृष्णां = श्वेताश्वतरोपनिषद्) या प्रकारे संस्कृत 'रुधिर' आणि 'लोह' हिंदी लोहा - लोहू मुलतः सुमेरी शब्द आहे.

शेवटचा सुमेरी शब्द 'अस्तेर' असा आहे. ह्याचा अर्थ तारा. सुमेरी लोक ज्योतिष विद्येत फार निष्णात होते. या क्षेत्रात त्यांनी जगातील अनेक संस्कृतींवर प्रभाव टाकला. भारतातील मूळ मेष इत्यादी बारा राशी- चित्रे ही मूळ सुमेरी संस्कृतीची देणगी आहे. 'अस्तेर' च्या प्रभावाने भारोपीय भाषेत तो प्रवेशला, नंतर इंग्रजीत = स्टार, लॅटिन = स्टेला, जर्मन = स्टर्न, अँग्लो = सॅक्सन् = स्टेओटा, फारसी = सितारा, संस्कृत = तारा इत्यादी रुपात परिणत पावला.

एजिअन शब्द

प्राचीन काळात एजिअन संस्कृती युरोपातील सर्वप्रमुख महत्वपूर्ण संस्कृती होती. यांचे केंद्र 'क्रीट' होते. ही संस्कृती आसपासची बेटे, युरोपखंडातील समीप वर्ती प्रदेशात ही एजिअन संस्कृती पसरली होती. सांस्कृतिक दृष्टीने युरोपमध्ये या संस्कृतीचे - भारतात जसे 'ऑस्ट्रिक संस्कृतीचे' स्थान आहे– तसेच आहे. परंतु युरोपिअन संस्कृतीच्या मूलभूत उपादानांवर संकल्पनांवर या संस्कृतीची गहन छाप आहे. ग्रीस आणि त्याच्या आसपासची भौगोलिक नावे ह्या संस्कृतीने रुढ केली. या संस्कृतीचा काळ ढोबळ मानाने इ. स. पू. ३००० ते इ. स. पू. १००० असा मानला जातो. मूळ भारोपीय भाषांनी एजिअन भाषेपासून सुद्धा अनेक शब्द स्वीकारून स्वत:त रूढ केले. त्यातील एक तरी निश्चित शब्द म्हणजे मूळ भारोपीय अयोस किंवा अयेस किंवा अयास, जो संस्कृतमध्ये 'अयस्' (प्रारंभी याचा अर्थ 'तांबे' होता, नंतर 'उत्तम लोखंड' असा बनला.) अवेस्तामध्ये 'अयह' लॅटिन 'अयेस' (= तांबे) गॉथिक = अइज इत्यादी रूपात मूलत: एजिअन 'अलाय' आहे. 'अलस्य (= तांबे) वस्तुत: एजिअन किंवा त्याच्या एका भागाचेच नाव होते. या भागात भरपूर तांबे मिळे. कार्पेंटिअर (बुलेटिन ऑफ द स्कूल ऑफ ओरिएंटल स्टडीज लंडन इन्स्टिट्यूट - खंड ४- पृ १५६) आणि पोकोर्नी (चाईल्ड = द आर्यन्स प्रथमावृत्ती पृ. (७) यांच्या मते सायप्रसचे (जे प्राचीन काळी तांबे धातू साठी फार प्रसिद्ध होते) मूळ नाव 'अलस्य' असेच होते. म्हणजे उदा. सुरतचा तो सुर्ती, सिंधुचे ते सैंधव, किशमिश पासून किशमिश अशी नावे पडतात तसेच 'अलस्य' पासून मिळणारे तांबे 'अलस्य' नावाने ओळखले जाऊ लागले. एजिअन मधील हे अलस्य तांबे, सुमेरी तांब्यापेक्षा स्वच्छतेमुळे अधिक लाल होते. हे दोन्ही प्रकारचे धातू भारोपीय लोकांना क्रमश: उपरोक्त दोन्ही संस्कृतीत मिळाले होते.

युराली शब्द

युराली भाषापरिवाराचा भारोपीय भाषापरिवाराशी संबंध आला होता. परंतु हा संबंध बहुधा परवर्ती काळात झाला असावा. हा संबंधही भारोपीय परिवाराच्या पूर्व शाखेशी म्हणजे जेथे भारत-इराणी इत्यादी (इंडो इराणी) भाषा बोलल्या जातात, त्यांच्याशी जास्त आला. युराली आणि इंडो इराणी या दोन संस्कृतींचा संबंध अधिक होता. यामुळेच या दोन संस्कृतीतील शब्दांचे आदान प्रदान अधिकच होते. दोन्ही परिवारातील कांही शब्द असे आहेत.

युराली	भारोपीय
१) फिनिश, सुओला (मीठ)	१) लॅटिन (सल = मीठ)

भारोपीय (इंडो युरोपियन) भाषातून संस्कृतात प्रवेशलेले सुमेरी,... ● ४१५

इस्तोनियन सोल	इंग्रजी = सॉल्ट, रशियन = सोल
२) फिनिश मेते (मधु)	२) संस्कृत = मधु, ग्रीक = मेधु, इंडियन = म्योज
३) फिनिश वेते (पाणी श्स्तोनियन वेसि)	३) इंग्रजी = वॉटर, गॉथिक = वॉटो संस्कृत = उदक, रशियन = उदा
४) फिनिश - तोरन (तृण)	४) संस्कृत = तृण
५) १०० साठी सत, सात, शदो, सो, सु, शु इत्यादी	५) संस्कृत = शत फार्सी = सद, रशियन = स्तो हिंदी = सौ इत्यादी
६) मगिमार 'आर्व (परित्यक्त मूल) फिनिश = ओर्वो	६) संस्कृत = अर्भ
७) मगियार = अरन्य (सोने)	७) संस्कृत = हिरण्य, अवेस्ता 'अरन्य
८) फिनिश = कुओष	८) संस्कृत = कूप
९) वोगुल = सुरेङ, सरेङ, मोर्दविन सिरडे, जिरयन, वोतयक = जरडी	९) फार्सी जर
१०) मगियार = स्जिलन्क, फिनिश = सले	१०) संस्कृत = शलाका
११) मोर्दविन 'अजोर (फार मोठा)	११) संस्कृत = असुर अवेस्ता = अहुर
१२) इस्तोनियन = सूर, वोतयक = उजिर फिनिश = वसर (हातोडा) मोर्दविन = उजर	१२) संस्कृत = वज्र, अवेस्ता = वसर (गदा)
१३) फिनिश = पोर्सस इस्तोनियन पोर्सस (छोटे डुकर)	१३) लॅटिन = पोर्कस, इंग्रजी पोर्क
१४) फिनिश 'ओरस' वरस (रानटी डुक्कर)	१४) संस्कृत = वराह अवेस्ता = वराज
१५) मगियार 'ओस्तोर (चाबूक - हत्यार)	१५) संस्कृत = अस्त्र
१६) इस्तोनिअन ओता, ओदा	१६) अवेस्ता अश्त्रा (हत्यार) (हत्यार)

१७) मगियार 'सोर' (मदिरा) वोतयक 'सुर' वोगुल = सोर	१७) संस्कृत = सुरा अवेस्ता = हुरा
१८) मोर्दविन 'सेद' (पूल) इस्तोनिअन सिल्द	१८) संस्कृत = सेतु अवेस्ता = अवेतु
१९) मोर्दविन वर्गस, जिरियन वोर्कस	१९) संस्कृत = वृक, अवेस्ता = वह्लक
२०) बोगुल = तास (अज्ञात व्यक्ती)	२०) संस्कृत = दास
२१) मोर्दविन = मेक्श (मधमाशी) इस्तोनिअन (मधु) = मेसि = मगियार = मेज = मध	२१) संस्कृत = माक्षिका अवेस्ता मख्शी
२२) इस्तोनियम सोकु (बकय = मोर्दविन = शेव)	२२) संस्कृत = छाग
२३) फिनिश = सिर्हक नेन मार्दविन 'शुव (टोकदार)	२३) संस्कृत = शूक (टोक) = अग्र

युराल भाषापरिवार आणि भारोपीय भाषापरिवार यांच्यातील संक्षेपाने दिलेली वरील साम्ये होत. अर्थातच ती काही संयोगवश, योगायोगाने निश्चितच झालेली नाहीत. सर्व दृष्ट्या विचार केला तर ह्यातील अधिकांश शब्द असे आहेत, की जे मूलत: भारोपीय परिवाराचे आहेत, आणि ते युरालीने ग्रहण केले आहेत, परंतु 'मक्षिका, शूक, छाग, कफ, कूप, शलाका, तृण, हिरण्य आणि वराह' इ. शब्द मात्र युराली परिवाराचे आहेत. म्हणजे ते संस्कृत भाषेचे नसून परकीय भाषा परिवारातून आलेले, संस्कृतमध्ये स्वीकृत-स्थिर झालेले आहेत. हा भाषा मेळ वेदपूर्व काळापासूनचा आहे. कारण कित्येक युराली शब्द वेदात आढळतात.

विशेषकरून भारोपीय भाषांमधील ध्वनिसाम्ये पाहिली पण 'एक' शब्दाची गोष्ट वेगळी आहे.

प्राचीन फार्सी यक, संस्कृत एक, हिटाइट आईक, मध्ये 'क' ध्वनी आहे. युराली भाषा परिवारातही 'एक' शब्द ध्वन्यात्मक दृष्टीने 'एक' पेक्षा दूर नाही, हे खालील उदाहरणावरून दिसून येईल.

युराली भाषा	एक
वोगुल	अक
हुंगेरिअन	एगी
ओतियक	ओग

समोइएदे	ओकुर
इस्तोनिअन	उक्त
फिनिश	उकसी-यस्क्सी

अनेक विद्वान युराली भाषापरिवार द्रविड परिवाराशी संबंधित मानतात.

(फांउडेशन ऑफ लँग्वेज ग्रे. २ रे संस्क. पृ. ३८८, ओरिजिन अँड स्प्रेड ऑफ तमिल्स - दिक्षितार पृ. ५ प्र. संस्क) आणि त्यातही 'क' शब्दाच्या 'एक' साठी (पारसी = ओक, तेलगु = ओका) यात साम्य मानतात.

या ठिकाणी एक गोष्ट लक्षणीय, विचारणीय आहे. २ ते १०, २०, ३० इत्यादी आणि १०० असे आहेत, की जे भारोपीय परिवारामध्ये अधिक साम्य दर्शवतात. भारोपीय भाषा परिवारात १०० चे आदानप्रदान ध्वन्यात्मकरीत्या जवळ जवळ एकसारखे होते. पण १ आकडया साठी आज बहुधा युराली परिवाराकडून ध्वनी घेतल्याचे जाणवते, आणि हे खरोखर आश्चर्यकारक आहे, असाधारण आहे.

❑

१४ बायबल (जुना करार) मध्ये संस्कृत शब्द

बायबल हा ग्रीक शब्द असून त्याचा अर्थ 'पुस्तक' असा आहे. कालांतराने तो 'ख्रिश्चनांचा धर्मग्रंथ' या अर्थाने प्रयुक्त झाला. बायबल याच अर्थाने जगात प्रसिद्ध आहे. बायबलच्या अंतर्गत 'जुना करार' आणि नवा करार (old Testament and New Testament) अशी दोन पुस्तके आहेत. जुना करार हिब्रू भाषेत लिहिला गेला होता. त्यामध्ये सृष्टीची उत्पत्ती आणि मोझेसचे उपदेश वर्णित आहेत. प्रस्तुत लेख हिब्रू भाषेत लिहिलेल्या जुन्या कराराशी संबंधित आहे. इ.स. १६११, त्यानंतर १८८१ मध्ये यातील प्रक्षिप्ते काढून टाकून 'शुद्ध' करण्यात आला. १८८१ ची Revised Version आजवर शुद्ध मानली जाते.

जुन्या करारात शुद्धपाठानुसार ५६४२ शब्द आहेत. (सायन्स ऑफ लँग्वेज-मॅक्समुलर भाग एक लंडन १८७३) या शब्दातील काही शब्दांचा संबंध रूपसाम्य आणि अर्थसाम्याच्या आधारावर एकाद्या भाषेत परक्या भाषेतून शब्द उधार घेतला हे सिद्ध होऊ शकत नाही, हेही तितकेच खरे आहे. उदा. भोजपुरी आणि अवधी हिंदी भाषेत नीअर-नीअरे शब्दांचे अर्थ 'समीप जवळ' आहेत. पण त्यांचा इंग्रजी भाषेतील near शी काडीमात्र संबंध नाही. केवळ संयोगवश हे आंतरिक - बाह्य साम्य घडले आहे. मूलत: या दोन्हीत काहीही संबंध नाही. या ठिकाणी हिब्रू - संस्कृतचा जो संबंध दाखवला जाणार आहे, तो रुपसाम्य- अर्थसाम्यापलिकडे - आवश्यकता - संभावना - यथार्थ इतिहास यावरच जास्त आधारित आहे.

जुन्या करारात असे वर्णन येते की टायर (Tyre) चा राजा हिरम (Hiram) आणि सॉलोमन (Soloman) राजांचा जहाजांचा काफिला दर तिसऱ्या वर्षी कोण्या 'ओफिर (Ophir) नामक देशातून किंवा स्थानातून सोने, अतिमूल्यवान रत्ने, अल्मग (Almug) लाकूड आणत असे. त्या काफिल्याबरोबर हस्तीदंत, वानरे, मोर इत्यादी आणखीही वस्तू आणल्या जात. जुन्या कराराच्या अभ्यासकांच्या पुढे हा

प्रश्न होता, की अखेर हे ओफिर कोणत्या देशाचे वा स्थानाचे नाव आहे. ह्या विषयानुषंगाने ह्यावर काळजीपूर्वक छाननी या लेखात केली आहे.

व्युत्पत्तीच्या दृष्टीने ओफिर शब्द हिब्रू भाषा - किंवा सेमेटिक परिवाराचा नाही. अशा स्थितीत 'ओफिर' स्थानाच्या शोधासाठी दोन प्रमुख आधार आहेत. पहिला आधार त्या विशिष्ट शब्दाचा, दुसरा आधार 'ओफिर' हून आणल्या जाणाऱ्या वस्तूंचा. दुसऱ्या शब्दात एखाद्या स्थानाचे नाव ओफिर वा त्याशी मिळते जुळते असेल, तर ते ओफिर असण्याचे अनुमान करता येते. दुसरे म्हणजे 'ओफिर' स्थानामध्ये हिरम सॉलोमनच्या जहाजांच्या काफल्यातून वाहून आणल्या जाणाऱ्या वस्तू (सोने, रत्ने, अल्मग लाकूड, हस्तीदंत इ.) उपलब्ध असल्या पाहिजेत, किंवा तेथे मागवून त्या जहाजमार्गे पाठवण्याची तजवीज तरी असली पाहिजे, या विषयावर अनेकांनी विचार करून या दोन तार्किक गोष्टींचा आधार न घेतल्याने त्यांचे निष्कर्ष हास्यास्पद, निरर्थक बनले.

१) रीड (Wrede) च्या मते ओफिर (ofir) हिमॅरिटिक (Himyaritic) शब्द असून, त्याचा अर्थ 'लाल' आहे आणि महर (mahara) लोक लाल सागराला 'बहर ओफिर' म्हणतात. म्हणून ओफिर लालसागराच्या आसपास आहे. (Dictionary of the Bible, London 1863, 3rd part संपादक W. Smith मध्ये ophir वर लिहिलेल्या लेखाचा प्रारंभीचा भाग E.T.B. Twislaton)

२) दुसऱ्याही अशा अर्ध्या कच्च्या आधारावर ओफिरचे स्थान आर्मेनिया मानले गेले (कल्मेट - calmet)

३) वॉल्टर रॅले 'ओफिर' म्हणजे मलूका-द्वीपसमूहातील एक द्वीप मानतो. (History of world book I, Chapter VIII)

४) माण्टेनस (Arieas Montanus) याने पेरु देशातील 'परवेम' (Parvaim) शी कांही ध्वनिसाम्य पाहून ओफिर पेरु देशात कुठेतरी असल्याचे मानले आहे. (Bochart लिखित Phaleg ची भूमिका) वस्तुत: ही चारी मते एकाच श्रेणीची निराधार असल्याने अजिबात विचारणीय नाहीत.

मतांचा दुसरा वर्ग पूर्वोक्त दोन्ही आधारावर स्थित असल्याने महत्वपूर्ण आहे. या वर्गातही चार मते आहेत.

१) पहिल्या मताप्रमाणे ओफिर आफ्रिकेत आहे, ह्या मताचे समर्थक हुएट (Huet), ब्रूस (Bruce), रॉबर्टसन (Robertson) क्वात्रमेयर (M. Quartra Mere) आणि टीनेट (J. E. Tenent) आहेत.

२) दुसऱ्या मताप्रमाणे ओफिर अरबस्तानात आहे. या मताचे समर्थक मिकेलिस (Michaelis) नेबुर (Niebuhr), गासेलिन (Gassellin) विन्सेंट

(Vincent) वाईनर (Winer) फुर्स्ट (Furst) नॉबेल (Knobel) क्रॉफर्ड (Crauffurd) आणि कॉलिश (Kalislh) इत्यादी प्रसिद्ध व्यक्ती आहेत.

३) तिसऱ्या मताचे विद्वान भारताला ओफिर मानतात. ह्यात रेलँड लॅस्सेन (Reland) - (Lassen) रिटर (Ritter) बर्थ्यू (Bertheu) थेनिअस (Theninus) इवाल्ड (Ewald) मॅक्समुलर (सायन्स ऑफ लँग्वेज) अधिक प्रसिद्ध आहेत.

४) चौथ्या मताचे प्रतिपादन करणारे विद्वान म्हणतात की ओफिर दोन आहेत. ह्यातील जेसेनियस विद्वानाचे म्हणणे आहे की अरबस्तान आणि भारत दोन्हीही ओफिर असल्याची एकसारखी प्रमाणे मिळतात, त्यामुळे दोन्हीपैकी नेमके कोणते ओफिर ह्याचा निर्णय घेता येत नाही.

(ही चारही मते डिक्शनरी ऑफ द बायबल - संपादक स्मिथ मध्ये उल्लेखित आहेत.)

दुसऱ्या वर्गाचे 'अफ्रिका अरबस्तान भारत' यांच्यापैकी एक ओफिर मानणाऱ्यांची अनुमाने अशी आहेत.

१) भारत -अरब पेक्षा आफ्रिकेत सोने अधिक सापडते, म्हणून इथूनच सोने नेण्याची शक्यता अधिक आहे,

२) आफ्रिकेच्या पश्चिम किनाऱ्यावर 'अरेबियन्स सोफाला' नावाचे बंदर आहे, या 'सोफाला' पासून 'ओफिर' शब्द व्युत्पन्न झाला असण्याची संभावना आहे. सोफालाजवळ सोने सापडत असे.

३) जुन्या करारात 'ओफिर' मधून आणल्या जाणाऱ्या वस्तूत 'मोर' पक्षी आहे, ह्याला Tukki किंवा Tukkiyim असे म्हणण्याचा रिवाज होता. आफ्रिकेत 'ओफिर' आहे असे म्हणणारे विद्वान 'मोर'चा अर्थ मोर न मानता 'पोपट' घेतात. सोफालाजवळ असे पोपट सापडत ह्यावरुन सोफाला हेच बायबलातील ओफिर होय.

४) जुन्या करारात वर्णिल्याप्रमाणे वानर, हस्तिदंत आणल्याचा उल्लेख आहे, ह्या वस्तू आफ्रिकेतही मिळतात, म्हणून आफ्रिकेतच ओफिर होते.

२) आफ्रिकेनंतर अरबस्तानचे पक्षपाती अशी अनुमाने प्रस्तुत करतात.

१) अरबस्तानात तीन स्थानावर अफर (Aphar) दोफिर (Dofir) आणि जउर किंवा जफरी (Zafari) आहेत. सध्या ज्याला Dofar म्हणतात, ते स्थान ओफिरशी मिळते जुळते आहे. म्हणून तिन्हीपैकी एका स्थानी ओफिर असावे.

२) जुन्या करारात जेनेसिस अध्याय १० (छंद २९) मध्ये जे वर्णन आहे, त्यात स्पष्टपणे अरबस्तानाचा संकेत आहे.

३) अगाथार शाईडस् (Aguthar shides) आर्तेमिडोरस (Artemidorus) एल्डर (Elder) यांनी अरबस्तानात सोने सापडत असल्याचे म्हटले आहे. त्यामुळे

तेथून इस्त्राएलला सोने जाऊ शकत होते.

४) युपोलेमस (Eupolemus) नामक ग्रीक लेखकाने लिहिले आहे की 'एरिथोरियन' सागरात ओफिर नावाचे द्वीप होते. तिथे सोने मिळत असे. एरिथेरियन सागर सध्याच्या अरबी सागराचे नाव होते. म्हणून अरबस्तान नसले तर अरबस्तानाच्या आसपास 'ओफिर' होते.

५) या मतावरही आपत्ती येत असेल, तर अरबस्तान इकडून तिकडून सोने गोळा करुन अन्य अरब राष्ट्रांकडून आणवून त्याचा व्यापार करीत असेल म्हणून ओफिर अरबस्तान किंवा त्याच्या समीप कुठेतरी होते. आफ्रिका-अरबस्तान नंतर भारताचा विचार करू.

१) कॉप्टिक भाषेत भारताचे नाव 'सोफिर (Sofir) आहे. या 'सोफिर' शब्दावरून 'ओफिर' बनणे अशक्य नाही.

२) जुन्या करारात - पुष्कळशा अनुवादकांनी Ophir च्या जागी sophir किंवा Sophiria शब्दाचा प्रयोग केला आहे. जोनेफसने (Jonefus) ही हेच केले आणि तो स्पष्ट लिहितो, की हे (ओफिर) भारताचेच एक अंग होते.

३) जुन्या कराराचा अनुवाद करणाऱ्या प्राचीन अरब विद्वानांनी कमीत कमी तीन ठिकाणी 'ओफिर' चा अनुवाद 'भारत' असा केला आहे.

४) ओफिरमधून पाठवल्या जाणाऱ्या - सोने, रत्ने, चंदन, मोर, वानरे हस्तीदंत इत्यादी भारतात उपलब्ध आहेत. प्राचीन काळापासून अशा वस्तू विदेशात पाठवल्या जात.

५) चंदन, मोर, हस्तीदंत वानर ही नावे जुन्या करारातील हिब्रू भाषेत नाहीत, ही नावे भारतीय आहेत, हे पुढे सिद्ध होईलच.

६) भारताच्या पश्चिम किनाऱ्यावर सिंधु नदीच्या मुखाजवळ अतिप्राचीन काळापासून 'आभीर जातीचे' व्यापारी लोक राहात याचे वर्णन आहे. 'आभीर' शब्द बिघडून 'ओफिर' होऊ शकतो. ह्याच्या व्यतिरिक्त (नाला) सोपारा किंवा उपारा नावाचे प्राचीन बंदर होते. ह्याचाही 'ओफिर' असा अपभ्रंश होऊ शकतो. काश्मिराच्या बाजूला मिळणारे सोने सिंधु नदीच्या मार्गाने येथवर येत असेल. (डिक्शनरी ऑफ बायबल. J. M. Price द्वारा 'ओफिर'वरील लेख.) येथेच गुजराथेत मोर भरपूर प्रमाणात सापडत असत.

Animal Kingdom (लंडन १८२९) च्या लेखकाने (Cuvir) भारताला Cradle of peacock म्हटले आहे. मलबारचे चंदनही येथून दूर नाही. अशा रीतीने ओफिर भारतच होय, अशा साऱ्या संभावना आढळतात.

जर भारत-अफ्रिका ह्यांची ह्या 'ओफिर' विषयाबाबत तुलना केली तर तिथे

सोने भरपूर आहे, पण Tukki ज्याला अधिकांश विद्वानांनी मोरच मानले आहे, पोपट नाही, तो मात्र आफ्रिकेत नाही. ओफिरमधून निर्यात होणारे 'चंदन सुद्धा' आफ्रिकेत निर्माण होत नाही. तिसरी गोष्ट अशी की जर या वस्तू आफ्रिकेतून (जर तेथे ओफिर असते) तर त्यांची नावे तत्कालीन जुन्या कराराच्या काळच्या लोकांनी आफ्रिकन पद्धतीचीच राखली असती. पण असे झालेले नाही. ओफिरमधून इस्त्राएलला जाणाऱ्या वस्तूचे एकही नाव आफ्रिकन नाही; म्हणून 'ओफिर' आफ्रिकेत असणे असंभव आहे.

अरबस्तानाच्या बाबतीत खनिजविद्याविशारदांचे म्हणणे आहे की अरबस्तानात आजही सोने नाही, की भूतकाळातही ते नव्हते. जर असते तर खाणींचे अवशेष अवश्य सापडले असते. (डिक्शनरी ऑफ बायबल स्मिथ'-ओफिरवर लेख) चंदन, हस्तीदंत, मोर इत्यादी तर अरबस्तानात केवळ अप्राप्य अशक्य वस्तू आहेत. ह्या वस्तू तेथे निर्माण होऊच शकत नाहीत. ह्यामुळेच स्वत: अरबी प्राचीन अनुवादकांनीच स्वत:हून ओफिरचा अर्थ 'भारत' केला आहे. सर्वात महत्त्वाची गोष्ट ओफिरमधून जाणाऱ्या वस्तूंची नांवे, त्यांच्या व्युत्पत्तीही अरबी नाही. मालाची खरेदी अरबस्तानात, त्यांची नावे मात्र भारतीय असे घडणे अशक्यच आहे. म्हणून आफिक्रेप्रमाणे अरबस्तानही 'ओफिर' नाही.

भारताच्या बाबतीत मात्र वरील प्रकारच्या कांहीच अडचणी नाहीत. ओफिरहून इस्त्राएलला जाणाऱ्या साऱ्या वस्तू भारतात निर्माण होत होत्या, समुद्रमार्गे - जमीनमार्गे त्या परदेशात जात होत्या हे तत्कालीन जातक कथा वरून कळून येते. 'ओफिर' नावाची उत्पत्ती 'आभीर' किंवा 'सोपारा' पासून उद्भूत होऊ शकते. जुन्या करारातील हिब्रू तत्कालीन भाषेत प्रयुक्त झालेली नावे भारतीयच आहेत. म्हणून ओफिर भारतातच होते हे निर्विवादपणे म्हणता येते. मॅक्समुलरचे हेच मत आहे. त्या काळात इस्त्राएलमधील ज्यू लोकांशी भारतातून व्यापार होत असे. अशा अवस्थेत शब्दांची देवाण घेवाण होणे ही अगदी साहजिक घटना आहे.

'ओफिर' बाबतीतील विद्वानांची भिन्न भिन्न मते पाहिली. परंतु ओफिर भारतातच असून गुजराथेजवळ असण्याची संभावना अधिक आहे, म्हणून रिटर (Erdkunde by Ritter) आणि लेस्सेन (Indian Alterthuma Kunde - by lassen) यांनी सिद्ध केल्याप्रमाणे मॅक्समुलरनेही (सायन्स ऑफ लँग्वेज) मानल्याप्रमाणे 'ओफिर' मूलत: 'आभीर' शब्दाचे विकसित रुप आहे.

ओफिरमधून इस्त्राएलला जाणारी एक वस्तू अल्गम (Algum) किंवा (Almug) आहे. विल्यम ड्रेकने (डिक्शनरी आफ द बायबल स्मिथ मध्ये Algum वर लेख) प्राचीन विद्वानांची मते दिली आहेत. हे नेमके कोणते लाकूड याविषयी सायडर

(Cider), सायप्रस गोंदशाली (Gummy) पाईन, कोरल लाकूड मानले. बायबल विश्व कोशात 'जेरोम' (Jerome) आणि शेन (Cheyne) यांची वेगळीच नांवे दिली आहेत.

पण 'अल्मग' च्या बाबतीत ही सारी मते चुकीची ठरली. हिब्रू भाषेचे महापंडित 'अल्मग' म्हणजे भारत - चीन हून येणारे चंदन, लाल-चंदनाचे लाकूड मानतात.

आता चंदनास 'अल्मग' असे नाव कां कसे पडले ही समस्या आहे. हा हिब्रू शब्द नाही. या विषयावर दोन विद्वानांनी अचूक निर्णायक मत दिले. 'Elamuaku' नावाच्या प्राचीन वृक्षाशी अल्पगचा संबंध जोडला आहे. पण त्यापेक्षा अधिक सुयोग्य व्युत्पत्ती अशी– चंदनाची संस्कृतात जी अनेक नावे आहेत, त्यात 'वल्गुम' असेही एक आहे. मॅक्समुलरनेही हेच नाव-वल्गु किंवा वल्गुम सांगितले आहे. तर वल्गुम चंदन ज्यू व्यापाऱ्यांबरोबर प्रवास करीत इस्त्राएलला जात असताना 'वल्गाम' किंवा विपर्ययाने अल्गाम आले. जुन्या करारात आरंभी 'अल्गाम' असेच नाव दिसते. परंतु नंतर नंतर पुन्हा विपर्यय होऊन 'अल्मग' (Almug) ची नोंद झाली. अशा रीतीने 'अल्गाम' - किंवा 'अल्मग' मूलत: संस्कृतचा 'वल्गु' किंवा 'वल्गुम' आहे. लेमेन, रिटर यांनीही हे मानले आहे.

ओफिरमधून जाणाऱ्या वस्तूत वानरही असे. जुन्या करारात याला 'कोफ' (Koph) शब्द सापडतो. कोफही हिब्रू शब्द नाही. ज्यांनी ओफिर भारतात नाही, असे मानले, त्यांनी वेगवेगळ्या चुकीच्या व्युत्पत्ती दिल्या. पण जेव्हा ओफिर हे भारताचेच बंदर आहे, हे मानले, की समस्या लगेच सुटते. स्पष्टत: हा संस्कृत शब्द 'कपि' आहे. विल्यम ड्रेक सारखे विद्वानही हेच मानतात (डिक्शनरी ऑफ द बायबल - Koph वर लेख) ड्रेकने तर पुढे लिहिले आहे, ''पुढे इंग्रजी Ape, जर्मन Affex अँग्लो सॅक्सन Apa इत्यादी प्राय: सर्व युरोपिअन भाषातील वानरासाठीचे प्रकुक्त शब्द 'कपि' पासूनच उद्‌भूत झाले आहेत. म्हणून बायबलाच्या जुन्या करारातील koph शब्द 'कपि' हाच आहे.'

एन्सायक्लोपीडिया ब्रिटानिकाच्या अनुसार जुन्या करारात हत्ती साठी कांही शब्द नाही पण हस्तिदंतासाठी 'शेनहैबिम' (Shenhabim) शब्द येतो; आणि तो दोनच जागी, उर्वरित जागी त्याला 'शेन' शब्दच प्रयुक्त झाला आहे. हे शेन आणि शेन हॅबिम ओफिरहून सुंदर सुंदर वस्तू बनवण्यासाठी आणत. 'शेन' हिब्रू शब्द आहे. याचा मूळ अर्थ 'दात' असा होतो. असे दिसते की ह्या इस्त्राएली ज्यू लोकांना हस्तिदंत - हत्ती ठाऊक नव्हता. हत्तीच्या दातासाठी त्यांनी आपला 'शेन' शब्द वापरला. पण 'हॅबिम' शब्द त्यांना 'हत्ती' साठी उधार घ्यावा लागला. हॅबिम 'हिब्रू'

शब्द नाही. त्यामुळे हस्तिदंतासाठी, हत्तीसाठी 'शेन हॅबिम' वर त्यांनी काम भागवून घेतले. हळूहळू या लांब शब्दाचा एक भाग गाळला जाऊन 'शेन' शब्दच प्रयुक्त होऊ लागला. साहजिकच हॅबिम अपरिचित - म्हणून तो ओफिरच्याच भाषेचा असला पाहिजे होता, की ज्याचा अर्थ 'हत्ती' होता. या संदर्भात विद्वानांनी अनेक अनुमाने केली. कील (Keil) च्या मते हॅबिम हा कॉप्टिक शब्द Eboy शी संबंधित आहे. हेन्री रॉलिन्सनच्या (Henry rollinson) मते हा असीरियन शब्द हब्बा - (Habba) शी संबंधित आहे. राईट तर कोणत्याच निष्कर्षावर पोहोचू शकला नाही (Dictionary of the Bible स्मिथ Shenhabim वर लेख). पण ओफिर हे भारतातीलच आहे. (अफ्रिका अरबस्तान नाही) हे एकदा ठरल्यावर 'हॅबिम' चे मूळही भारतातच असेल, हे जाणून मॅक्समुलरने 'हॅबिम' चा संबंध 'इभ' (हत्ती) शी जोडून दाखवला (सायन्स ऑफ लॅंग्वेज). लॅसेन, जेसेनियसचेही हेच मत आहे. रॉलिन्सनच्या 'Habba' संबंधीच्या मतात थोडीशी सत्यता आहे, कारण असीरियन भाषेतही हा शब्द भारतीय व्यापाऱ्या मागोमाग 'इभ' आला व असीरियात 'हब्बा' झाला. म्हणून बायबलाच्या जुन्या करारातील 'हॅबिम' हा शब्द संस्कृत 'इभ' चेच परिवर्तित रूप आहे.

'तुखिम' शब्द दोन प्रकारे जुन्या करारात आला आहे. [१) Tukhi-m २) Tucciyyam] तोही ओफिरमधूनच आणला जात असे. 'तुखिम' 'हिब्रू शब्द नाही. 'ओफिर' आफ्रिकेत असल्याचे सिद्ध करू पाहाणारे हुएट (Huet) इत्यादींनी याचा अर्थ 'पोपट' केला होता. तरीही ते त्या प्रयत्नात यशस्वी झाले नाहीत. कील (Keil) याने स्पेनच्या कोण्या (Tucca) स्थानाशी जोडून याचा अर्थ 'गायना फारुल्स' मानला पण नंतर सिद्ध झाले की टक्काच्या आसपास १००० मैलापर्यंत गायना फारुल्स नामक पक्षी नसतो. (डिक्शनरी ऑफ द बायबल, स्मिथ तुखिम वर लेख) त्यामुळे ही कल्पनाही फोल ठरली. हिब्रूचे अधिकारी विद्वान याचा अर्थ 'मोर' असाच घेतात, व्युत्पत्तीच्या संदर्भात ह्याविषयी दोन मते प्रामाणिक आहेत. केल्डवेल याचा अर्थ तमिळ भाषेतील Tokei टोकीशी मानतात. तमिळमध्ये टोकी किंवा तोकीचा जुना अर्थ 'मोर' होता, पण आज केवळ 'मोराची शेपूट' असा अर्थ राहिला आहे. रीनेंट आणि गुण्डर्ट (Gundart) इत्यादी विद्वान या मताचे समर्थक आहेत. मॅक्समुलरच्या मते संस्कृत शब्द 'शिखिन्' पासून Tukki-m झाला (सायन्स ऑफ लॅंग्वेज पृ १८९ - १९१) पण तामिळ शब्दालाही तो असंभव मानत नाही. (तत्रैव) एकंदरीत केल्डवेलचेच मत बरोबर आहे. अशा प्रकारे हा शब्द संस्कृत नसेलही पण भारतीय तरी नक्कीच आहे.

बायबलाच्या जुन्या करारातील शेवटचा शब्द 'कर्पास' असा आहे, लॅस्सेमनने

सर्वप्रथम याकडे विद्वानांचे लक्ष वेधले. प्रारंभी ह्याचा एखादा रंग बहुधा हिरवा असा घेतला जाई. परंतु नंतर सिद्ध झाले की हा कापूस वा कापड आहे. 'कर्पास' हा शब्द संस्कृत आहे हे सांगण्याची आवश्यकता नाहीच. एन्सायक्लोपेडिया ब्रिटानिका आणि डिक्शनरी ऑफ द बायबल - हेस्टिंग्ज - ह्यांनीही हा शब्द संस्कृत शब्द 'कर्पास' असल्याचे मान्य केले आहे. नॉर्मन आणि टर्नर ह्यांनी तर याबद्दल एन्सायक्लोपेडिया ब्रिटानिका मध्ये 'Cotton' वर लेख लिहिताना स्पष्टच कबूल केले आहे.

Karpas.... the Heb. word which appears also in Arab Arm, Gr, and Lat. is derived from pors, Kirpas and ultimately from Sanskrit Karpasa....

म्हणून जुन्या करारातील कर्पास म्हणजे 'कर्पसच होय' अशाप्रकारे बायबलच्या जुन्या करारातील संस्कृतमधील आभीर, वल्गु, कपि, इभ, आणि कर्पास शब्द अनुक्रमे ओफिर, अल्गम किंवा अल्मग, कोफ, हॅबिम आणि कर्पसच्या रूपात विराजमान आहेत.

❑

१५ इराणी 'अहुरमज्द' चे महाभारतात उल्लेख व स्वरूप

महर्षी व्यासांनी रचलेल्या 'महाभारतात' ह्या महाकाव्यामध्ये 'उद्योग पर्व' ह्या नावाचे महत्त्वाचे उल्लेख असलेले '(प्रकरण) पर्व' **(१)** असून त्याच पर्वात' मातलीय उपाख्यान' आहे. ह्या उपाख्यानात एक कथा आहे. विश्वामित्र ऋषींचा 'गालव' नावाचा गरीब शिष्य होता. विद्याप्राप्ती झाल्यावर त्याने आपल्या गुरूस 'दक्षिणा' देण्याचे ठरविले. **(२)** विश्वमित्रांनी रागावून त्यास ८०० 'श्यामकर्ण' घोडे **(३)** आणून देण्यास सांगितले.

ह्या कथेत पुढे सांगितले आहे. की, गरूड या गरीब 'गालवाकडे' आला, व म्हणाला, ''भगवान विष्णू तुझी सर्व कामना पुरी करतील.'' मग गरुडाने चारही दिशांना असलेल्या देशांचे वर्णन केले.

भारतीय व्यापाऱ्यांचे तांडे, तसेच दूर रोमन साम्राज्यातून, ग्रीक बेटावरून सुद्धा सागर-भूमी मार्गाने व्यापार त्या काळात व पूर्वीपासून चाले. **(४)** त्यामुळे ह्या व्यापाऱ्यांच्या तोंडून देशोदेशीच्या हकीकती, कथा, रीतिरिवाज वेगवेगळे धर्म, रुढी त्यांच्या आपापल्या देशात गेल्या.

(५) भाषावैचित्र्यामुळे साहजिकच एखादे मूळचे नांव परकीय भाषेत अपभ्रंशरुपाने येई. तसाच प्रकार गरुडाच्या तोंडून मातलीय आख्यानात आलेल्या वर्णनात येतो.

भारतवर्षातील आर्य व इराणातील आर्य हे मूळ एकाच 'आर्यगटातील' लोक. त्यांचे देव, पूजाविधी प्रथम समान होते. कालांतराने त्या दोन्ही गटांची फारकत व पुढे वैर निर्माण झाले. भारतीय आर्य इंद्र, अग्नी इ. देवता मानत. तर इराणी आर्य 'वरुण' हा देव सर्वश्रेष्ठ मानत. ऋग्वेदात वरुण, रुद्र व अग्नी यांना 'असुर महत्' हे विशेषण आहे **(६)** ते इराणी भाषेत 'अहुरमज्द' असे झाले. भारतीय स्वत:ला 'सुर' तर इराणी आपल्याला 'असुर' म्हणवत. इराणमध्ये सासानी राजवटीत 'अहुरमज्द' चे 'हर्मुझ' असे छोटे रूप बनले. तेच गरुडाच्या तोंडून

महाभारतात असे आले आहे. तेथे त्याने 'हर्मुझ' (उहुरमज्द) चे संस्कृत रूप 'हरिमेधस' केले आहे''

'अत्र ध्वजवती नाम कुमारी हरिमेधसः ।
आकाशे तिष्ठ तिष्ठेति तस्थौ सूर्यस्य शासनात्'

(उद्योग १०८.१३) अर्थ : 'हरिमेधस्' ची ध्वजवती नामक कुमारी कन्या सूर्याच्या 'थांब थांब' अशा आज्ञेने आकाशात उभी आहे.''

हा श्लोक जितका गूढ व क्लिष्ट आहे, तितकाच तो ऐतिहासिक दृष्ट्या फार महत्त्वाचा आहे. हरिमेधस् कोण ? त्याची कन्या ध्वजवती कोण ? ती सूर्याच्या आदेशाने आकाशात कां उभी आहे ? ह्या तीनही प्रश्नांचे उत्तर भारतीय साहित्यात नाही. ह्या प्रश्नांचे उत्तर इराणी 'पारशी' धर्मामध्ये सापडते. 'अहुरमज्द' इराणी लोकांचा सर्वथोर ईश्वर. त्याला 'सासानी' (गुप्तराजांना समकालीन) युगात 'हरमुज' म्हटले जाई. आणि त्या हरमुज शब्दाचे संस्कृत रूप गुप्तकाळात 'हरिमेधस' झाले आहे. ह्या 'हरिमेधस देवाचा ' कितीतरी वेळा नामोल्लेख म. भा. शान्ति पर्वान्तर्गत नारायणीय पर्वात आला आहे. (३२३:१२, ३२५.४, ३३५.८ इ.) शक कुषाण कालातच 'सूर्यपूजेच्या' संदर्भात 'हरिमेधस' आणि त्याचा धर्म यांचा परिचय भारतवासीयांना झाला होता. ह्या हरिमेधसाची - अहुरमज्दाची - 'शक्ति' किंवा प्रभा ही 'ह्वेरेनो' नावाने ओळखली जाई. ही 'ह्वेरेनो' देवता एका तेजस्वी प्रभामंडलात दाखविली जाई आणि तिच्या दोन्ही बाजूना तिची पसरलेली वस्त्रे एखाद्या ध्वजाप्रमाणे दर्शविली जात असत, असे इराणातील प्राचीन कोरीव कामावरून दिसून येते. 'सासानी' प्राचीन इराणी युगात ही 'ह्वेरेनो' - प्रभादेवता - आकाशात स्थित असून तिचा प्रेमी सूर्य आहे व जणु काय ती सूर्याकरिताच आजतागायत आकाशात थांबलेली आहे, अशी तत्कालीन व आजही धारणा आहे.

शांतिपर्वातील नारायणीय पर्व अनन्यसाधारण आहे. ह्यामध्ये एक सहस्त्र श्लोक (३२१ ते ३३८ अध्याय) आहेत. ह्या पर्वाची विशेषता ही आहे की, यात भारतीय नारायणीय धर्म व इराणी सासानी 'पहलवी धर्म' यांचा विचित्र समन्वय केला आहे. मध्यप्रदेश (गुप्तकालीन), बदरीनाथ आणि श्वेतद्वीप ही तीन नारायणीय धर्माची प्रमुख केंद्रे होती. वर्णन येते की, नारद मध्यप्रदेशातून बदरीनाथ येथे गेला, व तेथे तप करणाऱ्या नर-नारायणांना 'एकान्तिन्' धर्माविषयी पृच्छा केली. त्यांनी नारदास श्वेतद्वीपास जाऊन 'एकान्तिन्' धर्म जाणण्याचा सल्ला दिला.

ज्या गुप्त काळात महाभारत विशाल स्वरूपात परिष्कृत झाले, त्याकाळी 'वैष्णव धर्म' प्रबळ होता, तरीही त्याचे कित्येक भेद होते. उदा. पांचरात्र, वैखानस, एकान्तिन्, सात्वत, भागवत आणि वैष्णव. हळूहळू हे भेद लोपून सर्वाना 'भागवत'

म्हटले जाऊ लागले. बाणभट्टाने आपल्या हर्षचरितात 'एकान्तिन्' व्यतिरिक्त उरलेले - उपरोक्त सर्व वैष्णवांचे भेद उल्लेखिले आहेत हे महत्त्वाचे आहे.

'सात्वत' चतुर्व्यूहास, एकान्तिन् नरनारायणास, पांचरात्र' चक्रपुरुषास, व वैखानस गृहस्थाश्रमानंतर वानप्रस्थ आश्रमास मानत असत. 'एकान्तिन्' 'नरनारायण' ऋषीचे अनुयायी. त्यांच्यामते नरांचा अंतर्भाव नारायणात होतो. म्हणूनच त्यांना 'एकान्तिन्' संज्ञा मिळाली.

नारद, बदरीनाथ पर्वताच्या शेजारच्या गंधमादन पर्वतावर गेला. तेथे दोन ऋषी तप आचरित होते. नारदाच्या व ह्या दोन व्यक्तीच्या भेटीचे महाभारतात वर्णन येते. त्या दोन व्यक्तींचे वर्णन कोणत्याही प्रकारे 'भारतीय' नसून ते इराणी धर्माचेच आहे, हे स्पष्ट होते. त्यांचे 'अभारतीय विशेष गुण' खास महाभारतीय शैलीत अनेकदा आले आहेत. उदा.

१. श्वेता: पुंमासा: = गोऱ्या रंगाचे (३३२/९)

२. चन्द्रवर्चस: मानवा: = चंद्राप्रमाणे अंगकान्ती असलेले लोक (३२२-९)

३. श्वेताश्चंद्रप्रतीकाशान्सर्वलक्षणलक्षितान् (३२३/३१-३३)

'सर्व शुभलक्षणानी संपन्न व चंद्रासारख्या वर्णनाच्या गोऱ्या लोकाना' ज्या पुरुषाचे हे वर्णन आहे ते श्वेतद्वीपाचे निवासी असून 'एकान्त भाव' (एकान्तिन्) जाणणारे होते. 'एकान्तभावोपगता:' (३४९/२५-२६) तसेच-

'एकान्तिनस्ते पुरुषा: श्वेतद्वीपनिवासिनन:' (३९६-२६) या ठिकाणी 'एकान्त धर्म' याचा खरा अर्थ इराणी अहुरमज्दाचा धर्म हाच होय. ह्या 'अहुरमज्द' शब्दासाठीच संस्कृतरुप 'हरिमेधस्' बनले.

मूळ महाभारतात नारद युधिष्ठिरास ह्या श्वेतद्वीपस्थ लोकांच्या धर्माची माहिती देत आहे. युधिष्ठिर नारदकृत वर्णन ऐकून विचारतो, की ह्या लोकांची 'मुक्त होण्याची लक्षणे' आमच्याहूनही भिन्न आहेत. इराणी धर्मात 'पापरहित' होण्यासाठी 'मनस्पपप्रवाचा कर्मणा' शुद्ध बनण्याचा उपाय आहे.

	संस्कृत		इराणी
१.	वाक् - सूक्त	=	हूख्त
२.	मन:शुद्धि: सुमत	=	हूमत
३.	कर्मशुद्धि:	=	हुबर्श्त

प्राचीन इराणी धर्माची ही तीन वैशिष्ट्ये महाभारतात अगदी जशीच्या तशी नोंदली गेली आहेत.

नानृता वाक्समभवन्मनो दुष्टं न चाभवत् ।

न च कायेत कृतवान्स पापं परमण्वपि ।।

(३२२/२५)

'वाणीत असत्याचा लवलेश नव्हता. मनात दुष्टभाव नव्हता आणि शरीराद्वारा परमाणूइतकेही ते (श्वेतद्वीपस्थ एकान्तिन्) पाप करीत नव्हते.'

नारायणीय ह्या शांतिपर्वान्तर्गत उपपर्वातील एक हजार श्लोकांमध्ये इराणी प्राचीन धर्माचे असे कित्येक पुरावे, विलक्षण समानता दिसून येतात, की प्रस्तुत भाग रचणाऱ्या कवीला ह्या 'एकान्तिन्' धर्माची पूर्ण ओळख असून, तो भारतीय वृत्ती ध्यानी घेऊन त्या स्वतंत्र धर्माचा 'एक वैष्णव पंथ' म्हणून समावेश करून पाहतो आहे, असे दिसते. पण जरुथुष्ट्राने स्थापलेला 'पारशी धर्म' हा मुळातच भिन्न होता. अतिप्राचीन इराणी धर्मग्रंथ 'दोनकर्त' मधील उताऱ्याशी तंतोतंत जुळणारे अनेक संस्कृतमय उल्लेख नारायणीय पर्वात येतात.

अलीकडे प्राचीन इराणी इतिहास व प्राचीन भारतीय इतिहास यांचा तौलनिक अभ्यास होत आहे हे उत्तमच आहे. तथापि भारतीय (सुर) व इराणी (असुर) यांचा एकमेकाशी रक्तसंबंध असून भौगोलिक दीर्घकालीन पुराव्यामुळे दोन्ही देशातील एकाच संस्कृतीत द्विधा प्रथा झाल्या. इतिहासातील ऐक्य विरले गेले, व भारतीय आणि इराणी एकमेकाना 'असुर' व 'सुर-दअेव' असे निंदाव्यंजक शब्दांनी पुकारताना ग्रंथांमध्ये दिसतात. पण हा पौरोहित्याचा झगडा बाजूला ठेवला तर आपणास बराच प्राचीन व विश्वसनीय इतिहास प्राप्त होईल असे वाटते.

संदर्भ सूची

१. संस्कृतातील प्राचीन ग्रंथांच्या प्रकरणांना वेगवेगळी नावे आहेत. महाभारतात 'पर्व' रामायणात "कांड" बाणभट्टाच्या हर्षचरितात 'उच्छ्‌वास' इ.

२. उद्योग पर्व :- मातलीय उपाख्यान (म. भा.) १०८

३. श्यामकर्ण :- 'मोनिअर बिलियम्स' चा संस्कृत कोश पान १०९४ 'श्याम' शब्द पहा

४. 'हिरोडोटस स्टोरीज अॅन्ड ट्रॅव्हल्स'
संपादक :- गाय पोर्कोक; इ. पी. डटन प्रकाशन, न्यू यॉर्क, प्रथम प्रकाशन, १९३२

५. नंदमौर्यकालीन भारत : संपादक के. ए. नीळकंठ; मोतीलाल बनारसीदास, प्र. सं. १६६९

६. ऋग्वेद :- त्वमग्ने रुद्रो असुरो महो दिवः २.३३

७. अग्निर्वे रुद्र: इतिपथ ब्राह्मण ६.१.३.१०

Summary

In the Udyogparva of the Mahabharata, there is one 'Mataliya sub-story, in which Garuda narrates that 'In a certain country there is the daughter of Harimedhasa. This unmarried girl is loved by the sun, and by this order she is standing up in the sky."

This refers to the Iranian 'Ahurmazda' or "Harmooz". This religious concept originally belonged to the Iranian religion, in the 'Saasani Age.'

Again in the 'Shanti Parva' of the Mahabharata, there is Narayaniya parva. (Adhyayas 321 to 338) In all of these Adhyayas, we find several references which are clearly mentioning Iranian Religion. But this religion is called as 'Ekantin' and Sanskrit poets tried to attach this 'Cult' to the Vaishnavism.

All the bodily features depicted by the Sanskrit poets are absolutely Iranian and not at all Indian ones. This is very noteworthy.

Moreover, these 'Ekantin's religious views, as noted in the Narayaniya Parva are completely applicable to the Iranian religion only, and not to Indian idea of religion.

❏

9६ ||| The grammatical relations in the language of The Zend-Avesta and the Rgveda

It is accepted and proven fact that during Rgvedic age (Nearly 1500 B.C. and later on) and in the unknown period of beyond it, there lived one group, who called itself using the term 'Aryas'. The Aryas were living then in the region called 'Arya varta.' The boundry of this 'Aryavarta, was very limited. To the east this Aryavarta was on the Gangetic plains, but it did'nt go beyond the land of today's Punjab, to the west this region covering the land of today's Pakistan in the middle, and ended as far as Babilone. ('Babel' in the Bible). It covered most important part of today's Iran. (The original word then used was 'Aaryana' - the land of the Aryas) Later on this 'Aaryana' was also named as 'Persia'. This name was very much familiar during the times of Alexander's invasion when king 'Darius' ruled that then separated nation.

To the south it was also Punjab and covering Kashmir and some part of the Himalayan ranges, this 'Aryavarta' region spread over nearly whole Tibet. Within this geographical limits the Prehistoric and vedic - Avestan Aryas lived. Though we can trace, that there were so many little nations, but like Kinsman, their inall culture was indeed same. At least from older vedic literature, it seems that the scholars of that period, merchants always travelled within this limited

The K. R. Cama oriental Institute
136, Bombay Samachar Marg, fort, Bombay - 400 023.

region.

Most important feature of this Aryan culture was very systimatical sacrificial system for which, the people then wrote or 'saw' with divine power, the Books, in which, we find the prayers in the ancient language.

About the Rgveda, it was strongly believed, that the Rgveda is created by The God for sacrificial use, namely the prayer to be recited while 'Yajna' - Sacrifice was going on.

One thing must be borne in the mind that the prayers to the so many, important, unimportant deities were 'seen' (written) by the varios seers (Rishis) compiled and edited by one man called 'Shakalya' (शाकल्य). The seers or the composers of the hymns were living during past 3-4 centuries before Shakalya. There living places, personal ideas, were also different. Whatever Shakalya could collect those prayers - hymns were only found in the Rgveda. So many hymns were naturally missed to take their places in the Rgveda, so it is told that 'There were crores of hymns but lost'. But Whatever the ancients preserved is also very vast vedic literature.

The Zend-Avesta also has three major parts **1)** Yasna **2)** vered and **3)** vendidad. The Gathas in the 'Yasna' are very much older ones and these are written or composed by Jaruthushtra, the founder of the great Parsi religion.

In this article the main subject is the grammatical resemblance, between the languages of the Avesta and Sanskrit, As, already told in the beginning, that the 'Aryas' were of same culture, so it is not at all wonderful, or astonishing thing, that there is very vast sameness in the grammar of both the above told languages only ancient enmity, then forgetfulness of the people, and the time made us forget so many really good things.

This comparative study consists **1)** Syllables and other notable things. **2)** pronounciations and the differences. **3)** About vowels **4)** About consonants **5)** Examples;

Also, most of the parts in this article, as they can't be shown in English, Hindi - Devanagari is used.

Syllables in the Rgveda - Sanskrit

The system of aphorisms is used by the great Sanskrit originator of the new Sanskrit, Panini (nearly 650 BC). The 14 aphorisms are composed in such a manner that all the original syllables are comprised there in. Moreover, it is believed that only these 14 aphorisms are composed by the Lord Rudra, who only knew the complete grammar. Panini, with the help of these aphorisms composed his wonderful, unparalleled book on the sanskrit grammar called 'Ashtadhyayi - अष्टाध्यायी

These are 'God Rudra's 14 aphorisms

अइउण् । ऋऌक् । एओङ् । ऐऔच । हयवरट् । लण् ।

ञमङणनम् । झभञ । घढधष् । जबगडदश् । खफछठचटतव् ।

कपय् । शषसर् । हल् ।

In these 14 aphorisms all the original syllables are comprised. Here 'original syllble' means : one can swing a letter in manyways. for example : अॅ, आ etc मे, मा, मु etc. But whatever the swingings might be, the original syllable is only one. अ and म.

Now only in first 4 aphorisms, vowels are comprised, and in other ten aphorisms all the consonants are noted.

How the aphorims were made, is also very much important point. According to the above 14 aphorisms, the last letter in every aphorism is not 'counted'. For example 'अइउ ण् I means only अ and इ and उ The last ण् or such letters are merely useful for composing the aphorism of Sanskrit. In fact, these letters are used like 'hook' or only indicatings. But such letters have their own importance. There is the term called 'प्रत्याहार' by which the aphorism can be made.

The exact meaning is this. The comprehension of several

letters into the syllable, effected by the first letter of the aphorism (सूत्र) with its final indicatory letter.

For example :

'अण्' means अइउ and after solution ण् dissolves. 'अक्' means. अइउ ऋऌ. ण् and क् vanish automatically and so on. 'अच्' means अइउ ऋऌ एओ ऐऔ. These are the complete vowel group in sanskrit.

Same is the case with the consonants. Take the first letter i.e. - ह and the last of the 14th, then it becomes only हल् : and this हल् means all the consonants coming into the fifth to fourteenth aphorisms. (unadding the last letter of every aphorism.) Such is the method of composing the aphorisms of sanskrit aphorisms or reputed as सूत्र s. Only अल् means all the vowels and consonants.

In short, every letter here is just like 'root-letter', so it is called 'मूलवर्ण.'

So, there are 9 vowels and 33 consonants (42) letters in Sanskrit.

I) All the Rgvedic, and other vedic lines, though in the form of poem or prose, is called Richa ऋचा. Every Vedic literary letter has its own notation while reciting. These notations are clearly shown in the line itself. The notation is having its own very rigid rule which are unbreakable ones. Under the letter there is horizontal line-like '-' and above the letter there is verticle line like I. for example, see this Rgvedic line, which is taken from the hymn-prayer to God Agni fire.

'अग्ने नय् सुपथा राये अस्मान्विश्वानि देव वयुनानि विद्वान् ।

Meaning : oh, God fire, lead us to the right, purified path of the life and also grant us the complete property of the knowledge.

II) Every vedic line has its पदपाठ which means, an arrangement of the Vedic text in which each word is written and pronounced in its original form and independently of phonetic change.

Now see the पदपाठ of the Rgvedic line above.

'अग्ने । नय । सुऽपथा । राये । अस्मान् । विश्वानि । देव । वयुनानि विद्वान्।

In this way, not only Rgveda, but all the vedic literature is pronounced and recited in such several methods, by the Pandits, that not a single vowel is missed even after many thousand years !

iii) There is very systimatical approach about the pronounciation of the Sanskrit letters. Scientifically, we call it 'Phonetics.'

At first, before we look at the chart of the Sanskrit Phonetics the following facts must be understood.

1) 'The pronouncing the letter' is called in Sanskrit as 'The effort' = प्रयत्न

2) According to minute study about the pronunciations, the Sanskrit grammarians have made 'two groups' of the effort = प्रयत्न

a) बाह्य प्रयत्न : - External effort : such as labials etc.

b) आभ्यन्तर प्रयत्न : - Internal effort : such as gutturals etc.

Here, even the letters and their pronunciations of the Avesta letters are also divided, according to their phonetical position. The following charts are suffice to understand it.

Chart 1st

Phonetics of = Sanskrit letters

External effort = बाह्य प्रयत्न

Guttural letters कण्ठ्	Palatal तालव्य	Labial ओष्ठ्	Cerebral or Lingual मूर्धा	Dental दन्त्य	Guttural + palatal कण्ठतालु	Guttural +labial कण्ठोष्ठ	Dental +labia दन्तोष्ठ	Guttural class of the consonants जिह्वामूलीय
अ्	इ	उ	ऋ	ऌ	ए	ओ	व्	≍ क
क्	च्	प्	ट्	त्	ऐ	औ		≍ ख्
ख्	छ्	फ्	ठ्	थ्				
ग्	ज्	ब्	ड्	द्				
घ्	झ्	भ्	ढ्	ध्				
ङ्	ञ्	म्	ण्	न्				
ह्	य्	θ ≍ प्	र्	ल्				
विसर्ग (:)*	श्	≍ फ्	ष्	स्				

θ ≍ - The symbol is used to tell that there is hard aspirate = : (:) before this letter

* The symbol in writing. The distinct hard aspiration.

Internal effort = आभ्यन्तर प्रयत्न

Chart 2nd

Letter pronouncing = Touched by tongue स्पृष्ट	**Slightly touched toungue ईषत्स्पृष्ट**	**Uncovered विवृत**	**Slightly open=semi vowels ईषद्विवृत**	**Covered**
क ख ग घ ङ च छ ज झ ञ ट ठ ड ढ ण त थ द ध न प फ ब भ म	य र ल व	अ ए इ ओ उ ऐ ऋ औ ऌ	श ष स ह	Short 'अ' in the prepared word

In this third chart, again new arrangement according to grammar, is shown.

Nasals अनुनासिक	**Aspirate महाप्राण**	**Half-vowel or vowel-like consonants अर्धस्वर**
ङ ञ ण न म	ह And hard aspirate called विसर्ग (:)	ह य व र्

Thus, by means of these three charts, the phonetical arrangement can be easily understood,

The letters in The Avesta.

As already quoted before, the Hindi-Devnagari is used here.

1) There are 14 vowels, 31 consonants, and 1 mixed = संयुक्त letter = found in the Avesta.

The language during Jaruthushtra period, had its natural changes in time to time. i) Oldest Pharasi → Pahalawi → New Pharsi, during the period of the great poet Phirdocis (10th cen.) (Shahanama). Unlike Sanskrit, the letters were writtern from right to left. There are no accents (as shown in one example of Rgvedi line) in the Avesta script. Vowels are written separately (This is not the case with vedic sanskrit)

Every word is written separately and after this word the 'dot symbol (.)' is used in order to show the separateness of the word from other word.

The various symbols which show 'full stop', 'half - stop, are having their own methods :

Ĭ Half - stop

Ĭ Full stop

ऄ Longer stop or end of the chapter.

ऄ ऄ The end of the book or the longest stop.

It also must be noted that in the oldest 'Pharasi', which was carved there is some difference in the vowels and consonants also. It's some important points are :

1) There are 22 versions of pronouncing अ

2) 4 types of इ

3) 7 types of उ

4) Three vowels have the property of long and short pronounciation.

The Hindi-Devanagari version of the letters in the Avesta. Char 1

	The vowels.
short अ 6 types	अ इ उ अॅ एँ ओ ˘
Long आ 8 types	आ ई ऊ अ ए ओ आ आँ
	The consonents
Guttural 4 types	क् ख़् ग् ग़्
Palatal 2 types	च् ज्
Dental 5 types	त थ़् द् द्द़ त़्
Labial 4 types	प् फ़ ब् ब़्
Nasal 5 types	ङ्‌ ङ् न् · म्
Semi-vowels 3 types	(य्← य् ऱ् व् (व्̂) य
Exhalation in sound	
pronouncing 6	स् श़् श् .ष ज़् ज़
aspirate 2	ह् ह़्
Compound or mixed 1	ह्व्

2nd chart of the letters, which are seen carved on rock.

Vowels 3

अ (आ) इ (ई) उ (ऊ)

consonants. 33

1) Touched by tongue (स्पृष्ट)						
	क	कु	ख	ग	गु	
	च	ज	जि			
	त	तु	थ़	द	दि	दु
	प	फ़	ब			
2) Nasals	न	नु	म	मि	मु	
3) semi-vowels	य	र	रु	ल	व	वि
4) Exhalation (sound prono.)	स	श	ज़			
5) aspirate	ह					
6) compound or mixed	थ्ऱ					

* Some of the letters in the chart above, seem to be mixed with vowels already.

2) Pronounciations and slight differences in vowels.

At first, for example some resemblances with slight differences are given. Then afterwards we go through the other notable things.

The Avesta-words, and the older Pharasi words, wherein the vowels अ, आ, इ ई उ and ऊ are mixed, there we find nearly sameness with the Sankrit words.

Sanskrit word	The Avesta word	older Pharasi word
क्षत्र	ख़्षथ्र	ख्षथ्र
गातु	गातु	गाथु
भूमी	बूमी	बूमी
पुत्र	पुथ्र	पुथ्र
जीवति	जीवति	जीवति
चित्र	चिथ्र	चिथ्र

1) Sanskrit ए and ओ are pronounced in the Avesta in two types i) Long ii) short, while these two letters are long vowels in the Sanskrit i.e. Rgveda.

2) The letter अॅ in the Avesta is very typical. Its pronounciation is between अ + ए. It may be called some what unclearing vowel. In the Rgveda and Sanskrit, there is same type of vowel 'ऋ'. This vowel consists unclearing 'र्'. For this 'ऋ' vowel the Avesta takes 'अॅ र् अॅ'

3) The vowel आ is found in the Avesta as 'आ अॅ'; somewhat mixed vowels.

4) The vowels अ and आ are more clearly nasals. The only vowel used for both is 'आँ'.

5) Joint vowels are also found in following form

Rg. Sanskrit	AV.
ऐ (अ + इ)	आइ अए अए
औ (अ + ऊ)	आउ अओ ॅ ओइ

6) The groups क्, च्, त्, प् in Sanskrit (i.e. क group means क, ख, ग, घ, ङ etc.) and ग्, ज्, द्, ब्, are pronounced just like Sanskrit style. But there is no ट group i.e. ट,ठ,ड,ढ,ण in the Avesta.

7) The consonants mixed with aspirate - semi-vowels, those found in the Rg. like ख्, घ्, थ्, ध्, फ, भ् are having same pronunciation in the Avesta. No such mixed aspirate-semi-vowel च is found.

8) Sanskrit स् is pronounced also as स and ज़् Aboult श् is the same case. It is pronounced little bit contractedly like 'sh' in flash and also it has other form ज्.

Nasalas

न् म् and ङ letters in sanskrit are having no difference with the Avesta.

Semi-vowels- अर्धस्वर

1) य र, ल व् are Sanskrit semi-vowels, in the veda. There is no ळ in the Avesta 'व', 'य' are having some aspirating power. But this thing is found at the beginning of the word. but, if these 'व', 'य' come in between the word, they become soft.

2) ह is pronounced like Sanskrit - Vedic pronounciation.

3) Compound or mixed = संयुक्त ह्व is harder than mere ह्व and it is easily convertible into. ख्व

4) There is vast vividity in the vowels in the Avesta (One ऌ vowel is not found in the Avesta)

There are some other little differences, but they have not much importance here.

There are so many vowels of which the pronunciations are very same. Please see the following words.

The Avesta	Sanskrit	old Pharasi	meaning
स्ता (verb)	स्था (verb)	स्ता	To wait or to stop
ब्रातर् (noun)	भ्रातृ=भ्रातर् (N)	ब्रातर्	Brother
अव (Prefix)	अव (P.)	अव	Downwards
अस्मन् (noun)	अश्मन् (N)	अस्मन	sky or Rock
अस्ति (Verb)	अस्ति (Verb)	अस्तिय्	(There) is
पईरि (Prefix)	परि	परिय्	Around
जीव	जीव	जीव	Living
उप (Prefix)	उप	उप	Near
उद् (Prifix)	उद्	उद्	upon
पुथ्र (Noun)	पुत्र	पुथ्र	son
दूर	दूर	दूर	Afar etc.

Though the Rgvedic and the Avestic language was certainly one only, yet later on Avest's script somewhat differed from its original form. There are vividity of the same words. How and why did it occur, only time knows,

Here are some examples.

Rgvedic Sanskrit	meaning	Avesta languase
आयु	Life (duration)	आयु, अयु
समो	Likewise	हामो हॅमो
सुतष्टम्	well made	हुतश्तॅम्, हुताश्तॅम्
अध्वानम्		अद्वानॅम् , अद्वनॅम्
मान affix	being	मन, म्न etc.

The long vowels are mostly found in the Avesta, in the place of short vowels in sanskrit इ and उ see below :

The Rgveda	meaning	The Avesta
शिष्यात्	...may learn...teach	सीषोइत्
शुनः	A Dog	सूनो
विश्वम्	All	वीस्पॅम्
युष्मत् (Pronoun)	you	यूष्मत्
युष्माकम्	to you	यूष्माकॅम
आहुतिस्	oblations	आज़ूइतिश
स्तुतिस्	Prayer	स्तूइतिश्
स्तुहि	you pray	स्तूइदि
युध्यति	He fights.	यद घेंदति

In the Avesta

1) The vowel 'आ' (Long) becomes 'अ'. It happens in the case of the connected or related words.

The Avesta - 'कतारो' (Sanskrit कतरस् = who is among two ?)

अश्व्यश्य (आव्यो - with them)

About an irregular form in the ablative case 'अत्' comes before हच यिमत्हच = (from yama)

The last two vowels (short) इ and उ become long mostly before म्

The Rg Sanskrit	Meaning	Avesta-language
तायुम्	To thief	तायूम
धासिम्	To or about nature	दाहीम्
पतिम्	To the husband or the master, king etc.	पइतीम्

Last long vowel takes place, even in the single lettered word.

The Rg. Sanskrit	meaning	The Av. language
हि	for, because	जी
नि	downwards	नी
प्र	(To go) in front, before	फ़्रा

Excluding vowel ओ, all the last vowels in the words become short.

Rg. Sanskrit	meaning	The Avesta
सेना	Army	ह एन
पिता	father	पित
परा	beyond	पर
नारी	woman	ना इरि
शूरे	oh brave woman !	सूरे˘
द्वा ऋजू	two fingers	द्व ऋजु

Please note there are also many exceptions to this rule for, in the Avesta there are पायू (Sankrit पायू = two guards) मइन्यू (Sanskrit मन्यू = Also the name, and 'wrath') अस्रू (Sankrit अश्रू tears).

It is noteworthy point, that while writing this article the aim is to show the resemblance between the language written by Jaruthushtra. But in the Avesta itself, there are different forms found in 'Gathas' and 'Yasnas'. This is special feature of the language flow, please see below.

The Rg. Sanskrit	meaning	The Avesta	Gatha	Yasna
असुर	o Almighty!		अहुरा	अहुर
उत	Also		उता	उत
कुत्र	Where		कुथ्रा	कुथ्र
असि	(verb) you (one) are		अही	अहि
येषु	in which		एषू	एषू

The vowels in the Avesta अॅ, अ, एँ, ए, ओॅ, ओ, आ, आँ seem to be various formations of अ and आ in sanskrit. There are certain rules, or they can be constituted regarding this Sanskrit and Avestan vowels.

अॅ in the Av. is the substitute of अ in Sanskrit. For exampls, see

Rg. Sanskrit	Meaning	The Avesta
अविन्दन्	They got..	विन्दॅन्
सन्तम्	(A form of = to be)	हन्तॅम्
उपमम्	Higher than other	उपॅमॅम् or उपमॅम्
शविष्ठ	one who has great strength	सॅविश्त

अॅ [(AV) the substitute for अ (San)] sometimes becomes इ in some palatal letters - consonants.

यम्	to whom	यिम्
वाचम्	to the talk	वाचिम्
भाजन	pot	बजिन

The vowel 'अ' in the Avesta is the long form of अॅ in the Avesta. It becomes अॅ,अ and also ओ and आँ in the Gatha and Yasna sections of the Avesta. Please see.

Sanskrit	Meaning	The Avesta	Gatha	Yasna
अहम्	I		अज़म्	अज़ॅम
अमवन्तम्	To the powerful one		अमवन्तॅम्	अमवन्तॅम्
अस्माकम्	ours		अह्मा	अह्मा
य:	who		य	यो
स्वर (स्वर्ग)	paradise		ह्वर्	ह्वॅर

In the Yasna section, the vowel 'अ' is put in place of अन्, अह् and आ which are formermost to 'ब्'.

1) It sometimes occures without any specific rule, see,

2) द्रओॅमन्यो, अवबिश् (with help), हएनव्यो (with the army)

3) Both in the Gathas and yasna, it is -

स्पनिश्त (पवित्रतम - Holiest) अमष स्पॅत (अमर्त्य पवित्र - Holiest immortal) यज़त and यजतॅ in the yasna.

एॅ in the Avesta

'एॅ' (AV) vowel is the substitue of अ and आ in Sanskrit, which mostly come after य (San) and also इ,ई,ए.

Rg. Sankrit	meaning	The Avest
रोचयति	(It) makes shine	रओचयेॅइति
क्षयसि	you dominate	ख्षयेॅही
अयानि	I may go	अयेॅनी
यज्ञे	in or during sacrifice	येॅस्नेॅ
यस्या: (fem.)	of whose (fem.)	येॅङ्हा
यस्य (masc.)	of whose (m.)	येॅह्या

ऍ (AV) comes at ending letter-vowel like 'ए' (San)

अवसे यजते	for the protection performs the sacrifice	अवङ्हॆ यज़इतॆ

'ए' in the Avesta

'ए' vowel is the long form of ऍ. It is 'अए' the joint vowel (संधि) used in the place of ए (Sanskrit). This 'ए' vowel in the Avesta is used at large.

In the Gatha and yasna its familiar form is 'अवे'

Rg. Sanskrit	Meaning	The Avesta
देव यजते अरमते	The God Performs the sacrifice O, Goddess Aramati !	द एव यजइते (G) अरमइते (G)

ओ in the Avesta

Mostly this ओ (AV) vowel comes in the place of 'ओ' (San) but it manifests joint vowel form of 'अ ओ' (AV)

ओजस्	strength or beauty	अओॅजो

Sometimes it comes in the place of 'अ' (San), but requires former position to labial letter.

वसु मक्षु	Good instantly	वोहु मोॅषु

ओ in the Avesta

'ओ' (AV) mostly substitutes 'अ and आ' (San). If later letters are labials, and sometimes it comes before र consonant.

धामसु घोषध्वम् भक्षस्व वातयतु	in this world Listen! Join ! Let it flow or fly etc.	दामोहु गूषोदूम् वख़्शोह्वा (G) वातोयोतु

sometimes ओ (AV) is the substitute to औ (San)

गिरौ	in the mountains	गरो

'आ' in the Avesta

The Avestic 'आ' vowel is clearly used for 'आ: or आस्' in the Rgveda (especially while joining the Sanskrit vowels with the consonants, (:) Visarga - (aspirate) becomes स् or श् etc.)

Rg. Sanskrit	meaning	The Avesta
भूया: सेनाया:	Be (thou) ! of Army	बुया हएनया etc.

If 'आ' (san) is seen before 'न्त' (San), that same 'आ' (San) transforms into 'आ' vowel in the Avesta.

महान्तम् पान्तस्	of great, of heavenly being protected or protector etc.	मंज़ातम् पान्तो

'आँ' in the Avesta

The Avestic vowel आँ which comes before न् and म् (AV), is the same form of 'अ and आ' (San.)

सम् माम् देवान्	with, together to me to the 'gods' (san) or to the enemies of Asuras (AV)	हाँम् माँम् दअेवाँन्

sometimes 'आँ' (AV.) is used for Nasal अ and आ (san.)

अपाङ्	(mostly) side-glances, side long-look	अपाँश्
अमंस्त	He or they thought	माँस्ता
अंशयो:	of the two parts (of one thing)	आँसया
मंत्रम्	chant, enchanting utterance	माँथ्रॅम्
बंहते	He is helping etc.	बाँज़इति

'अॅरॅ' in the Avesta

The vowel 'अॅरॅ (AV) is nothing but vowel 'ऋ' (Rg) = ऋषि;= sage. It is already said in the beginning that sanskrit vowel ऋ (and ऌ also) are very special ones. They consist clear 'र्'.

Rg. Sanskrit	Meaning	The Avesta
कृणोति (क+ऋ=कृ)	(He) is doing or He does	कृनओॅईति
सकृत्	At once, at the same time	हकृत्
मृत्युस् or (मृत्यु:)	Death	मृत्युश
अनृतै: (स्)	by or from unholy	अनरॅतेश्
वृक्षम्	Tree	वरॅषॅम्

In the places of 'इर्, उर् and ईर in Sanskrit (Rg). We find अर् अॅर्, अरॅ, अॅरॅ, अइर and अऊर in the Avesta.'

हिरण्यस्य गिरि: (स्) आसु: (verbal) दीर्घम्	of or made by gold Mountain They were Long	जरन्येॅहेॅ गइरिश़ आड.हर (द) द्रॅग़म्

[(+) sometimes 'र and ऋ' '(san) become 'अॅरॅ and र' (AV)]

रजतम् ऋतु	silver season	ऋज़तॅम् रतु

Also it must be noted that the vowels in Sanskrit 'ए, ओ ऐ औ' frequently come as combination, or junction of two vowels. i.e. ए=अ+इ, ओ=अ+उ, ऐ=आ+इ, औ=आ+उ

No other than these four vowels are combined in Sanskrit. These combined two vowels are clearly understood while pronouncing these four vowels.

In continuation with this, we can find various kinds of the vowel-combinations in the Avesta.

A) अए, ओइ - अओॅ, अउ - आइ, आउ in the Avesta

The above Avestan vowels have relations with 'ऐ, औ,' vowels in Sanskrit.

1) For 'ए' (san) there are mostly i) अए ii) ओई and at last ए the Avesta.

2) For 'ओ' (san) there are sometimes अउ and at the end ओ mostly. (AV)

3) For ऐ, औ (san) there are आइ, आउ in the Avesta.

अए (AV) = ए (san)

अए is used mostly in the Avesta. It comes at first or at the middle of the word. Also, it is seen in the first part of the combined-Junction-(संधि), and moreover have irregular form. (निपात)

Rg. Sanskrit	Meaning	The Avesta
एतत्	This, it	अएतत्
वेद	He knows	व एद (y) वएदा (G)
प्रेष्यति	He sends	फ्रएष्येइँति
दूरेदृश्	Looking far away standing	दूरएदर्स
रथेष्ठा	steadily in the chariot.	रथएश्तारॅम्
	This is locative formand also	
	combined-junction word.	

'ओइ' (AV) = ए (san)

'ओइ' is the alternative form of 'अए' (AV). 'ओइ' (AV) is found in monosyllable, in cases and frequently in the Gatha section. Please see-

Rg. Sanskrit	Meaning	The Avest
ये	(The men) who (plural)	योई-यएच
के	(The men) who	कोई
	(did this ?) (Plural)	
मध्येप्रतिष्ठानम्	standing firm into, or among	मइद्योइपइतिश्तान्
junction or समास	of snake.They are sleeping	अज़ोइश
अहे:	(He) understood	सोइरे
शेरे	or	वोइस्ता
वेत्थ	Know ! understand !	etc.

अओ॑ in the Avesta = 'ओ' in sanskrit Rg.

अओ॑ (AV) comes in the first and in the middle of the word, just like 'ओ' in Sanskrit.

ओजस् रोहन्ति तायो: (स्) प्रोक्त : (स्)	streangth-beauty They rise About thief or of thief	अओ॑जो रओ॑द्रं तिँ तायओश़ फ्रओ॑ख्तो

अउ (AV) = 'ओ' (san)

'अ उ' (AV) vowel comes into the middle of the word; and also in the junction (संधि)

क्रतो: (स्) वसो: (स्) दु: श्रवस् घोषै : (स्)	of the knowledge for the good ill-famed with loud noises	ख़्रतउश़ वङ्इउश् दउश.स्रवा गड़षाइश् etc.

It has already been noted that the vowels in Sanskrit ऐ, औ who are आइ and आउ in the origin.

Rg. Sanskrit	meaning	The Avesta
मन्त्रै: (स्) गौ: (स्)	By means of chanting cow	माँथ्राइश् गाउश़्

Here before we proceed further two important terms in the Sanskrit grammar must be known. These terms are called गुण and वृद्धि, Guna and Vriddhi, distinctly connected to vowel section in the grammar.

1) गुण : There are various meanings for Sanskrit words, but here grammatical meaning is :

'The substitution of ए, ओ, अर्, अल् for इ, उ, ऋ (long and short) and

ऌ or the vowels अ, ऐ, ओ, अर् and अल्

2) वृद्धि : The increase of vowels, the change of अ इ उ ऋ (long and short) and ऌ to आ, ऐ, औ, आर् and आल् respectively.

After this short but important interruption, we again come to the point.

Increase (वृद्धि) of 'अ' (AV)

'अ' vowel seems to be increased in the Avesta, for example 'असुर' (san) becomes अहुर in the Avesta, and from this अहुर, आहुरि, आहुरोॅईश्

It seems that, in the Avesta, इई, अए (before the vowel अय्) ओइ (before the vowel ओय्) and in the end of the word, mostly ए ('ए' in the Gatha and ऍ in the yasna.) Please see -

Rg. Sanskrit	meaning	The Avesta
दर्शयन्	They revealed	दएसयॅन्
शेते	He sleeps	सएते
	also you rule over	ख्श्येॅहेँ
No exact resembling word.	Aginst the Gods (sans) ill fated enemies.	वीदोयूम्

And in the combination of vowels, we find-

उप + इत = उपेत	won the booty	उपएत
शास् (Root verb)	In the command	ख़्शथ्र+इ=ख्शथे (G)
उप+इस् (Root verb)	They many search	उपोइसयॅन

There is 'Guna' to उऊ from अओॅ (अव् before vowel) and the increase in अउ and ओ = आउ (आव before vowel)

हु root verb स्तु root verb ऋ	oblation to pray	हओॅमम् स्तओॅमि अरॅ, आरॅ अॅरॅ
कृ root verb वृत्तघ्न	to do	करॅतम् वृथ्रग्न वारथ्रग्नि

य,व and 'इ' 'उ' instead of य् व् (AV) - य, व are semi-vowels, or अर्धस्वर - These are pronounced as 'इ' 'उ' or 'इय् उव्' in the Avesta. Sometimes, य has expanding change (संप्रसारण). These two are largely used in the Avesta.

व्य्, व्न, व्र, य्व् letters are changed into 'उ', 'इ.' If there is any vowel presiding, then there is vowel-combination. If there is अ before उ then pronunciation becomes, अ, ओॅ.

Sanskrit	meaning	The Avesta
For example		
अव्य		अओॅय्
अव्न		अओॅन्
अव्र		अओॅर्
Words		
सव्यम्	Left	हओॅयाँम्
गव्यूती :(स्)	Grazing fields	गओॅयओॅइतीश
ऋतावन् so		अषवन् so
ऋताव्ने	to the good-natured man	अषाउने
अदभ्यस्	whom nobody can deceive	अदव्यो-अद्रव्शो
अभि (prefix)	towards	अदओॅयो
		अइवि-अवि-अओॅइ

etc.

expanding changes : 'अय' अव who come before म् and न् get expanding change in pronounciation.

अयम् विधारयम्	This I, took, accepted or wore	अएम् वीद्रारएम्

Rg. Sanskrit	meaning	The Avesta
यवम् अब्रवम् नवसम् कृणवन् अभवन्	Barley I said New They made (it, that) happened	यओ˘म् मरओ˘म् नाउमो/नओ˘म कृनाउन्-कृनऑन् बाउन्/बओ˘न्

Last 'अये' (Sanskrit) becomes अएँ in the Aveste.

गतये पतये	To the speed (dative case) To the husband master (do)	गतएँ पतएँ

स्वरभक्ति : - which means : 'A vowel-sound phonetically inserted in the pronounciation of र् or ल् when these letters are followed by a single consonant. For example वर्ष pronounced as वरिष

स्वरभक्ति :- is uttered but not written in the Rgveda, and its usages are also not many.

But in Avesta it (स्वरभक्ति) can be uttered as well as written. The use is very vast and have many varieties. It can be parted into three groups like i) about vowels. ii) About consonants and iii) About combined, mixed.

i) About vowels इ,उ (In Sanskrit term 'सौवरी')

It can be said that when त् द् न् प् ब् व् र् and ङ्ह (= स्य (san) mixed with, (and come at end of) इ,ई,ऍ,ए,य् then इ takes place. See the Chart.

Rg. Sanskrit	meaning	The Avesta
भवति (verbal)	becomes	बवइति
एति (")	goes	अएइति
भरन्ति (")	They take away	बरइ ॱ ति बइयें ॱ ते
भ्रियन्ते(")	Among, between	मइद्रीम
मध्यम्	Not big and not little one etc.	
अर्यः (स्)		अइर्यो
अस्याः (F. pronoun)	of her	अइङ्हा
अरुण	early dawn, Aurora and name of the charioteer of 'God sun'	अउरुन
अरुषः (स्)	Whiter	अउरुषो
पर्वतौ	Two mountains	पउर्वत्

2) About consonants इ, उ, अॅ, अ in the Avesta. These type of Avestic vowels are having less power, due to the intensity of the consonants. Such vowels come at the first or the last point.

रिणक्ति	Takes way (the animals etc.)	इस्निख्ति
रोपयन्ति	(They) are planting	उरुपये॑इंती
त्यजः (स्)		इथ्ये॑जो
अन्तर		अन्तरॅ (Y) अन्तर् (G)

3) About combined, mixed vowels.

अॅ, अ, इ,ओ

Such vowels are seen among the combined words and especially with 'र्'

Rg. Sanskrit	meanging	The Avesta
वक्त्र	face, mouth (also)	वख़ॅद्र
ज्म : (correct word) or ज्म: (popularly known)		ज़ॅमो
दद्मसि	you give (are giving)	दद्ॅमही
घर्मः (स्)	Hot, perspiration	गरॅमो
प्र (prefix)		फॅरा
मर्क	Death	मरक
सव्य	Left	हावोय

The vowel 'आअ' (AV) = special vowel=
This vowel comes before च, Ablative form, 'आत्' and some irregular forms (निपात) 'आत्' become 'आअ' vowel (AV-)

दअेवाअत्च
बाअ़त्

B) consonants

The important things to note, are

i) There is no ट group in the Avesta i.e. ट, ठ, ड, ढ, ण

ii) Among other palatals only two are seen च and ज

iii) There are no cerebral or lingual letters in the Avesta, but they are available in Rgveda. Instead of these letters palatals are used.

iv) Soft aspirate are heard instead of hard aspirates (महाप्राण) in the Rgveda and Sanskrit.

v) Nasals do not keep equality in all the cases.

vi) There are more exhalation pronunciations than of Sanskrit.

vii) There are no ज़्, .ज़् the exhalation pronunciation in the Sanskrit. There is resemblance in the first letters of every group (excluding ट) But in some places there are obstructions of guttural and palatal क and च (AV)

Rg. Sanskrit	Meaning	The Avesta
पश्चात्	from backside	पस्कात्
चिकित्वान्	from the wise one	चिचिथ़्वा

ख, थ, फ in the Avesta are of two types:

i) They are substitutes of aspirate in Sanskrit

ii) For some reason they are originated from क्, त्, प् For these two. types, we quote following examples.

1)	खरम्	To an ass	खरॅम्
	सखा	friend	हख
	गाथा: (स्)	hymns	गाथा
	सप्तथम्	To the seventh one	हफ्तथॅम्
2)	क्रतु: (स्)	knowledge, sacrifice	ख्रतुश
	तोक्म	seed	तओख्म
	क्षत्रम्	To kshatrya or to warrior	खत्रथ्रम्
	प्रोक्त: (स्)	said	फ्रओख्तो

The exception is : if क्, त्, प् come after exhalition and nasals then ख़, थ, फ़ changes do not take place and remain as they are-

उष्ट्रम्	camel	उश्त्रॅम
स्थूरम् also स्थूलम्	To fat man or any one	स्तओरॅम
स्खलन	an error or drop	स्करॅन
पन्थानम्	way, road	पंतानॅम्

Here are some exceptions to above rule

Sanskrit Rgceda	Meaning	The Avesta
सप्त	seven	हप्त
योक्त	Box, case	यओख्द्र
नप्त्र	grandson	नफ्द्र

त (Av)

त् is the soft consonant in the Avesta. And seems to have aspirate chasracteristic.

अभवत्	(That) is happened	बवत्
यावत्	as much...	यवत्
द्वेष: (स्)	vengence	त्बएषो
अर्वत्, अश्व:	Gallant horse	अर्वत्अस्प

ग्, द्, ब् etc (AV)

The Avestic consonants ग्, द्, ब् are smilar to Sanskrit ग्, द्, ब्. Also घ् ध् भ् consonanants in the Sanskrit are changed into ग्, द्, ब् in the Avesta. These are seen in the Gatha and yasna.

उग्रान्	to horrifying one	उग्रंग्
यदा	when (not question)	यदा
दीर्घम्	Long	दरॅगम्
अध्वानम्	Road	अद्वानॅम्
अभि	Before, infront of	अईबि
गाम्	To the cow	गाँम्
दुरात्	From far away	दूरात्
बर्हिष्ठे	upon the higher point (than other)	बरजिश्ते
धारयत्	He caught	दारयत्
बन्धम्		बंदॅम्

Rg. Sanskrit	meaning	The Avesta
अंगुष्ठाभ्याम्	by means of the fingers	अंगुश्त एष्यि
विंदाति	They achieved	विंदाइति
दध्दि	you (must) give.	दज्दि
जम्भयध्वम्	i) yawning ii) Devoure (you) !	जॅम्बयद्वॅम्
उग्रम्	to horrifying one	उग्रॅम्
मृगः (स्)	stag	मृग़ो
विद्वान्	wise one	व़ीद्वा
मेघम्	cloud	मएग़म्

ज़्, ज़्, ह् (AV) = ज (San)

ज़्, ज़् and ह् consonants (AV) are found for ज consonan (Sanskrit)

जीवन्तम्	to living one	ज्वंतॅम्
तेजस्	Light, ridiant	तएजम्
हन्तारम्	to the killer	जंतारॅम्

semi-vowels व (AV) (अर्धस्वर)

The first and the middle य् is similar to य (Sanskrit)

यज्ञम्	sacrifice	येस्नॅम्
तायुः (स्)	Thief	तायउश्
द्वे		दुये
भुवे		बुये

'व' (AV)

This semi-vowel in the first and the middle resembles to व in Sanskrit.

Rg. Sanskrit	meaning	The Avesta
वात: (स्) स्वश्व: (स्)	Air, wind one, who has good horses	वातो ह्वस्फो

Junction or combination

'त्व' in Sanskrit mostly becomes 'थ्व' in the Avesta. But i) if it is exhalation pronounciation in the former place ii) where व is vowel, the 'त्व = थ्व' rule disappears.

त्वाम् त्वम्	To you you	थ्वाम तूम (G and Y)

The Sanskrit द्व and ध्व

If द्व and ध्व in the Sanskrit come at first place, then they, become द्व, दब् in Gatha (AV) and त्ब्, ब, द्व in Yasna sections of the Avesta.

द्वेषसा	with vengenernce	द्वएषङ्हा (G) त्वएषङ्ह (Y)
द्वितीयम्	second	दइबितीम् (G) बितीम् (Y)
ध्वंसति		द्वंसइति

The Sanskrit 'श्व' becomes 'स्प' in the Avesta

अश्व: (स्) श्वेतम्	अस्पो स्पएतॅम्

The Sanskrit ह्व becomes ज्ब in the Avesta

ह्वयामि	I call or pray to come	ज्बये॑मि

The soft र in the Avesta

In the Sanskrit र is the substitute for ऌ. But there is no in the Avesta.

Rg. Sanskrit	meaning	The Avesta
रथम्	chariot	स्थॅम्
श्रीर: (स्) or श्रील: (स्)	wealthy, rich	स्रीरो
सुक्लृप्त		हुकृप्त

स, श, ष, ज्, ज् in the Avesta

स, श, ष, श are bit hard but ज् and ज् are soft ones.

स in (AV)

It has three forms. i) similar to 'स' (san) ii) The corruption of 'श' iii) original 'स' in the Avesta

स्कम्भम्	to the billar	स्कम्बॅम्
स्तोतारम्	to the priest	स्तओतारॅम्
स्पर्धानि	I contest	स्पृदानी
स्नायेत	should take both	स्नयएत
यास्कृत्	one who tries	यास्कृत्
आस्ते	sits down	आस्ते

'स' in the Avesta, which is the formermost to vowel becomes 'ह'. It is the rule.

सप्त	seven	हप्त
सोम	Holy drink in the sacrifice	हओॅम
स: (स्)	He	हो

सूक्तम् सकृत्	Hymns instantly	हूख्तॅम हकृत

For Sanskrit अ: (अस्) there are i) अह् ii) अङ्ह् iii) अङ् iv) ओ

अह् (AV) = अस् (अः)

If अ: (अस्) comes before इ and ई that अ: becomes अह in the Avesta

Rg. Sanskrit	meaning	The Avesta
असि (verbal) धारयसि	you (one) are you take, acceplt, wore etc.	अही (G) अहि (y) दारये ँहि

This rule is again applicable to the substitution to उ and ऊ.

असुरम् असुम	To the Greatest one	अहुरॅम अहूम

अङ्ह (AV) = अः (अस) (san)

It अ: (अस) comes before अ, आ, अॅ, अ, ओ, ओइ and आँ it generally becomes अङ्ह in the Avesta

वस्नम् नमसा वसोः (स्) राससे (verbal) उषसाम्	cloth with or by means of worshipping of wealth (possesive form of वसुः) you should or may give of the dawns, the beautiful ones	वङ्हनॅम नॅमङ्हा वङ्हउश. राङ्हङ्होइ उषङ्हाँम

आह (AV) = आस (san)

If in the Avesta, इ,ई,उ and उ are on later postion of आ:(आस) (san) then it converts automatically into आह

भवासि	you should be	बवाहि
रासि	You give or you are giving	राही
आसुरेः (स)	of 'Asururi' (This is the sage in Sanskrlit)	आहुरोइश
आसु	In this, within	आहू

आङ्ह (AV) = आः (आस्) (san)

अ,आ,अॅ,एॅ,ए,ओ and आँ vowels in the Avesta come in later position, then आ:(आस्) (san) transforms as आङ्ह

Rg. Sanskrit	meaning	The Avesta
आस	(It) had been	आङ्ह
नासाभ्याम्	by the two noses	नाङ्हाव्य
मासम्	To the moon	माङ्हॅम
रासे	I am giving	राङ्हे
आसः (स्)	of face, facial	आङ्हो
धासे	To the nature	दाङ्होइत्
आसाम्	of those, its.	आङ्हाम्

आ (AV) = आस् the end (san)

The consonant आस् in the end of the word seems to turn into आ in the Avesta

भूयास्	you should be	बुया
धास्	you may construst or compose	दा

अग्ह, अह (AV) = अंस

It seems that अंस (Sanskrit) becomes अंग्ह् after the vowel in the Avesta

शंसानि वंसत् शंस: (स्) मंसि	I may pray (He) will try Prayer I think (thought ?)	संग्हानी (G) वंग्हत संग्हो मंग्ही

The last 'आन' (san) is differently pronounced in the Gatha and yasna of the Avesta.

Rg. Sanskrit	Meaning	The Avesta
देवान् अमृतान्		दएवाँन (Y) दएवंग (G) अमॅष (Y) अमषाँ (G)

'स्व' in the Sanskrit i) if comes in the first of the word, then it becomes in the Avesta ह्व or ह्व ii) If it comes in somewhere in the middle or in the last it turns ङ्ह and also ङ्ह

i)	स्व	self	ह्व, ह्व
	स्वर	sun	ह्वॅर
	स्वश्व	one who has good horses	ह्वस्पो
	स्वसारम	(form of स्वसृ = sister) to the sister	ह्वङ्हॅरॅम
ii)	घोषस्व	Hear me !	गूषह्वा
	सरस्वतीम	(Name of the river in ancient time. (N) Also propernoun) = to Saraswati	हरह्वइतीम
		(सुनुष्व channged form of स्वर by the rule) Draw the juice !	हुनङ्ह

'स्य' in the Sanskrit becomes ह्य in the Avesta. This Sanskrit स्य is found in Gaths and Yasnas differently, without quoting some minor rules, the forms are only given as follows.

Rg. Sanskrit	Meaning	The Avesta
स्यात्	may be	ह्यात
मास्येभ्य:	To the master of the months !	माह्यएइब्यो
असुरस्य	of the God almighty	अहुरह्या
अस्य	His	अह्या
दस्यूनाम	of the Dasyus the enmical men	दयुनाँम (G)
वस्यान्	(some unknown historic thing or peophle)	वया (G)
अस्या:	of her. (Here य disappears)	अङ्हा (Y)
अस्य	His (do)	अहे (Y)
असुरस्य	of the God	अहुरहे (Y)
यस्य	whose	येङ्हे (Y)
अस्य	his	अङ्हें (Y)

स्त्र (Sanskrit) = र, ङर (Avesta)

If 'स्त्र' (san) comes the first in the word it becomes र in (Av) and if comes in the middle, then it turns into ङ्र्

स्त्रामम्	disease	रामॅम
दस्त्रम्	clever	दङ्रो

स्म (san) = र and in middle of the word 'ह्म' (AV)

स्मत	help, helping	मत्
स्मसि (स्म+असि)	vedic verbal = you were	महि, मही (G)
कस्मै		कह्माइ
अस्मि		अह्मि (y) अह्मी (G)

त्स, च्छ (san) = स (AV)

मत्स्य: (स्)	fish	मस्यो
दत्स्व	Give !	दस्वा (G)
इच्छति	He wants	इसइति
गच्छति	He goes	असइति
	and also श (san)	
	becomes स (AV)	
शास्ति	He dominates, rules	सास्ती
पशुम्	animal, brute	पसुम

ष (san) = श् ष् श्

If in the Avesta, just after with intensified pronounciation of इ and उ; there come श ष and श in the place of ष in the Sanskrit

Rg. Sanskrit	meaning	The Avesta
मुष्टि	The first	मुश्ति
दुष्कृतम्	impure act	दुशकृतॅम
उक्षाणम्	To bull	उख़्शानॅम
तृष्णा	The thirst	तर्ष्नो
भविष्यन्तम्	(future form) to something that will happen	भूश्यंताँम

The last 'स' (san) which comes after intensified इ and उ becomes श् (AV)

अहिस (अहि:)	snake	अजिश
तनुस्	Body	तनुश
गौ: (स)		गाउश

क्ष (san) = ष (AV)

वक्षसि	you carry (the load, or anything)	वष़ि
मक्षु	instanlty	मोॅषु

i) ष्ट (san) = श्त (AV) iii) श्न (san) श्न (AV) iii) च्य (San) = श्य or ष

नष्टः (स्)	destroyed	नश्तो
वष्टि	Abode, living place etc.	वश्ती
दृष्टी	eye, look, glance	दर्श्ति
अश्नोति	He achieves.	अश्नओईंति
प्रश्नः (स्)	Question, Problem	फ्रश्नो
प्राच्य	eastern etc.	फ्रष़

त् (Sanskrit) = ष़ (Avesta)

अमृतम	Nector, Ambrosia	अमॅषॅम
ऋतावानम	Pions, Holy-mided one	अषवनॅम्

ज्, ह् and स् (Sanskrit) = ज (AV)

जातः (स्)	Born	जातः
वज्रम	Invincible weapon of the God	वज्रॅम
हस्त	hand	जस्त
हि	for, because	जि
अहम		अजॅम
बाहुः (स)	Arm	बाजुश
बृहन्तम्	Biggest	बृजंतॅम
अस्ति	(It) is	अज्दी, असदी, (G)

Thus far we have seen broad rules by which we could see the resemblance and differences of the vedic and the Avestic

The grammatical relations in the language of The Zend... ● ४६९

linguistic deep relation with meaning.

All the charts made according to the rules as certa after deep study, can be sufficient to lead us further part of this article.

(Please note, that the symbols (X) 'G' (Y) in the charts are for 'Gatha' and 'Y' 'Yasna' words.)

D) Exmaple

In this part हओम यश्त in the zend. Avesta is chosen to translate it in the Sanskrit, according to the study mostly we have done so far.

Please note -

i) only first 3 Gathas are taken to translation.

ii) The Sanskrit version is completely based on the style of the Avesta. Otherwise, original style of writing sanskrit in vedic form is far different.

iii) The reason behind this part is to show how both the languages have deep relations.

iv) Devaagari Hindi is used in writing the हओम यश्त. Like the Avesta, there are number of सोम सूक्त in the Rgved

हओम यश्त - यस्न ९ = हओम = सोम

The Avesta : हाव्रनीम, आ, रतूम, आ, हओमो-उपाइत् जरथुश्त्रॅम. आत्रॅम, पइरि, यओज, दथॅतॅम. गाथास्य, स्त्राव्यंतॅम्. आ. दिम. पृसत्. जरथुश्त्रो को नरॅ अही. यिम. अजॅम्. वीस्पहे. अङहउश. अस्त्वतो. स्त्रएश्तॅम. दादरॅस. ह्वहे, गयेहे, ह्वन्वतो. अमॅषहे ॾ

Sanskrit version

सावनम आ ऋतुम आ सोम: उपैत् जरथुश्त्रम अत्रिम् परियोर्दधन्तम् गाथाश्च श्रावयन्तम् । आ तम पृच्छत जरथुश्त्र: को नर असि यमहं विश्वस्य असो: अस्थन्वत: श्रेष्ठं ददर्श स्वस्य गयस्य स्वन्वतो अमृतस्य ॥

Meaning - (The God) Soma approached to Jarathushtra on very right time, when he was preparing holy dids or making fize for the sacrifice and was reciting the holy Gathas.

Jarathushtra asked Him (soma) oh Man (like God), who are

you who seems to me the Greatest among all men and on earth and radiant by you immortal body ?

Avesta ii) आअत. मे. अएम. पइत्यओख्त. हओमो. अषव् दूरओषो
अजॅम. अह्मि. जरथुश्त्र. हओमो. अषव. दूर ओषो
आ. माँम. यासङुह. स्पितम. फ्रा. माँम. हुन्वङुह. ह्वॅरताएॅ
अओइ. माँम. स्तओमइने स्तूइदि
यथ. मा. अपरचित. सओश्यंतो. स्तवाँन्

Sanskrit version
आत् मे अयं प्रत्यवोचत्. सोमो ऋतावा दुरोषः।
अहमस्मि जरथुश्त्र सोमः ऋतावा दुरोषः
आ मां याचस्व स्पितम प्र मां सुनुष्व स्वृतये
अभि मां स्तोमनि स्तुहि
यथा मां अपरेचित् सोष्यन्तः स्तुवन् ।

Meaning -

Then, to me answered soma, who has divine rules and has brightness spread a far, 'Oh Jarathushtra, I am soma. (God) (and) am having divine rules, and brightness spread afar. Ask for (your desires) unto me (and I will grant them) Oh, spitam, for (holy) drinkings, make me flow. Praise me in your prayers, as (the ancestors in the past) had prayed the (pious men) called 'Soshyantar.

Note & 1) स्पितम् (San - श्वितम् whiter coloured) It is the name of Jarathushtra's family.

Soshyantah : - सोष्यन्तः is the similar word to सोमयाजी Somayaji in India. These men used to perform soma Sacrifice,

Avesta 3
आअत. अओख्त. जरथुश्तो ž. नॅमो. हओमाइ
कसॅ. थ्वाँम. पओइयों. हॅओम मश्यो
अस्त्वइथ्याइ. हुनूत. गएथ्याइ ž.
का. अह्माइ. अषिश. ऋनावि.
चित. अह्माइ. जसत्. आयप्तॅम् ž.

Sanskrit Version
आत अवोचत जरथुश्त्रः । नमः सोमाय ।

कस्त्वां पूर्व्यः सोम मर्त्यः
अस्थन्वत्यै सुनुत जगत्यै ।
का अस्मै आशीः ऋणावि
किम् अस्मै गच्छत् आप्तम् ।

Meaning

'Then said Jarathushtra 'Bow to you, O Soma ! (Tell me) who
was that (ancient) man (who) made you flow for the earthern living
people (in this world) ? whose did all desires fulfill ? (and) what did
he achieve ?

|| समाप्त ||